Diamond
Encyclopedia of Library and Information Science

डायमंड
ग्रंथालय माहितीशास्त्रकोश

संपादक
डॉ. एम. बी. कोण्णूर
सुजाता कोण्णूर
उष:प्रभा माणगांवकर

डायमंड पब्लिकेशन्स, पुणे

Diamond
Encyclopedia of Library Information Science

डायमंड ग्रंथालय माहितीशास्त्रकोश

डॉ. एम. बी. कोण्णूर, सुजाता कोण्णूर, उष:प्रभा माणगांवकर

प्रथम आवृत्ती – नोव्हेंबर २००८

ISBN 978-81-8483-078-1

© डायमंड पब्लिकेशन्स, पुणे

मुखपृष्ठ,
आतील चित्रे व संगणकीय आरेखन :
शाम भालेकर

प्रकाशक व मुद्रक :
२६४/३ शनिवार पेठ, ३०२ अनुग्रह अपार्टमेंट
ओंकारेश्वर मंदिराजवळ, पुणे–४११ ०३०
☎ ०२०–२४४५२३८७, २४४६६६४२
info@diamondbookspune.com

ऑनलाईन पुस्तक खरेदीसाठी भेट द्या
www.diamondbookspune.com

प्रमुख वितरक :
डायमंड बुक डेपो
६६१, नारायण पेठ, अप्पा बळवंत चौक,
पुणे–३०.
☎ ०२०–२४४८०६७७

अर्पण-पत्रिका

ज्या माय-पित्यांनी,

डॉ. गणेश माणगांवकर
सौ. शांताबाई गणेश माणगांवकर

आणि

श्री. भीमराव कोण्णूर
सौ. भागीरथी भीमराव कोण्णूर

यांनी

केलेल्या संस्कारांची शिदोरी
आमच्या आयुष्यात मार्गदर्शक ठरली,
त्यांच्या चरणी सादर समर्पण

संपादकत्रयी

प्रस्तावना

ग्रंथालयांची आजची प्रगत स्थिती लक्षात घेता त्यांच्यामध्ये गेल्या ८०-९० वर्षांच्या कालखंडात अनेक चांगले आणि उल्लेखनीय बदल झाल्याचे जाणवते. ग्रंथालये ही केवळ ग्रंथांची संग्रह करण्याची ठिकाणे (काहीशा उपरोधाने त्यांना पूर्वी गोडाऊन्स - गुदामेही म्हटले जायचे !) राहिलेली नसून ती माहिती केंद्रे बनली आहेत, ज्ञानाधिष्ठित समाजाला व त्यातील विविध घटकांना हवी असलेली माहिती हव्या त्या स्वरूपामध्ये (format) शक्यतो विनाविलंब देणारी ज्ञानकेंद्रे बनलेली आहेत. ग्रंथालयांचा /ग्रंथपालनाचा शास्त्रशुद्ध अभ्यास करता येतो हे दर्शविणारे ग्रंथालय (आणि माहिती) शास्त्र उदयाला आले असून त्याचे शास्त्रशुद्ध शिक्षण पदवी आणि पदव्युत्तर स्तरावर भारतात अनेक विद्यापीठात आज दिले जात आहे. इतकेच नव्हे तर, भारतातील विद्यापीठातून आणि परदेशातही या विषयातील एम.फिल्. आणि पी.एच.डी. स्तरावरील संशोधनही मोठ्या प्रमाणावर सतत होत आहे. अशा विषयावरील ज्ञानकोश तयार करण्याचा ध्यास घेऊन तो परिश्रमपूर्वक पूर्णत्वाला नेल्याबद्दल या ज्ञानकोशाच्या संपादकत्रयीचे - डॉ. म.भि. कोण्णूर, सुजाता कोण्णूर आणि उष:प्रभा माणगावकर यांचे-आणि त्याचबरोबर अतिशय सुंदर आणि देखण्या स्वरूपात हा ज्ञानकोश प्रकाशित करणारे डायमंड पब्लिकेशन्सचे श्री. दत्तात्रय पाष्टे यांचे मन:पूर्वक अभिनंदन करायला हवे !

कोश म्हणजे शब्दांचा, विविध माहितीचा अथवा ज्ञानाचा केलेला व्यवस्थित संग्रह होय. संग्रह करणे या अर्थाच्या संस्कृत शब्दावरून शब्दांच्या अथवा माहितीच्या संग्रहांना कोश असे म्हणण्यात येऊ लागले. कोशांचा जागतिक आढावा घेण्यासाठी इतिहासात डोकावले असता असे लक्षात येते की, मध्य आशियात काशगर येथे सापडलेले एक आठ पानांचे चोपडे हाच जगातला सर्वात प्राचीन कोश होय. निघण्टू हे भारतीय कोशाचे प्राचीन स्वरूप आहे. प्राचीन कोशातील सर्वश्रेष्ठ भारतीय कोश म्हणजे अमरसिंह विरचित नामःलिंगानुशासन किंवा अमरकोश हा समजला जातो. पाश्चिमात्य देशांकडे नजर टाकता, इ.स. पहिल्या व दुसऱ्या शतकात कोशरचनेस सुरुवात झाल्याचे आढळून येते. प्लिनीची 'नॅचरल हिस्टरी' या इंग्रजी शीर्षकार्थाची रचना ही सर्वात आद्य कोशरचना समजली जाते. यानंतरच्या काळात सर्व विषय समावेशक विविध ज्ञानकोश प्रकाशित झाल्याचे आढळते. उदाहरणार्थ, युन्हाई हा चिनी ज्ञानकोश (१७३८). इ. चेंबर्स यांचा एन्सायक्लोपीडिया ऑर ॲन युनिव्हर्सल डिक्शनरी ऑफ आर्ट अँड सायन्सेस (१७२८) हा इंग्रजी सर्वविषय समावेशक विश्वकोशाचा आद्य नमुना समजला जातो. फ्रेंच भाषेतील दनी दीद्रो यांचा लांसिक्लोपदी म्हणजे विश्वकोश (१७५१-७२) हा पहिला आधुनिक विश्वकोश होय. इंग्रजी भाषेतील सर्वात मोठा व व्यापक असा सर्वसाधारण विश्वकोश एन्सायक्लोपिडिया ब्रिटानिका याची पहिली आवृत्ती १७६८-७१ या कालखंडात तयार झाली व पुढील दोनशे वर्षांच्या काळात त्याच्या १५ आवृत्त्याही निघाल्या.

महाराष्ट्रापुरते बोलावयाचे झाल्यास, विसाव्या शतकाच्या पूर्वार्धात डॉ. श्रीधर व्यंकटेश केतकर यांनी २३ खंडांच्या महाराष्ट्रीय ज्ञानकोशाची निर्मिती (१९२१-१९२९) जिद्दीने तडीस नेली व मराठीतील ज्ञानकोश रचनेची मुहुर्तमेढ रोवली. श्री. य.रा.दाते आणि चिं.ग.कर्वे यांनी सहा खंडात संपादित केलेला सुलभ विश्वकोश (१९४९-१९५१) हा त्यानंतरचा आणखी एक उल्लेखनीय ज्ञानकोश ! महाराष्ट्र राज्य स्थापनेनंतरच्या काळात राज्य शासनाने कै. लक्ष्मणशास्त्री जोशी यांच्या संपादकत्वाखाली निर्माण केलेला मराठी विश्वकोश हा ज्ञानकोशाच्या प्रगतीतील एक मानदंड !

अलिकडच्या काळात, म्हणजे एकोणीसाव्या शतकाच्या मध्यापासून, ज्ञानाच्या विस्फोटामुळे नवनव्या ज्ञानशाखा अस्तित्वात येऊ लागल्या. परिणामी, सर्वसमावेशक ज्ञानकोशाबरोबरच दुसऱ्या एका प्रकारच्या ज्ञानकोशाची - विषय ज्ञानकोशाची - निर्मितीही होणे आवश्यक होते आणि त्याप्रमाणे तसे विषयनिष्ठ ज्ञानकोश निर्माण झालेही ! जगप्रसिद्ध मॅकग्रॉहिल एन्सायक्लोपिडिया ऑफ सायन्स अँड टेक्नॉलॉजी आणि इंटरनॅशनल एन्सायक्लोपिडिया ऑफ सोशल सायन्सेस ही त्याची दोन ठळक उदाहरणे. त्याचबरोबर, फ्रँक एन्. मॅगिल संपादित इंटरनॅशनल एन्सायक्लोपिडिया ऑफ इकॉनॉमिक्स (२ खंड), इंटरनॅशनल एन्सायक्लोपिडिया ऑफ सोशिऑलॉजी (२ खंड), जेम्स हेस्टिंग्ज संपादित एन्सायक्लोपिडिया ऑफ रिलिजन अँड एथिक्स (१३ खंड), रेमंड ए स्मिथ संपादित एन्सायक्लोपिडिया ऑफ एड्स (AIDS), एम ई शार्प Inc. यांचा एन्सायक्लोपिडिया ऑफ वर्ल्ड टेररिझम्, डेव्हिड जे एकर्डट संपादित एन्सायक्लोपिडिया ऑफ एजिंग (४ खंड) आणि रिचर्ड शुल्झ संपादित एन्सायक्लोपिडिया ऑफ एजिंग (२ खंड) (४ थी आवृत्ती) यांचाही या ठिकाणी आवर्जून उल्लेख करणे अगत्याचे आहे.

समृद्ध मराठी भाषेने या बाबतीतही भरघोस योगदान दिलेले आहे. विसाव्या शतकात निर्माण झालेले द.चिं. मुजुमदार संपादित व्यायाम ज्ञानकोश, पंडित महादेवशास्त्री जोशी संपादित भारतीय संस्कृतिकोश, प्रा. वाडेकर यांचा मराठी तत्वज्ञान महाकोश, प्रभुदेसाई यांचा देवीकोश, अमरेन्द्र गाडगीळ यांचे गणेशकोश आणि श्रीरामकोश, स.मा. गर्गे यांचा भारतीय समाजविज्ञान कोश, सिद्धेश्वरशास्त्री चित्राव यांचा भारतवर्षीय चरित्र कोश, आणि डायमंड पब्लिकेशन्सचे 'सरिताकोश', 'डायमंड सामाजिक-ज्ञानकोश' ही काही ठळक उदाहरणे ! हे सर्व विषय ज्ञानकोश आजही अभ्यासकांना, संशोधकांना उपयुक्त प्रमुख संदर्भग्रंथ म्हणून माहिती देत आहेत.

अन्य ज्ञानशाखांच्या मानाने ग्रंथालयशास्त्र ही अलिकडच्या काळात निर्माण झालेली ज्ञानशाखा ! त्यातही, भारताच्या मानाने अन्य देशात या ज्ञानशाखेचा जास्त अभ्यास झालेला ! म्हणूनच, ॲलन केंट यांनी संपादित केलेला, सुरुवातीला ३५ खंडात प्रकाशित झालेला आणि नंतर निघालेल्या पुरवणी खंडासह आज ७३ खंडात उपलब्ध असलेला, एन्सायक्लोपिडिया ऑफ लायब्ररी अँड इन्फरमेशन सायन्स हा प्रमुख ज्ञानकोश एक उपयुक्त संदर्भग्रंथ म्हणून संपूर्ण जगात आजही वापरला जात आहे. त्याचबरोबर लॅन्डाऊ यांचा एन्सायक्लोपिडिया ऑफ लायब्ररीयनशिप हा संदर्भग्रंथही प्रसिद्ध आहे. अलिकडेच, भारतातही अमजाद अली यांचा तीन खंडात्मक 'ॲनेज एन्सायक्लोपिडिक डिक्शनरी ऑफ लायब्ररी अँड इन्फरमेशन सायन्स' हा कोश प्रकाशित झाला आहे (२००६). त्याचबरोबर, डॉ. पी. एस. जी. कुमार संपादित २३ खंडात प्रकाशित होऊ घातलेला आणि आजपर्यंत तीन खंड प्रकाशित झालेला इंडियन एन्सायक्लोपिडिया ऑफ लायब्ररी अँड इन्फरमेशन सायन्स (२००१) याचाही उल्लेख करणे आवश्यक आहे.

मातृभाषेतून दिलेले शिक्षण विद्यार्थांच्या दृष्टीने जास्त प्रभावी आणि परिणामकारक ठरते. आज महाराष्ट्रात अनेक विषयात, विशेषतः सामाजिक शास्त्रांमध्ये, पदवी स्तराबरोबरच पदव्युत्तर स्तरावरही मराठी भाषेतून शिक्षण दिले जात आहे. ग्रंथालयशास्त्रही याला अपवाद नाही. शिक्षण आणि ग्रंथ यांचे अतूट नाते आहे. म्हणूनच, कोणत्याही विषयाचे मराठीतून शिक्षण याचबरोबर त्या विषयात मराठी भाषेतील ग्रंथांची निर्मिती होणेही अपेक्षित असते. ग्रंथालयशास्त्रापुरते बोलावयाचे झाल्यास, ग्रंथालयशास्त्राच्या विविध घटक विषयावर - वर्गीकरण, तालिकीकरण, ग्रंथालय व्यवस्थापन, संदर्भसेवा, माहितीशास्त्र या विषयावर - अनेक ग्रंथालय तज्ज्ञांनी ग्रंथ लिहिलेले आहेत. यशवंतराव चव्हाण महाराष्ट्र मुक्त विद्यापीठाने पदवी आणि पदव्युत्तर स्तरावर अनेक ग्रंथ निर्माण केलेले आहेत. तथापि, ग्रंथालयशास्त्राची थोडक्यात रूपरेषा आणि माहिती देण्याचा 'ग्रंथालय व माहितीशास्त्रकोश' हा पहिलाच प्रयत्न असावा.

या ज्ञानकोशात ग्रंथालयशास्त्राच्या पारंपारिक घटक-विषयांशी-वर्गीकरण, तालिकीकरण, संदर्भ सेवा, माहितीशास्त्र, ग्रंथालय व्यवस्थापन - निगडित अनेक लेख समाविष्ट करण्यात आलेले आहेतच. त्याचबरोबर, माहिती आणि संप्रेषण तंत्रज्ञानाचा आणि व्यवस्थापनातील नवीन संकल्पनांचा ग्रंथालयशास्त्रावर जो परिणाम झालेला आहे तो लक्षात घेऊन त्यावरील लेखही समाविष्ट करण्यात आलेले आहेत. वानगीदाखल, माहितीचे व्यवस्थापन, ज्ञान व्यवस्थापन, सकल गुणवत्ता व्यवस्थापन, शून्याधारित अर्थसंकल्प, पद्धती विश्लेषण, इ- जर्नल्स, माहितीचे हस्तांतर चक्र, इंटरनेट, माहिती तंत्रज्ञान, बार कोडिंग ही काही उदाहरणे देता येतील.

सदरचा ज्ञानकोश ग्रंथालयशास्त्राचे विद्यार्थी, अभ्यासक, संशोधक, त्याचप्रमाणे सर्वसामान्यांना, ग्रंथालयशास्त्राच्या विविध पैलूंची तोंडओळख करून देण्यात उपयुक्त ठरेल असा मला विश्वास आहे.

ग्रंथालयशास्त्रावरील एक उपयुक्त संदर्भ ग्रंथ महाराष्ट्रातील ग्रंथालयशास्त्र अभ्यासकांना, संशोधकांना उपलब्ध करून दिल्याबद्दल संपादकत्रयींचे आणि डायमंड पब्लिकेशन्सचे श्री. पाष्टे यांचे मी पुन्हा एकदा अभिनंदन करतो. विशेषतः, श्री.पाष्टे यांनी अतिशय सुंदर आणि देखण्या स्वरूपात हा ग्रंथ प्रकाशित केला आहे याचा आवर्जून उल्लेख करण्यास मला आनंद होत आहे. श्री. पाष्टे यांच्याकडून भविष्यातही अन्य विषयावरील आणखी ज्ञानकोश प्रकाशित व्हावेत आणि डॉ. कोण्णूर, सुजाता कोण्णूर आणि उषःप्रभा माणगांवकर यांच्याकडून ग्रंथालयशास्त्र विषयाला मराठी भाषेतून अधिक योगदान मिळावे ही अपेक्षा व्यक्त करतो.

पुणे
विजयादशमी २००८

डॉ. अरूण निगवेकर
माजी अध्यक्ष
विद्यापीठ अनुदान मंडळ

लेखक परिचय

Dr. Konnur, M.B. डॉ.म.भि.कोण्णूर :-

पुणे विद्यापीठाचे डिप्. लिब., एम. लिब., ग्रंथालय आणि माहितीशास्त्र विषयातील पुणे विद्यापीठातील पहिले पीएच.डी. पदवीधारक. माध्यमिक शाळा, महाविद्यालय आणि विद्यापीठ ग्रंथपाल म्हणून एकूण एकवीस वर्षांचा अनुभव. महाराष्ट्र शासनाच्या प्रमाणपत्र वर्गात १० वर्षे आणि पुणे विद्यापीठात एकोणीस वर्षांचा अध्यापनाचा अनुभव. शिवाजी, मराठवाडा, उत्तर महाराष्ट्र, भारती, टिळक महाराष्ट्र, यशवंतराव चव्हाण महाराष्ट्र मुक्त विद्यापीठ, इंदिरा गांधी राष्ट्रीय मुक्त विद्यापीठ येथे पदवी, पदव्युत्तर आणि एम्. फिल्.वर्गांना अध्यापनाचा अनेक वर्षांचा अनुभव. शिवाजी, पुणे, भारती, टिळक महाराष्ट्र आणि यशवंतराव चव्हाण महाराष्ट्र मुक्त विद्यापीठात एम्.फिल. आणि पी.एच.डी. मार्गदर्शक, देशातील अनेक विद्यापीठात पीएच. डी. परीक्षक, एस.एन.डी.टी, शिवाजी, मराठवाडा विद्यापीठात अभ्यास मंडळ सदस्य आणि पुणे आणि भारती विद्यापीठात अभ्यासमंडळ अध्यक्ष. महाराष्ट्रातील आणि महाराष्ट्राबाहेरील अनेक विद्यापीठात निवड समिती सदस्य. नेट-सेट परीक्षांशी अनेक वर्षे संबंधित. पुणे विद्यापीठात यु.जी.सी. रिफ्रेशर्स कोर्सेस आणि भारत सरकारच्या DSIR च्या वतीने ग्रंथपालांसाठी संगणक प्रशिक्षणाचे अभ्यासक्रमाचे आयोजन.

ILA, IASLIC, महाराष्ट्र राज्य ग्रंथालय संघ आणि Delhi Library Association चे आजीव सदस्य, सहा ग्रंथ आणि अकरा लेख प्रकाशित. Association of Indian Universities चा ग्रंथालय आणि माहितीशास्त्र प्रश्नमंजुषा प्रकल्प पूर्ण आणि विद्यापीठ अनुदान मंडळाच्या Database on Population Ageing या प्रकल्पाचे काम सध्या चालू.

विद्यापीठ अनुदान मंडळाच्या ग्रंथालय आणि माहितीशास्त्र विषय तज्ज्ञ समितीचे सहा वर्षे सदस्य, राजा राममोहन रॉय लायब्ररी फाऊंडेशनच्या उत्कृष्ट ग्रंथालय निवड समितीचे तीन वर्षे सदस्य, ब्रिटीश कौन्सिलच्या निमंत्रणावरून इंग्लंड आणि फ्रान्स या देशांना विद्यापीठ ग्रंथालयांच्या पाहणीसाठी भेटी.

Konnur, Sujata सुजाता कोण्णूर :-

शिवाजी विद्यापीठातून मराठी विषयात एम.ए. आणि पुणे विद्यापीठातून बी.लिब पदवी संपादन. शिवाजी विद्यापीठात दक्षिणा फेलो. तळेगाव दाभाडे येथे एक वर्ष मराठीच्या प्राध्यापिका. पुण्यातील इंडियन इन्स्टिट्यूट ऑफ एज्युकेशन येथे २६ वर्षे ग्रंथपाल. ग्रंथालय परिभाषा कोश हा ग्रंथ प्रकाशित. सामाजिक ज्ञानकोशामध्ये ग्रंथालयशास्त्रासंबंधी अनेक लेख.

Mangaonkar, Ushaprapha उष:प्रभा माणगांवकर :-

शिवाजी विद्यापीठातून मराठी विषयात बी.ए., महाराष्ट्र शासनमान्य ग्रंथपालन प्रमाणपत्र परीक्षेत कोल्हापूर केंद्रामध्ये प्रथम क्रमांक. शिवाजी विद्यापीठातून बी.लिब.पदवी संपादन. इतर मासिकातून ग्रंथालयशास्त्रविषयक लेख, कथासंग्रह, कथा आणि एकांकिका प्रसिद्ध.

संपादकीय नजरेतून......

ज्ञान हे वर्धिष्णू आहे आणि त्यामध्ये सातत्याने, वेगाने भर पडत असते. विसाव्या शतकाच्या उत्तरार्धात ज्ञानाचा परिस्फोट झाला आणि माहितीप्रधान समाज उदयाला आला. या समाजासाठी आवश्यक असलेली आणि मोठ्या प्रमाणावर उपलब्ध असलेली माहिती साठवून ठेवण्यासाठी ग्रंथालये अपुरी पडू लागली. मात्र माहिती आणि संप्रेषण तंत्रज्ञानातील प्रगतीने ग्रंथालयांना ग्रंथ / माहितीचा संग्रह / कमी जागेत साठविण्याची सुविधा प्राप्त करून दिली.

भाषेच्या विकासासाठी कोशवाङ्मयाची आवश्यकता असते. कोश म्हणजे ज्ञानाचा संग्रह ! पण हा संग्रह विस्तृत ग्रंथाप्रमाणे नसतो. तर या कोशामध्ये त्या त्या ज्ञानशाखेतील माहितीचे सार असते. इंग्रजी भाषेत सातत्याने कोशनिर्मिती झालेली आहे. मराठी भाषेतही या बाबतीत समाधानकारक प्रगती झालेली आहे असेच मराठी कोशवाङ्मयांचा इतिहास सांगतो. साधारणपणे कोशांचे स्वरूप सर्वसामान्य कोश आणि विषयनिष्ठ कोश असे असल्याचे आढळते.

मराठी कोशवाड़मयाच्या इतिहासात डोकावले असता मराठी कोशांचे मूळ संस्कृत कोशात सापडते. त्यामुळे कोशवाङ्मयावर संस्कृताचा प्रभाव पडलेला दिसतो. इंग्रजी अमदानीत मोल्सवर्थ, कँडी यांचे शब्दकोश यासारखे विशिष्ट कोश निर्माण झाले. स्वातंत्र्यपूर्व काळातही श्री.व्यं.केतकर, आपटे, कर्वे, दाते यासारखे कोशकार उदयाला आले होते. श्री.केतकर तर कोशवाङ्मयाचे प्रवर्तकच. पण त्याकाळी कोशवाङ्मयाची निर्मिती संख्येने कमी होती. स्वातंत्र्योत्तर काळात मात्र कोशवाङ्मयाची निर्मिती विपुल होत आहे. व्यक्तीप्रमाणे महाराष्ट्र शासनही या कामात मागे नाही. लक्ष्मणशास्त्री जोशी, महादेवशास्त्री जोशी, प्र.न.जोशी अशी कित्येक व्यक्तिमत्त्वे कोशवाङ्मयाच्या कामात गढलेली होती.

कोशनिर्मिती ही हेतूपुर्वक केलेली असते आणि या निर्मितीला समाजातील आत्मभान कारणीभूत असते. या ज्ञान व्यवस्थेचे संकलन करणे, तिला सुव्यवस्थित समूर्त रूप देणे म्हणजे कोशाची निर्मिती. हे ज्ञान भाषेच्या माध्यमातून सर्वसामान्यपर्यंत पोचविले जाते. मराठीमध्ये समाजशास्त्र, विज्ञान, कला, धर्म, संस्कृती, तत्त्वज्ञान इत्यादी ज्ञानशाखांमध्ये ज्ञानकोश उपलब्ध आहेत.

हे सामाजिक आत्मभान डायमंड पब्लिकेशन्सचे श्री.दत्तात्रय पाष्टे यांच्याकडे आहे. मूर्ती छोटी पण कार्य महान ! ग्रंथांच्या सहवासातून ग्रंथ प्रकाशनाकडे त्यांनी घेतलेली भरारी नक्कीच कौतुकास्पद आहे यात शंका नाही. त्यांचा आमचा परिचय २५-३० वर्षांचा. ग्रंथ हाताळताना ग्रंथ त्यांच्याशी नक्कीच हितगुज करीत असावेत. कारण ग्रंथालयातील ग्रंथ संग्रहाच्या गरजा नेमकेपणाने ओळखण्याचे त्यांचे कसब वाखाणण्याजोगे आहे. य.न.केळकरांच्या ''ऐतिहासिक शब्दकोशाचे'' पुनर्मद्रण, 'सरिताकोश' 'शब्दानंद,' ऐतिहासिक संशोधनपर दहा ग्रंथांची मालिका इत्यादी वैशिष्ट्यपूर्व प्रकाशने त्यांची डोळस व अभिजात साहित्याची दृष्टीच दर्शवितात.

ग्रंथालयशास्त्राच्या संदर्भात कोशवाङ्मयाचा विचार केल्यास त्यामध्ये ॲलन केंट आणि इतरांनी संपादित केलेला ज्ञानकोश उपलब्ध आहे. सध्या महाराष्ट्रात ग्रंथपालनाच्या अभ्यासक्रमाचे शिक्षण (शासनमान्य प्रमाणपत्रापासून ते पी.एच.डी. पर्यंत) मराठी माध्यमातून दिले जात आहे. या अभ्यासक्रमासाठी

मराठी साहित्य बऱ्यापैकी उपलब्ध होत आहे. पण इंग्रजी साहित्याच्या तुलनेत ते अपुरे आहे. डायमंड पब्लिकेशन्सने ही उणीव काही प्रमाणात भरून काढण्याचे प्रयत्न चालविले आहेत. ग्रंथालय व माहितीशास्त्र ज्ञानकोश हा त्या प्रयत्नातीलच एक टप्पा. या कोशाची मूळची संकल्पना श्री.पाष्टे यांचीच. ह्या संकल्पनेला समूर्त स्वरूप देण्याचा प्रयत्न आम्ही प्रस्तुत ग्रंथात केलेला आहे. ग्रंथालयशास्त्रातील विविध घटक- विषय- वर्गीकरण, तालिकीकरण, ग्रंथालय व्यवस्थापन, संदर्भ सेवा, माहिती सेवा - आणि त्यांचे अनेक पैलू इत्यादी संबंधी थोडक्यात माहिती देतानाच माहिती आणि संप्रेषण तंत्रज्ञानाचा ग्रंथालयातील वापर आणि संबंधित अन्य विषयासंबंधी माहिती देण्याचा प्रयत्न आम्ही केला आहे. अर्थात यात उणीवा असण्याची शक्यता आहे. त्या उणीवा पुढील आवृत्तीत दूर करण्याचे प्रयत्न केले जातील.

कोश हे एकट्याचे काम नव्हे. पण ते अथक परिश्रमाचे द्योतक असते. श्री.एन. बी. दहिभाते, ज्योती चितळे, अश्विनी फरांदे आणि प्रणोती प्रधान यांच्या सहकार्यामुळे या कोशाला समूर्त रूप प्राप्त झाले. यासाठी आम्ही या सर्वांचे आभारी आहोत.

पुणे विद्यापीठाचे जयकर ग्रंथालय, टिळक महाराष्ट्र विद्यापीठाचे ग्रंथालय आणि आबासाहेब गरवारे महाविद्यालयाचे ग्रंथालय या ग्रंथालयातून आवश्यक संदर्भ प्राप्त झाले. म्हणून येथील ग्रंथपालांचे आम्ही आभारी आहोत.

डायमंड पब्लिकेशन्सचे व विशेषतः श्री. दत्तात्रय पाष्टे यांचे आम्ही विशेष आभार मानतो. या कोशाच्या संपादनाची जबाबदारी आमच्यावर सोपविल्यामुळे आम्ही श्री.पाष्टे यांचे तर आभारी आहोतच. पण संपूर्ण डायमंड पब्लिकेशन्स गटाचे आभार कोणत्या शब्दात व कसे मानावयाचे यासाठी शब्द अबोल होतात. कारण कोश प्रकाशनाच्या स्थित्यंतरात मुद्रक, मुद्रितशोधक- मानसी दांडेकर व मुखपृष्ठ चित्रकार- शाम भालेकर, डी.टी.पी. संकलक-नितीन पवार या सर्वांचे अथक परिश्रम कारणीभूत आहेत. या सर्वांचे आम्ही आभारी आहोत.

अभ्यासाच्या घाईगर्दीतून अनुप व मेखला यांनी इंटरनेटवर शोध घेऊन मजकूर व चित्रे उपलब्ध करून दिली. या दोघांचा या निर्मितीमध्ये हा खारीचा वाटा.

डॉ. एम. बी. कोण्णूर

सुजाता कोण्णूर

उष:प्रभा माणगांवकर

A

Aaitihasik Shabdakosh – ऐतिहासिक शब्दकोश

य.न. केळकर संपादक, डायमंड, पुणे – २००६

भूतकालीन घटनांचा मागोवा घेण्यासाठी इतिहासाचे सिंहावलोकन करावे लागते. त्यामुळे वर्तमानात पाय रोवून उभे राहता येते. यातूनच भविष्याचा होरा दृष्टिपथात येतो. म्हणून ऐतिहासिक बखरी, पोवाडे, या गोष्टी अमूल्य ठरतात. या ऐतिहासिक साधनांचे संशोधन करताना शब्दकोशाची होणारी मोलाची मदत कोणीही नाकारू शकत नाही.

य.न.केळकर संपादित ‘ ऐतिहासिक शब्दकोश ’ तयार करण्यासाठी जवळ जवळ चाळीस वर्षांची तपस्या कारणीभूत ठरली. त्यानंतर पंचेचाळीस वर्षे या कोशाची सुधारित आवृत्ती प्रकाशित झाली नव्हती. मूळ शब्दकोशाची शब्दसंख्या अंदाजे बारा हजार होती. नवीन सुधारित आवृत्तीत तीन हजार शब्दांची पुरवणी जोडली गेली आहे. म्हणून शब्दसंख्या सुमारे पंधरा हजार झाली आहे. शब्दाचा अर्थ देताना त्या शब्दाचा योग्य उपयोग समजण्यासाठी तो मूळ वाक्याच्या संदर्भासहित दिलेला आहे.

ऐतिहासिक साधनातील कठीण शब्दांचा असा कोणताही कोश यापूर्वी अस्तित्वात नव्हता.

शब्दाचे मूळ शब्द–स्वरूप काय असावे हे या कोशात निर्दिष्ट केलेले नाही. तसेच पुष्कळ ठिकाणी जुने अनेक समानार्थक प्रतिशब्दही दिलेले आहेत. अस्सल साधनातील अवतरणासहित शब्द दिलेला आहे. त्यामुळे त्या शब्दाची अर्थच्छटा लक्षात येते. ‘ अ ते ज्ञ ’ पर्यंत शब्दरचना आहे. मराठी भाषेतील वर्णानुक्रमानुसार शब्दांची रचना आहे.

या कोशाचे एक वैशिष्ट्य असे की ज्या शब्दाचा अर्थ लागलेला नाही त्यापुढे प्रश्नचिन्ह केलेले आहे. तज्ज्ञांकडून त्यावर विचार व्हावा ही अपेक्षा.

एका व्यक्तीने या कोशाचा प्रपंच केला आहे ही गोष्ट फार महत्त्वाची आहे. कोश परिपूर्ण व्हावा असे कोशकर्त्याला वाटणे साहजिकच आहे. पण भाषेतील सर्व शब्दसंपत्ती, त्या शब्दसंपत्तीच्या अर्थच्छटा येतीलच असे म्हणता येत नाही. जिज्ञासापूर्तीचा एक भाग म्हणून हा कोशप्रपंच. त्या दृष्टीने हा कोश अमूल्यच आहे.

Abstract and Abstracting – सार आणि सारलेखन

उपयोजकांचा वेळ महत्त्वाचा ही गोष्ट लक्षात घेऊन काही सेवा व त्यांची तंत्रे यांचा उपयोग होऊ लागला. त्यापैकी ‘सारलेखन’ ही एक. श्री.जे.एच.शेरा (J.H. Shera) यांच्या म्हणण्यानुसार मूळ लेखाचा / प्रकाशनाचा गाभा किंवा संक्षिप्त रूप म्हणजे सार होय.

सारामुळे मूळ प्रलेखाची उपयुक्तता समजू शकते. मूळ प्रलेखातील आशय समजतो. साराची लांबी मूळ प्रलेखापेक्षा लहान असते. मूळ प्रलेखाच्या मागणीसाठी साराबरोबर प्रलेखाचा लेखक व शीर्षक यांची माहिती मिळते.पूर्वी काही विषयतज्ज्ञ लेखाबरोबर सार देत. ते उपयुक्त वाटले म्हणून माहिती

केंद्रातून या प्रकारची सेवा सुरू झालेली दिसते. नियतकालिकातूनही ही सारसेवा सुरू झाली आहे. माहितीच्या युगात माहितीच्या नियंत्रणासाठी ही सेवा उपयोगी पडते. औद्योगिक क्रांतीनंतर संशोधनाच्या स्वरूपात बदल होऊ लागले. मानवाच्या उपयोगी शास्त्रांचे संशोधन व्यापक झाले.

सर्व सारलेखन एकच प्रकारचे नसते. उपयोजकांच्या मागण्या व गरजेनुसार सारलेखनाचा प्रकार ठरतो.

१) साराच्या उद्देश्यावरून i) निदर्शक / सूचक सार (Indicative Abstracts) यामध्ये मूळ लेखाच्या विषयाचे थोडक्यात विवरण असते. मूळ आशय असतो.

ii) वर्णनात्मक / माहितीपूर्ण सार (Informative Abstracts) मूळ लेखातील विचारांचा तपशील हा संक्षिप्त रूपाने दिलेला असतो. निदर्शक सारापेक्षा अधिक माहिती या सारातून मिळते. यावरून साराची उपयुक्तता कळते.

२) मथळ्याच्या आकारानुसार – i) शीर्षकरूपी सार – शीर्षकामध्येच लेखातील विषयाचा आशय व्यक्त होतो. संशोधन प्रबंधांचे शीर्षक अशा स्वरूपाचे असते. ii) सटीप मथळा सार – मुख्य शीर्षकानंतर उपशीर्षक हे स्पष्टीकरण करणारे व टीपेच्या स्वरूपात असते.

काही वेळा एकच लेख वेगवेगळ्या संशोधकांसाठी वेगवेगळ्या दृष्टिकोनातून महत्त्वाचा असतो. म्हणून हे दृष्टिकोन महत्त्वाचे मानले जातात व या कलानुसार कल दर्शविणारे सार आवश्यक ठरते. अशा प्रकारच्या सारामध्ये निष्कर्ष, विषय या कलानुसार सार तयार केले जाते. उपयोजकांच्या गरजांनाही महत्त्व देऊन ''उपयोजक कलित सार'' तयार केले जाते. सारामध्ये मूळ लेखाबद्दल समीक्षाही दिली जाते, म्हणजेच ते 'चिकिसात्मक सार' होय.

सारांचा कर्ता यावरूनही सारांचे प्रकार होतात. मूळ लेखाचा लेखक जर सारकर्ता असेल तर ते लेखक सार, यामध्ये लेखकाचे मतप्रदर्शन होण्याची शक्यता असते. मूळ लेखाच्या विषयाचे सार विषयतज्ज्ञ लिहितात ते विशेषज्ञ सार होय. याशिवाय व्यावसायिक सारलेखक सारलेखन करतात.

प्रलेखांच्या प्रकारानुसारही सार तयार केले जाते. उदा. ग्रंथातील सार, नियतकालिकातील लेखांचे सार, प्रबंधाचे-निबंधाचे सार, पेटंट्सचे सार. सारांच्या निर्मितीनुसार सारांचे प्रकार होतात. यामध्ये सारांच्या लांबीनुसार 'अंशीरूपी सार' सारांचा एकत्र आढावा, आकृत्यांच्या रूपातील सार, संख्यात्मक सार, सूक्ष्मसार असे प्रकार होतात.

सार हे प्राथमिक प्रलेखातील शब्द १/१० किंवा १/२० शब्द या प्रमाणात संक्षिप्त करते. प्रचलित जागरूकता सेवा वृद्धिंगत करते.

सारलेखनाची एक विशिष्ट शैली असते. हा नैसर्गिक लेखन प्रकार नाही. यासाठी प्रशिक्षणाची आवश्यकता असते. ही एक कला आहे. यामध्ये भाषा व शब्द यावर प्रभुत्व असणे आवश्यक ठरते. माहिती संप्रेषणाच्या दृष्टीने साराचा वाटा मोठा आहे.

Abstract and its Good Qualities - साराचे गुणधर्म

साराचा उपयोग योग्य प्रकारे होण्यासाठी सारामध्ये काही गुणधर्म असणे आवश्यक ठरते.

१) संक्षिप्तता (Brevity) – संशोधनाचा वेळ वाचावा म्हणून मूळ प्रलेखाचे सार दिले जाते. आवश्यकता वाटल्यास संशोधक मूळ प्रलेखाची मागणी करतो. म्हणून सार हे मूळ प्रलेखापेक्षा संक्षिप्त असले पाहिजे हे खरे.

मूळ प्रलेखातील संज्ञांची द्विरुक्ती टाळता येते. मुद्दा पटविण्यासाठी लेखक वेगवेगळे शब्द उपयोगात आणतात.अशा संज्ञा वगळून छोट्या वाक्यामध्ये मुद्दा मांडता येतो. त्यामुळे सारात संक्षिप्तता येते. तसेच मूळ लेखातील प्रास्ताविक, लेखकाची मते, शेरेही वगळता येतात. प्रस्थापित तत्त्वेही टाळता येतात. निरर्थक शब्द, उपपदे वगळणे शक्य असते. लेखामधील कच्ची माहिती सारात देऊ नये. संज्ञांची प्रमाणित संक्षिप्त रूपे वापरूनही हा प्रश्न सोडविता येतो. तार्किक विवेचने, सांख्यिकीय सूत्रे, नवी माहिती सारात आणणे शक्य होते.

२) **अचूकता (Accuracy)** – मूळ प्रलेखातील आशय सारात दिलेला असतो. त्यात अचूकता असणे आवश्यक आहे. तरच सार पर्याय ठरू शकेल. मूळ प्रलेखाच्या निवडीला तरच प्राधान्य मिळू शकेल. साराच्या पहिल्या भागात उल्लेख असतो. यामधील ग्रंथसूचीय माहिती अचूक असणे महत्त्वाचे, दुसऱ्या भागात ''सार'' असते. मूळ प्रलेखाचे प्रतिनिधित्व साराने केले पाहिजे.

३) **स्पष्टता (Clarity)** – मूळ लेखकाचे विचार निश्चितपणे कळण्यासाठी सारामध्ये स्पष्टता असली पाहिजे. सारातील वाक्ये सोपी असतात. लेखातील घटना वर्णन भूतकाळात असावे. निष्कर्षासाठी वर्तमान काळ वापरावा. संज्ञांची कमालीची काटकसर सारात करावी लागते. पण संदिग्धता नसावी.

४) **परिपूर्णता (Completeness)** - सारावरून मूळ लेख समजला पाहिजे. संशोधनाचा हेतू, उद्दिष्ट सारात येणे आवश्यक, लेखातील निष्कर्ष, शोध या गोष्टी साराच्या शेवटच्या भागात असाव्यात. मूळ प्रलेखातील तंत्र, पद्धती सारावरून समजणे आवश्यक आहे. यामुळे सार परिपूर्ण होते. मूळ प्रलेखातील विशेष माहिती साराचे वैशिष्ट्य ठरते.

५) **सर्वसमावेशकता (Comprehensiveness)** – मूळ प्रलेखातील नवी माहिती ज्ञानाच्या शाखेत भर घालत असते. त्यातील मुद्दे, शोध, निष्कर्ष, संशोधन पद्धती या गोष्टी महत्त्वाच्या असतात. या गोष्टी सारात समाविष्ट होणे आवश्यक ठरते.

६) **वस्तुनिष्ठता (Objectivity)** - सारलेखकाचे मत, त्याचा दृष्टिकोन सारात येऊ नये. मूळ प्रलेखातील माहिती, विचारच सारात असणे आवश्यक आहे.

साराची रचना तीन भागात केली जाते. १) प्रलेखाची प्रकाशनविषयक माहिती २) प्रत्यक्ष सार ३) सार लेखकाचे नाव. साराच्या लांबीविषयी निश्चिती सांगता येत नाही.

Abstracting Journals – सारलेखन करणारी नियतकालिके

काही वेळा ग्रंथसूचीय माहितीपेक्षा सखोल माहितीची आवश्यकता भासते. ''सार'' हे अधिक माहिती देते. लेखातील माहितीचा आशय कळतो. लेखाचा हेतू, त्यातील वैशिष्ट्ये कळतात. सार हे जसे नियतकालिकातील लेखांचे केले जाते तसे ते पेटंटस्, विवरण इ.चेही केले जाते.

सारांची माहिती मिळाल्यानंतर मूळ प्रलेख पाहण्याची गरज आहे की नाही हे संशोधक ठरवू शकतात. सारामुळे संबंधित साहित्याचा आढावा घेतो येतो. म्हणजेच सारामुळे वेळ वाचतो.

साराचा प्रारंभ १८ व्या शतकात झाला असे इतिहास सांगतो. त्या काळात जर्मनीमध्ये रसायनशास्त्रावरील लेखांचे सार प्रसिद्ध झाले होते. पुढे अनेक सार नियतकालिके प्रसिद्ध होऊ लागली. हल्ली सार हे तालिकापत्रावर वा मायक्रोफिल्म्सवरही मिळू शकते. सारलेखन करणाऱ्या नियतकालिकांची संख्या वाढती आहे.

ग्रंथालय व माहितीशास्त्रातील संशोधनही आता वेग घेत आहे. लायब्ररी अँड इन्फरमेशन सायन्स ॲबस्ट्रॅक्टस् (LISA) हे सार नियतकालिक इंग्लंडमधील ''द लायब्ररी असोसिएशन'' दोन महिन्यांच्या कालावधीने प्रकाशित करते. असे वर्षाचे सहा अंक प्रसिद्ध होतात.

सार वाचून उपयोजकाला आवश्यक वाटल्यास मूळ लेखाची प्रतही देणे शक्य असते. यामुळे माहितीचे संप्रेषण होण्यास फारच उपयोग होते. ही सर्व माहिती 'ऑनलाईन' मिळते. प्रत्यक्ष संगणकाच्या पडद्यावर ही माहिती संगणकीय जाळ्यामुळेही पाहता येते.

Accession Register – दाखलनोंद वही

कोणत्याही संस्थेत तेथील सर्व मालमत्तेची नोंद एका वहीत करतात. ग्रंथालयातील वाचन साहित्य ही प्रमुख मालमत्ता असते, म्हणून त्याची नोंद दाखलनोंद वहीत केली जाते आणि या वहीला (दाखल नोंद वहीला) ग्रंथालयात नेहमीच अग्रक्रम दिला जातो.

''ग्रंथालयात खरेदी केलेल्या ग्रंथांची क्रमवार नोंद केलेली वही म्हणजे दाखलनोंद वही''

किंवा ''ग्रंथ ज्या क्रमाने ग्रंथालयात घेतले जातात त्याप्रमाणे नोंद केलेली नोंदवही.''

अशा व्याख्या 'दाखलनोंद वही' साठी करता येतात.

काही ग्रंथालयात विविध वाचन साहित्यासाठी स्वतंत्र, वेगवेगळ्या नोंदवह्या वापरतात. हस्तलिखिते, प्रबंध, देणगी या सर्वासाठी स्वतंत्र नोंदवह्या ठेवतात.नियतकालिकांची नोंदवही मात्र सर्वच ग्रंथालयात वेगळी ठेवतात. तात्पुरत्या उपयोगाचे साहित्य, प्रश्नपत्रिका, पुस्तिका असे साहित्य या नोंदवहीत नोंदवत नाहीत.

दाखलनोंद वहीचे बांधणी केलेली मजबूत वही किंवा पत्ररूप नोंदवही असे प्रकार आहेत. ग्रंथ बाद करण्यासाठी किंवा हरवला तर पत्ररूप वहीतून ते पत्र बाजूला करता येते. त्यामुळे आपोआप बाद केलेल्या ग्रंथांची ती नोंदवही तयार होते. पण पत्ररूप नोंद हरवण्याचीही शक्यता असते. म्हणून ग्रंथालयात शक्यतो बांधणीची वहीच वापरणे योग्य समजतात. हल्ली संगणकावरही या नोंदी करतात.

१) दाखलअंक – ग्रंथालयात आलेले ग्रंथ नोंदवहीत क्रमाने नोंदवले जातात. तो क्रम/नंबर म्हणजे दाखलअंक होय. एकत्र पृष्ठे बांधलेल्या सर्व ग्रंथांना स्वतंत्र दाखलअंक देतात. म्हणजेच ग्रंथाचे अनेक खंड असतील तर ते स्वतंत्र दाखलअंक देऊन नोंदवतात. तसेच एकाच पुस्तकाच्या अनेक प्रती असतील तरी प्रत्येक प्रतीला स्वतंत्र दाखलअंक दिला जातो. याउलट अनेक खंड एकत्र असतील तर त्याला एकच दाखलअंक देतात. हा दाखल अंक क्रयपत्र, तालिकापत्र, शीर्षकपृष्ठ, त्याची मागील बाजू, ग्रंथपत्र व ग्रंथांच्या विशिष्ट पानावर लिहितात.

२) ग्रंथकार – या रकान्यात ग्रंथकाराचे आडनाव, नंतर उपनाम, नंतर आद्याक्षरे लिहितात. ग्रंथाचा अनुवाद असेल तर अनुवादकाचे नाव ग्रंथनामासमवेत लिहितात. ग्रंथ फक्त संपादित केला असल्यास संपादकाचे नाव या रकान्यात लिहिले जाते.

३) ग्रंथनाम/शीर्षक – ग्रंथाचे संपूर्ण नाव येथे लिहितात. ग्रंथाचा खंड किंवा भाग असेल तर तोही ग्रंथनामाबरोबर लिहितात. काही वेळा ग्रंथाच्या प्रत्येक खंडाला/विभागाला वेगळे नाव असते. त्यावेळी प्रथम मूळ ग्रंथनाम त्यानंतर खंड/विभाग यांचा क्रमांक आणि नंतर त्या खंडाचे/विभागाचे नाव लिहितात.

४) **प्रकाशक** – प्रकाशकाचे किंवा प्रकाशन संस्थेचे नाव व पुढे प्रकाशन स्थळ लिहितात.

५) **प्रकाशन वर्ष** – येथे ग्रंथ कोणत्या वर्षी प्रसिद्ध झाला ती नोंद करतात. दुर्मीळ ग्रंथासाठी आणि ग्रंथ हरवल्यास माहितीसाठी याचा उपयोग होतो. दुसरी प्रत घेता/मिळवता येते.

६) **आवृत्ती** – पहिल्या आवृत्तीची नोंद करत नाहीत. पण सुधारित/संक्षिप्त किंवा पहिल्या आवृत्ती नंतरच्या क्रमांकाची (दुसरी, तिसरी इत्यादी) असेल तर त्याची मुद्दाम नोंद करतात. कारण काही वेळा ही सुधारित किंवा ठराविक आवृत्ती, विशेषत: विज्ञानाच्या बाबतीत, महत्त्वाची असते.

७) **पृष्ठांक** – ग्रंथाची पृष्ठे, नकाशे, चित्रे यांची संख्या व प्रस्तावना स्वतंत्र पानांची असेल तर अशा सर्व नोंदी या रकान्यात करतात. पुस्तकाची पाने फाटली, चित्रे हरवली तर मूळ पृष्ठे समजण्यास या नोंदीचा उपयोग होतो.

८) **आकार** – सर्वच ग्रंथांचा आकार साररखा नसतो. काही मोठी किंवा लहान असतात. आणि असे वेगळ्या आकाराचे ग्रंथ स्वतंत्र ठेवावे लागतात. म्हणून ग्रंथ पट्टीने मोजून मापे लिहितात.

९) **बांधणी** – कागदी, कापडी, कातडी, अर्ध कापडी असे बांधणीचे प्रकार असतात. आणि बांधणीवर ग्रंथांची किंमत ठरते. ग्रंथालयासाठी मजबूत बांधणीचे ग्रंथ आवश्यक असतात. त्या ग्रंथाला 'ग्रंथालय प्रत' म्हणतात. तर हलक्या बांधणीचा, स्वस्त ग्रंथ, याला 'विद्यार्थी प्रत' म्हणतात.

१०) **दिनांक** – ग्रंथ नोंदणी केल्याची तारीख लिहितात. त्यामुळे विशिष्ट कालात (एक दिवस/ आठवडा / महिना / वर्ष) किती ग्रंथ घेतले याची कल्पना येते. आकडेवारी मिळते.

११) **ग्रंथ मिळण्याचे ठिकाण** – ग्रंथ विक्रेता या रकान्यात नोंदवतात. परत ग्रंथ हवा असल्यास माहिती मिळते. देणगी असेल तर देणगीदाराचे नाव नोंदले जाते.

१२) **किंमत** – पुस्तकाची छापील किंवा मूळ किंमत इथे लिहितात. दुर्मीळ ग्रंथ असून जास्त किंमत असेल तर ती लिहावी. ग्रंथालयातील ग्रंथांसाठी १० ते २० टक्के सूट मिळते. पण परत तो ग्रंथ घेण्याची वेळ आली तर परत तितकी सूट मिळेलच असे नाही. शिवाय ग्रंथ हरवला तर त्याच्या मूळ किमतीची नुकसान भरपाई घेता येते. तसेच किंमत परकीय चलनात असेल त्याचे भारतीय चलनात रूपांतर करून लिहितात.

१३) **बोधांक** – ग्रंथालयाच्या वर्गीकरण पद्धती प्रमाणे वर्गीकरण करून हा क्रमांक लिहितात. हा क्रमांक पेन्सिलीने लिहितात याचे कारण बदल झाला तर तो बदल वर्गक्रमांकात सहज करता यावा. हाच बोधांक ग्रंथचिठ्ठी, तालिकापत्रे, ग्रंथाचे शीर्षकपृष्ठ इ. ठिकाणी लिहितात.

१४) **शेरा** – ग्रंथ देणगी म्हणून असेल, विशेष अनुदानातून मिळालेला असेल किंवा अदलाबदल योजनेतून आला असेल तर त्याप्रमाणे रकान्यात नोंद करतात.

ग्रंथासंबंधी सर्व माहिती मिळण्याचे एकमेव साधन म्हणजे नोंदवही. तालिकीकरणाने ग्रंथाचे अस्तित्व दाखवले जाते. वर्गीकरणाने ग्रंथाची कपाटामधील जागा कळते, पण ग्रंथ हरवला, फाटला, तर त्याची माहिती फक्त या वहीतच मिळते. ग्रंथाच्या खरेदीपासून ग्रंथ बाद केल्यापर्यंतचा सर्व वृत्तांत इथे असतो. ग्रंथालयाचा विमा उतरविण्यासाठी ग्रंथसंग्रहाची किंमत, ग्रंथालयातील ग्रंथांची एकूण संख्या इ. सर्वच गोष्टी इथे एकत्र मिळतात. म्हणूनच ही नोंदवही महत्त्वाची ठरते.

ग्रंथालयाचे नाव

दाखलनोंद वही

दाखल अंक	ग्रंथकार	ग्रंथनाम	प्रकाशक	प्रकाशन वर्ष	आवृत्ती	एकूण पृष्ठे	आकार	बांधणी	दिनांक	ग्रंथ प्राप्तीचे ठिकाण	किंमत	बोधांक	शेरा

Added Entries – पूरक नोंदी

कोणत्याही ग्रंथांची मुख्य नोंद ही उपयोजकाचा एकच दृष्टिकोन पूर्ण करू शकते. त्याचे इतर दृष्टिकोन पूर्ण करण्यासाठी मुख्य नोंदीवरून नोंदी केल्या जातात. त्यांना पूरक नोंदी म्हणतात. या पूरक नोंदी ग्रंथाच्या स्वरूपावर व तालिका संहिता यावर अवलंबून असतात. म्हणून उपयोजकांचा दृष्टिकोन व नोंदी यांचा जवळचा संबंध असतो. पूरक नोंद ही नेहमी त्रोटक व त्रोटक स्वरूपाची माहिती देणारी असते.

वर्गीकृत तालिका संहितेनुसार केल्या जाणाऱ्या प्रत्येक नोंदीचे स्वरूप स्वतंत्र असते. कोशतालिका संहिताप्रमाणे केलेल्या पूरक नोंदी ह्या मुख्य नोंदीतीलच माहिती देतात. या नोंदी एककपत्र (Unit Card) म्हणून वापरल्या जातात. या पूरक नोंदी करावयास व समजण्यास सुलभ असतात.

वर्गीकृत तालिका संहितेनुसार पूरक नोंदींचे स्वरूप वेगळे असते. त्यांचे चार प्रकार आहेत.

१) वर्गदर्शक नोंदी (Class Index Entries)

२) ग्रंथदर्शक नोंदी (Book Index Entries)

३) उलट संदर्भ दर्शक नोंदी (Cross Reference Index Entries)

४) अंशात्मक नोंदी (Analytical Entries)

ज्ञानशाखांचा विस्तार होत गेला. त्यानुसार मुख्य विषय, त्यांचे उपविषय निर्माण झाले. उपयोजकांच्या गरजा वाढल्या, मागण्या वाढल्या, वाचनसाहित्याकडे पाहण्याचे उपयोजकांचे दृष्टिकोनही बदलत गेले. लेखक व ग्रंथशीर्षकाप्रमाणे मागणी करणे इतिहासजमा होऊ लागले. संशोधन वृत्ती वाढल्यामुळे विषयांना महत्त्व मिळत गेले. त्यामुळे संदर्भसूचीचे यांचे महत्त्व वाढले. एकच मुख्य नोंद या गरजा पूर्ण करू शकत नाही असे दिसून आले. यातूनच गरजेनुसार, मागण्यानुसार पूरक नोंदी करण्याचा विचार उदयाला आला.

AGRIS – ॲग्रीस (ॲग्रिकल्चरल इन्फरमेशन सिस्टिम)

ही एक माहितीची पद्धती आहे. ही पद्धती १९७५ मध्ये कार्यान्वित झाली. युनायटेड नेशन्सच्या द फूड अँड ॲग्रिकल्चरल ऑर्गनायझेशन (FAO) ही संस्था माहितीचा संग्रह करणे, शास्त्रीय व तांत्रिक माहितीचे संप्रेषण यात नेहमी कार्यरत असते. या माहितीमध्ये शेती, वन, ग्रामीण विकास, मासेमारी, खते, आहारशास्त्र इ. माहिती अंतर्भूत असते. ही माहिती ॲग्रि FAO या संस्थेच्या सभासद राष्ट्रांशी संबंधित असते. ॲग्रीस ही पद्धती याच संस्थेच्या पाठिंब्याने कार्य करीत असते.

जगातील सर्व देशांना शेती संबंधित सर्व समावेशक माहिती देणे हे या पद्धतीचे मुख्य कार्य. या कार्यामध्ये सहकार अपेक्षित आहे. त्यामुळे या क्षेत्रातील द्विरूक्ती, वाया गोष्टी टाळता येतील. विकसनशील देशातील आंतरराष्ट्रीय गरजांची जाणीव करून घेणे व त्या त्या देशांतील कर्मचारी वर्गाला तांत्रिक व शास्त्रीय ज्ञानात मदत करणे हे ॲग्रीसचे मुख्य धोरण आहे.

या पद्धतीमध्ये १४० राष्ट्रे, २५ विभागीय व आंतरराष्ट्रीय केंद्रे अंतर्भूत आहेत. ॲग्रीस कोकॅरीस / ऑरडिनेटिंग सेंटर, लायब्ररी अँड डॉक्युमेन्टेशन सिस्टिम डिव्हिजन एफएओ (रोम) ही या माहिती पद्धतीची व्यवस्था पाहतात. इनिस केंद्र (व्हिएन्ना) यातील संगणक व संगणक प्रणालीचा ॲग्रीस वापर करते.

या पद्धतीमध्ये आधुनिक तंत्रांचा वापर महितीच्या प्रक्रियेसाठी केला आहे. या पद्धतीमध्ये आंतरराष्ट्रीय

सहकार्य आहेच. पण यामध्ये कमाल विकेंद्रीकरण व किमान केंद्रीकरण आहे. यामध्ये माहिती शास्त्रातील प्रमाणके, नियम यांचेही आरेखन केले जाते. संगणकाच्या सहाय्याने माहितीची प्रतिप्राप्ती होते. निर्देशन व सारात्मक सेवाही दिल्या जातात.

ॲग्रीसचा आधारभूत माहिती संच मोठा व्यापक आहे. या माहिती संचातील माहिती व्हिएन्ना येथील ॲग्रीस प्रक्रिया विभागामार्फत दिली जाते. ही माहिती सहभागी राष्ट्रांना कराराद्वारे मिळते. आयएईए (IAEA)ची टेक्निकल इन्फरमेशन डिव्हिजन हा करार करते.

ही पद्धती पुढील सेवा देते : ॲग्रिंडेक्स मधील वर्तमान नोंदी, विषय ग्रंथसूची तयार करणे. माहिती संचामधून माहितीची प्रतिप्राप्ती करून देणे. ऑनलाईन सेवा, माहितीची निवडक प्रसारण सेवा, चुंबकीय फितीवर वर्तमान नोंदीची माहिती देणे इत्यादी.

'कोट ॲग्रिकल्चरल रिसर्च इन्फरमेशन सिस्टिम' ही विकसित देशातील चालू संशोधनाविषयी माहिती देते. ॲग्रीकल्चरल लायब्ररीज नेटवर्क (अग्लीनेट) शेतीविषयक माहितीचे आदान-प्रदान करते. या जाळ्यामार्फत आंतर ग्रंथालयीन ग्रंथसूचीय माहिती, प्रतिरूप सेवा या सेवा दिल्या जातात. प्रत्येक देशातील शेतीविषयक मुख्य ग्रंथालये या जाळ्यात समाविष्ट आहेत.

भारतात आयसीएआरच्या ॲग्रिकल्चरल रिसर्च इन्फरमेशन सेंटर मार्फत ॲग्रीसच्या कार्यक्रमात सहभागी होता येते. येथे निर्देशनाचे प्रशिक्षण ॲग्रीसच्या पद्धतीने दिले जाते.

Alphabetical Classified Catalogue – अनुवर्ण वर्ग तालिका

कोशतालिका व अनुवर्ण तालिका यातील वैगुण्य वगळून त्यातील गुण एकत्र करून हा अनुवर्ण वर्ग तालिका हा प्रकार अस्तित्वात आला. इंग्लंडमध्ये १९४० च्या पूर्वी विज्ञानविषयक ग्रंथालयात ही तालिका तयार करण्याचा प्रयत्न झाला.

या प्रकारामध्ये वर्गीकरणकार विशिष्ट विषयातील उपविषयांच्या संज्ञा ठरवतो. या संज्ञांची रचना अनुवर्णक्रमानुसार असते. त्या विशिष्ट विषयातील उपविषयांचीही रचना अनुवर्णक्रमानुसार केलेली असते. त्यामुळे विशिष्ट संज्ञांच्या विषयातील ग्रंथसंपदा कळू शकते. त्यामुळे या तालिकेतील नोंदींचा क्रम व कपाटातील ग्रंथांचा क्रम सारखाच असतो. यातील एक महत्त्वाची गोष्ट म्हणजे वर्गीकरण प्रकाराने तयार केलेल्या संज्ञाच या तालिकेत वापराव्या लागतात.

Alphabetical Device – अनुवर्ण युक्ती

वर्गांकामध्ये विकसनशीलता निर्माण करण्यासाठी या युक्तीचा उपयोग होतो. समदर्जाच्या वर्गांना वैशिष्ट्यपूर्ण स्थान मिळवून देण्यासाठी या युक्तीचा वापर केला जातो. साहाय्यकारी क्रम मिळविण्यासाठी या युक्तीचा वापर केला जातो.

या युक्तीचा वापर करताना संज्ञेमधील पहिले, पहिली दोन अगर पहिली तीन अक्षरे आवश्यकतेनुसार वापरली जातात. आाणि विशेषीकरण साधले जाते.

उदा. हापूस आंबा J3751A
पायरी आंबा J3751 P

या युक्तीमुळे मिळणारा सहाय्यकारी क्रम सर्वात कमी प्रतीचा समजला जातो. त्यामध्ये विभाजनासाठी

नेहमीच्या भाषेतील शब्दांमधील आद्याक्षरे वापरावी लागतात. आद्याक्षरे वापरून केलेले विभाजन हे कायम स्वरूपाचे नसते. विषयाच्या असहाय्यकारी क्रमापेक्षा सहाय्यकारी क्रम जो अनुवर्ण युक्तीने मिळतो तो बरा.

Alternative Name Entry – पर्यायी नाम नोंद

दोन स्वतंत्र नावे असलेल्या व्यक्तीच्या नोंदी तालिकेमध्ये मात्र एकाच नावाखाली केलेल्या असतात. या नोंदी एकाच ठिकाणी असतात. अशा वेळी ही पर्यायी नाम नोंद केली जाते. उपयोजकांना कोणतेही एक नाव माहित असले तरी ग्रंथाविषयी माहिती मिळू शकते. तालिकेत केलेल्या नावाच्या नोंदीकडे 'पहा' अशी नोंद नसलेल्या नावाकडून संदर्भ दिला जातो. ही संदर्भनोंद असल्यामुळे ती फक्त एकदाच केली जाते.

उदा. खरे (बाळूताई)
पाहा
बेडेकर मालती.

काही वेळा एखादा लेखक दोन स्वतंत्र नावांनी ओळखला जातो. दोन्ही शब्द पुरेसे वापरात असतात व मान्यताही पावलेले असतात. वर्गीकरणात एखाद्या विषयाला वापरलेली संज्ञा आणि सर्वसामान्यतः वापरात असलेली संज्ञा यात फरक तर असतोच किंवा कालौघात विषयाचे नावही बदललेले असते.

उदा. Population
See
Demography

American Library Association (ALA) – अमेरिकन लायब्ररी असोसिएशन

या संघाची स्थापना इ.स.१८७६ मध्ये अमेरिकेत झाली. हा संघ जगातील सर्वात जुना तसाच मोठा संघ आहे. योग्य ग्रंथालय व महिती सेवा देण्यासाठी मार्गदर्शक व सल्लागार म्हणूनही हा संघ काम करतो. वाचन संस्कृतीचे संरक्षण, व्यावसायिकांचे प्रशिक्षण, ग्रंथालयीन सेवांचा विकास, माहितीचे वितरण ही कार्ये करण्यासाठी हा संघ स्थापन झाला.

ज्या व्यक्ती व संस्थांना ग्रंथपालन व्यवसायात रुची आहे अशा व्यक्ती व संस्था या संघाचे सभासद होऊ शकतात. अर्थात या सभासदत्वासाठी कायद्याची चौकट आहेच.या संघाचे ३५,००० पेक्षा अधिक सभासद आहेत. निवडून आलेल्या ३५० सभासदांचे एक कौन्सिल आहे.

या संघामध्ये अध्यक्ष, उपाध्यक्ष, कार्यकारी संचालक आणि खजिनदार असे नेहमीप्रमाणे पदाधिकारी असतात. त्याशिवाय कार्यकारी मंडळ, उप-समिती मंडळेही असतात. कौन्सिल, त्याचे पदाधिकारी व त्यांच्या समित्या अशी या संघाची रचना आहे.

या संघाने वाचन साहित्याच्या प्रसारासाठी वर्गीकरण व तालिकीकरण यांच्या पद्धती तयार केल्या आहेत. ग्रामग्रंथालये स्थापण्यास मदत करणे, सार्वजनिक ग्रंथालयांना ग्रंथालय कर गोळा करण्यास मदत करणे, ग्रंथालयीन विकासासाठी असलेल्या कायद्यांना पाठिंबा देणे, ग्रंथालयीन प्रशासनासंबंधी आराखडा

तयार करणे, निरंतर शिक्षणाचा उपयोग ग्रंथालयीन विकासासाठी होण्यासाठी प्रयत्न करणे, राष्ट्रीय व राज्य पातळीवर ग्रंथालयांना जनतेचा पाठिंबा मिळवून देणे अशी कार्ये हा संघ करतो. ग्रंथालय सेवा कायदा (१९५६) स्थापन करण्यास या संघाने प्रयत्न केले होते. पुढे या कायद्यात सुधारणा होऊन सार्वजनिक ग्रंथालय कायदा संमत झाला (१९६४). संघाच्या सर्व कार्यांची अंमलबजावणी करण्यासाठी या संघाने वेगवेगळे विभाग स्थापन केले आहेत.

अमेरिकेतील शैक्षणिक संप्रेषण, प्रमाणके, वैज्ञानिक इ. राष्ट्रीय संस्थांशी या संघाचे संबंध आहेत. या संघाचे प्रतिनिधी अनेक संस्थांमध्ये या संघाचे प्रतिनिधित्व करतात.

ए.एल.अे. कॅटलॉग्ज, अमेरिकन लायब्ररी लॉज, अमेरिकन लायब्ररी रिसोर्सेस, ए.ए.सी.आर हे महत्त्वाचे प्रलेख, गाईड टू रेफरन्स बुक्स, लायब्ररी ॲण्ड जस्टिस इन द वर्ल्ड ऑफ बुक्स ॲण्ड रीडिंग ही प्रकाशने या संघाने प्रकाशित केली आहेत. आतापर्यंत या संघाने जवळ जवळ २००० ग्रंथांचे प्रकाशन केले आहे. या शिवाय अमेरिकन लायब्ररींना (दरमहा) ‘ बुकलिस्ट ’ हे ग्रंथ परीक्षणात्मक प्रकाशन, ‘चॉइस’ हे परीक्षणात्मक प्रकाशन चालविते. नियतकालिकांचे प्रकाशन हा संघ करीत असतो. तसेच वार्तापत्रेही प्रकाशित केली जातात. हा संघ दृक प्रकाशनेही करतो. या संघाची अलनेट माहिती संच सेवा यांत्रिक पोष्टाचे व्यवहार, यांत्रिक वार्तापत्र यांची माहिती देते. या संघातर्फे पारितोषिके व शिष्यवृत्त्या दिल्या जातात.

हा संघ अनेक तऱ्हेने/रीतीने ग्रंथालय व्यवसायाच्या वाढीला व विकासाला, कारणीभूत आहे. तसेच हा संघ राष्ट्रीय व आंतरराष्ट्रीय पातळीवर ग्रंथालय व्यवसायाला विकसित होण्यासाठी प्रयत्न करीत असतो, मदत करीत असतो.

American Library Association Draft 1941,1949 – ए.एल.ए.ड्राफ्ट १९४१,१९४९

ALA Catalog Rules : Author and Title Entries असे या संहितेचे नाव आहे. इ.स.१९४१ मध्ये या संहितेची पहिली आवृत्ती प्रकाशित झाली.

अमेरिकन लायब्ररी असोसिएशनला या संहितेत बदल करणे आवश्यक वाटले (१९३०). यासाठी त्यांनी एका समितीची नेमणूक केली. या समितीचा मसुदा प्रसिद्ध झाला (१९४१). AA1908 या ८८ पानी संहितेचे रूपांतर ४०८ पृष्ठात झाले. याच्या प्रस्तावनेत केंद्रीय तालिकीकरणाची गरज प्रतिपादीत करण्यात आली आहे. या संहितेच्या पहिल्या भागात नोंदी, शीर्षके यासंबंधी माहिती दिलेली आहे. दुसऱ्या भागात नोंदीच्या वर्णनाविषयी माहिती दिलेली आहे.विषयशीर्षकाचे नियम पूर्णपणे टाळले आहेत.

या संहितेची दुसरी आवृत्ती १९४९ मध्ये प्रसिद्ध झाली. या आवृत्तीमध्ये नोंद आणि शीर्षक याच गोष्टींची माहिती मिळते. लायब्ररी ऑफ काँग्रेसची स्वतंत्र संहिता आहे. त्यामुळे या संहितेतून (ए.एल.ए.१९४९) त्यातील नियम वगळले गेले आहेत.

Analytical Entry – अंशात्मक नोंदी

अंशात्मक नोंद ही पूर्ण ग्रंथाची नसते. ग्रंथाच्या काही अंशाची म्हणजे काही भागाची असते. ग्रंथाचा भाग म्हणजेच प्रकरण होय. म्हणूनच या नोंदीना अंशात्मक नोंदी म्हणतात.

या प्रकारच्या नोंदीतून ग्रंथातील विशिष्ट भाग अथवा प्रकरण यांचे लेखन करणारे लेखक उपयोजकापुढे आणण्याचा हेतू असतो. संशोधकाच्या दृष्टीने किंवा उपयोजकाच्या दृष्टीने या नोंदी महत्त्वाच्या असतात.

एखाद्या विशिष्ट विषयावर हेतूपूर्वक वाङ्मय निर्मिती होत नसते. अशावेळी या विशिष्ट विषयावर ज्या ज्या ठिकाणी माहिती मिळेल तेथून ती गोळा करावी लागते. अद्ययावत माहिती मिळण्याची शक्यता अशा मिश्र ग्रंथातून साध्य होते. म्हणून या अंशात्मक नोंदीचा उपयोग होतो.

मिश्र ग्रंथातील प्रत्येक लेख वा प्रकरण निरनिराळ्या विषयावर असू शकते. आणि या गोष्टी विविध विषयांच्या अभ्यासकांना उपयोगी पडू शकतात. तालिकापत्रावरील नोंदी सर्वसाधारण माहितीच्या आधारे केलेल्या असतात. ग्रंथालयशास्त्राप्रमाणे ग्रंथाला ग्रंथकार, ग्रंथनाम असणे आवश्यक ठरते. पण सर्वसाधारण नोंदी ग्रंथातील विशिष्ट प्रकरणाच्या व त्याच्या लेखकाचा विचार करत नसतात. प्रकरणाच्या नावाचाही उल्लेख त्यात नसतो म्हणून या अंशात्मक नोंदी आवश्यक ठरतात.

ग्रंथाचे दोन प्रकार असतात. १) साधा ग्रंथ (Simple Book) यामध्ये एखाद्या निश्चित विषयाचे विवेचन असते. याच्या पूरक नोंदी असतात. २) मिश्र ग्रंथ (Composite Book) हा ग्रंथ अनेक लेखक अनेक विषयांवर लेखन करून तयार करतात. यामध्ये गौरवग्रंथ, स्मृतीग्रंथ इ. समाविष्ट होतात. मिश्र ग्रंथातही १) नैसर्गिक मिश्र ग्रंथ - यामध्ये अनेक लेख एकत्र करून त्या ग्रंथाला एक नाव दिलेले असते. २) कृत्रिम मिश्र ग्रंथ (Artificial Composite Book) अनेक वेगवेगळ्या विषयांवर पुस्तिका, एकत्र ग्रंथ तयार केला जातो.

अंशात्मक नोंदींना 'उलट संदर्भ नोंद' असेही म्हटले जाते. किंवा विवरणात्मक नोंदी असेही म्हणतात. अंशात्मक नोंदीचे प्रकार तीन

१) विषय अंशात्मक (Subject Analytical)

२) ग्रंथकार अंशात्मक (Author Analytical)

३) ग्रंथनाम अंशात्मक (Title Analytical)

Analytico Synthetic Classification – विश्लेषण–संश्लेषण वर्गीकरण

या प्रकारच्या वर्गीकरणात तयार वर्गांक नसतात. मुख्य वर्गाचे पैलूच्याद्वारे विभाजन केलेले असते. दोन पैलूखालील संज्ञादर्शक चिन्हे विशिष्ट नियमाप्रमाणे एकमेकांना जोडतात. म्हणजेच इथे संश्लेषण प्रक्रिया घडते. अशा रीतीने वर्गांक तयार होतो. यामुळे सूक्ष्मतम वर्गीकरण करणे शक्य होते. तसेच अवघड वाटणाऱ्या विषयाचेही वर्गीकरण करता येते.

या प्रकारच्या पद्धतीमध्ये फक्त मूलभूत संज्ञा दिलेल्या असतात. यामध्ये मिश्र चिन्हांकनाचा वापर केलेला असतो. स्मरण सुलभतेला महत्त्व दिलेले असते. अनेक युक्त्यांचा उपयोग केलेला दिसतो. योग्य वर्गांक तयार करण्यास या प्रकारच्या पद्धती उपयुक्त ठरतात. सूक्ष्मतम वर्गीकरण करता येते. त्यामुळे विषयाची विशिष्ट अंगे, उपविभाग अथवा त्या विषयाचे पैलू दर्शविता येतात. ह्या प्रकाराला बहुस्तंभीय / (Polylithic)प्रकार म्हणतात. यामध्ये पैलूंच्याद्वारे अनेक ठिकाणी विषयाची विकसनशीलता साधता येते.

या प्रकारात विशिष्ट विषयाचे प्रथम विश्लेषण केले जाते. उदा. ग्रंथाचा मुख्य वर्ग, भाषा, साहित्य प्रकार, लेखक वगैरे गोष्टींचे विश्लेषण केले जाते. त्यासंबंधी विचार केला जातो. यामुळे विषयांचे परस्परसंबंध उकलून दाखविता येतात. कमी संज्ञामुळे विषयाचे निरनिराळे आशय स्पष्ट करता येतात. अशा प्रकारच्या पद्धतीसाठी काही नियम असल्यामुळे या पद्धतीचा सराव असणे आवश्यक ठरते. ही पद्धती वापरण्यास सोपी असते.

या पद्धतीमध्ये खालीलप्रमाणे विषयाचे विभाजन होते.

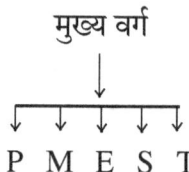

मुख्य वर्ग

P M E S T

या प्रकारच्या पद्धतीमध्ये द्विबिंदू वर्गीकरण पद्धतीचा समावेश होतो.

Analytico-Synthetic Scheme of Classification –
पृथःकरण संयोजनक्षम वर्गीकरण पद्धती :–

द्विबिंदू वर्गीकरण पद्धतीमध्ये वर्गांक तयार करावे लागतात. त्यामुळे काही नियमही दिलेले आहेत. तयार वर्गांक दिलेले नाहीत. मुख्य वर्गाच्या घटक सारण्या, स्थल, काल व भाषा विभाग इ. कोष्टके या पद्धतीत दिलेली आहेत. ग्रंथांच्या विषयाचे त्याच्या मूलघटकामध्ये पृथःकरण करून त्याचे वर्गीकरणाच्या कृत्रिम भाषेत भाषांतर केले जाते. संयोगचिन्हांच्या साहाय्याने योग्य त्या नियमांचे पालन करून वर्गांक तयार केला जातो म्हणून हिला पृथःकरण संयोजनक्षम वर्गीकरण पद्धती म्हणतात.

Anglo American Cataloguing Rules 1967 – ए.ए.सी.आर.१९६७

Anglo American Cataloguing Rules असे या संहितेचे नाव आहे. ही संहिता अमेरिकन लायब्ररी असोसिएशन, लायब्ररी असोसिएशन (यु.के.)आणि कॅनेडियन लायब्ररी असोसिएशन या संस्थांनी एकत्र येऊन तयार केलेली आहे. या संहितेला North American Text असेही म्हणतात. अमेरिकन लायब्ररी असोसिएशनने या संहितेत बदल करून काही भर घातली. या संहितेला पुरवणी जोडली व ही संहिता पुनर्मुद्रित केली (१९७०).

ए.एल.ए. १९४९ संहितेवर श्री.लुबेटस्की यांनी टीका केली. म्हणून अमेरिकन लायब्ररी असोसिएशनने एएलए कॅटलॉग कोड रिव्हीजन कमिटी श्री.राईट यांच्या अध्यक्षतेखाली नेमली. श्री.लुबेटस्की यांचा 'कोड ऑफ कॅटलॉगिंग रुल्स, ऑथर अँड टायटल एन्ट्री : ॲन अनफिनिश्ड ड्राफ्ट' हा ग्रंथ १९६० मध्ये प्रकाशित झाला.

पॅरिस येथे १९६१ मध्ये 'The International Conference on Cataloguing Principles' या विषयावर परिषद आयोजित करण्यात आली होती. या परिषदेत तालिकीकरणाची तत्त्वे निश्चित करण्यात आली. ही तत्त्वे ''पॅरिस प्रिन्सिपल्स'' म्हणून ओळखली जातात. या तत्त्वात नोंदीविषयक व शीर्षकविषयक संबंधातील माहिती आहे. मध्यंतरीच्या काळात अमेरिकन लायब्ररी असोसिएशन व ब्रिटिश लायब्ररी असोसिएशन यांच्यात सहकार्य निर्माण झाले.

पॅरिस तत्त्व हे नोंद व नोंदीचे शीर्षक यांचाच विचार करते. म्हणून नोंदीतील वर्णनाविषयीचे नियम नवीन संहितेत देण्याचे ठरले आणि एएसीआर १९६७ ही संहिता उदयाला आली. यामध्ये ग्रंथकाराविषयीचा दृष्टिकोन जो पूर्वीच्या संहितेत नव्हता तो मांडला आहे. पूर्वीच्या नियमातील अवजडपणा काढण्यात आला व काही नवीन नियम तयार करण्यात आले. नंतर १९७० मध्ये या संहितेचे पुनर्मुद्रण करण्यात आले व त्यामध्ये समष्टी ग्रंथकाराची संकल्पना मान्य करण्यात आली.

एएसीआर २ – १९७८ – ही दुसरी आवृत्ती प्रमाणीकरणासाठी व संगणकीय उपयोगासाठी तयार करण्यात आली. यामध्ये जगातील ग्रंथसूची नियंत्रणाचा विचार मांडण्यात आला. या आवृत्तीच्या एका भागात शीर्षके ग्रंथनामाचे समानीकरण आणि संदर्भ दिलेले आहेत. आंतरराष्ट्रीय प्रमाणित ग्रंथ वर्णन दिले आहे. दुसऱ्या भागात पॅरिस तत्त्वाचा विचार आहे.

एएसीआर २ – १९८८– यामध्ये जॉइंट स्टिअरिंग कमिटीने आवश्यक ते बदल करून ही संहिता प्रसिद्ध केली (१९८८). मध्यंतरी AACR - 2 1978 मध्ये काही बदल करण्याच्या दृष्टीने तीन पुरवण्या प्रसिद्ध करण्यात आल्या (१९८०). संगणक संचिका (Files) संबंधात बदल करण्यात आले. दुसऱ्या आवृत्तीतील नियमात फारसा बदल झाला नाही. संगीत, ग्रंथकाराचे शीर्षक, भौगोलिक नावे, समष्टी ग्रंथकार इ. संदर्भात बदल करण्यात आले. अंधांसाठी तालिकीकरणाची आवश्यकता व त्या संबंधित नियम केले गेले. या संहितेत अनेक पर्याय दिलेले आहेत. त्यामुळे ग्रंथालयांना स्वतःच्या सोयीनुसार व गरजेनुसार बदल करण्याची मुभा मिळाली. लायब्ररी ऑफ काँग्रेसने स्वतःच्या सोयीसाठी या संहितेत अनेक बदल केलेले आहेत.

Annual Report – वार्षिक अहवाल

कोणत्याही संस्थेची प्रगती कळण्यास वार्षिक अहवाल महत्त्वाचा ठरतो. वर्षभरातील घडामोडींची माहिती, आढावा म्हणजे वार्षिक अहवाल. ग्रंथालयाचासुद्धा वार्षिक अहवाल असतो. या अहवालामध्ये ग्रंथालयाच्या विविध विभागातील कामे, ग्रंथालयाचे इतर उपक्रम, प्रदर्शने, व्याख्याने किंवा इतर काही योजना पार पाडल्या असतील तर त्यांचा उल्लेख, ग्रंथालयातर्फे दिल्या गेलेल्या सुविधा, सेवा या सर्व गोष्टी समाविष्ट असतात.

ग्रंथालय ही एक सामाजिक संस्था आहे. समाजातील नागरिकांना सुजाण नागरिक बनविण्याचे कार्य ग्रंथालय करीत असते. ग्रंथालयांना केंद्रशासन, राज्यशासन, स्थानिक स्वराज संस्था, विद्यापीठ अनुदान मंडळ यांच्याकडून अनुदान मिळत असते. या अनुदानाच्या निधीचा विनियोग योग्य पद्धतीने केला आहे की नाही याची माहिती अनुदानकर्त्याला तर द्यावीच लागते, (कारण त्यावर पुढचे अनुदान अवलंबून असते), पण समाजालाही द्यावी लागते.

सामान्यत: कोणतीही संस्था (सामाजिक, औद्योगिक किंवा शैक्षणिक), आपला वार्षिक अहवाल तयार करीत असते. संस्थेची वर्षभरातील कामे, प्रगती या अहवालामुळे कळते. या इतर संस्थांप्रमाणेच ग्रंथालय ही एक संस्था असल्यामुळे ग्रंथालयाची वार्षिक माहिती ग्रंथालय अहवालामुळे कळते. अर्थात ही माहिती त्या–त्या संबंधित वर्षापुरतीच मर्यादित असते. ग्रंथालयाचे काम त्या ग्रंथालयाच्या ध्येय–धोरणाप्रमाणे पार पडते आहे की नाही याची कल्पना येते. या अहवालामुळे यशाची कारणे जशी समजतात, तशा इतर गोष्टी का यशस्वी झाल्या नाहीत हेही समजू शकते. ग्रंथालयीन कामकाजाचे मूल्यमापन अहवालामुळे करता येते. कामकाजातील अडचणी, उणिवा कळतात. त्यानुसार सुधारणा करून प्रगतीसाठी प्रयत्न करता येतात. दोन–तीन वर्षांच्या अहवालांचा तुलनात्मक अभ्यास करता येतो.

उपयोजकांना ग्रंथालयाकडे आकर्षित करण्यासही हा अहवाल कारणीभूत होतो. अहवालाच्या प्रती समाजातील लोकांच्या पाहण्यात आल्यास ग्रंथालयाला प्रसिद्धी मिळू शकते. देणगीदारही; यामध्ये पैशाची देणगी देणारे व ग्रंथांची देणगी देणारे दोन्ही प्रकारचे, या ग्रंथालयाकडे आकृष्ट होतील. ग्रंथालयाच्या भावी योजना अहवालात नमूद केल्यास त्याचाही परिणाम म्हणून उपयोजकांची संख्या वाढणे शक्य आहे.

हा ग्रंथालय अहवाल ग्रंथपालाने ग्रंथालय समितीला सादर करावा लागतो. ग्रंथालय समितीची मंजुरी मिळाल्यानंतर हा अहवाल प्रसिद्ध केला जातो. समितीच्या धोरणाप्रमाणे ग्रंथालयीन व्यवस्थापन होत आहे हे दाखविण्याचा हा एक मार्गच आहे. या अहवालामुळे ग्रंथपालाला भविष्यकालीन योजनेच्या खर्चाला अनुमती मिळविणे सुकर जाते. अहवाल हा वर्णनात्मक स्वरूपातही असू शकतो.

Annual Report Writing – वार्षिक अहवाल लेखन

ग्रंथालयाचा वार्षिक अहवाल हा ग्रंथालयाचा वर्षातील घडामोडींचा आरसाच म्हणता येईल. हा अहवाल जरी वर्षाच्या अखेरीस दिला जातो हे खरे असले तरी वर्षातील सगळ्याच गोष्टी आठवणे शक्य नसते. म्हणून ग्रंथपालाने आपल्या दैनंदिन कामातील घटनांची रोजनिशी ठेवली तर ही गोष्ट सोपी होते. ग्रंथालयाच्या विविध विभागाच्या कामातील अडचणी, नवीन योजना, नवीन उपक्रम यांच्याही नोंदी कराव्यात. ग्रंथालयीन कर्मचाऱ्यांच्या बैठकीच्या संदर्भात चर्चात्मक संवादाचाही उपयोग होऊ शकतो. यातून काही नवीन सूचना सुचू शकतात.

अहवालाचे स्वरूप वर्णनात्मक, निबंधात्मक असते. त्यामध्ये आकडेवारी समाविष्ट असते. ग्रंथालयातील अनेक विभागातील उदा. सेवा, देवघेव, संदर्भ वाचन कक्ष, या संबंधातील आकडेवारी अहवालात उद्‌धृत केली जाते. वाचन साहित्याच्या प्रकारात ग्रंथसंग्रह, नियतकालिके, हस्तलिखिते, पुस्तिका, दृक्‌श्राव्य साधने यांचीही सांख्यिकी माहिती अहवालात दिली जाते. गेल्या ४-५ वर्षांतील आकडेवारी कोष्टक व आलेख या स्वरूपात दिल्यास एका दृष्टीक्षेपात त्याचा परिणाम साधला जातो. तुलनात्मक दृष्टीनेही याचा विचार करता येतो. अहवाल पुस्तिकेच्या रूपात प्रसिद्ध केला जातो.

यामध्ये अहवालाची मांडणी करताना खालील गोष्टींचा समावेश करण्यात येतो.

अहवालाच्या शीर्षकामध्ये अहवालाचा कालखंड दर्शविला जावा.

ग्रंथालय समितीच्या सभासदांची नावांची यादी असावी. उपसमित्यांच्या नावाच्या नोंदी असाव्यात.

वाचनसाहित्य – ग्रंथ, नियतकालिके, सध्याच्या माहितीयुगातील माहितीच्या महत्त्वाच्या अनुषंगाने संगणकीय तबकड्या, सीडी रॉम, चित्रफिती, ध्वनीफिती, आधारभूत माहिती संच या गोष्टीही अभिप्रेत आहेत. ग्रंथालयीन सहकारी वर्गाचा आलेख व्यवसायानुसार करून देणे.

ग्रंथालयातील जमाखर्च – जमेच्या गोष्टींमध्ये अनुदान, देणगी, वर्गणी, अनामत निधी, दंडद्वारा वसूल झालेली रक्कम, इ. गोष्टी समाविष्ट होतात. खर्चामध्ये ग्रंथालयीन कर्मचाऱ्यांचे वेतन, नवीन तंत्रज्ञान साधने, साधनांची दुरुस्ती, नियतकालिकांची वर्गणी, लेखन सामग्री, ग्रंथखरेदी, फर्निचर, छपाई, संकीर्ण खर्च या गोष्टी अंतर्भूत होतात.

ग्रंथालयाचा विस्तारित कार्यक्रम – ग्रंथप्रदर्शन, व्याख्याने, परिसंवाद, चर्चासत्रे, थोरांच्या भेटी, स्पर्धा या गोष्टी दिनांकाच्या तपशीलासह देणे.

भावी योजना – यामध्ये ग्रंथालयाचे संगणकीकरण, संगणक प्रणाली, आंतरराष्ट्रीय माहिती प्रणालीशी सहकार्य, या गोष्टी नमूद करता येतील. नवीन सेवांची माहिती देता येईल.

संकीर्ण मध्ये ग्रंथालयाने तयार केलेल्या सूची, ग्रंथालय प्रकाशने इत्यादी माहिती दिली जाते.

अहवालाचे मुखपृष्ठ आकर्षक तर असावेच, पण तो ग्रंथालयाचा अहवाल आहे हे दर्शविणारे संबंधित छायाचित्र असावे.

APUPA Pattern – अपुपा रचना

अपुपा हा Alien-Penumbral-umbral penumbral-alien याचे संक्षिप्त रूप आहे. वर्गीकरणाची चर्चा करीत असताना डॉ.रंगनाथन यांनी APUPA रचनेची चर्चा केली आहे. कोणत्याही विषयाचे Transfor- mation आणि Mapping करीत असताना आपण जेव्हा वाचकांच्या दृष्टिकोनातून विचार करतो त्यावेळी आपल्या असे लक्षात येते की कोणत्याही वाचकाचा एखाद्या विशिष्ट वेळी ज्या विषयामध्ये त्याला रस (interest) असतो त्याचा Focal Point तो विशिष्ट विषय असतो. परंतु त्यावरून त्या वाचकाला केवळ त्याच विषयात रस आहे असे अनुमान आपल्याला काढता येत नाही. त्या वाचकाचा ज्ञानातील रस त्या विषयाच्या विविध दिशांकडे आणि विविध dimensions मध्ये असण्याची शक्यता असते. त्या वाचकाला गोडी असलेल्या आणि त्याची गरज असलेल्या विषयातून एकच complex विषय तयार करणे म्हणजे गवत मुळापासून उपटण्यासारखे असते. याचे कारण गवताचे मूळ एकच दिसत असले तरी इतस्ततः विखुरलेल्या जमिनीखालील जागेत ते विविध स्तरावर खोलवर आणि विविध दिशांनी पसरलेले असते.

ज्या विषयात आपल्याला रस (गोडी) आहे तो विषय तर वाचकाला हवा असतोच. त्याचबरोबर त्या विषयाशी अन्य तत्काळ शेजार संबंधित (Immediate Neighbourhood- Relation) विषयही हवे असतात. वाचकाला रस असलेल्या विषयाचा (Umbral Region) असा उल्लेख केल्यास त्या umbral विषयाशी संबंधित विषयांना – (त्या विषयाच्या अलिकडे आणि पलिकडे) Penumbral Region असा उल्लेख करता येईल. हे Penumbral regions शेवटी Allen region कमी कमी होत जातील. म्हणूनच वाचक त्याच्या विषयाच्या संपूर्ण गोष्टीकडे (या टोकापासून त्या टोकापर्यंत) पाहील. त्यावेळी वाचक यशस्वीरीत्या Alien - Penumbral - Umbral- Penumbral - Allen मधून जाईल. यालाच APUPA Arrangement असे म्हणता येईल. अपुपा अरेंजमेंट ही अशी एक व्यवस्था आहे की वाचकाला त्या विशिष्ट क्षणी सर्वात जास्त समाधान देते आणि त्यामुळे पर्यायाने ग्रंथालयशास्त्राच्या पाचही तत्त्वांचे व्यवस्थित पालन होते.

Array – पंक्ती

वस्तूच्या अगर कल्पनांच्या समूहाचे एका विशिष्ट लक्षणानुसार विभाजन होऊन त्यातून उपवर्ग तयार होतात. अशा उपवर्गांचा पंक्तीमध्ये जो अनुक्रम लावला जातो त्याला 'पंक्ती' म्हणतात. द्विबिंदू वर्गीकरण पद्धतीच्या सारणीमध्ये प्रत्येक मुख्य वर्गाचे एक मुखपरिसूत्र दिलेले असते. प्रत्येक मुखामध्ये वापरावयाच्या केंद्रांची यादी त्या त्या मुखामध्ये दिलेली असते. प्रत्येक केंद्रापुढे त्याचे भाषांतर दर्शविणारी संज्ञा दिलेली असते.

एकच साम्यगुण वापरून मिळणाऱ्या समपदस्थ विभागांचा अगर उपविभागांचा विशिष्ट पद्धतीने मांडलेला क्रम म्हणजे पंक्ती असेही म्हणता येते. एकाच पंक्तीतील विभागांचा वा उपविभागांचा दर्जा समान असतो. हे विभाग अथवा उपविभाग समपदस्थ असतात. कोणत्याही केंद्राचे विभाजन करून पंक्ती मिळू शकतात. ज्या केंद्राचे विभाजन केले त्या केंद्राच्या दर्जापासून पहिला, दुसरा असा पंक्तीचा दर्जा मोजला जातो. वैद्यक शास्त्रातील मानवी शरीराचे विभाजन केल्यास तोंड, जठर इ. उपविभाग दाखविणारी पंक्ती दुसऱ्या दर्जाची असते. पण पचनसंस्था यापासून सुरुवात केल्यास त्याच पंक्तीचा दर्जा पाहिला ठरतो.

पचन संस्था २

↓

तोंड २१

↓

ओठ २११

पंक्तीची तुलना पिढीशी करता येईल. भविष्य काळातील ज्ञानशाखांना स्थान मिळण्याची शक्यता पंक्तीतील अतिथ्यशीलतेवर अवलंबून आहे. ही आतिथ्यशीलता अमर्यादपणे वाढविण्यासाठी डॉ.रंगनाथन यांनी खंडयुक्ती (Sector Device) ही युक्ती वापरली. भारतीय अंक ९ असल्यामुळे आठ जागा मिळतात. रोमन चिन्हे वापरली तर समपदस्थ २५ जागांचे गट क्रमाक्रमाने उपलब्ध होतात.

एखाद्या पंक्तीमध्ये नवीन विभाग समावेशित करणे आवश्यक आहे. असे करताना पंक्तीमध्ये अगोदर अस्तित्वात असलेल्या दोन विभागांच्यामध्ये नवीन विभाग सामावून घेणे आवश्यक ठरते. त्यावेळी समावेशन युक्ती (Interpolation Device) वापरली जाते. नवीन विभागाचा समावेश करताना पूर्वीच्या विभागाबरोबर नवीन निर्माण झालेल्या विभागाचा संबंध लक्षात घ्यावा लागतो.

Asian Recorder – एशियन रेकॉर्डर

एशियन रेकॉर्डर, नवी दिल्ली.

ए विकली डायजेस्ट ऑफ एशियन इव्हेन्ट्स विथ इनेक्स

हे प्रकाशन १९५० पासून प्रकाशित होत आहे. आशियात घडणाऱ्या घटना व आशियासंबंधी आशियाबाहेर घडणाऱ्या घटना यांचा यात साप्ताहिक आढावा घेतलेला असतो.

हा संदर्भग्रंथ तीन विभागात विभाजित आहे.

पहिला भाग – यामध्ये आशियातील सर्व देशांमध्ये घडलेल्या घटनांची नोंद असते. प्रत्येक देशाची रचना अनुवर्णक्रमाप्रमाणे असते. यामध्ये पंचेचाळीस देशांची माहिती, कृषी, नेमणुका, व्यापार,उद्योग, संरक्षण, आपत्ती इ. माहिती विषयवार व अनुवर्णक्रमाने दिलेली असते.

दुसरा भाग – आशियाबाहेर पण आशियाविषयक घडलेल्या घटनांची, घडामोडींची स्वतंत्र नोंद केलेली असते. आंतरराष्ट्रीय संघटना, ग्रंथ, खेळ, व्यक्ती इ. विषयी स्वतंत्र विभाग केलेले आहेत.

तिसरा भाग – यामध्ये प्रत्येक आठवड्याच्या अंकात आशियातील घडामोडीचे तपशीलासह विश्लेषण केलेले असते.

माहितीच्या संदर्भ साधनाचा उल्लेख केलेला असतो. (नियतकालिके, वर्तमानपत्रे, शासकीय कार्यालये इत्यादी). दर तीन महिन्यांनी निर्देश दिलेला असतो. वार्षिक एकत्रित निर्देशही प्रकाशित केला जातो. सखोल निर्देश हे या संदर्भग्रंथाचे वैशिष्ट्य आहे. त्यामध्ये "पाहा", "आणखी पाहा" असे संदर्भही दिलेले असतात.

निर्देशातील नोंदी देशानुसार अनुवर्णक्रमाप्रमाणे दिलेल्या आहेत. त्यातील माहितीची रचना देशांतर्गत विषयानुसार केलेली आहे. शेवटच्या भागात खेळ, व्यक्ती, ग्रंथ वगैरे गोष्टी अंतर्भूत असतात. आशियातील महत्त्वाच्या व्यक्तींची थोडक्यात माहिती दिलेली असते.

हा भारतातील घडामोडींची माहिती देणारा एक उत्कृष्ट संदर्भग्रंथ होय.

Association of Special Libraries Information Bureau (ASLIB) The Association for Information Management -

असोसिएशन ऑफ स्पेशल लायब्ररीज इन्फरमेशन ब्युरो –द असोसिएशन फॉर इन्फरमेशन मॅनेजमेंट

इ.स.१९२४ मध्ये हा संघ इंग्लंडमध्ये स्थापन झाला. 'ब्रिटिश सोसायटी फॉर इंटरनॅशनल बिब्लिओग्राफी' ही संघटना 'असोसिएशन ऑफ स्पेशल लायब्ररीज इन्फरमेशन ब्युरो'मध्ये विलीन झाली. सध्या या संघाचे नाव 'द असोसिएशन फॉर इन्फरमेशन मॅनेजमेंट' असले तरी याचे 'अस्लिब' हे नाव प्रचलित आहे.

समाजाच्या सर्व प्रकारच्या गरजा भागविण्यासाठी, माहितीची वाढ करण्यासाठी माहितीचे योग्य पद्धतीने व्यवस्थापन करणे हे या संघाचे वैशिष्ट्य आहे.

शैक्षणिक व सार्वजनिक ग्रंथालये, औद्योगिक व व्यापारी संस्था, व्यावसायिक, सुशिक्षित समाज, प्रकाशक, माहिती संच पुरवठादार वगैरे या संघाचे सभासद होऊ शकतात. स्कॉटलँड, मिडलँड येथेही या संघाच्या शाखा आहेत. यांत्रिकी, अभियांत्रिकी, आर्थिक, औद्योगिक, जैविक, शेतीविषयक या प्रकारच्या माहितीसाठी संघाने वेगवेगळे विषय गट स्थापलेले आहे. तांत्रिक गटामध्ये माहितीशास्त्र, भाषांतर व संगणक वापर या गोष्टी समाविष्ट आहेत. सभासदांची वर्गणी ही या संघाची आर्थिक जमेची बाब आहे. 'इंडस्ट्रीयल अँड सायंटिफिक रिसर्च' या खात्याकडून या संघाला अनुदान मिळते.

नवीन तंत्रज्ञानाचा परिणामकारक उपयोग करण्यास ग्रंथालयाला मदत करणे, विशेष माहिती संचयन, माहितीची प्रतिप्राप्ती व माहितीचे वितरण यांचे योग्य व्यवस्थापन करणे, माहिती अधिकारी व ग्रंथपाल यांची माहितीच्या संबंधात कार्यक्षमता वाढविणे, त्यासाठी प्रशिक्षणाची सुविधा देणे. नवीन माहिती केंद्रांची स्थापन करणे. ग्रंथालयीन सेवा अधिक कार्यक्षम करणे. माहितीच्या संप्रेषण कार्यावर संशोधन करणे, सखोल संदर्भ सेवा, ग्रंथालयाचे यांत्रिकीकरण, स्थानिक संगणक जाळे, माहितीच्या प्रतिप्राप्तीच्या संगणक प्रणाली इत्यादी गोष्टी या संघाकडून केल्या जातात.

प्रलेखन साहित्य व ग्रंथालय आणि माहितीशास्त्र या संबंधीच्या साहित्याचा संग्रह केलेला आहे. वैज्ञानिक व तांत्रिक विषयांतील लेखांची निर्देशन सेवा, भाषांतर सेवाही या संघामार्फत दिली जाते. इतर संघांप्रमाणे कमी मुदतीचे अभ्यासक्रम, चर्चासत्रे, परिषदा या संघातर्फे नियमित आयोजित केल्या जातात.

या संघाद्वारे ॲस्लिब प्रोसिडिंग्ज, ॲस्लिब बुकलेट, अस्लिब इन्फर्मेशन, अस्लिब न्यूजलेटर ही सर्व प्रत्येक महिन्याला, इंडेक्स टू थेसिस (वार्षिक), जर्नल ऑफ डॉक्युमेन्टेशन (त्रैमासिक), प्रोग्रॅम : न्यूज ऑफ कॉम्प्युटर्स इन लायब्ररीज (त्रैमासिक) ही नियमित प्रकाशने प्रसिद्ध केली जातात.

या व्यतिरिक्त हा संघ प्रासंगिक प्रकाशनेही प्रकाशित करतो. उदा. अहवाल, विशेष लेख, ग्रंथसूची इत्यादी. या संघाच्या "हँडबुक ऑफ स्पेशल लायब्ररीयनशिप अँड इन्फर्मेशन वर्क," (आवृत्ती ५ वी) या प्रकाशनाचा सर्व जगात प्रसार झाला. विकसनशील ग्रंथालये आणि माहिती सेवा यासाठी हे प्रकाशन मार्गदर्शक ठरले आहे.

कला, विज्ञान, औद्योगिक इत्यादी क्षेत्रातील ज्ञान व माहिती यांचा समन्वय करावयाचा आणि त्याचा उपयोग समाजासाठी करावयाचा हे या संघाचे ध्येय आहे. हा संघ इंग्लंड व इंग्लंड बाहेरही महत्त्वपूर्ण कार्य करीत आहे.

Author – ग्रंथकार / लेखक

ग्रंथातील मजकुराला ग्रंथकार जबाबदार असतो. ग्रंथाच्या अस्तित्वाची ''जबाबदार व्यक्ती'' अशी ग्रंथकाराची व्याख्या करता येईल. ग्रंथाचा मूळ लेखक म्हणजे ग्रंथकार.

ग्रंथकार एखादी व्यक्ती असल्यास त्याला ''व्यक्ती ग्रंथकार'' असे म्हणतात. पण काही वेळा ग्रंथकार ही एखादी संस्था असते. म्हणजे अनेक व्यक्ती एकत्र आलेल्या असतात. यावेळी ग्रंथलेखनाची जबाबदारी सामूहिक असते. तेव्हा समष्टी ग्रंथकार (Corporate Author) असे म्हटले जाते. यामध्ये निरनिराळी सरकारी खाती, संघटना यांचा समावेश होतो.

Author Analytical Entry – ग्रंथकार अंशात्मक नोंद

तालिकेमध्ये ग्रंथकाराचे स्वतंत्र ग्रंथ एकत्र येतात. विशिष्ट लेखकाचे सर्व वाङ्मय एकत्र मिळते. आणि तालिकेचा हाच हेतू असतो. परंतु मिश्र ग्रंथामधील विशिष्ट ग्रंथकाराचे वेगवेगळ्या विषयावरील लेख यांची नोंद तालिकेत नसते. परंतु ग्रंथकार अंशात्मक नोंदीमुळे त्या विशिष्ट लेखकाचे सर्व साहित्य एकत्र आणण्यास उपयोग होतो.

ही नोंद करताना ग्रंथकाराचे नाव, नंतर त्याने लिहिलेल्या लेखाचे किंवा प्रकरणाचे नाव, नंतर ''समाविष्ट'' हे मार्गदर्शक शब्द लिहावयाचे, नंतर मूळ ग्रंथाचा विषय, अंशात्मक नोंदीप्रमाणे त्रोटक माहिती देतात.

पाध्ये (कमल) (   )
स्त्री मुक्ती आंदोलन का थबकले ?
समाविष्ट
मुणगेकर, संपा : परिवर्तनाचे प्रवाह 235 82

Author Entry – ग्रंथकार (लेखक) नोंद

वर्गीकृत तालिकेनुसार नोंद करताना या नोंदीत अग्रेसर रेघेवर ग्रंथकाराचे पूर्ण नाव दिले जाते. तसेच जन्ममृत्यू वर्ष दिले जाते. अर्थात प्रथम ग्रंथकाराचे आडनाव, व्यक्तीनाम, नंतर वडिलांचे नाव अशी रचना आवश्यक ठरते. ज्यावेळी एकाच नावाचे एकापेक्षा अधिक ग्रंथकार असल्यास या ठिकाणी विशेषीकरणाची गरज निर्माण होते. म्हणून जन्मतारीख ही गोष्ट विशेषीकरणास आवश्यक ठरते.

एखाद्या ग्रंथास काही वेळा दोन ग्रंथकार असतील तर त्या दोन्ही ग्रंथकारांच्या दोन स्वतंत्र नोंदी कराव्या लागतात. पहिल्या ग्रंथकाराचे नाव उपयोजकाला माहीत नसेल तर ग्रंथालयात ग्रंथ असूनसुद्धा मिळणे अवघड होईल. ग्रंथ खरेदी करताना कदाचित प्रतींची संख्या विनाकारण वाढण्याची शक्यता असते.

काही वेळा दोन ग्रंथकारांपेक्षाही अधिक ग्रंथकार असू शकतात. तीनपेक्षा जास्त ग्रंथकार असल्यास नंतरचे ग्रंथकार वगळले जातात. पण याचा अर्थ असा नव्हे की, ह्या वगळलेल्या ग्रंथकारांची नोंद करावयाचीच नाही. कारण चौथा ग्रंथकारही काही वेळा महत्त्वाचा, नावाजलेला असू शकतो. या ग्रंथकाराच्या नावावरूनसुद्धा मागणी होण्याची शक्यता असते. म्हणून स्थानिक गरजेच्या सूत्रानुसार (Principle of

Local Variation) या ग्रंथकाराची नोंद करण्यात येते. किमान तीन ग्रंथकारांच्या नोंदी आवश्यक ठरतात.पहिल्या ग्रंथकाराच्या नावानंतर इत्यादी असे लिहिले जाते कारण पहिल्या लेखकाला प्रमुख ग्रंथकार मानलेले असते. इतर दोन ग्रंथकारांना सहाय्यक ग्रंथकार मानले जाते. म्हणून त्यांच्या नावानंतर सहाय्यक ग्रंथकार असे लिहिले जाते. यासाठी वर्णनात्मक तत्त्व (Descriptive Element) वापरून तो शब्द (सहाय्यक ग्रंथकार) अधोरेखित केला जातो.

कोश तालिकेच्या संहितेनुसार ग्रंथकार नोंद हीच मुख्य नोंद असते. ग्रंथकार एकच असल्यास, प्रमुख नोंद ही ग्रंथकार नोंदच असते. पण जर एकापेक्षा अधिक ग्रंथकार असल्यास त्यांच्या नोंदी केल्या जातात. येथेही नोंदींची संख्या ठराविक ठेवलेली आहे. प्रत्येक ग्रंथाची स्वतंत्र नोंद करावी लागते. ग्रंथांच्या अनेक आवृत्ती असल्यास तेवढ्या स्वतंत्र नोंदी कराव्या लागतात. वर्गीकृत तालिकेच्या कोश विभागात ग्रंथकाराच्या सर्व ग्रंथ नोंदी एकत्र येतात. यांची रचना ग्रंथनामाच्या अनुवर्णक्रमाने केलेली असते.

B

Bar - Coding – बार कोडिंग

माहितीयुगात संगणकाधारित माहिती कार्यक्षमतेच्या दृष्टीने आवश्यक आहे. अर्थात संगणकाला देण्यात येणारी माहिती अचूक, अद्ययावत असली पाहिजे. तशीच ती कमी खर्चाची असावी. अशा प्रलेखांचे वेगळेपण कळण्यासाठी प्रमाणकांच्या क्षेत्रात ''बार कोडिंग'' हा मार्ग चोखाळला आहे. यामुळे माहितीची नोंदणी, यंत्राच्या मदतीमुळे सोपी होते, त्यात अचूकता येते.

भारतामध्ये ''राजा राममोहन रॉय नॅशनल एजन्सी फॉर आय एस बी एन'' ही संस्था '' इंटरनॅशनल स्टॅण्डर्ड बुक नंबर्स '' या प्रकल्पासाठी काम करते. ही शासकीय संस्था आहे. ही संस्था भारतातील प्रकाशित प्रलेखांना ''बार कोड्स''च्या स्वरूपातील क्रमांक देण्याचे काम करते. भारतात काही स्वस्त पुस्तक योजना आहेतच. या बारकोडमुळे प्रकाशक, ग्रंथ विक्रेते यांना लाभ होत आहे. त्यामुळे ग्रंथउद्योग प्रगत होत आहे. प्रलेखावर म्हणजे ग्रंथ, नियतकालिके यांच्यावरील आय एस बी एन (ISBN) आणि आय एल एस एन (ISSN) या बरोबर बार कोड्स असतात. यासाठी प्रकाशकाला वेगळे शुल्क भरावे लागत नाही. ही ऑटो आयडेन्टिफिकेशन सिस्टिम आहे. यांत्रिकीकरणामुळे खुणा देण्याची ही एक पद्धती आहे. यामुळे प्रकाशकाचे अस्तित्व स्वतंत्रपणे समजते.

युरोपियन आर्टिकल नंबर (EAN) प्रमाणे हा खुणांचा संच असतो. यासाठी इएएऩ कडून पायाभूत अशी विशिष्ट खुणांची भाषा इलेक्ट्रॉनिक संप्रेषणासाठी ठरविलेली आहे.

युरोपियन आर्टिकल नंबर असोसिएशन स्थापन झाली १९७७ मध्ये झाली. या संस्थेने प्रमाणित खुणांची एक योजना तयार केली. या योजनेत ग्रंथ व नियतकालिके अंतर्भूत केली. बार कोड्समुळे होणाऱ्या विक्रीची माहिती अचूक असते. ही माहिती उपलब्धही होते. संगणकात नोंदी करणे सोपे व सुलभ होते. बाजारातील मागणीचा चढउतार, वस्तूसंग्रह आणि वितरण यांची माहिती सहज उपलब्ध होते.

बार कोड्समध्ये गडद रंगातील बार्स व फिक्या रंगातील मोकळ्या जागा असतात. त्यांची छाननी कमी खर्चाच्या उपकरणाच्या सहाय्याने होते. हे बार तयार करण्यासाठी प्रमाणित शाई व उपकरणच वापरले जाते. त्यामुळे संगणकाच्या सहाय्याने वाचता येतील असे बार्स तयार होतात. प्रलेखांची छपाई होत असताना ग्रंथनामपृष्ठाच्या मागे, मलपृष्ठावर बार कोडस् छापले जातात. प्रकाशकाला यासाठी फारच कमी खर्च येतो. प्रकाशक, ग्रंथनाम व किंमत ही माहिती यातून मिळते. प्रकाशकांना ही एक उपयुक्त पद्धती आहे.

Barriers to Communication - संप्रेषणातील अडथळे

माहितीचे संप्रेषण होत असताना विविध अडथळे निर्माण होतात.

औद्योगिक –

१) औद्योगिक क्षेत्रातील माहिती मिळविताना दर्जा कारणीभूत ठरतो. त्याही क्षेत्रांमध्ये फक्त समान दर्जाच्या लोकांनाच माहिती उपलब्ध होते. कनिष्ठ दर्जाच्या लोकांनी माहिती मागितली तर ती त्यांना मिळत नाही. आंतरऔद्योगिक संबंधही कारणीभूत ठरतात.

२) औद्योगिक क्षेत्रामध्ये गोपनीयतेला महत्त्व दिले जाते. व्यवस्थापनातील अधिकारी, इतर अधिकारी यांनी माहिती एकत्रित केलेली असते. तिचा संचय केलेला असतो. संप्रेषणामुळे आपली माहिती दुसऱ्यांना उघड होईल ही भीती त्यांना वाटते. म्हणून माहिती दडवून ठेवण्यातच त्यांना स्वारस्य वाटते. माहितीचे मूल्य, माहिती सेवा या विषयीच्या अज्ञानातून त्या गोष्टी घडत असतात.

३) औद्योगिक क्षेत्रातील श्रेणीय रचनाही संप्रेषणात अडथळा ठरू शकते. श्रेणीय व कनिष्ठ (कमी महत्त्वाची) असे माहितीचे प्रवाह क्षेत्रात वाहत असतात. कनिष्ठ श्रेणीच्या अधिकाऱ्याने काही माहिती गोळा केली. ती वरच्या श्रेणीच्या अधिकाऱ्याकडे सोपविली. हा अधिकारी ही माहिती सभेमध्ये गौण स्वरूपात मांडतो. अशा तऱ्हेने त्यासंबंधी निर्णय घेतले जातात. माहितीचा ओघ चालू राहतो. पण मूळ स्वरूपात माहिती प्रत्येकाला मिळतेच असे नाही.

तांत्रिक – माहिती तंत्रज्ञानामध्ये माहितीच्या अचूकतेला महत्त्व आहे. माहितीच्या साठ्यामध्ये गौण प्रकारचे प्रलेख असू शकतात. या बाबतीत त्या प्रलेखातील माहितीची सत्यासत्यता पाहणे आवश्यक ठरते. काही वेळा योग्य माहितीच्या प्रलेखांच्या प्रती मागणीच्या स्वरूपात उपलब्ध होत नाहीत. माहितीचा साठा अगणित असल्यामुळे योग्य माहिती मिळविताना अनेक वेळा गुंतागुंत झालेली दिसून येते. यामध्ये माहिती हाताळणाऱ्या कर्मचाऱ्यांची जागरूकताही आवश्यक ठरते. कुशल कर्मचारी या दृष्टीने महत्त्वाचे आहेत. माहिती केंद्रातील ग्रंथसूचीय नियंत्रण, इतर माहिती केंद्राशी सलोख्याचे संबंध इ. गोष्टी त्यामध्ये समाविष्ट होतात. उपभोक्त्यामध्ये यासंबंधात जागरूकता असणे हेही महत्त्वाचे आहे.

आर्थिक – ही गोष्ट माहितीचे मूल्य वाढविण्यास कारणीभूत ठरते. माहिती केंद्रात प्रलेखाची निर्मिती करताना अनेक गोष्टी अंतर्भूत असतात. कोणत्याही माहिती केंद्रातील माहितीचा साठा हा नुसता संचय नसतो. उपलब्ध झालेली माहिती, तिचे मूल्यमापन करणे. तिची योग्य प्रकारे रचना करणे,उपयोजकांच्या गरजांच्या दृष्टीने माहितीचा विचार करणे, माहितीची योग्य प्रकारे मांडणी करणे इ. गोष्टी माहिती केंद्रातील कर्मचाऱ्यांना कराव्या लागतात. या गोष्टीसाठी वेळ व पैसा दोन्हींचा वाढता खर्च लक्षात घेणे आवश्यक ठरते. ही माहिती केंद्रे, ग्रंथालये चालविण्यास लागणारा निधी त्यांचे अनिश्चित अंदाजपत्रक, माहितीचे संप्रेषण करताना टपाल व वाहतूक यांचे वाढलेले दर, चलन विनिमय या गोष्टी विचारात घ्याव्या लागतात.

भाषिक – भाषा हे संप्रेषणाचे एक महत्त्वाचे साधन आहे. पण सामान्य भाषा, शास्त्रीय व तांत्रिक भाषा यांमध्ये फरक असतो. संशोधन तंत्रज्ञान यामध्ये हा फरक प्रकर्षाने जाणवतो म्हणून परकीय भाषेतील संशोधन, त्याचे निष्कर्ष या गोष्टींची संशोधकाला गरज भासते. म्हणून माहिती केंद्रे, ग्रंथालये यांनी या गोष्टींची भाषांतर करण्याची सुविधा दिलेली असते. यासाठी राष्ट्रीय व आंतरराष्ट्रीय स्तरावर भाषांतरकार, अनुवादक नेमलेले असतात.

प्रशासकीय आणि राजकीय – देशामध्ये प्रशासकीय आणि राजकीय समाज हे मर्यादासंपन्न

असतात. अर्थात या समाजाच्या माहितीमध्ये गोपनीयता आवश्यकच असते. त्यामुळे अशा प्रकारच्या संस्थामधील माहितीचा प्रवाह हासुद्धा मर्यादितच असतो. त्यामुळे संप्रेषणाला अडथळा येतो.

सामाजिक व मानसशास्त्रीय – माहितीचे उपभोक्ते नेमक्या शब्दात आपली गरज मांडू शकत नाहीत. कारण त्यांच्यामध्ये सांस्कृतिक व सामाजिक फरक असतो. तसेच त्यांचे माहितीच्या अधिकाराचे विषयी असलेले अज्ञानही कारणीभूत असते. त्यांना माहितीचा संदेश नीट समजत नाही. माहिती केंद्रातील प्रलेखांचे वर्गीकरण चिन्हांकन त्यांना उमगत नाहीत. त्यामुळे योग्य शब्दात गरजा मांडल्या जात नाहीत, म्हणून माहितीचे संप्रेषण होत नाही.

म्हणून माहितीचा साठा, तिचे मूल्यमापन व प्रसार याबाबत देशाच्या प्रशासनाने योग्य पावले उचलली पाहिजेत कारण माहिती वैयक्तिक व देशाच्या विकासाचे एक साधन आहे.

Bharatiya Sanskriti Kosh – भारतीय संस्कृतिकोश

पं.महादेवशास्त्री जोशी संपादक तर्कतीर्थ सौ. पद्मजा होडारकर, सहसंपादक

भारतीय संस्कृती कोश मंडळ, पुणे. १९८२

या ज्ञानकोशाचे दहा खंड प्रकाशित झाले आहेत. त्यांचे प्रकाशन १९६२ ते १९७९ या कालावधीमध्ये झाले आहे.

या ज्ञानकोशाच्या प्रस्तावनेत संस्कृतीची व्याख्या, भारतीय संस्कृतीचे विशेष सांगितले आहेत. भारतीय संस्कृतीची आधिभौतिक, अध्यात्मिक व अधिदैविक अशी अंगे सांगितलेली आहेत. या सर्वावर आधारित यज्ञ, सण, उत्सव, कला, धर्म, व्रते, जाती, नद्या, दैवत, पूजा इ. अनेक प्रकारची माहिती सविस्तरपणे देण्याचा प्रयत्न केलेला आहे. या संस्कृती संवर्धनामध्ये ज्या ज्या व्यक्तींनी मोलाची भर टाकली आहे त्यांच्याविषयीची माहिती यात अंतर्भूत आहे. या कोशाची रचना अनुवर्णक्रमाने केलेली आहे.

भारतीय संस्कृतीची ओळख हे तर या कोशाचे विशेष आहेच. पण सर्व प्रांतांना समान न्याय, माहितीच्या बाबतीत नागरसंस्कृतीप्रमाणेच लोकसंस्कृतीलाही महत्त्व दिलेले आहे. माहितीच्या स्पष्टीकरणार्थ रेखाचित्रांची जोड दिलेली आहे. प्रत्येक पृष्ठावर लक्षवेधी शब्द दिलेला असल्यामुळे संदर्भ सापडणे सुलभ होते. दहाव्या खंडामध्ये विषयसूची दिलेली आहे.

लेखकाने मुलांसाठीही चार खंडामध्ये मुलांचा भारतीय संस्कृती कोश तयार केला आहे. भारतीय संस्कृती विषयक माहिती देणारा हा एकमेव कोश आहे.

Bharatvarshiya Charitrakosh – भारतवर्षीय चरित्रकोश

सिद्धेश्वरशास्त्री चित्राव संपादक ३ खंड.

खंड १ भारतवर्षीय प्राचीन चरित्रकोश (प्राचीन काल)

खंड २ भारतवर्षीय मध्ययुगीन चरित्रकोश (ख्रिस्तपूर्व ३२१ ते इ.स.१८१८)

खंड ३ भारतवर्षीय अर्वाचीन चरित्रकोश (१८१८–१९४५)

या चरित्रकोशाचे कालानुसार वरील तीन खंडात विभागणी केलेली आहे.

खंड १ – यामध्ये भारतातील प्राचीन वाङ्मय श्रुती–स्मृती, पुराणे, वेदामधील जवळ जवळ १२

हजार व्यक्तींची चरित्रे, देव-देवता, राजे, राजकन्या, चाणक्य, आर्यभट्ट, भास्कराचार्य इ. राजनीतितज्ज्ञ, शास्त्रज्ञ यांची माहिती दिलेली आहे. ही माहिती नाव, वंश, ग्रंथ, शिक्षण, कार्य, साहित्य लेखन अशा प्रकारे दिलेली दिसते. संस्कृत वाङ्मयातील व्यक्तिरेखांची चरित्रे यामध्ये आढळतात.

या खंडाला सहा परिशिष्ट आहेत. भौगोलिक स्थानांच्या नावाचा निर्देश, भारताच्या भूभागाचा नकाशा इत्यादी गोष्टी यामध्ये अंतर्भूत आहेत. देवनागरी लिपीच्या अनुवर्णक्रमानुसार या खंडाची रचना आहे.

खंड २ – यामध्ये इ.स.पू. ३२१ ते इ.स.१८१८ या काळातील व्यक्तींची चरित्रे दिलेली आहेत. मौर्य काल ते पेशवाईचा अस्त या कालावधीतील सहा हजार व्यक्तींची माहिती यामध्ये आढळते. शालिवाहन, गुप्त, राष्ट्रकूट, मुस्लिम कालखंड, मराठा कालखंड व ब्रिटिश कालखंड या कालावधीतील व्यक्तींची चरित्रे, यामध्ये राजे संत, लेखक, कवी, मोरोपंत, बिरबल, ज्ञानेश्वर, तुकाराम व कलाकार अशा व्यक्तींची माहिती अनुवर्णक्रमानुसार दिलेली आहे.

खंड ३ – यामध्ये १८१८ ते १९४५ या कालावधीतील विविध क्षेत्रातील नामवंत व्यक्तींची चरित्रे आढळतात. उदा. महात्मा गांधी, राजा राममोहन रॉय, रवींद्रनाथ टागोर, धों.के.कर्वे इत्यादी. यातील प्रत्येक व्यक्तीचे चरित्र विश्लेषणात्मक रीतीने लिहिले आहे.

मराठीतील हे चरित्रकोशाचे व एकाच व्यक्तीने केलेले कार्य अनन्यसाधारण आहे. पण या कोशाची नंतर आवृत्ती प्रकाशित न झाल्यामुळे यात अद्ययावतता नाही.

Bibliographic Classification – बिब्लिओग्राफिक वर्गीकरण पद्धती

एच.ए.ब्लिस यांनी तयार केलेली ही वर्गीकरण पद्धती १९३५ मध्ये ''ए सिस्टीम ऑफ बिब्लिओग्राफिक क्लासिफिकेशन'' या नावाने संक्षिप्त स्वरूपात प्रकाशित झाली. एच.ए.ब्लिस हे न्यूयॉर्कच्या सिटी कॉलेजमध्ये १८९१ ते १९४० या कालावधीत ग्रंथपाल होते. त्यांच्या या वर्गीकरण पद्धतीची रूपरेखा ''लायब्ररी वर्ल्ड'' या नियतकालिकात १९१० मध्ये प्रसिद्ध झाली. या पद्धतीची सुधारलेली दुसरी आवृत्ती १९३६ मध्ये प्रसिद्ध झाली. दुसरी आवृत्ती ही एक खंडात्मक होती. त्यामध्ये केवळ मुख्य वर्ग, विभाग, उपविभाग आणि साहाय्यक तक्ते यांचा समावेश होता.

पुढे १९४० ते १९५३ च्या दरम्यान विस्तृत विवेचनासह या वर्गीकरण पद्धतीची आवृत्ती चार खंडात प्रकाशित झाली.

खंड १ व खंड २ – प्रस्तावना, अग्रवर्ती तक्ते, पद्धतशीर कोष्टके वर्ग A-K (शास्त्रे)

खंड ३ – वर्ग L-Z (विशेष मानवी अभ्यास, देशाचा, लोकांचा, इतिहास, धर्म, नीतिशास्त्र आणि विशेष सामाजिक अभ्यास भाषा, साहित्य, सूची व ग्रंथालये.)

खंड ४ – सर्वसामान्य निर्देश (खंड १,२,३)

याप्रमाणे ह्या चार खंडात ही वर्गीकरण पद्धती रेखाटलेली आहे. ही वर्गीकरण पद्धती मतैक्य (consensus), वर्गाचा गौणत्वक्रम (subordination), विषय सान्निध्य (collection) आणि पर्यायी क्रम (alternative location) या सूत्रांवर आधारलेली आहे.

मतैक्य – निसर्गाच्या व्यवहारातील सुसूत्रीकरण, शास्त्रज्ञांना, तत्त्वज्ञांना अवगत आहे. तीच सुव्यवस्था कल्पना व वस्तूंच्या क्रमामध्ये निर्माण करणे, हे ज्ञानवर्गीकरणाचे तत्त्वही मान्य करावे लागते.

म्हणजेच वस्तूंची वा कल्पनांची रचना त्या त्या क्षेत्रातील शास्त्रज्ञांना उपयुक्त ठरली पाहिजे. हेच तत्त्व ग्रंथवर्गीकरणातही अवलंबिता येईल. या वर्गीकरण पद्धतीची कार्यक्षमता, लवचिकता यामुळेच वाढेल.

वर्गांचा गौणत्वक्रम – ज्याची व्याप्ती जास्त आहे तो विषय प्रथम, त्यानंतर कमी व्याप्तीचा, त्यानंतर आणखी कमी व्याप्तीचा विषय असा वर्गक्रम असणे योग्य ठरेल. मूलभूत शास्त्रानंतर विशिष्ट शास्त्रांचा क्रम असावा. शास्त्रातील मूलभूत सिद्धान्त विशिष्ट शास्त्रीय विषयांना उपयोगी पडतील. पण विशिष्ट शास्त्रीय विषयातील तत्त्वे सर्वसाधारण शास्त्रीय विषयांना उपयोगी पडतीलच असे म्हणता येत नाही.

विषयसान्निध्य – परस्पर संबंधित विषय जवळ असणे महत्त्वाचे आहे.

उदा. 'भाषाशास्त्र' व 'ललित साहित्य'

पर्यायी क्रम – कोणत्याही वर्गीकरण पद्धतीमध्ये लवचिकता असणे महत्त्वाचे आहे कारण कोणत्याही वर्गीकरण पद्धतीचा वापर करताना प्रत्यक्षात अडचणी निर्माण होतात. म्हणून लवचिकता असणे अपरिहार्य ठरते.

या पद्धतीतील मुख्य वर्ग दर्शविण्यासाठी १-९ हे अरबी अंक व A-Z रोमन वर्ण वापरलेले आहेत.

या पद्धतीमध्ये ४६ साहाय्यकारी तक्ते आहेत. कोणत्याही मुख्य वर्गास व त्यामधील विभाग व उपविभागांना जोडता येणारे तर काही विशिष्ट मुख्य वर्ग, त्यामधील विभाग व उपविभाग यांना जोडणारे असे दोन प्रकारचे साहाय्यकारी तक्ते या पद्धतीमध्ये आहेत.

भूभाग दाखविण्यासाठी लहान रोमन वर्णांचा वापर केलेला आहे.

उदा. a - America

या पद्धतीचे चिन्हांकन मिश्र आहे. मुख्य वर्गासाठी रोमन वर्ण वापरले आहेत. मुख्य वर्गाचे उपविभाग दाखविण्यासाठी मोठ्या रोमन वर्णांचा उपयोग केला आहे. चिन्हांकन विकसनशील व स्मरणसुलभ आहे.

U - Useful Arts

Un - Agriculture

या पद्धतीच्या ४ च्या खंडात निर्देश असून त्यामध्ये ४५,००० नोंदी समाविष्ट आहेत. हा निर्देश सापेक्ष व पद्धतशीर आहे. सुरुवातीला या पद्धतीची बरीच चर्चा व स्तुती झाली.

Bibliographic Control - सूची नियंत्रण

ग्लोबल व्हिलेज ही संकल्पना, माहिती तंत्रज्ञानातील संशोधन, शोध, माहितीची अमर्याद वाढ, मुद्रणातील आधुनिक तंत्रज्ञान, अंतर्गत जाळी (इंटरनेट) वगैरे गोष्टींमुळे वाचनसाहित्याची संख्या अगणित झालेली आहे. निरनिराळ्या वेबसाईटवर असलेली माहितीची गणना करणेही शक्य नाही. दर पंधरा वर्षांनी ग्रंथसंख्या दुपटीने वाढते आहे असे म्हटले जाते.

म्हणून सूर्ची नियंत्रणाची आवश्यकता असते. स्थळ, काल, भाषा, विषय व वाचनसाहित्य यामध्ये भेदभाव न करता प्रकाशित वा अप्रकाशित अशा सर्व प्रकारच्या वाचनसहित्याची ठराविक प्रमाणित पद्धतीने नोंद करणे म्हणजे सूची नियंत्रण असे म्हणता येईल.

कोणतेही ग्रंथालय सर्वच प्रकाशित साहित्य खरेदी करू शकत नाही. त्यामुळे एकाच ग्रंथालयात जगातील सर्व ज्ञान मिळेल ही कल्पना करणेच चुकीचे आहे. पण या सूची नियंत्रणामुळे वाचनसाहित्याची प्राथमिक माहिती तरी मिळू शकते. निदान सूची विषयक जादा माहिती तरी मिळू शकते. संबंधित विषयांची माहिती ही सूचीमार्फत नियंत्रित केली जाते.

या सूचीमध्ये केवळ मुद्रित ग्रंथ, कालिके यांचाच अंतर्भाव असतो असे नाही तर त्यामध्ये नियतकालिके, वार्षिके, सूक्ष्म वाचन साहित्य (micro document), संगणक, संचिका इत्यादी गोष्टीही समाविष्ट असतात.

Bibliography – ग्रंथसूची

ग्रंथसूची, बिब्लिओग्राफी हा शब्द ग्रीक 'बिब्लिओन' म्हणजे ग्रंथ व 'ग्राफेन' म्हणजे लिहिणे या शब्दापासून निर्माण झाला आहे. म्हणून ग्रंथसूची म्हणजे 'ग्रंथलेखन' असेही म्हणता येईल. पण पुढे त्यात बदल होऊन 'ग्रंथाविषयी लेखन' अशा अर्थ प्रचारात आला. मुद्रण कलेच्या शोधामुळे प्रकाशित साहित्यात मोठ्या प्रमाणात वाढ होत गेली. अभ्यासू लोकांना त्यांचे ज्ञान अद्ययावत ठेवण्यासाठी ग्रंथसूचीची गरज भासू लागली.

ग्रंथसूची म्हणजे यादी. पण या दोहोत फरक आहे. यादी ही एकप्रकारे जंत्रीच असते. या यादीला एखादी विशिष्ट पद्धत नसते. पण ग्रंथसूची ही एखाद्या मान्य असलेल्या पद्धतीप्रमाणे, प्रमाणकाप्रमाणे केलेली असते. एखाद्या व्यक्तीविषयी वा विषयासंबंधी इतर प्राथमिक साधनांमुळे मिळालेल्या संदर्भाची सूची असते. या ग्रंथसूचीची रचना लेखकाच्या वर्णानुक्रमानुसार केलेली असते. ग्रंथसूची ही व्यापक असते.

काही ग्रंथसूची सांगोपांग माहिती देणाऱ्या असतात तर काही मूल्यमापनावर आधारलेल्या असतात. काही ग्रंथसूची स्वतंत्र ग्रंथरूपाने प्रकाशित केलेल्या असतात. मोठ्या ग्रंथामध्ये माहिती साधनांची यादी पद्धतशीरपणे दिलेली असते. अधिक वाचनासाठी सुचविलेले साहित्यही ग्रंथसूचीचेच रूप होय.

'ग्रंथसूची म्हणजे ग्रंथाचे अचूक वर्णन करण्याची कला किंवा शास्त्र' असे व्हॅन होईसन म्हणतात. 'एका विशिष्ट विषयाची, साहित्यातील विषयाची, विशिष्ट लेखकांची, प्रकाशकांच्या पुस्तकाची यादी म्हणजे ग्रंथसूची' असे द ऑक्सफर्ड इंग्लिश डिक्शनरी सांगते.

अभ्यासकाला तपशीलवार सविस्तर ग्रंथसूचीची चांगली मदत होते. संशोधकाला, व्यासंगी व्यक्तींना या संदर्भ साधनाचा फार उपयोग होतो. ग्रंथसूचीचा हेतू, स्वरूप व त्यातील गोष्टी यावर ग्रंथसूचीचे प्रकार निर्माण होतात. ग्रंथसूची येथे ग्रंथ हा शब्द फार व्यापक अर्थाने वापरला जातो. या सूचीमध्ये केवळ ग्रंथच असतात असे नाही तर नियतकालिके, नकाशे, दृक्-श्राव्य साधने, प्रलेख या सर्वांचा विचार करावा लागतो. सूचीला स्थल, काळ व स्वरूप यांचे बंधन असत नाही.

ग्रंथसूचीचे प्रकार सर्वसाधारणपणे खालील पद्धतीने होतात.

१) सार्वत्रिक ग्रंथसूची – यामध्ये भाषा, लेखक वा विषय यांचे बंधन नसते. ही विस्तृत व व्यापक असते. तरी सुद्धा सर्व ज्ञानशाखांच्या क्षेत्रातील नोंदी यात असत नाही. ही ग्रंथसूची परिपूर्ण करण्याचा प्रयत्न केलेला असतो. मोठ्या ग्रंथालयातील प्रकाशित केलेल्या तालिका या ग्रंथसूचीशी संबंधित असतात.

२) **राष्ट्रीय ग्रंथसूची** – यामध्ये एखाद्या संबंधित देशातील प्रकाशित ग्रंथांची नोंद असते. या प्रकाशित ग्रंथांची भाषा एकच असेल असे नाही. देशातील वेगवेगळ्या भाषेतील प्रकाशित ग्रंथ या सूचीत असतात. या ग्रंथसूचीलासुद्धा विषयाचे वा साहित्याचे स्वरूपाचे बंधन नसते. उदा. इंडियन नॅशनल बिब्लिओग्राफी.

राष्ट्रीय ग्रंथसूची ही ग्रंथनिवडीचे एक महत्त्वाचे साधन आहे. या सूचीतील नोंदीचा पाया वर्गीकृत असल्यामुळे ग्रंथालयाच्या कामातही याचा उपयोग होतो. यातील तालिकीकरण सुद्धा संहितेच्या आधारानेच केलेले असते. इंडियन नॅशनल बिब्लिओग्राफी सुरुवातीला त्रैमासिक व नंतर वार्षिक प्रकाशन म्हणून प्रकाशित होत असे. सध्या ती मासिक प्रकाशन म्हणून प्रकाशित होते. या ग्रंथसूचीचे तालिकीकरण ए. ए. सी. आर. पद्धतीने होते. वर्गीकरण डेसिमल पद्धतीने होते. यासाठी डेसिमल पद्धतीची १९ वी आवृत्ती वापरली जाते.

३) **दुर्मीळ ग्रंथांची ग्रंथसूची** – दोलामुद्रिताची ग्रंथसूची

पंधराव्या शतकापर्यंत जे साहित्य प्रकाशित झाले आहे त्यांना दोलामुद्रित म्हणतात. सध्या असे साहित्य दुर्मीळच आहे. या साहित्याची माहितीही सूची देते. उदा. मराठी दोलामुद्रिते.

४) **विषय ग्रंथसूची** –ही ग्रंथसूची एका विशिष्ट विषयाशी संबंधित असते. या विषयातील ग्रंथ, संस्था त्यासंबंधीचे लेख या ग्रंथसूचीत अंतर्भूत असतात. या ग्रंथसूचीचा अद्ययावतपणा राखण्यासाठी काही ठराविक कालावधीनंतर पुरवणी, परिशिष्ट, प्रकाशित केली जातात. ठराविक माहितीच्या पूर्वलक्षी नोंदीही या ग्रंथसूचीत दिलेल्या असतात. उदा. बिब्लिओग्राफी ऑन हायर एज्युकेशन इन इंडिया.

५) **निवडक ग्रंथसूची** – या ग्रंथसूचीचा उपयोग चांगले साहित्य निवडण्यासाठी करता येतो. कारण त्या संबंधित क्षेत्रातील मान्यवर ग्रंथ या सूचीत असतात. या सूचीमध्ये काही वेळा नोंदी वर्णनात्मक स्वरूपातही असतात.

६) **लेखक ग्रंथसूची** – या ग्रंथसूचीचा संबंध एकाच विशिष्ट लेखकाशी असतो. त्या लेखकाचे ग्रंथ, लेख त्यामध्ये समाविष्ट असतात. तसेच त्या लेखकाविषयी इतरांनीही लिहिलेले ग्रंथ, लेख व इतर साहित्य या ग्रंथसूचीत अंतर्भूत असतात. ही ग्रंथसूची त्या लेखकाचे चरित्र साधन म्हणूनही उपयोगी पडते. उदा. राम गणेश गडकरी वाङ्मय सूची.

७) **व्यापारी ग्रंथसूची** – ही ग्रंथसूची व्यापारी संघटना, संस्था यांच्याकडून प्रकाशित केली जाते. उत्पादनाच्या निवडीसाठी या गोष्टीचा उपयोग होतो. ग्रंथप्रकाशकाकडूनही अशी सूची प्रसिद्ध केली जाते. यात आगामी प्रकाशनाबद्दल माहिती मिळते. याही साधनाचा उपयोग ग्रंथ निवडीसाठी होतो. समीक्षणात्मक ग्रंथातील याद्या, नियतकालिकांच्या याद्या या गोष्टींचा अंतर्भाव व्यापारी ग्रंथसूचीत होतो. उदा. इंडियन बुक्स इन प्रिंट.

८) **ग्रंथसूचींची ग्रंथसूची** – ही विषयानुसार किंवा लेखकानुसार केलेल्या ग्रंथसूचींची सूची असते. हिला ग्रंथसूचीय निर्देश असेही म्हणतात.

९) **जागतिक ग्रंथसूची** – जगातील सर्व भाषांतील, सर्व ज्ञानशाखांतील वेगवेगळ्या स्वरूपातील प्रकाशने या ग्रंथसूचीत समाविष्ट असतात. तसे हे काम सोपे नाही. कारण या सूचीला स्थल, काल, भाषा अथवा विषय यांचे बंधन नसते. माहिती युगात संगणकीय तंत्रज्ञानामुळे कामाचे विभाग पाडून अशी

जागतिक ग्रंथसूची तयार करणे शक्य होते. उदा. लायब्ररी ऑफ काँग्रेसचे कॅटलॉग ऑफ बुक्स या जागतिक ग्रंथसूचीला काही मर्यादासुद्धा आहेत. जगातील साहित्यामध्ये सतत होणारी वाढ, त्यामुळे सर्व साहित्याचा मागोवा घेणे कठीण आहे. या सर्वांच्या वर्गीकरणाची एकच पद्धती अस्तित्वात नाही. वेगवेगळ्या भाषा अस्तित्वात असल्यामुळे त्या भाषा, त्यांच्या लिपी यांचे ज्ञान आवश्यक ठरते. म्हणून प्रत्येक देशाची राष्ट्रीय ग्रंथसूची हीच जागतिक ग्रंथसूची समजली जावी.

Bibliometrics - ग्रंथमिती/ग्रंथमापन

ग्रंथालयामध्ये संख्यात्मक तंत्रज्ञानाचा वापर केला जात होता. तो 'सांख्यिकीय ग्रंथसूची' म्हणून ओळखला जाई. ही संज्ञा १९२४ पासून प्रचलित होती. ग्रंथपालांनी ग्रंथमापन (librametry) विकसित करावयाला पाहिजे असे डॉ. रंगनाथन यांनी सुचविलेले होते (१९४८). पिचर्ड यांनी ग्रंथमिती (bibliometrics) या संज्ञेचा वापर केला (१९६९). यामध्ये लिखित संप्रेषणाच्या प्रक्रियेला संख्यात्मक रूप दिले जाते.

''लिखित discourse चे गुणधर्म आणि त्याच्याशी संबंधित असलेले लोकांचे वर्तन याला संख्यात्मक स्वरूप जी देते ती ग्रंथमिती'' अशी व्याख्या फेअरयॉर्न यांनी केली आहे.

ग्रंथालयमिती (librametry) ही ग्रंथालयाच्या व्यवस्थापनाचे संख्यात्मक पृथ्थकरण करते तर ग्रंथमिती ही फक्त नोंद केलेल्या ज्ञानापुरतीच मर्यादित असते. असे असले तरी या दोन्हींमध्ये प्रलेखाचा वापर, ग्रंथालय सेवक वर्ग व ग्रंथालय उपयोजक यांच्याशी संबंधित प्रक्रियांच्या सांख्यिकी विभाजनाचा अभ्यास केला जातो. त्यामुळे ग्रंथालयाच्या रचनात्मक भागाबाबत तत्त्वे/सिद्धान्त तयार करता येतात.

''ग्रंथालये आणि माहिती केंद्रात माहितीच्या प्रक्रिया आणि माहितीची हाताळणी या संबंधात प्रलेख, ग्रंथालय सेवक वर्ग व उपयोजक यांची वैशिष्ट्ये आणि वर्तनाचे संख्यात्मक पृथ्थकरण म्हणजे ग्रंथालयमिती/ग्रंथमिती होय'' अशी यांची व्याख्या केली जाते.

ग्रंथमितीय वितरणे – ही खालील गोष्टींचा अभ्यास करण्यासाठी वापरली जातात.

१) कोणत्याही पाठ्य मजकुरात (Text) शब्दांच्या occurrence ची वारंवारिता (frequencies) (झिपचा सिद्धान्त).

२) वैज्ञानिक शोधनिबंधाच्या संदर्भात लेखकांची उत्पादनशीलता (लोटकाचा सिद्धान्त)

३) विविध नियतकालिकांतून लेखांचे प्रमाण (scattering) (ब्रॅडफर्डचा सिद्धान्त)

या सिद्धान्तांवर अनेक शोधनिबंध प्रसिद्ध झाले. हे सिद्धान्त १) ग्रंथालय सर्वेक्षण माहिती २) नियतकालिकासंबंधी माहिती ३) नोंदीकृत माहिती ४) ग्रंथसूचीमधील माहिती यापैकी कोणत्याही माहितीवर आधारित आहेत.

या सिद्धान्ताचा वापर स्थानिक पातळीवरील ग्रंथालयांनाही होऊ शकतो. उदा. वैज्ञानिक उत्पादन क्षमता आणि प्रकाशनामधील वाढीचे वर्णन करण्यासाठी मुख्य नियतकालिके शोधून काढण्यासाठी, प्रलेख रद्दबादल करण्यासाठी, ग्रंथालय उपयोजनांचे प्रकार शोधून काढण्यासाठी.

कोणत्याही विषयातील आणि वैज्ञानिक संप्रेषणातील विचार प्रवाह शोधण्यासाठी ग्रंथमितीय तंत्र वापरले जाते.

Bibliotheque national de France – बिब्लिओथेक नॅशनल द फ्रान्स

फ्रान्सचे राष्ट्रीय ग्रंथालय 'बिब्लिओथेक नॅशनल द फ्रान्स' हे पॅरिस येथे असून फ्रान्समध्ये प्रकाशित झालेल्या सर्व साहित्याचे भांडार म्हणून कार्य करणे हा या ग्रंथालयाचा हेतू आहे.

या राष्ट्रीय ग्रंथालयाचे मूळ १३६८ मध्ये पाचव्या चार्लसने (Louvre) येथे राजाश्रयाखाली स्थापन केलेल्या ग्रंथालयातील आढळते. नंतर १६९२ मध्ये चौदाव्या लुईच्या कालखंडात या ग्रंथालयाचा विस्तार होऊन ते सर्वसामान्य लोकांना उपलब्ध करून देण्यात आले. फ्रेंच राज्यक्रांतीच्या पुरोगामी बदलाच्या काळात फ्रान्समधील सरदार आणि धर्मोदेशक यांची खाजगी ग्रंथालये कायद्याने ताब्यात घेण्यात आल्यामुळे या ग्रंथालयातील ग्रंथसंख्या तीन लाखापेक्षा अधिक झाली. १७९३ मध्ये क्रांतिकारी फ्रेंच राष्ट्रीय परिषदेच्या (Convention) कायद्यामुळे हे ग्रंथालय जगातील पहिले मुक्त सार्वजनिक ग्रंथालय झाले. त्यानंतर वेळोवेळी झालेल्या शासनासत्ता (regime) काळातील बदलामुळे हे ग्रंथालय (Imperial National Library) झाले.

फ्रान्स सरकारच्या संस्कृती मंत्रालयाच्या अधिपत्याखाली एक सार्वजनिक प्रस्थापना (Establishment) म्हणून हे ग्रंथालय काम करते. फ्रान्समधील प्रकाशकांनी कायद्यानुसार या ग्रंथालयाला ज्या पुस्तकांच्या प्रती देणे आवश्यक आहे. त्या सर्व ग्रंथांचा संग्रह आणि जतन करून ते जनतेला उपलब्ध करून देणे हा या ग्रंथालयाचे कार्ये हे (Mission) आहे. ग्रंथालयामार्फत संदर्भ तालिका तयार केली जाते. राष्ट्रीय आणि आंतरराष्ट्रीय स्तरांवरील अनेक संस्थांशी सहकार्य करून हे ग्रंथालय संशोधन कार्यक्रमांत सहभागी होते.

ग्रंथालयात सुमारे तेरा दशलक्ष ग्रंथ असून या ठिकाणी २७०० सेवक काम करतात. ग्रंथालयाचा वार्षिक अर्थसंकल्प १५५ दशलक्ष युरो असून www.bnf.fr या संकेतस्थळावर ग्रंथालयासंबंधी माहिती मिळते.

Bill Register – क्रयपत्र/देयक नोंदवही

ग्रंथालयातील खर्चाचा तपशील या वहीमुळे मिळतो. दाखलनोंदवहीत ग्रंथाची किंमत लिहिलेली असते. त्यामुळे केवळ वाचन साहित्याच्या खर्चाचा तपशील कळतोच, पण ग्रंथालयासाठी लागणारी लेखन सामग्री, ग्रंथ बांधणी, मुद्रण, उपकरणाची दुरुस्ती, टपाल खर्च इ. गोष्टीतील खर्चाचा तपशील या वहीवरून समजतो.

वाचनसाहित्य ग्रंथालयात येते त्याचबरोबर देयकही असते. यातील रकमेची बेरीज तपासणी करणे आवश्यक आहे. देयकातील रक्कम बरोबर आहे असे दिसल्यानंतर या देयकाची नोंद नोंदवहीत केली जाते.

ग्रंथालयात अनेक प्रकारचे खर्च असतात. म्हणून देयकाच्या नोंदवहीत वेगवेगळे भाग पाडावेत. उदा. वाचनसाहित्य, ग्रंथ बांधणी, टपाल, फर्निचर, या भागांची संबंधित देयके त्यात नोंद करावीत. म्हणजे त्या त्या विभागाच्या खर्चाचा तपशील मिळतो.

देयक वहीमुळे देयकाची रक्कम दोनदा दिली गेल्यास तेही समजते. कोणत्या देयकाची रक्कम द्यावयाची आहे हे समजते. अर्थसंकल्पाप्रमाणे खर्च झाला आहे की नाही हे समजते. मुख्य म्हणजे शिलकीतील रक्कम कळते.

Binder's Title – बांधणीकाराचे शीर्षक

ग्रंथाला सामान्यतः वेष्टन असते. या वेष्टनाच्या आत बांधणी केलेला ग्रंथ असतो. या वेष्टनावर ग्रंथाचे शीर्षक असते. बांधणीच्या वेष्टनावर तसेच हे शीर्षक ग्रंथाच्या कण्यावरही (Spine) असते.

Biographical Reference Resources - चरित्रात्मक संदर्भ साधने

कोणत्याही गोष्टीच्या अनुभवाधिष्ठित नोंदींना महत्त्व असते. मग त्या नोंदी व्यक्तींच्या अथवा समाजाच्या असोत, मनुष्य हा समाजप्रिय प्राणी आहे. म्हणून व्यक्तीच्या नोंदी या समाजाशी निगडित असतात. या नोंदीतून व्यक्तीचा, समाजाचा इतिहास नकळत उलगडत जातो. या अनुभवाधिष्ठित नोंदी म्हणजेच चरित्र होत. ही चरित्रे प्रसिद्ध व्यक्तींचीच असतात असे म्हणता येत नाही. अप्रसिद्ध व्यक्तीही चरित्रनायक होऊ शकतात. ही चरित्रे त्यांचे स्तुतिपाठक वा जवळचे मित्र लिहितात. चरित्रनायकाचे कार्य तसे महत्त्वाचेच असते असेही नसते.

'बायस' म्हणजे 'जीवन' व 'ग्राफेन' म्हणजे 'लिहिणे'. या दोन ग्रीक शब्दांवरून ''बायोग्राफी'' हा इंग्लिश शब्द निर्माण झाला. म्हणून चरित्र म्हणजे ''जीवनाविषयी लिहिणे'' असा अर्थ होईल. ही चरित्रे व्यक्तीच्या आडनावानुसार पण वर्णानुक्रमाने लिहिलेली असतात. या चरित्रामध्ये त्या व्यक्तीच्या जीवनातील सर्व घटनांचा आढावा घेतलेला असतो. ''लोकांना लोकांमध्ये असलेली आवड'' या लुईस शोरे यांच्या मताप्रमाणे ही चरित्रात्मक संदर्भ साधने निर्माण होतात.

चरित्रात्मक साधनांचे प्रकार खालीलप्रमाणे –

१) सर्वसाधारण किंवा जागतिक चरित्रकोश –

या चरित्रकोशामध्ये जगातील सर्व क्षेत्रातील प्रसिद्ध व्यक्तींचा अंतर्भाव असतो. उदा. इंटरनॅशनल हूज हू , भारतवर्षीय चरित्रकोश.

२) विशिष्ट क्षेत्र, विशिष्ट विषय व विशिष्ट व्यवसायातील व्यक्तींचे चरित्रकोश – विषयनिष्ठ चरित्रकोश –

माहिती युगामध्ये ज्ञानशाखा, त्याच्या उपशाखा उदयाला आल्या. त्यामुळे सर्वच क्षेत्रात वाढ झाली. त्याप्रमाणे त्या त्या विषयांतील व्यक्तींची चरित्रे निर्माण झाली. यामुळे चरित्रात्मक संदर्भ साधनात अशा विषयनिष्ठ चरित्रकोशांची भर पडत गेली. उदा. हूज हू इन लायब्ररी अँड इनफर्मेशन सायन्स, ''शास्त्रज्ञांचा चरित्र कोश''

३) राष्ट्रीय चरित्रकोश , स्थानिक चरित्रकोश –

अशा प्रकारच्या चरित्रकोशामध्ये त्या संबंधित व्यक्तींच्या चरित्र साधनातून घेतलेले निवडक लेख असतात. यामध्ये ''इंडिया हूज हू '' असे संदर्भ साधन आहे. अर्थात ही छोटी चरित्रे जिवंत व्यक्तींची असतात. ''हू वॉज हू'' हे चरित्रात्मक साधन दिवंगत व्यक्तींची माहिती देते.

या चरित्रात्मक संदर्भ साधनांची निर्मिती करताना वेगवेगळ्या परंतु अधिकृत साधनाकडून माहिती गोळा करावी लागते. संकलकाला ही माहिती व्याप्ती व उद्दिष्टानुसार योग्य तऱ्हेने संक्षिप्त करावी लागते. स्वातंत्र्योत्तर भारतीय भाषांमध्ये चरित्रकोश निर्माण होऊ लागले.

Book – ग्रंथ

ग्रंथांचा इतिहास म्हणजे मानवी संस्कृतीचाच इतिहास आहे. मानवी संस्कृतीच्या विकासाच्या खाणाखुणा ग्रंथांच्या इतिहासात सापडतात. संस्कृत भाषेत ग्रंथाला 'पुस्त' असे म्हणतात. 'पुस्त' म्हणजे आकार देणे किंवा घडण यावरून 'पुस्तक' शब्दाची व्युत्पत्ती लक्षात येते.

'सुसंगत अशा वाक्यांचा रचनाविशिष्ट समुदाय', अशीही ग्रंथाची व्याख्या सांगितली जाते. प्राचीन ग्रीक भाषेत 'बिब्लिओ' म्हणजे ग्रंथ हा शब्द प्रचलित होती. मानवाच्या भाव-भावना, कल्पना, विचार, अनुभव व ज्ञान ज्यात ग्रथित केले जाते तो ग्रंथ होय. कागदावर लिहिलेला किंवा छापलेला असे अनेक सुटे कागद किंवा पृष्ठे यांचा बांधलेला संग्रह म्हणजेही ग्रंथ असे आधुनिक काळात म्हणता येईल. या ग्रंथाचे वैशिष्ट्य म्हणजे तो एका ठिकाणाहून दुसऱ्या ठिकाणी सुलभ रीतीने घेऊन जाता येतो. व त्यातील लेखन समाजकार्यासाठी विकासासाठी केलेले असते.

मानवी संस्कृतीमध्ये अतिप्राचीन काळापासून ग्रंथांचे अस्तित्व आढळते. आपले विचार, अनुभव हे दुसऱ्या पिढीसाठी भविष्यकाळात जतन करून ठेवावे ही कल्पना मानवाच्या मनात दृढ झाली आणि ग्रंथाचा जन्म झाला. प्राचीन काळी श्रुति-स्मृति यांच्यामार्फत, गुरुमुखामार्फत ज्ञानाचे, विचारांचे संक्रमण होत असे. वेदवाङ्मय हे याच मौखिक पद्धतीने जतन केले होते. लिपीचा शोध लागल्यानंतर ग्रंथलेखनाला सुरवात झाली पण यासंबंधीचे साहित्य कालौघात नष्ट झाल्यामुळे नेमकी ग्रंथलेखनाची सुरुवात सांगता येत नाही.

आपले विचार मांडण्यास मानवाने आपल्या आजूबाजूच्या परिसरातील साधनांचा वापर केला. ही साधने त्याला सहजासहजी उपलब्ध होत गेली व ती त्याला सोयीची वाटली. ही साधने म्हणजे निसर्गातील पाषाण, मातीच्या विटा (इष्टिका), झाडांच्या साली, पाने (भूर्जपत्र), पपायरसाचे पापुद्रे, कमावलेले कातडे, धातूचे पत्रे वगैरे. संस्कृतीच्या विकासाप्रमाणे या साधनांच्या उपयोगात बदल झालेले इतिहास सांगतोच. साधनांप्रमाणे ग्रंथांचे बाह्यांग बदलत गेले. पुढे कागदाचा उपयोग होऊ लागला. या लिखाणासाठीही वेगवेगळे साहित्य होते. छिन्नी, दाभणासारखे (कोरणी) बोरू, पक्ष्यांची पिसे, टाक इत्यादी लेखनसाहित्य होते. काजळ किंवा वनस्पतीच्या रसापासून शाई बनविली जाई. पुढे लेखनकला विकास होत गेली तसे ग्रंथांचे स्वरूप बदलले. ज्ञान, त्यांच्या विविध शाखा वृद्धिंगत झाल्या. या सर्वांचा परिणाम ग्रंथनिर्मितीवर झाला. त्यामुळे ग्रंथसंख्या वाढू लागली. इ.स.पू. ३००० वर्षांपूर्वीचे मेसापोटेमिया येथील इष्टिका ग्रंथ व इजिप्तमधील पपायरसाच्या गुंडाळ्या हे जगातील प्राचीन ग्रंथ मानले जातात. म्हणूनच ग्रंथांचा इतिहास हा मानवी संस्कृतीचा इतिहास ठरतो. आरंभीचे ग्रंथ हे धार्मिक स्वरूपाचे होते. त्यामध्ये मंत्र, तंत्र व राजाज्ञा यांचा समावेश होता. त्यामुळे मठ, राजप्रासाद येथे ग्रंथसंग्रह होऊ लागले.

Book - Types – ग्रंथांचे प्रकार

ग्रंथांचा उगम इ.स.पू. ३००० मेसापोटेमिया येथील इष्टिका ग्रंथाने झाला. इष्टिका म्हणजे विटा. पाच इंच लांब असलेल्या ओलसर विटांवर कोरणीने कोरून लेखन केले जाई. नंतर या विटा भट्टीसारख्या अग्नीत भाजल्या जात. उन्हातही वाळवून कठीण केल्या जात, भाजल्या जात. एका विटेच्या सहा भागावर लेखन करण्यास जागा अपुरी पडली तर ग्रंथासाठी अशा अनेक विटा वापरल्या जात. मुख्य म्हणजे या

विटांवर पृष्ठांक लिहिले जात. आशिया मानसर मधील उत्खननात ॲसेरियन राजा असुरबनिपाल याच्या ग्रंथालयातील ग्रंथसंग्रहातील असे इष्टिका ग्रंथ सापडले. असुरबनिपाल याचा काळ इ.स.पू. सातवे शतक समजला जातो. अलेक्झांड्रियाच्या टॉलेमी राजाच्या ग्रंथालयातही अशा इष्टिका ग्रंथसंग्रह मिळाला.

इ.स.पू.२५०० वर्षे. या काळात इजिप्तमध्ये पपायरसाच्या वनस्पतीचा उपयोग ग्रंथलेखनासाठी केला जात असे. पपायरस ही एक प्रकारची लव्हाळ्यासारखी वनस्पती होती. ही वनस्पती नाईल नदीच्या परिसरात भरपूर प्रमाणात उपलब्ध होत असे. या वनस्पतीचे १२-१५ सें.मी. रुंदीचे पातळ तुकडे एकास एक जोडून पापुद्रा तयार करण्यात येई व त्यावर चित्रलिपीत लेखन केले जाई. हे लेखन फक्त एका बाजूने केले जात असे. नंतर लिखित गुंडाळ्या मातीच्या रांजणात ठेवल्या जात. अशा प्रकारचे ग्रंथ इजिप्तच्या पिरॅमिडमध्ये आढळले आहेत. या प्रदेशात पावसाचे मान कमी असल्याने हे ग्रंथ सुरक्षित राहिले. या ग्रंथांना मृतांचे ग्रंथ असेही म्हणतात. ह्या ग्रंथातून लोककथा, त्याकाळचे शास्त्रीय ज्ञान याविषयी माहिती मिळते. ग्रीसमध्येही अशा तऱ्हेच्या ग्रंथांची निर्मिती होत होती.

इजिप्तमध्ये इ.स.पू. २४०० शतकात जनावरांच्या कमावलेल्या कातड्याचा उपयोग लेखनासाठी केला जात होता. हिब्रु लोक अशा तऱ्हेचे ग्रंथ मातीच्या भांड्यातून ठेवत असत. टिकाऊपणाच्या दृष्टिने हे लेखन साहित्य त्या काळातील लोकांना सोईचे वाटले. पपायरसाची निर्यात बंद झाली. त्यामुळे इ.स.पहिल्या शतकात राजा दुसरा युमिनिझ याने व्हेलम व पार्चमेंट या जातीची कमावलेली कातडी वापरण्यास सुरुवात केली. मध्ययुगात या पद्धतीच्या लेखन साहित्याचा प्रसार युरोपमध्ये झाला. बायबलच्या प्रती अशा प्रकारच्या व्हेलमवर तयार केल्याचे आढळून आले आहे.

चीनमध्ये इ.स.पू. १३०० या काळात बाबूंच्या चिरफळ्या अथवा लाकूड यावर ग्रंथनिर्मिती केल्याचे दिसून येते. त्याकाळातील वैद्यक, तत्त्वज्ञान, ज्योतिष या विषयातील ग्रंथांची एक यादी तेवढी उपलब्ध झाली आहे. पुढे सुती चिंध्यांचा लगदा तयार केला जाई. या लगद्याचा थर चाळणीवर घालून त्याचा कागद बनविला जाई. इ.स.१०५ मध्ये हा कागदाचा शोध लागला. मुद्रणकलाही पाश्चिमात्यांच्या पूर्वी चीनमध्ये ज्ञात होती. अरबी व्यापाऱ्यांच्याकडून कागदाची माहिती भारतात, त्याचप्रमाणे युरोपात पोहोचली. चीनमध्ये एका गुहेत दोन ते तीन हजार अशा सुरळ्यांचे मुद्रित ग्रंथ १९ व्या शतकात सापडले. त्यातील 'हीरक सूत्र' या ग्रंथावर ११ मे ८६८ हा मुद्रणकाल मुद्रित करण्यात आला होता. जगातील हा सर्वात प्राचीनतम मुद्रित ग्रंथ होय. इ.स.१४३९ मध्ये जर्मनीमध्ये योहान गटेनबर्ग याने खिळ्यांचा छपाईचा शोध लावला. मुद्रणकलेमुळे ग्रंथांच्या अनेक प्रती काढणे सुलभ झाले. हाताने ग्रंथांच्या नकला करण्यापेक्षा मुद्रणकलेमुळे ग्रंथनिर्मितीची प्रगती होत गेली.

पंधराव्या शतकातील मुद्रित ग्रंथांना 'दोलामुद्रिते' किंवा 'आद्यमुद्रिते' असे म्हणतात. ही हस्तलिखितासारखीच होती. पण दोलामुद्रितामध्ये प्रकाशक, मुद्रक वगैरे गोष्टी दिल्या असत. मुखपृष्ठ मात्र ग्रंथाच्या शेवटी देण्यात येई. पुढे सध्याच्या ग्रंथाप्रमाणे लेखक, शीर्षक, प्रकाशक, प्रकाशनवर्ष ही माहिती असलेले मुखपृष्ठ ग्रंथांच्या सुरवातीला देण्यात येऊ लागले. या दोलामुद्रितांना दुर्मिळ ग्रंथांचे महत्त्व प्राप्त झाले.

आधुनिक तंत्रज्ञानामुळे आधुनिक युगात सूक्ष्मपट (मायक्रोफिल्म्स्) व सूक्ष्मकार्डे (मायक्रोकार्ड) या गोष्टी लेखन साहित्य म्हणून वापरात आल्या. ग्रंथातील अनेक पृष्ठे सूक्ष्मपटावर व सूक्ष्मकार्डावर छापता येतात. पण हे साहित्य वाचण्यासाठी यंत्रसामग्रीची आवश्यकता असते. ती बाब खर्चिक आहे.

सध्या एकविसाव्या शतकात तर याही गोष्टी मागे पडल्या. संगणक युग व माहितीचा विस्फोट यामुळे संगणक फिती, सी.डी.रॉम यासारखी साधने ग्रंथनिर्मितीसाठी वापरली जात आहेत. यामुळे ग्रंथांचे संरक्षण, ग्रंथप्रसार व ग्रंथ निर्मिती यामध्ये आमूलाग्र बदल होत गेले. ग्रंथालयातील जागेचा प्रश्न या ग्रंथनिर्मितीमुळे सुलभ तर झालाच, पण माहितीप्रधान समाज निर्माण झाल्यामुळे इंटरनेट सारख्या गोष्टीही उपलब्ध झाल्या.

भारतातील वेद साहित्य केव्हा ग्रंथरूप झाले हे सांगता येत नाही. कारण पूर्वी मौखिक परंपरा होती. मोहोनजोदारो व हडप्पा येथे सिंधू संस्कृतीतील काही कोरीव लेख सापडले आहेत. अलेक्झांडरच्या स्वारीतील नीआर्कस भारतात कागद वापरला जात होता असे नमूद केले आहे. कालिदासाच्या साहित्यात भूर्जपत्रे व तालपत्रे यांचे उल्लेख येतात. बौद्धकालात तक्षशिला व नालंदा इत्यादी विद्यापीठातून ग्रंथसंग्रह करण्यात आले होते. हे ग्रंथ भूर्जपत्रे व तालपत्रे यावरच लिखित होते. जैन राजांच्या कारकीर्दीतही ग्रंथनिर्मितीला प्रोत्साहन दिले गेले. संतकवी दासोपंतानी ''पंचीकरण'' हा ग्रंथ पासोडीवर लिहिला. त्यात चित्रेही आहेत. भारतातील ग्रंथामध्ये एक वैशिष्ट्य दिसते ते म्हणजे विषयानुसार विभाग. उदा. आष्टके, मंडळे, रामायण कांडे, भागवत स्कंध वगैरे. येथे मुद्रण कलेला इ.स.१५५६ मध्ये सुरुवात झाली. फादर स्टीफन्सनचे ''ख्रिस्त पुराण'', कॅरीचे मराठी भाषेचे व्याकरण या गोष्टी याचा दाखलाच देतात.

Book : Various Parts - ग्रंथाचे विविध भाग

तालिकीकरणासाठी ग्रंथाचे विविध भाग माहिती असणे आवश्यक आहे.

१) मुखपृष्ठ (Jacket, Cover) - यावर दर्शनी भागावर ग्रंथनाम व ग्रंथकार याचे नाव असते. प्रकाशनासंबंधीची माहिती मुखपृष्ठाच्या मागच्या बाजूस असते. काही वेळा ग्रंथकाराचा परिचयही दिलेला असतो. उपयोजकाला ग्रंथाकडे आकृष्ट करण्यास या गोष्टी उपयोगी पडतात.

२) ग्रंथ बांधणी वेष्टन (Binding) - यालाच ग्रंथाचे 'बाईंडिंग' असे म्हणतात. ग्रंथाच्या मजकुराचे अनेक छापलेले कागद एकत्रित बांधण्याचे काम हे ग्रंथबांधणी वेष्टन करीत असते. यावरही ग्रंथनाम व ग्रंथकार व प्रकाशक यांची नावे असतात.

३) त्रोटक ग्रंथनाम पृष्ठ (Half-Title Page) - ग्रंथ बांधणी वेष्टनानंतर या पृष्ठाचा क्रम लागतो. या पृष्ठावर ग्रंथनाम त्रोटकस्वरूपात दिलेले असते. ग्रंथनाम पृष्ठापूर्वी हे पृष्ठ येते.

४) ग्रंथनामपृष्ठ (Title Page) - या पृष्ठावर ग्रंथनाम, उपग्रंथनाम, ग्रंथकार, प्रकाशक, प्रकाशन वर्ष व किंमत इ. माहिती दिलेली असते. ही माहिती अधिकृत असते. या पृष्ठाच्या मागील बाजूस मुद्रक, प्रकाशन आवृत्ती, कॉपीराईट, पूर्वीच्या आवृत्त्या, भाषांतर असल्यास मूळ ग्रंथाचे शीर्षक, ग्रंथवर्गीकरण पद्धतीप्रमाणे वर्गांक, आंतरराष्ट्रीय प्रमाण ग्रंथ क्रमांक (ISBN) ही माहिती असते.

५) लेखक/संपादकीय निवेदन - यामध्ये लेखकाचा ग्रंथ लिहिण्याचा हेतू, विषय इ. गोष्टी कळू शकतात. ग्रंथाचा 'विषय' ज्याचा वर्गीकरणासाठी उपयोग होतो तो येथे नेमका सापडतो.

६) प्रस्तावना (Introduction) - एखाद्या तज्ज्ञ व्यक्तीने केलेले ग्रंथाचे समालोचन, ग्रंथातील वैशिष्ट्ये यासंबंधी माहिती मिळते.

७) अनुक्रमणिका (Contents) - ग्रंथातील विषयाच्या प्रकरणांची माहिती-उपविषय इ. गोष्टी अनुक्रमणिकेत अंतर्भूत असतात.

या सर्व पृष्ठांना प्रास्ताविक पृष्ठे असे म्हणतात.

८) ग्रंथ मजकूर (Text) – येथे प्रत्यक्ष ग्रंथातील विषयाला सुरुवात केलेली असते.

९) परिशिष्ट Reference/Bibliography/Glossory – यामध्ये संदर्भ ग्रंथांची यादी, नकाशे, आकडेवारी, परिभाषिक शब्दावली चित्रांचे व फोटोंचे स्पष्टीकरण या गोष्टी समाविष्ट असतात.

१०) सूची-निर्देश (Index) – ग्रंथातील उपविषय, घटना, व्यक्ती यांची सूची असते. यामुळे एखाद्या गोष्टीच्या उल्लेखाचे ग्रंथातील स्थान समजते.

११) दुरुस्ती पत्रक – ग्रंथाची छपाई होताना झालेल्या चुकांची दुरुस्ती या पत्रकामुळे समजू शकते.

Book Classification - ग्रंथवर्गीकरण

ग्रंथवर्गीकरण म्हणजे ग्रंथालयातील साहित्याचे वर्गीकरण. ग्रंथालयाच्या वाचनसाहित्यात ग्रंथच मुख्यत्वाने असतात. पण बदलत्या काळानुसार हस्तलिखिते, फिल्म, संगणकीय तबकड्या (floppies), सूक्ष्मपत्रे (microcards) इ. साहित्यही ग्रंथालयात असते. सामान्यत: वाचनसाहित्याचेच प्राबल्य असल्यामुळे ग्रंथालयीन वर्गीकरणास ग्रंथवर्गीकरण असे म्हणतात. ग्रंथालयीन वर्गीकरणात विषयाचाच विचार प्रामुख्याने होतो. त्यामुळे एकाच विषयावरील अनेक प्रकारच्या वाचनसाहित्याचे बाह्यांग ग्रंथवर्गीकरण पद्धतीत दर्शविलेले असते.

ग्रंथवर्गीकरण समूर्त असते. ग्रंथांचा समावेश वस्तूमध्ये होतो. म्हणून त्यांची प्रत्यक्ष मांडणी, रचना ग्रंथवर्गीकरणाद्वारे स्पष्ट करता येते. ग्रंथवर्गीकरणासाठी एखादा साम्यगुण आवश्यक ठरतो. ग्रंथाचा आकार, वजन, रंग व किंमत हे साम्यगुण ठरू शकतात. पण साम्यगुण हा उपयुक्त व सोयीचा असणे आवश्यक आहे. उपयोजक नेहमी ग्रंथांच्या विषयाप्रमाणे मागणी करताना दिसतात. म्हणून 'विषय' हा ग्रंथवर्गीकरणाचा साम्यगुण ठरतो. विषयामुळे ग्रंथांचे कपाटातील स्थान निश्चित होते. यामुळे उपयोजकांचा व ग्रंथालयीन कर्मचाऱ्यांचा वेळ वाचतो.

ग्रंथवर्गीकरणामुळे ग्रंथनिवडीस उपयोग होतो. ग्रंथमोजणीचे काम सुलभ होते व ग्रंथांची देवघेव सोयिस्करपणे करता येते. वर्गीकृत याद्या तयार करणे सोपे जाते. ग्रंथ देवघेव नोंदीवरून ग्रंथांच्या मागणीचा अंदाज बांधणे शक्य होते. नवीन ग्रंथांचा समावेश सहजरीत्या करता येतो. जुने व उपयुक्त नसलेले ग्रंथ काढून टाकता येतात. विषयवार मांडणी करणे सोयीचे होते. तालिकेद्वारा ग्रंथातील विशिष्ट भागाचे विश्लेषण करणे सोपे जाते, हे ग्रंथवर्गीकरणाचे फायदे म्हणता येतात.

ग्रंथवर्गीकरणामध्ये ' विषय ' साम्यगुणामुळे इतर साम्यगुण असलेले ग्रंथ विखुरले जातात. एकाच ग्रंथकाराचे ग्रंथ एकत्र येऊ शकत नाहीत. परस्परसंबंधित विषयसुद्धा एकत्र येत नाहीत. हे विषय विभागले जातात. उदा. मानसशास्त्र हे समाजशास्त्र, तर्कशास्त्र या विषयांशी निगडित आहे. पण हे विषय विभागले जातात. नवीन विषयांना स्थान देणे किंवा पूर्वीच्या ज्ञानशाखांची पुनर्रचना ग्रंथवर्गीकरणामुळे समाधानकारक होत नाही. ज्ञानाची अनेक परिमाणे असतात. पण ती सर्व ग्रंथवर्गीकरणामध्ये दाखविता येत नाहीत. ग्रंथवर्गीकरणाची कोणतीही एखादी पद्धती आदर्श असू शकत नाही.

' उपयुक्तता ' हा ग्रंथवर्गीकरण पद्धतीचा महत्त्वाचा गुण आहे. म्हणून कोणतीही ग्रंथवर्गीकरण पद्धती सुबोध असावी. तिच्यात सुसंगत व सुस्पष्ट क्रम असावा. नवीन ज्ञानशाखांना सामावून घेण्याइतकी

ती व्यापक असावी. तिचे चिन्हांकन स्मरणसुलभ, लवचिक असावे. सामान्याकडून विशिष्टाकडे जाण्याची तिच्यामध्ये तरतूद असावी.

Book Classification : Special Features – ग्रंथवर्गीकरणाची वैशिष्ट्ये

ग्रंथाची स्वाभाविक अवस्था लक्षात घेता प्रत्येक वर्गीकरण पद्धतीमध्ये

१) संकीर्ण वर्ग (Generalia Class)

२) स्वरूप वर्ग (Form Class)

३) स्वरूप विभाग (Common Isolates, Form Divisions, Standard Sub-divisions)

४) चिन्हांकन (Notation)

५) निर्देश (Index)

हे भाग आवश्यक ठरतात.

१) संकीर्ण वर्ग – प्रत्येक वर्गीकरण पद्धतीमध्ये मुख्य वर्गापूर्वी या वर्गाची योजना केलेली दिसते. काही ग्रंथांचे वर्गीकरण त्या ग्रंथांच्या वैशिष्ट्यामुळे एकाच मुख्य वर्गात करणे शक्य नसते. काही ग्रंथामध्ये सर्व विषयांना समान महत्त्व दिलेले असते. त्यामध्ये अनेक ज्ञानशाखांचा उल्लेख असतो.

उदा. ज्ञानकोश, विश्वकोश

२) स्वरूप वर्ग – उपयोजकांच्या गरजा लक्षात घेऊन ग्रंथांचे वर्गीकरण करताना प्रत्येक वर्गीकरण पद्धतीमध्ये काही सोयी केलेल्या असतात. यापैकी स्वरूप वर्ग ही एक सोय आहे. उपयोजकांच्या गरजेनुसार ललित वाङ्मयाचे साहित्य प्रकारानुसार विभाजन करणे आवश्यक ठरते. दशांश वर्गीकरण पद्धतीमध्ये ललितवाङ्मयामध्ये भाषा, वाङ्मय प्रकार व काल यांचा समावेश असतो. तर द्विबिंदू वर्गीकरण पद्धतीमध्ये भाषा, वाङ्मयप्रकार लेखक व क्रमांक असा लक्षणांचा क्रम असावा असे सांगितले आहे.

३) स्वरूप विभाग – कोणत्याही पद्धतीमध्ये मुख्यवर्ग, उपवर्ग अशा उपवर्गाच्या विभागाला जो जोडता येतो तो स्वरूप विभाग होय. ग्रंथांचा विषय एकच असला तरी तो विषय प्रतिपादण्याचे स्वरूप वेगवेगळे असते. म्हणून प्रत्येक वर्गीकरण पद्धतीमध्ये विषय स्वरूप दाखविण्यासाठी विशिष्ट चिन्हे दिलेली असतात. अर्थात प्रत्येक वर्गीकरण पद्धतीत स्वरूप विभाग व ते दर्शविणारी चिन्हे वेगवेगळी असतात. त्यांची संख्याही कमीजास्त असते. प्रत्येक वर्गीकरण पद्धतीमध्ये मूलतत्त्वे, कोश, निबंध, संग्रह, इतिहास, नियतकालिके इ. स्वरूप विभाग विभागलेले आहेत.

४) चिन्हांकन – ग्रंथातील विषयाचा आशय व्यक्त करणारी सांकेतिक भाषा म्हणजे चिन्हांकन होय. ग्रंथांची उपयुक्तता वाढविण्यासाठी त्यातील विषय समजावून घेऊन वर्गीकरण करणे आवश्यक असते. त्यासाठी इतर साधनांचाही वापर करावा लागतो. विषय व्यक्त करण्याचे महत्त्वाचे साधन म्हणजे चिन्हांकन होय. शब्दरूपाने परस्पर संबंधित विषय एकत्र आणू शकत नाही. पण चिन्हांकनाद्वारे सूक्ष्मतम वर्गीकरण शक्य होते. चांगले चिन्हांकन संक्षिप्त व सुबोध असावे. चिन्हांकन लिहिण्यास, उच्चारण्यास, स्मरणात ठेवण्यास सोपे असावे. चिन्हांकनात लवचिकता असली पाहिजे. अस्तित्वात असलेले चिन्हांकन न बदलता नवीन चिन्हांकनांचा त्यात समावेश करता आला पाहिजे.

चिन्हांकनाचे शुद्ध व मिश्र असे दोन भाग पडतात. कित्येक वर्गीकरण पद्धतीमध्ये मिश्र चिन्हांकनाचा उपयोग केलेला दिसतो. शुद्ध चिन्हांकनात केवळ वर्ण किंवा केवळ अंक यांचा वापर केलेला असतो. मिश्र चिन्हांकनात अंक, वर्ण व इतर चिन्हे यांचा उपयोग केलेला असतो. चिन्हांकनामध्ये आतिथ्यशीलता व स्मरणसुलभता असली पाहिजे.

५) निर्देश – वर्गीकरण पद्धतीमध्ये निरनिराळी कोष्टके, तक्ते दिलेले असतात. त्यातील संज्ञा व त्या व्यक्त करणाऱ्या चिन्हांची विशिष्ट पद्धतीने केलेले संगतवार यादी म्हणजे निर्देश होय. यामध्ये पर्यायी संज्ञाही दिलेल्या असतात. निर्देशाच्या उपयोगामुळे वेळ वाचतो. वर्गीकरणाचे एक पूरक साधन म्हणून निर्देश उपयोगी पडतो.

निर्देशाचे प्रकार दोन –

१) विनिदिष्ट – यामध्ये एका विषयासाठी एकच नोंद केलेली असते.

या निर्देश एक स्थानिय पद्धतीच्या वर्गीकरणासाठी उपयुक्त आहे. हा दुर्बोध नसतो. अवघड नसतो. पण संबंधित विषयांची परस्परापासून फारकत करतो.

२) सापेक्ष – यामध्ये मूळ विषय व त्याच्याशी संबंधित असलेल्या विषयांच्याही नोंदी दिलेल्या असतात. हा निर्देश अनुवर्णक्रमानुसार असतो. त्यामुळे सोपा असतो. प्रत्येक विषयाच्या नोंदीखाली पर्यायी विषयांचा संदर्भ व त्याचे चिन्हांकन दाखविलेले असते. एकाच विषयाच्या निरनिराळ्या बाजू सलगपणे दाखविलेल्या असतात. म्हणून गोंधळाची शक्यता असते. अवजड असल्यामुळे वापरण्यास सुलभ नसतो, क्लिष्ट असतो.

Book Form of Catalogue – ग्रंथरूप तालिका

हा तालिकेच्या आकारातील पहिला प्रकार होय. एखाद्या वहीमध्ये ग्रंथालयातील सर्व ग्रंथांची नोंद यादीच्या स्वरूपात केली जात असे. या यादीमध्ये अनुक्रमांक, दाखलअंक, ग्रंथकार, ग्रंथनाम, किंमत, पृष्ठे, शेरा इ. नोंदी लिहिल्या जात. या यादीतील ग्रंथ ग्रंथालयात जसे येतील तसे ओळीने नोंदविले जात असत. यात ग्रंथाचे बोधांक लिहिलेले असत. ग्रंथाचे वर्गीकरण ढोबळपणे केलेले असे. त्यासाठी शास्त्रोक्त पद्धती नव्हती. विषयाच्या नावाचे आद्याक्षर व त्या विषयातील त्या ग्रंथांचा अनुक्रमांक असा बोधांक तयार केलेला असे. उदा. शि / ५० याचा अर्थ ' शिक्षण' या विषयावरील पन्नासाव्या पुस्तकाचा बोधांक. काही वेळा विषयवार याद्याही तयार केल्या जात. ग्रंथकाराच्या नावाप्रमाणेही याद्या तयार केल्या जात. विषयवार यादी करताना वहीतील प्रत्येक अनुवर्णास स्वतंत्र पृष्ठ राखून ठेवले जाई. यामध्ये ग्रंथकार, ग्रंथनाम, दाखल अंक व बोधांक या गोष्टी समाविष्ट असत. हे ग्रंथरूप तालिकेचे हस्तलिखित स्वरूप म्हणून सुरुवातीचे स्वरूप ''हस्तलिखित ग्रंथरूप तालिका'' असे होते.

पुढे टंकलेखनाचा शोध लागल्यानंतर या तालिकेचे स्वरूप बदलून ''टंकलिखित ग्रंथरूप तालिका'' झाले. या प्रकारच्या तालिकेच्या अनेक प्रती काढणे सुलभ होते. तसेच ग्रंथालयाच्या वेगवेगळ्या दालनात ही टंकलिखित ग्रंथरूप तालिका ठेवणेही सोयीचे होते.

कालांतराने मुद्रणकलेचा शोध लागला. त्यानंतर तालिका, मुद्रित ग्रंथरूप तालिका या स्वरूपात पुढे आली. या मुद्रित ग्रंथरूप तालिकेच्या प्रती काढणे सोपे होते.

ग्रंथरूप तालिका विशेषतः हस्तलिखित व टंकलिखित तालिकांचा खर्च, मुद्रित ग्रंथरूप तालिकेपेक्षा कमी असतो. ग्रंथरूप तालिकेला जागा कमी लागते. ही तालिका सोयीनुसार सुलभपणे हलविता येते. एका पृष्ठामध्ये अनेक ग्रंथांच्या नोंदी असल्यामुळे ही पाहण्यासही सुलभ जाते. अशा तालिकेच्या प्रती काढणे सोपे असते. मुद्रित ग्रंथरूप तालिकेच्या प्रती मिळण्यास मात्र वेळ लागतो. ज्या ग्रंथालयाचा ग्रंथसंग्रह कमी आहे, अशा लहान ग्रंथालयासाठी ही तालिका उपयुक्त ठरते. तालिका परगावीही पाठविता येते. त्यामुळे ग्रंथनिवड व ग्रंथ खरेदीसाठी उपयोग होतो. संघ तालिका Union Catalogue तयार करण्यासाठी ही तालिका उपयोगी पडते. ठरावीक कालावधीने पुरवण्याही प्रसिद्ध करूनही तालिका परिपूर्ण ठेवता येते.

या तालिकेतील काही तोटे – तालिका लवचिक असावी. पण या ग्रंथरूप तालिकेमध्ये नवीन ग्रंथांच्या नोंदी योग्य जागी अंतर्भूत करता येत नाहीत. तसेच बाद / गहाळ ग्रंथांच्या नोंदीही काढून टाकणे कठीण जाते. म्हणून तालिका अद्ययावत रहात नाही. ती परिपूर्ण राहू शकत नाही. नियमातील बदलांची नोंदही तालिकेच्या नोंदीत घेणे कठीण जाते. एका ग्रंथकाराच्या सर्व ग्रंथाच्या नोंदी एकत्र मिळत नाहीत. तालिका वारंवार हाताळल्यामुळे खराब होते. या तालिकेच्या मुद्रण स्वरूपात बदल करण्यास खर्च येतो.

Book Index Entries ग्रंथदर्शक नोंदी

या नोंदी एखाद्या विशिष्ट ग्रंथाच्या असू शकतात. तसेच एखाद्या विशिष्ट ग्रंथाशी संबंधितही या नोंदी असतात. उपयोजकाच्या गरजांची मागणी, विशिष्ट ग्रंथाची मागणी ग्रंथदर्शक नोंदीमुळे पूर्ण करता येते.

या नोंदीचे खालीलप्रमाणे चार प्रकार आहेत.

१) ग्रंथकार (Author)

२) ग्रंथनाम (Title)

३) सहाय्यक (Collaborator)

४) माला (Series)

ज्यावेळी उपयोजकाला ग्रंथाविषयी निश्चित माहिती असते त्यावेळी ग्रंथदर्शक नोंदीचा उपयोग होतो.

नोंदीमधील ग्रंथविषयक माहितीमध्ये तालिका संहितेनुसार बदल होऊ शकतो. या सर्व पूरक नोंदी आहेत. त्यावेळी त्या त्रोटक व त्रोटक माहितीच्या स्वरूपातच असते. ज्या प्रकारची नोंद असेल तो मजकूर लिहून इतर माहिती त्रोटक दिलेली असते. कोशतालिकेतील नोंदी या एकक पत्र (Unit Card) असतात. परंतु यातील माहिती हा कोशतालिकेतील नोंदी सारखीच असते.

Book Jacket - ग्रंथवेष्टन

ग्रंथावर रॅपर अथवा ग्रंथाच्या दोन्ही बाजूंनी आत घड्या घालून दुमडलेले मुद्रित वेष्टन याला ग्रंथवेष्टन म्हणतात. त्यालाच डस्ट कव्हर असेही म्हणतात.

प्रारंभीच्या काळात धुळीमुळे किंवा वारंवार हाताळण्यामुळे ग्रंथ खराब होऊ नयेत म्हणून ग्रंथनाम, आतील पृष्ठे सुरक्षित राहावीत म्हणून एक आवरण ग्रंथाभोवती असे. तेच ग्रंथवेष्टनाचे पहिले स्वरूप होय. त्यानंतर त्याचे स्वरूप आकर्षक मुखपृष्ठामध्ये झाले. त्यामागे विक्रीचा दृष्टिकोन होता.

प्रथम केवळ एका रंगीत जाड कागदावर मुखपृष्ठ तयार केले जाई. त्याच्यावर ग्रंथनाम, ग्रंथकार, प्रकाशक, मूल्य ही माहिती असते आणि त्याभोवती चारी बाजूंनी नक्षीकार बॉर्डर केली जाई.

काही कालानंतर ग्रंथासाठी संयुक्तिक असे चित्र मुखपृष्ठावर चित्रित करण्यात येऊ लागले. त्यासाठी एखाद्या चित्रकाराकडून हे चित्र तयार करून घेतले जाई. विशेषतः कथा, कादंबऱ्या इ. ग्रंथांसाठी असे चित्र काढण्यात येई. गंभीर, तत्त्वज्ञान, शास्त्र इ. विषयासाठी असे मृखपृष्ठ करण्याची प्रथा दिसत नव्हती.

आधुनिक काळात मात्र ग्रंथसंरक्षण हा हेतू मागे पडला आणि मुखपृष्ठाचा विचार जाहिरातीच्या दृष्टिकोनातून विक्रीसाठी केला जाऊ लागला आणि ग्रंथनिर्मिती आणि ग्रंथविक्री यासाठी ती एक महत्त्वाची गोष्ट ठरली. जाड पुठ्ठ्यांची बांधणी आणि त्याच्यावर रंगीबेरंगी, गुळगुळीत कागदावर छापलेले, लॅमिनेशन केलेले ग्रंथवेष्टन हल्ली अपरिहार्य बनले आहे. त्यासाठी सध्या संगणकाचा वापरही केला जातो. या सर्व गोष्टीमुळे ग्रंथनिर्मितीचा खर्च वाढतो तरीही मुखपृष्ठाचा, ग्रंथवेष्टनाचा असाच विचार सध्या केला जातो.

ग्रंथवेष्टनामुळे आत दुमडलेल्या दोन्ही भागांचा उपयोग ग्रंथकर्ता आणि ग्रंथविषय यांचा परिचय, ग्रंथकाराचे अन्य ग्रंथ, माहिती, अभिप्राय, प्रकाशक अथवा लेखक यांचे आगामी साहित्य या माहितीसाठी केला जातो. ग्रंथकण्याचा उपयोग मात्र शोकेसमध्ये होतो. ग्रंथनाम आणि ग्रंथकाराचे नाव त्याच्यावरून कळते.

ग्रंथवेष्टनावर ग्रंथनाम, ग्रंथकार, प्रकाशक, प्रकाशकाचे बोधचिन्ह चित्रे, आकृती ग्रंथकणा (स्पाइन) हे घटक महत्त्वाचे असतात. जागेच्या अभावी ग्रंथ कण्याकडून लावले जातात. म्हणून कण्यावर ग्रंथाचे व ग्रंथकाराचे नाम, प्रकाशक संस्थेचे बोधचिन्ह व किंमतही छापतात.

हल्ली ग्रंथवेष्टनाचे तंत्रही विकसित झालेले दिसते. ग्रंथाविषयी प्रतीकात्मक सूचना देणारे व नवकलेचे मुखपृष्ठ सध्या जास्त उपयोगात आणलेले दिसते.

Book Number – ग्रंथांक

एकच वर्गांक असणाऱ्या अनेक ग्रंथाचे विशेषीकरण जे चिन्ह करते त्याला ग्रंथांक असे म्हणतात. ग्रंथालयामध्ये एका विशिष्ट विषयावर अनेक ग्रंथ असले तरी त्या सर्वांचा वर्गांक एकच असणार पण ग्रंथांकामुळे त्या प्रत्येक ग्रंथाला एक विशिष्ट स्थान प्राप्त होते.

ग्रंथाचे विशेषीकरण करण्यासाठी वर्गांकाचा प्रथम विचार केला जातो. ग्रंथांचे विशेषीकरण वर्गांक जर करू शकत नसेल तर हे काम ग्रंथांकाला करावे लागते. वर्गांकामध्ये ग्रंथातील विषयाचा विचार केलेला असतो. तर ग्रंथांकामध्ये लेखक, भाषा, प्रकाशनवर्ष इत्यादी साम्यगुणांचा विचार केला जातो. ग्रंथचिठ्ठीमध्ये ग्रंथांक हा वर्गांकाच्या खाली लिहिला जातो. वेगवेगळ्या वर्गीकरण पद्धतीमध्ये ग्रंथांक दाखविण्याचे वेगवेगळे प्रकार आहेत.

द्विबिंदू वर्गीकरण पद्धतीमध्ये ग्रंथांकामध्ये ग्रंथाचा शारीरिक तपशील अधिक असतो. ग्रंथाची भाषा, प्रकाशनवर्ष, खंड यासंबंधी माहिती दिलेली असते. पण त्याशिवाय प्रतांक, पुरवणी अंक, टीकांक इ. दर्शविण्याचीही सोय असते. हा तपशील सूत्ररूपाने दर्शविलेला असतो.

मुखपरिसूत्र असे आहे.[L] [Y]. [V]; [5]

भाषा मुख [L] या मुखामध्ये ग्रंथाची भाषा दर्शविणारा अंक असतो. भाषांक दर्शविणारे स्वतंत्र कोष्टकच असते. यामुळे एकच वर्गांक असलेले ग्रंथ कपाटामध्ये भाषेप्रमाणे लावता येतात. उदा. $\frac{2}{111}$ म्हणजे ग्रंथालयशास्त्राचा इंग्रजी भाषेतील ग्रंथ.

वर्ष मुख – यामध्ये प्रकाशन वर्ष दाखविलेले असते. ग्रंथांकांमध्ये प्रकाशन वर्षाचा उपयोग केल्यामुळे एकाच विषयावरील व एकाच भाषेतील ग्रंथ प्रकाशन वर्षाच्या क्रमाने लावता येतात. कालविभागाच्या कोष्टकाप्रमाणे प्रकाशन वर्षाचे भाषांतर केले जाते.उदा. V2 N68

हिंदुस्थानचा इतिहास (प्रकाशन वर्ष १९६८)

खंड मुख – निरनिराळे खंड या मुखात स्वतंत्र दाखविता येतात. ग्रंथ जर बहुखंडात्मक असेल तर १, २ या क्रमाने अंक लिहिले जातात. ते पूर्णांकच असतात. प्रकाशन वर्षापेक्षा खंडांक वेगळा आहे हे टिंब (.) दर्शवून दाखविले जाते. हे टिंब खंडांकापूर्वी वापरले जाते.

उदा.   V2____   भारताचा इतिहास प्रकाशन वर्ष १९७३ खंड १

N73.1   खंड १.

प्रत मुख – ग्रंथालयात काही वेळा ग्रंथांच्या अनेक प्रती घेतल्या जातात. त्यावेळी प्रत्येक प्रतीचे विशेषीकरण करणे आवश्यक असते. प्रतमुखामुळे हे करणे शक्य होते. प्रतांकापूर्वी अर्धविराम (;) हे चिन्ह वापरले जाते. एका ग्रंथाची दुसरी प्रत घेतली असता प्रतमुखात १ हा अंक दाखवून तिचे विशेषीकरण करता येते.

Book Plate - ग्रंथपट्टी

एखाद्या ग्रंथाची मालकी दर्शविणाऱ्या पट्टीला ग्रंथपट्टी म्हणतात. ती नक्षीदार असते आणि ग्रंथवेष्टनाच्या आतील बाजूस लावलेली असते. काही वेळा मुखपृष्ठावर तर काहीवेळा मलपृष्ठाच्या आतील बाजूसही असते. यावरील नक्षीकामामध्ये ग्रंथमालकाच्या नावाचा उल्लेख केलेला असतो. ही नक्षी वेगवेगळ्या प्रकारची असते. कधी कोरीव, कधी लाकडाचे ठसे, तर कधी खोदकाम तर कधी शिलालेखन या प्रकारे हे नक्षीकाम केलेले असते. काही वेळा नक्षीकाम उठून दिसण्यासाठी छायाचित्रणही करतात.

ग्रंथपट्टीची सुरुवात साधारणतः १४५०-७० या कालात दिसून येते. मूळ कल्पना जर्मनीची आहे. योहानेस नावेन्सबुर्ख, एच.ब्राँडेनबुर्ख व व्हिलहेत्म फोन त्सेल यांच्या ग्रंथपट्ट्या आद्य म्हणून समजतात. १६ व्या शतकात इंग्लंड, फ्रान्स, इटली, स्वीडन इ. युरोपीय देश आणि १८ व्या शतकात अमेरिकेत ही ग्रंथपट्टी दिसून येऊ लागली.

इंग्लंडमधील ग्रंथपट्टी कधी शस्त्रसंभारयुक्त, कधी साधी ढाल शिरस्त्राण, त्याच्याभोवती फुलांचे तुरे असत. काही वेळा ग्रंथ मालकाचे नाव, क्वचित बोधवाक्य असते. १८ व्या शतकात ही पट्टी जास्त नक्षीदार झाली. काही वेळा फुलांच्या माळा, काही वेळा पानाफुलांच्या डहाळ्या कोरलेल्या असत. फ्रान्समध्ये अशा पट्ट्यांना सुरुवात झाली आणि नंतर युरोपीय देशात कधी ऐतिहासिक, तर कधी प्रतीकात्मक अभिप्राय असे. काही वेळा व्यक्तीची प्रतिमा तर काही वेळा बोधवाक्य, काही वेळा ग्रंथकाराच्या व्यवसायाच्या सूचना असत. असे हे नक्षीकाम म्हणजे कलात्मक आविष्कारच होते. जर्मनीच्या आल्ब्रेख्त ड्यूरर याच्या ग्रंथपट्टीवरील नक्षीकामाच्या कलाकृती उत्तम समजल्या जातात.

ग्रंथपट्टीवरील नक्षीकाम किंवा आकार यात मात्र एकवाक्यता दिसून येत नाही. त्यासाठी काही नियम अथवा बंधने नाहीत. कोणत्याही प्रकारच्या कागदापासून कोणत्याही आकारात ग्रंथपट्ट्या तयार

करतात. रंगीत किंवा शुभ्र कागद, चर्म, धातूचा तुकडा यांवर नक्षीकाम करून ग्रंथपट्ट्या तयार करतात किंवा छायाचित्रण करूनही करतात. छायाचित्रणामुळे मात्र सहजरीत्या ग्रंथपट्ट्या तयार करता येऊ लागल्या. त्यात आकर्षकता, नवनवे प्रकार उदयाला आले.

काही हौशी या ग्रंथपट्ट्यांचा संग्रह करतात. जे. बी. एल्. वॉरेन याने याच्यावर पुस्तक लिहिले आहे. 'गाइड टू स्टडी ऑफ बुकप्लेट' या नावाने १८८० साली ते प्रसिद्ध झाले. यात त्याने आकार, प्रकार व नक्षीकाम या दृष्टीने वर्गीकरण केले आहे. त्यामुळे इच्छुकांना मार्गदर्शन मिळते.

न्यू हेवन येथील येल युनिव्हर्सिटी ग्रंथालय आणि लंडनमधील ब्रिटिश म्युझियम यांचा ग्रंथपट्टींचा संग्रह मोठा आहे.

ग्रंथपट्टीचा उपयोग बोधचिन्ह, स्थापनावर्ष, बोधांक, दाखलअंक इ. माहितीसाठी करतात. ग्रंथपट्टी हे ग्रंथाचा सौंदर्यात्मक घटक आहे.

Book Selection - ग्रंथनिवड

ग्रंथालयामध्ये अनेक मार्गांनी ग्रंथ येत असतात. ग्रंथोपार्जन म्हणजे ग्रंथ मिळविणे. यामध्ये ग्रंथ खरेदी, देणग्या व अदलाबदल हे मार्ग ग्रंथोपार्जनामध्ये येतात. ग्रंथनिवडीमध्ये ग्रंथखरेदी प्रमाणेच देणग्या व अदलाबदल योजनेतून उत्तम वाचन साहित्य प्राप्त होते. मर्यादित अर्थसंकल्पात सर्व प्रकाशित साहित्य घेणे शक्य नसते.

ग्रंथ हा ग्रंथालयाचा महत्त्वाचा घटक आहे. ''उपलब्ध साहित्यापासून ग्रंथालयासाठी उपयोजकाला आवश्यक असणारे ग्रंथ घ्यावयाचे म्हणजे ग्रंथनिवड.'' ग्रंथ निवडीची आवश्यकता असते. कारण ज्ञानाच्या क्षेत्रात दररोज भर पडत असते. लक्षावधी ग्रंथ प्रकाशित होत असतात. हे सर्व वाचन साहित्य कोणतेही ग्रंथालय खरेदी करू शकत नाही. उपयोजकांच्या प्रकारानुसार ग्रंथालयांचेही प्रकार ठरत असतात. जागेचा प्रश्नही भेडसावत असतो.

ग्रंथालयासारख्या सामाजिक सेवाभावी संस्थेसाठी ग्रंथनिवड फार विचारपूर्वक करावी लागते. यामध्ये ग्रंथसंख्या वाढविणे हा हेतू नसतो. ग्रंथपालाला वैयक्तिक आवडनिवड नसते. संस्थेची ध्येय– धोरणे, वाचकवर्ग, त्यांच्या गरजा व उपलब्ध निधी या सर्वांचा त्याला विचार करावा लागतो. म्हणून त्याला ग्रंथनिवडीचे धोरण ठरवावे लागते. ही जबाबदारी पेलण्याची शक्ती ग्रंथपालाकडे असली पाहिजे. तो स्वत: चांगला वाचक असला पाहिजे. उपयोजकांच्या गरजांविषयीचा त्याचा अभ्यास हवा. ग्रंथ परीक्षणे, प्रदर्शने, प्रकाशकांच्या याद्या, यांचा उपयोग करून त्याने ग्रंथजगताशी संपर्क ठेवायला हवा. ग्रंथ निवडीसाठी त्याला ग्रंथालयशास्त्रज्ञांची तत्त्वे मार्गदर्शन करतील.

''ग्रंथालयासाठी उपयुक्त ठरेल असा कोणताही ग्रंथ ग्रंथालयासाठी निवडावा. ग्रंथ निवडीचे एखादे धोरण चुकीचे आहे असे समजल्यास त्यापेक्षा अधिक चांगले धोरण स्वीकारेपर्यंत हेच धोरण कायम ठेवावे'' असे एफ.के.डब्ल्यु. ड्युरी म्हणतात.

ग्रंथसंग्रहात सचित्र, सटीप, आकर्षक प्रती हव्यात. कागद, मुद्रण याही गोष्टी विचारात घ्याव्यात. ग्रंथ बांधणी टिकाऊ असावी. प्रकाशक, नामवंत लेखक, ग्रंथाचे मूल्य या गोष्टी ध्यानात घ्याव्यात. ग्रंथाचे चिरंतन मूल्य पहावे. ग्रंथ सर्व गटांना उपयोगी पडेल, त्याचा लाभ सर्वांना होईल असे पहावे. मागणी कमी असलेले ग्रंथ आंतर ग्रंथालयीन देवघेवीमार्फत उपयोजकाला देता येतात.

माहितीच्या आधुनिक काळात, दृक्-श्राव्य साहित्य, संगणकीय तबकड्या, ध्वनीफिती, चित्रफिती, सी.डी.रॉम, लघु तबकडी (compact disk) असे अमुद्रित साहित्यही संग्रहित करावे लागते.

ग्रंथालयातील संग्रहावरून ग्रंथालयाची ओळख होते. म्हणून ग्रंथनिवडीला महत्त्व आहे.

Book Trade – ग्रंथविक्री व्यवसाय

ग्रंथविक्रीचा व्यवसाय प्राचीन काळापासून चालत आलेला आहे. ग्रंथविक्री व्यवसायामुळेच प्रकाशित ग्रंथ वाचकांपर्यंत पोहोचू शकतात. किंबहुना हे कार्य या व्यवसायामार्फत चालते. वाचक आणि ग्रंथ यांना एकमेकांशी जोडण्याचे कार्य या व्यवसायामुळे घडते.

प्राचीन इजिप्तमध्ये कवी रस्त्यावर आपली कवने सादर करीत. कोणी त्यांची मागणी केल्यास कवितांच्या नकला करून देत. हे ग्रंथविक्री व्यवसायाचे आद्यरूप होय आणि या प्रती तयार करणारे म्हणजे ग्रंथविक्रेते होय.

मध्ययुगात धार्मिक ग्रंथांची गरज निर्माण झाली म्हणून युरोपात विक्रेते धार्मिक ग्रंथ घेऊन गावोगाव फिरू लागले. काही कालानंतर ते एका जागी स्थिर झाले. आजही मंदिरांच्या आजूबाजूला अशी दुकाने आढळतात. अशा एका जागी स्थिर झालेल्या विक्रेत्यांना 'स्टेशनर्स' म्हणण्यात येऊ लागले. १४०३ मध्ये लंडनच्या चर्चशेजारी अशी दुकाने होती.

मुद्रणकलेचा शोध, त्यानंतर ग्रंथनिर्मितीची वाढ आणि पर्यायाने पुस्तकविक्रेते त्यांची दुकाने यातही वाढ झाली. पुस्तकांच्या वाढत्या मागणीचा परिणाम त्याच्या किमती वाढण्यात होऊ लागला. त्यामुळे त्या किमतीवर नियंत्रण घालण्याचा प्रयत्न झाला.

ज्ञानाच्या प्रसारामुळे ग्रंथातून स्वतंत्र विचार प्रकट होऊ लागले. ही स्वतंत्र विचारसरणी अर्थातच सत्ताधीशांना पसंत नव्हती. त्यामुळे ग्रंथनिर्मितीवरच जाचक निर्बंध घालण्यात आले. म्हणून १५५७ मध्ये 'स्टेशर्नस गिल्ड' ही संस्था स्थापन झाली. १९ व्या शतकात पुस्तकांच्या किमतीतील स्पर्धा थांबवण्यासाठी नक्त किंमतीचा करार (नेट बुक ॲग्रीमेंट) करण्यात आला. १८९९ मध्ये 'असोसिएटेड बुकसेलर्स ऑफ ग्रेट ब्रिटन अँड आयर्लंड' ही संघटना स्थापन करण्यात आली. त्यांनी ग्रंथविक्रेत्यांसाठी अभ्यासक्रम, ग्रंथचिन्हे (बुक टोकन्स) अशा गोष्टी केल्या. अमेरिकेत मात्र हा व्यवसाय सुरू होण्यास विलंबच लागला. फक्त मोठ्या शहरातच हा व्यवसाय चाले.

१८ व्या शतकात ग्रंथासाठी आगाऊ ग्राहक मिळवण्यात येऊ लागले. १९ व्या शतकापर्यंत विक्रेते गावोगावी जाऊन ग्रंथविक्री करत. तसेच तीर्थयात्रा करणारेही संत इ. आपल्याबरोबर पोथ्या नेऊन त्यांचा प्रसार करीत. महानुभाव पंथाने हे काम केले. १९ व्या शतकात ग्रंथांच्या प्रती लिलावाने विकत. सुरुवातीला प्रकाशक स्वतःच्या पुस्तकांचीच विक्री करत. नंतर नंतर इतर प्रकाशनेही ते दुकानात ठेवत.

२० व्या शतकात ग्रंथसप्ताह, संमेलने, स्वाक्षरी समारंभ अशा अनेक नवनवीन उपक्रमांचा अवलंब ग्रंथविक्रेते करू लागले. शिवाय ग्रंथमंडळे, ग्रंथनिवड मंडळे यासारख्या नव्या कल्पना रूढ झाल्या.

दुसऱ्या महायुद्धानंतर स्वस्त कागदी बांधणी उदयाला आली. त्यामुळे अगणित पुस्तकनिर्मिती होऊ लागली. प्रथम ललित वाङ्मय व नंतर शास्त्रीय वैचारिक, तात्त्विक पुस्तकेही अशी तयार होऊ लागली.

बैलगाड्यातून प्रकाशकांचे प्रतिनिधी पोथ्यांचे पेटारे वाहून गावोगावी त्याची विक्री करत. देवळात मुक्काम करून दवंडी पिटत. ग्रंथावर प्रवचने होत आणि मग पोथ्यांची विक्री होत असे. या पोथ्या ताडपत्रावर लिहिलेल्या असत. शाई तुपात खलून रेशमी वस्त्राने लोकरीने बांधलेल्या असत. छापील ग्रंथ लोक विकत घेत नसत. कारण चर्चमधील, विशेषतः मिशनरी पुस्तके छापलेली असत व धर्मप्रसाराचे कार्य करीत. म्हणून लोकांचा त्यावर विश्वास नसे. १८६१ मध्ये गणपती कृष्णाजी यांनी पहिले पंचांग छापले. नंतर लोकांनी ते विकत घेतले.

महाराष्ट्र सरकार क्रमिक पुस्तके छापून घेई आणि शाळांमार्फत त्यांची विक्री केली जात असे. सुरुवातीला मुद्रण, प्रकाशन व ग्रंथविक्रय हे तिन्ही व्यवसाय एकत्रच केले जात. सरकारी पुस्तकाप्रमाणे इतर पुस्तकेही अशा केंद्रातून विकली जात. नंतर पुस्तकविक्रीची दुकाने सुरू झाली. मुंबई, पुणे, अहमदाबाद, बेळगाव येथे सरकारी ग्रंथभांडारामार्फत विक्री चाले. पुण्यातही जोशी, शिराळकर, कासार असे ग्रंथविक्रेते होते.

पुणे, मुंबई ही विद्येची केंद्रे होती. सुशिक्षित वर्ग, सरकारी ऑफिसेस या शहरातूनच होती. १८७९ मध्ये विष्णुशास्त्री चिपळूणकरांनी पुण्यामध्ये किताबखाना नावाचे पुस्तकविक्रीचे दुकान काढले. गोंधळेकर, आलेकर, दाभोळकर, गोडबोले यांनीही अशी दुकाने थाटली. मुंबईत केशव भिकाजी ढवळे यांनी १९०० साली देवळाजवळ असलेल्या पिंपळाच्या पारावर पुस्तकांचे दुकान सुरू केले. काळबादेवी येथेही नारायण, गुर्जर इ. ची दुकाने होतीच. दुकानात बसून ग्राहकांना पुस्तके पाहता येण्याची व्यवस्था होती. मात्र खेड्यातून पुस्तकांची दुकाने नव्हती. फिरते व्यापारीच इतर वस्तूंबरोबर भजने, धार्मिक पुस्तके, पोवाडे, लावण्या यांची पुस्तके विकत. तसेच शहरातून युरोपियन वस्ती असलेल्या ठिकाणी पुस्तकांची दुकाने असत; मुंबईत फोर्ट विभागात तर पुण्यात छावणी भागात १९१० पासून अशी पुस्तकांची दुकाने होती.

त्यानंतर १९५० च्या काळापर्यंत नागपूर, सोलापूर, कोल्हापूर येथेही अशी दुकाने सुरू झाली. स्वातंत्र्यानंतर मात्र या व्यवसायाची प्रगती झाली. पुस्तकांची विक्री वाढण्याचे योजनाबद्ध प्रयत्न सुरू झाले. विक्रेत्यांच्या संस्था स्थापन झाल्या. पसंतीसाठी पुस्तके पाठवणे, परिसंवाद इ. प्रयोग केले गेले.

स्वातंत्र्यानंतर फेडरेशन ऑफ बुक सेलर्स अँड पब्लिशर्स असोसिएशन ऑफ इंडिया या नावाची संस्था स्थापन झाली. शिवाय स्थानिक संघही उदयाला आले.

भारतात घाऊक विक्रेते, किरकोळ विक्रेते व जुन्या दुर्मीळ पुस्तकांचे विक्रेते असे प्रकार आहेत. भारतातील साक्षरतेचे अल्प प्रमाण, भाषेची मर्यादा इ. गोष्टींमुळे हा व्यवसाय फारसा फायदेशीर नाही. इतरत्रही तसेच आहे.

ज्ञानाचा प्रसार व्हावा; जनतेला ज्ञान सहज उपलब्ध व्हावे म्हणून सरकारने ग्रंथालयांची साखळी योजना सुरू केली. कारखाने, ऑफिसेस, बँका, यातून ग्रंथालये चालू करण्यात आली. त्यामुळे विकत न घेताही ग्रंथ वाचनाकडे जनतेची दृष्टी वळली.

पुस्तकविक्री हे एक शास्त्र आहे आणि कलाही आहे. वाढते खर्च, न खपलेली पुस्तके, व्यावसायिक स्पर्धा अशा अनेक अडचणी याही व्यवसायात आहेतच.

या व्यवसायाची भरभराट होण्यासाठी सरकारने याला काही सवलती, उद्योग म्हणून मान्यता, स्थानिक करात सूट इ. गोष्टी करणे गरजेचे आहे.

Bradford's Law - ब्रॅडफर्डचा सिद्धान्त

या सिद्धान्ताप्रमाणे नियतकालिकांमध्ये येणाऱ्या विषयविस्ताराचे प्रमाण 1 : n : n2 असे असते. ब्रडफर्ड यांनी लंडन येथील सायन्स म्युझियम ग्रंथालयातील जिओफिजीक्स व लुब्रिकेशन या विषयातील दोन सूची अभ्यासासाठी निवडल्या (१९३४). यासाठी त्यांनी नियतकालिकांच्या Scattering pattern चा अभ्यास केला. त्यासाठी प्रत्येक नियतकालिकाच्या लेखात शेवटी दिलेले संदर्भ तपासले. त्यांच्या मतानुसार कोणत्याही विषयातील मासिकांचे तीन गट करता येतात. (१) विषयाची मुख्य नियतकालिके (२) विषयाशी जवळचा संबंध असणारी नियतकालिके (३) विषयाशी दुरान्वयाने संबंधित नियतकालिके.

एखाद्या विषयात सर्व मुख्य नियतकालिकातून जेवढे संदर्भ मिळतात, अंदाजे तेवढेच संदर्भ मिळविण्यासाठी दुसऱ्या प्रकारची जास्त नियतकालिके पाहावी लागतात. आणि तिसऱ्या प्रकारची आणखी जास्त. उदा. एखाद्या विषयाच्या मुख्य नियतकालिकातून २५० संदर्भ मिळाले, एवढेच संदर्भ मिळविण्यासाठी दुसऱ्या गटातील सुमारे २५ आणि तिसऱ्या गटातील सुमारे १२५ नियतकालिकांची आवश्यकता असते.

या सिद्धान्ताचा उपयोग ग्रंथालयाला वैज्ञानिक नियतकालिकांची वर्गणी भरण्यात होतो. आणि वैज्ञानिकाला कोणत्याही विषयातील संदर्भ मिळविण्यात होतो.

हा विषय विस्ताराचा सिद्धान्त व त्याच्याशी संलग्न असलेला आलेख (Bradford bibliograph) यांच्या उपयोजनाने ९०टक्के ग्रंथालये ही संकल्पना प्रत्यक्षात आणतात.

Brain Storming – ब्रेन स्टॉर्मिंग

ब्रेन स्टॉर्मिंग हे कोणत्याही समस्येच्या सोडणुकीसाठी कल्पनांची निर्मिती मोठ्या संख्येने करण्यासाठी आरेखन (design) केलेले एक गट उत्पादनशीलता (creativity) तंत्र आहे. या तंत्राचा वापर १९३० च्या दशकात अलेक्स फेकनी ओसबॉर्न याने आपल्या ॲप्लाइड इमॅजिनेशन (Applied Imagination) या पुस्तकात प्रथमच करून ते तंत्र लोकप्रिय केले. ब्रेन स्टॉर्मिंग पद्धतीचा वापर करून लोकांचा कोणताही गट आपली उत्पादनशीलता दुप्पट करू शकतो असे त्याने नमूद केले.

ब्रेन स्टॉर्मिंगमध्ये चार नियम आहेत. गटागटामध्ये येणाऱ्या (आपल्या कल्पना) व्यक्त न करता दडपून टाकणाऱ्या सामाजिक प्रवृत्ती कमी करून नवीन कल्पनांच्या निर्मितीला उत्तेजन देणे हा या नियमांचा हेतू असतो. हे नियम म्हणजे १) कल्पनांच्या संख्येवर विपुलतेवर (quantity) लक्ष केंद्रित करणे; २) कोणत्याही कल्पनेवर टीका अथवा भाष्य करावयाचे नाही; ३) नेहमीपेक्षा वेगळ्या असाधारण (unusual) कल्पनांचे स्वागत करणे आणि ४) सर्व कल्पना एकत्रित करून (combine) त्यामध्ये सुधारणा (improve) करणे.

ब्रेन स्टॉर्मिंगचे प्रत्यक्ष सत्र सुरू होण्यापूर्वी / करण्यापूर्वी काही गोष्टी कराव्या लागतात. त्या खालीलप्रमाणे :

१) समस्या निश्चित (set) करणे : सत्राची सुरुवात होण्यापूर्वी समस्येची व्याख्या करणे ही एक अत्यंत महत्त्वाची गोष्ट असते. समस्या सुस्पष्ट असावी पण फार मोठी (big) नसावी. ही समस्या निश्चित प्रश्नामध्ये मांडलेली असावी.

२) ब्रेन स्टॉर्मिंगची पार्श्वभूमी (background) देणारा मेमो तयार करणे. हा मेमो म्हणजे ब्रेन स्टॉर्मिंग सत्रात सहभागी करावयाच्या लोकांना पाठविलेले निमंत्रण आणि माहितीवजा पत्र होय. या पत्रात सत्राचे नाव, समस्या, वेळ, दिनांक आणि स्थळ याबाबत माहिती असते.

३) सहभागी लोकांची निवड करणे –

सर्वसाधारणपणे, सत्राचे जे अध्यक्ष असतात ते सहभागी लोकांची आणि कल्पना संग्रहकाची (idea collector) निवड करतात. सत्रामध्ये शक्यतो दहापेक्षा अधिक सहभागी लोक नसावेत.

४) प्रमुख (Lead) प्रश्नांची यादी तयार करणे.

सत्राचे प्रत्यक्ष संचलन करताना ते विशिष्ट प्रक्रियेने केले जाते. उदाहरणार्थ, अध्यक्ष या सत्राचे नेतृत्व करतात, समस्या सादर करून, गरज भासल्यास अधिक स्पष्टीकरण देतात, सहभागी लोकांना त्यांच्या कल्पना व्यक्त करण्यास सांगतात. सत्राच्या शेवटी, कल्पनांचे गट तयार केले जातात. लक्षात घ्यावयाची आणखी एक गोष्ट म्हणजे, ब्रेन स्टॉर्मिंग म्हणजे अन्य सहभागी लोकांनी मूल्यमापन करून निवड करण्यासाठी कल्पना निर्माण सादर केल्या जात नाहीत; तर सत्राच्या शेवटी सहभागी लोकांचा संपूर्ण गट सर्व कल्पनांचे मूल्यमापन करून नमूद केलेली समस्या सोडविण्यासाठी एका कल्पनेची निवड करतो.

ग्रंथालयांपुरते बोलावयाचे झाल्यास, ग्रंथालयातील काम हे सांघिक स्वरूपाचे असून मुख्य ग्रंथपाल आपल्या सहकाऱ्यांचे नेतृत्व करत असतो. ग्रंथालयातील विविध समस्यांचा विचार करताना आणि त्या सोडविताना वेळोवेळी सहकाऱ्यांचे ब्रेन स्टॉर्मिंग सत्र घेऊन त्यांनी व्यक्त केलेल्या विविध कल्पनांचे मूल्यमापन करून योग्य कल्पनेची निवड करून समस्या सोडविण्याचा प्रयत्न केल्यास ग्रंथालयातील विविध समस्या काही प्रमाणात कमी/नाहीशा होतील, ग्रंथालयातील सेवकांना त्यांच्या कार्यात प्रोत्साहन मिळेल आणि ग्रंथालये खऱ्या अर्थाने वाचकाभिमुख होतील.

British National Bibliography - ब्रिटिश नॅशनल बिब्लिओग्राफी

ही सूची १९५० पासून सतत प्रकाशित होत आहे. ब्रिटिश ग्रंथालयाच्या सूची सेवा विभागामार्फत ही तयार करण्यात येते. ब्रिटिश ग्रंथालयात ''कॉपीराईट''मुळे मिळणारे ग्रंथ यामध्ये असतात. तसेच प्रकाशकांच्या भविष्यकालीन प्रकाशनाविषयी त्यांनी पाठविलेली माहिती याचाही उपयोग या सूचीमध्ये करण्यात येतो.

प्रत्येक प्रकाशित ग्रंथामध्ये विषय शीर्षके व परस्परपूरक नोंदी वर्गीकृत भागात दिलेल्या असतात. चार महिन्यांच्या कालावधीतील प्रकाशित झालेल्या ग्रंथांची सूची तयार केली जाते. अशा दर चार महिन्यांनी प्रकाशित झालेल्या सूची एकत्र करून एक वर्षाची एकत्रित आवृत्ती प्रकाशित करतात. यातील निर्देशांच्या नोंदी प्रेसी (Preserved Context Indexing System) या निर्देशन पद्धतीप्रमाणे केलेल्या असतात. लायब्ररी ऑफ काँग्रेसच्या मार्क (MARC) मशिन रिडेबल कॅटलॉग या प्रकल्पात ब्रिटिश ग्रंथालयाचा सहभाग आहे.

ग्रंथालय क्षेत्रातील व्यावसायिकांनी ही सूची तयार केली असल्यामुळे यामध्ये विश्वासार्हता आहे. ग्रंथनिवड, वर्गीकरण व तालिकीकरणासाठी या सूचीचा उपयोग होतो.

Browne Charging System – ब्राऊन ग्रंथदेवघेव पद्धती

खातेवहीतील देवघेवीच्या नोंदी करण्यास प्रत्येक सभासदाच्या नोंदी कराव्या लागतात. सभासद संख्या जास्त असल्यास पाने चाळण्यास वेळ लागतो. त्यातून पत्रपद्धतीचा उगम झाला.

अमेरिकेतील बॉस्टन येथील सार्वजनिक ग्रंथालयाच्या ग्रंथपाल नीना इ.ब्राऊन यांनी ही पद्धत १८९५ साली शोधून काढली. त्यांच्याच नावाने ही पद्धती ओळखली जाते. निरिक्षणावरून त्यांना असे आढळले की ग्रंथ व सभासद यांची माहिती आधीच लिहून ठेवली तर वेळ वाचेल. कालांतराने जेम्स डफ ब्राऊन यांनी या पद्धतीत काही बदल केले. नंतर निरनिराळ्या ग्रंथातूनही सोयीसाठी काही बदल केले गेले.

या पद्धतीत प्रत्येक ग्रंथासाठी स्वतंत्र ग्रंथपत्र तयार केले जाते. त्याचा 5 x 4 से.मी. आकार असून निरनिराळ्या ग्रंथालयात वेगवेगळा असतो. या ग्रंथपत्रावर बोधांक, दाखलअंक, ग्रंथकार, ग्रंथनाम इ. नोंदी करतात. आणि ग्रंथ जेव्हा वाचायला दिले जातात त्यावेळी हे ग्रंथपत्र काढून ठेवतात. ग्रंथ ग्रंथालयात असेल त्यावेळी हे ग्रंथपत्र ग्रंथवेष्टनाच्या आतील बाजूस चिकटविलेल्या पाकिटात ठेवतात. या पाकिटाची उंची ग्रंथपत्रापेक्षा कमी असते.

ग्रंथपत्राप्रमाणे या पद्धतीत एक सभासदपत्रही तयार केले जाते. ते पाकिटवजा असून त्याच्या दोन बाजू बंद व दोन मोकळ्या असतात. साधारणत: त्याचा आकार 5 x 6 सें.मी. असून निरनिराळाही असतो. यावर सभासदाचे नाव, पत्ता, सभासद क्रमांक, सभासदत्वाची मुदत व सभासदाची सही असते. ग्रंथालयाचे नाव, बोधचिन्ह असते. मागील बाजूस नियम लिहिलेले असतात. एका सभासदाला एका सभासदपत्रावर एकच ग्रंथ दिला जातो. हे पत्र गहाळ झाल्यास त्वरित ग्रंथालयाला कळवावे लागते.

पुस्तक घरी देताना ग्रंथातील दिनांकपत्रावर परतीचा दिनांक शिक्का मारला जातो/लिहिला जातो. त्या दिनांकपत्राचा आकार १० ते १५ सें.मी. असतो. ग्रंथ वाचण्यास दिला की त्यातील ग्रंथपत्रे परतीच्या दिनांकदर्शकासमोर लावतात. दिनांकदर्शकांची उंची सभासदपत्रापेक्षा जास्त असते.

सभासद हवा असलेला ग्रंथ ग्रंथालय साहाय्यकाकडे देतो. सहाय्यक त्यातील ग्रंथपत्र सभासदपत्रामध्ये ठेवतो. ग्रंथपरतीचा दिनांक घालून सभासदाला देतो आणि ग्रंथपत्र घातलेले सभासदपत्र दिनांकदर्शकामागे ठेवतो.

सभासदाने ग्रंथ परत आणला की दिनांकदर्शकामागील ग्रंथपत्र/सभासदपत्र काढून परतीचा दिनांक तपासून पाहतात. ग्रंथ परत करण्यास विलंब झाला तर त्याबद्दल दंड केला जातो. व दंड भरेपर्यंत सभासदपत्र ग्रंथालयातच ठेवले जाते. आणि ग्रंथपत्र परत ग्रंथांमध्ये ठेवले जाते.

ही पद्धती सोपी असल्यामुळे एकावेळी अनेक सहकारी काम करू शकतात. दिनांक शिक्का मारणे/लिहिणे यामुळे वाचक व ग्रंथालयीन कर्मचाऱ्यांचा वेळ वाचतो. दिनांकदर्शकामुळे कोणत्या दिवशी कोणते ग्रंथ परत येतील हे कळते. स्मरणपत्रासाठी सभासदाचा पत्ता, ग्रंथाची माहिती एकत्र मिळते. तसेच देवघेवीची आकडेवारी करणे सोपे जाते आणि त्याचबरोबर ग्रंथपत्राला ग्रंथ आरक्षणपत्र जोडून ठेवल्यास तेही काम सहज होते.

या फायद्याप्रमाणे यात काही तोटेही होतात. सभासदपत्र व ग्रंथपत्र एकत्र ठेवताना चूक झाली, अलग झाले, गहाळ झाले तर तपास घेणे अवघड जाते. तसेच विशिष्ट ग्रंथ कोणाकडे आहे, कधी परत येणार हे शोधायला कठीण जाते. ग्रंथपत्रावर कसलीही नोंद नसल्यामुळे तो ग्रंथ किती लोकांनी वाचला,

खराब झालेला ग्रंथ कोणी खराब केला, ग्रंथ आरक्षणासाठी तो ग्रंथ कोणी नेला, एका सभासदाच्या नावावर किती ग्रंथ आहेत, या गोष्टी कळण्यास वेळ लागतो. असे तोटे असूनही ही पद्धती ग्रंथालयातून मोठ्या प्रमाणावर वापरली जाते.

Budget – अर्थसंकल्प

ग्रंथालयाच्या वित्त व्यवस्थेत शिस्त आणण्यासाठी अर्थसंकल्पाची जरूरी असते. अर्थसंकल्प हे व्यवस्थापनाचे एक प्रभावी अंग आहे. ग्रंथालयाच्या जमेच्या प्रमाणात खर्च करणे आवश्यक ठरते. यासाठी जमा व खर्च यांचा मेळ घालायला लागतो. खर्चाचे नियोजनही योग्य तऱ्हेने होणे गरजेचे असते. गतानुभव जमेस धरून भविष्यकालीन गरजा विचारात घेऊन अर्थसंकल्प तयार केला जातो. ग्रंथालयाच्या प्रत्येक विभागाकडून त्यांच्या गरजा समजून घेतल्या जातात. नंतर सर्व विभागांच्या एकूण खर्चाचा अंदाज घेऊन अर्थसंकल्प मांडला जातो.

''एखाद्या संस्थेतील विशिष्ट कालावधीतील उत्पन्न आणि अपेक्षित खर्च यांचा अंदाज व्यक्त करणारा आराखडा म्हणजे अर्थसंकल्प'' असे म्हटले जाते.

विल्सन आणि टॉबर यांची ''विवक्षित कालावधीतील उत्पन्न आणि खर्चाचे विवरण देणारा तो अर्थसंकल्प'' अशी व्याख्या केली आहे.

मांडणी – ग्रंथालयातील विविध विभागांकडून, विभाग प्रमुखांकडून त्यांच्या गरजा व त्यावरील खर्चाचा तपशील लेखी स्वरूपात देण्यास सांगावे. ग्रंथालय समितीतील सभासदांबरोबर या सर्व गोष्टींचा विचारविनिमय करावा. मागील वर्षाचा अनुभव व खर्च, चालू वर्षातील खर्च व आगामी खर्च या सर्वांचा विचार अर्थसंकल्प तयार करताना करावा लागतो.

भारत सरकारच्या ग्रंथालय सल्लागार समितीने खर्चाची विभागणी खालीलप्रमाणे असावी असे सुचविले आहे–

(१) ग्रंथालयीन कर्मचाऱ्यांचे वेतन	५०%
(२) वाचनसाहित्य	२०%
(३) नियतकालिके, वृत्तपत्रे	५%
(४) ग्रंथबांधणी	५%
(५) ग्रंथांची निगा वगैरे	२%
(६) विमा, इमारत भाडे वगैरे	५%
(७) लेखन साहित्य, मुद्रण, उपकरणे वगैरे	१३%

डॉ. एस.आर. रंगनाथन यांनी ग्रंथालयीन कर्मचारी वर्गावर ५०% खर्च करावा असे सुचविले आहे.

ग्रंथालयाच्या अर्थसंकल्पाचा आराखडा तयार करण्यास विविध शैक्षणिक विभागांकडून २–३ महिने अगोदर / आगावू माहिती मागवावी. त्याचवेळी वाचन साहित्याच्या किमतीमधील वाढ, वेतनातील वाढ, नियतकालिकांच्या वर्गणीतील वाढ इ. वाढीव रकमेची तरतूद करावी लागते. तसेच वर म्हटल्याप्रमाणे मागील वर्षाचा खर्च, चालू वर्षातील खर्च व संकल्पित वर्षाचा खर्च अशी तीन वर्षांची मांडणी अर्थसंकल्पात करावी लागते. हा अर्थसंकल्प ग्रंथालय समितीला सादर करून, समितीची मंजूरी घेणे आवश्यक असते. अर्थसंकल्प तयार करण्याच्या अनेक पद्धती आहेत. ❑❑❑

C

Calibnet – कॅलिबनेट

कलकत्त्यातील संस्थांची ग्रंथालये एकत्रित आणण्यासाठी हे जाळे सुरू झाले. या ग्रंथालयामध्ये आंतर ग्रंथालयीन सहकार्य निर्माण व्हावे, वृद्धिंगत व्हावे, प्रलेख वितरण हे या जाळ्याचे मुख्य ध्येय आहे. ग्रंथालयांचे संगणकीकरण, संगणकीय जाळे, ग्रंथसूचीय साधनांचा कमाल वापर व साधन वाटणी या संबंधात हे जाळे कार्य करते.

या कार्यासाठी या जाळ्याने स्वतःची ''मैत्रेयी'' ही संगणक प्रणाली तयार केली आहे. यामुळे इ-मेलद्वारा ऑनलाईन आधारभूत माहिती संचातील प्रवेश, इंटरनेट, यू आर एल द्वारा सी डी रॉम साधने, ब्रिटिश लायब्ररीच्या मदतीने प्रलेखाचा मूळ मजकूर, प्रशिक्षण व मार्गदर्शन या सुविधा देण्यात येतात. ब्रिटिश लायब्ररीमधील व लायब्ररी ऑफ काँग्रेसमधील चालू कालिके, नियतकालिके यांच्या माहिती संचात सहज प्रवेश मिळू शकतो. या जाळ्यामार्फत पुनरावलोकनही शक्य होते.

Call Number – मागणी अंक (बोधांक)

ग्रंथस्थानीय वर्गीकरण व ग्रंथसूचीय वर्गीकरण असे ग्रंथालयीन वर्गीकरणाचे दोन प्रकार आहेत. ग्रंथालयातील साहित्याचे विशिष्ट वर्गीकरण पद्धतीनुसार वर्गीकरण करून त्या ग्रंथाचे कपाटातील स्थान निश्चित करतात याला ग्रंथस्थानीय वर्गीकरण असे म्हणतात. पण यासाठी ग्रंथसूचीय वर्गीकरणाचीही आवश्यकता असते. हे दोन्ही प्रकार परस्परपूरकच आहेत.

एकाच विषयावर अनेक ग्रंथ असू शकतात. त्या प्रत्येकाचे स्थान काही तत्त्वांच्या आधारे निश्चित केले जाते. त्यामध्ये लेखकाचे नाव, प्रकाशन वर्ष, भाषा यापैकी कोणत्या तत्त्वानुसार ग्रंथाचे स्थान निश्चित करावयाचे या संदर्भात वेगवेगळ्या वर्गीकरण पद्धतीमध्ये वेगवेगळे संकेत आहेत.

ज्या चिन्हांमुळे ग्रंथाचे कपाटातील स्थान निश्चित होते त्याला मागणी अंक म्हणतात. हा मागणी अंक वर्गांक, ग्रंथांक व संग्रहांक यांचा मिळून होतो.

इतर ग्रंथांच्या संदर्भात मागणी अंकामुळे प्रत्येक ग्रंथाचे स्थान निश्चित केले जाते.

मागणी अंक ग्रंथाला व्यक्तिमत्त्व प्राप्त करून देतो.

मागणी अंकामुळे नेमका ग्रंथ कपाटातून काढता येतो व परत नेमक्या जागी ठेवता येतो.

उदा.

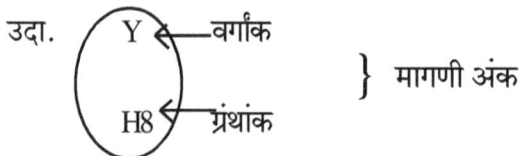

Canons for Chain of Classes – वर्गांच्या साखळी विषयक सूत्रे

मूळ वर्गापासून क्रमशः निर्माण होणारे उपवर्ग दुव्यांच्याद्वारे जोडले गेले की शृंखला तयार होते. या सूत्राचे दोन प्रकार आहेत.

१) **Canon of Decreasing Extension - विस्तार आकुंचन सूत्र**

शृंखलेच्या पहिल्या दुव्यापासून शेवटच्या दुव्याकडे विभाजनाची क्रिया गतिमान होताना विषयाची प्रखरता वाढली पाहिजे व विषयाचा विस्तार कमी होत गेला पाहिजे असे या सूत्राचे म्हणणे आहे.

उदा. सर्व फळे – ही कल्पना अधिक व्यापक पण प्रखरता कमी

आंबे – व्याप्ती थोडी कमी पण प्रखरता वाढली

हापूस – व्याप्ती कमी पण प्रखरता जास्त

२) **Canon of Modulation - अपरिवर्तन सूत्र**

शृंखलेतील सर्व दुवे एकमेकांशी सुसंगतपणे जोडले गेले पाहिजेत. म्हणजे पहिल्या दुव्यातून दुसरा, दुसऱ्यातून तिसरा या क्रमाने उत्क्रांत झाले पाहिजेत.

उदा. 13

B2

B28

B281

B2811

Canon For Filiatory Sequence – नात्यानुसारी अनुक्रम सूत्रे

दोन विषयांमधील अन्योन्यसंबंध दर्शविणारा अनुक्रम. हे अन्योन्यसंबंध दोन प्रकारचे १) समपदस्थ वर्गांचा अन्योन्यसंबंध २) उपवर्गांचा अन्योन्यसंबंध. हे दोन्ही प्रकारचे अन्योन्यसंबंध दाखविण्याची सोय प्रत्येक वर्गीकरण पद्धतीत असणे आवश्यक आहे. याचे २ प्रकार आहेत.

१) **Canon of Subordinate Classes - उपवर्गाचे सूत्र**

कोणत्याही शृंखलेत असलेल्या वर्गाचे उपवर्ग हे एकमेकांच्या जवळ असले पाहिजेत. त्यांच्यामध्ये दुसऱ्या वर्गाला स्थान मिळू नये व उपवर्ग एकमेकांपासून दूर जाऊ नयेत.

उदा. 1

1

11

|

113

|

1132

२) **Canon of Co-ordinate Classes - समपदस्थ वर्गांचे सूत्र**

पंक्तीमधील समपदस्थ वर्गांच्या अनुक्रमामुळे अधिक ऋणानुबंध असलेले समपदस्थ वर्ग एकमेकांजवळ येतील.

उदा.

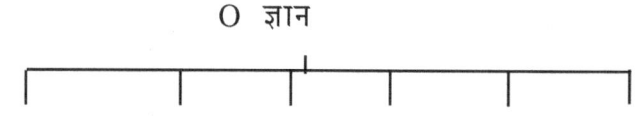

मानसशास्त्र   शिक्षणशास्त्र   भूगोल   इतिहास   राज्यशास्त्र   अर्थशास्त्र

Canon for Notation – चिन्हांकन विषयक सूत्रे

ग्रंथ वर्गीकरणामध्ये चिन्हांकनास महत्त्व आहे. या संबंधीची ३ तत्त्वे आहेत.

१) Canon of Relativity - सापेक्षता सूत्र

वर्गीकरण पद्धतीतील वर्गांकाची लांबी, विषयाची व्याप्ती व प्रखरता याला अनुसरून असावी असे या सूत्राचे सांगणे आहे. विषयाची व्याप्ती ज्या प्रमाणात कमी होईल तशी प्रखरता वाढेल व वर्गांकाची लांबी वाढेल.

उदा. B -   विषयाची व्याप्ती मोठी पण

B2-   प्रखरता कमी म्हणून चिन्हांकन लहान

B28-

B281-

B2811-   विषयाची व्याप्ती कमी पण प्रखरता

मोठी म्हणून चिन्हांकनाची लांबी जास्त

२) Canon of Expressiveness - सुव्यक्तता सूत्र

वर्गांकात वापरलेल्या चिन्हांकनाची स्वरूपामुळे वापरलेली वर्गीकरणातील लक्षणे व्यक्त झाली पाहिजेत. मूळ विश्वापासून वर्ग निर्माण करण्यासाठी उपयोगी पडलेले प्रत्येक लक्षण एका विशिष्ट चिन्हांकनाने वर्गांकात सुव्यक्त होणे आवश्यक आहे.

O155,2M69,1

O -   मुख्य वर्ग दर्शवितो

155-   भाषा दर्शवितो

2   व्यक्तित्व पैलूतील २ रा स्तर (स्वरूप)

M69   व्यक्तित्व पैलूतील ३ रा स्तर (ग्रंथकाराची जन्मतारीख)

1   व्यक्तित्व पैलूतील ४ था स्तर (कृत्यांक)

३) Canon of Mixed Notation - मिश्र चिन्हांकन सूत्र

वर्गीकरण पद्धतीतील चिन्हांकनाचे स्वरूप मिश्र असावे. चिन्हांकनात रोमन वर्ण, अरबी अंक व इतर चिन्हांचा वापर असावा असे सूत्र म्हणते.

उदा. O155, 3N12, 2:g

Canon for Terminology – संज्ञा विषयक सूत्रे

'वर्गीकरण हे वर्गांच्या नावाने अथवा संज्ञांच्या मार्फत होत असते'. इति बी. सेयर्स. विषय

दर्शविण्यासाठी ज्या संज्ञा वर्गीकरणामध्ये वापरतात त्या संज्ञांना वर्गीकरणाची परिभाषा म्हटले जाते. या संज्ञाचा हेतू, स्वरूप यासंबंधी, चार प्रकार सांगितले आहेत.

१) **Canon of Currency - प्रचलितता सूत्र**

वर्गीकरण पद्धतीत वापरलेली संज्ञा ज्या विषयाशी निगडित असेल त्या विषयाच्या शास्त्रात ती प्रचलित असावीत असे हे सूत्र सांगते.

काही वेळा देशांची, विषयांची, गावांची नावे बदलली जातात. त्यावेळी वर्गीकरण पद्धतीमध्ये जुन्या संज्ञांच्या ऐवजी नवीन संज्ञा वापरल्या पाहिजेत.

उदा. मद्रास ऐवजी चेन्नइ

२) **Canon of Reticence - मुग्धता सूत्र**

वर्गकाराने शास्त्रीय दृष्टिकोनातून संज्ञांकन करावे. संज्ञांकनाच्या कार्यामध्ये त्याने वैयक्तिक मतांचा अवलंब करू नये. म्हणजेच वर्गकाराने या बाबत मुग्धता पाळावी.

३) **Canon of Enumeration - प्रगणन सूत्र**

वर्गीकरणाच्या पद्धतीच्या तक्त्यामध्ये वापरलेल्या संज्ञेची निश्चित अर्थव्याप्ती आजमाविण्यासाठी शृंखलेत वापरलेल्या संज्ञाचे प्रगणन व्हावे.

अरिथमेटिक ही संज्ञा द्विबिंदू व दशांश वर्गीकरण पद्धतीमध्ये वापरलेली आहे. या संज्ञेमागचा अभिप्रेत अर्थ समजून घेणे आवश्यक आहे. म्हणजेच त्या संज्ञेखाली येणाऱ्या उपवर्गाचे प्रगणन झाले पाहिजे.

४) **Canon of Context - संदर्भ सूत्र**

वर्गीकरण पद्धतीत वापरलेल्या संज्ञांची अर्थव्याप्ती, ती संज्ञा ज्या वर्गाखाली दिलेली असेल त्या वर्गाच्या संदर्भात ओळखली पाहिजे व त्यानुसार वर्गीकरण करणे आवश्यक आहे.

द्विबिंदू वर्गीकरण पद्धतीत 'प्रॉब्लेम' ही संज्ञा वेगवेगळ्या मुख्य वर्गाप्रमाणे पाहता ती समाजशास्त्र, अर्थशास्त्र, शिक्षणशास्त्र या मुख्य वर्गात अंतर्भूत होते. पण त्या संज्ञेचा संदर्भ पाहून त्या ग्रंथाचे वर्गीकरण होणे आवश्यक आहे.

Canon of Ascertainability – निश्चितपणाचे सूत्र

तालिकीकरणाच्या नोंदीतील माहिती ही विश्वसनीयच असली पाहिजे म्हणूनच ग्रंथनामपृष्ठाचे महत्त्व जास्त आहे. हे पृष्ठ तालिकीकरणासाठी अधिकाधिक माहिती देऊ शकते. या सूत्रानुसार ग्रंथनामपृष्ठ हे महत्त्वाचे साधन मानले जाते. याचाच अर्थ नोंदीतील माहिती ग्रंथनामपृष्ठ व त्यानंतरच्या पृष्ठातून मिळाली पाहिजे. ग्रंथनामपृष्ठांचे जर आंतरराष्ट्रीय स्तरावर प्रमाणीकरण झाले तर ही गोष्ट शक्य होते. यासाठी प्रकाशक, ग्रंथकार व ग्रंथालये यातील व्यक्तींचे परस्पर सहकार्य अपेक्षित आहे.

ग्रंथदर्शक नोंदीची शीर्षक विभागातील माहिती ग्रंथनामपृष्ठावरून मिळते. टिप्पणीची माहिती टिप्पणी विभागातून मिळू शकते. वर्गीकृत नोंदीतील शीर्षक विभाग व मार्गदर्शक विभाग याची माहिती या पृष्ठावर नसते. मात्र इतर माहिती ग्रंथनामपृष्ठावरून मिळाली पाहिजे. कोशतालिकेतील विशिष्ट विषयाची माहिती किंवा ''आणखी पहा'' संदर्भ विषय माहिती ग्रंथनामपृष्ठावरून मिळते.

Canon of Consistency – सातत्याचे सूत्र

हे सूत्र तालिकीकरणाच्या संहितेच्या संदर्भातील आहे. नियमांचा उपयोग केवळ तात्कालिक न राहता कायमस्वरूपी असला पाहिजे. भविष्यकाळाचाही त्यात विचार होणे आवश्यक आहे. नियम हे वारंवार बदलणेही योग्य नाही. संहितेतील उपयुक्त नियमावली निवडावी लागते. निवडलेल्या नियमाचे समर्थनही करता येणे आवश्यक आहे. यामुळे सातत्य टिकून राहील.

Canon of Context – पूर्वापार संबंध सूत्र

संहितेतील नियम तयार करताना काळजी घ्यावी असे हे सूत्र सांगते. तालिकेतील नोंदी योग्य रीतीने नियमाप्रमाणे होण्यासाठी ग्रंथ छापताना काळजी घेणे आवश्यक आहे. ग्रंथालयातील ग्रंथसंग्रहाची रचना ग्रंथालयीन सेवेच्या धोरणाप्रमाणे असावी. मुक्तप्रवेश नसेल तर नोंदीमध्ये ग्रंथांचे विशेषीकरण करणे आवश्यक आहे.

पूर्वी 'हस्तलिखित' असे ग्रंथाचे स्वरूप असताना तालिकीकरणात त्याचे सविस्तर वर्णन केले जाई. राष्ट्रीय ग्रंथालयात सविस्तर तालिकीकरण आवश्यक आहे. ही गोष्ट इतर ग्रंथालयातून ग्रंथाच्या तालिकीकरणाबाबत आवश्यक ठरत नाही. मात्र मुक्तप्रवेश फायदेशीर ठरतो. सुलभ तालिकीकरणाचे महत्त्व हे सूत्र विशद करते. त्याचप्रमाणे काटकसरही सुचविते.

Canon of Currency – प्रचलितता / अद्ययावतपणाचे सूत्र

हे सूत्र विषयशीर्षकाचा नियम सांगते. वर्गीकृत तालिकेनुसार वर्गदर्शक नोंदीच्या अग्रेसर भागात विशिष्ट विषयदर्शक शब्द, शीर्षक लिहिलेले असते. हे करताना उपयोजकांच्या गरजांचा, मागण्यांचा विचार पुढे असतोच. कोशतालिकेतही विषयशीर्षकाला महत्त्व आहेच. या दोन्ही तालिकेमध्ये विषय शीर्षके अद्ययावत असावी असे हे सूत्र सांगते. भविष्यकाळात विषयांच्या नावातही बदल होतात. त्यामुळे विषयशीर्षक नोंदीमध्ये अद्ययावत, नवीन शब्द येणेही अपेक्षित आहे. म्हणजे विषयशीर्षक बदलणे या सूत्रानुसार महत्त्वाचे ठरते. या ठिकाणी चिरकालीन सूत्र बाजूला पडते.

म्हणून अद्ययावतपणाच्या सूत्राने वर्गदर्शक किंवा विशिष्ट विषयाच्या शीर्षकापुरतेच मर्यादित ठेवले आहे. म्हणून विषयशीर्षकाव्यतिरिक्त शीर्षकावर चिरकालीनतेच्या सूत्राने महत्त्व दिलेले आहे. ग्रंथकार, स्थलविभाग इ. गोष्टीमध्ये चिरकालिनता राखली आहे. नवीन शब्द हा ज्येष्ठ व्यक्तींच्या अनुभवाचा परिपाकही असू शकतो.

Canon of Individualisation – व्यक्ती वैशिष्ट्य सूत्र

तालिकीकरणाच्या वेळी वेगवेगळ्या प्रकारची शीर्षके वेगवेगळ्या नोंदीत केली जातात. ग्रंथकार नोंदीच्या संदर्भात, व्यक्ती किंवा समष्टी स्थलनाम, मालानाम, भाषा इ. विषयक संज्ञा लिहिताना ती संज्ञा एकच आहे असे समजले जाते. त्यासाठी व्यक्ती वैशिष्ट्ये वापरून तिचे विशेषीकरण केले पाहिजे असे हे सूत्र सुचविते. या सूत्राचा संबंध फक्त शीर्षकाशीच असतो.

उदा. भाषा

मराठी (अर्वाचीन)

मराठी (प्राचीन)

Canon of Permanence – चिरकालीनतेचे सूत्र

तालिकेच्या नोंदीच्या प्रकारानुसार शीर्षक असते. या शीर्षकस्थानी दिली जाणारी माहिती ही चिरकाल टिकणारी असावी, असा या सूत्राचा आशय आहे. म्हणून शीर्षक नोंदताना सर्व संभाव्य गोष्टींचा विचार करावा. यासाठी भविष्यकालीन दृष्टी आवश्यक असते. बदल होणे हे जरुरीचे आहे. कारण बदलाशिवाय विकास होत नाही. या बदलांचा अंतर्भाव संहितेत करणे गृहीत धरले जाते. उलट संदर्भदर्शक नोंदीमध्ये पर्यायांचा विचार केला जातो.

समष्टी ग्रंथकारांची प्रथम नोंद करताना शीर्षकासाठी निश्चित केलेले शब्द चिरकालीनतेचे सूत्र लक्षात घेऊन वापरावेत. उलट संदर्भ द्यावेत. ग्रंथकाराचे टोपण नाव व खरे नाव या संबंधातही संदर्भ येऊ शकतो.

Canon of Prepotence – महत्त्वक्रम सूत्र

नोंदीमध्ये अतिमहत्त्वाची माहिती प्रथम द्यावी असे या सूत्राचे म्हणणे आहे. माहितीचा क्रम महत्त्वाप्रमाणे ठरवावा असे हे सूत्र सांगते. नोंदीचे स्थान ठरविताना नोंदीच्या अग्रेसर विभागातील माहितीवर लक्ष ठेवावे. म्हणजेच नोंदीतील वैशिष्ट्यपूर्ण माहितीवर ठेवणे आवश्यक आहे. हे लक्ष ठेवून जर हेतू साध्य झाला नाही तर पुढील माहितीवर तरी कमीतकमी लक्ष केंद्रित करावे लागेल हा दृष्टिकोन इथे अपेक्षित आहे. ही माहिती विभागून पुढील विभागात गेली तर तिच्या महत्त्वाच्या उतरत्या क्रमाने माहिती घ्यावी. नोंदीतील काही शब्दामुळे नोंदीचे विशेषीकरण होते. हे शब्द इतर शब्दांपेक्षा वेगळ्या पद्धतीने लिहिले जातात. वर्गीकृत तालिकेनुसार माहिती लिहिताना तिचा महत्त्वक्रम लक्षात घेतला जातो. प्रत्येक नोंदीतील विशिष्ट शब्द महत्त्वाचे असतात. ग्रंथमाला विषयी नोंद करताना प्रकाशनाच्या नावाचे विशेषीकरण करणे आवश्यक असते. काही वेळा त्या नावाला गावाच्या नावाचीही जोड द्यावी लागते.

विषय अंशात्मक नोंदीमध्ये वर्गांक असतो व नोंदीतील तिसरा विभाग महत्त्वाचा असतो. वर्गदर्शक नोंदीमध्ये अग्रेसर विभागातील नोंदीलाच महत्त्व असते. विषयाच्या वर्गदर्शक नोंदीचा विषयशीर्षक म्हणून उल्लेख होतो. एखादा उपविषय जर अनेक विषयांशी संबंधित असेल तर त्याचा मुख्य विषय दिला जातो. तालिकापत्राची रचना वर्णक्रमानुसार केलेली असते.

Canon of Recall Value – पूर्व आठवणीचे सूत्र

नोंदीचे शीर्षक तयार करताना शब्दांची योग्य, सार्थ निवड करावी. यामुळे उपयोजकाची ग्रंथाची मागणी लवकर पूर्ण होईल असे ह्या सूत्राचे सांगणे आहे. म्हणून व्यक्ती, संस्था, सरकारी विभाग किंवा इतर वाचन साहित्य –नियतकालिके सोडून–यांची शीर्षके तयार करताना चपखल शब्द शीर्षक स्थानावर नोंदता आला पाहिजे. म्हणजे वाचनसाहित्य चटकन् मिळेल. भविष्यकाळातील उपयोजकही अशावेळी डोळ्यासमोर असला पाहिजे.

म्हणून अशावेळी ग्रंथकाराचे आडनाव प्रथम लिहिले जाते. नंतर व्यक्तीनाम, जन्ममृत्यू वर्ष दिले जाते. उपविषयाचे शीर्षक लिहिताना मूळ विषय लिहिणे महत्त्वाचे ठरते.

Canons of Relevance – संबंध सूत्र

वाचन साहित्याची नोंद काळजीपूर्वक करावी असे हे सूत्र सांगते. तालिकाकार कोणत्याही वाचन साहित्याची नोंद करताना उपयोजकांच्या मागण्यांचा, गरजांचा विचार करतो. म्हणून तालिकेस दिली जाणारी माहिती ही उपयोजकांच्या हेतूशी संबंधित व तालिकेचा उद्देश साध्य करणारी असली पाहिजे असा या सूत्राचा हेतू आहे. लेखकाच्या अग्रेसर विभागातील नोंदीमुळे विशिष्ट लेखकाची ग्रंथालयातील ग्रंथसंपदा समजू शकते. विशिष्ट विषयाशी संबंधित ग्रंथसंपदा पाहावयाची असेल तर अग्रेसर विभागात विषयाच्या नोंदीला महत्त्व प्राप्त होईल.

Canon of Sought Heading – समर्पक मथळा सूत्र

उपयोजक, ग्रंथकार, ग्रंथनाम व विषय यांच्यानुसार ग्रंथाची मागणी करतो. त्याचा विचार तालिकाकाराला करावा लागतो. हे सूत्र वर्गदर्शक नोंदीशी संबंधित आहे. वर्गीकृत तालिकेत वर्गांकाचे विश्लेषण करून नोंदीची शीर्षके तयार केलेली असतात. या प्रत्येक वर्गांकाचा अर्थ स्पष्ट करता आला पाहिजे. यासाठी साखळी पद्धत वापरली जाते. परंतु काही वेळा वर्गांकातील प्रत्येक घटकाचा अर्थ देणे शक्य नसते किंवा आवश्यक नसते. तर काही वेळा हा अर्थ देता येत नाही.

म्हणून उपयोजकाला माहिती असलेल्या नावापासून ग्रंथालयात नोंदी केल्या जातात. या ग्रंथालयातील नोंदीतील शीर्षकापर्यंत उलट संदर्भदर्शक नोंदीमार्फत जाता येते.

Canons for Arrays of Classes – वर्गांच्या पंक्तीविषयक सूत्रे

वस्तूंचे एका विशिष्ट लक्षणानुसार विभाजन केले जाते. त्यातून अनुक्रमाने जे उपवर्ग निर्माण होतात, त्यांना पंक्ती म्हणतात. याचे चार प्रकार आहेत.

१) Canon of Exhaustiveness - नि:शेषता सूत्र

एखाद्या लक्षणानुसार वर्गाचे उपवर्गात असे विभाजन व्हावे की त्यामध्ये आणखी भर घालणे अशक्य व्हावे. वस्तू समूहातील प्रत्येक वस्तूला मूळवर्गापासून निर्माण झालेल्या कोणत्याही एका वर्गात स्थान मिळाले पाहिजे. म्हणजेच विभाजन पूर्ण झाले असे म्हणता येईल.

सर्वधर्म या व्यापक वर्गात विभाजन करताना या वर्गाच्या उपवर्गामध्ये सर्व धर्मांचा समावेश झाला पाहिजे. उदा. हिंदू, जैन, बौद्ध इ.

२) Canon of Exclusiveness - अपवर्जकता सूत्र

मोठ्या गटाचे लहान लहान उपवर्गात विभाजन केले जाते. त्यावेळी मोठ्या वर्गातील वस्तूचा समावेश कोणत्या तरी एकाच उपवर्गात केला पाहिजे असे हे सूत्र म्हणते. विभाजन क्रियेच्या वेळी कोणतीही एक वस्तू एकापेक्षा अधिक उपवर्गात विभागू नये.

उदा. मोठ्या गटाचे विभाजन करताना वर्गातील विद्यार्थी ही कल्पना वय, मातृभाषा, कार्यतत्परता व विषय प्राविण्य या चार उपवर्गात विभाजित झाली. कुलकर्णी हा विद्यार्थी सर्वलक्षणसंपन्न आहे. म्हणून त्याला कोणत्या उपवर्गात घालावयाचे हा प्रश्न पडला. म्हणून कुलकर्णीला वरील चारपैकी एकाच उपवर्गात घालणे श्रेयस्कर ठरेल.

३) Canon of Helpful Sequence - सहाय्यकारी अनुक्रम

सहाय्यकारी वर्गांचा अनुक्रम सहाय्यकारी असावा असे हे सूत्र सांगते. वर्गीकरण प्रक्रियेत एकाच दर्जाच्या वस्तूंचा क्रम विशिष्ट संदर्भातच करावी, अशा रचनेमुळे सोय साधते, म्हणून त्यास सहाय्यकारी अनुक्रम म्हणतात. एखाद्या समारंभात आमंत्रितांची स्थानव्यवस्था क्रमाने दिलेली असते.

निरनिराळ्या विषयांचा, कल्पनांचा व वस्तूंच्या क्रमासंबंधी डॉ. रंगनाथन यांनी काही तत्त्वे सुचविली आहेत.

१) Increasing Quantity (परिणामवाचक प्रमाणमापानुसार)

२) Later-in-time (कालगणनेनुसार)

३) Later-in-Evolution (उत्क्रांतितत्त्वानुसार)

४) Spatial Contiguity (भौगोलिक सान्निध्यानुसार)

५) Increasing Complexity (जटिलता वृद्धीनुसार)

६) Canonical Sequence (परिपरिक अनुक्रमानुसार)

७) Favoured Category (अनुग्रहित क्रमानुसार)

८) Alphabetical Sequence (अनुवर्ण अनुक्रमानुसार)

४) Canon of Consistent Sequence - सुसंगत क्रम सूत्र

निरनिराळ्या पंक्तींमध्ये एकाच प्रकारची उपजाती असल्यास त्यांच्यामध्ये सुसंगती असली पाहिजे. उदा.

Va Bibliography of History

Vk Encyclopaedia of History

Vm Periodical on History

a, k, m या सामान्य उपविभागांचा क्रम सर्व स्तरांच्या पंक्तीत एकच असतो.

Canons for Book Classification – ग्रंथ–वर्गीकरण विषयक सूत्रे

ग्रंथ वर्गीकरणाची व्याप्ती मर्यादित असते. ग्रंथवर्गीकरणामुळे विशिष्ट विषयाशी निगडित ग्रंथाच्या सर्व प्रती एकत्र आणणे, त्याचे निरनिराळे खंड, भागही एकत्र आणणे, टीका वगैरे एकत्र आणणे या गोष्टी अपेक्षित आहेत.

या सूत्राचे पाच प्रकार आहेत.

१) Canon of Classics - अभिजात ग्रंथ सूत्र

ज्या ग्रंथांचे महत्त्व चिरकाल असते त्या ग्रंथांना अभिजात ग्रंथ असे म्हणतात. उदा. रामायण, महाभारत.

प्रत्येक वर्गीकरण पद्धतीमध्ये अशी युक्ती असावी की त्यामुळे अभिजात ग्रंथावरील टीका व इतर साहित्य एकत्रित यावे, असे हे सूत्र म्हणते.

२) Canon of Local Variation - स्थानिक फेरबदल सूत्र

प्रत्येक वर्गीकरण पद्धतीच्या चिन्हांकनात अशी सोय असावी की स्थानिक गरजा जमेस धरता चिन्हांकनामध्ये आवश्यक तो बदल घडवून आणणे शक्य होईल असे हे सूत्र सांगते.

देश, गाव, शहर याबद्दल जनमानसात आत्मीयता असते. अशा ग्रंथांना ग्रंथरचनेत अग्रस्थान देणे आवश्यक आहे. हे करताना चिन्हांकनाची लांबी वाढणार नाही याकडे लक्ष देणे गरजेचे आहे.

उदा. भारत ही मातृभूमी. त्याचा भौगोलिक अंक ४४ हा आहे. पण मातृभूमीसाठी २ हा अंक स्थानिक फेरबदल सूत्रानुसार वापरावा.

३) Canon of Book Number - ग्रंथांक सूत्र

ग्रंथवर्गीकरण पद्धतीमध्ये ग्रंथांकाद्वारे एकाच विशिष्ट विषयावरील अनेक ग्रंथांचे स्वतंत्र अस्तित्व दर्शविणे शक्य व्हावे असे या सूत्राचे सांगणे आहे.

४) Canon of Collection Number - संग्रहांक सूत्र

ग्रंथाची शारीरिक अवस्था, उपयोजकांच्या गरजा, दुर्मीळता इ. तपशील जमेस धरता प्रत्येक वर्गीकरण पद्धतीत संग्रहांक देण्याची पद्धत असावी. संग्रहांकामुळे विशिष्ट ग्रंथाचे स्थान कळते.

R C	संग्रहांक	
C 5 : 2	वर्गांक	} मागणी अंक
1137 F7	ग्रंथांक	बोधांक

५) Canon of Distinctiveness - विभिन्नता सूत्र

या सूत्राचा पहिला आशय ज्ञानवर्गीकरण, ग्रंथवर्गीकरण व संग्रहवर्गीकरण असे ग्रंथवर्गीकरणाची तीन भाग असावेत.

या सूत्राचा दुसरा आशय – ग्रंथाचा मागणी अंकातील वर्गांक, ग्रंथांक व संग्रहांक हे तीन घटक एकमेकांपासून वेगळे लिहिता यावयास पाहिजेत.

Canons for Characteristics - लक्षण विषयक सूत्रे

या सूत्राचे सात प्रकार आहेत.

१) Canon of Differenciation - विभेदन सूत्र

वर्गीकरणासाठी वापरल्या जाणाऱ्या लक्षणांचा गुणधर्म असा असला पाहिजे की ज्यामुळे वस्तूच्या समूहाचे दोन अथवा अधिक गट निर्माण झाले पाहिजेत.

मातृभाषा हा लक्षणगुण मानून विद्यार्थ्यांच्या गटाचे दोन किंवा अधिक उपवर्ग तयार होतील. मराठी, इंग्रजी, तेलगु इ.

२) Canon of Concomitance - सहगामित्व सूत्र

दोन लक्षणांमध्ये सहगामित्व असू नये असे हे सूत्र सांगते. सहगामित्व म्हणजे एकाच वेळी अस्तित्वात असणे. मूळ विषयाचे विभाजन दोन किंवा अधिक लक्षणांच्यामुळे एकाच उपवर्गात होऊ नये.

वय व जन्मतारीख ही दोन लक्षणे विद्यार्थ्यांच्या गटांचे वर्गीकरण करण्यास वापरली तर एकच उपगट तयार होईल. म्हणून अशी लक्षणे टाळावीत.

३) Canon of Relevance - समर्पकता सूत्र

वर्गीकरणाचा हेतू साध्य होण्यासाठी वापरलेले लक्षण योग्य असावे असे या सूत्राचे म्हणणे आहे.

ग्रंथालयात येणाऱ्या उपयोजकाला ग्रंथांची रचना विषयानुसार सोयीची वाटते. त्यावेळी ग्रंथकारानुसार ग्रंथांची रचना वर्गीकरणाच्या दृष्टीने सोयीस्कर होणार नाही.

४) Canon of Ascertainability - निश्चिती सूत्र

वर्गीकरणासाठी वापरावयाचे सूत्र निश्चित स्वरूपाचे हवे असे या सूत्राचे सांगणे आहे.

विद्यार्थ्यांचे गुणवत्तेनुसार वर्गीकरण करताना पूर्वीच्या परीक्षेतील गुणांचा आधार घेणे जास्त योग्य ठरेल. भविष्य काळातील गुण या लक्षणांचा उपयोग करणे गैर ठरेल.

५) Canon of Permanence - स्थायित्व सूत्र

वर्गीकरणासाठी वापरलेले लक्षण वर्गीकरणाचा हेतू लक्षात घेऊन एकदा वापरलेल्या लक्षणात बदल होऊ नये. वर्गीकरणाचा हेतू जोपर्यंत बदलत नाही, तोपर्यंत लक्षणही स्थायी असणे आवश्यक आहे. वर्गीकरणाचा हेतू ग्रंथसंग्रहातील ग्रंथ विषयानुसार एकत्र आणणे हा आहे. त्यासाठी ग्रंथाचे वर्गीकरण एकाच लक्षणाद्वारे होणे अपेक्षित आहे. त्यामध्ये काही ग्रंथांचे वर्गीकरण आकार, ग्रंथकार या लक्षणाद्वारे होऊ नये.

६) Canon of Relevant Sequence - समर्पक अनुक्रम सूत्र

वर्गीकरणासाठी काही वेळा एकापेक्षा अधिक लक्षणे वापरावी लागतात. अशावेळी लक्षणांचा क्रम वर्गीकरणाच्या उद्दिष्टाला समर्पक असावा असे हे सूत्र सांगते.

ललित वाङ्मयाचे वर्गीकरण लेखक, स्वरूपवर्ग, भाषा व कृत्यंक या चार लक्षणांनुसार करणे अपेक्षित असते. ज्यामध्ये या चार लक्षणांचे २४ क्रम होऊ शकतात पण एकच क्रम निवडणे जेव्हा आवश्यक होते, तेव्हा भाषा, स्वरूपवर्ग, लेखक व कृत्यंक हा क्रम वर्गीकरणाच्या हेतूनुसार उपयुक्त ठरतो.

७) Canon of Consistency - सुसंगती क्रम सूत्र

एकाच विषयाच्या वर्गीकरणासाठी वापरलेल्या लक्षणांचा क्रम कायम रहावा, त्यात बदल होऊ नये. वर्गीकरणाचा हेतू साध्य होईपर्यंत वर्गीकरणासाठी वापरलेल्या लक्षणांचा क्रम कायम रहावा.

ललित साहित्याचे वर्गीकरण भाषा, स्वरूप वर्ग, लेखक व कृत्यंक या लक्षणाद्वारे केले जाते. काही ग्रंथांसाठी हा क्रम वापरावयाचा व काही ग्रंथांसाठी स्वरूपवर्ग, लेखक, भाषा व कृत्यंक हा क्रम वापरावयाचा असे करू नये.

Canons for Special Theory of Knowledge Classification -ज्ञानवर्गीकरणविषयक सूत्रे

कालौघात ज्ञानात प्रचंड वाढ होत असते. त्याचे ग्रंथवर्गीकरणावर चिन्हांकनावर होणारे परिणाम याचाही विचार होणे आवश्यक आहे. या ज्ञानवाढीला पूरक, समावेशक परंतु सुलभ अशा चिन्हांकनाचा वापर करण्याच्या दृष्टीने डॉ.रंगनाथन यानी खालील सूत्रे सांगितली आहेत.

१) Canon of Hospitality in Array – पंक्तीविषयक आतिथ्यशीलतेचे सूत्र

ज्ञानाच्या क्षेत्रात नवीन भर पडते, बदल होतात. यासाठी नवीन ज्ञानवर्ग, पर्यायी संज्ञा प्रत्येक वर्गीकरण पद्धतीमध्ये अंतर्भूत करणे आवश्यक आहे. ह्यावेळी अस्तित्वातील समपदस्थ वर्गांच्या स्थानाला कोणतीही बाधा न आणता नवीन ज्ञानवर्ग तक्त्यामध्ये सामावून घेण्याची तर्कशुद्ध योजना असली पाहिजे.

कोणत्याही वर्गाची घडण अशी असावी की अस्तित्वात असलेल्या समपदस्थ वर्गांच्या स्थानास कोणत्याही प्रकारची बाधा न येता पंक्तीमध्ये समपदस्थ वर्ग सामावून घेण्याची सोय उपलब्ध असावी.

L 2 द्विबिंदू वर्गीकरण पद्धतीमध्ये

पचनसंस्था

21	24	25
तोंड	जठर	आतडी

२) **Canon of Hospitality in Chain – शृंखलाविषयक आतिथ्यशीलतेचे सूत्र**

कोणत्याही वर्गांकाची घडण अशी असावी की शृंखलेमध्ये अस्तित्वात असलेल्या वर्गांच्या क्रमात कोणताही बदल न करता शृंखलेच्या दोन्ही टोकांना नवीन दुवे जोडणे शक्य व्हायला हवे.

पचन संस्था 2

तोंड 21 गाल 2123

तोंडातील पोकळी 212

३) **Canon of Mnemonics स्मरणसुलभता सूत्र**

या सूत्राचे चार प्रकार

१) **General Canon of Mnemonics स्मरणसुलभतेविषयी सामान्य सूत्र**

वर्गांकातील विशिष्ट विषय व्यक्त करण्यासाठी विशिष्ट चिन्हांचा उपयोग केल्यास त्या चिन्हांद्वारे नेमका तोच अर्थ इतर वर्गाकांच्या संदर्भात व्यक्त झाला पाहिजे. हे करताना इतर महत्त्वाच्या आणि आवश्यक गरजात बदल होऊ नये.

उदा. Ya -- Bibliography of Sociology.

T4 : 3a Bibliography of Teaching Technique in University Education

२) **Canon of Verbal Mnemonics शाब्दिक स्मरणसुलभतेचे सूत्र**

उपयोजकांच्या दृष्टीने जास्त सोयीचा क्रम उपलब्ध असल्यास शाब्दिक स्मरणसुलभतेच्या सूत्राचा उपयोग करावा. शाब्दिक स्मरणसुलभ चिन्हांचा वापर शक्यतो करू नये असे या सूत्राचे सांगणे आहे.

३) **Canon of Scheduled Mnemonics तक्त्यांतर्गत स्मरणसुलभता सूत्र**

प्रत्येक वर्गीकरणाच्या सुरवातीच्या पद्धतीमध्ये असे काही तक्ते असावेत. त्यातील विविध तक्ते कोणत्याही मुख्य वर्गाला अथवा उपवर्गांना जोडणे शक्य व्हावे.

द्विबिंदू वर्गीकरण पद्धतीमध्ये Schedules of Common Isolates, Schedules of Time Isolates हे आरंभीचे तक्ते समजले जातात.

४) **Canon of Seminal Mnemonics बीजभूत स्मरणसुलभता सूत्र**

निरनिराळ्या मुख्यवर्गांच्या संदर्भात एकच एक कल्पना वेगवेगळ्या शब्दांद्वारे व्यक्त झाली असल्यास ती एकाच चिन्हाद्वारे दर्शविली पाहिजे.

उदा. World 1

Head of the State V,1.

Canons of Cataloguing - तालिकीकरणाची सूत्रे

कोणत्याही कामात सातत्य, अचूकता असणे अभिप्रेत असते. यासाठी काही तत्त्वे, नियम आवश्यक असतात. त्यासाठी विशिष्ट पद्धतीचा अवलंबही करणे गरजेचे असते. तालिकेचा पाया सूत्रबद्ध असणे

महत्त्वाचे आहे. डॉ.रंगनाथन यांनी यासाठी काही सूत्रे सांगितली आहेत. तालिकीकरणामुळे उपयोजकांच्या गरजा पूर्ण होण्याचा विचार या सूत्रात केलेला आहे. ही सूत्रे वाचनसाहित्याच्या नोंदी व तालिकीकरणाच्या संबंधात आहेत.

Card Form of Catalogue – पत्ररूप तालिका

या प्रकारच्या तालिकेमध्ये प्रत्येक ग्रंथाची नोंद स्वतंत्र पत्रावर केलेली असते. १२.५X ७.५ से.मी. आकाराची हे पत्रे असतात. ही पत्रे जाड कार्डशीटच्या कागदाची असतात. चिठ्ठीरूप तालिकेत सुधारणा होऊन ही पत्ररूप तालिका अस्तित्वात आली.

या तालिका पत्रावर ६ / ७ आडव्या रेघा व दोन समासाप्रमाणे उभ्या रेघा असतात. या तांबड्या शाईने छापलेल्या असतात. पहिली आडवी (leading line) रेघ अग्रेसर म्हणून ओळखली जाते. नोंदीची सुरुवात याच रेघेपासून केली जाते. पहिली उभी रेघ तालिकापत्राच्या डावीकडे २.५ से.मी. वर असते व दुसरी उभी रेघ पहिल्या रेघेपासून ७ से.मी. अंतरावर असते. तालिकापत्रावर खालून थोडेसे वर एक छिद्र असते. या छिद्राचा उपयोग तालिकापत्रे कप्प्यात ठेवण्यास होतो. तालिकापत्रे अडकवून ठेवण्यासाठी कप्प्यामध्ये एक लांब लोखंडी सळई असते. तालिकापत्राच्या कप्प्यावर त्या कप्प्यातील वर्गांकापासून वा अक्षरापासून सुरू होणारी जी तालिकापत्रे असतील त्यातील पहिल्या तालिकापत्राचे व शेवटच्या तालिकापत्राचे अक्षर मार्गदर्शक म्हणून लिहिलेले असते. उदा. A-AB.

पत्ररूप तालिकेतील प्रत्येक नोंद स्वतंत्र असते. त्यामुळे ही नोंद कोठेही आवश्यकतेप्रमाणे हलविता येते. नवीन ग्रंथांच्या नोंदी तालिकेमध्ये तात्काळ सामाविष्ट करता येतात. बाद वा गहाळ झालेल्या ग्रंथांच्या नोंदी काढून टाकता येतात. तालिका परिपूर्ण करता येते. खराब तालिकापत्राच्या जागी नवी तालिकापत्रे अल्पावधीत करता येतात. तालिकीकरणात बदल झाल्यास, तो बदल तालिकेमध्ये करणे सोपे जाते. पत्ररूप तालिकेमुळे एका ग्रंथकाराच्या एका माळेतील, एका विषयावरील सर्व ग्रंथांच्या नोंदी एकत्र येऊ शकतात. तालिका जाड पत्रामुळे दीर्घकाळ टिकते.

या पत्ररूप तालिकेतील तालिका पत्रासाठी विशिष्ट प्रकारचे कपाट, फर्निचर लागते. ही बाब खर्चिक असते. तसेच ही तालिका अवजड कपाटामुळे हलविणे कठीण असते. यासाठी जागाही जास्त लागते. म्हणून ही तालिका आटोपशीर नसते. अनेक नोंदी एकाच दृष्टिक्षेपात पाहणे ग्रंथरूप तालिकेप्रमाणे शक्य नसते. पत्ररूप तालिकेच्या अनेक प्रती एकावेळी करता येत नाहीत. एका वेळी एकच उपयोजक तालिकेचा कप्पा पाहू शकतो. त्यामुळे उपयोजकांचा वेळ वाचतो असे म्हणता येत नाही. या प्रकारच्या तालिकेसाठी प्रशिक्षित कर्मचारी वर्गाची आवश्यकता असते.

Cardex System – कार्डेक्स पद्धती

रेमिंग्टन रॅन्ड ऑफ इंडिया या कंपनीने हे एक उपकरण तयार केले आहे. ही एक १०" x २०" आणि २४" लांबीची स्टीलची पेटी आहे. प्रत्येक खणाची उंची 1" असते. त्याला झाकण आणि कुलूपाचीही सोय असते. प्रत्येक खणावर लेबल अडकविण्याची सोय असते. प्रत्येक खण तिरका उघडतो, व त्याच स्थितीत राहतो. लेबलवर विषयाचे नाव लिहिता येते. प्रत्येक पेटीत सात खण/कप्पे असतात. त्यात बरीच पत्रे अडकविता येतात. एक पत्र धारकात (Card Holder) मध्ये दोन पत्रे अडकविता येतात.

प्रत्येक नियतकालिकाला आदेश देताना प्रत्येकी एकेक पत्र तयार करावे लागते. ही धारकात अडकविलेली दोन्ही पत्रे वरील पत्र आणि खालील तळाचे पत्र या दोन्हीतील नोंदी एकमेकासमोर येतील अशा तऱ्हेने असतात, जेणे करून दोन्ही पत्रातील नोंदी एकाच वेळी पाहता याव्यात. वरील पत्रावर नियतकालिकाचे नाव, वितरक, खंड क्रमांक, प्रकाशन वर्ष, क्रयपत्र व त्याचा तपशील, दिलेल्या रकमेचा दिनांक, प्रकाशक अशी माहिती असते. तर तळातील पत्रावर स्मरण पत्र, बारा महिन्यांची नोंद इ. माहिती भरतात. अंक, वर्गणी, यासाठी प्लॅस्टिकच्या रंगीत पट्ट्या वापरतात, ज्या पुढे मागे सरकवताही येतात.

ग्रंथालयात कोणकोणती नियतकालिके घेतली जातात, कोणते अंक आले नाहीत, विशिष्ट नियतकालिकांची वर्गणी भरली आहे की नाही, कोणत्या नियतकालिकांचे बांधणी अंक आहेत, संग्रहात कोणते आहेत इ. माहिती लगेच मिळते हा या पद्धतीचा फायदा आहे. शिवाय ही पत्रे कप्प्यात पक्की बसवलेली असल्यामुळे हरवण्याची शक्यता नसते. आणि महत्त्वाचे म्हणजे सर्व माहिती पटकन मिळत असल्याने वेळ वाचतो.

Case Study – व्यष्टी अध्ययन

यामध्ये प्राथमिक माहिती संग्रहित केली जाते. सहभागी लोकांचे निरीक्षण करणे, विशिष्ट गोष्टीला केंद्रबिंदू केले जाते व त्या विशिष्ट गोष्टीचे निरीक्षण करणे हा मुख्य हेतू असतो. मात्र हा केंद्रबिंदू मर्यादित असतो. ग्रंथालयातील एखादा विभाग निवडून त्याचे निरीक्षण केले जाते. वर्तमानकालीन परिस्थिती ही गोष्ट या संबंधात महत्त्वाची असते.पण कारणपरत्वे ऐतिहासिक पार्श्वभूमीही लक्षात घ्यावी लागते.

मुळातच व्यष्टी अध्ययन गुणात्मक विचाराधीन आहे. यामध्ये एका विशिष्ट परिस्थितीमध्ये गुणात्मक संशोधनच केलेले असते. ही संशोधन प्रक्रिया एखाद्या घटनेशी अथवा विषयाशीच संबंधित असते. यासाठी सखोल संशोधन आवश्यक असते. माहितीसाठी निरीक्षणात्मक व्यष्टी अध्ययन, मुलाखतींचे व्यष्टी अध्ययन, संस्थात्मक व्यष्टी अध्ययन, तुलनात्मक व्यष्टी अध्ययन, जीवन वृत्तांत व्यष्टी अध्ययन इ. व्यष्टी अध्ययनांचा वापर केला जातो.

कोणत्याही गोष्टीच्या एकाच भागाचा संशोधक विचार करतो. त्यावरच लक्ष केंद्रित करतो. या भागाचा संस्थेशी अथवा त्या गोष्टीशी असलेले संबंध याचा गुणात्मक विचार त्याला करावयाचा असतो. यासाठी प्राकृतिक विभाग, जागा, कार्य यांचा नैसर्गिक समष्टीच्या दृष्टीने विचार केला जातो. यावेळी संस्थेच्या कार्याशी संशोधकाचा जवळचा संबंध येतो.

पूर्वीच्या संशोधनातून गोळा केलेल्या माहितीचे परत विश्लेषण करावे लागते. त्यावेळी नवीन गृहीतके मांडावी लागतात. प्रायोगिक आराखडा, सांख्यिकीय पद्धती, विश्लेषण या गोष्टी असू शकतात. यामध्ये विषय, संकलित माहिती एकच असते. पण विश्लेषण मात्र वेगळे असते. यामुळे पैसे व वेळ वाचतो.

दुय्यम विश्लेषण पूर्वीच्या अभ्यासाच्या तुलनेसाठी उपयोगी पडते. त्यातील परिस्थिती, निर्णय यांच्यामुळे तर्कशुद्धता वाढते. यामुळे विकास, सामान्यीकरण, नवसिद्धान्त निर्माण होतात. दुय्यम विश्लेषणामुळे आधारभूत माहिती उपयोगात आणली जाते.

Catalogue – ग्रंथालय तालिका

ग्रंथालयातील वाचनसाहित्याची माहिती देणारे साधन म्हणजे तालिका. ग्रंथालय तालिका म्हणजे ग्रंथालयाच्या ज्ञानभांडाराच्या कुलुपाची किल्ली आहे. ताला म्हणजे कुलूप, तालिका म्हणजे किल्ली. तालिका हा शब्द 'यादी' या शब्दाला समानार्थीच आहे.

''एखाद्या विशिष्ट ग्रंथालयातील वाचनसाहित्याची विशिष्ट तालिका नियमावलीनुसार केलेली यादी म्हणजे तालिका होय.''

'Catalogue' हा इंग्रजी शब्द 'Katalogos' या ग्रीक शब्दापासून बनलेला आहे. Kata म्हणजे 'च्या नुसार' logos म्हणजे ''विशिष्ट रचना.''

सुझान ॲकर्स यांच्या मते, ''ग्रंथालय तालिका म्हणजे ग्रंथालयात असणाऱ्या वाचनसाहित्याची नोंद'' अशी व्याख्या होते. तर जेम्स डफ ब्राऊन, ''ग्रंथालय तालिका म्हणजे ग्रंथालयात असणाऱ्या वाचनीय साहित्याची विशिष्ट रचनेनुसार तयार केलेली शोधयादी जी आवश्यक त्या ग्रंथसूचीच्या वर्णनासह स्पष्टीकरण देणारी असते'' अशी तालिकेची व्याख्या करतात.

ग्रंथालयातील तालिकेमुळे ग्रंथालयातील ग्रंथांची उपलब्धता कळते. त्या ग्रंथांचे ग्रंथालयातील स्थानही समजते. ग्रंथालयशास्त्राच्या पाच सिद्धान्तापैकी जे डॉ. रंगनाथन यांनी विशद केलेले आहेत, त्यातील चौथ्या सिद्धान्ताचे –'वाचकांचा, ग्रंथालयीन कर्मचाऱ्यांचा वेळ वाचला पाहिजे'– पालन करण्यासाठी ग्रंथालय तालिकेची ग्रंथालयात आवश्यकता असते.

तालिका हे एक उपयुक्त साधन आहे. उपयोजकाला त्याचा ग्रंथ मिळवून देण्यास तालिकेचा उपयोग होतो. ग्रंथांची निवड करण्यास तालिकेची मदत होते.

उपयोजकाला हवे असलेले साहित्य मिळवून देणे, प्रत्येक ग्रंथाला त्याचा वाचक मिळवून देणे, उपयोजकांचा वेळ वाचविणे त्याचबरोबर ग्रंथालयीन कर्मचाऱ्यांचाही वेळ वाचविणे.

तालिका ही विशिष्ट ग्रंथालयातील विशिष्ट ग्रंथसंग्रहापुरतीच मर्यादित असते. तालिकेचे काम प्रमाणभूत तालिका संहितानुसार केले जाते. तालिकेमध्ये सविस्तर ग्रंथवर्णन केलेले असते. तालिकेमुळे ग्रंथांचे कपाटातील स्थान निश्चित केले जाते.

Catalogue and Bibliography – तालिका आणि ग्रंथसूची : –

सूची म्हणजे यादी होय. ग्रंथसूचीमध्ये अनेक ग्रंथांची माहिती एकत्र केलेली असते. ''विशिष्ट कारणासाठी, विशिष्ट पद्धतीने केलेली वाचन साहित्याची यादी म्हणजे ग्रंथसूची'' अशी व्याख्या करता येते. सूचीमध्ये समाविष्ट केलेल्या ग्रंथांची निवड भाषा, विषय, प्रकाशक, कालखंड किंवा भूप्रदेशाप्रमाणेही केली जाते. म्हणून ग्रंथसूचींचे खालीलप्रमाणे प्रकार होतात –

१) लेखक सूची (Author Bibliography)
२) विषय सूची (Subject Bibliography)
३) भाषिक ग्रंथसूची (Language Bibliography)
४) राष्ट्रीय ग्रंथसूची (National Bibliography)
५) प्रकाशक सूची (Publisher's Bibliography)

६) विशेष सूची (Special Bibliography)

७) सूचींची सूची (Bibliography of Bibliographies)

८) उल्लेख सूची (निर्देश) (Index)

९) ग्रंथालय तालिका (Library Catalogue)

१०) भूप्रदेश सूची (Regional Bibliography)

ग्रंथालय तालिका व सूची यांचा वाचनसाहित्याची यादी करणे हा समान उद्देश आहे. तरीसुद्धा या दोहोत फरक आहे. कारण प्रत्येकाची वैशिष्ट्ये, उपयोग वेगवेगळे आहेत.

ग्रंथसूची ही प्रकाशित ग्रंथांची माहिती एकत्रित करून देते. ती एखाद्या देशातील, भाषेतील वा विषयावरील ग्रंथांची यादी असते. ग्रंथसूचीमुळे ग्रंथ निवडीला मदत होते. परंतु हे ग्रंथ कोणत्या ग्रंथालयात उपलब्ध आहेत, ही माहिती ग्रंथसूचीमुळे मिळत नाही. ग्रंथसूचीतील सर्व ग्रंथ ग्रंथालयात असू शकत नाहीत. तालिकेत मर्यादित ग्रंथांचा समावेश असतो.

ग्रंथसूचीचा उपयोग जगातील कोणत्याही भागातील उपयोजक करू शकतो. तालिका ही ग्रंथालयातच उपलब्ध असते. ग्रंथसूचीप्रमाणे तिच्या अनेक प्रती नसतात. त्यामुळे तालिकेचा उपयोग ग्रंथालयात जाऊनच समक्ष करावा लागतो. ग्रंथालयाच्या वेळातच तालिकेचा उपयोग करावा लागतो.

ग्रंथालयातील वाचकांचे अनेक प्रकार असतात. त्यांच्या गरजेनुसार ग्रंथांची मागणी केली जाते. ही मागणी पूर्ण करणे हा तालिकेचा हेतू असतो. यासाठी अनेक नोंदी करण्यात येतात. ग्रंथसूचीमध्ये ग्रंथांचे सविस्तर वर्णन केले जाते. तर तालिकेमध्ये ग्रंथाचा विषय, लेख, प्रस्तावना, लेखक, सहाय्यक लेखक इ. चे वर्णन केले जाते. ग्रंथसूचीमध्ये वैयक्तिक सहाय्य अपेक्षित नसते. पण तालिकेसाठी वैयक्तिक मार्गदर्शन केले जाते.

ग्रंथसूचीला कालमर्यादा नसते. ती नेहमीच अपूर्ण राहते. ती अद्ययावत नसते. ग्रंथसूचीचा, तिच्या रचनेचा प्रमाणभूत ढाचा नाही. ग्रंथसूचीतील समाविष्ट ग्रंथांच्या आवृत्त्यांची माहिती ग्रंथसूचीत मिळत नाही.

Cataloguer – तालिकाकार

एखाद्या प्रमाणभूत संहितेनुसार ग्रंथालयाच्या संग्रहाची तालिका बनविणाऱ्या व्यक्तीला तालिकाकार म्हणतात. सामान्यपणे ग्रंथालयातून ग्रंथपालास तालिकाकाराची भूमिका करावी लागते. तालिकाकाराने प्रमाणभूत संहितेद्वारा तालिकीकरण केले तरी कोणत्या नोंदी आवश्यक आहेत, प्रत्येक नोंदीत ग्रंथसूचीय माहिती किती द्यावयाची हा विचार तालिकाकाराच्या अनुभवातून निर्माण होतो.

ग्रंथालयशास्त्रातील एक तज्ज्ञ श्रीमती मार्गारेट मान यांनी तालिकाकाराची भूमिका खालीलप्रमाणे स्पष्ट केली आहे.

१) तालिकाकार हा स्पष्टीकरणकर्ता असावा. अपेक्षित ग्रंथ हा उपयोजकाला माहीत असतो. पण त्याच विषयावरील अन्य ग्रंथ त्याला माहिती नसतात. त्या ग्रंथांची ओळख करून देण्याचे काम तालिकाकाराला करावे लागते. म्हणजेच योग्य ग्रंथ योग्य उपयोजकापर्यंत पोहोचविण्याचे काम तालिकाकाराने करणे अपेक्षित आहे. या दृष्टिकोनातूनच तालिकेतील नोंदी करणे आवश्यक ठरते.

२) ग्रंथामध्ये लेखक त्याचे अनुभवसिद्ध विचार मांडत असतो. हे अनुभवसंपन्न विचार योग्य त्या

उपयोजकाकडे पोहोचविण्याचे काम तालिकाकार करीत असतो.

३) ग्रंथालयात येणाऱ्या उपयोजकाच्या गरजा ग्रंथपालाला अनुभवाने कळत असतात. तालिकाकाराकडे तालिकीकरणासाठी आलेले साहित्य योग्य उपयोजकापर्यंत पोहोचविण्याच्या दृष्टीने त्या साहित्याच्या आवश्यक नोंदी करण्याचे काम असते. म्हणजे योग्य ग्रंथाला योग्य उपयोजक मिळू शकतो. म्हणजेच तालिकाकाराची भूमिका ही मध्यस्थाची असते.

४) ग्रंथ व उपयोजक यांच्या संबंधीचा तालिकाकाराचा दृष्टिकोन तटस्थ असला पाहिजे. ग्रंथाविषयीची मते तालिकाकाराने उपयोजकापुढे उघड करू नयेत.

५) तालिकीकरण करताना तालिकाकाराला ग्रंथांची प्रस्तावना, अनुक्रमणिका, ग्रंथाचा मजकूर (Text) चाळावे लागते. संपूर्ण ग्रंथ वाचण्यास त्याला वेळ देता येत नाही.

६) उपयोजकांचे प्रकारही वेगवेगळे असतात. त्यांचे दृष्टिकोनही निरनिराळे असतात. तालिकाकाराकडे या दृष्टिकोनाविषयी तर्क करण्याची कुवत असली पाहिजे. त्यानुसार ग्रंथालयीन नोंदी करणे फायद्याचे ठरेल व योग्य ग्रंथाला योग्य उपयोजक मिळेल.

Catalogues : Kinds - तालिकांचे प्रकार

तालिकांच्या या प्रकारांना प्रत्यक्ष रूप (Inner forms of library catalogue) असे म्हणतात. तालिकेचे विविध प्रकार प्रचलित आहेत. त्यामध्ये नाम तालिका (Name Catalogue), लेखक तालिका (Author Catalogue) कोश तालिका (Dictionary Catalogue), वर्गीकृत तालिका (Classified Catalogue), शुद्ध अनुवर्ग तालिका (Pure-Classified Catalogue) आणि वर्णानुक्रम–वर्ग तालिका (Alphabetical or Alphabetical ce Classified Catalogue).

१) लेखक तालिका – ग्रंथांची निर्मिती मुद्रण कलेमुळे वाढू लागली. उपयोजकांकडून ग्रंथांची मागणी लेखकाच्या नावानेच केली जाते. अर्थात आडनावाने म्हणून प्रथम आडनाव (Surname) लिहिले जाते. लेखक कोणत्याही ग्रंथाचा अविभाज्य घटक आहे. ग्रंथामधील विचारांना, माहितीला जो जबाबदार असतो तो लेखक.

या प्रकारच्या तालिकेमध्ये लेखकाचे आडनाव (कुलनाम), लेखकाचे नाव व वडिलांचे नाव यांचा अंतर्भाव असतो. काही वेळा एकाच आडनावाचे अनेक लेखक असू शकतात. त्यावेळी लेखकांचे विशेषीकरण करण्यासाठी जन्मवर्षाची मदत घ्यावी लागते. काही वेळा लेखक टोपणनावानेही लेखन करू शकतात. अशावेळी खऱ्या नावाकडून टोपणनावाकडे व टोपण नावाकडून खऱ्या नावाकडे अशा नोंदी कराव्या लागतात. प्रत्येक ग्रंथकारासाठी स्वतंत्र नोंद केली जाते. या सर्व नोंदींची रचना वर्णानुक्रमाने करण्यात येते.

या तालिकेवरून ग्रंथालयातील एखाद्या विशिष्ट लेखकाचा ग्रंथसंग्रह समजतो. या तालिकेमध्ये लेखकांचे स्वतःचे ग्रंथ, भाषांतरित, संक्षेपित इ. प्रकारचे ग्रंथ अंतर्भूत असतात.

लेखक या संज्ञेची व्याप्ती सध्याच्या काळात बदलली आहे. यामध्ये विश्वकोशाचे संपादक किंवा साहित्याचे संकलक हेही लेखक म्हणून मान्य झालेले आहेत. अर्थात अशा प्रकारच्या नोंदीपुढे संपा. संकलक असेही स्पष्ट लिहिलेले असते. एखाद्या ग्रंथाचे लेखन एकापेक्षा अधिक म्हणजे दोन किंवा तीन लेखकही करू शकतात. संस्थांही लेखन करू शकतात म्हणून हे लेखक ठरतात.

विशिष्ट लेखकांची ग्रंथसंपदा तर कळते पण उपयोजकाला गरज असणाऱ्या ग्रंथासंबंधीही माहिती कळते. उपयोजकांच्या बऱ्याच प्रश्नांची उत्तरे ही तालिका देऊ शकते. म्हणून ही तालिका महत्त्वाची. हा प्रकार प्रथम अस्तित्वात आला. पण ही तालिका माला, विषय, ग्रंथनाम या संबंधित प्रश्नांची उत्तरे ही तालिका देऊ शकत नाही. यामुळे विषय, ग्रंथनाम, माला, सहाय्यक लेखक यांच्यासाठी इतर स्वतंत्र नोंदी कराव्या लागतात.

Cataloguing – तालिकीकरण

सर्वसाधारणपणे मोठ्या ग्रंथालयातून तालिकीकरणाच्या कामासाठी स्वतंत्र विभाग असतो. अर्थात ही गोष्ट ग्रंथालयाच्या आकारावर व प्रकारावर अवलंबून असते. ग्रंथालय तालिका ही ग्रंथालयातील उपलब्ध वाचनसहित्याची यादीच असते. पण ही यादी काही विशिष्ट नियमावलीनुसार बनविलेली असते. या नियमालाच तालिका संहिता असे म्हणतात. या तालिके संहितेनुसार नोंदी करण्याच्या प्रक्रियेलाच तालिकीकरण असे म्हणतात. तालिका संहितेनुसार नोंदी केल्यामुळे तालिकीकरणात प्रमाणभूतता व एकसूत्रीपणा येतो. म्हणून तालिकेतही प्रमाणभूतता व एकसूत्रीपणा येतो. म्हणून तालिका ही प्रमाणभूत संहितेनुसारच केली जाते. डॉ. रंगनाथन यांची वर्गीकृत तालिका संहिता (क्लासिफाईड कॅटलॉग कोड) (CCC) आणि अँग्लो अमेरिकन कॅटलॉगिंग रूल्स (AACR2) या जागतिक प्रमाणभूत तालिका संहिता आहेत.

तालिकीकरणाच्या कामामध्ये मुख्य नोंद, पूरक नोंद व अंशात्मक नोंदी तयार करणे, या प्रत्येक नोंदीतील माहिती ग्रंथातून शोधून काढणे, प्रत्येक विभागातील माहितीचे शीर्षक तयार करणे, तालिका पत्रावर स्थानांक (Call No.) लिहिणे, तालिकापत्रांची रचना करणे, मार्गदर्शक पत्रे (Guide Cards) तयार करणे, स्थान यादी पत्र तयार करणे इ.कार्यांचा समावेश असतो.

ग्रंथालयशास्त्राच्या पाच सिद्धान्तांपैकी तिसऱ्या सिद्धान्ताप्रमाणे प्रत्येक ग्रंथाला त्याचा योग्य वाचक मिळाला पाहिजे, यासाठी तालिकेचा उपयोग होतो. कारण तालिकेमध्ये ग्रंथाची आवश्यक ती ग्रंथसूचीय माहिती दिली जाते. त्यामुळे ग्रंथाकडे उपयोजक आकृष्ट होतो म्हणून तालिकीकरण हे एक शास्त्र आहे.

तालिकीकरणाचे काम तालिकाकार करीत असतो. त्याच्या मार्गदर्शनाखाली हे काम चालते. केलेल्या नोंदींची रचना करणे, नवीन ग्रंथ खरेदी करताना तालिका तपासून पाहणे, पूर्वी हा ग्रंथ खरेदी झाला आहे का? याचा शोध घेण्यासाठी तालिका हे एक साधन आहे. जुन्या खराब नोंदी काढून टाकाव्या लागतात. कारण तालिका सतत हाताळली जाते.

Cataloguing In Publication (CIP) – प्रकाशनपूर्व तालिकीकरण

जरी लायब्ररी ऑफ काँग्रेसने Cataloguing In Source हा प्रकल्प १९५९ मध्ये बंद केला तरीसुद्धा प्रकाशनपूर्व तालिकीकरणाचा कार्यक्रम कशा पद्धतीने राबविता येईल याचा अभ्यास चालूच होता. त्यातूनच जुलै १९७१ मध्ये नवीन Cataloguing-In-Publication हा नवा कार्यक्रम सुरु करण्यात आला. Cataloguing In Source यापेक्षा हा कार्यक्रम वेगळा आहे हे दर्शविण्यासाठी आणि त्याचबरोबर या प्रकल्पात सर्व प्रकारची प्रकाशने समाविष्ट करण्यासाठी – ग्रंथ, चित्रपट, नकाशे इत्यादी– या प्रकल्पाला मुद्दामच Cataloguing-In-Publication असे वेगळे नाव देण्यात आले. त्याचबरोबर हा कार्यक्रम एक प्रयोग म्हणून न राहता तो पुढेही सतत चालू राहील याकडेही लक्ष देण्यात आले.

Cataloguing In Source (CIS) – प्रकाशनपूर्व तालिकीकरण

डॉ.शि.रा. रंगनाथन यांनी त्यांच्या प्रि. नॅटल कॅटॅलांगिंग पद्धतीचा वापर करून प्रत्येक प्रकाशित झालेल्या ग्रंथाला त्याचा मागणी अंक असू शकतो आणि त्या ग्रंथाची तालिका पत्रे निर्माण करता येतात हे दाखवून दिले होते. याच पद्धतीचा वापर लायब्ररी ऑफ काँग्रेसने त्यांना कौन्सिल ऑन लायब्ररी रिसोर्सेसकडून मिळालेल्या निधीतून आपली तालिका करण्यासाठी केला. या पद्धतीलाच कॅटॅलॉगिंग-इन-सोर्स असे संबोधण्यात येत होते. प्रकाशकांकडून ग्रंथ प्रकाशनापूर्वी मिळालेल्या ग्रंथांच्या माहितीवरून (bibliographical details) आणि ग्रंथांच्या प्रुफ शीटरस आगाऊ घेऊन तालिकीकारांनी याप्रमाणे काम करण्यास सुरुवात केली. या योजनेमध्ये सहकार्य करण्यासाठी ३४४ प्रकाशकांना आवाहन करण्यात आले होते. प्रत्यक्षात १५७ प्रकाशकांनी सहकार्याचा हात पुढे केला. हे काम फार किचकट आहे आणि त्यामध्ये फार गैरसोयी आहेत हे तालिकीकारांच्या लक्षात आले. लायब्ररी ऑफ काँग्रेसलासुद्धा या प्रकल्पासाठी जास्त निधीची आणि जास्त सेवकवर्गाची आवश्यकता भासू लागली. शेवटी आर्थिक आणि तांत्रिक अडचणीमुळे लायब्ररी ऑफ काँग्रेसने हा प्रकल्प १९५९ मध्ये बंद केला.

Centralised Cataloguing System – केंद्रीय तालिकीकरणाची पद्धती

एखाद्या मध्यवर्ती ग्रंथालयाने ग्रंथसंग्रहाचे तालिकीकरण करावयाचे. आपल्याशी संबंधित ग्रंथालयांना ही तयार तालिकापत्रे द्यावयाची. ही योजना ज्यांना पसंत असेल म्हणजे इतर ग्रंथालयांनाही ही तयार तालिकापत्रे द्यावयाची. अशा तऱ्हेने कामाची पुनरावृत्ती टाळता येते. अशा प्रकारची तालिकापत्रे पुरविणाऱ्या तीन संस्था आहेत.

१) ब्रिटिश नॅशनल बिब्लिओग्राफी पत्र सेवा (BNB Card Service)

ही इंग्लंडमधील एक स्वायत्त संस्था आहे. ही ब्रिटिश म्युझियम लायब्ररी असोसिएशन व बुकसेलर्स असोसिएशनशी संबंधित आहे. ब्रिटिश म्युझियमकडे ग्रंथप्रदान कायद्यानुसार (Copy Right Act) मिळणारे ग्रंथ या संस्थेकडे वर्गीकरण, तालिकाकरणासाठी दिले जातात.ही संस्था १९५६ पासून ही तालिकापत्रे छापण्याचा उद्योग करीत आहे. त्यासाठी दशांश वर्गीकरण पद्धती वापरलेली आहे. निर्देशातील विषयदर्शक नोंदी साखळी पद्धत (Chain Procedure) वापरली जाते. अेअेसीआर ब्रिटिश आवृत्तीचा अवलंब केला जातो. सामान्य पोटविभागांच्या विभागासाठी चिन्हांकनासाठी दशांश वर्गीकरण व अक्षरांचाही उपयोग केला जातो. यामुळे नोंदीत वैविध्य आणता येते. ही पत्रे एककपत्र (Unit Card) पद्धतीवर आधारित आहेत.

२) लायब्ररी ऑफ काँग्रेस पत्र सेवा (Library of Congress Card Service)

इ.स.१८७० मध्ये ग्रंथप्रदान कायद्याप्रमाणे ही सेवा मान्य केली. यामध्ये जे तालिकीकरण केले जाते त्याचा विस्तार म्हणजे ही तालिकापत्रे होत. प्रत्येक ग्रंथाला एक अनुक्रमांक दिला जातो आणि या क्रमांकाची नोंद क्युम्युलेटिव्ह बुक इंडेक्समध्ये नोंद केली जाते. ग्रंथमागणीसाठी याचा उपयोग होतो. ही राष्ट्रीय ग्रंथसूची आहे. या छापील तालिकापत्रावर दशांश वर्गीकरण पद्धती व लायब्ररी ऑफ काँग्रेस पद्धती मिळून तयार वर्गांक, त्यांच्या यादीतील दिलेली विषय शीर्षके विषयांच्या नोंदीसाठी उपयोगी पडतात. सध्या ही तालिकापत्राची सेवा बंद झाली आहे.

सध्या मार्कच्या फिती (tapes) दिल्या जातात. यावरून ग्रंथालयांना पाहिजे त्या नोंदी संगणकीय सहाय्याने करता येतात.

३) एच. डब्ल्यू.विल्सन अँड कंपनी पत्र सेवा – या संस्थेतर्फे अनेक सूची निर्देश व उल्लेख सूची प्रकाशित झाल्या आहेत. क्युमुलेटिव्ह बुक इंडेक्स, रिडर्स गाईड टू पिरिऑडिकल लिटरेचर इ.ही निवडक पत्रे असतात. या पत्रातील विषयशीर्षकासाठी ''सेअर्स लिस्ट ऑफ सब्जेक्ट हेडिंग्ज'' चा वापर केला जातो. दशांश पद्धतीने वर्गीकरण केले जाते. टिप्पणीही दिलेली असते.

Chain – साखळी, शृंखला

मूळ वर्गापासून क्रमशः निर्माण होणारे उपवर्ग दुव्यांच्याद्वारे जोडले गेले म्हणजे शृंखला तयार होते. एखाद्या विभागाचे अगर उपविभागाचे टप्प्याटप्प्याने विभाजन करून प्रत्येक टप्प्याला मिळणाऱ्या उपविभागापैकी एकाच उपविभागाचा विभाजनासाठी वापर करून मिळणाऱ्या उपविभागांचा समुच्चय म्हणजे साखळी होय.

यामध्ये प्रत्येक टप्प्याला एक साम्यगुण वापरावा लागतो. साखळीतील प्रत्येक केंद्र हे त्याच्या वरच्या केंद्राहून कनिष्ठ असते. समपदस्थ नसते, शृंखला तयार होण्यास दोन केंद्रे तरी आवश्यक असतात. साखळीतील उपविभागांची तुलना वंशावळीशी करता येते.

मानवी शरीर
↓
2 पचनसंस्था
↓
21 तोंड
↓
212 तोंडातील पोकळी
↓
2123 गाल
↓

ज्ञानशाखांमध्ये नेहमी भर पडत असल्यामुळे नवीन उपविभाग तयार होत असतात. त्यांना वर्गीकरण पद्धतीमध्ये सामावून घेऊन त्यांना जागा करून देणे अगत्याचे असते. म्हणून पंक्तीप्रमाणे साखळीतही आतिथ्यशीलता आवश्यक ठरते. साखळीत नवीन दुव्यांची अमर्याद युक्ती पडणारी भर आतिथ्यशीलतेमुळे सुकर होते. यासाठी वापरण्याची एक युक्ती म्हणजे दशांश अपूर्णांक युक्ती. ११ ते १९ अशा नऊ उपविभागांची भर घालता येते. तसेच ११ ते १२ मध्ये १११ ते ११९ अशा पुन्हा नऊ विभागांची भर घालता येते.

दशांश वर्गीकरणामध्ये वापरलेले अंक दशांश अपूर्णांक आहेत. तर द्विबिंदू वर्गीकरण पद्धतीमध्ये कालक्रम युक्ती, विषय युक्ती, अनुवर्ण युक्ती इ. युक्त्यांचाही सढळ उपयोग केलेला आढळतो.

Change Management – बदल व्यवस्थापन (अथवा बदलाचे व्यवस्थापन)

बदल व्यवस्थापन (अथवा बदलाचे व्यवस्थापन) याचा आपण जेव्हा विचार करतो त्यावेळी त्याच्या चार मूलभूत व्याख्या आपल्यासमोर येतात ज्या खालील चार घटकाशी संबंधित आहेत –

१) बदल व्यवस्थापन म्हणजे बदल व्यवस्थापनाचे कार्य.

२) बदल व्यवस्थापन व्यावसायिक सरावाचे क्षेत्र.

३) बदल व्यवस्थापन म्हणजे ज्ञानाचे क्षेत्र आणि

४) बदल व्यवस्थापन म्हणजे नियंत्रणाची यंत्रणा.

यापैकी पहिल्या व्याख्येचा – बदल व्यवस्थापन म्हणजे बदल व्यवस्थापनाचे कार्य – जेव्हा आपण विचार करतो त्यावेळी आपल्या लक्षात येते की बदल व्यवस्थापनाचे जे कार्य आहे त्यामध्ये दोन गोष्टी अभिप्रेत आहेत, १) बदलाचे व्यवस्थापन करावयाचे म्हणजे जे बदल करावयाचे त्यांचे पूर्ण नियोजन आणि व्यवस्थापन करून बदल करणे आणि २) ज्या बदलावर (उदा. कायदा, सामाजिक आणि राजकीय चढ–उतार, प्रतिस्पर्ध्यांची कार्ये, आर्थिक चढ–उतार इत्यादी) संस्थेचे कोणत्याही प्रकारचे नियंत्रण नसते त्या बदलांना योग्य प्रतिसाद देणे.

बदल व्यवस्थापनाची जी दुसरी व्याख्या आहे – बदल व्यवस्थापन म्हणजे व्यावसायिक सरावाचे क्षेत्र आहे – त्यानुसार काही बदल व्यवस्थापनाचे तज्ज्ञ त्यांच्या clients ना (संस्थांना) या संस्था ज्या बदलांना तोंड देत आहेत अशा बदलांचे व्यवस्थापन करण्यात मदत करण्यास तयार असतात. यातूनच बदल व्यवस्थापनाची जी व्याख्या येते (व्याख्या नं.३) त्यानुसार बदल व्यवस्थापन हे ज्ञानाचे एक क्षेत्र आहे. बदलाचे व्यवस्थापन हा जो विषय आहे त्यामध्ये प्रामुख्याने विविध प्रतिकृती (मॉडेल्स) पद्धती आणि तंत्रे, साधने, कौशल्य आणि ज्ञानाच्या अन्य प्रकारांचा समावेश होतो. ज्यामुळे बदल व्यवस्थापनाच्या सरावाला मदत होते. बदल व्यवस्थापनाच्या विषयाचा आशय मानसशास्त्र, समाजशास्त्र, उद्योगधंदे व्यवस्थापन, अर्थशास्त्र, औद्योगिक अभियांत्रिकी (Industrial Engineering) पद्धती अभियांत्रिकी (Systems Engineering) आणि मानव आणि संस्था यांचे वर्तन (Behaviour) इत्यादीमधून घेतलेला असतो.

बदल व्यवस्थापनाच्या चौथ्या व्याख्येनुसार बदल व्यवस्थापन ही एक नियंत्रण यंत्रणा (Control Mechanism) आहे. याचे कारण मागील अनेक वर्षे माहिती पद्धती गटातील तज्ज्ञांनी पद्धतीतील बदलांवर नियंत्रण ठेवले आहे म्हणूनच अलिकडच्या काळात पद्धती तज्ज्ञांनी या नियंत्रण यंत्रणेला बदल व्यवस्थापन असे संबोधण्यास सुरुवात केली आहे.

बदल व्यवस्थापन : आशय आणि प्रक्रिया

संघटना ह्या अतिशय वैशिष्ट्यपूर्ण पद्धती असतात. त्यामुळे त्यांचे गट करणे / वर्गीकरण करणे यासाठी विविध योजना असतात. संघटना विविध प्रकारच्या असल्यामुळे त्यांच्या समस्याही विविध प्रकारच्या असतात. तरीसुद्धा आपल्याला असे म्हणता येईल की ढोबळमानाने बदलाच्या विविध प्रक्रिया आणि बदल व्यवस्थापन हे बहुतांशी तेच राहते आणि विविध संघटनामधील बदलप्रक्रियांच्यामधील साधर्म्यामुळेच बदल व्यवस्थापन हे कार्य, प्रक्रिया आणि व्यावसायिक सरावाचे क्षेत्र राहते.

बदलाच्या प्रक्रियेमध्ये तीन मूलभूत टप्पे असतात. 1) Unfreezing 2) Changing and 3)

Re-freezing. या तीन टप्प्यांच्या मॉडेलची सुरुवात आणि शेवट स्थैर्यामध्ये (Stability) होतो.

बदल प्रक्रियेबाबत विचार करण्यासाठी अत्यंत उपयुक्त चौकट म्हणजे समस्या निराकरण (Problem Solving). बदलाचे व्यवस्थापन करावयाचे म्हणजे एका स्थितीतून - समस्या स्थितीतून , दुसऱ्या स्थितीत - समस्या निराकरण स्थितीत जाणे. विविध कार्यांमध्ये विविध क्षेत्रात आणि विविध स्तरावर उद्दिष्ट्ये निश्चित करून ती प्रत्यक्षात आणली जातात. कोणत्या साधनाच्या उपयोगाने कार्य प्राप्त करावयाचे आहे त्याची सविस्तर चर्चा केली जाते. जे प्राप्त करावयाचे आहे त्याचे काळजीपूर्वक नियोजन केले जाते. या सर्वांचा परिणाम नियोजनबद्ध पद्धतीने तयार केलेले बदलाचे मॉडेल होय. आता हे खरे आहे की काही लोकांना समस्या ही संज्ञा रुचत नाही. त्याऐवजी ते 'संधी' ही संज्ञा वापरतात. दोन्हीपैकी कोणती संज्ञा वापरली हे महत्त्वाचे नसून दोन्ही परिस्थितीत व्यावहारिक बाब अशी आहे की कोणती कार्यवाही करावयाची ते ओळखून त्याप्रमाणे कृती करणे आणि परिस्थितीत इच्छित आणि पूर्वनिश्चित बदल घडवून आणणे.

आता थोडेसे बदल समस्येबाबत पाहू. बदल व्यवस्थापनाच्या केंद्रस्थानी (तळाशी) बदल समस्या असते. म्हणजेच, भविष्यकालीन स्थिती जाणून घेणे. काही वर्तमानकालीन स्थितीचा त्याग करणे आणि एका स्थितीतून दुसऱ्या स्थितीत जाण्यासाठी काहीशा संरचयित आणि संघटित प्रक्रिया सुरू करणे. बदल समस्येमध्ये आपण एका स्थितीतून दुसऱ्या स्थितीत जाण्याचा प्रयत्न करत असतो आणि त्यासाठी Transform, Reduce and Apply अशी तीन प्रकारची उद्दिष्ट्ये मनाशी ठेवावी लागतात. बदल समस्या म्हणजे छोट्या-छोट्या समस्या ज्यांचा संबंध बदल कसा करावयाचा, कोणता बदल करावयाचा आणि बदल का करावयाचा या प्रश्नांशी असतो.

Core घटकातील सेवक, बदल कसा करावयाचा याच्याशी Buffer घटकातील सेवक ज्यांच्यावर नियोजनाद्वारे Performance दाखविण्याची जबाबदारी असते ते बदल कसा करावयाचा याच्याशी संबंधित असतात. Perimeter घटकातील सेवक कोणता बदल करावयाचा आणि बदल कसा करावयाचा याच्याशी संबंधित असतात आणि उच्च व्यवस्थापनाशी (Top Management) संबंधित व्यक्ती - ज्यांचा दैनंदिन व्यवहारात थेट संबंध नसतो अशा व्यक्ती बदल का करावयाचा याच्याशी संबंधित असतात.

वरील सर्व विवेचनावरून असे लक्षात येईल की अन्य संस्थाप्रमाणेच ग्रंथालय ही संस्थाही बदल व्यवस्थापनाशी संबंधित आहे. कोणत्याही ग्रंथालयातील सर्व स्तरावरील सेवक उच्च, मध्यम आणि कनिष्ठ बदल व्यवस्थापनाशी संबंधित असतात. बदल हाच संस्थांचा स्थायीभाव असतो. वर्तमानातील काही बाबींचा त्याग करून नव्या बाबींचा अंगीकार करून ग्रंथालये बदल व्यवस्थापन अमलात आणू शकतात, जेणेकरून वाचकांना ग्रंथालयीन सेवा उच्च, मोठ्या प्रमाणावर आणि उत्तम रितीने मिळू शकतील.

Chronological Device - कालक्रम युक्ती

केंद्राच्या विभाजनासाठी द्विबिंदू वर्गीकरण पद्धतीमध्ये काही युक्त्यांचा वापर केलेला आहे. कालक्रमयुक्ती, भूक्षेत्रयुक्ती, विषययुक्ती, स्मरण सहाय्यक युक्ती, अनुवर्णयुक्ती व अध्यारोपण युक्ती अशा या युक्त्या आहेत.

कालक्रमयुक्तीचा वापर द्विबिंदू वर्गीकरण पद्धतीमध्ये पुष्कळ ठिकाणी झालेला दिसतो.

ज्यावेळी कालविभाग विशिष्ट कालखंड दर्शविण्यासाठी स्मरणसुलभतेने इतरत्रही वापरला जातो,

त्यावेळी त्याचा वापर कालक्रम युक्तीने झाला असे म्हणता येते.

उदा. 0155, 3M98   V.S.Khandekar (M98   1898)

इथे १८९८ हा कालविभाग या ठिकाणी कालक्रमयुक्तीने दर्शविला आहे.

Citation Index – उल्लेख निर्देश

नवीन माहितीच्या लेखांचे निर्देश तयार केले जातात. या लेखातून इतर अन्य लेखांचेही उल्लेख केलेले असतात. हे जे उल्लेख केलेले असतात त्या लेखांचे निर्देश तयार करतात. त्यांना 'उल्लेख निर्देश' म्हणतात. शास्त्रातील विषयातील लेखामध्ये ही पद्धत प्रथमपासूनच अवलंबिली जात असे. एखाद्या लेखात लेखक अन्य लेखकांचाही उल्लेख करतो. कारण त्या लेखामध्ये त्या लेखकाला काही साधर्म्य आढळते. म्हणून या लेखापूर्वी त्या विषयावर कोणी किती माहिती मिळवली याचा आढावा मिळतो.

पूर्वीच्या लेखांमधील शीर्षकांचा उल्लेख नव्या लेखात येतो. त्यामुळे त्या शीर्षकांतील संज्ञा या उपयोगी पडतात. या उल्लेख निर्देशात ज्या लेखकांचे उल्लेख आहेत त्यांची नावे, लेखाची शीर्षके असतात. त्याचप्रमाणे ज्यांनी उल्लेख केला त्या लेखकांची व ज्या लेखामध्ये उल्लेख आहे त्या लेखांची शीर्षके यांची माहिती अंतर्भूत असते.

उल्लेख निर्देशातील नोंदींची रचना कालक्रमाने केलेली असते. त्यामुळे विषयाच्या विकासाची कल्पना येते. यामध्ये मूळ लेख व त्याचे लेखक, त्या लेखाचा उल्लेख करणारे लेख व त्याचे लेखक आणि त्यात नव्या लेखांचेही उल्लेख आले तर त्याही नोंदी या प्रकारच्या निर्देशामध्ये मिळू शकतात. त्यामुळे पुढील शोधक्रिया मार्गी लागते. नवीन माहिती देताना जुन्या संबंधित माहितीचा संदर्भ देणे यात उल्लेख निर्देश महत्त्वाचा आहे. उल्लेख निर्देश हा केवळ विषयाचा निर्देश असत नाही तर विषयापेक्षा कमी व्याप्तीच्या अशा विचारांचा आणि कल्पनांचा निर्देश असतो. या निर्देशामुळे नवा लेख विकसित माहिती देतो हे सिद्ध करता येते. उल्लेख निर्देशांची उदाहरणे म्हणजे सायन्स सायटेशन इंडेक्स, सोशल सायन्सेस सायटेशन इंडेक्स. हा निर्देशही माहितीचा शोध घेण्याचे एक साधन आहे.

Class Index Entries – वर्गदर्शक नोंदी

उपयोजक ग्रंथांची मागणी अनेक प्रकारे करतात. पण नेमके उपयोजकाला हव्या असलेल्या विषयाचे ग्रंथालयातील स्थान माहिती नसते. तसेच वर्गीकरण पद्धती विषयीही त्याला माहिती नसते. ग्रंथालयीन कर्मचाऱ्याला देखील मुख्य विषयाचा वर्गांक सांगता येऊ शकेल. पण सूक्ष्म विषयाचा वर्गांक सांगणे त्यालाही कठीण असते. अशावेळी वर्गदर्शक नोंदीचा उपयोग होतो. उपयोजकाला हवी असणारी माहिती वर्गदर्शक नोंद पुरविते. यासाठी ग्रंथालयीन कर्मचाऱ्यांच्या मदतीशिवाय उपयोजक त्याला हवे असणारे वाचनसाहित्य शोधू शकतो.

ही वर्गीकृत तालिका संहितेनुसार या नोंदीमध्ये एक प्रमाणित मार्गदर्शक तत्त्व डॉ.रंगनाथन यांनी सुचविले आहे. उपयोजकाला माहित असणाऱ्या शब्दाकडून माहित नसणाऱ्या चिन्हाकडे नेणारे मार्गदर्शक शब्द म्हणजे मार्गदर्शक तत्त्व होय. हे मार्गदर्शक तत्त्व सर्व नोंदीमध्ये सारखेच वापरलेले आहे.

या वर्गीकृत तालिकेच्या संहितेनुसार नोंदीच्या अग्रेसर विभागात विशिष्ट विषयाचे शीर्षक लिहिले जाते. नंतर मार्गदर्शक तत्त्व लिहून झाल्यावर ते संपल्यानंतर अग्रेसर विभागात लिहिलेल्या विषयाचा

वर्गांक खाली लिहिला जातो. उदा.

या वर्गातील आणि त्याच्या उपवर्गातील ग्रंथासाठी तालिकेच्या वर्गीकृत विभागामध्ये खालील वर्गांकाखाली पहावे.

या तालिकेप्रमाणे मुख्यवर्ग, उपवर्ग, समवर्ग, (Quasi Class) भूभाग, भाषा, आर्षग्रंथ (Classics) समूह, चरित्र, स्मरण, ग्रंथ, आत्मचरित्रे, नियतकालिके इ.वर्गदर्शक नोंदी केल्या जातात. मुख्यवर्गाच्या नोंदीत अग्रेसर भागात एकच संज्ञा म्हणजे विषयाचे नाव दिले जाते.परंतु उपवर्गाची नोंद करताना उपवर्ग शीर्षकानंतर मुख्य वर्गाचे नाव द्यावे लागते. उदा. तालिकीकरण, ग्रंथालयशास्त्र.

Class Number – वर्गांक

जे चिन्ह ग्रंथांचे वर्गीकरण पद्धतीतील विशिष्ट विषयाचे सांकेतिक भाषांतर दाखविते त्याला वर्गांक म्हणतात.

ग्रंथाचे विशिष्ट विषय सांकेतिक चिन्हांद्वारे दर्शविण्याचे काम वर्गांकाद्वारे होते.

विशिष्ट वर्गीकरण पद्धतीमध्ये अरबी अंक, रोमन वर्ग व इतरही चिन्हांचा वर्गांकांत वापर केलेला असतो.

वर्गांकामध्ये ग्रंथाचे शारीरिक वर्णन व्यक्त झालेले नसते.

वर्गांकामुळे एकाच विशिष्ट विषयावरील व त्याच्याशी संबंधित विषयावरील ग्रंथ एकत्र येऊ शकतात.

उदा. V2 भारताचा इतिहास

एकाच ग्रंथांचे वेगवेगळ्या वर्गीकरण पद्धतीप्रमाणे वेगवेगळे वर्गांक तयार होतात. ग्रंथचिठ्ठीवर जर संग्रहांक लिहिला असेल तर त्याच्याखाली वर्गांक लिहिला जातो. जर संग्रहांक आवश्यक नसेल तर त्या ठिकाणी वर्गांक लिहिला जातो.

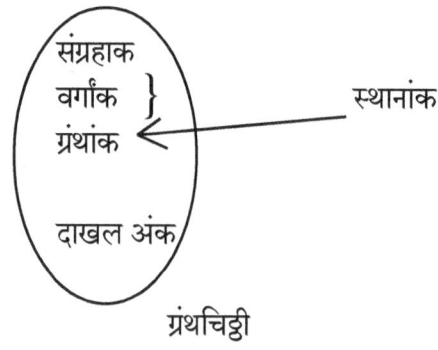

ग्रंथचिठ्ठी

Classic – आर्षग्रंथ

हे ग्रंथ म्हणजे मूळ ग्रंथ होत. यांना अक्षर ग्रंथ असेही म्हणतात. या मूळ ग्रंथांची अनेक भाषांत

भाषांतरे केली जातात. या प्रकारच्या ग्रंथांना वर्गीकरण पद्धतीत तयार (ready-made) वर्गांक दिलेले असतात. या ग्रंथांचा समाजावर, संस्कृतीवर प्रभाव पडतो. या ग्रंथावर चिंतन, मनन अनेकांच्याद्वारे होते. टीका केल्या जातात, टिप्पण्या लिहिल्या जातात. विविध भाषांमध्ये या मूळ ग्रंथातील विचार इतरांना कळावेत म्हणून भाषांतरे, अनुवाद केले जातात.

सर्व आर्षग्रंथांना लेखक असतोच असे म्हणता येत नाही. वेद हे अपौरुषेय मानले जातात. त्याचा लेखक निश्चितपणे सांगता येत नाही. पण हे ग्रंथ अभ्यासाचे विषय होतात म्हणून त्यांच्या वर्गदर्शक नोंदी केल्या जातात.

Classification – वर्गीकरण

ग्रंथालयात अनेकविध साहित्य असते. ग्रंथ, नियतकालिके, कालिके, सूक्ष्मपट कार्डे, संगणकीय तबकड्या, हस्तलिखिते, चित्रे, छायाचित्रे, इ. या सर्व प्रकारच्या साहित्याचे योग्य व्यवस्थापन करणे आवश्यक असते. या साहित्याच्या व्यवस्थापन प्रक्रियेत अनेक गोष्टी अंतर्भूत असतात. त्यातील वर्गीकरण ही महत्त्वाची प्रक्रिया आहे. वर्गीकरण हा शब्द ''वर्ग'' शब्दापासून तयार झाला आहे. वर्ग हा शब्द संस्कृतमधील ''वृज'' धातूपासून तयार झाला आहे. ''वृज'' याचा अर्थ वेगळे करणे असा आहे.

''विशिष्ट हेतूच्या पूर्ततेसाठी वस्तूंचे किंवा घटनांचे त्यांच्यातील साम्यभेदाप्रमाणे गट निर्माण करण्याची क्रिया म्हणजे वर्गीकरण'' अशी वर्गीकरणाची व्याख्या करता येईल. वर्गीकरणामध्ये हेतू, समान गुणधर्म व मानसिक प्रक्रिया या गोष्टी समाविष्ट आहेत.

वस्तूंचा समूह एकच असला तरी मनातील हेतूप्रमाणे त्या वस्तूंचे वेगवेगळे गट निर्माण होतात. त्या गटामध्ये काही समानगुणधर्म असणे आवश्यक ठरते. शास्त्रीय पातळीवर, तार्किक पातळीवर किंवा दैनंदिन व्यवहारात वर्गीकरण करताना 'समान गुणधर्म' जमेस धरला जातो.

मनुष्य आपल्या कल्पनांचेही वस्तूप्रमाणे वर्गीकरण करीत असतो. समान गुणधर्माच्या न्यायाने अनेक वस्तूसमुहातून एका विशिष्ट गटात आणण्यासाठी तो काही मनात आडाखे बांधतो. त्या वस्तू शारीरिकरीत्या एका गटात प्रत्यक्ष एकत्र आणावयाच्या असतात असे नाही. निसर्गातील वस्तूंचे काल्पनिक पातळीवर वर्गीकरण केले जाते. पण प्रत्यक्षात तसे नसते. म्हणूनच वर्गीकरण ही मानसिक प्रक्रिया आहे.

समान गुणधर्मानुसार सोयीसाठी वस्तू एकत्र आणतो. त्यामध्ये सर्वांचा वेळ वाचतो, गोंधळ, गैरसोय टळते. वस्तूंचा प्रकार एकच असला तरी वर्गीकरणाच्या हेतूनुसार त्याच वस्तूंची निरनिराळ्या प्रकारे मांडणी करणे शक्य असते.

वर्गीकरणामुळे वस्तूवस्तूंमधील सारखेपणा किंवा वेगळेपणा लक्षात येतो. त्यामुळे त्या त्या वस्तूंचे ज्ञान वाढते. वर्गीकरणामुळे सोयही साधली जाते. सुव्यवस्था निर्माण होते. दैनंदिन जीवनातही ही वर्गीकरणाची प्रक्रिया चालूच असते. ज्ञानाच्या क्षेत्रातही ही प्रक्रिया पूर्वीपासूनच अस्तित्वात आहे असे इतिहास सांगतो. म्हणून वर्गीकरण हे ज्ञानसंकलनाचे सर्वात जुने साधन आहे. वैदिक काळात ''परा'', ''अपरा'' हे विद्येचे दोन मूलभूत प्रकार मानले होते. प्लेटो ज्ञानाचे वर्गीकरण 'पदार्थ विज्ञानशास्त्र' 'नीतिशास्त्र' व 'तर्कशास्त्र' या तीन विषयांमध्ये केलेले होते.

Classified Catalogue – वर्गीकृत तालिका

ज्ञानशाखांचा विस्तार होऊ लागला. वाचनसाहित्य, ग्रंथनिर्मितीमध्ये वाढ होऊ लागली. यातूनच विशिष्ट विषयातील ग्रंथांची मागणी होऊ लागली. संशोधनासाठी विषयांची मागणी वाढू लागली. ही मागणी कोश तालिका पूर्ण करू शकत नव्हती. यातूनच वर्गीकृत तालिका उदयास आली. वर्गीकृत तालिका ही विशेष ग्रंथालयाच्या दृष्टीने उपयुक्त आहे. प्रत्येक ज्ञानशाखा व त्यांतील सूक्ष्म विषयांचा विचार या तालिकेत केलेला असतो. यामध्यें विषयनोंद महत्त्वाची असते. या नोंदीमध्ये वर्गांक (Class No.) मुख्य नोंदीच्या अग्रेसर भागात लिहिलेला असतो. हा वर्गांक वर्गीकरण पद्धतीमधील चिन्हांकन असते. ग्रंथालयात एखाद्या विषयावर अनेक ग्रंथ असतात. यातूनच नेमका ग्रंथ उपयोजकाला मिळवून देण्यास वर्गांक अपुरा पडतो. यातून ग्रंथांकाची गरज निर्माण झाली.

या प्रकारच्या तालिकेत अग्रेसर भागात बोधांक लिहिला जातो. हे स्थान वर्गीकरण पद्धतीनेच ठरविलेले असते. या स्थान मूल्याच्या चढत्या क्रमाने तालिकेमध्ये सर्व नोंदींची रचना केलेली असते. या नोंदींची रचना व ग्रंथांचा कपाटातील क्रम समान असतो. बोधांका बरोबर ग्रंथकार, ग्रंथनाम, माला, दाखल–अंक इ. माहिती देतात. विषयाच्या ग्रंथांची मागणी या नोंदीतून पूर्ण होते हे जरी खरे असले तरी इतर मागण्या मुख्य नोंदीकडून पूर्ण होत नाहीत. म्हणून पूरक नोंदी कराव्या लागतात.

या तालिकेतील नोंदींची रचना दोन स्वतंत्र विभागात केलेली असते. मुख्य नोंदींची रचना बोधांकानुसार केली जाते. पूरक नोंदींच्या अग्रेसर भागात शब्द किंवा अक्षरे असतात. म्हणून यांची रचना अनुवर्ण क्रमानुसार केली जाते. या विभागाला कोश विभाग म्हणतात (Dictionary Part) तर मुख्य नोंदींच्या विभागाला वर्गीकृत विभाग (Classified Part) असे म्हणतात. वर्गीकृत विभागाची रचना क्रमसंख्यावाचक असते. त्यामुळे एका विषयावरील, त्याच्या उपविषयावरील ग्रंथालय संग्रहातील सर्व ग्रंथ एकत्र येतात. तर ग्रंथांकाच्या मदतीने ग्रंथांची भाषा, प्रकाशन वर्ष, खंड, आवृत्ती, ग्रंथ वैशिष्ट्ये दाखविली जातात.

कोश तालिकेच्या तुलनेत या तालिकेत संदर्भ नोंदींची संख्या कमी असते. मुख्य नोंदींमुळे ग्रंथालयातील विषयाचे साहित्य कळते. ग्रंथसंग्रहातील विषयांचा असमतोल समजतो. विषयसूची तात्काळ करता येते. एकमेकांशी संबंधित विषय उदा. राज्यशास्त्र व समाजशास्त्र जवळ येतात.

वर्गीकृत तालिका समजण्यास, वापरण्यास सुलभ नाही. वर्गीकृत तालिकेला वर्गदर्शक नोंदीची मदत घ्यावी लागते. म्हणून वर्गीकृत विभाग व कोश विभाग या दोन्ही विभागांची मदत घ्यावी लागते.

Classified Catalogue Code – वर्गीकृत तालिका संहिता

डॉ.रंगनाथन यांनी ही संहिता तयार केली. या संहितेची पहिली आवृत्ती (१९३४), दुसरी आवृत्ती (१९४५), तिसरी (१९५१), चौथी (१९५८), पाचवी (१९६४) अशा आवृत्त्या प्रकाशित झालेल्या आहेत.

यापूर्वीच्या संहिता या कोशतालिकेला उपयुक्त आहेत. कोशतालिकेत विशिष्ट विषय नोंदीवरून त्या विषयाचा ग्रंथसंग्रह समजतो. पण नोंदींची संख्या वाढते. यामध्ये वर्गीकरणाचा उपयोग केलेला नाही. बोधांकांचा उपयोग करून विशिष्ट विषयातील ग्रंथसंग्रह समजत नाही. या जाणीवेतून ही संहिता डॉ.रंगनाथन

यांनी तयार केली.

या संहितेत, तालिकीकरणाचे सिद्धान्त आहेत. नोंदीचे नियम व उपनियम आहेत. तीही उदाहरणासह ग्रंथांची मुख्य नोंद, पूरक नोंदी याविषयी स्पष्टीकरणही आहे. सामान्य ग्रंथ व मिश्र ग्रंथ यांच्या तालिकीकरणाचे नियम आहेत. राष्ट्रीय ग्रंथसूची, संयुक्त तालिका, कोशतालिका या संबंधीचेही नियम आहेत. साखळी पद्धतीने वर्गदर्शक नोंदीची शीर्षके त्यांचे नियम आहेत.

या संहितेत प्रत्येक नोंद स्वतंत्र असते. सर्व प्रकारच्या वाचनसाहित्याच्या नोंदीचे मार्गदर्शन मिळते. नियतकालिकांच्या नोंदीसंबंधीही माहिती व नियम दिलेले आहेत. त्यामुळे उपयोजकांच्या मागण्या विविध दृष्टिकोनातून पूर्ण करणे शक्य होते.

तुलनात्मक अभ्यासासाठी ही संहिता उपयुक्त आहे. या संहितेत नवीन भर पडलेली नाही.

Collaborator – सहाय्यक

ग्रंथलेखन हे केवळ एकच ग्रंथकार करतो असे नाही किंवा एकच समष्टी ग्रंथकार (Corporate Author) ग्रंथाचे लेखन करतात असे नाही. एकापेक्षा अनेक ग्रंथकार ग्रंथलेखन करू शकतात. समष्टीचाही सहभाग ग्रंथलेखनात असू शकतो. असे ग्रंथलेखन जेव्हा अनेक ग्रंथकार करतात, त्यावेळी ग्रंथलेखन हे सारख्या प्रमाणात सारख्याच जबाबदारीने केले जाते. यावेळी सर्वांचा ग्रंथलेखनातील सहभाग हा सारखाच गृहीत धरला जातो. पण ग्रंथनाम पृष्ठावरील पहिल्या ग्रंथकार नामाखाली मुख्य नोंद केली जाते. इतर ग्रंथकारांची सहाय्यक ग्रंथकार म्हणून नोंद केली जाते.

काही वेळा ग्रंथ निर्मितीमध्ये एखादी व्यक्ती जबाबदारीने दुय्यम भूमिका करते. ह्या सर्व व्यक्ती सहाय्यक ग्रंथकार म्हणून मान्यता पावतात. यामध्ये संपादक (Editor), संकलक (Compiler), संग्राहक (Collector), भाषांतरकार (Translator) इ.हे सर्व येतात. म्हणजे मूळ ग्रंथकार ही संकल्पना वेगळी व त्यावर आधारित ग्रंथ निर्माण करणे वेगळे.

ज्यावेळी मूळ लेखक उपयोजकाला माहित नसतो, पण सहाय्यकाचे नाव माहित असते, अशावेळी या सहाय्यक नोंदीचा उपयोग होतो. मात्र या प्रकारच्या नोंदी करताना सावध रहावे लागते. नोंदीमध्ये सहाय्यकाचा जो प्रकार आहे तो प्रकार नोंदवाचाच लागतो व तो अधोरेखित करण्यात येते.

Collection Development – संग्रह विकास

संग्रह विकास ही ग्रंथालयाच्या विकासाची महत्त्वाची गोष्ट आहे. ग्रंथपालाच्या दृष्टीनेही हे महत्त्वाचे कार्य आहे. ग्रंथपालाच्या संग्रहामध्ये ग्रंथ, नियतकालिके, पाठ्यपुस्तके, प्रबंध, शोधनिबंध, शासकीय प्रकाशने, अहवाल, माहिती पुस्तिका, पेटंट्स, नकाशे, प्रमाणके, हे परंपरागत मुद्रित साहित्य तर असतेच पण त्याशिवाय अमुद्रित साहित्यही समाविष्ट असते. त्यामध्ये दृक्-श्राव्य साधने, संगणकीय तबकड्या, चित्रफिती, ध्वनीफिती, सी.डी.रॉम अशी अमुद्रित, अपारंपरिक साधनेही असतात. माहिती युगामध्ये माहितीचे प्राधान्य तर मान्यच आहे. दूरदर्शन, आकाशवाणी, दूरसंचार माध्यमे, संप्रेषण, संगणकीय आधारभूत माहिती संच, माहिती प्रणाली याद्वारेही माहिती मिळत असते. असे असले तरी वाचन साहित्य हा माहितीचा एक महत्त्वाचा बिंदू आहे.

संग्रहाचा विकास ही संज्ञा पूर्वी शैक्षणिक ग्रंथालयांच्या संदर्भात वापरली जात असे. या संकल्पनेला

संग्रहाचा विकास किंवा संग्रहाचे व्यवस्थापन असेही म्हटले जाते. संग्रहाचा विकास करताना काही नियम/धोरणे यांचे पालन करावे लागते. उपयोजक हा ग्रंथालयाचा एक महत्त्वाचा घटक आहे. म्हणून त्या उपयोजकांच्या गरजा समजावून घेणे, त्या गरजांचे विश्लेषण करणे, त्यांच्या योग्य प्रलेखांचे ग्रंथालयात उपार्जन करणे, बदलत्या काळानुसार उपयोजकांच्या बदलत्या गरजांविषयीची जाण, उपयोजकाला ज्या प्रलेखांचा उपयोग नाही, ते प्रलेख रद्दबादल ठरविणे, या सर्व गोष्टी लक्षात घेणे आवश्यक ठरते. तसेच या गोष्टींचे मूल्यमापन काही ठराविक कालावधीने करणे क्रमप्राप्त ठरते. म्हणजेच आवश्यक व अनावश्यक गोष्टींचा विचार करून नवीन गोष्टींना जागा करून देणे हेही ओघाने येतेच.

संग्रह विकासामध्ये साहित्याची निवड व उपार्जन या गोष्टी येतात. तर संग्रह व्यवस्थापनामध्ये साहित्याचे उपार्जन, संग्रह व संरक्षण वगैरे गोष्टींच्यापेक्षा वेगळे असते.

वाचनसाहित्य निवडणे ही एक कला आहे. यामध्ये उपयोजकाच्या निवडीला, गरजेला महत्त्व असते. यामध्ये मुद्रित साहित्यात लेखक, प्रकाशक व ग्रंथविक्रेता हे घटक अंतर्भूत असतात. उत्पादन व वितरणातही यांची मदत होत असते. वाचनसाहित्याची निवड ही उपयोजकांचे प्रकार, ग्रंथालयांचे प्रकार यावर अवलंबून असते. तसेच साहित्याची मागणी, वित्त व पुरवठा यावरही ही निवड अवलंबून असते.

उपयोजकांच्या गरजा/मागणी त्याचप्रमाणे विषयतज्ज्ञांची यादी, संशोधकांच्या मागण्या, ग्रंथालयीन कर्मचाऱ्यांच्या सूचना यांचाही विचार करावा लागतो. क्रमिक पुस्तकांच्या प्रतींची आवश्यकता, संदर्भग्रंथ या बाबतीत काही धोरणे अवलंबावी लागतात.

ग्रंथालय समिती वाचनसाहित्याच्या निवडीचे काम करीत असते. हे सामूहिक कार्य आहे. ग्रंथालयाच्या अंदाज पत्रकात वाचनसाहित्य, नियतकालिके यांच्यासाठी व त्यांच्या बांधणीसाठी वेगळी तरतूद केलेली असते.

वाचनसाहित्याची निवड, प्रकाशकांच्या, ग्रंथविक्रेत्यांच्या याद्या, राष्ट्रीय ग्रंथसूची, नियतकालिकातील व वर्तमानपत्रातील ग्रंथ परीक्षणे यांच्या मदतीने करता येते.

नियतकालिकांच्या निवडीमध्ये संशोधनात्मक, शैक्षणिक, नियतकालिकांच्यावर भर दिलेला असतो. वार्षिक वर्गणीमध्येही नियतकालिके वर्षभर मिळतात. पण नियतकालिकांच्या वर्गणीत वाढ होत असते. हा वाढीव भार अर्थसंकल्पावर पडत असतो. यासाठी योग्य नियोजनाची आवश्यकता असते. नियतकालिकांच्या निर्देशिका, माहिती पत्रे यांच्या मदतीने नियतकालिके निवडता येतात.

माहितीच्या विस्फोटामुळे तंत्रज्ञान विकसित झाले. संगणकीय मदतीने माहितीचा साठा, माहितीची पुनर्प्राप्ती, आधारभूत माहिती संच या सोयी उपलब्ध झाल्या. म्हणून मुद्रितेतर साहित्याचाही विकास करावा लागतो. संगणकीय जाळ्यामुळे दूरवरच्या आधारभूत माहिती संचाशी, साधनांशी संपर्क साधता येतो. उपग्रहाची संप्रेषणासाठी मदत मिळते. म्हणून या साहित्याला आधुनिक काळात महत्त्व प्राप्त झालेले दिसते.

ग्रंथालयाच्या संग्रह विकासाचे धोरण निश्चित करणे आवश्यक ठरते. त्यामध्ये मार्गदर्शक तत्त्वे समाविष्ट असावीत. ग्रंथालयाच्या प्रत्येक विभागाचा यामध्ये विचार होणे आवश्यक आहे. भविष्यकालीन गोष्टींसाठी संग्रह विकास करणे महत्त्वाचे आहे.

Collection Number – संग्रहांक

काही वेळा एकाच विशिष्ट विषयावरील ग्रंथ ग्रंथालयाच्या वेगवेगळ्या भागात ठेवावे लागतात.

एखाद्या विशिष्ट विषयाचे क्रमिक ग्रंथ, संशोधनपर ग्रंथ दालनात ठेवलेले असतात. पण त्याविषयीचे दुर्मीळ ग्रंथ, मोठ्या आकाराचे ग्रंथ हे वेगळ्या ठिकाणी ठेवणे आवश्यक ठरते. या ग्रंथासंबंधी उपयोजकांना माहिती होणेही आवश्यक असते. म्हणजे मागणी अंकामध्ये संग्रहांक दाखविला जातो.

उदा.

RC	संग्रहांक	}	Rare Collection
V2	वर्गांक	}	मागणी अंक
111 G 7	ग्रंथांक		

ग्रंथालयाला काही व्यक्ती आपला खाजगी ग्रंथसंग्रह भेटीदाखल देतात. त्यावेळी त्या देणगीदारांच्या इच्छेनुसार त्यांचा संग्रह हा स्वतंत्र ठिकाणीसुद्धा ठेवला जातो. अशा वेळी ग्रंथालयातील कर्मचारी वर्गाला व उपयोजकांना या संग्रहकाचा फायदाच होतो व विशिष्ट ग्रंथ शोधण्यास मदत होते.

College Library – महाविद्यालयीन ग्रंथालय

शैक्षणिक ग्रंथालयांचा हा एक प्रकार होय. वाचकांच्या गरजेनुसार ग्रंथालयांचे प्रकार अस्तित्वात आले. या प्रकारच्या ग्रंथालयातील वाचक हा तरुण वर्ग असतो. त्यांच्यासाठी संदर्भग्रंथ, नियतकालिके, क्रमिक पुस्तके, संगणक, दृक्-श्राव्य साधने इत्यादी गोष्टींचा संग्रह, इतर ललित व ललितेतर साहित्याबरोबर असावा. या प्रकारच्या ग्रंथालयांना सुसज्ज इमारतीचा लाभ मिळतो. या ग्रंथालयातील वाचकांना, विशेषत: विद्यार्थ्यांना ग्रंथालयाचा वापर कसा करावा हे माहित नसते. त्यामुळे ग्रंथालयाची ओळख प्रारंभीच करून देणे आवश्यक ठरते. ग्रंथालयातील तांत्रिक कामे उदा. वर्गीकरणासाठी द्विबिंदू वर्गीकरण पद्धती किंवा दशांश वर्गीकरण पद्धती वापरावी. तालिकीकरणासाठी अे.अे.सी.आर. किंवा सी.सी.डी. ही डॉ. एस. आर. रंगनाथन यांची पद्धती उपयोगात आणावी. संदर्भग्रंथ, या सर्वांचा उपयोग कसा करावा यासंबंधीसुद्धा माहिती द्यावी. संगणकीय युगात संगणक आज्ञावली, सी.डी.रोम, आधारभूत माहिती संच, इंटरनेट या गोष्टी वापरणे आवश्यक ठरले आहे. सुसज्ज स्वतंत्र इमारतीमुळे ग्रंथालयातील विभागही स्वतंत्र असावेत. उदा. दाखलनोंद, वर्गीकरण, तालिकीकरण, अभ्यासकक्ष, वाचनकक्ष, नियतकालिकांचा विभाग इत्यादी. ग्रंथपाल हा उच्चशिक्षित व प्रशासनाच्या दृष्टीने कार्यक्षमही असावा.

Colon Classification – द्विबिंदू वर्गीकरण पद्धती

मद्रास विद्यापीठाचे पहिले ग्रंथपाल डॉ.एस.आर.रंगनाथन यांना इंग्लंडमध्ये ग्रंथपालनाचे शिक्षण घेण्यात पाठविले होते. या त्यांच्या वास्तव्यामध्ये त्यांना तेथील अनेक ग्रंथालयांचे कामकाज पाहण्याची सुसंधी मिळाली. तज्ज्ञांशी चर्चा केली. भारतात परत येताना या पद्धतीचा आराखडा तयार केला. या वर्गीकरण पद्धतीची पहिली आवृत्ती १९३३ मध्ये प्रकाशित झाली. एका भारतीयाने हे कार्य जगासमोर मांडण्याचे श्रेय मिळविले हे महत्त्वाचे.

ही पद्धती विश्लेषण – संश्लेषणात्मक आहे. या पद्धतीतील मुख्य वर्गाचे विभाजन पैलूबद्ध आहे. या पद्धतीमध्ये अनेक बदल झाले. द्विबिंदू प्रमाणे स्वल्पविराम, अर्धविराम, टिंब, अवतरणचिन्ह या संयोगचिन्हांची भर पडली आहे. मुख्य वर्गांच्या संख्येतील वाढ, नवनवीन युक्त्यांचा वापर या प्रकारांनी ही पद्धती अद्ययावत ठेवण्याचा प्रयत्न केलेला आहे.

यातील मुख्य वर्गांची विभागणी चार परिमंडलामध्ये केलेली आहे. या परिमंडलासाठी चार प्रकारची चिन्हे वापरल्यामुळे मुख्य वर्गांची संख्या मोठी (५३) असूनही लक्षात ठेवण्यास सुलभ आहे. ही चार मंडळांची विभागणी मिश्र चिन्हांकनामुळेच शक्य झाली आहे. या पद्धतीमध्ये वापरलेल्या युक्त्या व मिश्र चिन्हांकन यामुळे भविष्य काळात मुख्यवर्गांची संख्या वाढली तरी ते समाविष्ट करण्याची आतिथ्यशीलता व लवचिकता या पद्धतीमध्ये आहे. १) संकीर्ण वर्ग (Za-zz), २) नवीन मान्यता प्राप्त मुख्य वर्ग (1-4), ३) रुढीप्रिय वर्ग (A-Z), ४) नवीन निर्माण होणाऱ्या विधी विद्या (:) (p) (P) ही चार परिमंडळे त्यांचे मुख्यवर्ग व त्यांची चिन्हे अशी आहेत.

संकीर्ण वर्ग – या तऱ्हेच्या मुख्य वर्गांचा समावेश पहिल्या मंडळामध्ये केलेला आहे. उदा. Zk-encyclopedia अशा संकीर्ण वर्गांचा प्रत्यक्ष वर्गांक तयार करताना Z हे अक्षर वगळले जाते. नुसते (k) हे अक्षर उपयोगात आणले जाते.

स्वरूप विभाग – या पद्धतीत दोन प्रकारचे स्वरूप विभाग आहेत. १) अग्रवर्ती सामान्य उपविभाग (Anteriorising Common Isolates) उदा. ग्रंथपालांचे चरित्र, २) परवर्ती सामान्य उपविभाग (Posteriorising Common Isolates) उदा. वाङ्मयीन टीका o : g. अग्रवर्ती सामान्य उपविभागांमध्ये तयार होणाऱ्या वर्गांकाचे स्थानमूल्य मूळच्या वर्गाच्या स्थानमूल्याहून कमी होते तर परवर्ती सामान्य उपविभागामध्ये हे उपविभाग उपयोगात आणल्यानंतर तयार होणाऱ्या वर्गांकाचे स्थानमूल्य मूळ वर्गांकाच्या स्थानमूल्यापेक्षा अधिक होते.

यामध्येही स्थलमुखापूर्वी वापरावयाचे अग्रवर्ती सामान्य उपविभाग, स्थलमुखानंतर वापरावयाचे अग्रवर्ती सामान्य उपविभाग, कालमुखानंतर वापरावयाचे अग्रवर्ती सामान्य उपविभाग तसेच ऊर्जामुखामध्ये वापरावयाचे परवर्ती सामान्य उपविभाग, व्यक्तित्व मुखामध्ये वापरावयाचे परवर्ती सामान्य उपविभाग वेगवेगळे आहेत. यासाठी लहान रोमन वर्णांचा वापर केलेला आहे.

स्वरूप वर्ग – या पद्धतीमध्ये व्यक्तित्व पैलूच्या दुसऱ्या स्तरावर १,२,३,४ या आकड्यांचा स्मरण सुलभतेच्या तत्त्वानुसार उपयोग केला आहे. इंग्लिश पोएट्री 0111,1 यामध्ये स्वल्पविरामानंतर येणाऱ्या आकड्यांचा अर्थ ठराविकच असतो. ललित वाङ्मयामध्ये या प्रकारचा उल्लेख येतो.

या वर्गीकरण पद्धतीचे चिन्हांकन मिश्र आहे. त्यासाठी लहान-मोठे रोमन वर्ग, अरबी अंक, काही ग्रीक वर्ण व इतर अनेक चिन्हे (), :, ;, -, Δ वापरली आहेत. आवृत्ती प्रमाणे चिन्हांकनात बदल झालेले आहेत. हे चिन्हांकन विकसनशील, स्मरणसुलभ आहे. हे चिन्हांकन पैलूबद्ध आहे. त्यामध्ये दशांश अपूर्णांक तत्त्वाचा वापर केलेला आहे. त्यामध्ये संयोजनक्षमता आहे.

निर्देश – या पद्धतीचा निर्देश सापेक्ष असला तरी त्रोटक आहे. संबंधित संज्ञेपुढे तयार वर्गांक नाहीत. मुख्यवर्ग, पैलू, त्याखाली येणारे आकडे आहेत. त्यामुळे निर्देश तसा अवघडच आहे. यामध्ये भूभाग, प्राणी, वनस्पती यांच्या संज्ञा व पर्यायी चिन्हे दिलेली नाहीत, त्यासाठी त्या त्या संबंधित विषयांचे स्वतंत्र निर्देश आहेत.

भारतातील व्यक्तीने तयार केलेली ही वर्गीकरण पद्धती म्हणून हिचे महत्त्व. तशी ही पद्धती वापरण्यास फार सोपी आहे असे नाही. त्यामुळे तिचा वापर भारतामध्येच दिसून येतो.

द्विबिंदू वर्गीकरण पद्धती – सातवी आवृत्ती Colon Classification (7th Edition)

द्विबिंदू वर्गीकरण पद्धतीची पहिली आवृत्ती १९३३ मध्ये प्रकाशित झाली आणि त्यानंतरच्या ५४

वर्षांच्या कालखंडात (१९८७ पर्यंत) त्याच्या आणखी सहा आवृत्त्या (एकूण सात आवृत्ता प्रकाशित झाल्या. पहिली आवृत्ती १९३३ मध्ये, दुसरी १९३८, तिसरी १९५०, चौथी १९५२, पाचवी १९५७, सहावी १९६०, सहावी सुधारित १९६३ (पुनर्मुद्रित १९६५) आणि सातवी आवृत्ती १९८७ मध्ये प्रकाशित झाली. सातव्या आवृत्तीचे वैशिष्ट्य म्हणजे ही आवृत्ती एकूण आठ भागात प्रकाशित करण्याचा प्रस्ताव असून पहिले पाच भाग खंड १ मध्ये प्रकाशित झालेले आहेत. सातव्या आवृत्तीतील आठ भाग पुढीलप्रमाणे : १) प्रस्तावना २) साठी मार्गदर्शन ३) वर्गीकरणासाठी सर्वसाधारण नियम ४) सर्वसामान्य विभाग आणि कॉमन आयसोलेट्स ५) विशेष आयसोलेट्स ६) निर्देश ७) क्लासिक्सचे श्येड्युल्स आणि ८) क्लासिक्सच्या श्येड्युल्ससाठी निर्देश.

सहाव्या आवृत्तीतील मूळ विषयांची संख्या १३६ होती. त्यामध्ये वाढ करून सातव्या आवृत्तीतील ५ मूळ विषयांची संख्या ४४६ करण्यात आलेली आहे.

Colon Classification : Features – द्विबिंदू वर्गीकरण पद्धतीची वैशिष्ट्ये

1) Terminology तर्कशुद्ध मांडणी

या पद्धतीतील मुख्य वर्गांची मांडणी तर्कशुद्ध आहे. १) शुद्ध शास्त्रे २) जीवशास्त्रे ३) मानव विषयक शास्त्रे ४) नीतिविषयक शास्त्रे असे चार गटात ज्ञानाचे वर्गीकरण गट केलेले आहेत. ही पद्धती काहीशी फ्रेंच तज्ज्ञ कॉम्त यांच्या वर्गीकरणाशी जुळणारी आहे. तिसऱ्या वर्गाच्या मुख्य मंडळात हीच गोष्ट आढळते. पहिल्या, दुसऱ्या व चौथ्या मंडळातील मुख्य वर्गांचा क्रम तर्कशुद्ध आहे.

केवळ मुख्य वर्गांचा क्रमच तर्कशुद्ध आहे असे नाही, तर संपूर्ण वर्गीकरण पद्धतीच तर्कशुद्ध आहे. खालील तत्त्वांचा विचार करता हेच दिसून येते.

१) Principle of Increasing Quantity - वाढत्या संख्येचे तत्त्व
२) Principle of later-in-time - कालानुक्रमाचे तत्त्व
३) Principle of later-in-evolution - उत्क्रांतिक्रमाचे तत्त्व
४) Principle of Spatial contiguity - स्थल संलग्नतेचे तत्त्व
५) Principle of Increasing Complexity - जटिलता वृद्धीचे तत्त्व
६) Principle of Canonical Sequence - पारंपरिकतेचे तत्त्व
७) Principle of Favoured Category - प्राधान्यतेचे तत्त्व
८) Principle of Alphabetical Sequence - वर्णानुक्रमाचे तत्त्व
९) Mixed Notion - मिश्र चिन्हांकन
१०) Zone Analysis - पृथःकरण संयोजन क्षमता
११) Mnemonics - स्मरणसुलभता
१२) Mecano Set - मेकॅनो सेट रचना
१३) Autonomy - वर्गीकरणाचे स्वातंत्र्य

१) Principle of Increasing Quantity - वाढत्या संख्येचे तत्त्व

एखादा साम्यगुण वापरून मिळालेले विभाग जर संख्यावाचक असतील तर त्यांचा क्रम संख्येच्या वाढत्या क्रमाने लावला पाहिजे.

उदा. या ठिकाणी भूमिती हा साम्यगुण व पुढे २.३ परिमाणे ही वाढती क्रमसंख्या आहे.

भूमिती B 61

दोन परिमाणांची भूमिती B 62

तीन परिमाणांची भूमिती B 63

२) Principle of Later-in-time – कालनुक्रमाचे तत्त्व

एखाद्या पंक्तीतील विभाग वेगवेगळ्या कालखंडात निर्माण झाले असतील तर त्या विभागांचा क्रम कालानुक्रमाने लावला जातो.

Q 2 हिंदू धर्म

Q 3 जैन धर्म

यामध्ये धर्म (Q) या मुख्य वर्गामध्ये निरनिराळे धर्म कालानुसार उदयाला आले.

३) Principle of Later-in-evolution – उत्क्रांतिक्रमाचे तत्त्व

जो साम्यगुण विभाजनासाठी उपयोगात आणला जातो तो साम्यगुण जर उत्क्रांतितत्त्वाचा विचार करीत असेल तर विभागलेल्या विभागांचा क्रम उत्क्रांतिक्रमावर आधारलेला असतो.

प्राणीशास्त्र या मुख्यवर्गामध्ये उत्क्रांतिक्रमावर प्राण्यांच्या नैसर्गिक गटांचा क्रम ठरलेला असतो. आद्य प्राण्यापासून सस्तन प्राण्यापर्यंत त्यांचा क्रम ठरलेला आहे.

४) Principle of Special Conliguity - स्थल संलग्नतेचे तत्त्व

भूखंडाचा विचार संलग्नतेचा विचार करून करावा.

आशिया खंडाचे विभाजन

आशिया   4

चीन   41

जपान   42

दक्षिण पूर्व आशिया 43

भारत   44

या सर्व भू-प्रदेशांचे स्थान एकमेकाला लागून आहे.

५) Principle of Increasing Complexity – जटिलता वृद्धीचे तत्त्व

काही वेळा एखाद्या पंक्तीतील विषय जटील असतात. काही वेळा ते जटिलतेच्या विविध स्तरावरीलही असू शकतात. ते विषय जटिलतेच्या चढत्या क्रमाने लावले पाहिजेत.

भूमितीच्या वक्ररेषांचा क्रम खालीलप्रमाणे दाखविता येतो.

दुसऱ्या पायरीची वक्ररेषा B622

तिसऱ्या पायरीची वक्ररेषा B623.

६) Principle of Canonical Sequence – पारंपरिकतेचे तत्त्व

एखाद्या पंक्तीतील विषय पारंपरिक पद्धतीने, एका विशिष्ट क्रमाने विचारात घेतले गेले असतील तर तोच पारंपरिक क्रम कायम ठेवला पाहिजे.

अंकगणित B 1

बीजगणित B 2

भूमिती   B 3

हे गणितशास्त्राचे विभाग पारंपरिक पद्धतीने केलेले आहेत.

७) Principle of Favoured Category – प्राधान्यतेचे महत्त्व

एखाद्या पंक्तीतील विषयांचा क्रम ठरविताना ज्या विषयावर तौलनिकदृष्ट्या अधिक साहित्य प्रकाशित झालेले असेल अशा विषयांना प्राधान्य देण्यात येते. हे प्राधान्य देताना इतर कोणतेही तत्त्व साहाय्यकारी क्रम मिळवून देत नाही ना हे लक्षात घ्यावे लागते.

कृषिशास्त्र

J 38 Seeds

J 381 Rice

J 381 Wheat

८) Principle of Alphabetical Sequence – वर्णानुक्रमाचे तत्त्व

एखाद्या पंक्तीतील विषयांचा क्रम जर इतर कोणत्याही तत्त्वाने जास्त साहाय्यकारी होत नसेल तेव्हा हे तत्त्व अवलंबिले जाते. या तत्त्वाचा वापर करताना संज्ञेमधील पहिले, पहिली दोन अगर तीन अक्षरे आवश्यकतेनुसार वापरली जातात.

J 3751 A (Alphansoe हापूस)

J 3751 P (पायरी)

J 3751 R (रायवळ)

९) Mixed Notation मिश्र चिन्हांकन

द्विबिंदू वर्गीकरण पद्धतीमध्ये इंग्रजी रोमन वर्णमालेची २३ अक्षरे, इंग्रजी वर्णमालेची २६ मोठी अक्षरे,१ ते ९ व ० हे भारतीय अंक, ग्रीक वर्ण Δ , पहिला गोल कंस (" ("), दुसरा गोल कंस (") "),सुलटा बाण ($\longrightarrow$), उलटा बाण ($\longleftarrow$),अवतरण चिन्ह ('), टिंब (.), द्विबिंदू (:), स्वल्पविराम (,) आडवी रेघ (   ) असे एकूण ७० प्रकार वापरलेले आहेत. मुख्य वर्गाची विभागणी मिश्र चिन्हांकनामुळे ४ मंडलात होऊ शकली. चिन्हांची संख्या वाढल्यामुळे सूक्ष्मतम व अर्थवाही वर्गीकरण शक्य होते.

१०) Zone Analysis पृथ:करण संयोजन क्षमता

या पद्धतीमध्ये तयार वर्गांक दिलेले नाहीत. वर्गांक हे वर्गीकरणकाराला तयार करावे लागतात. यासाठी आवश्यक असणाऱ्या मुख्य वर्गाच्या घटक सारण्या, स्थल, काल व भाषा विभाग इ. तक्ते दिलेले आहेत. वर्गांक तयार करण्याचे नियमही दिलेले आहेत. ग्रंथाच्या विषयाचे त्याच्या मूळ घटकामध्ये पृथक्करण करून त्यांचे वर्गीकरणाच्या कृत्रिम भाषेत भाषांतर केले जाते. संयोगचिन्हांच्या साहाय्याने नियमानुसार वर्गांक तयार केले जातात. वर्गीकरणकार हे काम स्वतः करू शकतो.

११) Mnemonics – स्मरणसुलभता

स्मरणसुलभता म्हणजे लक्षात ठेवण्यास सोपे.

यामध्ये १) बीजमूलक स्मरणसुलभता – द्विबिंदू वर्गीकरण पद्धतीमध्ये १ अंक हा देव, जग, राष्ट्राध्यक्ष यासाठी वापरला जातो. २) शाब्दिक स्मरणसुलभता – ही नेहमी अनुवर्ण युक्तीने दाखवलेली

जाते. J 3751 A हापूस आंबा. A म्हणजे Alphansoe ३) सारणीतील स्मरणसुलभता - एकच चिन्ह एकाच अर्थाने सारणीमध्ये वापरले जाते. २,३,४ हे अंक रचना, कार्य व रोग दर्शविण्यासाठी वापरलेले दिसतात.

L : 2 मानवी शरीर रचना,

L : 3 मानवी इंद्रिय विज्ञान

L : 4 रोग

द्विबिंदू पद्धतीमध्ये या स्मरणसुलभतेचा मोठ्या प्रमाणावर वापर केलेला आहे.

१२) Mecano Set - मेकॅनो सेट

नको असलेले पैलू वगळून सुटसुटीत वर्गांक तयार करता येतात. सर्व साधारणपणे मुखपरिसूत्रात पाच पैलू आहेत. पण प्रत्येक पैलूला त्याचे स्वतंत्र चिन्ह आहे. त्यामुळे नको असलेले पैलू वगळता येतात. यांत्रिकी तऱ्हेने संयोग चिन्हे देऊन वर्गांक तयार करता येतात.

१३) Autonomy – वर्गीकरणाचे स्वातंत्र्य

या द्विबिंदू वर्गीकरण पद्धतीमध्ये वर्गीकरणाचे स्वातंत्र्य मिळते. या पद्धतीमध्ये तयार वर्गांक नसल्यामुळे वर्गीकरणकाराला वर्गांक तयार करावे लागतात. अर्थात नियमानुसार कारण या पद्धतीमध्ये घटक सारण्या, साहाय्यक सारण्या दिलेल्या आहेत. त्यामुळे गरजेप्रमाणे वर्गांक तयार करण्याचे स्वातंत्र्य मिळते.

१४) Handy आटोपशीर

तयार वर्गांक दिलेले नसल्यामुळे पृष्ठसंख्या आटोपशीर. तयार वर्गांकांची यादी मोठी होऊ शकते.

Common Communication Format (CCF) – कॉमन कम्युनिकेशन फॉरमॅट

हा आराखडा १९८४ मध्ये प्रसिद्ध झाला. हा आराखडा २७०९ या आंतरराष्ट्रीय प्रमाणकावर आधारित आहे. या आराखड्यापूर्वी मार्क २, युनिमार्क हे आराखडे अस्तित्वात होते. युनेस्कोचे मत असे होते की सर्व जगातील देशासाठी एकच आराखडा असावा म्हणून युनोस्कोने जनरल इन्फरमेशन कार्यक्रम आखला. यासाठी सर्व जगातील तज्ज्ञ एकत्र यावे म्हणून एक समिती नेमली. या समितीने सर्व देशासाठी ग्रंथालयातील ग्रंथसूचीच्या संप्रेषणासाठी एक आराखडा तयार करावा असा उद्देश होता. या आराखड्यालाच सीसीएफ म्हणतात.

मार्क २, युनिमार्क या आराखड्यांची मूलतत्त्वे सारखीच आहेत. मात्र या आराखड्यातील माहिती इतर आराखड्यामध्ये रूपांतरित करणे सुलभ आहे. यातील माहिती यंत्रवाचनीय आहे.

वैशिष्ट्ये - १) अनेक ग्रंथालयांमध्ये ग्रंथसूचीय नोंदीची देवाण-घेवाण होण्यासाठी, तसेच त्यांच्यामध्ये सारात्मक व निर्देशात्मक सेवा सहकार्याने होण्यासाठी मान्यता देणे. २) ग्रंथसूचीय संस्थेत दोन ग्रंथालयातील ग्रंथसूचीय नोंदी, सारात्मक व निर्देशात्मक सेवा कौशल्य पूर्ण हाताळण्यासाठी एकेरी घटकांच्या संगणक प्रणालीला मान्यता देणे. ३) ग्रंथसूचीय संस्थेने या आराखड्याद्वारे स्वतःच्या ग्रंथसूचीय माहिती संचाद्वारे सेवा देणे, माहिती घटकांच्या उपयोगी याद्या पुरविणे.

माहितीप्रधान समाजातील घटकांनी मान्य केलेली अत्यावश्यक माहिती तपशीलासह सांगणे, या अत्यावश्यक माहितीचे घटक पुरविणे, जेणेकरून गोष्टींचे वर्णन करणे सुलभ जाईल. अशा बदली घटकांची संख्या देणे, प्रमाणित नसलेले घटक उपयोगी आहेत असे दाखविणे हे या आराखड्याचे उपयोग म्हणता येतील.

या आराखड्याची रचना १) नोंद चिठ्ठी २) निर्देशिका ३) माहिती क्षेत्र ४) नोंद विभाजक अशा चार भागात केलेली आहे.

१) रेकॉर्डस् अपडेटीफायर – यातील प्रत्येक नोंदीला क्रमांक दिलेला असतो. त्याचा वापर माहितीच्या शोध कार्यासाठी केला जातो. प्राथमिक माहितीमध्ये नोंदीबद्दल माहिती अंतर्भूत असते.

२) टॅग – यामध्ये नोंदीतील प्रत्येक क्षेत्राची माहिती कशाबद्दल आहे यासाठी त्या क्षेत्राला टॅग (खूण) क्रमांक दिलेला असतो.

३) इंडिकेटर – तालिकीकरणाच्या दृष्टीने उपयोगी माहिती यामध्ये असते.

४) उपक्षेत्र – हे दर्शविण्यासाठी विशिष्ट शुद्धलेखन चिन्हांचा उपयोग केलेला असतो. जेव्हा एक क्षेत्र अनेक उपक्षेत्रांमध्ये विभागलेले असते तेव्हा त्याचा क्रम व क्रमांक ठरलेला असतो.

५) फिल्ड टर्मिनेटर – क्षेत्रासंबंधीची माहिती संपली हे संगणकास सांगण्यासाठी या चिन्हांचा वापर केला जातो.

हे पाच आराखड्याचे भाग आहेत. या तऱ्हेने ग्रंथालयातील माहिती या आराखड्यात रूपांतरीत करता येते. संप्रेषणाच्या दृष्टीने ही माहिती महत्त्वाची ठरते.

Common Isolates – सामान्य उपविभाग

हे सामान्य उपविभाग दोन प्रकारचे आहेत.

१) विशिष्ट उपविभाग – हे एका विशिष्ट विषयापुरतेच मर्यादित असतात.

२) सामान्य उपविभाग – हे अनेक विषयांना एकाच अर्थाने वापरता येतात. चरित्र, नियतकालिके इत्यादी. हे ३५ उपविभाग म्हणजे ज्ञानशाखा नव्हेत. त्यांना ज्ञानाचे उपविभाग असे म्हणता येते. याचे प्रकार दोन आहेत.

१) अग्रवर्ती सामान्य उपविभाग – (Anteriorising Common Isolates)

हे उपविभाग वापरून तयार होणाऱ्या वर्गांकाचे स्थानमूल्य मूळ वर्गांकाच्या स्थानमूल्याहून कमी होते. त्या विभागाला अग्रवर्ती सामान्य उपविभाग म्हणतात.

२) परवर्ती सामान्य उपविभाग –(Posteriorising Common Isolates) उदा.2w ग्रंथपालाचे चरित्र, 2m ग्रंथालयशास्त्राचे नियतकालिक. यामध्ये दुसऱ्या व तिसऱ्या उदाहरणात w व m हे सामान्य उपविभाग वापरले आहेत. त्यामुळे त्यांचे स्थानमूल्य २चा मूळ वर्गांकापेक्षा कमी झाले. तसेच या ३५ सामान्य उपविभागांचा वापर करताना मूळ वर्गांक व अग्रवर्ती सामान्य उपविभाग यामध्ये कोणतेही संयोग चिन्ह आलेले नाही. द्विबिंदू वर्गीकरणाच्या सातव्या आवृत्तीमध्ये अग्रवर्ती सामान्य उपविभागासाठी '' (डबल इन्व्हर्टेड कॉमा) वापरला आहे.

सामान्य उपविभाग लावून तयार झालेला वर्गांक हा काही वेळा मूळच्या वर्गांकापूर्वी कपाटात लागतो. तशी वर्गकाराची अपेक्षा नसते. एखाद्या विषयावरील ग्रंथांची यादी किंवा त्या विषयाचा ज्ञानकोश इ. प्रकारांना निकटगामी वाङ्मय म्हटले जाई. हे निकटगामी वाङ्मय त्या विषयाच्या अभ्यासकाला पद्धतशीर अभ्यासासाठी हवे असते. पण हा तयार झालेला वर्गांक मूळच्या वर्गांकापूर्वी कपाटात असावा ही वर्गकाराची अपेक्षा सर्वसाधारण नियमाने पूर्ण होत नाही. म्हणून काही अपवाद करणे आवश्यक ठरते. म्हणून नवीन वर्गांकाचे स्थानमूल्य कमी होणे आवश्यक ठरते. म्हणून ग्रंथालयशास्त्राचे नियतकालिक (2m) हा वर्गांक प्रथम, नंतर ग्रंथपालाचे चरित्र (2w) हा वर्गांक व नंतर ग्रंथालयशास्त्र (2) अशी रचना कपाटात होईल.

अग्रवर्ती सामान्य उपविभागाचे प्रकार तीन :-

१) स्थलमुखापूर्वी येणारे २) स्थलमुखानंतर येणारे ३) कालमुखानंतर येणारे.

जवळ जवळ सर्वच अग्रवर्ती सामान्य उपविभागांना स्वत:ची स्वतंत्र पैलूसूत्रे आहेत. संकीर्ण मुख्य वर्ग व अग्रवर्ती सामान्य उपविभाग यांच्यासाठी वापरली जाणारी चिन्हे एकच आहेत. त्यामुळे स्मरणसुलभता वाढली आहे. अग्रवर्ती सामान्य उपविभाग वापरल्यानंतरचे विभाजनही संकीर्ण मुख्य वर्गाच्या विभाजनाप्रमाणे केलेले आढळते.

१) ग्रंथसूची – शिक्षणशास्त्रावरील ग्रंथसूची १९७२ पर्यंत	TaN72
२) ज्ञानकोश – तत्त्वज्ञान शास्त्राचा ज्ञानकोश	Rk 235, N6
३) नियतकालिके – लायब्ररी जर्नल (इ.स.1876 साली सुरू झालेले)	2m73, M76
४) वार्षिक – Progress in Education	Tn2, N65
(भारतातील शिक्षणशास्त्रावरील लेख प्रसिद्ध करणारे वार्षिक, सुरुवात १९६५	
५) संमेलनवृत्त – अखिल भारतीय धर्म परिषद (१९५३ साली भरलेली)	Qp2, N53
६) इतिहास – भारतीय ग्रंथालयशास्त्राचा विसाव्या शतकातील इतिहास	2v2, N
७) चरित्र – डॉ. रंगनाथन यांचे चरित्र (जन्म १८९२)	2wM92

अशा तऱ्हेने आत्मचरित्र, पत्रसंग्रह, चरित्रसंग्रह, एकाच लेखकाचा लेखसंग्रह, एकाच विषयावरील अनेक व्यक्तींचा लेखसंग्रह अशा गोष्टी अग्रवर्ती सामान्य उपविभागामुळे दाखविता येतात. यामध्ये रोमन वर्णाचा वापर केलेला आहे.

Communication – संप्रेषण

मनुष्य हा समाजामध्ये राहतो, तो समाजप्रिय प्राणी आहे. दैनंदिन व्यवहारातील गोष्टी मनुष्य एकमेकांशी संप्रेषित करीत असतो. मग ती त्याची मते, कल्पना, अनुभव किंवा आणखी काही असू शकते. संप्रेषण ही दोन व्यक्तींमधील प्रक्रिया आहे.

छापील गोष्टी, व्यक्तींचे परस्पराशी संभाषण, यासारख्या मार्गांनी माहिती मिळत असते व मिळवताही येते. ज्ञानाचे संप्रेषण होण्यास भाषेचे माध्यम आवश्यक असते. चित्रकला हे कलेचे संप्रेषण माध्यम आहे. संगीताचे संप्रेषण सुरांच्या माध्यमातून होत असते. माहितीचे संप्रेषण म्हणजे हस्तांतरणच नव्हे तर भावनांचे प्रकटीकरण, इच्छा इ. गोष्टीही संप्रेषित होतात. माहितीच्या संप्रेषणामध्ये तीन घटक अंतर्भूत असतात. १) माहिती संप्रेषित करणारा २) माहितीचे संप्रेषण ३) माहितीचे संप्रेषण स्वीकारणारा.

संप्रेषणामुळे ज्ञानाची वाढ होते. संप्रेषणाची व्याख्या शब्दकोशात अशी केली आहे, ''संप्रेषण म्हणजे परस्परातील विचारांची, मतांची देवाण-घेवाण होय.'' तंत्रज्ञानाच्या प्रगतीमुळे संप्रेषणाची अनेक साधने, मार्ग उपलब्ध आहेत.

१) मौखिक मार्ग – म्हणजे मौखिक दळणवळण. हा अतिशय वेगवान मार्ग आहे. सांगणे व ऐकणे या क्रिया एकाच वेळी होतात. त्यामुळे वेळेचा अपव्यय नाही. दोन व्यक्तींचे परस्पर संभाषण, सभा, गटचर्चा यांचा समावेश यात होतो.

२) शाब्दिक मार्ग – या प्रकारामध्ये ग्रंथ, नियतकालिके वगैरे मुद्रित व अमुद्रित साहित्य अंतर्भूत होते.

३) दृक् –श्राव्य मार्ग – या प्रकारामध्ये ऐकणे, दिसणे व पाहणे या क्रिया अंतर्भूत आहेत. आकाशवाणी, टेलिफोन, उपग्रह ही तंत्रयुगातील माहितीच्या संप्रेषणाची आधुनिक साधने आहेत. प्रदर्शने, चित्रफिती, नकाशे वगैरे गोष्टी यांत समाविष्ट होतात.

संप्रेषण पद्धतीचे दोन प्रकार आहेत. अनौपचारिक पद्धती–यामध्ये मौखिक संप्रेषण, दळणवळण इ. चा समावेश होतो. या प्रकारामध्ये माहितीचे साधन व माहितीचा गरजू यांच्यात प्रत्यक्ष संबंध असतो. तर औपचारिक प्रकारामध्ये शाब्दिक संप्रेषणाचा समावेश होतो. यामध्ये माहितीचे साधन व माहितीचा गरजू यांच्यात प्रत्यक्ष संबंध नसतो. यापेक्षा लिखित व अलिखित असे संप्रेषणाचे दोन प्रकार करावेत. कारण पत्रव्यवहारासारखे लिखाण अनौपचारिक म्हणूनच पहावे लागते.

माहिती संप्रेषणात काही अडथळेही येतात. त्यामध्ये औद्योगिक, आर्थिक, श्रेणीय रचना, भाषिक, तांत्रिक, सामाजिक, राजकीय, प्रशासकीय व मानसशास्त्रीय असे हे अडथळे असू शकतात. माहिती हे वैयक्तिक व राष्ट्रीय विकासाच्या दृष्टीने महत्त्वाचे अंग आहे.

Comparative Research Method - तुलनात्मक संशोधन पद्धती

या पद्धतीमध्ये मनुष्य व समाज यांची व्यापक माहिती मिळवावी लागते. ही एक अभिजात पारंपरिक पद्धती आहे. या पद्धतीमुळे वेगवेगळे समाज, त्यांची रचना, संस्कृती यामधील दृष्टिकोन, त्यातील फरक तुलनात्मक रीतीने दाखविता येतो. यासाठी ऐतिहासिक पार्श्वभूमी उपयोगी पडते. पूर्वीचा व वर्तमान यातील समाज यामध्ये अंतर्भूत असतो. आपला समाज जाणून घेण्यासाठी मानवी स्वभावाचा अभ्यास उपयोगी पडतो. रचनात्मक विश्लेषणामध्ये सामाजिक घटनांना विशेष महत्त्व मिळालेले असते. यांचा अभ्यास आधुनिक तंत्राने व्हावा हे अपेक्षितच आहे.

माहिती युगातील संख्यात्मक विश्लेषणाची साधने अंगिकारावी लागतात. या विश्लेषणातील सामाजिक संकल्पना ह्या पद्धतीविषयक व सिद्धान्त विषयक या दोन्ही दृष्टिकोनातून पाहाव्या लागतात. सामाजिक वृत्ती स्पष्ट करावी लागते. यासाठी सामाजिक विश्लेषण अपरिहार्य ठरते. म्हणून इतिहास व समाजशास्त्र या दोन ज्ञानशाखांमध्ये सुसंवाद अपेक्षित असतो.

समाजशास्त्रज्ञांना ऐतिहासिक दृष्टिकोन हा वादाचा मुद्दा आहे. सामान्य सिद्धान्त आणि आधुनिक काळातील सर्वेक्षण संशोधन पद्धती याबाबत हा वाद आहे. पण समाजशास्त्र व इतिहास ही मनुष्याशी निगडित शास्त्रे आहेत. ऐतिहासिक दृष्टिकोनाशिवाय विकासाची गती समजणार नाही.

Computer Net – संगणकीय जाळे

दोन किंवा अनेक संस्थामधील साधनांचा विकास करणे, त्यांच्या सभासदांना चांगल्या सेवा व सुविधा उपलब्ध करून देणे यासाठी केलेले एकत्रित प्रयत्न म्हणजे संगणकीय जाळे असे म्हणता येईल. हा प्रकार साधन वाटणीचाच आहे.

जाळे याचे स्वरूप एक व्यवस्था किंवा प्रशासन असे असते. या स्वरूपामुळे ज्यांनी एकत्रित काम करण्याचे मान्य केले आहे किंवा साधन वाटणी करण्याचे ठरविले आहे. अशा गटातील व्यक्तींची वा संस्थांची एक साखळी तयार केली जाते. ही साखळी म्हणजे संगणकीय जाळे.

सध्याच्या माहिती युगात माहितीचे महत्त्व सर्वांना पटलेले आहे. म्हणून माहितीचे जाळे ही कल्पना लोकप्रिय झालेली आहे. हे जाळे स्वयंसेवी रचनेवर आधारलेले आहे. अनेक ग्रंथालयांच्या साधन वाटणीतून माहितीचा योग्य व परिणामकारक उपयोग व्हावा हे या जाळ्याचे उद्दिष्ट. यामुळे ग्रंथालयीन सेवेत गुणात्मक बदल होत गेले. सभासद संख्या यांच्यामध्ये माहितीचा प्रवाह सतत वाहता रहावा म्हणून हे जाळे कार्य करते.

संगणकीय माहिती जाळे खालील गोष्टींवर अवलंबून आहे.

१) सर्व सभासदांमध्ये ध्येये, धोरणे, कार्ये व नियम यामध्ये एकवाक्यता असते.

२) सर्व सभासदांमधील आर्थिक व व्यवस्थापकीय तत्त्वांची बांधीलकी.

३) सभासदांची भूमिका, काम यासंबंधी मार्गदर्शक तत्त्वे असणे.

४) माहिती संग्रह, साठा व प्रतिप्राप्ती यासंबंधात प्रमाणके विकसित करणे.

५) माहितीच्या निवडीची मार्गदर्शक तत्त्वे.

६) केंद्रीय ग्रंथसूचीय संचिका तयार करणे.

७) प्रतिसादासाठी मूल्यमापन पद्धतीचे निर्माण

८) एकत्रित साधनांचा विकास करणे.

९) प्रशिक्षणाचे कार्यक्रम आखणे.

Consortium – कन्सॉरशियम

कन्सॉरशियम म्हणजे सामायिक हेतूसाठी एकत्र येणे. साधारणपणे एकाच क्षेत्रात काम करणाऱ्या संस्था एकत्र येऊन कन्सॉरशियम स्थापन करतात. मुख्यत्वे कन्सॉरशियमद्वारे इलेक्ट्रॉनिक जर्नल्सची वर्गणी भरली जाते.

माहितीचा विस्फोट, नित्य नवीन संशोधन, नियतकालिकांच्या वाढलेल्या वर्गण्या, मर्यादित होणारा ग्रंथालयांचा निधी इ. मुळे ग्रंथालयांना कन्सॉरशियम स्थापण्याची गरज भासू लागली आहे.

इलेक्ट्रॉनिक जर्नल्सच्या कन्सॉरशियमचे फायदे खालीलप्रमाणे आहेत.

१) इ.जर्नल्स तुलनेने परवडणाऱ्या किमतीत व लायसन्स अटींवर उपलब्ध होतात.

२) एक ग्रंथालय आर्थिक निधीच्या मर्यादेमुळे सगळी इ-जर्नल्स घेऊ शकत नाही. परंतु कन्सॉरशियममध्ये सहभागी झाल्यास अनेक इ. जर्नल्स वाचता येतात.

३) इ-जर्नल्सकरता वाचकांची वाढती मागणी पूर्ण करता येते.

४) काही इ-जर्नल्स फक्त इलेक्ट्रॉनिक स्वरूपात उपलब्ध असतात. ती वाचता येतात.

५) रीसोर्स शेअरिंग साध्य होते.

Content Analysis – आशय विश्लेषण

ग्रंथ, नियतकालिके, वृत्तपत्रे, फिल्म्स, शासकीय प्रकाशने या संप्रेषणाच्या माध्यमांचा वापर

करणारे उपभोक्ते यांचे अनेक अभ्यास ग्रंथालयशास्त्रामध्ये झालेले आहेत. मात्र या विविध माध्यमांच्या प्रत्यक्ष आशयासंबंधी फार थोड्या प्रमाणात ग्रंथालयशास्त्रात संशोधन झालेले आढळते. संप्रेषण माध्यमांच्या काही अंतर्गत वैशिष्ट्यांचा शोध घेण्यासाठी ग्रंथपाल ज्या उपयुक्त पद्धतींचा वापर करतात त्यापैकी एक आशय विश्लेषण पद्धती आहे. मुद्रित अथवा दृक्-श्राव्य साधनांमध्ये समाविष्ट असलेले शब्द (phrases), संज्ञा, विषय (themes), अक्षरे, वाक्ये आणि काही प्रमाणात परिच्छेद हे किती वेळा ग्रंथांच्या पाठ्यामध्ये येतात त्याच्या वस्तुनिष्ठ पृथ:करणासाठी जी प्रक्रिया वापरण्यात येते त्याला आशय विश्लेषण म्हणतात. आशय विश्लेषणाची व्याख्या करताना बर्नार्ड बेरेल्सन यांनी असे म्हटले आहे की 'संप्रेषणाच्या बहुढंगी (Manifest) आशयाचे वस्तुनिष्ठ, पद्धतशीररीत्या आणि संख्यात्मक वर्णन करण्यासाठी वापरलेली संशोधन प्रक्रिया म्हणजे आशय विश्लेषण होय.'

संशोधन प्रक्रियेमधील पूर्वग्रहदूषित दृष्टी कमी करणे आणि संशोधनात अचूकता आणणे हे आशय विश्लेषणाचे हेतू असतात.

आशय विश्लेषणात प्रामुख्याने खालील टप्पे समाविष्ट असतात : १) संशोधन समस्यांविषयी विधान तयार करणे २) गृहीतकृत्याची व्याख्या करून गृहीतकृत्य तयार करणे आणि त्या गृहीतकृत्याच्या चाचणीला उपयुक्त पृथ:करणाचे प्रकार तयार करणे ३) ज्या साहित्याचे पृथ:करण करावयाचे आहे त्याची निवड करणे ४) संबंधित (relevant) साहित्याचे पृथ:करण करणे व पूर्वनिश्चित आणि योग्यप्रकारे व्याख्या केलेल्या प्रकारांनुसार आशयाचे मापन करणे ५) प्रकारानुसार केलेल्या युनिट्सना संख्यात्मक रूप देणे ६) प्राप्त झालेल्या माहितीचे पृथ:करण आणि तुलना करणे आणि ७) संशोधन समस्या, गृहीतकृत्य यांच्या अनुषंगाने प्राप्त झालेल्या माहितीवर भाष्य/टीका करणे.

आशय विश्लेषणासाठी खालील विषयांचा अभ्यासांचा विचार करता येऊ शकेल :

विक्रमी खप असलेल्या आणि त्या मानाने कमी खप असलेल्या कादंबऱ्यांचे आशय विश्लेषण, गाजलेल्या कादंबऱ्या आणि त्यावर आधारित निर्माण झालेले चित्रपट यांच्या आशयांचा अभ्यास. लहान मुलांसाठी गेल्या काही दशकात लिहिल्या गेलेल्या अद्भूत कथा यांचे आशय विश्लेषण इत्यादी.

Co-operative and Centralised Cataloguing – सहकारी आणि केंद्रीय तालिकीकरण

ग्रंथालयातील साहित्य उपयोजकांच्या गरजेनुसार तात्काळ मिळावे अशा योजना ग्रंथालयात केलेल्या असतात. यासाठी अनेक नवीन नवीन तंत्रे वापली जातात. त्यामध्ये मर्यादित तालिकीकरणाप्रमाणे सहकारी व केंद्रीय तालिकीकरण यांचाही समावेश होतो. या दोन्ही गोष्टीतून एक संघ तालिका (Union Catalogue) तयार होऊ शकतो.

सहकारी व केंद्रीय या दोन्ही तालिकीकरण वेगळ्या कल्पना आहेत. पण दोन्ही तालिकीकरणाचे हेतू मात्र कामात काटकसर व सुसंगतपणा, सारखेपणा आणणे हाच आहे.

'सहकार' या शब्दातच या तालिकीकरणाची कल्पना दडलेली आहे. ज्या ग्रंथालयांची एकमेकांशी सहकार्य करण्याची इच्छा आहे अशी ग्रंथालये एकत्र येतात. आर्थिक गोष्टीचे निश्चितीकरण यामध्ये अपेक्षित असते. तशीच त्याची कार्यवाही होणेही आवश्यक आहे. या कल्पनेत सहभागी होणे ही गोष्टी ऐच्छिक आहे. तसेच या संबंधातील कार्यही पुढे चालू ठेवणे ही गोष्ट ऐच्छिकच आहे.

केंद्रीय अथवा सहकारी तालिकीकरण करताना पुढील गोष्टी लक्षात घेणे आवश्यक आहे. या

योजनेमध्ये सहभागी होणाऱ्या ग्रंथालयांची वर्गीकरण पद्धती व तालिकीकरण संहिता एकच असावी. तालिकेचा आकार समान असावा. दुहेरी ग्रंथ खरेदी टाळली जावी. एखाद्या मध्यवर्ती ठिकाणी सर्व खरेदी केलेले नवीन वाचनसाहित्य त्वरित मिळण्याची व्यवस्था करणे किंवा निदान पहावयाला मिळणे आवश्यक ठरते. हे वाचनसाहित्य संबंधित ग्रंथालयात येण्यात वेळ लागतो. त्यापूर्वी तालिकीकरणाच्या नोंदी तयार असणे महत्त्वाचे आहे, नाही तर तालिका परिपूर्ण होणार नाही.

अशा योजनेला आर्थिक बळ फार लागते. सुरुवातीला ग्रंथालयाकडून आर्थिक निधी गोळा करावा लागतो. नंतर ग्रंथालयाच्या निधीतून तो मिळू शकतो. पण हा निधी फार काळजीपूर्वक वापरावा लागतो.

या योजनेमुळे कामात, आर्थिक बाबतीत काटकसर होते. प्रमाणित नोंदी मिळतात. वेळेची व श्रमाची बचत होते. साधनसामग्रीमध्ये सवलत मिळते. तालिकाकार स्वतंत्र व तज्ज्ञ असतो.

प्रत्येक ग्रंथालयातील तालिकाकाराला या योजनेमुळे प्रत्येक ग्रंथ हाताळता येत नाही. म्हणून ग्रंथ व तालिकाकार यांच्यातील अंतर वाढते.

Copy Right – स्वामित्व हक्क

कोणत्याही कालातील संस्कृतीचा गुणात्मक दर्जा हा त्या कालातील बुद्धिवंत आणि कलावंत ज्या कृतींची निर्मिती करतात, त्यावर अवलंबून असतो. अशा गुणात्मक कृतींची निर्मिती करण्यासाठी त्या कृतीच्या निर्मितीचे हक्क संबंधित साहित्यिकाला / कलावंताला दिलेले नसतील तर उच्च कृती निर्माण होऊ शकणार नाहीत. या निर्मितीचे हक्क संबंधित साहित्यिकाला / कलावंताला ज्या कायद्याने दिलेले असतात, त्याला स्वामित्व हक्क असे संबोधिले जाते. ढोबळमानाने बोलावयाचे झाल्यास, एखाद्या साहित्यिक / वाङ्मयीन, सांगीतिक (musical), नाट्यमय (dramatic) अथवा कलात्मक कृतीचा आशय आणि रचना (form) प्रकाशित करण्याचा आणि त्याची विक्री करण्याचा हक्क संबंधित साहित्यिक अथवा कलावंताला ज्या कायद्याने प्राप्त करून दिला जातो त्याला स्वामित्व हक्क असे म्हणता येईल, म्हणूनच स्वामित्व हक्काची व्याख्या करताना असे म्हटलेले आहे की, 'अप्रकाशित कृतींच्या बाबत त्यांच्यापासून कोणतीही साहित्यिक, नाट्यमय (dramatic) अथवा सांगीतिक कृतींची अथवा त्यांच्या काही भागांची कोणत्याही स्वरूपात निर्मिती करण्याचा लेखकाला प्राप्त झालेला हक्क प्रकाशित साहित्याच्या बाबतीत त्या कृतीच्या प्रकाशनासाठी संबंधित व्यक्तीला प्राप्त झालेला संपूर्ण हक्क म्हणजे स्वामित्व हक्क होय.'

एखाद्या विशिष्ट कृतीची / गोष्टीची निर्मिती अथवा पुनर्निर्मिती करणे, भाषांतर करणे, नाट्यकृतीची कादंबरी अथवा अन्य स्वरूपात बदल करणे, एखाद्या कृतीमधून नाट्यस्वरूपात निर्मिती करणे, एखादी रेकॉर्ड, फिल्म, श्राव्य अथवा दूरदर्शनवर प्रक्षेपित करणे (ब्रॉडकास्ट) इत्यादी करण्याबाबत कायद्याने दिलेला हक्क म्हणजे स्वामित्व हक्क होय.

स्वामित्व हक्काच्या बाबतीत एक गोष्ट प्रामुख्याने लक्षात ठेवायला हवी आणि ती म्हणजे एखाद्या अमूर्त अथवा अव्यक्त कल्पनेला स्वामित्व हक्क लागू होत नाही. कोणत्याही कल्पनेला (idea) स्वामित्व हक्क लागू होण्यासाठी ती कल्पना कोणत्यातरी स्वरूपात शब्दामध्ये अथवा चित्ररूपात प्रकाशित होणे गरजेचे असते.

इंग्लंडमध्ये ॲन राणीच्या कारकिर्दीत १७०९ मध्ये स्वामित्व हक्क कायदा संमत करण्यात आला. त्यामध्ये १८४२ Literary Copyright Act च्या मुळे सुधारणा करण्यात आली. नंतर १९११ मध्ये संमत झालेल्या British Copyright Act मुळे आणखी सुधारणा करण्यात आल्या. १९११ मध्ये संमत झालेला कायदा इंग्लंडप्रमाणेच हिंदुस्थानातही लागू करण्यात आला. या कायद्यानुसार हिंदुस्थानच्या त्या वेळेच्या गव्हर्नर जनरलने १९१४ मध्ये Indian Copyright Act हा कायदा संमत करून घेतला. भारत स्वतंत्र झाल्यावर १९१४ च्या कायद्यामध्ये सुधारणा करून १९५७ मध्ये Copyright Act अस्तित्वात आला. हा कायदा २१ जानेवारी १९५८ मध्ये अस्तित्वात आला. या कायद्यामध्ये ऑगस्ट १९८३ मध्ये दुरुस्त्या करून The Copyright Amendments Act संमत करण्यात आला आणि तो ९ ऑगस्ट १९८४ मध्ये अमलात आणण्यात आला. १९८४ मध्ये या कायद्यामध्ये पुन्हा दुरुस्त्या करण्यात आल्या व हा कायदा ८ ऑक्टोबर १९८४ मध्ये अमलात आणण्यात आला.

प्रकाशित साहित्यिक कृतींच्या बाबतीत स्वामित्व हक्क त्या कृतीच्या लेखकाच्या मृत्यूनंतर ५० वर्षांनी संपुष्टात येतो. ग्रंथपालांच्या दृष्टीने स्वामित्व हक्क कायदा विशेष महत्त्वाचा आहे. कारण स्वामित्व हक्क कायद्यामुळे एखाद्या कलाकृतीबाबत स्वामित्व हक्क किती वर्षे अस्तित्वात आहे याची माहिती मिळते. स्वामित्व हक्क कायदा एखाद्या साहित्यिक कृतीच्या लेखकाबरोबरच प्रकाशकाचे हितसंबंधही अबाधित ठेवतो आणि त्यांना आर्थिक परतावा मिळून ते आपले कार्य चोखपणाने बजावतील याकडे लक्ष देतो.

Council for Scientific and Industrial Research e- journals Consortium – कौन्सिल फॉर सायंटिफिक अँड इंडस्ट्रिअल रीसर्च इ. जर्नल्स कन्सॉरशियम

कौन्सिल फॉर सायंटिफिक अँड इंडस्ट्रिअल रीसर्च यांनी हा कन्सॉरशियम त्यांच्या प्रयोगशाळांकरता स्थापन केला. या सगळ्या प्रयोगशाळा विज्ञानातील वेगवेगळ्या विषयांवर संशोधन करीत आहेत. या कन्सॉरशियमद्वारे तुलनेने कमी खर्चात जास्त इलेक्ट्रॉनिक जर्नल्स शास्त्रज्ञांना उपलब्ध झाली आहेत.

यामध्ये जागतिक स्तरावरील अकरा प्रकाशकांशी संवाद साधून त्यांचे सभासदत्व घेतले आहे. यात एलसेव्हिअर सायन्स डायरेक्ट, स्प्रींगर, अमेरिकन केमिकल सोसायटी, अमेरिकन सोसायटी फॉर मेकॅनिकल इंजिनिअर्स इ. यांचा समावेश आहे. या प्रकाशकांची अनेक जर्नल्स उपलब्ध आहेत. परंतु प्रयोगशाळांच्या संशोधनाच्या विषयांवर असलेल्या जर्नल्सकरता वर्गणी भरली आहे. ही सुविधा इंटरनेट प्रोटोकॉल (IP) वर आधारित आहे.

Cross Reference Entries – उलट संदर्भदर्शक नोंदी

या नोंदी फक्त संदर्भासाठीच वापरल्या जातात. त्यामुळे विशिष्ट ग्रंथाशी त्यांचा संबंध नसतो. या नोंदीचे प्रकार दोन आहेत. १) पहा (See) आणि २) आणखी पहा (See Also)

या नोंदीमध्ये एकाच भाषेला, व्यक्तीला पुढे दुसरे नाव दिले जाते. नवीन नावाने जरी नोंदी केल्या तरी पूर्वीच्या नोंदीही मिळणे आवश्यक असते. तरच ग्रंथ ग्रंथालयात उपलब्ध होतील.

अशा प्रकारच्या नोंदीचे प्रकार पाच आहेत.

१) पर्यायी नामनोंद (Alternative Name)

२) शब्दाचे किंवा नावाचे वेगळे स्वरूप (Variant Forms of Names)

३) टोपण नाव (Pseudonym) व खरे नाव (Real Name)

४) मालेचा संपादक (Editor of the Series)

५) सामान्य नाम नोंद (Generic Name Entry)

''पहा'' व ''आणखी पहा'' या नोंदीत फारसा फरक आढळत नाही. पण सूक्ष्म रीतीने पाहिल्यास संदर्भामध्ये ''पहा'' एखाद्या विषयाला दोन शब्द वापरलेले असतात. परंतु नोंदी मात्र त्यातील एकाच शब्दाखाली केलेल्या असतात. त्यामुळे तालिकेत एकाच ठिकाणी नोंद असते. पण ज्या नावाखाली नोंदच केलेली नाही त्याच नावाने उपयोजकाने मागणी केली तर ग्रंथ मिळावा म्हणून ''पहा'' ही नोंद केली जाते. म्हणून ही नोंद माहीत असलेल्या शब्दाकडून माहीत नसलेल्या शब्दाखाली संदर्भ देते.

''आणखी पहा'' या नोंदी विषयाच्या संदर्भात केलेल्या असतात. त्यामुळे त्या प्रथम विषय अंशात्मक नोंदीचा (Subject Analyticals) पुरस्कार करतात. याच दृष्टीने या नोंदी केलेल्या असतात. तसेच एखाद्या व्यक्तीची दोन नावे (टोपणनाव) असल्यास या दोन नावाखाली स्वंतत्र नोंदी कराव्या लागतात. ''आणखी पहा'' ह्या नोंदीमुळे दोन्ही नोंदीतील व्यक्ती एकच आहेत हे समजते. म्हणून ''आणखी पहा'' हा संदर्भ देणे महत्त्वाचे आहे.

उदा. शिरूरकर (विभावरी)

''आणखी पहा''

खरे बाळूताई

या नोंदीमध्ये ''आणखी पहा'' हे शब्द अधोरेखित केलेले असतात.

Current Awareness Service – प्रचलित जागरूकता सेवा

दररोज जगामध्ये काही घडामोडी घडत असतात. नवीन माहिती निर्माण होत असते. या माहितीचे संप्रेषण अनेक माध्यमांमार्फत होत असते. त्यामध्ये रोजच्या वर्तमानपत्रांचे विशेष महत्त्व असते. आकाशवाणी, दूरदर्शन यावरील बातम्या या गोष्टी त्यामध्ये भर घालत असतात. नवीन माहितीचा वेगही अमर्याद असल्यामुळे उपयोजकाच्या नजरेला त्याच्या गरजेच्या, व्यासंगाच्या माहितीचा दृष्टिलाभ होईलच असे म्हणता येत नाही. ज्ञानाच्या विस्तारलेल्या शाखा, उपशाखातूनही तसेच आंतरराष्ट्रीय संबंधामुळे एखाद्या विषयाची माहिती इतर विषयातूनही मिळू शकते.

अद्ययावततेच्या दृष्टीने नियतकालिकांचे स्थान कोणीही घेऊ शकत नाही. परिसंवाद व चर्चासत्रे यांची इतिवृत्ते, अहवाल, पेटंटस् व राष्ट्रीय वा आंतरराष्ट्रीय प्रमाणके यासंबंधीची माहिती नियतकालिके, विशेष अहवालाच्या स्वतंत्र पुस्तिका वगैरे वेगवेगळ्या प्रकारच्या प्रलेखातून प्रकाशित होत असते. अशी प्रकाशित माहिती गरजू, अभ्यासू व व्यासंगी उपयोजकाच्या दृष्टीसमोर आणणे, म्हणजेच प्रचलित जागरूकता सेवा होय.

प्राथमिक प्रलेख व या प्रलेखाचे नियतकालिकांतील निर्देशन वा सार म्हणजे ही प्रचलित जागरूकता सेवा होय.

ग्रंथालयाच्या किंवा संस्थेच्या अंतर्गत माहिती केंद्रातून तसेच व्यापारी तत्त्वावरील माहिती केंद्रातून अशा दोन पद्धतीने ही सेवा दिली जाते. या सेवेशी संबंधित वार्तापत्रे, साप्ताहिके, मासिके अथवा पाक्षिके या कालांतराने प्रकाशित केली जातात. या वार्तापत्रामध्ये नियतकालिकांतील लेख, संशोधन प्रगतीचा

आढावा, वृत्तपत्र कात्रणे, परिषदा, परिसंवाद, चर्चासत्रे यांचे अहवाल अंतर्भूत असतात. यासाठी ग्रंथालयातील प्रत्येक नियतकालिकांची अनुक्रमणिका, काही निवडक गोष्टी समाविष्ट केलेल्या असतात. काही संस्था अशावेळी वर्गीकृत वार्तापत्रे, बीज शब्द (Key word) देऊन ग्रंथसूचीय सेवाही देतात.

ही सेवा ग्रंथालयीन कर्मचारी वर्गातर्फे तसेच संगणकाद्वाराही देता येते. संगणकीय सेवेसाठी संहिता तयार केली जाते. ही सेवा उपयोजकाच्या प्रश्नाचे उत्तर शोधून देत नाही. स्थानिक पातळीवर ही सेवा जास्त परिणामकारक ठरते.

Current Events : Reference Source - प्रचलित घटनांची संदर्भ साधने

माहिती युगात माहितीचा विस्फोट झाला. माहिती मोठ्या प्रमाणात उपलब्ध होऊ लागली. जगामध्ये घडणाऱ्या राजकीय, सामाजिक, आर्थिक, औद्योगिक क्षेत्रातील घटनाविषयी माहिती मिळविणे, माहिती असणे हा मानवाच्या जीवनाचा एक अविभाज्य भाग झाला. त्यामुळे विकासाचे मूल्यमापन करणे सोपे झाले. निरनिराळ्या स्पर्धा परिक्षांची इच्छुक युवा मंडळी, प्रश्नमंजुषा, कोडी इत्यादी मध्ये भाग घेणारे स्पर्धक यांना अद्ययावत माहितीची अधिक गरज असते. यासाठी नियतकालिके, वर्तमानपत्रे, आकाशवाणी, दूरदर्शन, साप्ताहिके ही संदर्भ साधने उपयोगी पडतात. नियतकालिकांचे निर्देश, बातम्यांचे सारांश हेही या प्रकारात अंतर्भूत होतात. उदा. डेटा इंडिया, एशियन रेकॉर्डर, इंडेक्स टू, टाइम्स ऑफ इंडिया.

Cutter's Rules – कटर्स रुल्स

सी.ए.कटर यांच्या संहितेची पहिली आवृत्ती १८७६ मध्ये तयार झाली. 'Rules for a Printed Dictionary Catalogue' असे या संहितेचे नाव होते. यात ३६९ नियम होते. हे नियम वर्णनात्मक तालिकीकरण, विषयशीर्षके व त्यांची मांडणी या संबंधात होते. नंतर ही संहिता " Rules for Dictionary Catalogue" या नावाने प्रसिद्ध झाली. या संहितेची चौथी आवृत्ती १९०४ मध्ये प्रसिद्ध झाली. या आवृत्तीचेच पुनर्मुद्रण लायब्ररी ऑफ काँग्रेसने १९५३ मध्ये केले. कोशतालिकेसाठी हे नियम मूलभूत मानले जातात.यांनी तालिकेचे तीन उद्देश सांगितले आहेत. वाचनसाहित्याचा शोध घेण्यात तालिकेचा उपयोग झाला पाहिजे. हे मूलभूत सूत्र तर होतेच उपयोजकाला ग्रंथकार, ग्रंथनाम आणि विषय यांच्या मदतीने अपेक्षित ग्रंथ मिळाला पाहिजे. उपयोजकाच्या गरजेनुसार विशिष्ट ग्रंथकाराचे, विषयाचे वाचनसाहित्य तालिकेमधून सांगता आले पाहिजे. ग्रंथनिवडीसाठी तालिकेचा उपयोग झाला पाहिजे.

ग्रंथकार नोंद, ग्रंथनाम नोंद तिचे संदर्भ, विषय नोंद करता उलट संदर्भ ग्रंथांची भाषा, वाङ्मयप्रकार, ग्रंथाची आवृत्ती, प्रकाशन वर्ष या माहितीच्या नोंदी करणे त्यांना आवश्यक वाटले.

या संहितेचा प्रभाव Anglo American Cataloguing Rules यावरही झालेला दिसतो.

D

Data - आधार सामग्री

माहितीची कल्पना डेटाशी संबंधित आहे. 'डेटा' हा शब्द ''डेटम'' या लॅटिन शब्दावरून आला आहे. याचा अर्थ कोणतीही दिलेली गोष्ट असा होता. आधार सामग्री म्हणजे काही गोष्टींची चर्चा करून निर्णयाप्रत जाणे. ही सामग्री वस्तुनिष्ठ असते आणि तिचा पुन्हा पुन्हा वापर करता येतो. या आधार सामग्रीत घटना, शब्द, आलेख, आकडेवारी इ. गोष्टी समाविष्ट असतात.

'डेटा' या शब्दाची व्याख्या वेबस्टर्स थर्ड न्यू इंटरनॅशनल डिक्शनरीमध्ये पुढील प्रमाणे केलेली आहे : ''ज्यावर निष्कर्ष अथवा विधान आधारलेले असते अथवा ज्यापासून कोणत्याही प्रकारची आदर्श पद्धती तयार करता येते अशी कोणतीही दिलेली वा मान्य केलेली बाब''.

''मानवाकडून संप्रेषण, स्पष्टीकरण अथवा प्रक्रियेला उपयुक्त ठरतील अशा औपचारिक पद्धतीच्या घटना, संज्ञा अथवा सूचना म्हणजे डेटा'' असे युनेस्को म्हणते.

''अभ्यासाचे आरेखन, संहिता ग्रंथ अथवा संशोधन अहवाल यामध्ये समाविष्ट असलेली मूल्ये अथवा घटना ज्यांचा वापर द्वितीयक पृथःकरणाच्या हेतूसाठी करतात तो डेटा. असे समाजशास्त्रांचा विचार करता म्हणता येईल.

शमून यांनी माहितीशास्त्रात ''प्रायोगिक गणन अथवा थेट निरीक्षण यापासून प्राप्त झालेल्या संख्यात्मक बाबी म्हणजे डेटा'' असे म्हटलेले आहे.

डेटा म्हणजे मूलभूत सामग्रीचे माहितीत रूपांतर होण्यासाठी त्यातील घटकांची तर्कशुद्ध मांडणी करावी लागते. पुन्हा त्यांची फेरमांडणी केल्यानंतर त्याला ''माहितीचे'' स्वरूप मिळते. आधारभूत सामग्री व माहिती यांचे योग्य तऱ्हेने व्यवस्थापन करून ती संगणकाच्या स्मृतीत साठविली जाते याला 'डेटा बेस' म्हणतात.

डेटा नोंदविताना जर फक्त ग्रंथसूचीय माहितीच नोंदविलेली असेल तर या संग्रहाला 'डेटा बेस' म्हणतात. आणि ग्रंथसूचीय माहितीव्यतिरिक्त अधिक माहिती नोंदीत असल्यास त्या संग्रहाला ''डेटा बँक'' म्हणतात. यात मूळ माहिती, टीपा, सार इ. माहिती असते.

डेटा संग्रह करण्याचे काम व्यावसायिक संस्था करीत असतात. स्थानिक पातळीवरही संशोधकांसाठी संस्था डेटा बँक तयार करतात. ''डेटा'' नोंदविताना तो सहजपणे अद्ययावत करता यावा व मागणीनुसार पुरविता यावा असा नोंदविला जातो.

'डेटा' हा 'डेटम' चे अनेकवचनी रूप आहे. तरीसुद्धा हा शब्द एकवचनी संग्रहित नाम म्हणून वापरला जातो.

Data Collection Techniques – माहिती संकलनाची तंत्रे

संशोधनासाठी संशोधक प्राथमिक व दुय्यम साधनातून माहिती मिळवतो. प्राथमिक साधनांमध्ये

निरीक्षण, मुलाखती व प्रश्नावली यांचा समावेश होतो. दुय्यम साधनांमध्ये लिखित साहित्य अंतर्भूत होते.

निरीक्षण – रोजच्या व्यवहारात आजूबाजूला बऱ्याच घटना घडतात. त्यांचे निरीक्षण कळत-नकळत होत असते. या निरीक्षणाचा उपयोग अनुभवासाठी होतो. पण हे शास्त्रीय पद्धतीने केलेले निरीक्षण होत नाही. निरीक्षणाचा उपयोग स्वभाव, वर्तणूकविषयक शास्त्रामध्ये होतो. डॉ.एस.आर.रंगनाथन यांचे पाच मूलभूत सिद्धान्त हे त्यांच्या निरीक्षणाचेच फलित आहे.

यंग म्हणतात, 'पद्धतशीरपणे पाहणे आणि पाहिलेल्या घटनांची चिकित्सा करणे म्हणजे निरीक्षण.'

निरीक्षणाचे प्रकार –

१) सहभागी निरीक्षण (Participant Observation) – यामध्ये संशोधक अभ्यास विषयक घटकांमध्ये येऊन त्यांच्या सर्व क्रियात सहभागी होतो. त्यांचे निरीक्षण करून माहिती गोळा करतो.

२) असहभागी निरीक्षण (Non-participant Observation) – यामध्ये संशोधक अभ्यास विषयक घटकांचे लांबून निरीक्षण करतो. त्यांच्यात सहभागी होत नाही

३) संमिश्र निरीक्षण (Quasi participant Observation) – यामध्ये संशोधकाला संशोधन कार्यात सहभागी व असहभागी निरीक्षणाच्या सीमारेषा ठरविणे कठीण जाते. तो दोन्ही पद्धतीचा उपयोग करतो.

४) नियंत्रित निरीक्षण (Controlled Observation) – संशोधक अभ्यास घटकांचे निरीक्षण करण्यासाठी ती परिस्थिती हेतूतः मुद्दाम निर्माण करतो, यावेळी हे नियंत्रित निरीक्षण असते. यामध्ये संशोधकाने अभ्यास घटकावर नियंत्रण ठेवणे व स्वतःच्या निरीक्षण नियंत्रण ठेवणे या गोष्टी समाविष्ट असतात.

५) अनियंत्रित निरीक्षण (Uncontrolled Observation) – यामध्ये संशोधकाचा अभ्यास विषयावर कोणताही परिणाम होणार नाही याची खबरदारी घेऊन निरीक्षण केले जाते. नैसर्गिक घटना ज्या पद्धतीने घडतात त्याचप्रमाणे त्यांचे निरीक्षण करणे हा या निरीक्षणाचा हेतू असतो. सामाजिक शास्त्रात ही पद्धत उपयोगी पडते.

सामाजिक संशोधनातील निरीक्षण हे एक महत्त्वाचे, सोपे तंत्र आहे. यामुळे अभ्यास विषयाचे वस्तुनिष्ठ ज्ञान संशोधकाला होते. म्हणून विश्वासनीय निष्कर्ष मांडणे सोपे होते. पण तरीसुद्धा या तंत्राला मर्यादा आहेतच.

निरीक्षणाचा हेतू व त्यासाठी वापरावयाच्या पद्धती यानुसार निरीक्षणाचे प्रकार केले जातात.

Database – आधारभूत माहिती संच

'डेटम' या शब्दापासून 'डेटा' हे अनेकवचनी रूप तयार झाले आहे. याचा अर्थ सूचना, संकल्पना जमा करणे असा आहे. पण सर्वसाधारणपणे या शब्दाचा अर्थ ''माहिती'' असाच घेतला जातो. माहिती ही अनेक मार्गांनी संकलित केली जाते. त्यावर संस्कार केले जातात. नंतर ती माहिती उपयोजकाच्या गरजेप्रमाणे उपयोगी पडते. या संकलित माहितीला, माहिती संच, माहिती पेढी असे म्हटले जाते.

ग्रंथसूचीय माहिती ज्या माहिती संचयामध्ये असते त्याला माहिती संच म्हटले जाते. तर माहिती पेढी (Data Bank) यामध्ये अधिक माहिती संचय असतो. संगणकामध्ये संचयिकाच्या (Files) रूपात

माहितीच्या घटकांचे अनेक संच माहिती पेढीत असतात. यातील माहिती अद्ययावत करणे सोयीचे असते. ही माहिती संगणकाच्या वेगवेगळ्या संचयिकांमध्ये साठविली जाते. ही अंकीय स्वरूपातील माहिती उपयोजकाला अल्पावधीत कशी मिळू शकेल, या गोष्टीचा संकलन करताना विचार केलेला असतो. म्हणून आधारभूत माहिती संचांची निर्मिती, संचय आणि त्यांची उपयोगिता यांचा विचार करता त्यांना ''संदर्भ साधन'' म्हणून पाहता येईल.

''कोणत्याही स्वरूपात पद्धतशीररीत्या संचयित केलेली माहिती म्हणजे आधारभूत माहिती संच'' असे म्हणता येईल.

माहिती संचाचे स्वरूप समजण्यासाठी नवीन तंत्रज्ञान समजून घेणे आवश्यक आहे. ब्युरो ऑफ इंडियन स्टँडर्डस् या संस्थेने संगणकीय सूचीसाठी काही मार्गदर्शक तत्त्वे तयार केलेली आहेत. युनेस्कोच्या संप्रेषणाच्या स्वरूपानुसार निसाट (Nissat) या संस्थेने 'इन्डिमार्क' हे प्रमाणक तयार केलेले आहे. माहिती संचाच्या निर्माणासाठी आंतरराष्ट्रीय प्रमाणके वापरण्याचा प्रयत्न केला पाहिजे. माहिती व्यावसायिकामध्येही एखादी सर्वसामान्य संगणक प्रणाली करणे फायदेशीर ठरेल.

आधारभूत माहिती संच –

१) संदर्भ आधारभूत माहिती संच – यातून मूळ प्रलेखाचा शोध घेता येतो. ज्या प्रलेखातून उपयोजकाच्या गरजेची माहिती मिळू शकते त्या प्रलेखाकडे या प्रकारच्या आधारभूत माहिती संचातून निर्देश केला जातो. उदा. यामध्ये ग्रंथसूचीय आधारभूत माहिती संच. यामध्ये काही ग्रंथालये त्यांच्याच ग्रंथालयातील प्रकाशित साहित्याचा माहिती संच तयार करतात. उदा. ग्रंथ, हस्तलिखिते, प्रबंध, नियतकालिके इ. यांना अंतर्गत आधारभूत माहिती संच म्हणता येईल. तर बहिस्थ ग्रंथसूचीय आधारभूत माहिती संचात सारात्मक व नमुना (Citation) माहिती संच, स्थानीय राष्ट्रीय, आंतरराष्ट्रीय संगणकीय जाळी, वर्तमानपत्रांचे निर्देशात्मक माहिती संच, संदर्भ साधनांचे माहिती संच, सांघिक तालिकीकरणाचे माहिती संच समाविष्ट असतात.

२) साधन आधारभूत माहिती संच – यातील माहिती संगणकाच्या मदतीने वाचता येईल अशा पद्धतीने संचयित केलेली असते. ही माहिती अंकीय स्वरूपात असते. यामध्ये अंकीय, माहिती संच, संपूर्ण गद्य माहिती संच, संख्याविषयक माहिती संच, ठराविक गोष्टींचा (factual) माहिती संच, बहुविध माध्यम माहिती संच, संशोधनाचा माहिती संच इ. माहिती संच अंतर्भूत होतात.

३) इतर माहिती संच – यामध्ये सीडीरॉम माहिती संच, उदा. ॲग्रिकोला, मेडलाईन वगैरे. ऑनलाईन माहिती संच इ. माहितीसंच समाविष्ट असतात. उदा. डायलॉग, ओसिएलसी वगैरे.

माहिती संचाचा आराखडा तयार करताना हेतू, त्याची व्याप्ती व अद्ययावतता, माहितीचा शोध, मूल्य, अधिकृत व विश्वसनीयता या दृष्टीनेही विचार होणे आवश्यक आहे. उपयोजकाच्या गरजेला महत्त्व असल्यामुळे या संचातील साहित्य व त्याचे व्यवस्थापन होणे आवश्यक आहे. उपयोजकाकडून भविष्यकाळात होणाऱ्या माहितीची मागणी याचाही विचार करावा लागतो. उपयोजकांच्या बदलत्या गरजेनुसार यात बदल होणे आवश्यक ठरेल. जगातील माहितीसंचामध्ये संगणकीय माध्यमाद्वारे प्रवेश घेता येतो. उदा. डायलॉग.

व्यावसायिक संघटना व संस्था माहिती संकलित करीत असतात. ही संचयिका स्वरूपातील

माहिती संगणकीय जाळ्यामुळे इतर संगणकावरही उपलब्ध होऊ शकते. पण यासाठी संगणकीय प्रणाली एकच असणे आवश्यक आहे.

आंतरराष्ट्रीय आधारभूत माहिती संचातील नोंदीचे प्रमाणीकरण करण्यासाठी काही आराखडे तयार केले आहेत. सूचीच्या संप्रेषणासाठी १) युनिमार्क-लायब्ररी ऑफ काँग्रेस २) सी.सी.एफ.-युनेस्को हे दोन आराखडे वापरले जातात.

Database : Types – माहिती संचाचे प्रकार

माहिती एकत्रित करून त्यावर प्रक्रिया करून तिचा साठा व्यवस्थापन केले जाते. यानंतर ही माहिती उपयोजकांच्या मागणीची पूर्तता करू शकते. अशा माहितीचे संच (संचय) तयार केले जातात. हे माहितीसंच अनेक प्रकारचे असतात.

१) ग्रंथसूचीय माहितीसंच – यामध्ये प्रलेखविषयी वर्णनात्मक माहिती असते. उदा. ग्रंथ, नियतकालिकातील लेख यामध्ये लेखक, ग्रंथनाम, नियतकालिकाचे नाव, वर्ष, क्रमांक, कळपट्टी (Keyboard), सार इ. गोष्टी असतात. या संचातील नोंदी उपयोजकाला प्रलेखांची यादी, प्रलेखांचे संदर्भ यांची माहिती देतात. उपयोजकाची गरज अशा तऱ्हेने पूर्ण केली जाते. असे माहितीसंच असंख्य आहेत.

काही ग्रंथालये फक्त त्यांच्याच ग्रंथालयातील प्रकाशित साहित्यांच्या माहिती संच तयार करतात. त्याला अंतर्गत ग्रंथसूचीय माहिती संच म्हणतात. बहिःस्थ ग्रंथसूचीय माहिती संचात सारात्मक व नमुना (Citation) माहिती संच, स्थानीय, आंतरराष्ट्रीय संगणक जाळी. सांघिक तालिकीकरणाचे माहिती संच, संदर्भ साधनांचे माहितीसंच यांचा समावेश असतो.

२) अंकीय (Numeric) या प्रकारच्या माहिती संचात सांख्यिकीय माहिती समाविष्ट असते.

३) संपूर्ण मजकूर माहिती संच (Text) – यामध्ये प्रकाशनाविषयी संपूर्ण माहिती दिलेली असते.

४) वस्तुनिष्ठ ठराविक गोष्टींचा माहिती संच (Factual) – यामध्ये निर्देशिका, माहिती पुस्तिका यांचा समावेश असतो.

५) संशोधन माहिती संच – यामध्ये संशोधनाविषयी माहिती असते. अर्थात हे संशोधन पूर्ण असेल असे नाही. संशोधनातील विकासाच्या टप्प्यांची ओळख यामुळे होते.

माहिती संच तयार करताना उपयोजकांच्या गरजांचा अभ्यास, त्यांच्या मुलाखती घेऊन करणे आवश्यक ठरते. कोणती माहिती संचात असणे जरुरीचे आहे, याचा विचारही महत्त्वाचा आहे. जुन्या माहितीशी या नवीन माहितीचा संबंध पहावा लागतो. भविष्यकालीन मागण्यांचाही विचार आवश्यक ठरतो. हे काम जिकीरीचे व वेळखाऊ आहे. माहिती संचाची आवश्यकता तर भासते. पण यात वारंवार बदल करणे शक्य नसते. उपयोजकांच्या बदलत्या गरजेनुसार काही बदल करणेही अपेक्षित असते. माहिती संचाचे आरेखन करताना या गोष्टी महत्त्वाच्या आहेत. माहिती संचाच्या प्रकारावर संगणक प्रणालीची निर्मिती अवलंबून असते.

जगातील माहिती संचामध्ये संगणकीय माध्यमाद्वारे प्रवेश घेता येतो. उदा. डायलॉग (Dialog).

समान माहिती असलेल्या संचिका (Files) एकत्र करून त्या सर्वांची एकच संचिका तयार केली जाते. तिला माहिती पेढी (Bank) म्हणतात.

आंतरराष्ट्रीय आधारभूत माहिती संचातील नोंदीचे प्रमाणीकरण केले जाते. यासाठी काही आराखडे तयार केलेले आहेत.

१) युनिमार्क (Unimark) हा लायब्ररी ऑफ काँग्रेसने तयार केला आहे.

२) सी.सी.एफ. (CCF) युनेस्कोने हा आराखडा सूचीच्या संप्रेषणासाठी तयार केला.

Decimal Classification – दशांश वर्गीकरण पद्धती

ही जगातील सर्वप्रथम व सुप्रसिद्ध वर्गीकरण पद्धती आहे. श्री.मेलव्हिल ड्युई हे ॲम्हर्स्ट कॉलेजचे ग्रंथपाल होते. ते या पद्धतीचे जनक होत. दशांश वर्गीकरण पद्धतीमध्ये पूर्वीच्या दोन पद्धतींचा संबंध आढळतो. ला क्राउज टु मेन (La Croise du Maine १५८३) व शर्टलेफ (Shurtleff १७९०) यांच्या वर्गीकरण पद्धतीत व दशांश वर्गीकरण पद्धतीत साधर्म्य आढळते.

दशांश वर्गीकरणाचे साधर्म्य डब्लू.टी.हॅरिस व फॅन्सिस बेकन यांच्याही वर्गीकरण पद्धतीतील विषयक्रम ठरविताना आढळते. (१६०५) ही बेकन यांची पद्धती १) स्मरणशक्ती २) कल्पनाशक्ती ३) विचारशक्ती या तीन शक्तींवर अवलंबून आहे. हॅरिस यांनी हाच क्रम उलटा केला आहे.

दशांश वर्गीकरणाची पहिली आवृत्ती बेचाळीस पृष्ठांची १८७६ साली प्रसिद्ध झाली. ज्ञानवर्गांचा तार्किक संबंध या पद्धतीत आढळत नाही. पण ज्ञानाच्या सर्व शाखा उपशाखा यांचा अंतर्भाव या पद्धतीत केला आहे.

यामध्ये ज्ञानाचे १-९ मुख्यवर्ग दर्शविले आहेत. यासाठी अरबी अंकाचा वापर केलेला आहे. दहावा संकीर्ण मुख्यवर्ग शून्याने (०) दर्शविला आहे. हे अंक दंशाश अपूर्णांक म्हणून वापरलेले आहेत. वर्गांक हा कमीत कमी तीन आकड्यांचा असला पाहिजे हा या पद्धतीचा नियम आहे. त्यामुळे प्रत्येक मुख्य वर्गाचे ९९ विभाग होतात, सूक्ष्म उपविभाग हे तीनपेक्षा जास्त आकड्यात असतात म्हणून वर्गांकामध्ये तीन आकड्यांहून जास्त आकडे असतात त्यावेळी टिंब (.) लिहितात.

अनेक विषयांना एकाच अर्थाने जे उपविभाग जोडता येतात, त्यांना सामान्य विभाग म्हटले जाते. दशांश वर्गीकरण पद्धतीमध्ये असे सामान्य विभागही ९ आहेत. या सामान्य उपविभागांचे विभाजन करून या सामान्य उपविभागांची संख्याही वाढविलेली आहे.

यातील चिन्हांकन शुद्ध आहे. कारण या पद्धतीमध्ये अरबी अंकांचा उपयोग केलेला आहे. स्मरणसुलभता व लेखन या दोन्ही दृष्टीने हे सुलभ ठरते. पण या चिन्हांकनामुळे या पद्धतीचा पायाच संकुचित झाला आहे. कारण मुख्यवर्गांची संख्या मर्यादितच राहिली. तसेच वर्गांकांची लांबी वाढत असल्यामुळे सूक्ष्म वर्गीकरण करणे शक्य होत नाही. ही परिगणनात्मक वर्गीकरण पद्धती आहे. कारण यामध्ये तयार वर्गांक मिळतात.

या पद्धतीचा सापेक्ष निर्देश हे या पद्धतीचे वैशिष्ट आहे. अशा प्रकारचा निर्देश असलेली ही पहिली वर्गीकरण पद्धती आहे.

या दशांश वर्गीकरण पद्धतीची उपयुक्तता वाढविण्याचे काम संपादक मंडळ करते. जी ग्रंथालये ही पद्धती वापरतात त्यांच्या अनुभवांच्या आधारे नवीन आवृत्तीत बदल सुचविले जातात.

ही पद्धती लोकप्रिय होण्याचे कारण चिन्हांकन, स्मरणसुलभता व व्यावहारिक बैठक होय. ही

वर्गीकरण पद्धती जगात बऱ्याच ग्रंथालयातही वापरली गेली.आतापर्यंत या वर्गीकरण पद्धतीच्या बावीस आवृत्त्या प्रकाशित झाल्या आहेत.

सुमारे एकशे तीस वर्षांची दैदीप्यमान इतिहास असलेली दशांश वर्गीकरण पद्धती ही सर्वात जुनी पण त्याचबरोबर यशस्वी आधुनिक वर्गीकरण पद्धती आहे. या एकशे तीस वर्षांच्या कालखंडात या वर्गीकरण पद्धती मध्ये एकवीस वेळा सुधारणा (revisions) झालेल्या आहेत.

जगातील सहा खंडातील एकशे पस्तीस देशांतील दोन लाखाहून अधिक ग्रंथालयात वापरल्या जाणाऱ्या या वर्गीकरणाचा वापर बासष्ट राष्ट्रीय ग्रंथसूचींनी आणि अनेक व्यापारी (trade) ग्रंथसूचींनी आपल्या आशयाची (contents) संरचना करण्यासाठी केलेला आहे.

दशांश वर्गीकरण पद्धती (बावीसावी आवृत्ती)

Decimal Classification Scheme 22nd Edition

दशांश वर्गीकरणाची बावीसावी आवृत्ती एकविसाव्या शतकातील पहिली आवृत्ती सप्टेंबर २००३ मध्ये प्रकाशित झाली. मात्र या आवृत्तीचे (electronic version WebDewey) जुलै २००३ मध्येच release झालेले होते. दशांश वर्गीकरण पद्धतीची एकविसावी आवृत्ती (१९९६) ही जर उच्च माहिती तंत्रज्ञानाचे उत्पादन आहे असे मानले तर बावीसावी आवृत्ती (२००३) हे माहिती जाळ्याच्या तंत्रज्ञानाचे (Network technology) अपत्य आहे असे आपण ठामपणे म्हणू शकतो.

मुद्रित बावीसावी आवृत्ती ही चार खंडांत असून (एकूण पृष्ठसंख्या ४०७६) त्याची विभागणी A to K अशी चिन्हे देऊन अकरा खंडात करण्यात आलेली आहे. पहिल्या खंडात A to G हे सात विभाग, दुसऱ्या खंडात H आणि I हे दोन, तिसऱ्या खंडात J आणि चौथ्या खंडात K विभाग आहे. दुसऱ्या खंडात तीन प्रमुख समरीज (Summeries) आणि 000-599 या वर्गांची श्येड्युलस (Schedules) तिसऱ्या खंडात या वर्गांची आणि चौथ्या खंडात (relative index) अशी रचना आहे. या आवृत्तीचे वैशिष्ट्य म्हणजे ही आवृत्ती ज्ञान आरेखन (Knowledge mapping) आणि नव्याने दृष्टिक्षेपात येणारे तंत्रज्ञान यांचे प्रतिनिधीत्व करते. थोडक्यात, माहितीच्या क्षेत्रात (environment) अती वेगाने होणाऱ्या बदलांची योग्य प्रकारे करून दशांश वर्गीकरणाच्या बावीसाव्या आवृत्तीने आपण काळाबरोबर चालत आहोत हे जगाला दाखवून दिले आहे.

Decimal Classification : Features – दशांश वर्गीकरण पद्धतीची वैशिष्ट्ये

दशांश वर्गीकरण पद्धतीची वैशिष्ट्ये

१) **Enumerative Character (परिगणनात्मता)**–या वर्गीकरण पद्धतीमध्ये तयार वर्गांक दिलेले असतात. हे वर्गांक तयार करावे लागत नाहीत. या प्रकारच्या वर्गीकरण पद्धतीचा थोडा फार सराव केला म्हणजे ही पद्धती आत्मसात होऊ शकते. सामान्य उपविभागांचा वापर, ग्रंथालयाची गरज या गोष्टी लक्षात घेऊन मूळ सारणीमध्ये किरकोळ बदल करणे शक्य होते.

२) Notation (चिन्हांकन) – या वर्गीकरण पद्धतीतील चिन्हांकन शुद्ध आहे. अरबी अंकांचा यात वापर केलेला आहे. हे अंक दशांश अपूर्णांक म्हणून उपयोगात आणले आहेत. मेलविल ड्युई यांनी प्रथम चिन्हांकनाचा विचार करून त्यामध्ये सर्व ज्ञान अंतर्भूत केलेले आहे. भारतीय अंक जलद लिहिता येतात. ते स्मरणसुलभ असतात. अंक बदलले जात नाहीत.

पण या चिन्हांकनामुळे या वर्गीकरण पद्धतीचा पाया मर्यादित झाला आहे. तसेच सूक्ष्मतम वर्गीकरण या चिन्हांकनामुळे करणे कठीण जाते.

३) Relative Index (सापेक्ष निर्देश) अशा पद्धतीचा निर्देश असणारी ही पहिली वर्गीकरण पद्धती आहे. या पद्धतीच्या सारणीमध्ये वापरलेल्या संज्ञा व त्यांचे समानार्थी शब्द अनुवर्ण क्रमाने लावलेले असतात. निर्देशातील नोंदी सारणीतील प्रत्येक विषयाचे स्थान दर्शवितात.

४) Mnemonics (स्मरणसुलभता) – दशांश वर्गीकरण पद्धतीतील स्मरणसुलभता संकीर्ण मूल्यवर्ग व सामान्य उपविभाग, भाषाशास्त्र व ललित वाङ्मय स्थलविभाग व भाषाविभाग, पर्यायी जागा व याप्रमाणे विभाजन करा या तत्त्वांचा अवलंब केलेला दिसतो व स्मरणसुलभता मिळविलेली दिसते.

या पद्धतीमध्ये सामान्य उपविभाग एकाच अर्थाने अनेक ठिकाणी वापरले आहेत. संकीर्ण मुख्य वर्ग व सामान्य उपविभाग एकाच अंकात बऱ्याच ठिकाणी वापरले आहेत. उदा. 060 संकीर्ण संस्था (संकीर्ण मुख्यवर्ग) 06 संस्था (सामान्य उपविभाग). भाषाशास्त्र व ललितवाङ्मय यांचे विभाजन भाषाविभागाप्रमाणे केले आहे. भाषा विभाग एकाच चिन्हाने दर्शविलेला आहे. उदा.420 इंग्रजी भाषाशास्त्र, 820 इंग्रजी ललित वाङ्मय.

काही अंक स्थलविभाग व भाषाविभागामध्ये एकाच अर्थाने वापरलेले आहेत. उदा. 420 इंग्रजी भाषाशास्त्र, 942 इंग्लंडचा इतिहास. या ठिकाणी 2 हा अंक इंग्रजी भाषा व इंग्लंड दर्शवितो.

एखाद्या विषयाच्या वर्गीकरणासाठी ग्रंथालयाची गरज लक्षात घेऊन पर्यायी जागा उपलब्ध करून दिल्या आहेत आणि त्या विषयाचे वर्गीकरण स्मरणसुलभतेने केले आहे. विषय ग्रंथसूचीचे वर्गीकरण करताना त्या त्या विषयातही ग्रंथसूची ठेवता येते. किंवा संकीर्ण ग्रंथसूचीच्या उपविभागातही ठेवता येते. उदा.गणित विषयाची ग्रंथसूची 510.16, सामान्य विभाग व 016.51 संकीर्ण उपविभाग.

५) Divide Like (याप्रमाणे विभाजन करा) या तत्त्वाचा वापर करून स्मरण सुलभता साधण्याचा प्रयत्न केलेला आहे.

000-999 याप्रमाणे विभाजन करा अशी सूचना बऱ्याच ठिकाणी आढळते. विशिष्ट ग्रंथालय दर्शविण्यासाठी 026 हा वर्गांक वापरला जातो. त्याचे 000-999 असे विभाजन करा असे म्हटले म्हणजे 026 या वर्गांकापुढे कोणत्याही विषयाचा वर्गांक लिहून त्या विषयाचे ग्रंथालय असा वर्गांक मिळविता येतो. उदा. 026.54 रसायनशास्त्र विषयाचे ग्रंथालय. कारण 000-999 मध्ये सर्वच विषयांचा समावेश होतो.

असा तऱ्हेने दशांश वर्गीकरणामध्ये स्मरणसुलभतेचा वापर बऱ्याच प्रमाणात आढळतो.

Decimal Fraction Notation - दशांश अपूर्णांक युक्ती

ही युक्ती ग्रंथवर्गीकरण पद्धतीला मेलव्हिल ड्युई यांनी दिलेली आहे. या युक्तीनुसार चिन्हांकनातील प्रत्येक अंक हा दशांश अपूर्णांक म्हणून समजला जातो. पूर्णांक म्हणून कोणताही अंक वापरला जात नाही. या युक्तीमुळे चिन्हांकनाला लवचिकता प्राप्त होते. त्यामुळे नवीन नवीन विषय चिन्हांकनाद्वारे व्यक्त करणे शक्य झाले आहे. ४१ व ४२ या दोन पूर्णांकामध्ये पूर्वी नवीन संख्या दर्शविणे शक्य नव्हते. पण ४१ व ४२ या संख्यांच्या सुरुवातीला दशांश चिन्ह आहे असे धरून त्यामध्ये ४११, ४१२, ४१३, ४१११, ४११२, ४१२१, ४१२२ या सारख्या संख्यांची भर घालता येते.

DELNET – डेल नेट (डेव्हलपिंग लायब्ररी नेटवर्क)

या जाळ्याचे सुरुवातीचे नाव ''दिल्ली लायब्ररी नेटवर्क'' होते. त्याचेच नंतर ''डेव्हलपिंग लायब्ररी नेटवर्क'' असे नाव झाले. या जाळ्याची स्थापना १९९२ साली झाली. या जाळ्याला 'निसाट'ने आर्थिक प्रारंभीच्या कालात सहाय्य केले आहे. या जाळ्याचे संघटन, प्रशासन यासाठी एक नियंत्रण समिती स्थापिलेली आहे. या समितीमध्ये ग्रंथालय कर्मचारी व संगणक तज्ज्ञ अंतर्भूत आहेत.

या जाळ्याचा पहिला भाग १९८८ मध्ये स्थापन झाला. ग्रंथालयांना डायल अप मोडेम दिले. दुसऱ्या भागामध्ये आय नेटचा उपयोग करून माहितीचे अनेक मार्ग त्यांच्याशी जोडले. या जाळ्यामध्ये ग्रंथालय साधन वाटणीला महत्त्व आहे. माहिती भाग, प्रसारण, संग्रह विकास, उपयोजकांना संगणकीय माहिती देणे, ग्रंथालयामध्ये सहकार्य निर्माण करणे ही जाळ्याची उद्दिष्टे आहेत.

या जाळ्याच्या सभासदामध्ये २०० ग्रंथालये (११७ दिल्लीतील), ७२ इतर राज्यातील ग्रंथालये, ६ परदेशी ग्रंथालये आहेत. या सभासदांनी यंत्र वाचनीय ग्रंथसूचीय आधारभूत माहिती द्यावी असा डेल नेटचा आग्रह आहे. ''रॅशनलायझेन ऑफ ॲक्विझिशन ऑफ फॉरेन पिरिऑडिकल्स'' या संबंधात डेल नेटने एक समिती स्थापन केली. त्यामुळे दहा करोड रकमेची बचत झाली. स्टॅंडर्डायझेशन कमिटी अनेक क्षेत्रात प्रमाणके विकसित करते. उदा. ग्रंथसूचीय वर्णन, विषय शीर्षक, संप्रेषण आरेखन इ.

डेलनेटचे खालील चार प्रकारचे आधारभूत माहिती संच निर्माण केले आहेत. १) चालू कालिकांची सांघिक यादी २) भारतीय विशेषज्ञांचा आधारभूत माहिती संच ३) सभासद ग्रंथालयातील ग्रंथांची सांघिक तालिका ४) अनेक भाषिक ग्रंथांचा आधारभूत माहिती संच.

सेवा – प्रमाणके विकसित करणे. आधारभूत माहिती संचासाठी ऑनलाईन सेवा, इ–मेल सेवा, ऑनलाईन आंतर ग्रंथालय सेवा, डेलसिस ही संगणक प्रणाली सभासदांच्या वापरासाठी देणे. रेफरेल सेवा यामध्ये आंतरराष्ट्रीय माहिती संच सेवा, प्रशिक्षण कार्यक्रम आयोजित करणे, प्रकाशने प्रसिद्ध करणे.

या जाळ्याने अनेक प्रशिक्षण कार्यक्रम, चर्चा, परिसंवाद भरविले आहेत व जाळ्याच्या कार्यपद्धतीचे प्रसारण केले आहे.

Descriptive Research Method - वर्णनात्मक संशोधन पद्धती

या पद्धतीचे वैशिष्ट्य गट, लोक अथवा समाज यांच्या वैशिष्ट्यांचे वर्णन करण्यात आहे. या पद्धतीमध्ये संशोधक समाज, लोक, त्यांचे वय, जाती, विभाजन, शैक्षणिक विभागणी यामध्ये रस घेतो. यामध्ये नमुना निरिक्षण नसते. तर सामान्यीकरणाचा विकसित विस्तार, त्यांचे निर्णय यामधील संबंधाचा विचार केलेला असतो. यामध्ये आशय विश्लेषण, व्यष्टी अध्ययन, सामाजिक अभ्यास, मानववंश अभ्यास व निरीक्षणात्मक अभ्यास इ. गोष्टी समाविष्ट असतात. या पद्धतीमध्ये परिस्थितीचे वर्णन, अस्तित्वात असलेले संबंध, मते, वर्तमान काळातील विकसित संबंध, त्यांचा भूतकालीन संबंध इ. गोष्टी समाविष्ट असतात. या पद्धतीपासून मूल्यांकन व मूल्यमापन या संकल्पना विभागता येतात.

या संशोधनाचा आराखडा तयार करताना वर्णनात्मक संशोधन पद्धती व निदानात्मक (Diagnosis) अभ्यास यामध्ये काही समान गोष्टी आढळतात. या दोन पद्धतींमध्ये काही वैशिष्ट्यांची वाटणी झालेली दिसते. या दोन पद्धतींमध्ये ज्या समस्येविषयी अभ्यास करावयाचा आहे, त्याविषयी पूर्वीचे ज्ञान आवश्यक आहे. संशोधकाला मापनाची निश्चित कल्पना असली पाहिजे. यासाठी योग्य मापन पद्धती शोधणे

महत्त्वाचे आहे. दोन्ही गोष्टींचा हेतू एकच, संपूर्ण अचूक माहिती मिळविणे. संशोधनाचा वेळ, आर्थिक खर्च व श्रम या गोष्टी महत्त्वाच्या आहेत.

दोन्ही अभ्यासाच्या प्रकारात समस्येचे नीट आकलन होणे महत्त्वाचे आहे. पण समस्येमध्ये असणारी अपेक्षित कल्पना, त्या कल्पनेचे स्पष्टीकरण करणेही महत्त्वाचे ठरते. कारण यावरच पुढचे उत्तर अवलंबून असते. म्हणून त्या संदर्भात आधारभूत माहितीचा संग्रह करणे गरजेचे असते. त्यासाठी निरीक्षण, प्रश्नावली, मुलाखती इ. चा उपयोग होतो. पण या गोष्टींचा उपयोग हा मर्यादितच असतो. म्हणून संशोधकाला समस्येचे स्वरूप, तिची व्याप्ती, माहितीची गरज, स्वरूप, या सर्वांचा समतोल साधावा लागतो.

ग्रंथालयासाठी या पद्धतीचा उपयोग करता येतो. ग्रंथालयामध्ये अनेक विभाग असतात. त्या त्या विभागाचे संशोधन करता येईल का हे सुद्धा पाहता येणे विचाराधीन आहे.

DESIDOC – डेसिडॉक (डिफेन्स सायंटिफिक इन्फरमेशन अँड डॉक्युमेन्टेशन सेंटर)

इ.स.१९५८ साली सायंटिफिक इन्फरमेशन ब्युरोची (SIB) स्थापना डिफेन्स रिचर्स अँड डेव्हलपमेंट ऑर्गनायझेशन (DRDO) यांनी केली. हे मंडळ संरक्षणाची शास्त्रीय व तांत्रिक माहिती गोळा करते. ही माहिती शास्त्रज्ञ, संरक्षण मंत्रालय, संशोधक यांना देते. हे मंडळ डेसिडॉक म्हणून प्रसिद्ध झाले (१९६७).

हे भारतीय राष्ट्रीय प्रणाली केंद्र असून संरक्षण विषयक हे शास्त्रीय माहिती व प्रलेखन केंद्र आहे. डिआरडिओ व इतर संशोधक संस्थांना माहिती देणे. संरक्षणाशी संबंधित तांत्रिक व शास्त्रीय माहिती संचय करणे. ही माहिती संरक्षण शास्त्रातील केंद्राकडे प्रसारित करणे. संरक्षणशास्त्राचे तांत्रिक व संशोधन अहवाल एकत्र करणे, त्यांचे जतन करणे (संग्रहालय), इन्सडॉकच्या संबंधात राहणे, परदेशी भाषांतील संरक्षण विषयाशी संबंधित अहवाल व साहित्य यांचे भाषांतर करणे यासाठी डेसिडॉकमध्ये ग्रंथालय विभाग, प्रशासन विभाग, भाषांतर विभाग, तांत्रिक विभाग, प्रलेखन विभाग इ. विभाग कार्यरत असतात.

संरक्षणशास्त्र बहुशाखीय आहे. ग्रंथालयसंग्रह लक्षावधी आहे. ८०० नियतकालिके उपयोजकांना उपलब्ध आहेत. माहितीचे निवडक प्रसारण, ही सेवा संगणकाच्या सहाय्याने दिली जाते. संस्थेतर्फे ''पेटंटस्, इन्फरमेशन अलर्ट'' दोन महिन्यातून प्रसिद्ध केले जाते. डिफेन्स रिपोर्टस् अ‍ॅबस्ट्रॅक्ट्स मध्ये नासा (NASA) आणि नटीस (NTIS) आणि इतर अहवाल प्रसिद्ध केले जातात. सर्व डिआरडिओंच्या ग्रंथालयातील नियतकालिकांची संघतालिका तयार केलेली आहे. ''डिआरडिओ इन्फरमेशन रिट्रिव्हल सिस्टिम'' व सर्व डिआरडिओंचे संगणकीय जाळे या योजना कार्यान्वित करावयाच्या आहेत.

भाषांतरासाठी भाषांतर पेढी तयार केलेली आहे. परदेशी भाषातील शास्त्रीय लेखांचे सार इंग्रजीमध्ये तयार करून दिले जाते. डिआरडिओच्या कर्मचारी वर्गाचे प्रशिक्षण कार्यक्रम आयोजित केले जातात.

हे केंद्र डिफेन्स सायन्स जर्नल, डिआरडिओ न्यूजलेटर, करंट अ‍ॅबस्ट्रॅक्ट्स रिसर्च अँड डेव्हलपमेंट डायजेस्ट, लिस्ट ऑफ अ‍ॅक्सेशन टू डिफेन्स सायन्स लायब्ररी, लिस्ट ऑफ करंट पिरिऑडिकल्स इ. प्रकाशने प्रसिद्ध करते.

हे केंद्र त्यांच्या क्षेत्रात संगणकप्रणाली विकसित करणे, संगणकीय जाळ्यांचा आराखडा, व्यवस्थापन करू शकते. माहितीच्या व्यवस्थापनाशी संबंधित चर्चासत्रे, प्रशिक्षणही आयोजित करू शकते.

Development of Catalogue Codes – तालिकीकरण संहितांचा विकास

पूर्वी ग्रंथालये ग्रंथांचे तालिकीकरण स्वतःच्या सोयीनुसार करीत होती. पण कालांतराने ग्रंथालयातील सेवेत प्रमाणीकरण असणे आवश्यक वाटू लागले. यातूनच संहितेचा उपयोग होऊ लागला. १९ व्या शतकाच्या मध्यापासून संहितेच्या विकासाला गती मिळाली. सुरुवातीच्या संहिता या व्यक्तिगत प्रयत्नातून निर्माण झाल्या आहेत. नंतरच्या नवीन संहिता या अनेक तज्ज्ञ लोकांच्या ऊहापोहातून तयार झालेल्या आहेत. म्हणजेच सहकारी मंडळाच्या अस्तित्वातून या निर्माण झालेल्या आहेत. पूर्वीच्या संहितेतील उणिवा, दोष दूर करण्याच्या हेतूतूनच या नवीन संहिता उदयाला आल्या.

British Museum Cataloguing Rules

ही तालिकीकरणातील पहिली संहिता होय. इ.स.१८४१ मध्ये सर अँथनी पॅनिझी (Panizzi) यांनी ब्रिटिश म्युझियममधील वाचनसाहित्याचे तालिकीकरण करण्यासाठी ही संहिता निर्माण केली. या संहितेचे नाव Cataloguing of Printed books in British Museum असे होते. या संहितेची सुधारित आवृत्ती १९३६ मध्ये प्रसिद्ध झाली. पॅनिझी यांचे ९१ नियम म्हणूनही ही संहिता ओळखली जाते. या संहितेचा प्रभाव पुढील प्रसिद्ध झालेल्या संहितेवर पडलेला दिसून येतो.

Diamond : Encyclopaedia of Social Sciences–डायमंड सामाजिक ज्ञानकोश,खंड १ ते ३

संपादक : प्रा.बी.आर.जोशी, श्रीमती सुलभा तेरणीकर,
श्री.जॉन्सन बोर्जेस, प्रा. गणेश राऊत

माहितीचा स्फोट, माहिती तंत्रज्ञान ही नव्या युगाची, जागतिकीकरणाची बिरुदे ठरली आहेत. या सामाजिक कोशाचे मुखपृष्ठच अतिशय बोलके आहे. या कोशातील विषयामध्ये २३ विविध विषयांच्या अंतर्भाव आहे. या २३ विषयांनी मृखपृष्ठावर हजेरी लावली आहे. प्रथम दृष्टिक्षेपातच हे विषय मनात भरतात.

समाजशास्त्र, मानसशास्त्र, शिक्षणशास्त्र, विज्ञान, अर्थशास्त्र, ग्रंथालयशास्त्र, पर्यावरण, संस्कृती इत्यादी २३ विषयांचे लेखन त्या त्या संबंधित क्षेत्रातील तज्ज्ञांनी केलेले आहे. यातील नोंदीचे शब्दांकन करणे ही सोपी गोष्ट नाही. कारण सामाजिक शास्त्रांचा विषय हा मुळातच व्यापक आहे. या सर्वांचा विचार करता यातील रचना, अनेक विषय, ज्ञानशाखा, उपशाखा, प्राचीन व अप्राचीन संज्ञा अत्यंत आटोपशीर, नोंद चटकन सापडणारी व उपयोगी पडणारी अशी आहे. यातील संज्ञांची रचना इंग्रजी अनुवर्णानुसार केलेली आहे. त्यापाठोपाठ मराठी वर्णमालेनुसार दिलेल्या संज्ञांची सूची मराठी व इंग्रजी दोन्ही प्रकारच्या उपयोजकांना सोयीची आहे व सुलभ आहे.

यामध्ये ५००० संज्ञांची रेलचेल आहे. संज्ञांची भाषा सोपी आहे. कठीण, दुर्बोध शब्द वगळलेले आहे. तर काही वेळा मराठी प्रतिशब्द जर चपखल मिळाले नाहीत तर तोही हट्ट सोडून दिला आहे. तर संपादक मंडळाने काही नवीन संज्ञाही निर्माण केल्या आहे. उदा. फिरता शिक्षक (Circuit Teacher), संस्कृतिसंगम (Diffusion of Innovations),या सामाजिक ज्ञानकोशाचे तीन खंड आहेत. प्रत्येक खंडाच्या शेवटी रंगीत चित्रे, नकाशे यांची विपुलता आहे. त्यामुळे विषयाचे आकलन सोपे झाले आहे.

सर्व प्रकारच्या अभ्यासकांना, संशोधकांना या ज्ञानकोशाचा वापर आवश्यक ठरेल असे हे कार्य आहे. स.मा.गर्गे यांचा भारतीय समाजविज्ञान कोश निर्माण झाल्यावर जवळ जवळ दोन दशकांचा कालावधी लोटला आहे. ही मधली वर्षांची उणीव या सामाजिक ज्ञानकोशात भरून काढली आहे असे म्हणता येईल.

Dictionary - शब्दकोश

हे प्राथमिक स्वरूपाचे पण महत्त्वाचे संदर्भ साधन आहे. डिक्शनरी हा शब्द 'डिक्शनेरियम' या लॅटिन भाषेतून आला. ''डिक्टिओ'' या शब्दापासून ''डिक्शनरी'' हा शब्द अस्तित्वात आला. ''डिक्टिओ'' याचा अर्थ शब्द. शब्द हा भाषेचा महत्त्वाचा घटक आहे. 'भाषेतील शब्दाशी संबंधित असलेले ग्रंथ' अशी शब्दकोशाची व्याख्या ऑक्सफर्ड इंग्लिश डिक्शनरी मध्ये केलेली आहे.

यामध्ये सर्वसाधारणपणे एका भाषेतील सर्वसामान्य शब्दसंग्रहाचा अर्थ दिलेला असतो. यामध्ये संज्ञाच्या व्याख्या, दिलेल्या असतात. त्याशिवाय शब्दाचे घटक, उच्चार, उच्चारासंबंधी खुणा, शब्दाचे व्याकरण, व्युत्पत्ती, वाक्यात उपयोग इत्यादी माहिती दिलेली असते. काही वेळा त्या शब्दांचा इतिहासही दिलेला असतो. या शब्दकोशाची रचना या कोशाची रचना वर्णानक्रमानुसार निश्चित क्रमाने केलेली असते. काही वेळा एका भाषेतील शब्दाचा दुसऱ्या भाषेतील दिलेला अर्थ अशी द्विभाषिक रचनाही असते.

शब्दकोशामध्ये काही विशिष्ट विषयाचेही शब्दकोश असू शकतात. त्यामुळे सर्वसामान्य शब्दकोश, विशेष शब्दकोश, विषय शब्दकोश व भाषांतर उपयोगी शब्दकोश असे शब्दकोशांचे प्रकार आहेत.

शब्दकोशाला शब्द ग्रंथ, शब्दार्थ सूची (Glossary), शब्दकोश, शब्दकुलकोश (Thesaurus) अशी अनेक पर्यायी नावे आहेत.

भाषेतील सर्व शब्दांचे अर्थ शब्दकोशात मिळतीलच असे म्हणता येत नाही. म्हणून कोणताही शब्दकोश हा परिपूर्ण असत नाही. भाषेमध्ये कालौघात बरेच नवीन शब्द निर्माण होतात. त्याचा समावेश शब्दकोशात असेलच असे होत नाही. तसेच जे शब्द गतकाळातील आहेत, जे इतिहासजमा झालेले आहेत, त्यांची माहिती शब्दकोशात असेलच असे नाही. माहितीच्या युगात अनेक भाषातील शब्द, विविध ज्ञानशाखांमध्ये, सामान्य लोकामध्ये उपयोगात आणले जात आहेत. त्यामुळे संदर्भासाठी बरेच शब्दकोश पहावे लागतात. काही शब्दकोशांची रचना अनेक खंडातही असू शकते. काही शब्दकोश विशेषतः बालकांसाठीही प्रकाशित केले जातात.

मराठी शब्दरत्नाकर, मराठी व्युत्पत्तीकोश, बृहद-हिंदी-मराठी-शब्दकोश, द ऑक्सफर्ड डिक्शनरी ऑफ कोटेशन्स ही काही शब्दकोशांची उदाहरणे देता येतील. अभ्यासाच्या दृष्टीने शब्दकोश हे एक महत्त्वाचे साधन आहे.

१) सर्वसामान्य शब्दकोश – हा सर्वसामान्यांना उपयोगी पडावा म्हणून तयार केलेला असतो. यातील शब्द सर्व दृष्टीने परिपूर्ण असतात किंवा संक्षिप्तही असू शकतात. या शब्दकोशाची रचना वर्णानुक्रमानुसार असते. या शब्दकोशांचे अनेक खंडही दिसू शकतात. काही शब्दकोश बालकांसाठीही, विद्यार्थ्यांसाठीही तयार केले जातात.

२) विषय शब्दकोश – यामध्ये विशिष्ट विषयांतील संज्ञाचेच अर्थ, व्याख्या व उदाहरणे दिलेली असतात. हे शब्द सर्वसामान्य कोशात नसतात. हे शब्दकोश एक वा द्विभाषिकही असू शकतात. या शब्दकोशात काही वेळा चरित्रांचाही समावेश करण्यात आलेला असतो. अनुवादक, विषयतज्ज्ञ व विद्यार्थी यांना शब्दकोशाचा चांगला उपयोग होऊ शकतो.

३) विशेष शब्दकोश – यामध्ये एखाद्या भाषेची विशेष वैशिष्ट्ये दिलेली असतात. यामध्ये शब्दांच्या विशेष घटकांचा विस्तृतपणे विचार केलेला असतो. भाषाशास्त्रीय दृष्टिकोनातून हे शब्दकोश तयार केलेले असतात. उदा. मराठी व्युत्पत्ती कोश

४) भाषांतर उपयोगी शब्दकोश – या शब्दकोशांचा उपयोग भाषांतर करणाऱ्यांना होतो. भाषा शिकविणाऱ्यांना होतो. यातील शब्द द्विभाषिक किंवा बहुभाषिकही असतात. उदा. श्री.नरवणे यांचा बहुभाषिक शब्दकोश

कोणताही शब्दकोश परिपूर्ण असू शकत नाही. त्यासाठी अनेक शब्दकोशांची जोड घ्यावी लागते.

Dictionary Catalogue – कोश तालिका

ज्या तालिकेत केल्या जाणाऱ्या सर्व नोंदींच्या अग्रेसर रेषेवर अक्षरे किंवा शब्द असतात आणि या नोंदींची रचना अनुवर्णक्रमानुसार केलेली असते, तिला कोश तालिका म्हणतात. यातील मुख्य नोंद ग्रंथकार नाम नोंद असते. म्हणून अग्ररेषेवर लेखकाचे नाव असते. दुसऱ्या रेषेवर ग्रंथनाम व ग्रंथाविषयी इतर माहिती पण सविस्तरपणे दिलेली असते. यामध्ये विषयाची नोंद असते. त्यामुळे विशिष्ट विषयांचे सर्व ग्रंथ एकत्र येतात. याशिवाय या तालिकेमध्ये ग्रंथांचे इतरही संदर्भ देऊन नोंदी केलेल्या असतात.

उपयोजकांना कोश (Dictionary) पाहण्याची सवय असते. त्यामुळे त्यांना ही कोश तालिका पाहणे, तिचा वापर करणे सोपे जाते. त्यामुळे या तालिकेचा मोठ्या प्रमाणात उपयोग केला जातो. लिपीतील अनुवर्ण माहीत असल्यामुळे वापरण्यास सुलभ जाते. तसेच एकाच ग्रंथकाराची ग्रंथसंपदा या विषयी माहिती मिळते.

उपयोजकाला गरजेचा असलेला ग्रंथ ग्रंथालयाच्या संग्रहामध्ये आहे की नाही ही माहिती मिळते. एकच ग्रंथनाम असलेल्या पण विविध लेखकांनी लिहिलेल्या ग्रंथांची माहिती त्वरित मिळू शकते. एखाद्या मालेतील प्रकाशनाविषयी सविस्तर माहिती मिळते, एकाच ग्रंथाची भाषांतर, अनुवाद, संक्षिप्त, रूपांतर अशी वेगवेगळी रूपे एका विशिष्ट शब्दाखाली एकत्रित मिळतात.

यातील तालिकापत्रांचा क्रम वर्णक्रमानुसार असतो. पण कपाटातील ग्रंथांचा क्रम विषयाप्रमाणे असतो. तालिकापत्रांच्या अशा रचनेमुळे मुख्य विषय व त्यांचे उपविषय यांच्या नोंदी एकत्रित मिळत नाहीत. त्यामुळे ग्रंथालयाच्या विविध विषयांची ग्रंथसंग्रहाची संख्या सांगणे जरा अवघड जाते. परंतु एखाद्या विशिष्ट विषयशीर्षकाच्या नोंदीमुळे अभ्यासकाला त्या विषयाचे वाचनसाहित्य एकत्र मिळू शकते.

या कोश तालिकेत एका मुख्य विषयाच्या आणि त्याच्या उपविषयांच्या ग्रंथासाठी अनेक नोंदी विशिष्ट शब्दाखाली कराव्या लागतात. त्यामुळे ' पाहा ' (See), ' आणखी पाहा ' (See Also) अशा नोंदी करणे अवघड ठरते.

या तलिकेमध्ये नोंदींची संख्या वाढते. त्यामुळे त्यासाठी लागणारे कप्पे व तालिकेसाठी लागणारी जागा या गोष्टी खर्चिक असतात. केंद्रीय तालिकीकरण (Centralised Cataloguing) या दृष्टीने ही

तालिका उपयुक्त ठरत नाही. ग्रंथालयातील नवीन ग्रंथांना तालिकेत अंतर्भूत करणे अवघड जाते. कारण पूरक नोंदी हे होय. अद्ययावत ग्रंथासंबंधी माहिती देण्यास, अर्थात विशिष्ट विषयातील, ही तालिका उपयुक्त नाही. मुख्य विषयाची नोंद व त्याचे उपविषय यामध्ये अनेक नोंदी येतात. म्हणून मुख्य विषय व उपविषय या नोंदी तालिकेत विखुरलेल्या असतात.

Dictionary Catalogue Code : Main Entry – कोशतालिका नियमावली मुख्य नोंद

या तालिकेतील सर्व नोंदीच्या अग्रेसर रेघेवर शब्द किंवा अक्षरे असतात. त्यांची रचना वर्णानुक्रमानुसार केलेली असते. या मुख्य नोंदीमध्ये अग्रेसर रेघेवर ग्रंथकाराचे नाव लिहिलेले असते. म्हणून या नोंदीला ग्रंथकारनाम मुख्य नोंद म्हणतात. कोशतालिकेनुसार केलेल्या या मुख्यनोंदीत ग्रंथांची सविस्तर वर्णनात्मक माहिती दिलेली असते.

अंग्लो अमेरिकन कॅटलॉगिंग रुल्स (AACR) प्रमाणे या मुख्य नोंदीचे सात विभाग पडतात. असे असले तरी नोंदीचे भाग जास्त होतात. या नोंदीत ग्रंथाची जास्तीत जास्त माहिती दिली जाते. तालिकापत्राचा आकार १२.५ X ७.५ से.मी. असतो. सात भाग १) शीर्षक २) ग्रंथनाम, उपग्रंथनाम, लेखकाविषयी इतर माहिती ३) आवृत्ती, इतर आवृत्ती विषयक माहिती ४) प्रकाशनवृत्त ५) खंडपृष्ठादि वृत्ते, पृष्ठ आकार इत्यादी ६) ग्रंथाच्या मालाविषयक माहिती कंसात दिली जाते. ७) ग्रंथविषयक टीपा ८) आंतरराष्ट्रीय प्रमाण ग्रंथ क्रमांक, बांधणी किंमत इ.९) नोंद शोध १०) बोधांक, दाखलअंक इ.

शीर्षक विभागात लेखकाचे पूर्ण आडनाव प्रथम लिहिले जाते. नंतर खालील रेषेवर ग्रंथनाम, उपग्रंथनाम लिहिले जाते. ग्रंथाला एकापेक्षा अनेक लेखक असले तरी मुख्य लेखकाचे नावच शीर्षक विभागात दिले जाते. इतर लेखकांची माहिती या ठिकाणी दिली जाते. नंतर ग्रंथाची आवृत्ती विषयक माहिती उदा. संक्षिप्त आवृत्ती, विद्यार्थ्यांसाठी आवृत्ती अशी वैशिष्ट्यपूर्ण माहिती दिली जाते. आवृत्तीशी दुसऱ्या व्यक्तींचा संबंध असल्यास त्याची माहिती या ठिकाणी दिली जाते. संक्षिप्त आवृत्तीचा लेखक वेगळा असल्यास त्याचे नाव येथे दिले जाते. प्रकाशनवृत्त विभागात प्रकाशन स्थल, प्रकाशनाचे नाव, प्रकाशन वर्ष इ. माहिती या विभागात दिली जाते.

पुढील परिच्छेदात ग्रंथांच्या बाह्यांगाचे वर्णन दिले जाते. यामध्ये ग्रंथांची पृष्ठे, आकृत्या, ग्रंथाचा आकार, ग्रंथाची माला इत्यादी माहिती दिलेली असते. ग्रंथांची पृष्ठे देताना प्रस्तावनेची पाने, प्रत्यक्ष ग्रंथांच्या मजकुराची पाने व निर्देश (index) त्यांची पृष्ठे स्वतंत्रपणे द्यावयाची असतात. ग्रंथाचा आकार उंचामध्ये व सें.मी.मध्ये दिला जातो. इथे ग्रंथात सूची असल्यास तिचा उल्लेख करता येतो. तिची माहिती टीपा विभागात मिळते. यानंतर International Standard Book Number (ISBN) दिला जातो. नोंद शोध हा विभाग नोंदीच्या पुढील बाजूसच करावा लागतो. कारण ही तालिका यंत्ररूप तालिकेसाठी उपयुक्त ठरते. यामध्ये विषय शीर्षकासाठी अरबी अंक व इतर नोंदीसाठी शीर्षक लिहिताना रोमन अंकांचा वापर करावा असे संहिता सुचविते. बोधांक हा शीर्षक विभागाच्या समोरील समासात तर दाखलअंक वर्णन विभागाच्या समोरील डाव्या समासात लिहावा असे सुचविले आहे.

नोंदीतील प्रत्येक विभागातील माहिती विशिष्ट पद्धतीने लिहिली जाते. प्रत्येक परिच्छेदातील पहिला विभाग पूर्ण झाल्यानंतर टिंब व आडवी रेघ दोन्ही बाजूला विशिष्ट अंतर सोडून लिहिली जाते. नोंदीतील सविस्तर माहिती लिहिताना अर्थबदल होत नसेल तर ती अनावश्यक माहिती वगळता येते.

कोशतालिकेत क्लिष्ट चिन्हांकन नाही. अक्षरे व शब्द यामुळे सर्वसामान्य लोकांना कळण्यास सोपी. जगामध्ये अनेक ग्रंथालयातून या तालिकेचा उपयोग केला जातो.

Dictionary of National Biography - डिक्शनरी ऑफ नॅशनल बायोग्राफी

एस. पी. सेन संपादक

इन्स्टिट्यूट ऑफ हिस्टॉरिकल स्टडीज, कोलकाता १९७२-७४, चार खंड

या ग्रंथाच्या पहिल्या खंडात स्वातंत्र्यपूर्व भारतातील सर्व भूभागातील व्यक्तींची माहिती दिलेली आहे. १९ व्या शतकापासून स्वातंत्र्यापर्यंत विविध क्षेत्रातील व्यक्तीविषयींची माहिती यात आढळते. धर्म, राजकारण, शिक्षण, सामाजिक सुधारणा, विज्ञान, साहित्य, कायदा इ. क्षेत्रातील ज्या व्यक्तींचे कार्य राष्ट्रीय व सामाजिक दृष्टीने महत्त्वाचे असेल त्या व्यक्तींची नोंद यामध्ये आढळते. एखाद्या व्यक्तीचे कार्य विशिष्ट राज्यापुरते मर्यादित असले तरी ते आदर्शवत असेल अशा व्यक्तींची माहितीही यात समाविष्ट केलेली दिसते.

सुमारे १४०० व्यक्तींची चरित्रे यात अंतर्भूत आहेत. आडनावाच्या अनुवर्णक्रमाप्रमाणे परंतु इंग्रजी वर्णरचनेनुसार या नोंदीची रचना केलेली आहे. व्यक्तिंची चरित्रात्मक माहिती छोट्या निबंधवजा स्वरूपात दिलेली आहे. प्रत्येक नोंदीच्या शेवटी वाचनासाठी सूची दिलेली आहे. या सूचीमध्ये प्रकाशित व अप्रकाशित साहित्याचा समावेश आहे. चार पुरवणी खंड प्रकाशित करून माहिती अद्ययावत करण्यात आलेली आहे.

Digest - सारांश पत्रिका

काही वेळा अद्ययावत माहितीची अतिशय गरज भासते. त्यावेळी वर्तमानपत्रे ही माहिती पुरविण्याचे कार्य करतात. वर्तमानपत्रातील घटना, कार्यक्रम, यांचे अहवाल हे समकालीन इतिहासाचे गमक असतात. त्यांचा दैनंदिनी म्हणूनही उपयोग होतो. म्हणून वृत्तपत्रांच्या सूची तयार करावयाला पाहिजेत. यातून चालू घडामोडींचा आढावा घेण्यास उपयोग होईल. सामाजिक शास्त्रे यांच्या दृष्टीने ही एक महत्त्वाची गोष्ट आहे.

संशोधन अहवालाचा समावेशही याच प्रकारात होतो. काही वेळा हा अहवाल प्रत्यक्ष संशोधन सुरू करण्यापूर्वी त्या प्रकल्पाचा आराखडा माहिती करून देतो. ठराविक कालावधीनंतर संशोधनाच्या प्रगतीचे अहवाल हे संदर्भ साधन म्हणून काम करतात. पण हे अहवाल प्रकाशित केलेले नसतात. पण विशिष्ट कामासाठी हे अहवाल चक्रमुद्रित प्रतीत संबंधित कार्यालयाकडे उपलब्ध असतात. उदा. सरकारी अहवाल हे अहस्तांतरणीय असतात. यांचा संदर्भ नियंत्रणाखालीच उपलब्ध होतो.

Directory - निर्देशिका

या प्रकारच्या संदर्भ साधनात संस्थांची नावे, पत्ते, उद्दिष्टे, रचना अधिकारी, सभासद, उत्पादन त्यांची प्रकाशने यांची माहिती असते. अशा माहितीच्या गरजेतूनच निर्देशिका जन्माला आल्या. कारण समाजामध्ये अनेक प्रकारच्या संस्था असतात. त्या संस्थांशी मानवी संबंध व समाजाची प्रगती यामुळे अशा निर्देशिकांची गरज भासू लागली. निर्देशिकांचे हेतू अनेक असू शकतात. व्यक्तींच्याही निर्देशिका असू शकतात.

''निर्देशिका म्हणजे व्यक्ती अथवा संस्था यांची वर्णानुक्रमे वा वर्गीकरणानुसार तयार केलेली पद्धतशीर यादी होय.''

निर्देशिकेचे स्वरूप व्यापक पण वाचकाच्या गरजेनुसार मर्यादित असते. निर्देशिका ही ठराविक पद्धतीने रचित असते. निर्देशिकेच्या प्रकाशनाला कालावधीचे बंधन असत नाही. ही ज्ञान व संप्रेषण यातील अंतर नाहीसे करते. निर्देशिका हा माहितीचाच एक भाग आहे. तिची मांडणी व व्यवस्थापन यामुळे निर्देशिकेचे महत्त्व वाढते.

निर्देशिकेचे दोन प्रकार आहेत.

१) सर्वसाधारण निर्देशिका - यामध्ये स्थानिक, विभागीय, राष्ट्रीय, आंतरराष्ट्रीय संस्थांची माहिती असते. उदा. दूरध्वनी निर्देशिका

२) विशेष निर्देशिका - यामध्ये विशिष्ट विषयाशी संबंधित असलेल्या संस्थांची माहिती उपलब्ध असते. उदा. औद्योगिक, वैज्ञानिक, सामाजिक क्षेत्रातील संस्थाची माहिती या प्रकारच्या निर्देशिकेत असते. उदा. स्वयंसेवी संस्थांची निर्देशिका.

District Gazetteers of Maharashtra - डिस्ट्रिक्ट गॅझेटियर्स ऑफ महाराष्ट्र

महाराष्ट्र शासनातर्फे प्रत्येक जिल्ह्याची इंग्रजी व मराठी भाषेत गॅझेटियर्स प्रकाशित केली जातात. यामध्ये त्या त्या जिल्ह्याची तपशीलवार माहिती दिलेली असते.

यामध्ये संबंधित जिल्ह्याचे भौगोलिक स्थान, क्षेत्रफळ, त्याच्या चतुःसीमा, टेकड्या, पर्वतरांगा, नद्या, तळी, हवामान, तापमान, पर्ज्यन्यमान, उत्पादने, उद्योगधंदे, जंगले, प्राणी, धर्माप्रमाणे लोकसंख्या, व्यापार, उद्योग, संस्कृती, चालीरीती, परंपरा, त्या जिल्ह्यातील इतर प्रसिद्ध ठिकाणे याविषयी माहिती दिलेली असते.

या शिवाय शेती, प्रमुख पिके, पाटबंधारे, व्यापार वगैरे माहितीही आढळते. तसेच न्यायव्यवस्था, शिक्षणसंस्था, आरोग्य सुविधा, ग्रंथालये, जन्म-मृत्यू दर या विषयीही माहिती यात समाविष्ट असते.

हा ग्रंथ शासन प्रकाशित करते. त्यामुळे ही माहिती विश्वसनीय मानली जाते.

Division and Classification - विभाजन आणि वर्गीकरण

तर्कशास्त्राच्या दृष्टीने ' विभाजन' व ' वर्गीकरण ' या परस्परविरोधी क्रिया आहेत. विभाजनामध्ये विचाराची दिशा सामान्याकडून विशिष्टाकडे असते. मोठ्या वस्तूसमूहातून साम्यगुणाच्या आधारे वस्तूंचे लहान लहान गट निर्माण करणे म्हणजे विभाजन होय.

वर्गीकरणामध्ये मात्र विचाराची दिशा ' विभाजनाच्या ' विरुद्ध असते. म्हणजेच ही दिशा विशिष्टाकडून सामान्याकडे असते. वस्तूसमूहाच्या लहान लहान गटांमधून अधिकतम व्याप्तीचे मोठे गट निर्माण करण्याची क्रिया वर्गीकरण करत असते.

वर्गीकरण हा शब्द ' वर्ग ' या शब्दापासून निर्माण झाला आहे. संस्कृत मधील 'वृज्' या शब्दाचा अर्थ 'वेगळे करणे' असा होतो. ' वृज' पासून 'वेग' शब्द अस्तित्वात आला. एखाद्या समुच्चयातून काही विशिष्ट हेतूने वस्तू अगर कल्पना वेगळ्या काढणे म्हणजे वर्गीकरण करणे. यासाठी एखादा साम्यगुण वर्गीकरणाचा पाया असतो. या साम्यगुणाधारे इतर भिन्न गुणांच्या वस्तू वेगळ्या केल्या जातात.

वर्गीकरण ही मानसिक प्रक्रिया आहे. पण त्यासाठी एखादा साम्यगुण आवश्यक ठरतो. कल्पनांचे वर्गीकरण काल्पनिकरीत्याच करावे लागते. पण मूर्त वस्तूंचे वर्गीकरण प्रथम मनात करावे लागतेच. मग ते प्रत्यक्षात उरते. वस्तूंचे वर्गीकरण करताना साम्यगुण जो सोयीचा असेल त्याचा उपयोग केला जातो. कारण अनेक निरनिराळे साम्यगुण असू शकतात.

कोणत्याही गोष्टीची सुव्यवस्थित मांडणी करणे हा वर्गीकरणाचा हेतू असतो. आठवणीमध्येसुद्धा कल्पनांची सुव्यवस्थित मांडणी केलेली असते. त्यामागे एखादी विशिष्ट कल्पना योग्यवेळी बिनचूक पद्धतीने आठवावी हाच हेतू असतो.

वर्गीकरण ही मानसिक प्रक्रिया आहे असे मानले तरी हा काही केवळ मनाचाच खेळ आहे असे नाही. वर्गीकरण हे मानवी अस्तित्वालाच आवश्यक आहे. दोरी पाहिली असता सापाची आठवण होणे साहजिकच असते. कारण साप हा आपल्याला अपाय करू शकतो ही जाणीव कोठेतरी स्मृतीपटलावर कोरलेली असते. म्हणून वर्गीकरण हे आपल्या दैनंदिन जीवनाशी निगडित आहे.

वर्गीकरण प्रक्रियेचे स्वरूप ' वास्तव' (material) आहे तर विभाजन प्रक्रियेचे स्वरूप 'आकारिक','रूपात्मक' (formal) आहे. विभाजनाची क्रिया ही पूर्वीच्या आपल्या उपलब्ध ज्ञानावर आधारित असते. तर वर्गीकरणाची प्रगती ज्ञानशाखेच्या विकासावर होत असते. एरवी या दोन्ही क्रिया वेगळ्या असल्या तरी ग्रंथालयीन वर्गीकरणाच्या संदर्भात त्या एकच मानाव्या लागतात.

Documentary Resources – प्रलेखीय स्रोत

प्रलेखाचे अनेक प्रकार आहेत. वेगवेगळ्या निकषांवर त्यांचे वर्गीकरण केले जाते. पण माहितीचा प्रकार व तिचे स्वरूप हा निकष महत्त्वाचा ठरतो.

सी.डब्लू. हॅन्सन यांनी प्रलेखातील माहितीच्या प्रकारावरून प्रलेखाचे दोन प्रकार केले.

१) प्राथमिक प्रलेख (Primary Documents)

२) द्वितीयक प्रलेख (Secondary Documents)

१) प्राथमिक प्रलेख – जे प्रलेख मूळ माहिती, नवी माहिती देतात व अशा प्रकारची माहिती ही प्रथमच प्रकाशित होते, त्यांना प्राथमिक प्रलेख असे म्हणतात. ही माहिती कायमस्वरूपी असते. या माहितीचे व ज्या प्रलेखामध्ये ही माहिती आहे त्या प्रलेखांचे महत्त्व फार असते. अशा मूळ माहितीचे प्रकाशित ग्रंथ, नियतकालिके, पेटंट्स्, प्रमाणके यांचा समावेश या प्राथमिक प्रलेखात होतो. शास्त्रीय संशोधनाची माहिती, वृत्तांत अहवाल तसेच तांत्रिक संशोधनाच्या संदर्भातही मूळ माहिती देणारे प्रलेख हे प्राथमिक होत. यामुळे ज्ञानात नवीन नवीन भर पडत असते.

अशाच प्रकारची माहिती शासकीय प्रकाशने, व्यापारी साहित्य, प्रबंध, शोधनिबंध यातून मिळत असते.

२) द्वितीयक प्रलेख – प्राथमिक प्रलेखातील मूळ व नवी माहिती यांची माहिती देणारी काही प्रकाशने, प्रकाशित होत असतात त्यांना द्वितीयक प्रलेख म्हणतात. प्राथमिक प्रलेखामुळेच निर्मिती होत असते म्हणून हे द्वितीयक प्रलेख होत.

प्राथमिक प्रलेखांची यादी (Bibliography) तयार केली जाते. या सूचीमध्ये प्राथमिक प्रलेखांची फक्त माहिती असते. प्रलेखांचे सारलेखन निर्देशन करणारी नियतकालिके किंवा संशोधनाबद्दलची माहितीची

माहिती देणारी नियतकालिके यामध्ये अंतर्भूत होतात. यामध्ये सूची, निर्देशिका, सार नियतकालिके समाविष्ट होतात.

प्रलेखांचा कालावधी महत्त्वाचा असतो. काही प्रलेख एकदाच प्रकाशित होतात. तर काही ठराविक कालावधीनंतर प्रकाशित होत जातात. म्हणून त्यांना कालिके म्हणतात. ग्रंथ एकदाच प्रकाशित होतात. नियतकालिके, मासिके ही कालिकेत अंतर्भूत होतात. सर्वांना उपयोगी पडणारे प्रकाशित प्रलेख हे औपचारिक प्रलेख होत. एखाद्या व्यक्तीचा पत्रव्यवहार, त्याची टिपणे ही अप्रकाशित असतात. म्हणून ते अनौपचारिक प्रलेख होत.

Documentation – प्रलेखन

इतिहासाकडे दृष्टी टाकली असता पूर्वी ग्रंथांची व्याप्ती, संख्या कमी होती. पण मुद्रणकलेच्या शोधामुळे हस्तलिखितांच्या अनेक प्रती मुद्रित करणे शक्य झाले. ग्रंथांचे महत्त्व पटले. त्यामुळे उपयोग वाढला. ते जतन करणे, त्यांची व्यवस्था करणे, गरजूंना उपलब्ध करून देणे या गोष्टी विकसित झाल्या. यातूनच ग्रंथालयशास्त्र उदयाला आले.

ग्रंथानंतर नियतकालिकांचे प्रकाशन १७ व्या व १८ व्या शतकात होऊ लागले. त्यांचेही सामान्य व अभ्यासपूर्ण असे दोन प्रकार पडले. या नियतकालिकांतील माहिती उपलब्ध होण्याच्या दृष्टीने गरज निर्माण झाली. या माहितीचे विश्लेषण, नोंदी करणे, संशोधकापर्यंत माहिती पोहोचविणे या कामाचे महत्त्व समजले. त्यामुळे प्रलेखन हा शब्द २० व्या शतकात प्रचलित झाला.

पॉल ऑटलेट (Paul Otlet) यांनी या संज्ञेचा प्रथम उच्चार केला (१९०५). त्यांनी "ट्रेट टू डॉक्युमेन्टेशन" (१९३४) हा ग्रंथ लिहिला. "मानवी व्यवहाराच्या सर्व क्षेत्रात प्रसिद्ध होणारे सर्व प्रलेख जमविणे, त्यांची वर्गीकृत रचना करणे व वितरण करणे म्हणजे प्रलेखन करणे" अशी त्यांनी व्याख्याही केली. नंतर एस.सी.ब्रॅडफोर्ड यांनी "डॉक्युमेन्टेशन" या शीर्षकाचा ग्रंथ लिहिला.(१९४८)

डॉ.एस.आर.रंगनाथन यांनी "विशेषज्ञांना नवीनतम व सूक्ष्म विचारांची व्यापक आणि शीघ्र सेवा देण्यासाठी अवलंबिलेल्या संमिश्र प्रक्रियांचा समूह" अशी प्रलेखनाची व्याख्या केली आहे.

नवीन निर्माण झालेल्या माहितीवर हक्क मिळविण्यासाठी नवनवीन तंत्रे उपयोजिली गेली. म्हणून सूची तयार झाल्या. पण संप्रेषणाची साधने मर्यादित होती. म्हणून याला जागतिक स्वरूप लाभले नाही.

नियतकालिकातील माहिती नवीन असतानाच संशोधकांना उपयुक्त ठरते. ही माहिती अनेक नियतकालिकातून, अनेक भाषातून प्रकाशित होते. या नवीन माहितीबद्दल संशोधकांना जागृत करावे लागते. ग्रंथामध्ये ही माहिती मुद्रित होण्यास वेळ लागतो. एखादी कार्यक्षम यंत्रणा अस्तित्वात नसली तर संशोधनाची पुनरावृत्ती होते, वेळ व निधी वाया जातो. म्हणून संशोधकांना ग्रंथसूचीय तपशील देणे फायद्याचे ठरेल. या बाबतीत निर्देश व सार नियतकालिके महत्त्वाची भूमिका बजावतात.

पारंपरिक ग्रंथपालनशास्त्रात या साधनांचा समावेश नव्हता. म्हणून नव्या तंत्राने माहिती सेवा देणारे "प्रलेखन" आवश्यक झाले. नवीन प्रलेखांच्या विशिष्ट पद्धतीने नोंदी करणे, निर्देशन (Indexing) करणे, लेखांचे सार करून देणे, भाषांतर, अनुवाद करणे, प्रती उपलब्ध करून देणे ह्या सर्व गोष्टी प्रलेखनात अंतर्भूत होतात.

प्रलेखनाचा सूची, ग्रंथसूची यांच्याशी संबंध आहे. ग्रंथसूची ही प्रसिद्ध झालेल्या प्रलेखांची परिपूर्ण यादी असते. परंतु यातील माहितीचे मूल्यमापन केलेले नसते. या यादीला मर्यादा असतात. विशिष्ट विषय, विशिष्ट कालावधी व विशिष्ट भौगोलिक प्रदेश यातील प्रलेखांची यादी असते.

ग्रंथसूचीमधील माहितीला ग्रंथसूचीय माहिती म्हणतात. यामध्ये प्रलेखांचे, ग्रंथाचे नाव, ग्रंथकार, लेखक, प्रकाशक, प्रकाशन वर्ष, स्थल इ. गोष्टी असतात. नियतकालिक असल्यास लेखक नाव, नियतकालिकाचे नाव, प्रकाशक, स्थल, खंड, वर्ष, अंक अशी माहिती असते. या दृष्टीने पाहता ग्रंथसूची व प्रलेखन यामध्ये फरक आढळत नाही.

पण नवीन तंत्रामुळे प्रलेखनाला ग्रंथसूची ही पूरक आहे. दोहोंच्या दृष्टिकोनात फरक जाणवतो. ग्रंथसूची विशिष्ट विषयाची असते. प्रलेखनात सूक्ष्म व सखोल विचारांच्या प्रलेखावर भर असतो. संशोधक व त्यांचे अभ्यासविषय यासाठी येणारी विशिष्ट मागणी व एकत्र केलेली माहिती यांची सांगड घातलेली असते.

प्रलेख व त्यातील माहिती यासाठी मानवी मदत मिळाल्यास प्रलेख व उपयोजक यांच्यात संबंध निर्माण होतील. मागणीचा अंदाज घेऊन एकत्र केलेली माहिती, मागणीपूर्वीच संशोधकाच्या नजरेस आणण्याचे काम प्रलेखन करते.

संदर्भसेवा ही कल्पना सर्व प्रकारच्या उपयोजकांसाठी आहे. प्रलेखनात संशोधकांची अभ्यासकांची, वैयक्तिक गरज महत्त्वाची असते.

माहितीच्या परिस्फोटामुळे ''प्रलेखन'' महत्त्वाचे ठरले आहे.

Documentation : Scope, Work   – प्रलेखनाची व्याप्ती, कार्य

प्रलेखन हे वैयक्तिक सेवेवर अवलंबून आहे. म्हणून ''प्रलेखन कार्य'' व ''प्रलेखन सेवा'' असे दोन गट केले जातात. प्रलेखन कार्य म्हणजे माहितीची मागणी येण्यापूर्वी, मागण्यांचा अंदाज घेऊन केलेले कार्य, तर प्रलेखन सेवा म्हणजे माहिती देण्याची सेवा.

प्रलेखनाचा मुख्य हेतू जलद व कार्यक्षम सेवा हा आहे. या कार्यामध्ये अनेक कामे समाविष्ट असतात. यामध्ये नव्या विचारांचे तसेच त्यातील सूक्ष्म विचारांचे सातत्याने विश्लेषण करावे लागते. उपयोजकाकडून माहितीची मागणी येण्यापूर्वी मागण्यांचा अचूक अंदाज करणे आवश्यक आहे. संबंधित माहिती असलेल्या प्रलेखांचे स्थान शोधणे, ते प्रलेख मिळविणे, या प्रलेखावर योग्य ते संस्कार करणे आवश्यक ठरते. यासाठी नवीन तंत्रे अवलंबावी लागतात. पारंपरिक वर्गीकरण, तालिकीकरण यामुळे मिळणारी माहिती स्थूल असते. सूक्ष्म माहितीच्या प्रलेखासाठी नवीन तंत्रे आवश्यक ठरतात. त्यामध्ये खालील गोष्टी समाविष्ट होतात.

१) माहितीचे स्थान निश्चित करणे – माहितीची भविष्यकाळात होणारी मागणी विचारात घेऊन त्या माहितीचे स्थान शोधावे लागते. सूक्ष्म व नव्या विचाराचे प्रलेख निवडावे लागतात. नियतकालिके, परिषदांचे इतिवृत्त, संशोधन अहवाल यासारखे प्राथमिक प्रलेख उपयोगाचे असतात.

२) प्रचलित माहितीबाबत जागरूक करणारी यादी – अभ्यासकांना आवश्यक असणाऱ्या सर्व प्रलेखांची यादी करण्यास वेळ लागतो. या यादीच्या दरम्यानही नवीन संशोधन, नवीन प्रलेख निर्माण होत असतातच. अशा नवीन माहितीची यादी अभ्यासकांना देणे महत्त्वाचे आहे. अभ्यासक याबाबत जागरूक राहिले तर संशोधनाची पुनरावृत्ती होणार नाही.

३) निवडक माहितीचे प्रसारण – प्रलेखकाला अभ्यासकाचे संशोधन विषयांची माहिती असणे आवश्यक आहे. कारण माहितीच्या युगात नवीन माहिती नेहमी निर्माण होत असते. म्हणून अभ्यासकाच्या

वैयक्तिक गरजा लक्षात घ्याव्या लागतात, म्हणून माहितीची निवड करणे महत्त्वाचे. निवडक माहितीची नोंद करून ती अभ्यासकापर्यंत पोहोचविणे आवश्यक ठरते.

४) **निर्देशन** – प्राथमिक प्रलेखातून उपयुक्त माहितीचा शोध घेणे, नंतर त्या माहितीच्या विशिष्ट संज्ञाखाली नोंदी करणे त्याही विशिष्ट पद्धतीने करून निर्देशन केले जाते. मागणीनुसार या विशिष्ट संज्ञांच्यामुळे माहितीचा शोध घेणे सुलभ जाते.

५) **सारलेखन** – निर्देशाच्या नोंदी करून अभ्यासकांना माहिती मिळू शकते. पण सूक्ष्म प्रलेखातील माहितीचे सार तयार केले व ते अभ्यासकांना दिले तर उपयुक्त प्रलेख निवडणे त्यांना सोयीचे होते.

६) **प्रलेखन याद्या** – प्रलेखांच्या प्रलेखन याद्या केल्यास योग्य माहितीचा शोध घेणे सोपे होते.

७) **वर्गीकरण** – सूक्ष्म माहितीच्या प्रलेखांचे प्रथम वर्गीकरण करणे आवश्यक आहे. यामध्ये सखोल वर्गीकरण जास्त उपयुक्त ठरते.

८) **उल्लेख निर्देशन** – प्रलेखामध्ये अभ्यासकांच्या माहितीसाठी अधिकृतपणाचा उल्लेख असतो. अशा उल्लेखित प्रलेखांचे निर्देशन केलेले असते. यादी केलेली असते. यातून गरजेप्रमाणे उपयुक्त प्रलेखांचा शोध घेता येतो.

९) **ग्रंथसूची तयार करणे** – व्यापक विषयांची माहिती स्थूल प्रलेखातून मिळते म्हणून स्थूल प्रलेखसुद्धा महत्त्वाचे असतात. अशा स्थूल प्रलेखांची सूची करणे प्रलेखकाचे काम असते.

१०) **संगणकाला माहिती पुरविणे** – हल्ली माहितीच्या संप्रेषणासाठी संगणकाचा उपयोग केला जातो. म्हणून प्रलेखकाने एकत्रित केलेली माहिती संगणकाला पुरविली जाते. संगणकामध्ये त्या माहितीचे विश्लेषण केले जाते व अभ्यासकांना माहिती पुरविली जाते.

११) **प्रगतीचे आढावे** – नवीन माहितीबाबत निर्देशन, सारलेखनसुद्धा एखाद्या विषयाच्या विकासाची अवस्था दाखविण्यास असमर्थ ठरतात. संबंधित संशोधनाच्या प्रगतीचे आढावे घेणे महत्त्वाचे असते. संशोधनाच्या ठिकाणाहून असे प्रगतीचे आढावे प्रसिद्ध केले जातात. हे आढावे एकत्रित करावे लागतात.

१२) **अनुवाद, भाषांतर** – संशोधकांना आवश्यक वाटणारा मूळ लेख इंग्रजी व्यतिरिक्त वेगळ्या भाषेत असल्यास त्याचा अनुवाद होणे आवश्यक ठरते. भाषा संप्रेषणातील अडचण ठरते. नवीन माहितीसाठी भाषांतर हे एक महत्त्वाचे साधन ठरते.

१३) **संघतालिका तयार करणे** – उपयुक्त माहिती मिळवून देण्यास संघतालिकेचा उपयोग होतो. हा ग्रंथालय सहकाराचा भाग आहे. यामध्ये सहभागी होणाऱ्या ग्रंथालयांनी ग्रंथतालिका व प्रलेख तालिकांची एक प्रत संघतालिकेसाठी पाठवावी.

ही सर्व कामे नेहमी करणे अपेक्षित असते असे नाही. काही वेळा 'सार' पुरेसे ठरेल. तर काही वेळा अनुवाद. प्रलेखन हे काही विशिष्ट तंत्रावर आधारित असते.

Documentation : Development in India – भारतातील प्रलेखनाचा विकास

प्रत्येक देशात संशोधन चालू असते. त्यावर देशाचा विकास होत असतो. यावर प्रलेखनाचाही विकास होत असतो. प्रलेखनात माहितीचा संचय, तिचे व्यवस्थापन महत्त्वाचे आहे. यासाठी ग्रंथसूची, संघतालिका, निर्देशन, सारलेखन, माहितीचे निवडक प्रसारण, प्रचलित जागरूकता सेवा इ. गोष्टींची

आवश्यकता असते. माहितीचे संप्रेषण होण्यासाठी काही प्रकाशने नियमित प्रकाशित करावी लागतात. आवश्यकता, गरज यानुसार आवश्यक त्या तंत्रांचा उपयोग प्रलेखनात केला जातो.

हे संशोधन सरकारी मदतीवर अवलंबून असते. म्हणून प्रलेखनाचा विकासही सरकारी अनुदानाने / मदतीने होत असतो. भारतातील प्रलेखन विकास संशोधन व विकास याच अनुषंगाने पाहणे योग्य ठरते. तशी भारतात प्रलेखनाला उशीरा सुरुवात झाली. अमेरिका (१९०८), इंग्लंड (१९२४), रशिया (१९५२) अशी प्रलेखनाची सुरुवात झालेली दिसते.

भारतातील प्रलेखनाचा विचार दोन भागात-स्वातंत्र्यपूर्व व स्वातंत्र्योत्तर असा -करावा लागतो. स्वातंत्र्यपूर्व काळात काही वैज्ञानिक संस्था, मुंबई, चेन्नई व कोलकाता येथील विश्वविद्यालये यांची स्थापना, काही संशोधन संस्थांची स्थापना झाली होती. त्यापैकी Imperial Agricultural Research Institute ही सध्या Indian Agricultural Research Institute म्हणून काम करते आहे. औद्योगिक विकासाचा आढावा घेण्यासाठी एक समिती नेमली होती. तिचेच रूपांतर Council of Scientific and Industrial Research (CSIR) असे झाले आहे. ''नॅशनल इन्स्टिट्यूट ऑफ सायन्स इन इंडिया '' या संस्थेने 'इंडियन सायन्स ॲबस्ट्रॅक्ट्स' या शास्त्रीय प्रलेखांच्या सार लेखनास प्रारंभ केला (१९३५). पण निधीअभावी हे काम बंद पडले होते. ते पुढे INSDOC ने चालू केले. नंतर ''सेंट्रल बोर्ड ऑफ इरिगेशन'' या संस्थेने क्वार्टरली बुलेटिन (Quarterly Bulletin) ही सारसेवा सुरू केली (१९३६). ही सारसेवा Irrigation Abstrcts म्हणून प्रसिद्ध केली जाते. प्रलेखन कार्याचा विकास व्हावा म्हणून इंडियन स्टँडर्डस् इन्स्टिट्यूटची एक उपसमिती नेमली (१९४७).

स्वातंत्र्योत्तर काळात संशोधनात्मक प्रलेखांची, संशोधकांची संख्या वाढू लागली. तसा खर्चही वाढू लागला. म्हणून भारत सरकारने प्रलेखन सेवा कार्यक्षम करण्यासाठी काही समित्या नेमल्या. उदा. कृष्णन समिती (१९५५), ठक्कर समिती (१९५८), डॉ.रंगनाथन समिती (१९५९), कोठारी (१९६०) लाझार (१९६४), रॉय (१९६७). या समित्यांचे अहवाल भारत सरकारने मान्य केले. राष्ट्रीय पातळीवर माहिती सेवा व प्रलेखन केंद्रे स्थापन केली. याखेरीज युनेस्को व एफआयडी (FID) या आंतरराष्ट्रीय संघटनांनी भारतातील प्रलेखनाच्या विकासात सक्रीय मदत केली.

इन्सडॉकची स्थापना १९५२ मधील. त्यानंतर इतर क्षेत्रातील माहितीसाठी निरनिराळ्या संस्था स्थापन झाल्या. भाभा ॲटोमिक रिसर्च सेंटर हे अणुशास्त्रासाठी. डिफेन्स रिसर्च डेव्हलपमेंट ऑर्गनायझेन (DRDO) ही संरक्षणशास्त्राच्या विकासासाठी व संशोधनासाठी (१९५८). या क्षेत्रातील प्रलेखनासाठी 'डेसिडॉक' हे प्रलेखन केंद्र सुरू करण्यात आले. इंडियन ॲग्रिकल्चरल रिसर्च इन्स्टिट्यूटमध्ये कृषीविषयक माहितीचे संघटन व प्रसारण केले जाते. इंडियन कौन्सिल ऑफ ॲग्रिकल्चरल रिसर्च (ICAR) या संस्थेकडे कृषीविषयक ग्रंथालयीन कामाचा समन्वय करण्याची कामगिरी आहे. या संस्थेकडून AGRIS कडे माहिती पाठविली जाते व तेथून माहिती मागविली जाते.

१९७० च्या भारतीय पेटंट्स कायद्यानुसार नव्या पेटंटस्चे हक्क देण्याचे काम नवीन ऑफिसतर्फे केले जाते. यातूनच पेटंटस् ग्रंथालय व माहिती केंद्र स्थापन केले. येथे जगातील सर्व पेटंट्सचा संग्रह आहे. प्रमाणकाविषयी सर्व माहिती ISI (Indian Standard Institute) करते. सेन्सडॉक (१९७१) मध्ये सर्व लघुउद्योगाविषयी माहिती मिळते.

विज्ञान व तंत्रज्ञान यांना सरकारी व खाजगी अंदाजपत्रकात प्राधान्य दिले जाते. सामाजिक शास्त्रे त्यामानाने गौण ठरतात. म्हणून प्रारंभामध्ये याविषयी कोणतेच राष्ट्रीय माहिती केंद्र नव्हते. इंडियन कौन्सिल फॉर सोशल सायन्स रिसर्च (ICSSR) (१९६९) ही स्वायत्त संस्था भारत सरकारने सुरू केली. सामाजिक व शास्त्रातील संशोधनाला चालना देणे हाच या संस्थेचा हेतू आहे. म्हणून त्यांनी सोशल सायन्स डॉक्युमेन्टेशन सेंटर (१९७०) स्थापन केले. या संस्थेतर्फे सामाजिक शास्त्रावरील संदर्भ, साहित्य जमविले जाते. या संस्थेने अनुदानित प्रकल्पावरचे, प्रबंध एकत्र करणे. प्रतिरूप लेखन (microfilming), ग्रंथसूची, ग्रंथसूचीय नियंत्रण, अभ्यास शिष्यवृत्ती देणे. प्रतिरूप सेवा सूची, इ. कार्ये केली जातात. सामाजिक शास्त्रावरील नियतकालिकांची यादी (Union List) तयार केली. या यादीमुळे विशिष्ट विषयाचे नियतकालिक, त्याचे स्थान कळू शकते. यामध्ये ३०,००० पेक्षा जास्त नोंदी आहेत. भारताचा आर्थिक इतिहास (१५०० ते १९४७) या विषयावर एक सटीप ग्रंथसूची गोखले इन्स्टिट्यूट ऑफ पॉलिटिक्स अँड इकॉनॉमिक्स, पुणे यांच्या सहकार्याने तयार केली आहे. ही सूची चार खंडात आहे.

सामाजिक शास्त्रावरील पूर्वीच्या माहितीचा निर्देश तयार केला (१९७६). प्रलेखनाचे महत्त्व पटल्यामुळेच निसाटची स्थापना झाली. वैज्ञानिक माहितीबाबत राष्ट्रीय धोरण ठरविणे. यांत्रिक माहिती सेवेचा प्रसार करणे, माहिती केंद्रांचे राष्ट्रीय जाळे कार्यान्वित करणे. प्रलेखन केंद्रातील माहिती अनेक केंद्राकडे प्रवाही व्हावी असे प्रयत्न दिसतात. त्यासाठी ग्रंथालये, प्रलेखन केंद्र यातील सहकार, ग्रंथालयांचे जाळे, या गोष्टी आवश्यक ठरतात.

Documents – प्रलेख

ग्रंथालयशास्त्राचे स्वरूप फार व्यापक झालेले आहे. माहितीशास्त्राची व्याप्ती, प्रलेखनाचा अभ्यास यामुळे सखोलताही प्राप्त झालेली आहे. या अनुषंगाने ग्रंथालयीन सेवांच्या दृष्टिकोनातही बदल होत गेलेले आहेत. निश्चित माहिती उपयोजकांना मिळणे ही गरज वाढली आहे. यातूनच प्रलेखनाचे महत्त्व पटू लागले.

डॉ. रंगनाथन यांनी प्रलेख याची व्याख्या ''हाताळण्यास व स्थलांतर करण्यास सोयीची, दीर्घकाळ परिरक्षणक्षम अशी कागदावरील किंवा अन्य सामुग्रीवरील घटनांची, विचारांची माहिती देणारी अभिलिखीत कृती म्हणजे प्रलेख'' अशी केलेली आहे.

याचा अर्थ प्रलेखात लिखित, मुद्रित साहित्य, ग्रंथ, नियतकालिके, प्रतिरूपे, चुंबकीय फिती, फिल्मस्, छायाचित्रे, नकाशे, संगणकीय तबकड्या इ. गोष्टींचा समावेश होतो.

हे प्रलेख अनेक प्रकारचे असतात. ग्रंथ, नियतकालिके हे प्रलेख सर्वसामान्यांना तर माहिती आहेतच. सभा, परिषदा, अधिवेशन यातील अभ्यासपूर्ण चर्चा, इतिवृत्ते, पेटंटस्, प्रमाणके, संशोधनांची माहिती देणारे अहवाल, मूळ लेखांचे सार, निर्देश, भाषांतरे, व्यापारी साहित्य या स्वरूपातही माहिती उपलब्ध होऊ शकते.

ग्रंथामध्ये पाठ्यपुस्तके, विवरणात्मक ग्रंथ, विनिबंध (Monographs), संदर्भग्रंथ यामध्ये शब्दकोश, ज्ञानकोश, चरित्रकोश, शिवाय प्रवासी मार्गदर्शक, नकाशा, नकाशांचा संग्रह, वार्षिके, निर्देशिका, माहिती पुस्तिकासूची यांचा समावेश होते.

नियतकालिकामध्ये निर्देशन नियतकालिके, सारनियतकालिके ही समाविष्ट होतात.

याशिवाय पुस्तिका, प्रबंध, वर्तमानपत्रे, वर्तमानपत्रातील कात्रणे, शासकीय प्रकाशने, हस्तलिखिते, दृक्‌श्राव्य प्रलेख सर्व प्रकारचे प्रलेख असतात.

आधुनिक युगातील सर्व प्रकारचे प्रलेख मिळवून त्यांचे योग्य व्यवस्थापन करणे, उपयोजकाला अत्यंत अल्प वेळात माहितीसाठी हे प्रलेख उपलब्ध करून देणे हे महत्त्वाचे आहे. म्हणजेच प्रलेखनाचे तंत्रही महत्त्वपूर्ण आहे.

Document Delivery – प्रलेख बटबडा

प्रलेख बटवडा या संज्ञेच्या विविध व्याख्या असल्या तरी त्या सर्वांचा अर्थ वाचकांना घरी वाचण्यासाठी दिलेल्या आणि वाचक काही काळ आपल्या घरी ठेवू शकतील अशा वाचनसाहित्याचा बटवडा असाच होतो. प्रलेख बटवडा आणि आंतरग्रंथालयीन देवघेव यामध्ये फरक करताना आपल्याला असे म्हणता येईल की आंतर ग्रंथालयीन देवघेव ही दोन अथवा अधिक ग्रंथालयांमध्ये असते. म्हणूनच, काही वेळा, आंतर ग्रंथालयीन देवघेव आणि प्रलेख बटवडा या दोन्ही संज्ञा समावेशक आंतर देवघेव ही संज्ञा वापरली जाते. यामध्ये प्रलेख बटवड्याचा रोख प्रामुख्याने इलेक्ट्रॉनिक प्रलेख बटवड्यांमध्ये असतो.

उपयोजक आणि त्यांच्या माहितीच्या गरजा (requirements) यानुसार प्रलेख बटवडा हा (pro-active) अथवा re-active असू शकतो. आर्थिक आणि तांत्रिक प्रवाहांशी संवेदनशीलता अथवा ग्रहणशीलता (susceptibility) हा प्रलेख बटवड्याचा प्रमुख घटक आहे आणि त्याचा फायदा म्हणजे प्रलेख बटवडा हा नवीन बदलांशी अधिक जलद रीतीने समरस होऊ शकतो. प्रलेख बटवडा हे ग्रंथालय कामातील एक असे क्षेत्र आहे जे प्रकाशक अथवा व्यावसायिक पुरवठादारांना (suppliers) आपल्याशी निगडित करते आणि आपल्याकडे आकर्षितही करते.

इंग्लंडमधील प्रलेख बटवड्याच्या कामावर / क्षेत्रावर ब्रिटीश लायब्ररी डॉक्युमेंट सप्लाय सेंटरचे मोठ्या प्रमाणावर वर्चस्व आहे. याच मॉडेलच्या धर्तीवर आधारीत प्रलेख बटवड्याचे कार्य फ्रान्स, जर्मनी, कॅनडा आणि अन्य देशात होते. अमेरिकेत ओसीएलसी (OCLS) आणि भारतामध्ये इन्फ्लिब्नेट (INFLIBNET) यामध्ये महत्त्वपूर्ण भूमिका बजावितात.

अलीकडील काळात प्रलेख बटवडा पद्धतीच्या मागणीमध्ये मोठ्या प्रमाणात वाढ झालेली आहे. त्यामुळे ग्रंथालयांना प्रलेख पुरवठा करणारे व्यावसायिक पुरवठादार (suppliers) आणि त्यांच्याकडून दिल्या जाणाऱ्या सेवा यामध्ये अनेक पर्याय उपलब्ध झालेले आहेत. यामध्ये प्रामुख्याने, Un Cover, ISIS'S Current Contents online Database, Ebsco Subscription Services च्या Current Citations Online आणि Swets Blackwell यांच्या Swets can इत्यादींचा समावेश होतो.

Donation of books – ग्रंथ देणगी

कोणतेही ग्रंथालय परिपूर्ण असत नाही. कारण ग्रंथालयाच्या अंदाजपत्रकातील मर्यादित रक्कम, ग्रंथांच्या वाढीव किमती, समाजातील उपयोजकांची वाढणारी संख्या, त्यांच्या वाढलेल्या गरजा यामुळे ग्रंथ खरेदीवर बंधने येतात.

अशा वेळी देणगी रूपाने मिळणाऱ्या ग्रंथसंग्रहाचा स्वीकार ग्रंथालयाला करावा लागतो. कित्येक व्यासंगी लोक काही कारणास्तव आपला वैयक्तिक ग्रंथसंग्रह देणगीरूपाने ग्रंथालयाला देतात. भारताच्या राष्ट्रीय ग्रंथालयात यदुनाथ सरकार, सुरेन्द्रनाथ जैन, आशुतोष मुखर्जी या प्रसिद्ध व्यक्तींचे ग्रंथसंग्रह आहेत.

असा देणगीदाखल ग्रंथसंग्रह मिळविण्यासाठी ग्रंथपालाने समाजातील व्यक्ती, संस्था यांच्याशी संपर्कात राहणे आवश्यक आहे. वर्तमानपत्रातील संपादकांकडे अभिप्रायार्थ ग्रंथ, वाचन साहित्य पाठविले जाते. हे साहित्यही काही कालावधीने देणगीदाखल मिळू शकते.

देणगीग्रंथाबद्दल ग्रंथालयाने काही धोरण ठेवावे लागते. देणगीग्रंथांचे स्वरूप ग्रंथपालाने पाहिले पाहिजे. देणगीदार जो ग्रंथसंग्रह देणार असेल तो ग्रंथालयाच्या ध्येयाशी संबधित आहे की नाही, उपयोजकांना उपयोगी आहे की नाही हे ग्रंथपालाने पाहून घ्यायला हवे. निरूपयोगी, अनावश्यक ग्रंथ स्वीकारू नयेत. काही देणगीदार जुनी क्रमिक पुस्तके देणगी म्हणून देण्याची इच्छा व्यक्त करतात. त्यांचा उपयोग नसेल तर दुसऱ्या योग्य ग्रंथालयाला, जेथे पाठ्यपुस्तकांच्या संबंधी संशोधन चालते अशा ग्रंथालयांची नावे सुचवावीत.

देणगी म्हणून मिळणारा ग्रंथसंग्रह मोठा असल्यास जागेचा प्रश्न भेडसावतो. काही देणगीदार त्या संग्रहासाठी स्वतंत्र कक्षाची मागणीही करतात. या सर्वांचा विचार ग्रंथपालाला करावा लागतो. देणगी म्हणून मिळणाऱ्या ग्रंथसंग्रहाची जपणूक, जतन योग्य तऱ्हेने करणे, त्याचे यथार्थ व्यवस्थापन करणे या गोष्टी आवश्यक ठरतात. त्यासाठी सेवक वर्ग, त्यांचे वेतन या गोष्टी ओघानेच येतात.

ग्रंथसंग्रहाची सुस्थिती हाही विचाराचा मुद्दा येतो. ग्रंथांचे बाह्यांग पाहणेही महत्त्वाचे आहे. संग्रह फारच जुना, दुर्मीळ असेल त्यांचा जतन करण्याचा खर्च तर आहेच, पण शत्रूंनी ग्रंथाला वेढलेले आहे का, हे पाहणेही महत्त्वाचे. ग्रंथ संपूर्ण आहेत का, त्यांची सर्व पृष्ठे सुस्थितीत आहेत ना हे सर्व पाहणे आवश्यक आहे.

ग्रंथांच्या याद्या पाहून ग्रंथ स्वीकारू नयेत. प्रत्यक्ष संग्रह बघणे आवश्यक असते. ग्रंथसंग्रह एका मांडणी (racks) वर सर्व ग्रंथोपस्कार करून ठेवावा. देणगीदाराच्या नावाचा उल्लेख करून त्याप्रमाणे ग्रंथाच्या आतल्या बाजूने भेटचिठ्ठी चिकटवावी. मांडणीच्या (racks) ठिकाणीही देणगीदाराच्या नावाची चिठ्ठी लावता येते.

हे ग्रंथ काही ग्रंथालये नेहमीच्या दाखलनोंद वहीत नोंदवितात. पण देणगी ग्रंथ मिळण्याच्या रकान्यामध्ये देणगीदाराचे नाव लिहिले जाते. काही ग्रंथालयात देणगी संग्रहासाठी स्वतंत्र दाखल नोंदवही केली जाते.

देणगी ग्रंथसंग्रहामुळे संग्रह विकसित तर होतो पण त्यासाठी धोरणे ठरविणे आवश्यक ठरते.

❑❑❑

E

E - Book – यांत्रिक ग्रंथ / इ–ग्रंथ

यांत्रिक ग्रंथ म्हणजे संगणकावर टंकलिखित केलेले ग्रंथ होत. या ग्रंथाच्या निर्मितीसाठी कागदाची आवश्यकता नसते. म्हणजेच यांत्रिक ग्रंथ वाचण्यासाठी संगणकाची मदत घ्यावी लागते. या ग्रंथात अनेक प्रकारची माहिति आवाज, चित्रे, रंग यासह समाविष्ट असते.

यांत्रिकी ग्रंथामध्ये पाठ्यपुस्तके, हायपरमिडिया ग्रंथ असतात. या तंत्रज्ञानयुगामुळे प्रकाशन व्यवसायातही आमूलाग्र बदल झालेला आहे. संगणकाच्या एका तबकडीवर (फितीवर) न्यू एन्सायक्लोपिडिया ऑफ ब्रिटानिका सारखे ज्ञानकोशही प्रकाशित होताना दिसतात. लहान ग्रंथ मोठ्या संख्येने फितीवर प्रकाशित करता येतात. संगणकीय जाळे हेदेखील यांत्रिक युगाचे असेच एक वरदान आहे. या संगणकाच्या संप्रेषणाच्या जाळ्यामुळे अशा तऱ्हेचे यांत्रिक ग्रंथ प्रकाशित करता येतात. संगणकाच्या आंतरजाळ्यांमुळे असे यांत्रिक ग्रंथांचे प्रतिरूप काढणे सुलभ जाते. यांत्रिकीयुगामुळे कागद विरहित ग्रंथ व कागद विरहित ग्रंथालयांचे अस्तित्व शक्यतेत येऊ शकते.

या यांत्रिकी ग्रंथामुळे ग्रंथालयातील जागेचा प्रश्न सोपा होतो. हवामानाचा परिणाम किंवा वाळवी वगैरे गोष्टी या ग्रंथावर परिणाम करू शकत नाहीत. ग्रंथाचे प्रतिरूप कमी वेळात मिळू शकते. यांत्रिक ग्रंथालय या सुविधा असल्या तरी उपयोजक यांत्रिक ग्रंथांना फारशी स्वीकृती देत नाहीत. कारण या प्रकारच्या ग्रंथात वाचनाची सलगता मिळत नाही. खुर्चीवर एका जागेवरच बसून हे ग्रंथवाचन करावे लागते. भारनियमन, वीज पुरवठा या गोष्टींचा विचार करावा लागतो. या ग्रंथांच्या प्रवेशासाठी काही यांत्रिक उपकरणेही असणे गरजेचे ठरते. पण तरीसुद्धा हे ग्रंथ केव्हाही उपलब्ध होऊ शकतात. ग्रंथ चोरीची शक्यता नसते. ते हरवतही नाहीत. म्हणून प्रत्येक गोष्टीला फायदे व तोटे या नाण्याच्या दोन बाजू आहेत. उपयोजकाच्या गरजेनुसार व त्याच्या समाधान पूर्ततेनुसार याचा विचार करावा लागेल.

काही लोकांच्या मते मुद्रित साहित्य वाचनाची अभिरुची, वाचनसंस्कृती टिकविण्यास मदत करते. तसेच माहितीचे संप्रेषण जलद करण्यास माहितीचे वाटप उपयोगी पडते.

E- Journal – इ–नियतकालिक

इ–नियतकालिके ही अभ्यासू व संशोधकांच्या गरजेची गोष्ट बनली आहे. इलेक्ट्रॉनिक प्रकाशनाचा विस्तार व्यापक व विस्तृत प्रमाणात होतो. माहितीची गरज सर्वांनाच व्यापून रहात असल्यामुळे माहितीचे वाटप, तिचे संप्रेषण हे या नवीन यांत्रिक युगात फारच झपाट्याने होत आहे. यांत्रिकी प्रकाशनांची अभ्यासू, जिज्ञासू व संशोधकांना फारच मदत होते. नियतकालिके ही अद्ययावत माहितीची भांडारेच असतात.

नियतकालिके, मग ती भारतीय किंवा परदेशी प्रकाशने असोत, त्यांची वर्गणी, नंतरची वाढीव वर्गणी, त्यांचे तालिकीकरण, अंक न मिळाल्यास त्यांना पाठवावी लागणारी स्मरणपत्रे इ. गोष्टी नेहमीच समस्या ठरलेल्या आहेत. पण यांत्रिकी नियतकालिकामुळे यातील बऱ्याच गोष्टी सुकरही झाल्या आहेत.

नियतकालिकातील साहित्याचा प्रसार फार विस्तृत प्रमाणात होत असतो. उपयोजकांच्या, संशोधकांच्या गरजेनुसार, नियतकालिकांच्या स्वरूपामध्ये व शैलीमध्ये अनेक प्रकार आढळतात. या यांत्रिकी नियतकालिकामध्ये बहुविध प्रसारमाध्यमे, ओळख वगैरे नवीन गोष्टींची भर पडलेली आहे. त्यामुळे माहिती बरोबर याही गोष्टी असल्यामुळे ही इ-नियतकालिके लोकप्रिय ठरत आहेत. काही ग्रंथालये या इ-नियतकालिकांच्या मुद्रित प्रती उपयोजकांना देत असत. पण आता ऑनलाईन सेवा व संगणकाचा वाढता वापर यामुळे या गोष्टी मागे पडल्या आहेत.

ही इ-नियतकालिके संशोधनात्मक निर्णय त्वरेने प्रसारित करतात. संशोधनाचे निष्कर्ष वेगवेगळ्या तऱ्हेने मांडण्याचे नवनवीन प्रकार ही नियतकालिके शोधून काढत असतात. यासाठी हायपरटेक्स्ट वगैरे नवीन यांत्रिक गोष्टींचा उपयोग होतो. उपयोजक व लेखांवरील टीका यांचा दुवा साधण्याचा प्रयत्न ही नियतकालिके करीत असतात. या नियतकालिकांच्या प्रकाशनाचा खर्च कमी असतो. अशा कमी खर्चामध्ये ही नियतकालिके उपयोजक व लेख यांची सांगड घालत असतात. तसेच संप्रेषण व प्रकाशनाची गती यांचाही पद्धतशीरपणे विचार करतात. अशा तऱ्हेने ही नियतकालिके नित्य नवे ज्ञानाचे, माहितीचे संप्रेषण करीत असतात.

काही प्रकाशकांतर्फे नियतकालिकांचे मुद्रित व यांत्रिक या दोन्ही पद्धतीने प्रकाशन केले जाते. या मुद्रित नियतकालिकांच्यामध्ये अनुक्रमणिका, निवडक लेख, त्यासंबंधी तज्ञांची मते अशा गोष्टी अंतर्भूत असतात. पण इ-नियतकालिकांचे स्वरूप संपूर्ण असते.

EARNET – अरनेट (एज्युकेशन अँड रिसर्च नेटवर्क)

१९८६ मध्ये भारत सरकारच्या इलेक्ट्रॉनिक विभागाने हे जाळे तयार केले. शिक्षण व संशोधन क्षेत्र व्यापणारे हे पहिलेच जाळे आहे. इंटरनेटची जागरूकता हे जाळे वाढवते.

या जाळ्यामध्ये अनेक नवीन तंत्रे वापरलेली आहेत. उदा. रेडिओ संबंध, स्थानिक विशिष्ट परिसरातील जाळे, एम.टी.एन.एल.च्या भाडेतत्त्वावरच्या असतात.

या जाळ्यासाठी 'युनायटेड नेशन्स डेव्हलपमेंट प्रोग्रॅम, (UNDP) यांचे आर्थिक साहाय्य मिळते. भारतातील तंत्रविज्ञान प्रशिक्षण संस्था, बेंगलोरची विज्ञान विषयक संस्था, तंत्रज्ञान व विज्ञान विषयक राष्ट्रीय केंद्रे या अरनेटमध्ये समावेशित आहेत.

देशात सर्वत्र संगणकीय जाळी स्थापन करणे, शैक्षणिक व संशोधन करणाऱ्या म्हणजेच शास्त्रज्ञ व संशोधक यांना एकमेकांच्या संपर्कात आणणे. तसेच शिक्षण व संशोधन क्षेत्रातील कार्यक्रमांना सहकार्य / प्रोत्साहन देणे ही अरनेटची वैशिष्ट्ये आहेत.

भारतातील शैक्षणिक व संशोधन क्षेत्रात काम करणाऱ्या संस्था वा व्यक्ती यांना एकत्र आणणे हा या जाळ्याचा हेतू आहे.

Edge Notched Card – कडाछिद्रित पत्र

ही पश्चात समन्वय पद्धती आहे. यामध्ये संपूर्ण शीर्षकच एका पत्रावर लिहिलेले असते. या शीर्षकातील महत्त्वाच्या संज्ञांचा विचार केला जातो. या पत्रांच्या कडा छिद्रित असतात. या छिद्रांना विशिष्ट क्रमांक असतात. महत्त्वाच्या संज्ञानाही क्रमांक दिलेले असतात व त्या संज्ञांची यादी तयार केलेली असते. नोंदीत असणाऱ्या महत्त्वाच्या संज्ञांची छिद्रे कापलेली असतात. त्या क्रमांकानुसार सर्व पत्रातून त्या छिद्रातून सुई आरपार घातली जाते. ज्या पत्रातील त्या क्रमाकांची छिद्रे कापलेली असतील ती पत्रे खाली पडतात. यातून आवश्यक त्या शीर्षकाचा प्रलेखांचा वर्गांक पाहणे शक्य होते. तो प्रलेख काढून माहिती देता येते. माहितीची मागणी आल्यानंतर या गोष्टींचा समन्वय केला जातो.

Editor of the Series - मालेचा संपादक

मालेला स्वतंत्र नाव दिलेले असते. मालेतील ग्रंथ साहित्य वेगवेगळ्या विषयतज्ज्ञाकडून लिहून घेणे, मालेतील ग्रंथप्रकाशन यासाठी संपादकाची निवड केली जाते. मालेचा संपादक हा ग्रंथकार असेलच असे म्हणता येत नाही. या संपादकाचा, ग्रंथाशी काही संबंध असतो म्हणून मालेच्या संपादकाच्या नावानेही उपयोजक मागणी करू शकतात. त्यामुळे संपादकाच्या नावाकडून मालेकडे पाहा अशी नोंदी केली जाते.

उदा. बाबर (सरोजिनी) (   ) संपा.
पाहा
लोक शिक्षण ग्रंथमाला.

Electronic mail E - Mail – इलेक्ट्रॉनिक मेल (इ–मेल) –

दोन व्यक्ती एकमेकांशी संपर्क साधण्याकरता पूर्वी सांगावा, पत्रे यांचा उपयोग करीत असत. परंतु आताच्या युगात इ–मेलद्वारे सहज संपर्क होऊ शकतो.

इ–मेलसाठी संगणक, मॉडेम आणि विशिष्ट सॉफ्टवेअरची गरज असते. प्रथम १९६० मध्ये 'स्मिथ' आणि 'डार्टमाऊथ' ह्या शिक्षणसंस्थांमधील विद्यार्थ्यांनी एकाच संगणकावर मेसेज पाठवला. १९७१ साली रॉय टॉमलीन्सन यांनी पहिल्यांदा एका संगणकावरून दुसऱ्या संगणकावर मेसेज पाठवला. त्यानेच व्यक्तीचे किंवा संस्थेचे नाव प्रथम आणि नंतर '@ ' ही खूण व नंतर संगणकाचे नाव हा ढाचा इ–मेलसाठी उपयोगात आणला. '@'ही खूण प्रत्येक इ–मेल मध्ये दिसते याचे श्रेय रॉय टॉमलीन्सन यांचेकडे जाते. इ–मेलचा डाटा पॅकेटमध्ये टेलिफोन लाइनवरून इंटरनेटद्वारे एका संगणकाकडून दुसऱ्या संगणकाकडे जातो.

इ–मेल वापरून ग्रंथालयात होणारे फायदे खालीलप्रमाणे आहेत.

१) इ–मेल ही वेगवान संपर्क पद्धती असल्यामुळे शेकडो पाने जगात कोठेही पाठवता येतात.

२) याचा खर्च अत्यल्प असल्याने पुस्तक नियतकालिकांची मागणी नोंदवता येते.

३) एकाच वेळी अनेकांना स्मरणपत्रे पाठवता येतात.

४) इ–मेल साठवण्याकरता कमी जागा लागते.

५) इ–मेलचे प्रोग्रॅमिंग केल्यास यांत्रिक पद्धतीने जाते.

मानवी श्रम, आर्थिक निधी, वेळ यांचा कमी वापर करून जास्त माहितीचे वहन होत असल्याने हे प्रभावी माध्यम झाले.

Electronic Resources – यांत्रिक स्रोत

देशातील विविध ग्रंथालये संगणकीय जाळ्याने जोडली गेली आहेत. आधुनिक तंत्रज्ञानामुळे ग्रंथालयांच्या पारंपरिक स्वरूपात बदल झाले आहेत. मुद्रित साहित्याबरोबर मुद्रितेतर साहित्य उदा. संगणकीय तबकड्या, सीडी रोम, चित्रफिती वगैरे साधनांनीही ग्रंथालयात प्रवेश केला आहे. अंकीय माहिती, ऑप्टिकल स्कॅनर, हायपरटेक्स्ट, इंटरनेट, ब्रॉड बँड्स वगैरे आधुनिक गोष्टींची माहिती सर्वसामान्यांनाही होत आहे.

संगणकीय जाळ्यामुळे माहितीचे निश्चित ठिकाण शोधण्याचे सुलभ होते. व्यक्तींमधील परस्पर सहकार्य व सहभाग वाढतो. त्यामुळे संप्रेषण अविरत चालू राहते. माहिती ही संगणकामध्ये यांत्रिक स्वरूपात असते. यामध्ये बहुविध प्रसार माध्यमे (Multimedia) ॲनिमेशन, संगणकीय प्रणाली या अंतर्भूत असतात. मूलभूत प्रलेखात महितीचे स्वरूप कधीही बदलत नाही. पण माहितीच्या स्वरूपात माहिती देताना प्रलेखात बदल होऊ शकतो.

आधुनिक तंत्रज्ञानामुळे प्रलेखाचे वितरण करणे सुलभ होते. त्यामुळे मनुष्य बळाचा वापर कमी लागतो. प्रलेखाची प्रतिरूपेही सत्वर मिळू शकतात. इंटरनेटमुळे विशेष आधारभूत माहिती संचांचे फायदे मिळू शकतात.इंटरनेट हे कमी खर्चाचे व सोयीचे माध्यम आहे.

प्रकाशन व्यवसाय देखील या तंत्रज्ञान युगात मागे नाही. यांत्रिक स्वरूपाची प्रकाशने उदा. इ – बुक, इ–जर्नल प्रसारित होत आहेत. त्यामुळे कागदावरचे मुद्रण कमी होत आहे. हायपरटेक्स्ट आणि हायपरमिडिया लेखकाला आवाज, हालचाल व रंग यांची जोड देतील. साहित्य निर्मिती मोठ्या प्रमाणात होईल. अगणित माहितीची उपलब्ध असलेली साधने, जगातील माहिती क्षेत्रात मिळणारा माहितीचा सार्वत्रिक प्रवेश या गोष्टींचा स्वीकार करणे आवश्यक आहे.

ग्रंथालयातील पारंपरिक तंत्रे व नवीन आधुनिक माहिती साधने यांचा मेळ घालणे आवश्यक ठरते.

हे यांत्रिकी प्रकाशन लेखक, प्रकाशक व उपयोजक यांना भविष्यात मोठ्या संधी उपलब्ध करून देऊ शकते.

Encyclopaedia – ज्ञानकोश

सर्व ज्ञानशाखा व त्यांच्या उपशाखा यांची परिपूर्ण माहिती एका विशिष्ट क्रमाने ज्ञानकोशात दिलेली असते. ''एनसायक्लोपिडिया'' हा शब्द ग्रीक भाषेतून आला आहे. याचा अर्थ एखाद्या विषयाची सर्वांगीण माहिती देणारा कोश असा आहे.

''ज्ञानाच्या सर्व शाखांची व्यापक माहिती असलेले साहित्यिक काम म्हणजे ज्ञानकोश'' अशी ज्ञानकोशाची व्याख्या ऑक्सफर्ड इंग्लिश डिक्शनरी मध्ये केली आहे. ज्ञानाचा कोश तो ज्ञानकोश असेही म्हणता येते.

ज्ञानकोशाची रचना सुटसुटीत व कमी वेळात माहिती मिळावी अशा पद्धतीने केलेली असते. ही रचना वर्णानुक्रमानुसार केलेली असते. ज्ञानकोशातून अद्ययावत माहिती मिळू शकते. एकदा ज्ञानकोश

प्रकाशित झाल्यानंतर तो अद्ययावत ठेवण्यासाठी नवीन आवृत्ती प्रकाशित करताना ही गोष्ट साध्य करता येते. किंवा प्रत्येक वर्षी ज्ञानकोशाची वार्षिक पुरवणी काढून माहिती अद्ययावत ठेवता येते. ज्ञानकोशाला काही मर्यादाही पडतात. ज्ञानकोश सर्वत्र उपलब्ध माहिती देऊ शकत नाही. एक ठराविक दृष्टिकोन ठेवून ज्ञानकोश तयार केलेला असतो. त्यामुळे मर्यादा पडतात.

ज्ञानकोशाचे सर्वसाधारण ज्ञानकोश, विशेष ज्ञानकोश आणि विदेशी भाषांतील ज्ञानकोश असे प्रकार आहेत.

१) सर्व साधारण ज्ञानकोश – यामध्ये सर्व ज्ञानशाखांची माहिती अंतर्भूत असते. या माहितीची रचना वर्णानुक्रमानुसार असते. यातील विषय लेख फार विस्तृत नसतात पण ते व्यापक असतात. हा ज्ञानकोश सर्वसामान्याप्रमाणे विषय तज्ज्ञानाही उपयोगी पडतो. उदा. मराठी विश्वकोश, न्यू एन्सायक्लोपिडिआ ब्रिटानिका

२) विशेष ज्ञानकोश – हा ज्ञानकोश एखाद्या विशिष्ट विषयाशी वा विशिष्ट क्षेत्राशी संबंधित असतो. याचीही रचना वर्णानुक्रमानुसार केलेली असते. यातील नोंदी विषयतज्ज्ञांनी लिहिलेल्या असतात. प्रलेख नोंदीच्या शेवटी ग्रंथसूची दिलेली असते. एखाद्या विषयाची प्राथमिक स्वरूपात माहिती मिळावी हा उद्देश या ज्ञानकोशामागे असतो. हे ज्ञानकोश एक अथवा अनेक खंडातही असू शकतात. उदा. एन्सायक्लोपिडिआ ऑफ लायब्ररी इन्फरमेशन सायन्स, भारतीय समाजविज्ञान कोश.

ज्ञानाच्या सर्व शाखात एकदम वाढ झाली. म्हणून विशेष ज्ञानकोश अस्तित्वात आले.

Encyclopaedia of Indian Rivers – भारतीय सरिता कोश, खंड १ ते ३

श.म. भालेराव लेखक व संपादक
डायमंड, पुणे.

भारतासारख्या विशाल देशाची संस्कृती ही नदीच्या काठाने, साक्षीनेच फुलली आहे. नदीच्या उगमापासून तिच्या सागरापर्यंतच्या प्रवासात आपल्या प्राचीन ऋषीमुनींनी घाट, देवदेवतांची मंदिरे बांधून नदीला मानवी संस्कृतीमध्ये प्राधान्य बहाल केले. नदीला कर्तृत्ववान बनविले. मुख्य नद्या, उपनद्या, उपउपनद्या अशा नद्यांची, त्यांच्या बाबतची विशिष्ट माहिती या सरिता कोशात समाविष्ट केलेली आहे.

या कोशाचे तीन खंड आहेत.

खंड १ – शास्त्रीय माहितीचा भाग – यात नद्यांची नैसर्गिक माहिती दिलेली आहे. सुमारे ३,२७५ नद्या यासाठी निश्चित केल्या. त्याची खोरेनिहाय मांडणी केली. मुख्य नदी, तिच्या उपनद्या यांचे दशांश पद्धतीने क्रमांक दिलेली आहेत. नदीचे उगमस्थान, लांबी, पाणलोटक्षेत्र, सिंचन, प्रकल्प, जलवाहतूक अशा प्रकारची सर्वसाधारण माहिती या खंडात दिलेली आहे.

खंड २ – या खंडातही नद्यांची प्राकृतिक माहिती तर आहेच. त्याशिवाय जलसंपत्ती, पक्षी, खनिजे, सरिता समस्या, सरिता स्थलांतर, जलविवाद, संशोधन, याबरोबर सांस्कृतिक व ऐतिहासिक माहितीही आढळते. सरितांच्या सगुणमूर्ती, पूजा, उपासना विधी, मंत्र, यंत्रे, स्तोत्रे, प्रार्थना, इतिहासकालीन स्तोत्रे व स्तोत्रकार, तसेच आधुनिक स्तोत्रे व त्यांचे स्तोत्रकार यांची माहितीही मिळते.

खंड ३ – यामध्ये सरिता स्थापत्याचा इतिहास आहे. यामध्ये पौराणिक सरिता वर्गीकरण, प्राचीन भारतीय सर्वेक्षण संस्था, इंद्र – एक सरिता स्थपती इ. गोष्टी अंतर्भूत आहेत.

प्रत्येक खंडामध्ये रंगीत चित्रे, नकाशे, चित्रे या गोष्टी समाविष्ट असल्यामुळे विषयाचे आकलन सोपे झाले आहे. मराठी भाषेतील या प्रकारचा हा पहिलाच कोश म्हणून याचे महत्त्व नक्कीच मान्य केले पाहिजे. संशोधनात्मक कार्याला चालना देणारा हा कोश आहे. संदर्भग्रंथ म्हणून अभ्यासकांना, संशोधकांना उपयुक्त.

Encyclopedia of Library and Information Science –
एन्सायक्लोपीडिया ऑफ लायब्ररी अँड इन्फर्मेशन सायन्स

हा ज्ञानकोश ॲलन केंट यांनी संपादित केला आहे. सुरुवातीला याचे ३५ खंड (३३ माहिती खंड व ३४ वा आणि ३५ वा विषयसूचि खंड) प्रकाशित झाले. नंतर प्रकाशित झालेल्या पुरवणीखंडासहित आज याचे एकूण ७३ खंड उपलब्ध आहेत. याचा पहिला खंड १९६८ मध्ये प्रसिद्ध झाला. एक महत्त्वाकांक्षी प्रकल्प म्हणून या ज्ञानकोशाचे महत्त्व आहे.

यातील लेख या विषयातील ज्ञानींनी लिहिलेले आहेत. छोट्या परिच्छेदांच्या नोंदी यामध्ये आहेत. त्याचप्रमाणे दीर्घ लेखही आढळतात.

ग्रंथालय व माहितीशास्त्र या विषयातील लेख, ग्रंथालयशास्त्रांचा इतिहास, ग्रंथालयशास्त्राचा विकास, सर्व देशातील ग्रंथालये, ग्रंथालयातर्फे दिल्या जाणाऱ्या सेवा, ग्रंथालयातील साधने, उपकरणे, ग्रंथालयशास्त्रातील प्रसिद्ध व्यक्तिमत्त्वे, ग्रंथालयांचे विविध प्रकार, ग्रंथालयीन कार्ये इ.गोष्टींवर यामध्ये अभ्यासपूर्ण लेख आहेत.

यामध्ये परस्परपूरक संदर्भही दिलेले आढळतात. ग्रंथालयशास्त्राच्या दृष्टिकोनातून ऐतिहासिक माहिती देण्यावर यामध्ये अधिक भरा दिसतो.

या ज्ञानकोशातील माहिती, प्रकरणे व परिच्छेद या दोन्ही स्वरूपात दिलेली आहे. खंड ४६ व ४७ मध्ये लेखक व विषय निर्देश आहेत.

अद्ययावत माहितीसाठी दरवर्षी पुरवणी प्रकाशित होते. ह्या ज्ञानकोशाचे प्रकाशक मार्शल डेकर कार्पोरेशन, न्यूयार्क आहेत. या विषयाच्या अभ्यासकांना हा खचितच उपयोगी आहे.

Enemies of Books - ग्रंथांचे शत्रू

केवळ बांधणी करून ग्रंथाची निगा राखता येत नाही तर त्याच्या शत्रूपासूनही बचाव करावा लागतो. हवामान, अंधार, प्रकाश, पाणी, अग्नी, झुरळ, वाळवी सारखे कीटक हे ग्रंथांचे शत्रू होत. त्यासाठी काही गोष्टी ग्रंथालयात कटाक्षाने पाळाव्या लागतात.

पुस्तके कपाटात विस्कळीत, मोकळी ठेवतात. कपाटे स्टीलची वापरतात. कपाटांची नित्य साफसफाई करावी लागते. हवा खेळती असावी लागते. त्यासाठी पंख्याचा वापर करतात. तापमान कायम ६५° ते ७०° आणि आर्द्रता ५०° ते ६०° पर्यंत ठेवतात. शक्य असल्यास वातानुकूलनाची सोय करतात. कारण दमट हवामान बुरशीला पोषक असते आणि कागद, कातडे कमजोर होते. बांधणी साहित्यातील शिवण, खळ, डिंक याच्यावरही परिणाम होतो.

ग्रंथांलयाच्या आसपास औद्योगिक परिसर असल्यास दूषित वायूंचा परिणाम ग्रंथावर होतो. त्यासाठी वातानुकूलन यंत्रणा वापरतात. तर धुळीमुळेही सूक्ष्म जंतुंची वाढ होते. त्यामुळे नियमित साफसफाई करणे गरजेचे असते. तर धुळीप्रमाणे पाणीही ग्रंथांना घातक ठरते. त्यामुळे बुरशी, पाने ओली होणे हा त्रास

संभवतो. पाने वाळवली तरी ठिसूळ बनतात. त्यासाठी वॉटरप्रूफिंग, दारे-खिडक्या घट्ट बांधणे असे उपाय करतात.

पाण्याप्रमाणे अग्नीपासूनही ग्रंथांना धोका असतो. म्हणून ग्रंथालयात लाकडाऐवजी स्टील कपाटे वापरणे, धूम्रपानास बंदी करणे, वाळूच्या बादल्या, अग्निशामक उपकरण ठेवणे हे उपाय केले जातात.

अंधार अणि अतिप्रकाश यांचाही ग्रंथावर अनिष्ट परिणाम होत असतो. अंधारामुळे कीटकांचा उपसर्ग होतो तर प्रखर उन्हामुळे कागद बांधणीचे कातडे ठिसूळ होते. म्हणून दक्षता घ्यावी लागते.

वाळवी, कसर, ग्रंथकीटक, बारीक झुरळे, या सर्वांमुळे ग्रंथाचा कागद, पृष्ठे, बांधणी, पुस्तकाला भोके पडणे, इ. गोष्टी घडतात. ग्रंथांचे नुकसान होते. वाळवी नष्ट करण्यासाठी सोमल, डी.डी.टी. पावडर वापरतात. तर कसर नष्ट होण्यासाठी बोरीक ॲसिड पीठात मिसळून वापरतात. ग्रंथ कीटकांसाठी डांबरगोळ्या (नेफ्तालिन बॉल्स) वापरतात. तर बुरशीसाठी थायमॉलची धूरी, किंवा इतर बेन्झिन, मर्क्युरी क्लोराइड वापरतात.

काही वेळा ग्रंथालयात उंदीरही पाने कुरतडतात. त्यासाठी पिंजरे, बोरिक ॲसिड आणि पीठ यांच्या गोळ्या करून ठेवतात. खाण्याचे पदार्थ आणण्यास ग्रंथालयात बंदी करतात.

या सर्वांप्रमाणे काही वाचकही ग्रंथांचे शत्रू असू शकतात. पाने फाडणे, दुमडणे, घाण हात लावणे, बांधणी सैल करणे, इ. गोष्टी करतात. सूचना देणे, दंड करणे असे उपाय यावर केले जातात.

वेळोवेळी नवी कीटकप्रबंधक औषधे बाजारात येत असतात. त्यांची माहिती घेऊन त्यांचा वापर, नायलॉन दोरा वापरणे, मायक्रोफिल्म, झेरॉक्सिंग सीडी यासारखे नवनवीन उपाय करून ग्रंथसंपदा टिकविण्याचे उपाय ग्रंथालयात योजले जातात.

Energy Facet – ऊर्जा पैलू

या पैलूमध्ये कोणती तरी क्रिया दर्शविलेली असते. मुख्यवर्गाशी संबंधित असलेले प्रश्न, पद्धती, कार्य इत्यादी गोष्टी या पैलूंद्वारे व्यक्त करता येतात.

''ऊर्जा पैलूद्वारे शक्तीचे गुणविशेषत्व सिद्ध होते '' असे श्री.मिल म्हणतात.

या पैलूला व्यक्तित्वपैलूप्रमाणेच महत्त्व आहे. बहुसंख्य विषयांचा कोणत्यातरी क्रियेशी, घटनेशी संबंध येतो. त्यामुळे सामान्यतः प्रत्येक मुख्य वर्गाचे विभाजन करताना ऊर्जा पैलूचा वापर करावा लागतो.

उदा. Library Science (२) या मुख्य वर्गात वर्गीकरण, तालिकीकरण देवघेव इत्यादी क्रिया ऊर्जा पैलूमध्ये दाखविल्या आहेत.

डॉ.रंगनाथन यांनी एकाच पैलूचे प्रकटीकरण अनेक वेळा होऊ शकते हे तत्त्व मान्य केले आहे. एखाद्या पैलूचे पुन्हा पुन्हा प्रकटीकरण झाल्यास त्यास पहिल्या फेरीतील ऊर्जा पैलू, दुसऱ्या फेरीतील ऊर्जा पैलू असे म्हणतात.

या पैलूचे संयोग चिन्ह द्विबिंदू (:) आहे.

Entry – नोंद

ग्रंथाच्या विविध अंगांविषयी तालिकेत जी माहिती दिली जाते ती म्हणजे नोंद. ' वाचनसाहित्याची माहिती पुरविणारा उल्लेख किंवा तालिका पत्रात वाचन साहित्याचा केलेला उल्लेख ' अशा नोंदीच्या व्याख्या केलेल्या आढळतात.

नोंदींच्या मदतीने ग्रंथाची वेगवेगळ्या पद्धतीने माहिती देणे हा नोंदीचा प्रमुख उद्देश आहे. नोंदीमुळे विशिष्ट लेखकाचा ग्रंथालयातील ग्रंथसंग्रह समजतो. नोंदीमुळे कपाटातील ग्रंथांचे स्थान कळते. नोंदीमध्ये लेखकाचे पूर्ण नाव, जन्मतारीख या गोष्टींची माहिती मिळते. आकर्षित (Fanciful) शीर्षकामुळे ग्रंथाचा विषय स्पष्ट होत नाही. म्हणून अशा ग्रंथातील विषय तालिकेमुळे समजतो. तसेच विशिष्ट ग्रंथाचे वर्गीकरण पद्धतीने ठरवून दिलेले चिन्हांकीत स्थान व ग्रंथाचे महत्त्व स्पष्ट करता येते. म्हणून नोंदीचे हे सर्व हेतू एकाच नोंदीत साध्य करणे शक्य होणार नाही. त्यामुळे उपयोजकांच्या गरजेनुसार आणखी काही नोंदी केल्या जातात. म्हणून नोंदीचे अनेक प्रकार आहेत. उदा. १) मुख्य नोंद २) पूरक नोंद. या नोंदी एका विशिष्ट संहितेनुसार करणे हे सातत्यासाठी आवश्यक आहे. नोंदीतील मजकुरावरून नोंदीचे नाव ठरते. प्रत्येक नोंदीचे कार्य स्वतंत्र असते. नोंदीत लिहिलेल्या मजकुरावरून तिचे कार्यही निश्चित केले जाते. नोंदीच्या कार्याप्रमाणे नोंदीतील मजकुराचा महत्त्वक्रम ठरतो. उदा. ग्रंथकाराच्या नोंदीत ग्रंथकाराला प्रथम महत्त्व मिळते. ग्रंथकाराच्या आडनावाप्रमाणे नंतर व्यक्तिनाम असा क्रम ठरलेला असतो. यालाच महत्त्वक्रम म्हटले जाते.

म्हणून नोंदीचे दोन प्रमुख प्रकार होतात, १) मुख्य २) पूरक

तालिका संहितेनुसार नियमांचे पालन करून मजकुराच्या महत्त्वक्रमानुसार नोंदी लिहिल्या जातात.

प्रत्येक ग्रंथासाठी एकच नोंद पुरेशी ठरत नाही. एका ग्रंथांच्या अनेक नोंदी कराव्या लागतात. एका ग्रंथाच्या कमीत कमी तीन नोंदी कराव्या लागतात. १) ग्रंथकारनाम २) ग्रंथनाम ३) विषयनाम. यापेक्षा अधिक नोंदीकरता ग्रंथाच्या स्वरूपावर अवलंबून राहावे लागते.

Enumerative Classification – परिगणनात्मक वर्गीकरण

वर्गीकरण पद्धतीचे दोन प्रकार आहेत. १) परिगणनात्मक पद्धती २) विश्लेषण – संश्लेषणात्मक पद्धती

परिगणनात्मक पद्धतीमध्ये तक्त्यामध्ये सर्व मुख्य वर्ग, त्यांचे उपवर्ग, उपउपवर्ग दर्शविणाऱ्या संज्ञा दिलेल्या असतात. त्या प्रत्येक संज्ञेसमोर तयार वर्गांक दिलेले असतात. या तक्त्यातील सर्व विषय सोपे सुलभ असतात. त्यामध्ये संमिश्र विषयाला जागा नसते. त्यामुळे संमिश्र विषयांचे वर्गीकरण करता येत नाही.

परिगणनात्मक पद्धती ही एकखांबी Monolythic असते. उदा. विद्यापीठांच्या परीक्षा पद्धती अशा प्रकारच्या विषयाचे वर्गीकरण 'विद्यापीठे' किंवा 'परीक्षा पद्धती' यापैकी एकाच विषयाखाली वर्गांक तयार करता येतो. सर्व वर्गांचे परिगणन झालेले असते. अशा पद्धतीमध्ये निर्देश हा सापेक्ष असतो. या पद्धतीतील तक्ते विस्तृत स्पष्टीकरणात्मक असतात. म्हणून ती स्वाभाविकच वापरावयाला अवघड होते. यामध्ये चिन्हे किंवा पैलू नसतात. या प्रकारच्या पद्धतीमध्ये दशांश, एक्सपानसिव्ह, लायब्ररी ऑफ काँग्रेस, सब्जेक्ट व बिब्लिओग्राफिक या पद्धतींचा समावेश होतो.

ग्रंथवर्गीकरणाची कल्पना अस्तित्वात आल्यापासून ही परिगणनात्मक पद्धत प्रसिद्धीला आली. पण कालौघात ज्ञानशाखांची झालेली वाढ बघता सूक्ष्मतम वर्गीकरणाची आवश्यकता, विषयांतील परस्परसंबंध या गोष्टींची आवश्यकता वाटू लागली. त्यानुसार ग्रंथवर्गीकरणाची गरज निर्माण झाली.यातूनच विश्लेषण – संश्लेषणात्मक प्रकाराचा उदय झाला.

या प्रकारच्या पद्धतीमध्ये विषयाचे विभाजन उभे होते.

मुख्य वर्ग 0

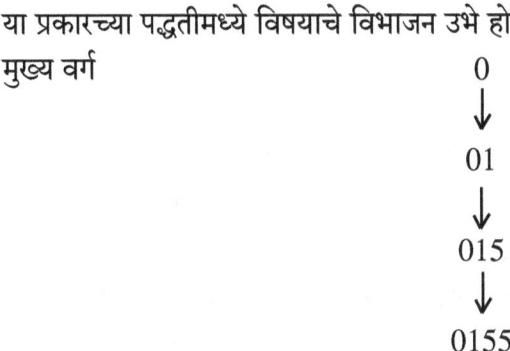

↓

01

↓

015

↓

0155

प्रत्येक पायरीच्या उजव्या बाजूला वर्गांकांचा विकास करणे शक्य होते.

Europa World of Learning (The) - युरोपा वर्ल्ड ऑफ लर्निंग

जगातील उच्च शिक्षणाच्या क्षेत्रातील संस्थांची माहिती देणारी ही सर्वसमावेशक निर्देशिका रूटलेज मार्फत प्रकाशित करण्यात येते. या संदर्भग्रंथाची ५९ आवृत्ती (युरोपा वर्ल्ड ऑफ लर्निंग २००९) नुकतीच प्रकाशित झालेली असून त्याची एकूण पृष्ठसंख्या २९१६ आहे. जगातील सुमारे तीस हजार शैक्षणिक संस्थांची आणि त्या संस्थामध्ये कार्यरत असलेल्या सुमारे दोन लाखांहून अधिक अधिकारी आणि सेवकवर्गाची माहिती देणारा हा ग्रंथ जगातील उच्च शिक्षणाचे संपूर्ण क्षेत्रच व्यापून टाकतो. या संस्थामध्ये ६,२०० विद्यापीठे आणि महाविद्यालये, ६,६०० संशोधन संस्था, ५,३०० लर्नेड सोसायटीज (learned societies),३,५०० ग्रंथालये आणि दफ्तरखाने आणि ३,००० वस्तुसंग्रहालये आणि कलादालने इत्यादींचा समावेश आहे. त्याचबरोबर २६,००० प्रकाशनांचाही या दर्शिकेत समावेश आहे. याखेरीज या संदर्भग्रंथात प्रत्येक देशातील उच्च शिक्षणाच्या चौकटीची (regulatory) माहिती देणारे प्रास्ताविक सर्वेक्षण, निवडक देशातील (उच्च शिक्षणाचे) नियंत्रण करणाऱ्या आणि प्रातिनिधीक माहिती देणारा स्वतंत्र दर्शिका भाग, जगातील उच्च शिक्षणाचा आढावा घेणारे ते चार विशेष लेख आणि उच्च शिक्षण आणि शिष्यवृत्तींशी संबंधित ५०० हून अधिक आंतरराष्ट्रीय संस्थांची (युनेस्को, इंटरनॅशनल असोसिएशन ऑफ युनिव्हर्सिटीज वगैरे) माहिती देणारा स्वतंत्र विभाग इत्यादींचा समावेश आहे. जगातील उच्च शिक्षणाशी संबंधित सर्वांनाच आवश्यक आणि उपयुक्त संदर्भग्रंथ आहे. ग्रंथाच्या नावात नमूद केल्याप्रमाणे खरोखरच ''आंतरराष्ट्रीय'' असलेला हा संदर्भग्रंथ www. world of learning.com या संकेत स्थळावर उपलब्ध आहे.

Europa World Year Book (The) - युरोपा वर्ल्ड वर्ल्ड इअर बुक

युरोपा वर्ल्ड इअर बुक प्रथम १९२६ मध्ये प्रकाशित करण्यात आले. १९६० पासून हा संदर्भ ग्रंथ वार्षिकाच्या स्वरूपात दोन खंडात प्रकाशित करण्यात येतो. रूटलेजमार्फत लंडन आणि न्यूयॉर्क येथून या ग्रंथाची सत्तेचाळीसावी आवृत्ती २००६ मध्ये प्रकाशित करण्यात आली आहे. ग्रंथाच्या पहिल्या खंडात आंतरराष्ट्रीय संघटना आणि अफगणिस्तान ते जॉर्डन या देशांबाबत आणि दुसऱ्या खंडात कझगिस्तान ते झिम्बाब्वे या देशांबाबत माहिती देण्यात आलेली असून दोन्ही खंडांची मिळून एकूण पृष्ठसंख्या ४९१४ आहे.

पहिल्या खंडात सुमारे १९०० आंतरराष्ट्रीय संस्थांची सर्वसमावेशक यादी देण्यात आलेली आहे. यामध्ये संयुक्त राष्ट्रसंघ (United Nations) आणि त्याच्या रचनेच्या प्रमुख भागांची आणि संयुक्त राष्ट्रसंघाशी संबंधित अन्य एजन्सीज् याबाबत विस्तृत माहिती आढळते.

पहिल्या खंडाच्या उर्वरित भागात आणि दुसऱ्या खंडात जगातील देशाची माहिती देताना प्रत्येक देशासाठी स्वतंत्र प्रकरण लिहिण्यात आलेले आहे. या प्रकरणात प्रत्येक देशाचे प्रास्ताविक, सर्वेक्षण, त्या देशाचे नवीन / ताजा इतिहास, आर्थिक बाबी, शासन (Government), संरक्षण, शिक्षण, सार्वजनिक सुट्या, अद्ययावत सांख्यिकीच्या आधारे केलेले अर्थशास्त्रीय आणि लोकसंख्या विषयक सर्वेक्षण आणि विविध क्षत्रांत कार्यरत असलेल्या संस्थांची नावे, पत्ते आणि अन्य उपयुक्त माहिती दिलेली आहे.

ग्रंथात दिलेली माहिती वेळोवेळी विविध पद्धतींनी मोठ्या प्रमाणावर सुधारित करून ती अद्ययावत ठेवली जाते. एक विश्वसनीय आणि अधिकृत संदर्भग्रंथ म्हणून युरोपा वर्ल्ड इयर बुक जगात सर्वत्र मान्यताप्राप्त आहे. मुद्रित आवृत्तीमधील सर्व माहिती या संकेतस्थळावर उपलब्ध आहे.

Europa World Year Book - युरोपा वर्ल्ड इयर बुक

युरोपा पब्लिकेशन्स् लि., लंडन

या प्रकाशनाचे दोन खंड असतात. राष्ट्रसंघ, त्याच्याशी संबंधित सर्व आंतरराष्ट्रीय संस्था यांची माहिती, त्या त्या संस्थांचे पत्ते, मुख्य कार्यालय, दूरध्वनी क्रमांक, फॅक्स क्रमांक, वेबसाईट, संस्थेचे स्थापनावर्ष, उद्दिष्टे, प्रकाशने, सभासद संख्या इ.माहिती दिलेली आहे. ही माहिती पहिल्या खंडातील पहिल्या भागात दिली आहे. पहिल्या खंडाच्या शेवटी आंतरराष्ट्रीय संस्थांचा निर्देश दिलेला आहे. जगातील देशांची माहिती पहिल्या खंडाच्या दुसऱ्या भागात दिलेली आहे. यामध्ये अफगाणिस्तान ते जॉर्डन या देशांची माहिती दिलेली आहे. दुसऱ्या खंडात कांपुचिया ते झिम्बाब्वे या देशासंबंधी माहिती समाविष्ट आहे. या देशांचे जगातील भौगोलिक स्थान, हवामान, राष्ट्रीय अर्थ संरक्षण व शासन व्यवस्था, देशाचा इतिहास, लोकसंख्या, उद्योगधंदे, राजकीय पक्ष, इतर देशातील राजदूतावासाचे पत्ते, दळणवळण इ. गोष्टींची माहिती अंतर्भूत आहे. दुसऱ्या खंडाच्या शेवटी पहिल्या व दुसऱ्या खंडातील देशांचा निर्देश दिलेला आहे.

आंतरराष्ट्रीय दृष्टीने एक महत्त्वाचे संदर्भ साधन म्हणून या ग्रंथाचा उल्लेख करता येईल.

Exchange of Books - ग्रंथ अदलाबदल

हा सुद्धा एक संग्रह विकासाचाच प्रकार. अदलाबदल ही गोष्ट इतर गोष्टींपेक्षा सोपी आहे. याला फारसा खर्च नाही. फक्त पत्र व्यवहार आवश्यक. यासाठी इतर संस्था, ग्रंथालये यांच्याशी सहकार्याचे संबंध असणे आवश्यक ठरते. या अदलाबदलीमुळे दुर्मीळ ग्रंथ, प्रकाशित झालेले पण सध्या न मिळणारे असे मिळू शकतात. या व्यवस्थेमुळे ग्रंथालयातील नको असलेल्या पण सुस्थितीतील ग्रंथांच्या प्रतींचा उपयोग होतो. यामध्ये नियतकालिके, कालिके इ. गोष्टी असतात.

ग्रंथालयातील आपल्याला नको असलेले साहित्य (योग्य स्थितीतील) दुसऱ्या ग्रंथालयाला द्यावयाचे व त्या ग्रंथालयांना नको असलेले साहित्य आपल्याला उपयोगी असल्यास ते मिळवावयाचे ही गोष्ट अदलाबदल कल्पनेत आहे.

कित्येक ग्रंथालयात अनेक प्रती काही कारणास्तव असतात. काही काळानंतर त्यांची गरज नाहीशी होते. यातील काही ग्रंथ देणगी, खरेदी या व्यवस्थेमुळे जमा झालेले असतात. ह्या प्रती रद्दबातलही ठरविता येत नाहीत. रद्दीत काढता येत नाहीत. असे साहित्य दुसऱ्या ग्रंथालयाला अदलाबदलीच्या योजनेखाली देता येते. अशा साहित्याची यादी करून ती ग्रंथालयाच्या प्रकाशनामध्ये प्रसिद्ध करावी. तसेच हव्या असलेल्या ग्रंथांची यादीही करावी. इतर ग्रंथालयाकडून अशा याद्या आल्यास हवे ते सहित्य मिळू शकते.

ग्रंथालयांच्या संस्था प्रकाशने प्रकाशित करीत असतात. अशी प्रकाशने अदलाबदल करून ग्रंथसंग्रह वाढविता येतो. काही संस्था आपली प्रकाशने विनामूल्य पाठवितात. दुसऱ्या संस्थांनीही अशी प्रकाशने पाठवावीत अशी अपेक्षाही असते.

या योजनेचा इतिहास १६९४ पर्यंत जातो. पॅरिसमधील रॉयल ग्रंथालयाने याची सुरुवात केली. या ग्रंथालयाने आपल्या दुबार प्रती इंग्रजी व जर्मन प्रकाशनांच्या बदली दिल्या. लायब्ररी ऑफ काँग्रेस ही योजना प्रत्यक्षात आणते. युनेस्कोही या कार्यात मागे नाही. युनेस्को आंतरराष्ट्रीय पातळीवर हे कार्य करीत आहे. ''दि युनेस्को हँडबुक ऑन इंटरनॅशनल एक्सेंज ऑफ पब्लिकेशन्स'' अणि ''युनेस्को बुलेटिन फॉर लायब्ररीज'' ही साधने होत. यामध्ये अदलाबदलीच्या साहित्याच्या याद्या असतात. हँडबुक अधिकृत प्रकाशनांची यादी व या योजनेत सहकार्य करू शकणाऱ्या जवळ जवळ ३५०० पेक्षा जास्त प्रकाशनांची यादी असते. आजच्या माहितीच्या युगात या योजनेची गरज वाढणार आहे.

Expansive Classification – एक्सन्सिव्ह वर्गीकरण पद्धती

''बोस्टन अथेनियम'' चे ग्रंथपाल श्री.सी.ए.कटर यांनी ही वर्गीकरण पद्धती तयार केली. यापूर्वी दशांश वर्गीकरण पद्धतीचा वापर केला जाता होता. पण लहान ग्रंथालयांना त्यांच्या मागणीनुसार सोपी पद्धत तयार करण्याची गरज निर्माण झाली. यातूनच या पद्धतीचा उदय झाला. ग्रंथालयात नेहमी ग्रंथांची भर पडत असते. त्यासाठी सूक्ष्मतम वर्गीकरण आवश्यक आहे असे श्री. कटर यांना वाटले.

ही वर्गीकरण पद्धती अनेक अवस्थांमधून उत्क्रांत होत गेली म्हणून हिचे एक्स्पान्सीव्ह वर्गीकरण पद्धती असे नामकरण झाले. पहिल्या अवस्थेत फक्त ज्ञानवर्गांचाच समावेश होतो. हे फक्त आठच वर्ग होते. A, B, E, H, L, X, Y, YF. यामध्ये उपविभाग नव्हते. गरजेनुसार यात बदल होत गेले. मुख्य वर्ग, उपविभाग यांची संख्या वाढू लागली. चिन्हांकन व्यापक झाले. आकडे व अक्षरे दोहोंचाही उपयोग होऊ लागला. श्री.कटर यांच्याकडून अशा सहा अवस्था पार पडल्या. सातवी अवस्था तयार होत असतानाच श्री.कटर यांचे निधन झाले. पहिल्या व शेवटच्या पद्धतीत फारच फरक पडला. सातवी अवस्था ही स्वतंत्र वर्गीकरण पद्धती म्हणून मानली गेली. शेवटच्या अवस्थेमधील मुख्य वर्ग A-Z मध्ये विभागलेले आहेत.

उपविभाग उत्क्रांतितत्त्वानुसार केलेले आहेत. ही उपविभाग तयार करण्याची पद्धती तर्कशुद्ध नाही पण ती व्यावहारिक समजली जाते. उपविभाग हे सुद्धा रोमन वर्णानेच दर्शविले आहेत. उदा.Ww - Furniture. Wwt - tables.

या पद्धतीचे चिन्हांकन मिश्र आहे. काही विशेष कारणासाठी आकड्यांचाही वापर केलेला आहे. हे चिन्हांकन लवचिक व संक्षिप्त आहे.

स्वरूप विभाग, भौगोलिक विभाग व उपविभागासाठी ठराविक आद्याक्षरांचा उपयोग केलेला आहे. त्यामुळे स्मरणसुलभता आलेली आहे.

संकीर्ण वर्ग व त्यांचे उपविभाग हे दशांश वर्गीकरण पद्धतीप्रमाणेच केलेले आहेत. त्यातील उपविभागासाठी मात्र आद्याक्षरांचा उपयोग केलेला आहे. उदा. AD-Encyclopaedia, AI - Indexes.

या पद्धतीमध्ये नऊ स्वरूप विभाग आहेत. स्वरूप विभाग जोडताना टिंब (.) द्यावे लागते. उदा. H.6 Handbook of Botany. या पद्धतीचा निर्देश सापेक्ष आहे. इ.स.१८९३ मध्ये पहिल्या सहा अवस्था एकत्रित करून संकलित स्वरूपात प्रसिद्ध झाल्या. या सर्वांचा वर्णानुक्रमयुक्त निर्देश तयार झाला.

सध्या ही पद्धती प्रचारात नाही. या वर्गीकरण पद्धतीचा वापर फारसा झाला नाही. मात्र या पद्धतीच्या पायावरच नवीन नवीन ग्रंथवर्गीकरण पद्धती उगम पावल्या असे मार्गरिट मान म्हणतात.

Experimental Research Method – प्रायोगिक संशोधन पद्धती

या प्रकारच्या पद्धतीमध्ये प्रयोगामध्ये ज्ञात माहितीतून नवीन घटना निर्मिती होते. नवीन परिस्थिती बदलण्यासाठी, काही नवीन पण वेगळ्या गोष्टी करण्यासाठी प्रयोग आवश्यक असतो. म्हणून या पद्धतीला प्रायोगिक दृष्टिकोन असेही म्हटले जाते. कारण प्रायोगिक तत्त्वावर नवीन परिस्थिती निर्माण होते. त्यामुळे संशोधक संशोधनाची नवीन पार्श्वभूमी तयार करतो. त्यामुळे त्याच्या अभ्यासाला गती मिळते.

हा प्रायोगिक दृष्टिकोन शास्त्रज्ञाला उपयोगी पडतो. याचा उपयोग ग्रंथालय व माहितीशास्त्रातही होतो. उदा. ग्रंथालयीन सेवा, साहित्याचे उपार्जन, अभ्यासक्रम, वर्गीकरण, प्रलेखाची प्रतिप्राप्ती इ.

हा दृष्टिकोन इतर दृष्टिकोनापेक्षा निराळा आहे. कारण यात प्रयोग अभिप्रेत आहे. इतर नैसर्गिक शास्त्रांप्रमाणे यात अनुभवजन्य घटनांचे निरीक्षण केले जाते. तसेच परिवर्तनावर नियंत्रण मिळविणे, त्या परिस्थितीची कौशल्याने हाताळणी करणे महत्त्वाचे आहे. ह्या परिवर्तनाची वेगवेगळ्या परिस्थितीमध्ये तपासणी केली जाते.

या पद्धतीमध्ये कारणपरत्वे संबंध हा दृष्टिकोन असतो. ह्या दृष्टिकोनाला प्रायोगिक आराखडा कारणीभूत असतो. समान गटातील तुलना, प्रायोगिक परिवर्तने कुशलतेने हाताळण्याची हातोटी, परावलंबी परिवर्तनावरील नियंत्रण यासाठी ही पद्धती उपयोगी ठरते.

प्रायोगिक दृष्टिकोन हा कृत्रिम आहे असे म्हणतात. पण यासाठी पर्यायी प्रायोगिक आराखडा तयार करावा लागतो. या आराखड्यात उच्च बहिस्थ तर्कशुद्धता व कमी अंतर्गत तर्कशुद्धता असते. इतर नैसर्गिक शास्त्रात हा दृष्टिकोन उपयोगी आहे. पण ग्रंथालय व माहितीशास्त्रात याचा वापर फार कमी प्रमाणावर करण्यात आला आहे.

❑❑❑

F

Facet Device – पैलू युक्ती

या युक्तीमुळे वर्गांकामध्ये एकापेक्षा अनेक ठिकाणी स्वागतशीलता निर्माण होते. दशांश अपूर्णांक चिन्हांमुळे वर्गांकाच्या एका बाजूच्या शेवटी म्हणजेच उजव्या बाजूस स्वागतशीलता निर्माण करता येते.

	दशांश	द्विबिंदू
उदा.	370.8	P M E S T
	370.84	4 1 5 2 N
	370.843	46 14 51 23 N3

वरील दशांश वर्गीकरणात शृंखलेच्या प्रत्येक स्तरावर एकाच ठिकाणी वर्गांकांची स्वागतशीलता वाढविणे शक्य होते. पण द्विबिंदू वर्गीकरण पद्धतीमध्ये ती अनेक ठिकाणी वाढविता येते.

Fayol's Principles – फेयॉल यांची व्यवस्थापनाची मूलतत्त्वे :–

व्यवस्थापनशास्त्रात ॲडॅम स्मिथ, उर्विक (Urwick) , फ्रेडरिक टेलर अशी अनेक नावे प्रामुख्याने घेतली जातात. तरीही डॉ. हेन्री फेयॉल यांना आधुनिक व्यवस्थापनशास्त्राचे जनक म्हणून ओळखले जाते. मायनिंग कंपनीत इंजिनीअर म्हणून आणि संचालक पदापर्यंत काम करत असताना व्यवस्थापनाच्या संकल्पना, तत्त्वे यांची गरज त्यांनी ओळखली. प्रशासकीय प्रशिक्षणाची आवश्यकता त्यांनी स्पष्ट केली आणि त्यासाठी पॅरिस येथे अभ्यासकेंद्रही स्थापन केले. शिवाय आपल्या अनुभवावर आधारित ग्रंथ लिहिला. त्यामध्ये त्यांनी जी तत्त्वे मांडली, ती मूलभूत असून आजही ग्राह्य मानली जातात. आपल्या 'जनरल ॲण्ड इंडस्ट्रियल मॅनेजमेंट (१९२९)' या ग्रंथात फेयॉल जी चौदा तत्त्वे मांडली ती ग्रंथालयाबरोबर सर्वत्र सारखीच लागू पडतात.

१) कार्य विभाजन (Division of Labour)

कोणत्याही संस्थेत कामाचे वाटप करताना कर्मचाऱ्याची पात्रता, आवड, अनुभव, कल, कौशल्य इ. गोष्टींचा विचार करावा लागतो. तेच काम करण्यामुळे कर्मचाऱ्याच्या कामात सफाई येऊन त्याचा आत्मविश्वास वाढतो. तर संस्थेचाही वेळ, पैसा वाचतो.

२) अधिकार आणि जबाबदारी (Authority & Responsibility)

व्यवस्थापकांना आपली जबाबदारी पार पाडण्यासाठी काही अधिकार दिले जातात. कर्मचारी वर्गाला आदेश देण्यासाठी, त्यांच्याकडून काम करवून घेण्यासाठी त्या अधिकारांची गरज असते. आणि या अधिकारामुळेच जबाबदारी येत असते. या दोन्ही गोष्टी एकमेकांशी संबंधित असतात. अधिकारामध्येच अनुभव, कामाचा दृष्टिकोन बुद्धिमत्ता, नैतिक बल अवलंबून असते. व्यवस्थापकाने अधिकार आणि जबाबदारी यामध्ये योग्य समतोल राखणे आवश्यक असते.

३) शिस्त (Discipline)

शिस्तीमुळे संस्थेत सुव्यवस्था निर्माण होते. आज्ञापालन, नियमांचे काटेकोरपणे पालन, नियमितपणा,

वरिष्ठांबद्दल आदर, जबाबदारीची जाणीव आणि योग्य वर्तणूक या साऱ्यांचा समावेश शिस्तीमध्ये होतो. फायोल यांच्या मते वरिष्ठांनी शिस्त पाळली तर कर्मचारी वर्गाला शिस्तीचे धडे आपोआपच मिळतात. शिवाय शिस्तभंग किंवा नियमभंग झाल्यास कारवाई करण्यामुळे शिस्तीचे महत्त्व वाढेल. कामात सुव्यवस्था आणि सुसंगती राहील. मात्र शिस्तीच्या बडग्यामुळे, कर्मचाऱ्यांची पिळवणूक होणार नाही याची दक्षता घेणे आवश्यक आहे.

४) आदेशातील एकता (Unity of Command)

कर्मचाऱ्याला एकाच अधिकाऱ्याने आदेश दिले जाणे महत्त्वाचे असते. कारण वेगवेगळ्या अधिकाऱ्यांनी आदेश दिले तर कोणाचे आदेश पाळावेत याबद्दल कर्मचारी वर्गाच्या मनात संभ्रम निर्माण होतात. त्यामुळे एकच अधिकारी आणि त्याचे नियोजन उपयोगी ठरते. कारण मार्गदर्शनात सुसूत्रता राहते. तो अधिकारी कामासाठी जबाबदार राहतो. संस्थेच्या कार्यक्षमतेसाठी आणि शिस्तपालनासाठीही हे तत्त्व महत्त्वाचे आहे.

५) मार्गदर्शनातील एकसूत्रता (Unity of Direction)

संस्थेच्या प्रत्येक विभागाकडे एकच उद्दिष्ट किंवा योजना असावी आणि त्या त्या प्रत्येक उद्दिष्टासाठी एकेक अधिकारी असावा. कारण एकाच अधिकाऱ्याचे मार्गदर्शन/नियोजन उपयोगी पडते. मार्गदर्शनात सुसूत्रता राहते आणि त्या त्या अधिकाऱ्याची त्या त्या कामासाठी जबाबदारीही राहते.

६) व्यक्तिहित गौणत्व व संस्थाहित प्राधान्य
(Subordination of Individual to General Interest)

संस्थेमध्ये काम करत असताना फायोल यांच्या मते कर्मचाऱ्याने स्वतःच्या हितापेक्षा संस्थेचे हित महत्त्वाचे मानले पाहिजे. उत्पादनातील वाढ, विक्रीतील वाढ या गोष्टी संस्थेच्या दृष्टीने महत्त्वाच्या तर वेतनवाढ, नोकरीतील स्थैर्य, सुरक्षितता या गोष्टी कर्मचाऱ्यांच्या दृष्टीने महत्त्वाच्या असतात. आणि या दृष्टीने संस्था आणि कर्मचारी वर्गांनी, दोघांनी एकमेकांचे हित सांभाळले पाहिजे.

७) मोबदला/वेतनलाभ (Remuneration)

कर्मचाऱ्यांना त्यांच्या कामाच्या स्वरूपाप्रमाणे योग्य तो मोबदला दिला गेला पाहिजे. त्यामुळे कर्मचाऱ्यांना प्रोत्साहन मिळते. उत्पादनात वाढ होते आणि मालक व कर्मचारी दोघांना समाधान मिळते. कामातही स्थैर्य येते. त्यासाठी विविध पदांसाठी निश्चित वेतनश्रेणी असणे गरजेचे असते. तसेच विशेष उल्लेखनीय काम करणाऱ्या कर्मचाऱ्यांना प्रोत्साहनात्मक वाढीव मोबदला द्यायला हवा. त्यामुळे संस्थेला निष्ठावान कर्मचारी मिळण्यास मदत होते.

८) केंद्रीकरण/मध्यवर्ती जबाबदारी (Centralization)

संस्थेच्या हितासाठी संस्थेची धोरणे आखणे, त्यासंबंधी नियम तयार करणे, कृती करणे, नियंत्रण ठेवणे यादृष्टीने अधिकाराची जबाबदारी मध्यवर्ती किंवा केंद्रित असणे आवश्यक असते. त्यामुळे कामात सुसूत्रता येते. लहान संस्थेत हे शक्य असतेच पण मोठ्या संस्थेत मात्र काही वेळा परिस्थितीनुसार कार्यक्षमतेसाठी जबाबदारीचे, अधिकाराचे विकेंद्रीकरण करावे लागते. तरीही या दोन्हींमध्ये समतोल असणे आवश्यक असावे. अतिरेक होता कामा नये.

९) अधिकार साखळी (Scalar Chain)

संस्थेत उच्च पदापासून कनिष्ठ पदापर्यंत अधिकार साखळी असावी. त्यामुळे कामात सुसूत्रता येते.

काही अपवादात्मक प्रसंगात मात्र थेट संपर्क साधता आला पाहिजे.

१०) क्रमबद्ध व्यवस्था (Order)

संस्थेतील प्रत्येक व्यक्तीला योग्य स्थान असावे. म्हणजेच अधिकाराची पदे विचारसंगत आणि तर्कशुद्ध पद्धतीने असावीत. योग्य कामासाठी योग्य व्यक्तीची निवड झाल्यामुळे कार्यात अचूकता येते. सुव्यवस्था राहते.

११) समानता (Equality)

संस्थेतील सर्व कर्मचाऱ्यांना समानतेची नि:पक्षपातीपणाची वागणूक देणे म्हणजे समानता होय. कामाचे वाटप, सुविधा, सवलती याबाबतीत हे धोरण काटेकोरपणे वापरायला हवे. त्यामुळे कर्मचारी आणि व्यवस्थापन यांच्यात सलोखा राहतोच. शिवाय कर्मचारीवर्गामध्ये विश्वास, एकनिष्ठा वाढते.

१२) सेवाकालात स्थैर्यता (Stability of Tenure)

कर्मचाऱ्यांना कामासंबंधी नोकरीसंबंधी स्थैर्य देणे हे संस्थेचे महत्त्वाचे पाऊल होय. नाहीतर कर्मचाऱ्यांचे नोकरी सोडणे, नवीन निवड भरती, प्रशिक्षण या गोष्टी कालापव्यय आणि खर्चिक होतील. शिवाय संस्थेलाही बदनामीकारक ठरतील. महत्त्वाचे म्हणजे कार्यक्षमता वाढवण्यासाठी स्थैर्य अत्यंत आवश्यक आहे.

१३) पुढाकार/धडाडी (Initiative)

एखाद्या प्रकल्पाची सुरुवात करताना ते काम कमी वेळात आणि योग्य प्रकारे कसे करावे याची योजना तयार करून त्याची अंमलबजावणी करणे म्हणजे धडाडी होय. प्रारंभ करणाऱ्याला, नवीन कल्पना सादर करणाऱ्याला प्रत्येक स्तरावर प्रोत्साहन द्यायला हवे. व्यक्तिगत मूल्यमापन करतानाही त्यांची उपक्रमशीलता लक्षात घेऊन हे प्रोत्साहन द्यायला हवे. त्यामुळे कर्मचारी मनापासून काम करतील आणि संस्थेची उद्दिष्टे साध्य होतील.

१४) एकात्मता/एकीचे बळ (Esprit de Corps)

संस्थेच्या उद्दिष्ट्य पूर्तीसाठी व्यवस्थापक आणि कर्मचारी यांच्यात एकतेची भावना हवी. संघभावना हवी. त्यासाठी प्रयत्न करायला हवेत. त्यामुळेच यशस्वी संस्था टिकून राहतात. आणि या एकीचा उपयोग व्यवस्थापकीय समस्या सोडविण्यासाठी उपयोगी पडतो.

फायोल यांच्या या तत्त्वात मानवी शक्तीला महत्त्व आहे. आणि सर्व प्रकारच्या सार्वजनिक, राजकीय, सरकारी, धार्मिक आणि लहान-मोठ्या सर्वच संस्थांना ती लागू आहेत.

ग्रंथालयामध्ये सर्वच ज्ञानाच्या शाखा अंतर्भूत असल्यामुळे व्यवस्थापनात फायोल यांची ही मूलतत्त्वे ग्रंथालयात अवलंबली जातात.

Five Fundamental Catagories – पाच मूलभूत प्रकार

द्विबिंदू वर्गीकरण पद्धतीमध्ये आधारभूत विधानांचा पुष्कळ उपयोग केलेला दिसून येतो. आधारभूत विधाने (Postulates) ही कल्पना मूळची गणित शास्त्रातील. आधारभूत विधान उपयोगी आहे की नाही हाच विचार महत्त्वाचा. डॉ.रंगनाथन यांनी पाच मूलभूत प्रकारांच्या अस्तित्वाचे व्यक्तित्व, साधन, ऊर्जा, स्थल व काल हे पाच मूलभूत प्रकार कल्पिले आहेत. निरनिराळ्या ग्रंथात आढळून येणारे विषय हे वरील पाच प्रकारांमध्ये किंवा एक, दोन, तीन किंवा चार प्रकारांमध्ये आढळतात ही कल्पना.

हे मूलभूत प्रकार कल्पनेच्या स्वरूपात असतात. पण जेव्हा ते निरनिराळ्या विषयात आढळतात तेव्हा त्यांचे प्रकटीकरण होते. आपल्याला जे प्रत्यक्ष स्वरूपात दिसते ते प्रकटीकरण होय व कल्पनेच्या स्वरूपात जे आपण समजू शकतो तो म्हणजे मूलभूत प्रकार होय. मूलभूत प्रकारांच्या नेमक्या विषयातील या प्रकटीकरणालाच पैलू किंवा मुख (Facet) म्हणतात. ग्रंथातील विशिष्ट विषयाचे वर्णन करण्यासाठी ह्या पाच मूलभूत प्रकारांचा उपयोग होतो. म्हणजेच त्या विशिष्ट विषयाला अनेक पैलू आहेत असे म्हणता येईल.

ज्या ज्ञानविभागाचा विस्तार, सखोलता हे ग्रंथात वर्णन केलेल्या विचारांचा विस्तार व सखोलता यांच्या बरोबर असतात, त्या ज्ञानविभागाला त्या ग्रंथांचा विशिष्ट विषय असे म्हणतात.

विचारांची सखोलता विशिष्ट विषयाच्या सखोलतेपेक्षा कमी असते. एखाद्या ग्रंथात वर्णिलेल्या विचारांचे सर्व पैलू विचारात घेऊन केलेले यथायोग्य वर्णन म्हणजे त्या ग्रंथाचा विशिष्ट विषय असे म्हणता येईल.

ही मुखे म्हणजे (PMEST) व्य.सा.ऊ.स्थ.का. या क्रमाने दर्शविली जातात. हा क्रम समूर्ततेच्या उतरत्या क्रमाने ठरविला आहे. वेगवेगळ्या मुखामध्ये एकाच प्रकारची चिन्हे उपयोगात आणली जातात. त्यांचे वेगळेपण दर्शविण्यासाठी प्रत्येक मुखाला वेगळे संयोग चिन्ह दिलेले आहे. व्यक्तित्व (,) स्वल्पविराम, साधन (;) अर्धविराम, ऊर्जा (:) द्विबिंदू स्थल, (.) टिंब आणि काल (') अवतरण चिन्ह. संयोग चिन्ह नेहमी मुखाच्या सुरुवातीला येते. या पाचही मुखांना स्वतंत्र अस्तित्व नसते. हे मुख जेव्हा एखाद्या मूलभूत (Basic) मुखाला जोडले जाते तेव्हाच त्याला अर्थ प्राप्त होतो.

Five Laws of Library Science – ग्रंथालयशास्त्राचे पाच सिद्धान्त

कोणत्याही शास्त्राला काही मूलभूत तत्त्वे असतात. भारतात पूर्वी ग्रंथालये अस्तित्वात होती, पण त्या ग्रंथालयांना शास्त्रीय बैठक नव्हती. त्यामुळे ग्रंथालयांचा विकास झाला नव्हता. ग्रंथालयशास्त्राला ही तात्त्विक बैठक देण्याचे काम डॉ. एस.आर. रंगनाथन यांनी ग्रंथालयशास्त्राचे पाच सिद्धान्त मांडून केले. म्हणून ते 'भारतीय ग्रंथालयशास्त्राचे जनक' ठरले. आपल्या 'फाइव्ह लॉज ऑफ लायब्ररी सायन्स' या पुस्तकात डॉ.एस.आर. रंगनाथन यांनी हे सिद्धान्त विस्ताराने सांगितलेले आहेत.

१) ग्रंथ हे उपयोगासाठी आहेत (Books are for use) – हा ग्रंथालयशास्त्राचा पहिला सिद्धान्त. पूर्वी ग्रंथांचा उपयोग फार मर्यादित स्वरूपात होता. निवडक लोकच ग्रंथांचा उपयोग करीत. परंतु कालांतराने ग्रंथ हे उपयोगासाठी आहेत ही कल्पना मान्य झाली. ग्रंथ ही व्यापक संज्ञा आहे. तिच्यात ग्रंथ, प्रलेख आणि माहिती या सर्वांचा समावेश होतो. ग्रंथ वाचण्यासाठी पैसे मोजावे लागले तरी ग्रंथाचा उपयोग होऊ लागला. ग्रंथ वाचकांच्या घरी जाण्यापर्यंत हे बदल झाले. म्हणजेच ग्रंथांचा जास्तीत जास्त प्रमाणात उपयोग झाला पाहिजे, ही कल्पना वाढीस लागली. ग्रंथांचा उपयोग वय, जात, लिंग न पाहता होणे महत्त्वाचे ठरले. त्यासाठी ग्रंथालय उघडे असले पाहिजे. ग्रंथालयीन सेवा सर्वांना मिळाल्या पाहिजेत, हा दृष्टिकोन यामागे दिसतो. या सिद्धान्तामुळे ग्रंथांनी भौगोलिक सीमाही ओलांडल्या.

२) प्रत्येक वाचकाला त्याचा / तिचा ग्रंथ मिळावा (Every reader his/her book) -
या सिद्धान्तामध्ये वाचकाचे महत्त्व विशद केले आहे. हा सिद्धान्त अधिक तपशील देतो. वाचकांचे वय, आवड, वाचकांचे प्रकार याप्रमाणे प्रत्येक वाचकाची वाचनसाहित्याची गरज वेगवेगळी असते.

म्हणून ग्रंथालयात प्रत्येकाच्या आवडीप्रमाणे वाचनसाहित्य असणे हे महत्त्वाचे ठरते. हा सिद्धान्त नवीन ग्रंथालय स्थापनेला पोषक ठरतो. या सिद्धान्तामध्ये वाचक व त्यांच्या गरजा यांना महत्त्व प्राप्त झालेले दिसते. पण वाचकांच्या गरजा जाणून घेणे, समजून घेणे तेवढे सोपे नाही. काही वेळा वाचकांना त्यांच्या गरजा स्पष्ट मांडता येत नाहीत. यासाठी नवीन ग्रंथांच्या याद्या, ग्रंथ परीक्षणे, प्रदर्शने या गोष्टी त्यांच्या मदतीला येतात.वाचकांशी संवाद हासुद्धा वाचकांच्या गरजा जाणून घेण्याचा एक मार्गच आहे.

सामान्यांसाठी 'सर्वांसाठी शिक्षण' हे मान्य झाले. फिरती ग्रंथालये ग्रामीण वाड्या-वस्त्यांवरील वाचकांच्या गरजा भागवू लागली. प्रौढांसाठी, नवसाक्षरासाठी, अंधांसाठी, महिलांसाठी, बालवाचकांसाठी साहित्य निर्माण होऊ लागले.

वाचकांना समजून घेणे महत्त्वाचे आहे हेच डॉ.रंगनाथन सांगतात.

३) प्रत्येक ग्रंथाला त्याचा वाचक मिळाला पाहिजे (Every book its reader) -

हा ग्रंथालयाशास्त्राचा तिसरा सिद्धान्त. ग्रंथ हे वाचकांच्या उपयोगी आहेत हे मान्य झाल्यावर ग्रंथ व वाचनसाहित्याला या सिद्धान्तात महत्त्व दिलेले आहे. ग्रंथ वाचकांपर्यंत जाण्यासाठी म्हणजेच त्यांचा उपयोग होण्यासाठी ग्रंथपालाला प्रचारकाची भूमिका पार पाडावी लागते. यासाठी ग्रंथालयातर्फे प्रदर्शने, चर्चासत्रे, व्याख्याने, पुस्तक परिचय, ग्रंथ परीक्षण स्पर्धा असे अनेक विस्तारित कार्यक्रम आयोजित करता येतात. अभ्यासप्रेमी गटासाठीही चर्चा, संवाद घडवून आणले जातात. सांस्कृतिक कार्यक्रमासाठी ग्रंथलायाच्या परिसराचा उपयोग करता येतो. त्याचप्रमाणे ग्रंथालयीन सेवेबाबत जनतेमध्ये जागृती निर्माण करणे, ग्रंथालयीन सेवेला पूरक ठरणाऱ्या सामाजिक सेवा आयोजित करणे. जनसंपर्क व संप्रेषण यांची माध्यमे याद्वारे ग्रंथालयाची प्रसिद्धी करणे, मुक्तद्वारपद्धती यासारख्या गोष्टींमुळे वाचक ग्रंथालयाकडे आकृष्ट होतील व प्रत्येक ग्रंथाला त्याचा वाचक मिळेल. ग्रंथालयात वाचनसाहित्य मुद्रित व अमुद्रित असते. संगणकीय युगामुळे माहितीचा साठा, माहितीची प्रतिप्राप्ती या गोष्टी महत्त्वाच्या ठरल्या आहेत. माहितीच्या बाबतीतही हा सिद्धान्त लागू पडेल.

४) वाचकांचा वेळ वाचवा (Save the time of the Reader) -

हा ग्रंथालयाशास्त्राचा चौथा सिद्धान्त. वाचक ग्रंथालयात ग्रंथ वाचनासाठी, माहिती मिळविण्यासाठी व यातून त्यांच्या गरजा पूर्ण करण्यासाठी येत असतात. ग्रंथालयात अनेकविध ग्रंथ असतात. पण योग्य गरजेचा ग्रंथ वाचकाला अपेक्षित असतो. तो ग्रंथ विनाविलंब मिळावा ही वाचकाची अपेक्षा असते. अपेक्षित ग्रंथ विनाविलंब मिळाल्याचा वाचकांचा आनंद काही वेगळेच समाधान ग्रंथालयीन कर्मचारी वर्गाला देतो. म्हणजेच वाचकांचा अमूल्य वेळ वाचविणे, त्यासाठी ग्रंथसंग्रहाची पूर्ण ओळख असणे व यासाठी लागणारी आंतरिक उर्मी असणे हे महत्त्वाचे आहे.

वरील सिद्धान्तामध्ये ग्रंथालयीन व्यवस्थापन, वर्गीकरण, तालिका देवघेव पद्धती, संदर्भसेवा या गोष्टी विचारात घेणे आवश्यक आहे. ग्रंथालयातील प्रत्येक विभागाची ओळख व त्याचा उपयोग वाचकांना करून दिल्यास वाचकही स्वतः ग्रंथ मिळविण्यात यशस्वी होतील. वाचकांचा वेळ जितका महत्त्वाचा तितकेच महत्त्व ग्रंथालयीन कार्यक्षम कर्मचाऱ्यांच्या वेळेला आहे. त्यामुळे अनेक वाचकांना सेवा देणे त्यांना शक्य होईल. दोघांचाही वेळ वाचेल अशा योजना आखणे आवश्यक आहे.

५) ग्रंथालय ही वर्धिष्णु संस्था आहे (Library is a growing organism) -

हा ग्रंथालयाचा पाचवा सिद्धान्त. तंत्रज्ञानामुळे वाचनसाहित्य, माहिती यांच्यामध्ये प्रचंड वेग

आला आहे. त्यामुळे वेगवेगळ्या भाषा, वेगवेगळे देश यामध्ये अगणित साहित्य निर्मिती होत आहे. वाचकांच्या गरजाही वाढत चालल्या आहेत. कालाप्रमाणे गरजा बदलत आहेत.त्यात संगणकीय तंत्रज्ञानाची भर पडलेली आहे. म्हणून ग्रंथालयाचा संग्रह, फर्निचर, वाचक, ग्रंथालयीन कर्मचारी वर्ग यांचीही संख्या वाढते आहे. म्हणून 'ग्रंथालय ही सामाजिक वर्धिष्णु संस्था आहे' या सिद्धान्तामध्ये व्यवस्थापनाला महत्त्व दिलेले आहे. ग्रंथालयाचा वर्तमानकालाबरोबरच भविष्यकालीन विकासही लक्षात घेणे महत्त्वाचे ठरले आहे.

या पाचही सिद्धान्तामध्ये ग्रंथालयाची जागा, इमारत, फर्निचर, वेळ, ग्रंथनिवड, ग्रंथालयीन सेवा, ग्रंथालयीन कर्मचारी इ. अनुषगांनेही विचार करता येतो. ग्रंथ वाचक व ग्रंथालय या गोष्टींना महत्त्व दिलेले आहे. त्याचप्रमाणे सेवा संकल्पनेला महत्त्व दिलेले आहे. विसाव्या शतकामध्ये माहिती, उपभोक्ता व माहिती केंद्र या संज्ञा प्रचारात आल्या. तरीही त्या संज्ञा पाच सिद्धान्तात चपखलपणे बसलेल्या दिसतात. हेच डॉ.रंगनाथन यांचे द्रष्टेपण आहे असे म्हणता येते.

Five Laws of Library Science and Catalogue -
ग्रंथालयशास्त्राचे सिद्धान्त अणि तालिका

डॉ. रंगनाथन यांनी ग्रंथालयशास्त्राचे पाच सिद्धान्त सांगितले आहेत. या पाच सिद्धान्तांपैकी दुसऱ्या सिद्धान्तानुसार प्रत्येक वाचकास त्याचा ग्रंथ मिळाला पाहिजे. तालिकीकरण करताना काही गोष्टी लक्षात घेतल्या पाहिजेत.

उपयोजकाला त्याला हवा असलेला ग्रंथ तालिकेच्या मदतीने मिळू शकतो. अर्थात यासाठी एका ग्रंथांच्या अनेक नोंदी करणे आवश्यक आहे. ग्रंथांची विषयवार माहिती देण्यासाठी तालिकेमध्ये विषयवार विभाग असला पाहिजे.

ग्रंथालयातील ग्रंथसंग्रहाची उपयोजकाला माहिती तालिकेच्या मार्फत मिळायला पाहिजे. तालिकेच्या नोंदीमध्ये टिप्पणीची जोड द्यावयास पाहिजे. उपयोजकाला ग्रंथनिवडीसाठी तालिका मदत करते. म्हणून आवृत्तीविषयक नोंदी पूरक नोंदीमध्ये असणे आवश्यक ठरते. या गोष्टी तालिकेमध्ये अंतर्भूत होणे आवश्यक आहे.

तिसऱ्या सिद्धान्तानुसार 'प्रत्येक ग्रंथास त्याचा वाचक मिळाला पाहिजे' यासाठीही तालिकेचाही फार उपयोग होतो. तालिकेमधील ग्रंथाची नोंद पाहून उपयोजक ग्रंथाकडे आकृष्ट होऊ शकतात. काही वेळा भग्नक्रमामुळे (Broken Order) जर संग्रह प्रत्यक्ष बघायला मिळत असला तरी त्या ग्रंथसंग्रहाची समग्र माहिती तालिकेत मिळते.

काही वेळा मालेमध्ये अनेक विषयांवरील ग्रंथ प्रसिद्ध होत असतात. ही माहिती माला नोंदीमुळे उपयोजकाला मिळण्यास मदत होते. विषय अंशात्मक नोंदीमुळेही ग्रंथाला वाचक मिळवून देण्यास फार उपयोग होतो व ग्रंथांचा वापर वाढण्यास मदत होते.

चौथा सिद्धान्त 'वाचकाचा वेळ वाचावा, त्याचप्रमाणे ग्रंथालय कर्मचाऱ्यांचा वेळ वाचावा', एखाद्या ग्रंथामध्ये अनेक विषयांचा अंतर्भाव असतो. अशा ग्रंथांच्या पूरक नोंदी तालिकेमध्ये असल्या पाहिजेत. त्यामुळे उपयोजकांचा व ग्रंथालयीन कर्मचाऱ्यांचा शोधकार्यातील वेळ वाचेल. अशा तऱ्हेने हे ग्रंथालयशास्त्राचे सिद्धान्त व तालिका यांचे नाते अतूट आहे.

Free Indexing System – मुक्त निर्देशन पद्धती

इतर पद्धतीमधील पूर्व, पश्चात समन्वय पद्धतीपेक्षा ही वेगळी पद्धती आहे. यात मागणीपूर्व व मागणीनंतरही संज्ञाचा समन्वय करावा लागत नाही. प्रलेखातील विषयाचे विश्लेषणही करावे लागत नाही. प्रलेखाच्या शीर्षकातील महत्त्वाच्या संज्ञावर ही पद्धती रचलेली आहे.

ही पद्धती संगणकाच्या सहाय्याने निर्देशन व माहितीची प्रतिप्राप्ती करून देते. ही आधुनिक पद्धती आहे. संगणकाला शीर्षकातील कोणत्या संज्ञेखाली नोंदी करावयाच्या याच्या आज्ञा दिल्या जातात. त्यानुसार या सर्व संज्ञा एकेकदा अग्रभागी येतात. त्या शीर्षकातील संज्ञांच्या संख्येनुसार नोंदी होतात. मागणी आली की त्या मागणीतील महत्त्वाच्या संज्ञा संगणकाला सांगतात. त्या संज्ञांना जवळच्या संज्ञा नोंदीतून शोधल्या जातात. यातून संपूर्ण प्रलेखशीर्षक व प्रलेख क्रमांक मिळू शकतो.

या पद्धतीतील निर्देश प्रक्रियेमध्ये महत्त्वाच्या संज्ञांची निवड करणे (key words), पुढे त्या संज्ञांखाली माहितीची मागणी होईल अशी अपेक्षा असते. विषय शीर्षक जर अनेक पैलूंनी युक्त असेल तर पैलू दर्शविणाऱ्या संज्ञांचा विशिष्ट क्रम ठरविणे त्या क्रमानुसार निर्देशातील नोंदी करणे, यासाठी शब्दकुलकोश (Thesaurus) तयार असावा किंवा त्याचा उपयोग करावा हे बंधन नसते. हे निर्देशन एक संगणकीय यांत्रिक क्रिया आहे. यासाठी बुद्धीचा फारसा वापर, कसरत करावी लागत नाही.

या पद्धतीमध्ये पुढील प्रकार अंतर्भूत होतात.

1) KWIC - Key Word in Context.

2) KWOC - Key Word out of Context.

3) KWWC - Key word with Context.

□□□

G

Gap Device – विराम युक्ती

शृंखलाबद्ध युक्त्यांपैकी ही एक विराम युक्ती आहे. ज्या पद्धतीच्या चिन्हांकनामध्ये पूर्णांक म्हणून आकड्यांचा वापर केलेला असतो. या पद्धतीमध्ये दोन पूर्णांकामध्ये नवीन ज्ञानवर्ग नवीन आकड्यांची भर घालून दाखविता येत नाही. ज्ञानांच्या शाखेत तर सतत भर पडतच असते. पण त्या ज्ञानशाखा दर्शविण्यासाठी काही पूर्णांक दिलेले नसतात. पण तेथे जागा मोकळ्या ठेवलेल्या असतात. लायब्ररी ऑफ काँग्रेसच्या वर्गीकरण पद्धतीत या युक्तीचा वापर केलेला आहे.

उदा. QK Lichens
QK 581 Biology, Anatomy
QK 583 General Systematic Works
QK 585 Systematic Divisions
QK 587 United States.

यामध्ये 582, 584, 586 या संख्यांच्या जागा मोकळ्या ठेवलेल्या आहेत. भविष्य काळात ज्ञानवर्गाची भर घालण्याच्या हेतूने या जागा रिकाम्या ठेवलेल्या आहेत. यालाच विराम युक्ती म्हणतात.

General and Special Classification – सर्वसामान्य व विशिष्ट वर्गीकरण

वर्गीकरणाच्या प्रक्रियेमध्ये विश्वातील सर्व वस्तू, कल्पना व विषय यांचा समावेश असतो. या गोष्टींच्या विचाराच्या बैठकीवरच ज्ञानवर्गीकरण वा ग्रंथवर्गीकरण आधारलेले असते. अशा प्रकारच्या वर्गीकरणाच्या प्रक्रियेला सामान्य वर्गीकरण असे म्हणतात.

द्विबिंदू वर्गीकरण पद्धती किंवा दशांश वर्गीकरण पद्धती यांच्यामुळे ज्ञानाच्या सर्व शाखांचा, कालौघातील नवीन ज्ञानाच्या शाखोपशाखांचे वर्गीकरण करणे शक्य आहे. म्हणून या वर्गीकरण पद्धती सर्वसामान्य पद्धती आहेत.

विशिष्ट वर्गीकरण पद्धतीमध्ये एखाद्या विशिष्ट विषयाचे अथवा विषयाच्या भागाचेच वर्गीकरण केलेले असते.

Generalia Main Class – संकीर्ण मुख्य वर्ग

काही ग्रंथांमध्ये अनेक विषयांचा ऊहापोह केलेला असतो. त्यामुळे अशा ग्रंथांचे वर्गीकरण केवळ एकाच मुख्य वर्गात करता येत नाही. त्यावेळी असे ग्रंथ संकीर्ण मुख्य वर्गामध्ये वर्गीकृत केले जातात. म्हणून संकीर्ण मुख्य वर्ग ही वर्गीकरणाची महत्त्वाची गरज आहे.

द्विबिंदू वर्गीकरण पद्धतीमध्ये संकीर्ण मुख्य वर्गाचा समावेश पहिल्या मंडलात केला आहे. त्यासाठी रोमन लहान वर्णाची योजना केलेली आहे.

१) संकीर्ण वाङ्मय सूची (a) उदा. दाते ग्रंथसूची a14-3155, 12.N3
२) संकीर्ण विश्वकोश (k) एनसायक्लोपीडिया ब्रिटानिका k56, L
३) संकीर्ण नियतकालिके (m) अमृत m235, N5
४) संकीर्ण वार्षिक (n) टाइम्स ऑफ इंडिया डिरेक्टरी n2, N14
५) संकीर्ण चरित्र (w)
१) वैयक्तिक संकीर्ण चरित्र–न.चिं.केळकर (जन्म१८७२)
यांचे चरित्र wM72
२) आत्मचरित्र – लोकमान्य टिळक wM56, 1
(जन्म– १८५६)
३) पत्रसंग्रह – श्यामकांतांची पत्रे wM99,4
(जन्म १८९९)
४) अनेक व्यक्तींचे संकीर्ण लेखसंग्रह
चिपळूणकर, टिळक, आगरकर इ. लेखसंग्रह x235, M

संकीर्ण मुख्य वर्गांना स्वरूप मुख्य वर्ग असेही म्हणतात. एका दृष्टीने हे संकीर्ण वर्ग स्वरूप वर्गच आहेत. विश्वकोश, चरित्रे, नियतकालिके इ. वाङ्मय प्रकारच आहेत. या ठिकाणी वाङ्मय प्रकाराला महत्त्व नाही तर संकीर्णत्वाला महत्त्व आहे. म्हणून हा स्वतंत्र वर्ग केलेला आहे.

Generic Name Entry – सामान्य नाम नोंद

काही संस्था, संघटना व स्वायत्त संस्था प्रसिद्ध असतात. पण विशिष्ट प्रचलित नावानेही ओळखल्या जातात. उदा. पुणे विद्यापीठ याचे मूळ नाव University of Pune असे आहे. यातऱ्हेने वेगवेगळी विद्यापीठे पाहिली तर त्यांच्या नावात फरक आहे. पण विद्यापीठ हा शब्द मात्र सर्वत्र आहे. म्हणून ''विद्यापीठ'' या शब्दाखाली सर्व विद्यापीठाच्या नावाच्या नोंदी करून त्या वर्णक्रमानुसार लावल्या जातात म्हणून ''विद्यापीठ'' हा शब्द इथे सामान्य नाम झाला.

त्याचप्रमाणे ''नियतकालिक'' हा शब्द सुद्धा सामान्य नामच आहे. ''नियतकालिक'' हा शब्द अग्रेसर रेषेवर लिहिला जातो. त्याखाली नियतकालिकांचे नाव लिहिले जाते व या नोंदीची रचना वर्णक्रमानुसार केली जाते.

Geographical Device – भूक्षेत्र युक्ती

ज्यावेळी स्थलविभाग हे स्मरणसुलभतेने इतरत्र वापरले जातात तेव्हा त्यांचा वापर भूक्षेत्र युक्तीने केला असे म्हणता येते. भूक्षेत्र युक्तीने वापरलेले स्थलविभाग एखादे स्थळ दाखवत नाहीत. त्यात स्मरणसुलभता असते.

उदा. भारताचा कायदा Z.2

या ठिकाणी २ हा आकडा भारताचा भूखंड दर्शवित नाही, तर त्या ठिकाणी भारतीय समाज दाखवितो.

Geographical Reference Resources - भौगोलिक संदर्भ स्रोत

मानवाचा विकास निसर्गाच्या सान्निध्यातच झाला आहे. त्यामुळे मानवाने निसर्गासंबंधीचे त्याचे अनुभव, निरीक्षणे यांना साहजिकच महत्त्व दिलेले आहे. त्यांच्या नोंदी केल्या. यातूनच त्याने भौगोलिक व प्राकृतिक ओळख करून घेतली, नकाशे निर्माण झाले. भौगोलिक साधनांचा उदय झाला. भूगोल म्हणजे पृथ्वी, तिचे वातावरण, पृष्ठभाग, जगातील खंड, पर्वत, नद्या, हवामान, देशांच्या सीमारेषा इत्यादी गोष्टींचा अंतर्भाव होतो.

भौगोलिक संदर्भ साधनांमध्ये खालील गोष्टींचा समावेश होतो.

१) भौगोलिक कोश, स्थलवर्णन कोश (गॅझेटियर)

हा कोश एखाद्या भूभागाची भौगोलिक माहिती देतो. एखाद्या जागेचे स्थान, उगम, भौगोलिक वर्णन अक्षांश-रेखांश, लोकसंख्या, इतिहास, संस्कृती, पिके, औद्योगिक माहिती देतो. तसेच त्या जागेच्या आसपासची प्रसिद्ध ठिकाणेही सांगतो. उदा. महाराष्ट्र स्टेट गॅझेटियर, इंपिरियल गॅझेटियर ऑफ इंडिया हे कोश शासनातर्फे प्रकाशित केले जातात. त्यामुळे यातील माहिती ही अधिकृत असते.

२) पृथ्वीगोल – हा पृथ्वीचे खरे प्रतिनिधीत्व करतो. पण ग्रंथालयात या पृथ्वीगोलांची संख्या फार मर्यादित असते. पृथ्वीवरील चढ उतार, नद्या, पर्वत, देशांच्या सीमा, समुद्र, खंड वगैरे गोष्टी लहान प्रमाणात यावर पहायला मिळतात.

३) नकाशे – नकाशांचे पुस्तक – नकाशामध्ये पृथ्वीचा पृष्ठभाग सपाट कल्पून त्यामध्ये पर्वत, नद्या, समुद्र देशांच्या सीमारेषा, शहरे, सडक मार्ग, रेल्वेमार्ग इत्यादी गोष्टी रेखांकित केलेल्या असतात. या नकाशांचे स्वरूप वेटोळ्यांच्या स्वरूपात असते. एका प्रदेशासाठी एकच नकाशा असतो. अशा नकाशाचे पुस्तक असते. त्यामध्ये सर्व जगातील भौगोलिक व प्रादेशिक गोष्टी एकत्रित केलेल्या असतात. या गोष्टी मापन पद्धतीने चित्रांकित केलेल्या असतात. रंग, मापन पद्धती या गोष्टींचा विचार नकाशाची निवड करताना करणे आवश्यक ठरते. त्याचप्रमाणे काळ (Period), साहित्य याही गोष्टीबरोबर अचूकतेचाही विचार केला पाहिजे.

४) मार्गदर्शक ग्रंथ – पुस्तिका – अशा पुस्तिकांमध्ये पर्यटकांसाठी त्या त्या ठिकाणाची माहिती दिलेली असते. त्या ठिकाणी जाण्याचे मार्ग, आसपासची प्रेक्षणीय स्थळे, निवासाची सोय असलेली ठिकाणे, त्यांचे पत्ते, दूरध्वनी क्रमांक, चलन, हवा, प्रसिद्ध वस्तू वगैरे माहिती त्यात अंतर्भूत असते.

Good Offices Committee गुड ऑफिसेस कमिटी :–

ही भारतातील स्वयंसेवी संस्था आहे. या संस्थेमध्ये सभासद म्हणून भारतीय ग्रंथालये, प्रकाशक, ग्रंथविक्रेते, प्रलेखन केंद्रे, विद्यापीठ अनुदान मंडळ, मानव विकास मंत्रालय यांचे प्रतिनिधी असतात.

ग्रंथांच्या किमतीवर सामान्यत: सवलतीचे प्रमाण काय असावे या संबंधात ग्रंथविक्रेते, प्रकाशक यांना या समितीने काही मार्गदर्शक तत्त्वे सांगितलेली आहेत.

परदेशी विनिमयाचे दर सतत बदलत असतात. हे विनिमयाचे दर कित्येक वेळा ग्रंथविक्रेत्याकडून वेगवेगळे सांगितले जातात. या दरात एकवाक्यता, प्रमाणित दर असावा यासाठीही ह्या समितीने काही सूचना केलेल्या आहेत. या गोष्टींचा उपयोग परदेशी ग्रंथ व नियतकालिके यांच्या संदर्भातील अडचणी दूर करण्यासाठी झाला आहे.

समितीच्या शिफारशी :-

१) तीस दिवसांच्या आत पसंतीसाठी पाठविलेल्या ग्रंथांचा निर्णय द्यावा अथवा ग्रंथ परत करावेत.

२) भारतीय व परदेशी ग्रंथ खरेदीवर १०% सूट द्यावी. याठिकाणी सवलत नसणारे वा अल्प सवलत असणारे वाचनसाहित्य वगळले आहे.

३) ग्रंथ खरेदी केलेल्या क्रयपत्रांची रक्कम साठ दिवसांच्या आत द्यावी. ग्रंथविक्रेत्याने क्रयपत्राच्या दिनांकाचा विनिमय दर परदेशी ग्रंथांसाठी ग्राह्य धरावा.

४) परगावच्या विक्रेत्याचे पैसे डिमांड ड्राफ्टने पाठवावेत.

५) ग्रंथ विक्रेता किंवा वितरक यांनी प्रकाशकाच्या यादीप्रमाणे ग्रंथाचे मूल्य आकारावे.

विशेष प्रकारात काही ग्रंथांची विभागणी होते. केंद्र व राज्य सरकार यांच्या प्रकाशनाला सूट नसते. भारतीय प्रकाशने आणि विशेष आदेशानुसार मागविलेली परदेशी प्रकाशने यांच्यासाठी १५% सवलत द्यावी ही अपेक्षा आहे. क्रयपत्रामध्ये ग्रंथाची छापील किंमत त्यातून १०% सवलत वजा करून ग्रंथाचे मूल्य लिहिले जाते.

नियतकालिके - १) या संबंधात ग्रंथालयीन सूट नसते.

२) आगाऊ क्रयपत्रावरून आगाऊ किंमत भरणे.

३) क्रयपत्राबरोबर मूळ वर्गणी व बँकेचा विनिमय दर यांचा पुरावा असावा.

४) नियतकालिक प्रकाशित झाल्यापासून ९० दिवसांत अंक मिळणे क्रमप्राप्त आहे. अंक न मिळाल्यास स्मरणपत्राने अंक हक्काने मागावा.

अशा प्रकारे या संस्थेने ग्रंथविक्रीच्या व्यवहारात काही मार्गदर्शक तत्त्वे घालून दिलेली आहेत. त्यामुळे सर्वत्र प्रमाणिकरण होते.

Gray Literature - ग्रे लिटरेचर

ग्रंथालयात बरेच वेळा छोटी छोटी प्रकाशने येत असतात. त्यांना ग्रंथही म्हणता येत नाही. कारण अशा प्रकाशनांची पृष्ठसंख्या फारच कमी असते. ही प्रकाशनेही महत्त्वाची असतात.

वेळोवेळी प्रसिद्ध होणारे, वेगवेगळ्या संदर्भातील शासकीय अहवाल, निवडणुकीच्या वेळी प्रसिद्ध केले जाणारे निरनिराळ्या राजकीय पक्षाचे जाहीरनामे, नवीन राष्ट्राध्यक्ष, नवीन पंतप्रधान, नवीन मुख्यमंत्री यांची निवड झाल्यावर त्यांनी राष्ट्राला उद्देशून केलेली भाषणे (जी पुस्तिकारूपाने प्रकाशित केली जातात) मराठी साहित्य संमेलनाच्या अध्यक्षांच्या भाषणांच्या प्रती, एखाद्या संस्थेची माहितीपुस्तिका, ग्रंथालयाची परिचय पुस्तिका, एखाद्या कोशाविषयीची प्रकाशकाची माहितीपुस्तिका इ. अनेक छोट्या छोट्या पुस्तिका ग्रंथालयात येत असतात. हे सर्व साहित्य विनामूल्य असते.

ग्रंथालयामध्ये अशा प्रकारचे साहित्य छोट्या-मोठ्या बॉक्समध्ये पडून असते. या साहित्यालाही संदर्भमूल्य असते. त्यात इतिहास दडलेला असतो, विकासाचे टप्पे असतात. अशा साहित्याचा कालांतराने शोध घेऊनही सापडत नाही. म्हणून अशा साहित्याचे शैक्षणिक, राजकीय, सामाजिक, साहित्यिक असे वर्गीकरण करून ते साहित्य साध्या खजुरी दोऱ्याने एकत्र बांधून त्याप्रमाणे वेगवेगळ्या बॉक्समध्ये ठेवल्यास उपयोजकाच्या गरजेला उपयोगी पडू शकेल.

असे साहित्य जतन करण्याकडे ग्रंथालयाचा कल कमी दिसतो. पण सुरुवातीपासून हे साहित्य व्यवस्थित हाताळले तर जागेचा, कामाचा प्रश्न सुटू शकेल.

Grogan's (Denis) Classification of Documents – डेनिस ग्रोगनचे प्रलेख वर्गीकरण

ग्रोगन यांनी प्रलेखांचे तीन प्रकार केलेले आहेत.

१) प्राथमिक प्रलेख

२) द्वितीयक प्रलेख

३) तृतीयक प्रलेख

१) प्राथमिक प्रलेखामध्ये ग्रंथ नियतकालिके, शोधनिबंध, प्रबंध, पेटंटस्, प्रमाणके ज्यामध्ये मूळ माहिती समाविष्ट असते असे प्रलेख होत.

२) द्वितीयक प्रलेखामध्ये प्राथमिक प्रलेखातील प्रकाशित होणाऱ्या माहितीच्या योग्य प्रकारे नोंदी केल्या जातात. त्यांचे व्यवस्थापन केले जाते. ही माहिती द्वितीयक प्रलेखातून प्रकाशित होते. सार, नियतकालिके, संदर्भग्रंथ, क्रमिक पुस्तके, संशोधनाच्या प्रगतीचे आढावे या वर्गात मोडतात.

३) तृतीयक प्रलेख – हे प्रलेख द्वितीयक प्रलेखासंबंधी अधिक माहिती देतात. निर्देशिका, ग्रंथसूची व वार्षिके असे प्रलेख या प्रकारात समाविष्ट होतात. संस्कारित व पुनर्रचित माहिती देतात.

प्राथमिक माहितीचे विश्लेषण करून उपयुक्ततेच्या दृष्टीने तिची रचना केली जाते. हे काम द्वितीयक प्रलेखांतून दिसून येते आणि अशा द्वितीयक प्रलेखांची माहिती तृतीयक प्रलेख देतात. ही रचना लक्षात घेणे महत्त्वाचे ठरते. माहिती शोधतानाही तृतीयक प्रलेखच प्रथम समोर येतात. त्यातून द्वितीयक प्रलेखांची माहिती व त्यातून प्राथमिक प्रलेखांची माहिती मिळते. माहितीचा शोध हा अशा तऱ्हेने घेतला जातो.

डेनिस ग्रोगनच्या या वर्गवारीला मान्यता मिळालेली आहे कारण नवीन माहिती सतत निर्माण होत असते.

Guidelines for Cataloguing – तालिकेविषयीची मार्गदर्शक तत्त्वे

तालिकेचा उद्देश सफल होण्यासाठी काही मार्गदर्शक तत्त्वांचे पालन करणे आवश्यक ठरते.

१) तालिकेचे स्वरूप उपयोजकांच्या गरजेनुसार असावे – ग्रंथालयातील वाचन साहित्याचे वर्णन करणे हा तालिकेचा मुख्य हेतू आहे. तालिकेच्या मदतीने उपयोजकाच्या विविध प्रश्नांना उत्तरे देणे अपेक्षित असते. तालिकेचा उपयोग कोणत्या प्रकारचे उपयोजक करणार आहेत याचा विचार करून त्यांना सहजपणे समजू शकेल अशी तालिकेची रचना असावी. तालिकेतील नोंदींची रचना सुलभ व सोपी असावी. वर्णानुक्रमाने केलेली रचना सोपी असते. ग्रंथाविषयीची किमान माहिती तालिकेत असावी. आवृत्ती विषयीची माहिती तालिकेत असणे महत्त्वाचे आहे. ग्रंथालयात येणाऱ्या उपयोजकांचे अनेक प्रकार असतात. तेव्हा त्यांच्या गरजा लक्षात घेणे आवश्यक ठरते.

२) तालिकेचा पाया सूत्रबद्ध असावा – तालिकेसाठी प्रमाणभूत संहिता वापरावी. त्यामुळे तालिकीकरणाच्या कामात सातत्य, सुसूत्रता राहते. संहितेमुळे तालिकेचा पाया मजबूत होतो. तालिकेतील नोंदीचे विभाग त्यातील समाविष्ट माहिती, पूरक नोंदी, शीर्षके या गोष्टी तालिकेचे मुख्य भाग असतात. या गोष्टींची माहिती संहितेमध्ये असते. संहितेमुळे अनेक ग्रंथालयात एकाच पद्धतीने तालिकीकरण केले जाते.

त्यामुळे उपयोजकांची सोय होते.

डॉ. रंगनाथन यांचे ' क्लासिफाईड कॅटलॉग कोड '(वर्गीकृत तालिका संहिता), श्री. कटर यांचे ' रूल्स फॉर डिक्शनरी कॅटलॉग' व 'अँग्लो अमेरिकन कॅटलॉगिंग रूल्स' (AACR) या जागतिक प्रमाणभूत तालिका संहिता आहेत.

३) तालिका सदैव परिपूर्ण असावी – ग्रंथालयात दररोज नवीन ग्रंथ, नियतकालिके यांची भर पडत असते. खरेदी, देगणी व अदलाबदल या मार्गांनी ग्रंथालयातील संग्रह वाढतच असतो. त्यामुळे या नवीन साहित्याची नोंद तालिकेमध्ये लवकर होणे आवश्यक असते. ग्रंथखरेदीच्या वेळी दुबार प्रत टाळणे महत्त्वाचे असते. तसेच गहाळ झालेले ग्रंथ वा बाद केलेले ग्रंथ यांच्या नोंदी तालिकेतून काढणेही आवश्यक असते. म्हणजे तालिका परिपूर्ण असणे महत्त्वाचे आहे.

४) तालिका उपयुक्त असावी – ग्रंथालयातील वाचनसाहित्याची माहिती देणारे तालिका हे एक साधन आहे. तिचा जास्तीत जास्त उपयेाग उपयोजकाकडून केला जावा अशी अपेक्षा असते. म्हणून तालिकेचे स्थान प्रवेशद्वार, देवघेव विभागाच्या जवळ असावे. तेथे उजेडही भरपूर असावा.

तालिकापत्रातील अक्षर स्वच्छ व सुवाच्य असावे. मार्गदर्शक चिठ्ठ्या तालिका कपाटावर लावाव्यात. तालिकापत्रामध्ये मार्गदर्शक पत्रे (Guide Cards) वापरावीत. ग्रंथालयात येणाऱ्या उपयोजकाला तालिकेच्या वापरासंबंधी माहिती गरज पडल्यास देण्यात यावी.

५) तालिकेचा विस्तार प्रमाणात असावा – ग्रंथालयात विविध प्रकारचे वाचनसाहित्य नेहमी येत असते. या सर्वांचे तालिकीकरण केल्यास तालिका पत्रांची संख्या अमर्याद होईल. म्हणून जे साहित्य अभ्यासक, संदर्भासाठी व ग्रंथालयाच्या दृष्टीने आवश्यक वाटेल अशा वाचनसाहित्याचे तालिकीकरण करावे. ज्या वाचनसाहित्याचा उपयोग थोड्या कालावधीसाठी करावयाचा असेल त्याची फक्त मुख्य नोंद करावी. अनावश्यक वाचनसाहित्याचे तालिकीकरण करू नये.

तालिकेसाठी वेळ, पैसा व श्रम यांची आवश्यकता असते. या दृष्टीने देखील तालिकेचा विचार होणे आवश्यक ठरते.

❑❑❑

(H)

Half Title – लघु ग्रंथनाम

काही वेळा ग्रंथाचे शीर्षक ग्रंथामध्ये दोन किंवा तीन पृष्ठांमध्येही दिलेले असते. प्रथम एका पृष्ठावर फक्त ग्रंथाचे शीर्षक दिलेले असते. या पृष्ठावर ग्रंथाविषयी वा इतर कोणतीही माहिती नसते. ग्रंथाला उपग्रंथनाम असल्यास तेही या पृष्ठावर नसते. या पृष्ठालाच लघुग्रंथनाम असे म्हणतात.

Handbooks and Manuals - माहिती पुस्तिका आणि मार्गदर्शिका

'हँडबुश' या जर्मन शब्दावरून ''हँडबुक'' हा शब्द आला आहे. जर्मन शब्दाचा अर्थ ''आटोपशीर'' असा आहे. लुईस शोरे यांनी केलेल्या व्याख्येनुसार ''वाचकांच्या सामान्य आवडीनुसार किंवा विशेष गरजेनुसार एक किंवा अनेक विषयांवरील संकीर्ण घटना व संस्था यांचे एकत्रित केलेले छोटे आटोपशीर पण शीघ्र माहिती देणारे संदर्भ साधन.'' हे एक शीघ्र माहिती देणारे संदर्भ साधन आहे.

'मॅन्युअल' हा शब्द ''मन्युअलिस'' या लॅटिन शब्दापासून आला आहे. याचा अर्थ 'मार्गदर्शक पुस्तक' किंवा 'सूचना पुस्तक' असा आहे. आटोपशीर ग्रंथ किंवा कामासंबंधी नियम, मार्गदर्शन व सूचना यांचे पुस्तक म्हणजे मॅन्युअल होय अशी व्याख्या ए.एल.ए.ग्लोसरीमध्ये दिलेली आहे.

माहिती पुस्तिका गोष्टी (Facts) समजून देतात. तर मार्गदर्शिका त्या गोष्टी कशा कराव्या या संबंधी सूचना देतात.

माहिती पुस्तिकांचे प्रकार :-

१) सर्वसाधारण माहिती पुस्तिका २) सांख्यिकीय माहिती पुस्तिका

३) ऐतिहासिक माहिती पुस्तिका ४) साहित्यिक माहिती पुस्तिका

५) विषयाची माहिती पुस्तिका ६) प्रात्यक्षिकांची माहिती पुस्तिका

या माहिती पुस्तिकेच्या प्रकारातच त्या त्या संबंधित माहिती पुस्तिकेचे स्पष्टीकरण आपसूकच होते. उदा. युनिव्हरसिटीज हँडबुक

ही दोन्ही संदर्भ साधने, शीघ्र संदर्भ तर आहेतच. पण त्या त्या विषयातील सखोल माहिती पुरवितात. माहिती पुस्तिका ही ज्ञानकोशाची पूर्वावस्था आहे असे म्हणता येईल. मार्गदर्शिकेतील माहिती आटोपशीर पण संक्षिप्त असते.

Historical Research Method – ऐतिहासिक संशोधन पद्धती

इतिहास हा भूतकाळाचा सखोल विचार करतो. समाजाशी याचा संबंध आहे. मानवी स्वभाव, त्यांची कार्ये यामधील विविधता व झालेले बदल इतिहास दर्शवितो. यामध्ये जीवनाचा इतिहास किंवा संस्थेचे व्यष्टी अध्ययन येते. नक्की काय घडले हे इतिहास सांगतो, घटनांचे संग्रहित प्रतिनिधित्वही करतो.

माहिती तंत्रज्ञानातील बदल समजण्यास या पद्धतीचा उपयोग होतो. हे संशोधन अनेक गोष्टींशी संबंधित असते. उदा. सामाजिक इतिहास, राजकीय इतिहास, अर्थशास्त्रीय इतिहास, ऐतिहासिक आधारभूत माहितीचा संबंध माहिती सेवेशी येतो.

ही पद्धती भूतकाळातील घटनांशी संबंधित आहे. मानवी मूल्यमापन या पद्धतीमुळे सुलभ जाते. म्हणून ही एक शास्त्रीय प्रक्रियाच आहे. इतर पद्धतींमध्ये गृहीतक तयार करावे लागते, पण इतिहासकारांनी अनेक पुराव्यांनिशी घटनांचे मूल्यमापन पूर्वीच केलेले असते. हे पुरावे गृहीतकाच्या परिणामांशी मिळते जुळते असल्यास गृहीतक निश्चित केले जाते. अन्यथा गृहीतक बदलावे लागते.

इतिहासकाराला ज्या घटनांचा अभ्यास करावयाचा असेल, त्या घटना ते वेगळ्या काढतात. त्या संदर्भात इतरांनी केलेल्या नोंदी, पुरावे, तार्किक विश्लेषण, निष्कर्ष यांचाही परामर्श त्यांना घ्यावा लागतो. ह्या सर्वांच्या शक्यतेनुसार त्यांची माहिती विश्वासार्ह असल्याची खात्री दिली जाते. आधारभूत माहितीची योग्य प्राथमिक साधने शोधणे, कठोर परिश्रम, कल्पनाशक्ती आणि विषयाची पद्धतशीरपणे योग्य जाण, मांडणी या गोष्टी यामध्ये आवश्यक ठरतात.

आधारभूत माहितीचा उपयोग या पद्धतीमध्ये साधन म्हणून करताना काळजी घ्यावी लागते. या साधनांच्या शोधासाठी व त्यांच्या निवडीसाठी फार दक्षता घ्यावी लागते. त्या सर्वांचा सखोल अभ्यास करणे आवश्यक असते. ती साधने प्राथिमिक आहेत ना, त्यांचा संदर्भ कोणकोणत्या ऐतिहासिक साहित्यामध्ये आलेला आहे, त्या साधनांचे, संदर्भाचे मूल्यांकन, टीपा, निरीक्षणे या सर्व गोष्टी काटेकोरपणे पहाव्या लागतात. त्यांचा उपयोग समन्वयासाठी व निष्कर्षासाठी जाणतेपणाने करावा लागतो. काही वेळा त्या घटनांमध्ये अपुरेपणा असतो. अशावेळी त्या जागा, मुद्दे तार्किकतेने भरून काढावे लागतात. यातूनच इतिहास घडत जातो.

या संशोधन पद्धतीमध्ये माहितीची आधारभूत साधने, पुरावस्तू संशोधन शास्त्रातील साधने, खोदकाम केलेली साधने, दप्तरखाना यातील साधने, याशिवाय वाङ्मयीन, मौखिक व पारंपरिक साधनांवर अधिष्ठित असतात. ग्रंथालयाच्या संदर्भात सेवा, तालिकीकरण इ. तंत्राबाबत ऐतिहासिक संशोधन पद्धतीने मागोवा घेणे शक्य वाटते.

Hospital Libraries – रुग्णांसाठी ग्रंथालय

रुग्णालयात अनेक प्रकारचे रुग्ण असतात. रोगांच्या निदानावर रुग्णालयातील रुग्णांचे वास्तव्य अवलंबून असते. काहीना विश्रांतीची सक्त जरुरी असते. या विश्रांतीच्या काळात त्या रुग्णांना इतर उद्योग करता येणे शक्य नसते. त्यामुळे त्यांचा वेळ कंटाळवाणा ठरतो. या वेळेचा त्यांचे मनोरंजन, करमणूक करण्याकडे उपयोग होऊ शकतो. त्यांना वाचनासाठी ग्रंथ उपलब्ध करून देता येऊ शकतील. त्यांना ग्रंथालय सेवेची सुविधा देता येईल.

हे रुग्ण ग्रंथालयापर्यंत जाऊ शकत नाहीत. पण ग्रंथ त्यांच्याकडे जाऊ शकतात. पण हे वाचन साहित्य जंतुविरहित करणे आवश्यक ठरते. ज्या रुग्णांना स्वतः हातात ग्रंथ धरून वाचण्याची ताकद नाही त्यांच्यासाठी ग्रंथ वाचून दाखविण्याऱ्या व्यक्तीची निवड करणे महत्त्वाचे आहे. या वाचन साहित्यामध्ये विनोदी, प्रवासवर्णने वगैरे सारखे माहितीपूर्ण व मनोरंजन करणारे साहित्य असावे. तात्त्विक, नैराश्यवादी गोष्टी त्यात नसाव्यात. म्हणून साहित्याची निवड ही एक महत्त्वाची गोष्ट आहे.

सार्वजनिक ग्रंथालयासारख्या संस्था, स्वयंसेवी संस्था यांच्याकडून अशी सेवा देता येईल. या सेवेला मानसशास्त्राची जोडही हवी. काही ज्येष्ठ नागरिक रुग्णांना, रुग्णालयात येणाऱ्या व्यक्तिंना सर्व प्रकारची मदत करताना दिसतात. त्यांनाही समाजोपयोगी कामासाठी वेळ सार्थकी लावण्याचे समाधान मिळते.

वाचनसाहित्याच्या देवाण-घेवाणासाठी फिरती ग्रंथालये उपयुक्त ठरतील. रुग्णांच्या सोयीनुसार ही ग्रंथालय सेवा देणे आवश्यक ठरेल. त्याचप्रमाणे या बाबतीत वैद्यकीय सल्लाही महत्त्वाचा आहे. रुग्णालयामार्फतही अशी सेवा देता येईल.

Hypothesis – गृहीतकृत्य /गृहीतक

हा शब्द Hypo म्हणजे गृहीत धरणे व thesis म्हणजे प्रमेय अशा दोन शब्दांनी बनलेला आहे. त्यामुळे Hypothesis म्हणजे गृहीत धरलले प्रमेय असा अर्थ होईल.

गुड ॲण्ड हॅट यांच्यामते – ज्या विधानाची सत्यासत्यता पडताळून पाहणे शक्य असते त्या विधानाला गृहीतकृत्य/गृहीतक असे म्हणतात.

संबंधित तथ्यापासून असंबंधित तत्त्वे वेगळी करणे आवश्यक असते. कारण त्यावर सामान्य अनुमान व त्याची परिणामकारकता अवलंबून असते. म्हणून गृहीत तत्त्वे महत्त्वाची ठरतात.

गृहीतकासाठी संशोधकाचे नैसर्गिक गुणवत्ता व ज्ञान आवश्यक ठरते. यावरच गृहीतके आधारलेली असतात. घटनांच्या कारणमीमांसेतून गृहीतकांची निर्मिती होत असते.

गृहीतकांची वैशिष्ट्ये खालीलप्रमाणे :

(१) वास्तवता – गृहीतक वास्तव असणे म्हणजे अभ्यासकाला त्याचा अनुभव आला पाहिजे.

(२) सुस्पष्टता – गृहीतकामध्ये संशोधकाने सर्वसामान्य संकल्पनांचा उपयोग केला पाहिजे. म्हणजे संकल्पना स्पष्ट असल्या पाहिजेत.

(३) प्रचिती क्षमता – गृहीतकाच्या प्रचितीवर त्याची सत्यता अवलंबून असते.

(४) सुसंगती – गृहीतकाची पूर्वीच्या सिद्धान्ताशी सुसंगती असली पाहिजे. यावर सिद्धान्ताची पुष्टी व नवसिद्धान्ताचे निर्माण अवलंबून असते.

(५) पूर्वकथन क्षमता – गृहीतकाची व्याप्ती मोठी पाहिजे.

(६) पर्याप्तता – गृहीतकाच्या व्याप्तीची कल्पना संशोधकाला असली पाहिजे. अभ्यास घटकाच्या समस्येशी संबंधित सर्व गोष्टी गृहीतकात समाविष्ट असल्या पाहिजेत.

(७) उपलब्ध संशोधन तंत्राशी संबंधित – यावर गृहीतकाची सत्यासत्यता अवलंबून असते.

गृहीतकाचे प्रकार १) अनुभवनिष्ठ गृहीतके – ही अनुभवनिष्ठ एकरूपतेवर अधिष्ठित असतात. ही अमूर्त असतात. काही वेळा घटनांची पुनर्निर्मिती होते. या अनुभवावर गृहीतके मांडली जातात.

२) आदर्श गृहीतके – संशोधकाच्या अनुभवाच्या एखाद्या वैशिष्ट्याधारे गृहीतक मांडले जाते ते आदर्श गृहीतक. या वैशिष्ट्याची सत्यासत्यता पहावी लागते कारण त्याला अवास्तव महत्त्व दिलेले असते.

(३) परिवर्तनीय गृहीतके – एखाद्या विशिष्ट साम्याधारे एका घटकाद्वारे अमूर्त तत्त्व मांडले जाते. या घटकातील बदलाचा परिणाम दुसऱ्या घटकावर होतो.

गृहीतकाच्या मांडणीत सामान्य अनुमान, वैज्ञानिक सिद्धता, वैयक्तिक अनुभव व सांस्कृतिक पर्यावरण हे घटक कारणीभूत असतात.

❑❑❑

I

Incunabulum - दोलामुद्रित

Incunabulum या शब्दाची उत्पत्ती लॅटिन भाषेतील Incunabula या शब्दात सापडते. ज्याचा अर्थ तान्ह्या मुलाला गुंडाळण्यासाठी वापरले जाणारे दुपटे असा होता. Incunabulum हा एकवचनी शब्द असून त्याचे अनेकवचन Incunabula असे आहे. कोणत्याही गोष्टीच्या प्राथमिक अवस्थेसाठी Incunabula हा शब्द वापरला जात होता. ग्रंथांच्या बाबतीत बोलावयाचे झाल्यास युरोपमध्येसुद्धा पंधराव्या शतकाच्या मध्यापर्यंत ग्रंथ हस्तलिखित स्वरूपात तयार केले जात होते. युरोपमध्ये मुद्रणकलेचा शोध पंधराव्या शतकाच्या मध्याला लागला. त्या कालापासून ते इ.स.१५०० या कालावधीत जी पुस्तके मुद्रित केली गेली (printed), त्यांना incunabula दोलामुद्रिते असे संबोधिले जाते. मुद्रणकलेतील एक संज्ञा म्हणून incunabula या संज्ञेचा वापर १६३९ मध्ये बर्नहर्ड व्हॉन मॅलिकक्रॉट याने लिहिलेल्या De ortu et progressu artis typographicae (अर्थ टायपोग्राफीक कलेचा उद्‌गम आणि प्रगती) या पॅम्फलेटमध्ये (पत्रकामध्ये) आढळतो.

Incunabula चे दोन प्रकार आढळतात (अ) Block-book मुद्रित आणि (ब) टायपोग्राफिक इ.स.१५०० पर्यंत मुद्रित केलेले ग्रंथ म्हणजे incunabula असे अजूनही एक परंपरा (convention) म्हणून मानण्यात येत असले तरी इ.स.१५०० हे वर्ष arbitrarily निवडण्यात आलेले आहे. त्या साली (इ.स.१५००) मुद्रणकलेत काही विशेष प्रगती झाली असे नसून केवळ arbitrarily हे वर्ष निवडण्यात आलेले आहे.

Incunabula मध्ये काही प्रसिद्ध दोलामुद्रिते म्हणून १४५५ मध्ये मुद्रित झालेले जोहान गुटेनबर्ग यांचे Bible, अरहर्ड रेविच यांचे १४८६ मध्ये मुद्रित झालेले Peregrinatio in terram sanctam आणि १४९३ मध्ये अँटन कोबर्जर यांनी मुद्रित केलेले Nurember Chronicle of Hartmann Schedel या दोलामुद्रितांचा उल्लेख करता येईल.

दोलामुद्रितांचा अभ्यास आणि त्यावरील संशोधनाची सुरुवात सतराव्या शतकामध्ये झालेली आढळून येते. मायकेल मैटिअर आणि जॉर्ज वोल्फगँग पॅन्झर यांनी सर्व मुद्रित ग्रंथ कालमानानुसार तयार केले. एकोणिसाव्या शतकाच्या पूर्वार्धात लुडविग हेन यांनी लेखकांच्या नावाच्या अनुवर्णानुसार Repertorium bibliographicum ही चेकलिस्ट तयार केली.

जगातील विविध ग्रंथालयात दोलामुद्रिते हजारोंच्या संख्येनी असल्याचे आढळून येत. उदा. ब्रिटिश लायब्ररीच्या Incunabula short title catalogue मध्ये २७,४०० दोलामुद्रितांची माहिती समाविष्ट आहे. म्युनिच येथील बॅव्हेरियन स्टेट लायब्ररी (१९,९००). फ्रन्सच्या बिब्लिओथेक नॅशनल (१२,०००). व्हॅटिकन सिटीच्या व्हॅटिकन लायब्ररी (८,०००) सेंट पिटर्सबर्ग येथील रशियन नॅशनल

लायब्ररी (७,०००) लायब्ररी ऑफ काँग्रेस (५,६००), बॉडलियन लायब्ररी (५,५००), केंब्रिज युनिव्हर्सिटी (४,६००), हॉरवर्ड विद्यापीठ (३,६००) इत्यादी.

भारतापुरते बोलावयाचे झाल्यास दोलामुद्रित हा शब्द ग्रंथमुद्रण, ग्रंथेतिहासाचे गाढे अभ्यासक कै. अ. का. प्रियोळकर यांनी प्रथम योजला. भारतामध्ये ग्रंथनोंदणी कायदा इ.स.१८५६ साली अस्तित्वात आला. त्यामुळे या सालापूर्वी भारतात छापली गेलेली सर्व पुस्तके दोलामुद्रिते म्हणून ओळखली जातात. मराठी ग्रंथ प्रकाशनाच्या संदर्भात इ. स. १८०५ ते १८६७ या काळाला दोलामुद्रित कालखंड म्हणता येईल. या कालखंडात सुमारे १८०० पुस्तके प्रकाशित झाली असावीत. या कालखंडावर जरी मिशनरी प्रकाशनांचा प्रभाव फार मोठा होता, तरीसुद्धा या काळातच मोल्सवर्थचा मराठी-इंग्रजी शब्दकोश, बाबा पदमनजी लिखित 'यमुना पर्यटन' ही पहिली कादंबरी, राज्य व्यवहार कोश, शास्त्री मंडळीचा कोश, परशुराम तात्या गोडबोले यांचे 'नवनीत' आणि मोरोपंत दांडेकर यांचे हिंदू धर्म स्थापना या ग्रंथांचा उल्लेख करता येईल.

INDEST - AICTE Consortium OR AICTE - INDEST Consortium –
इंडेस्ट – अे. आय. सी.टी.इ. कन्सॉरशियम

इंडियन नॅशनल डिजिटल लायब्ररी इन इंजिनिअरिंग सायन्सेस अँड टेक्नॉलॉजी (INDEST) हे मानवी संसाधन मंत्रालय (Ministry of H.R.D.) यांनी स्थापन केले. सुरुवातीला इंडेस्ट कन्सॉरशियम असे नाव होते. २००५ मध्ये इंडेस्ट – अे. आय.सी.टी.इ. कन्सॉरशियम असे पुनर्नामकरण करण्यात आले. याचे मुख्य कार्यालय आय.आय.टी.दिल्ली येथे आहे. या कन्सॉरशियमचे मुख्य उद्दिष्ट सभासदांना कमी किंमतीत इलेक्ट्रॉनिक रिसोर्सेस शास्त्रीय कार्याकरता उपलब्ध करून देणे व त्यांना प्रशिक्षण देऊन त्यांच्यात सहकार्य वाढवणे हे आहे.

या कन्सॉरशियममध्ये ए.एस.सी.इ. जर्नल्स, ए.एस.एम.इ. जर्नल्स, आय.इ.इ.इ. इंजिनिअरिंग लायब्ररी, एलसेव्हिअर सायन्स डायरेक्ट इ. इलेक्ट्रॉनिक रिसोर्स उपलब्ध आहेत.

आय.आय.टी.,एन.आय.टी. सारख्या राष्ट्रीय पातळीवरच्या संस्था तसेच चारशेपेक्षा अधिक अभियंत्रिकी महाविद्यालयांनी याचे सभासदत्व घेतले आहे.

Index - निर्देश

माहितीच्या युगात माहितीचे महत्त्व वाढतच आहे. मागणीही वाढत आहेत.नवीन नवीन माहितीची सारखी भर पडत असते. ही माहिती उपयोजकांना कमी वेळात उपलब्ध व्हावी म्हणून अनेक गोष्टी प्रलेखन केंद्रातून केल्या जातात. 'निर्देशन' हे त्यापैकी एक.

प्रलेखांच्या विशिष्ट प्रकारांनी नोंदी करून हे ''निर्देश'' तयार केले जातात. ग्रंथ, प्रलेखांची ग्रंथसूचीय माहिती, शीर्षके, त्यांचे क्रमांक ही माहिती निर्देशावरून मिळू शकते. यावरून प्रलेखाचे स्थान शोधून निश्चित प्रलेख मिळविता येतात, माहितीची प्रतिप्राप्ती करता येते.

प्रलेखांचे महत्त्व त्याचे निर्माते, उपयोजक व प्रलेखक यांना वाटत असते. ''कंकॉर्डन्स टू बायबल'' हा निर्देश कार्डेल अलेक्झांडर (Cardel Alexander) यांनी प्रथम तयार केला (१७३७). संशोधकांना या गोष्टीचा फार उपयोग होतो. नंतर एन्सायक्लोपिडिया ब्रिटानिकाचा निर्देश तयार झाला. नियतकालिकांचे

निर्देश तयार होण्याला विसावे शतक उजाडावे लागले. निर्देश हा ग्रंथसूचीय नियंत्रणाचे एक उपयुक्त साधन आहे.

''मार्ग दाखविणारा तो निर्देश''. प्रलेखातील किंवा त्यांच्या समुच्चयांतील विशिष्ट माहिती, ठिकाणे, नावे, विचार इ. त्या प्रलेखातील स्थान दर्शविणारा तो निर्देश; म्हणून प्रत्येक वाचनसाहित्याला निर्देश दिसून येतो. प्रलेखांची वाढलेली संख्या, अनेक पैलू असलेल्या विषयावरील प्रलेख संख्या. सूक्ष्म विषयांवरील प्रलेख, संशोधकांना कमी वेळेत माहिती उपलब्ध करून देणे यासाठी निर्देश हे महत्त्वाचे व आवश्यक साधन आहे.

निर्देश म्हणजे संज्ञा/शब्द यांच्यावर आधारित प्रक्रिया होय. प्रलेखातील विशिष्ट संज्ञा, संकल्पना यांची स्पष्टता करणे, प्रलेखांच्या स्थानाकडे उपयोजकाला मार्गदर्शन करणे म्हणजे निर्देश. संज्ञांची अचूक व थोडक्यात नोंद निर्देशनात केलेली असते. आधुनिक निर्देश हे यंत्रांच्या साहाय्याने कमी वेळात होतात. तसे पाहिले तर ग्रंथसूची व निर्देश दोन्ही जरी याद्याच असल्या तरी त्यात फरक आढळतो. ग्रंथसूची प्रलेखांची यादी असते, तर प्रलेखात संज्ञा व संकल्पना यांची यादी असते. प्रलेखन केंद्रातील प्रलेखसंग्रह म्हणजे निर्देश असतो. त्याचेच व्यापक स्वरूप म्हणजे ग्रंथसूची.

निर्देशाच्या लक्षणानुसार त्याचे वेगवेगळे प्रकार होतात. ग्रंथनिर्देश, नियतकालिकातील निर्देश, वृत्त निर्देश, ग्रंथाच्या शेवटी महत्त्वाच्या संज्ञा अनुवर्णक्रमाने दिलेल्या असतात. त्यापुढे संबंधित पृष्ठक्रमांक दिलेला असतो. याशिवाय विशिष्ट, सापेक्ष, विश्लेषणात्मक, सटीप, विषय निर्देश, व्यापक व मर्यादित, अनुवर्ण, वर्गीकृत, उल्लेख, अनुवाद इ. निर्देशाचे प्रकार होतात.

Index and Indexing Journals – निर्देश व निर्देशन नियतकालिके

सामान्यतः सर्व ग्रंथांतून निर्देश आढळतो. संज्ञा, विशिष्ट विषय व स्थलनामे इ. माहितीची यादी देणारा निर्देश प्रलेखातच अंतर्भूत असतो. प्रलेखातून, ग्रंथांतून वरील गोष्टीच्या माहितीचे नेमके स्थान निर्देश दर्शविते. उपयोजकांच्या गरजांचा, मागण्यांचा विचार करून, अंदाज घेऊन निर्देश तयार केला जातो. निर्देश सामान्यतः ग्रंथातील मजकूराच्या शेवटी दिला जातो.

ग्रंथाप्रमाणे निर्देश हे नियतकालिकासाठी एक उपयुक्त साधन आहे. नियतकालिकांच्या बांधीव (Binding) खंडात अनेक अंक असतात. त्यामध्ये एका विषयावर वेगवेगळे लेख प्रसिद्ध केले जातात. काही त्यामध्ये विशेष विषयाला (Special Issue) वाहिलेले असे असतात. अशा सर्व अंकांचा एका खंडात समावेश करून त्यांचा केलेला निर्देश उपयोगी ठरतो. हा निर्देश एखादी विशिष्ट संज्ञा कोणत्या अंकात, कोणत्या लेखात व त्याचा पृष्ठक्रमांक देतो. त्यामुळे वेळेची बचत होते.

इंग्रजी भाषेतील पहिला निर्देश 'ए कंकॉर्डन्स टू बायबल' या नावाने 'बायबल' या धर्मग्रंथासाठी अलेक्झांडर कार्डेल (Alexander cardel) यांनी तयार केला होता (१७३७). पुढे निर्देश तयार करण्याच्या पद्धतीमध्ये अनेक सुधारणा झाल्या.

विसाव्या शतकात कोणत्याही मुद्रित साहित्याचा शोध घेण्याचे ''निर्देश'' हे महत्त्वाचे साधन ठरले आहे. एखादा ग्रंथ अथवा नियतकालिक खंडापुरतीच निर्देशाची व्याप्ती राहिली नाही. निर्देश व्यापक झाला. विशिष्ट विषय, विशिष्ट भूप्रदेश, विशिष्ट कालावधी या दृष्टीने प्रकाशित साहित्याचे निर्देश तयार होऊ लागले. संघटना, संस्था व प्रकाशक ही या निर्देशाच्या कार्यामध्ये समाविष्ट झाले. ''द रिडर्स गाईड

टू पिरिऑडिकल लिटरेचर'' हा निर्देश प्रख्यात आहे. निर्देश प्रसिद्ध करणारी नियतकालिकेही मोठ्या संख्येने प्रकाशित होत आहेत.

निर्देशन नियतकालिके (Indexing Journals) निर्देश प्रसिद्ध करतात. ज्या नियतकालिकांच्या नावात निर्देश हा शब्द येतो अशा निर्देशांच्या व्याप्तीप्रमाणे त्यांचे दोन प्रकार होतात.

१) सर्वसाधारण निर्देश (General Index) - हे निर्देश सामाजिक शास्त्रासारख्या व्यापक विषयावरील प्रलेखांचा अंतर्भाव असणारे असतात. उदा. सोशल सायन्सेस अँड ह्युमॅनिटीज इंडेक्स. यामध्ये मानवी जीवनाशी संबंधित शास्त्रातील विषयावरील लेखांचे निर्देशन केलेले आहे.

२) विशिष्ट विषयक निर्देश (Special Subject Index) - यामध्ये विशिष्ट विषयांचा विचार असतो. पण त्यांची व्याप्ती कमी असते. यामध्ये मुख्य विषयाबरोबर त्यातील उपविषयांच्याही माहितीचे प्रलेख असतात. उदा. शिक्षणशास्त्रातील शालेय शिक्षण, त्यांच्या पद्धती यावरील माहितीचे प्रलेखांचे निर्देशन केलेले असते. यात ग्रंथ, शासकीय प्रकाशने, पुस्तिका इ.चा समावेश असतो. निर्देशामध्ये लेखांची ग्रंथसूचीय माहिती असते.

निर्देशातील नोंदीची रचना वर्गीकृत असते. किंवा अनुवर्णाप्रमाणे असते. त्यामुळे माहितीचा शोध घेणे सुलभ होते. काही माहिती केंद्रातून त्यांच्या संग्रहापुरते निर्देश केले तरी संशोधकांना माहिती देणे सोपे होईल.

नियतकालिके हे महत्त्वाचे संदर्भ साधन आहे. त्यांचे निर्देश असल्यास त्यांचे महत्त्व वाढते. हे निर्देश म्हणजे एकप्रकारे विषय ग्रंथसूचीच असते. कित्येक वेळा नियतकालिकातून प्रसिद्ध होणारे लेख तात्पुरते महत्त्वाचे असतात. तर काही लेखांचे महत्त्व कधीच कमी होत नाही.

काही वेळा नियतकालिकांचे जुने खंड काढले जातात. त्यामुळे जागेचा प्रश्न सुटतो. पण काही अभ्यासू नियतकालिकांच्या अनुक्रमणिकांचे पृथःकरण करून त्यांच्या तालिका तयार केल्या जातात. या गोष्टी महत्त्वाच्या आहेत. कारण कालिकामध्ये प्रकाशित व अप्रकाशित अहवाल, शासकीय प्रलेख, शासकीय सूचना, परिषदा, चर्चासत्रे यांचे इतिवृत्त या गोष्टी प्रकाशित होत असतात. शास्त्रीय, वैज्ञानिक विषयाला वाहिलेल्या नियतकालिकांच्या निर्देशांचा उपयोग होतोच पण साहित्यिक नियतकालिकांच्या निर्देशांचाही संदर्भ म्हणून महत्त्व आहेच.

नियतकालिकांचे अंक बांधणी करून वर्षानुसार व्यवस्थित ठेवलेले असतात. हल्ली संगणकाच्या मदतीने या गोष्टी संगणकीय तबकड्यांवर जतन करता येतात.

Indexing – निर्देशन

प्रलेखांच्या नोंदी करून त्या विशिष्ट व उपयुक्त पद्धतीने लावून निर्देश तयार करण्याच्या कलेला / तंत्राला निर्देशन म्हणतात. निर्देशन प्रक्रिया पूर्ण झाली म्हणजे निर्देश तयार होतो. निर्देशनामध्ये प्रलेख महत्त्वाचा असतो.

निर्देशनामुळे माहितीची योग्य प्रकारे व्यवस्था होऊ शकते व ती कमी वेळात उपलब्ध होऊ शकते. निर्देशनातील नोंदीवरून विषयाचा विकास समजू शकतो. निर्देश हे माहिती व उपयोजक यांच्यातील एक उपयुक्त दुवा आहे. त्याच्यामुळे वेळ, श्रम व पैसा वाचतो. माहिती युगातील समस्यांवर 'निर्देशन' हा एक उपाय आहे.

निर्देशन प्रक्रियेमध्ये खालील गोष्टी महत्त्वाच्या ठरतात.

१) प्रलेखांचे विश्लेषण – प्रलेखातील माहितीचे शीर्षकाच्या मदतीने विश्लेषण करावे लागते. शीर्षकाखाली योग्य असल्यास नोंद करावी लागते. येथे शीर्षकाची यथार्थता पाहणे आवश्यक ठरते. कारण शीर्षक फसवे (fanciful) असू शकते. शीर्षक विषयाचे आकलन करणारे आहे याची खात्री करून घ्यावी लागते. कारण विषयातील माहितीचे स्पष्टीकरण करणाऱ्या संज्ञांची नोंद करण्याची गरज असते. हे प्रलेखाच्या विश्लेषणावरून समजू शकते कारण यातूनच प्रलेखातील विषयाचे विश्लेषण केले जाते.

२) योग्य संज्ञांची निवड – निर्देशामध्ये फक्त महत्त्वाच्या संज्ञांचीच नोंद केलेली असते. संज्ञा निवडताना काही गोष्टी महत्त्वाच्या ठरतात. काही वेळा एकच संज्ञा वेगवेगळ्या संदर्भात येऊ शकते. यावेळी मूळ संदर्भ स्पष्ट करावा लागतो. उदा. अर्थ (अर्थशास्त्र), अर्थ (भाषाशास्त्र), एखादी विचार कल्पना स्पष्ट करण्यासाठी एकच संज्ञा न वापरता संज्ञासमूह वापरला जातो. अशा वेळी संज्ञासमूहाची नोंद करावी लागते. उदा. Child Sports यातील Child या संज्ञेला व्यापकता आहे. म्हणून निश्चित विषयाच्या नोंदीसाठी अशी नोंद करावी लागेल. काही वेळा प्रलेखातून एकच अर्थ दर्शविणाऱ्या वेगवेगळ्या संज्ञा दिसतात. उदा. पेट्रोल गॅस. यावेळी एकच संज्ञा निश्चित करून इतर संज्ञासाठी "पाहा" अशा नोंदी करणे आवश्यक ठरते.

३) संज्ञाक्रम – संज्ञांच्या नोंदीसाठी क्रमही निश्चित करावा लागतो. कोणती संज्ञा महत्त्वाची म्हणून प्रथम नोंद करणे, कोणत्या संज्ञेसाठी उलट संदर्भ दर्शन नोंदी आवश्यक आहेत ते ठरविणे. या गोष्टी निश्चितपणे ठरविणे आवश्यक ठरते. उपयोजकाची मागणी व प्रलेखकाच्या नोंदी वेगवेगळ्या असल्या तर माहिती असूनही माहिती देणे शक्य होणार नाही. निवडलेल्या नोंदीमध्ये अर्थात सातत्याही हवे.

म्हणून काही तज्ज्ञांच्या मते, प्रलेख शीर्षकातील संज्ञांना महत्त्व दिले जाते व नोंदी केल्या जातात तर काहींच्या मते निर्देश तयार करण्यापूर्वीच विशिष्ट विषयाशी संबंधित संज्ञा, त्यांच्या व्याकरणाच्या नियमासह निश्चित संज्ञासंग्रह तयार करून ठेवावा.

Indexing Language – निर्देशनाची भाषा

निर्देशात प्रलेखातील माहितीच्या नोंदी केल्या जातात. त्यावेळी त्यातील विषयासह काही विशेष संज्ञाही, वैशिष्ट्ये स्पष्ट करतील अशा ठरवाव्या लागतात, यालाच निर्देशनाची भाषा असे म्हणतात. या संज्ञा नोंदीच्या अग्रभागी येतात. त्याखाली नोंदी केल्या जातात. संज्ञांची निवड व त्याप्रमाणे होणारी नोंदीची रचना अनुवर्णाप्रमाणे होतात. येथे वर्गीकरण महत्त्वाचे नाही. अशा निर्देशनाच्या भाषेचे प्रकार तीन प्रकार आहेत.

१) निश्चित संज्ञासंग्रह (Controlled Vocabullary) – यामध्ये विषयांच्या नावास अर्थपूर्ण अशी संज्ञांची यादी केलेली असते. सेयर्स यांची विषयनामाची यादी (Subject Headings) ही तालिकीकरणासाठी उपयुक्त आहे. पण तिचा उपयोग निर्देशनातील संघासाठीही होऊ शकतो. त्या त्या विषयांच्या शब्दकोशातूनही उपयुक्त संज्ञा मिळू शकतात.

संज्ञाचे एकवचन की अनेकवचन घ्यावयाचे, यावर संज्ञासंग्रहातून योग्य संज्ञा निवडता येतात. नेहमी याच संज्ञाखाली नोंदी केल्यामुळे सातत्य टिकून राहते, संगणकीय निर्देश करतानाही यांचा उपयोग होतो. पण संगणकाला प्रलेख शीर्षकातील संज्ञा दिल्या म्हणजे तो अनेक प्रकारांनी नोंदी करू शकतो.

२) **मुक्त निर्देशन भाषा (Free Indexing Language)** – यामध्ये कोणतीही संज्ञा प्रलेखातील विषयास योग्य ठरणारी, निर्देशन संज्ञा म्हणून वापरली जाते. संगणकीय निर्देशनासाठी ही भाषा जास्त उपयोगी पडते. निर्देशनकाराला माहिती मागणी गरज व त्याविषयी दृष्टिकोन लक्षात घ्यावा लागतो. संज्ञांची निवड करावी लागते. यासाठी संज्ञासंग्रहावर त्याला अवलंबून रहावे लागत नाही.

३) **नैसर्गिक निर्देशन भाषा (Natural Indexing Language)** - प्रलेखातील संज्ञा जशा, ज्या स्वरूपात असतील त्याच स्वरूपात त्या संज्ञांच्या नोंदी करणे म्हणजे निर्देशन नैसर्गिक भाषेत करणे होय. यातील संज्ञा नोंदीच्या अग्रभागी लिहिल्या जातात. त्या संज्ञेत व्याकरणदृष्ट्या वा इतरही काहीही बदल केले जात नाहीत. पुढे काळाच्या ओघात जर या संज्ञांचे स्वरूप बदलले तर त्या नवीन स्वरूपातील इतर नवीन नोंदी केल्या जातात.

या भाषेमुळे संज्ञांची निवड करणे सोपे होते. प्रलेखशीर्षकाचे विश्लेषण करणे, त्या विश्लेषणातून उपयुक्त संज्ञा निवडणे, या संज्ञाशी योग्य संज्ञा संज्ञासंग्रहातून निवडणे, नंतर निर्देशनाच्या स्वतंत्र संज्ञा करणे या सर्व गोष्टी यामुळे टाळता येतात.

Indexing Systems – निर्देशन पद्धती

निवडक संज्ञा निवडणे, त्यांच्या नोंदी करणे, मागणी व नोंदीतील संज्ञा यांची तुलना करणे यासाठी वेगवेगळी तंत्रे, पद्धती उपलब्ध आहेत. यावरून निर्देशन पद्धती उदयाला आल्या. निर्देशन पद्धती म्हणजे "ज्ञानाच्या अहवालातील माहितीची प्रतिप्राप्ती, वितरण व व्यवस्थापन यासाठी प्रमाणित प्रक्रियांचा संच" असे म्हटले जाते. संज्ञाखाली नोंदी करताना काही नियम अवलंबावे लागतात. त्यानुसार निर्देशनाचे खालील प्रकार होतात.

१) पूर्व समन्वय पद्धती – (Pre Co-ordinate Indexing System)

२) पश्चात समन्वय पद्धती (Post Co-ordinate Indexing System)

३) मुक्त निर्देशन पद्धती (Free Indexing System)

विश्लेषणातील संज्ञा व ज्याखाली नोंदी आहेत त्या संज्ञा यांची जुळणी करावी लागते. म्हणजेच समन्वय करावा लागतो.

१) पूर्व समन्वय निर्देशन पद्धती – नोंदीच्या संज्ञांची निश्चित क्रमाने पूर्वीच जुळणी केलेली असते आणि त्याखाली नोंदी केल्या जातात. माहिती शोधकार्यात त्या संपूर्ण जुळणी केलेल्या संज्ञाखालच्याच नोंदी बघणे उपयोगी पडते. म्हणून ही पूर्व समन्वय निर्देशन पद्धती होय.

अ) शृंखला निर्देशन पद्धती – पूर्व समन्वय निर्देशन पद्धतीतीलच ही एक पद्धती आहे. डॉ.रंगनाथन यांनी ही पद्धती सुचविली. ही पद्धती अनुवर्ण व अनुवर्ग निर्देशनासाठी उपयोगी आहे. ही पद्धती वर्गीकरणावर आधारित आहे. ही विषयनिर्देशनासाठी जास्त उपयोगी पडते. ही पद्धती प्रलेखांच्या वर्गांकावर अवलंबून असते.

ही पद्धती पैलूवर आधारित आहे. या दृष्टीने वर्गीकरण व निर्देशन काही ठराविक मर्यादेपर्यंत समान प्रक्रिया ठरतात. दोहोत माहितीचे विश्लेषण केले जाते. विषय, उपविषय यांच्या संज्ञा ठरविल्या जातात. वर्गीकरणामध्ये यासाठी संज्ञांना चिन्हांकन देऊन वर्गांक दिला जातो. निर्देशनामध्ये निर्देशनाची भाषा वापरून, नोंदी तयार करून निर्देश तयार केला जातो. यामध्ये अनुवर्णावर भर दिलेला असतो. वर्गीकरणामुळे

संज्ञा निश्चितीला वेळ कमी लागतो. वर्गांकातील चिन्हे आणि विषयसंज्ञा या गोष्टी यातून मिळतात म्हणून ही पद्धती वर्गीकरणाला पूरक आहे.

नोंदीसाठी विषय, उपविषय, यातील संज्ञांची निवड केली जाते. माहिती मागणी व गरज यांच्या विषयीचा दृष्टिकोन लक्षात घेऊन त्याप्रमाणे संज्ञा निश्चिती केली जाते. म्हणजेच मुख्य विषयाकडून सूक्ष्मविषयाकडे या क्रमाने ही रचना असते. त्या प्रत्येक संज्ञेखाली नोंद केली जाते. अशा तऱ्हेने प्रलेखातील विषयाचे पूर्ण निर्देशन केले जाते.

उदा. On Cardiac Damage in Early Childhood in India.

यामध्ये L - Medicine

L9C - Child Medicine

L9c, 3 Circulatory System.

L9c, 32 Heart

L9c , 32 : 4 Damage (Disease)

L9c, 32 : 4.2 India

या प्रकारच्या निर्देशनात गुंतागुंत नाही. हे पद्धतशीर आहे. यातून मुख्य विषय, उपविषय क्रमाने दाखविता येतात. त्यांचा क्रम निश्चित करता येतो. कमी महत्त्वाच्या नोंदी टाळता येतात.

पुढे संगणकाच्या वापरामुळे ही पद्धती तांत्रिक दृष्ट्या अवघड ठरली. 'मार्क' प्रकल्पासाठी दशांश वर्गीकरण पद्धती, लायब्ररी ऑफ काँग्रेस या वर्गीकरण पद्धती वापरल्या जातात.

२) पश्चात समन्वय निर्देशन पद्धती – या प्रकारच्या पद्धतीमध्ये शीर्षकातील संज्ञांचा विशिष्ट क्रम ठरविला जातो. पण समन्वय न करता महत्त्वाच्या संज्ञाखाली नोंदी केल्या जातात. माहितीच्या मागणीचे विश्लेषण करून त्या मागणीतील संज्ञाशी संबंधित अशा निर्देशातील संज्ञा शोधल्या जातात. त्यावेळी त्यांचा समन्वय केला जातो व शीर्षक तयार होते. या शीर्षकानुसार प्रलेख शोधून माहितीची प्रतिप्राप्ती करता येते.

३) मुक्त निर्देशन पद्धती – इतर दोन पद्धतीपेक्षा ही पद्धती वेगळी आहे. यात मागणीपूर्व व मागणीनंतरही संज्ञांचा समन्वय करावा लागत नाही. प्रलेखातील विषयाचे विश्लेषणही करावे लागत नाही. प्रलेखाच्या शीर्षकातील महत्त्वाच्या संज्ञावर ही पद्धती आधारित आहे.

India : A Reference Annual – ए रेफरन्स ॲन्युअल

हा संदर्भ ग्रंथ भारत सरकारच्या माहिती आणि नभोवाणी मंत्रालयामार्फत प्रकाशित केला जातो. भारतासारख्या विशाल आणि अगदी भिन्न अशा देशाच्या प्रत्येक पैलूचे तंतोतंत चित्र या ग्रंथात रेखाटण्यात आलेले आहे. भारतामध्ये गतवर्षी (year gone by) विविध क्षेत्रात जी जलद प्रगती झालेली असते त्याबद्दलची माहिती या ग्रंथात समाविष्ट केलेली आहे. त्याचबरोबर, भारतातील विविध राज्यांची छोटेखानी पण ठळक माहिती यामध्ये दिलेली असते. देशातील भूप्रदेश, लोक, इतिहास आणि कला, संस्कृती याचबरोबर भारताचे आर्थिक धोरण आणि भारताने वैज्ञानिक क्षेत्रात मिळविलेले यश यांचीही माहिती या ग्रंथात मिळते. भारत सरकारच्या विविध मंत्रालयांकडून आणि महत्त्वाच्या विविध संस्थांकडून प्राप्त झालेली आणि विश्वसनीय आणि अद्ययावत माहिती या संदर्भग्रंथात समाविष्ट करण्यात आलेली असल्यामुळे

भारताबद्दल खरी, अस्सल आणि सर्वसमावेशक माहिती मिळविण्यासाठी हा संदर्भग्रंथ अत्यंत उपयुक्त आहे. या वार्षिकाची बावन्नावी आवृत्ती २००८ मध्ये प्रकाशित झालेली असून त्याची एकूण पृष्ठसंख्या ११७९ आहे.

Indian Association of Teachers of Library and Information Science (IATLIS)
इंडियन असोसिएशन ऑफ टिचर्स ऑफ लायब्ररी अॅण्ड इन्फर्मेशन सायन्स

या राष्ट्रीय संघाची स्थापना इ.स.१९७० मध्ये झाली. ग्रंथालयशास्त्रातील अध्यापकांसाठी एखादी संघटना असावी या जाणीवेतून हा संघ निर्माण झाला. डॉ. डी. कृष्ण राव अध्यक्ष व प्रो. पी.एन. कौल हे सचिव होते.

ग्रंथालयशास्त्राच्या शिक्षणाला प्रोत्साहन देणे, या शिक्षणातील संशोधनाला उत्तेजन देणे, या प्रकारच्या शिक्षणासाठी साहित्य निर्माण करणे उदा. ग्रंथ, नियतकालिके या साहित्याचे प्रकाशन करणे, परिषदा, सभा, चर्चासत्रे आयोजित करणे, या शास्त्रातील शिक्षकांचे प्रशिक्षण करणे, ग्रंथालयशास्त्राच्या शिक्षकांचे हित पाहणे ही या संघाची उद्दिष्टे आहेत.

या संघाच्या कार्यकारिणीमध्ये सतरा सभासद निवडून आलेले असतात. कार्यकारिणीतील सभासद व कार्यालयीन अधिकारी यांची मुदत दोन वर्षांची असते. दरवर्षी सर्वसाधारण सभा बोलावली जाते.

या संघटनेचे सभासद तीन प्रकारचे असतात. १) वैयक्तिक २) संस्था ३) आजीव. ग्रंथालयशास्त्राचे शिक्षक व अधिकृत ग्रंथालयातील कर्मचारी हे सभासद होऊ शकतात. 'इयाटलिस कम्युनिकेशन' हे त्रैमासिक या संघातर्फे प्रकाशित केले जाते. याशिवाय परिसंवाद, चर्चासत्रेही या संघातर्फे आयोजित केली जातात.

या संघातर्फे विद्यापीठ अनुदान मंडळाकडे काही सूचना केल्या आहेत. उदा. विद्यापीठ ग्रंथालयापासून ग्रंथालयशास्त्र विभाग वेगळा करणे, या विभागात पूर्ण वेळ अध्यापकांची नेमणूक करणे, या शास्त्रातील संशोधनासाठी वेगळी आर्थिक तरतूद करणे, पदव्युत्तर शिक्षण आणि संशोधनासाठी अधिक सोयी उपलब्ध करून देणे. यापैकी काही सूचना अमलात आल्या आहेत, याला या संघाचे प्रयत्न कारणीभूत आहेत. या संघातर्फेही काही पारितोषिके दिली जातात.

Indian Association of Special Libraries and Information Centres (IASLIC) -
इंडियन असोसिएशन ऑफ स्पेशल लायब्ररीज अँड इन्फरमेशन सेंटर्स

स्वातंत्र्यप्राप्तीनंतर देशात वैज्ञानिक व औद्योगिक क्षेत्रात बदल झाले. याचा परिणाम म्हणून विशेष ग्रंथालये, माहिती केंद्रे अस्तित्वात आली. डॉ.रंगनाथन यांचा प्रलेख संशोधन, संशोधनाचा पुढाकारही महत्त्वाचा होता. ग्रंथपाल, शास्त्रज्ञ, प्रलेखन व माहिती अधिकारी अशा सर्वांना एकत्रित आणण्याच्या हेतूने हा संघ (१९५५) कलकत्ता येथे स्थापन झाला. डॉ.एस.एल होरा हे अध्यक्ष व श्री. जे. सहा हे कार्यवाह होते.

विशेष ग्रंथालये, शैक्षणिक संस्था व वैज्ञानिक संस्था आणि औद्योगिक संस्था यांच्यामध्ये सहकार्य वाढविणे, विशेष ग्रंथालय व्यावसायिकांसाठी व्यासपीठ म्हणून भूमिका करणे. विशेष ग्रंथालय माहिती

केंद्रे येथील कर्मचाऱ्यांचे तांत्रिक ज्ञान वृद्धिंगत करणे. त्यांचे व्यावसायिक हित जोपासणे, माहितीचा योग्य तऱ्हेने साठा, तिचे संकलन व प्रभारण करणे ही या संघाची उद्दिष्टे आहेत.

या संघाच्या कार्यकारी विभागाचे १) प्रलेखन २) प्रशिक्षण ३) ग्रंथालय आणि माहिती सेवा ४) ग्रंथालय सहकार आणि समन्वय ५) प्रसिद्धी व प्रकाशन ६) प्रतिलिपी व अनुवाद सेवा असे सहा उपविभाग केलेले आहेत.

या संघातर्फे शास्त्रज्ञांसाठी परदेशी भाषांचे अभ्यासक्रम चालविले जातात. विशेष ग्रंथालयातील ग्रंथपालासाठी पदव्युत्तर पदविका (१ वर्ष) अभ्यासक्रम आयोजित केला जातो. तसेच कमी कालावधीचे काही अभ्यासक्रमही चालविले जातात. उदा. ग्रंथालय क्षेत्रातील व्यवस्थापनाची तंत्रे, हस्तलिखितांचे संरक्षण, संगणकाचा वापर इत्यादी. याशिवाय या क्षेत्रातील व्यावसायिकांसाठी कार्यशाळा, परिषदाही आयोजित कल्या जातात.

'इयॅस्लिक बुलेटिन', 'इयॅस्लिक न्यूजलेटर', 'इंडियन लायब्ररी सायन्स ॲबस्ट्रॅक्टस' ही प्रकाशने या संघातर्फे प्रकाशित केली जातात. या संघाने 'डिरेक्टरी ऑफ स्पेशल अँड रिसर्च लायब्ररीज इन इंडिया' प्रसिद्ध केली आहे. शिवाय निरनिराळ्या परिषदांमधील अभ्यासपूर्ण लेख मालिकेतून प्रसिद्ध केले जातात.

या संघाने आंतरग्रंथालयीन व्यवस्थेसंबंधी एक संहितेचा आराखडा तयार केला आहे. या संघातर्फे मागणीनुसार ग्रंथसूची आणि भाषांतर सेवाही दिल्या जातात. तसेच या संघाने व्यावसायिक चर्चेचे आदान प्रदान होण्यासाठी अभ्यास मंडळेही स्थापन केली आहेत.

इफ्ला, एफ.आय.डी. आणि युनेस्को या आंतरराष्ट्रीय संघटनांशी या संघाचे मैत्रीपूर्ण संबंध आहेत. या संघाने जॉइंट कौन्सिल ऑफ लायब्ररी असोसिएशन इन इंडिया या संघटनेच्या स्थापनेत पुढाकार घेतलेला आहे.

या संघाने १) औद्योगिक माहिती गट २) सामाजिक शास्त्र माहिती गट ३) संगणक वापर गट ४) मानव शास्त्र गट असे चार गट स्थापन केले आहेत. या संघातर्फे पारितोषिकही दिले जाते. विशेष ग्रंथालयांच्या विकासासाठी कार्यरत असणारा हा संघ आहे.

Indian Books in Print : A Bibliography of Indian Books Published in English Language -

इंडियन बुक्स इन् प्रिंट – ए बिब्लिओग्राफी ऑफ इंडियन बुक्स पब्लिश्ड इन इंग्लिश लँग्वेज.

दिल्ली येथील इंडियन बिब्लिओग्राफिक ब्यूरो या संस्थेमार्फत हा संदर्भग्रंथ प्रकाशित केला जातो. या ग्रंथाची पहिली आवृत्ती १९६७ मध्ये प्रकाशित करण्यात आली. त्यामध्ये १९५२ ते १९६७ या कालखंडात प्रकाशित झालेल्या ग्रंथांची माहिती समाविष्ट करण्यात आली होती.

इंग्रजी भाषेत प्रकाशित झालेल्या आणि ग्रंथ व्यावसायिक आणि सर्वसामान्य लोकांना उपलब्ध असलेल्या (in print) सर्व विषयावरील ग्रंथांची माहिती या संदर्भग्रंथात दिलेली असते. मात्र मासिके, नकाशे, सिरीअल्स, कॅलेंडर्स, मायक्रोफॉर्म्स, दृक–श्राव्य साहित्य (Audio-visual material) इत्यादींची माहिती या ग्रंथात दिली जात नाही.या ग्रंथाची एकविसावी आवृत्ती तीन खंडात २००३ मध्ये प्रकाशित करण्यात आली.

Indian National Bibliography – इंडियन नॅशनल बिब्लिओग्राफी

राष्ट्रीय ग्रंथालय, कोलकाता

भारतामध्ये कोणताही ग्रंथ प्रकाशित झाल्यानंतर त्याची एक प्रत राष्ट्रीय ग्रंथालय व तीन सार्वजनिक ग्रंथालयांना एक एक प्रत देणे प्रकाशकाला बंधनकारक आहे. ''दि डिलिव्हरी ऑफ बुक्स'' या १९५४ च्या कायद्यानुसार हा कायदा प्रकाशकाला पाळावा लागतो. नंतर या कायद्यामध्ये नियतकालिके, वृत्तपत्रे यांचाही समावेश १९५६ च्या कायद्यानुसार करण्यात आला.

यापूर्वी भारतातील प्रकाशित साहित्याची सूची करण्याचे काम मध्यवर्ती संदर्भ ग्रंथालय, नवी दिल्ली यांच्याकडे होते. नंतर हे काम राष्ट्रीय ग्रंथालय, कोलकाता यांच्याकडे सोपविले.

भारतातील सर्व प्रमुख भाषांची ही वर्गीकृत सूची आहे. सुरुवातीला ही सूची सामान्य प्रकाशने व शासकीय प्रकाशने या दोन भागात प्रसिद्ध होत असे. नंतर हे दोन्ही भाग १९७३ पासून एकत्र केले. सध्या तरी ही सूची तीन भागात प्रसिद्ध होते. वर्गीकृत, लेखक व शीर्षक निर्देश आणि विषय निर्देश. वर्गीकृत विभागातील नोंदी विषयानुसार असून त्यांना द्विबिंदू व दशांश वर्गीकरण पद्धतीनुसार वर्गांक दिलेले आहेत. हे वर्गांक नोंदीच्या खाली उजव्या बाजूला दिलेले आहेत.

ग्रंथाविषयीची पूर्ण सूचीय माहिती या सूचीमध्ये देण्यात आलेली आहे. लेखकाचे पूर्ण नाव, शीर्षक, प्रकाशन स्थळ, प्रकाशकाचे नाव, प्रकाशन वर्ष, किंमत, वर्गांक इ. माहिती दिलेली आहे. आवश्यक तेथे टीपाही सूचीमध्ये आढळतात. विविध भाषांसाठी रोमन लिपीचा उपयोग केलेला आहे. तसेच चिन्हांचा उपयोग भाषा दर्शविण्यासाठी केलेला आहे.

सुरुवातीला ही सूची दर तीन महिन्यांनी प्रकाशित होत असे व वर्षाच्या शेवटी हे सर्व भाग एकत्रित करण्यात येत. नंतरच्या काळात ही सूची दर महिन्याला प्रकाशित होऊ लागली.

यामध्ये नकाशे, क्रमिक ग्रंथ, नोटस्, संगीत साधने या गोष्टी वगळलेल्या आहेत.

या सूचीची सीडी रॉम प्रत मिळू शकते. तसेच इंटरनेटवरही ही सूची ऑनलाईन मिळू शकते.

INDONET – इंडोनेट

इंडोनेटची रचना आय.बी.एम.च्या तत्त्वावर आधारलेली आहे. कॉम्प्युटर मेन्टेनन्स कार्पोरेशन लि. हैद्राबाद यांनी हे व्यापारी तत्त्वाधारित जाळे तयार केले आहे. प्रथम कोलकाता, मुंबई व चेन्नई येथे आय.बी.एम. ४३६१ हे संगणक कार्यान्वित केले. त्यानंतर दिल्ली, हैद्राबाद येथे दोन संगणक बंगळरु, अहमदाबाद व पुणे येथील प्रवेशासाठी स्थापित केले.

पुढे इंडोनेटचा विकास झाला. सभासद संख्या वाढली. या जाळ्याचे नियंत्रण दिल्लीमध्ये ठेवले. या नेटमध्ये स्टार संगणकीय पद्धती वापरण्यात आली. इतर केंद्रासाठी पॅकेट स्विचिंग तंत्रज्ञानाचा वापर करण्यात आला. इतर राष्ट्रातील सार्वजनिक माहिती जाळ्यासाठी मुंबई केंद्राची स्थापना झाली. विदेश संचार निगम लि. मार्फत हे जाळे आंतरराष्ट्रीय स्तरावर जोडता येते.

या जाळ्यात मोठा औद्योगिक व वैज्ञानिक माहिती संचय आहे. यामध्ये माहितीची विभागणी प्रक्रिया केली जाते.

भारतातील भौगोलिक दृष्टीने विस्कळीत संस्था या संगणकामार्फत जोडण्याची या जाळ्याची योजना आहे.

INFLIBNET - इनफ्लिबनेट

हे जाळे विद्यापीठ अनुदान मंडळाच्या सहकार्याने १९०१ मध्ये स्थापन झाले. ग्रंथालय व माहिती केंद्रे, राष्ट्रीय महत्त्वाच्या संस्था, संशोधन व विकास संस्था या सर्वांची जुळणी करून माहितीसेवा यात सुधारणा करणे हा या जाळ्याचा मुख्य हेतू आहे. हे जाळे सहकार्यावर आधारित आहे. क्षेत्रातील विद्यापीठातील ग्रंथालयातील साधन वाटणी व त्यातील साधनांचा पुरेपूर उपयोग करून त्याचा उपयोग फायद्यासाठी सहकार्याने करून घेणे यासाठी हे जाळे कार्यमग्न असते.

जाळ्याचा आराखडा – या जाळ्याचे राष्ट्रीय केंद्र अहमदाबाद येथे आहे. यामध्ये चार विभागीय केंद्रे आहेत. भारतामध्ये २०३ विद्यापीठ ग्रंथालये, १०४ अभिमत विद्यापीठे, १६८८५ महाविद्यालये, संशोधन आणि विकास संस्था, १० प्रलेखन केंद्रे साधन केंद्रे ही सर्व जमिनीखाली टर्मिनसने जोडलेली आहेत. तसेच उपग्रहाद्वाराही जोडलेली आहेत. विद्यापीठ, महाविद्यालये व संशोधन संस्था यांच्या ग्रंथालयांचा यात अंतर्भाव आहे.

कार्ये – ग्रंथालये प्रलेखन केंद्रातील कार्यक्षमता, ज्ञान कुशलता यांना प्रोत्साहन देणे, कार्याची रचना व सेवेसाठी संगणकीय पद्धती अवलंबिणे, प्रमाणकांचा उपयोग करणे, सर्व विद्यापीठे, महाविद्यालये, संशोधन व विकास संस्था यांच्यातील ग्रंथालये प्रलेखन केंद्रे / माहिती केंद्रे यांना राष्ट्रीय जाळ्यात जोडणे. उपयोजकाला ग्रंथ, नियतकालिके वा इतर वाचनसाहित्याची माहिती देणे. आधारभूत माहिती संच तयार करणे, त्याविषयी ऑनलाईन सेवा उपलब्ध करून देणे. साधन केंद्रामार्फत प्रलेख वितरण करणे. माहिती साधनांच्या कमाल उपयोगासाठी आंतरग्रंथालयीन सेवा, विस्तारित सेवा अशा कार्यक्रमांची आखणी करणे.

सेवा – तालिकेची वाटणी, सांघिक तालिका तयार करणे, ऑनलाईन तालिका सेवा देणे, तालिकेच्या उत्पादनाचे अनेक प्रकार आहेत. उदा. पत्र, चुंबकीय फिती, संगणकीय तबकडी, सीडी स्वरूप, यंत्र वाचनीय तालिकेसाठी मार्क प्रमाणित नमुना व सी.डी.रॉम तंत्राचा उपयोग केला जातो.

आधारभूत माहिती संच – ग्रंथसूचीय माहिती संच, पुनरावलोकन शोध, प्रचलित जागरूकता सेवा. माहितीचे निवडक प्रसारण इ. सेवा दिल्या जातात. अग्रंथसूचीय माहिती, ज्यामध्ये विशेष तज्ज्ञांचे व संस्थांचे चालू प्रकल्प वा पूर्ण झालेले प्रकल्प ह्या संबंधीची माहिती अग्रंथसूचीय आधारभूत माहिती संचातून दिले जाते. प्रलेखांचे वितरण – फॅक्सद्वारा वा आंतरग्रंथालयीन सेवामार्फत दिले जाते. संग्रह विकासामध्ये ग्रंथोपार्जन, प्रलेखांची निवड, प्राप्ती या गोष्टी अंतर्भूत आहेत.

संप्रेषणामध्ये – इ-मेल, बुलेटिन बोर्ड, संचिका हस्तांतर सेवा यांचा समावेश होतो. दृक् व श्राव्य परिषदा संगणकीय मदतीने आयोजित करता येतात. ग्रंथालयीन कर्मचाऱ्यांचे प्रशिक्षण हेही महत्त्वाचे अंग ठरते. उच्च शिक्षणातील संबंधित विषयांचे हे जाळे महत्त्वाचे ठरते.

Information – माहिती

मानवी इतिहासात माहितीची महत्त्वाची भूमिका आहे. विकासाशी तर तिचा फार जवळचा संबंध आहे. ही कल्पना घटना, निरीक्षण, मूलभूत माहिती ज्ञान, अनुभव इत्यादीशी संबंधित आहे. या संकल्पना म्हणजे मानवी मनाची निर्मिती आहे. या संकल्पनांचा सतत अनुभव काही निष्कर्षाला कारणीभूत होतात.

ह्या निष्कर्षांचे एकत्रीकरण मनामध्ये होते. हे निष्कर्ष दुसऱ्याला सांगितले जातात. म्हणजेच त्यांचे माहितीत रूपांतर होते. माहिती तंत्रज्ञानामुळे तर समाजात आमूलाग्र बदल झाले आहेत. नवी माहिती, तिची प्रक्रिया, साठा, तिची प्रतिप्राप्ती आणि वितरण यामुळे माहितीची गरज, तिचे महत्त्व वाढले. म्हणून माहिती सेवा ही महत्त्वाची सेवा गणली जाते.

"माहिती" हा शब्द दोन लॅटिन शब्दामुळे बनला आहे. Forma (फॉर्मा) आणि Formatio (फॉरमॅशिओ) यातून एकच अर्थ निर्माण होतो. तो म्हणजे ज्ञान, बातमी. परंतु या शब्दातून माहितीचा अर्थ प्रतीत होत नाही. प्रक्रियेमुळे प्रतिप्राप्ती सुलभ होते तिचा उपयोग भविष्यातही होऊ शकतो. माहिती ही शक्ती आहे.

माहिती हा शब्द विविध संदर्भात वापरला जातो. त्यामुळे त्याची सर्वमान्य अशी व्याख्या नाही. वेगवेगळ्या तज्ज्ञांनी त्यांच्या दृष्टिकोनातून वेगवेगळ्या व्याख्या केलेल्या आहेत.

डॅनियल बेल यांच्या मते, "आधारभूत माहितीचे प्रक्रियाकरण म्हणजे माहिती होय." टाफमन म्हणतात, "विधाने, घटना आणि आकडेवारी यांचा संग्रह म्हणजे माहिती" न्यू वेबस्टर डिक्शनरी ऑफ द इंग्लिश लँग्वेजप्रमाणे "कोणत्याही मार्गाने मिळविलेले ज्ञान म्हणजे माहिती."

"चिन्हांकनयुक्त भाषेत विदित केलेले शास्त्रीय व तांत्रिक स्वरूपाचे ज्ञान म्हणजे माहिती". युनिसिस्ट.

माहितीची गरज हे समाजाच्या विकासाचे लक्षण आहे. सर्व क्षेत्रात माहितीची गरज असते. उदा. शैक्षणिक, संशोधन, शासकीय कार्यालये, उद्योगधंदे म्हणून सर्व प्रकारच्या बदलाला माहिती ही कारणीभूत असते. म्हणून सर्वांनाच माहितीची गरज असते. यातूनच माहितीचा विस्फोट, माहिती समाज, माहितीयुग अशा नवीन संज्ञा प्राचारात आल्या. म्हणून माहिती ही सर्वव्यापक आहे. त्यामुळे शक्ती, संपत्ती, भांडवल अशा संकल्पना माहितीला चिकटल्या आहेत.

माहितीची स्वरूपे अनेक आहेत. गद्य, आकडेवारी, चित्रे, संगणकीय तबकड्या, सीडी.रॉम, मायक्रोफिश (सूक्ष्मपट) इ. ही माहिती व्यक्तींच्या संप्रेषणाने निर्माण होते. माहितीमध्ये सर्वसमावेशकता, सहज उपलब्धता, अचूकता इ. निकष असले पाहिजेत. तर ती माहिती योग्य वा यथार्थ ठरेल.

Information : Source, Commodity - माहिती : स्रोत, विक्रय वस्तू

माहितीयुगात जगाचे दोन विभाग पडलेले दिसतात. आर्थिकदृष्ट्या विकसित व विकसनशील ही बैठक मागे पडली. माहिती, आधार सामग्रीदृष्ट्या श्रीमंत व माहिती, आधारसामग्री दृष्ट्या गरीब देशाच्या विकासामध्ये माहितीचे महत्त्वाचे स्थान आहे. ही एक शक्ती आहे. माहिती हीसुद्धा एक नैसर्गिक साधन आहे. जलद, अचूक, योग्य पण स्वस्त अशा माहितीची फार आवश्यकता भासते.

बुकलँड यांना असे वाटते की ज्ञानाचे संप्रेषण हे कोणत्याही नैसर्गिक स्वरूपात, गद्यात किंवा दळणवळणाच्या स्वरूपात प्रकट झाले पाहिजे. हे संप्रेषण म्हणजेच माहिती होय. माहितीला स्रोत मानण्यात तिचे अर्थशास्त्र आहे. तसेच या अर्थशास्त्राचे इतर शाखांमध्ये होणारे प्रसारण या कल्पना आहेत.

काही तज्ज्ञ लोक माहितीला नैसर्गिक साधन मानत नाहीत. त्यामुळे ती अर्थशास्त्राच्या भाषेत बसविता येत नाही असे त्यांना वाटते. पण माहितीचे स्रोत म्हणून राष्ट्रीय व आंतरराष्ट्रीय दृष्टीने विचार होऊ लागला. म्हणून त्यासंबंधीची ध्येये, धोरणे, कायदे, साठा, रूपांतरण, सेवा या गोष्टी साधन म्हणूनच तिचे महत्त्व दाखवितात.

नैसर्गिक स्वरूपात अगणित माहिती जमा होत असते. या कच्च्या माहितीवर प्रक्रिया केली जाते. नंतर तिचे अचूक माहितीमध्ये रूपांतर होते म्हणून माहिती ही साधनापेक्षा एक विक्रय वस्तू म्हणून जास्त प्रचारात आली. मूल्यांकनाशी या माहितीचा संबंध लावला जातो. म्हणून माहितीचे मूल्य, कर या गोष्टी भविष्यकालीन आहेत व त्या येतीलच. उपयोजकाच्या दृष्टीने माहिती मिळविणे ही खर्चाची बाब आहे हे खरे, पण माहितीचे मूल्यांकन, तिचे स्वामित्व या गोष्टी विचारात घ्याव्या लागतात.

माहिती हे साधन मानले तरी तिचे इतर साधनांशी काही साधर्म्य आहे. माहितीचा वापर झाल्यामुळे उपयोजकांना त्याचा जास्त फायदा मिळायला हवा. ही माहिती उपयोजकाला कमी खर्चात उपलब्ध झाली पाहिजे. हा माहितीचा प्रवाह अखंड वाहत राहणे आवश्यक आहे, माहिती हे साधन असो वा विक्रय वस्तू.

माहिती व्यवसाय दोन गोष्टीत विभाजित होतो. १) फायदा २) ना नफा ना तोटा. यामध्ये देण्यात येणाऱ्या सेवा, स्पर्धा, प्रशासकीय कार्ये व तंत्रज्ञान या गोष्टी अंतर्भूत होतात. हे व्यावसायिक एका (पॅकेज) योजनेमध्ये अनेक प्रकारची माहिती देतात. माहितीची वाढ ही बदलाला कारणीभूत असते. नवीन तंत्रे, ज्ञान निर्माण होते. व्यापारामध्ये माहितीची गरज निर्माण केली जाते. उपयोजकांच्या गरजा, मागण्या यांचा अभ्यास व्यापारी संशोधनातून व्हावयाला हवा. उदा. गरजा, उपलब्ध सेवा, कामाचे मूल्य, लागणारा कालावधी इ. म्हणून गरजांचा संख्यात्मक अभ्यास होणे जरुरीचे आहे. उपयोजकांच्या आवडीलाही प्राधान्य मिळणे आवश्यक आहे. राष्ट्रीय व आंतरराष्ट्रीय संगणक जाळी, त्यांचे व्यापारीकरण, यासाठी लोकांमध्ये माहितीची जागरूकता कामी येते. व्यापारीकरणात विशेषीकरणही येते. सध्या ग्रंथालयात माहितीचे मूल्य व व्यवस्थापनाचा व्याप त्यामुळे खर्चही वाढता आहे. प्रशिक्षित कर्मचाऱ्यांची आवश्यकता भासते. अर्थसंकल्पात या गोष्टींना तरतूद नाही. म्हणून सेवामूल्य आकारावे असे मत दिसून येते.

Information Analysis – माहितीचे विश्लेषण

जी.एच.मिड म्हणतात, ''माहिती विश्लेषण म्हणजे संबंधित रचनांचे एकत्रीकरण आणि त्यांची अर्थपूर्ण शब्दात पुन्हा रचना करणे.''

केवळ माहिती गोळा करणे हे सोपे असते. पण अभ्यासाच्या क्षेत्रातून माहिती गोळा करणे जरा कठीणच. या संग्रहित माहितीतून, माहितीची व्याप्ती कमी केली जाते. त्यामुळे अर्थपूर्ण, योग्य माहितीचा शोध घेता येतो. संशोधक हा माहितीतील घटक व त्यांचे अर्थपूर्ण स्पष्टीकरण यातले संदर्भ देतो. माहितीतील जटिलता कमी करण्यासाठी आलेख, आकृत्या व चित्रे, उदाहरणे इ. गोष्टींची मदत घेतली जाते.

माहितीच्या विश्लेषणामध्ये संकेतन (coding) केलेले असते. त्यामध्ये आशय विश्लेषणाची आवश्यकता असते. माहितीतील गुणात्मक विश्लेषण केले असता त्यातील वैशिष्ट्ये दाखविली जातात. त्यांच्यातील अंतर्गत संबंध स्पष्ट करून त्यांचे योग्य प्रकारे वर्णन केलेले असते.

संग्रहित माहितीतील त्यांच्या प्रकारातील संबंध शोधणे, त्यांचे सामान्यीकरण करणे हे प्राथमिक माहिती विश्लेषणात अंतर्भूत आहे. यामध्ये माहितीची व्याप्ती कमी करणे, त्यात अर्थपूर्णता व पद्धतशीरपणा आणणे या गोष्टी अपेक्षित आहेत.

गुणात्मक संशोधन माहितीमध्ये प्राथमिक माहिती असते. या माहितीचे गुणात्मक विश्लेषण करणे जरा अवघड असते. यामध्ये संशोधकाच्या प्रतिक्षिप्त क्रियांचा उपयोग होते. त्याचप्रमाणे संशोधकाची इतर संशोधकांबरोबर झालेली चर्चाही उपयोगी पडते. सामान्य विश्लेषण पद्धतीमध्ये सर्व माहितीचे इतर संशोधनाबरोबर सारखे सिंहावलोकन केले जाते. म्हणून संशोधकाचे प्रतिबिंबित लेखन व चर्चेचा सामाजिक सराव यातून नवीन मार्ग दृष्टीपथात येण्याची शक्यता असते.

माहितीचे संपूर्ण विश्लेषण – यामध्ये अनुभवजन्य तत्त्वाच्या दृष्टीने माहितीतील घटकांचे बाह्य स्वरूप बदलणे शक्य असते. संशोधनाच्या दृष्टीने उपयोगी सिद्धान्ताचा शोधही घेता येतो, म्हणून गुणात्मक माहिती विश्लेषण हे महत्त्वाचे ठरते कारण याचा आधार संशोधकाला घ्यावा लागतो.

Information Audit – माहिती ऑडिट

व्यवस्थापनामध्ये ऑडिटिंगचे तंत्र सर्वत्र मान्यताप्राप्त आहे. सध्याच्या औद्योगिक युगात आपल्याला अनेक प्रकारची ऑडिट्स आढळून येतात. उदाहरणार्थ, आर्थिक ऑडिटिंग, संप्रेषण ऑडिटिंग, तांत्रिक ऑडिटिंग, एम्प्लॉयमेन्ट (employment) ऑडिटिंग इत्यादी. यामध्येच अलिकडे एका नव्या ऑडिटिंगची भर पडली आहे आणि ती म्हणजे माहिती (Information) ऑडिटिंग ! वाचकांच्या माहितीच्या गरजा ओळखणे आणि त्याचबरोबर माहिती सेवा विभागाकडून या गरजा चांगल्या प्रकारे कशा पूर्ण केल्या जातात ते शोधून काढणे हा माहिती ऑडिटिंगचा प्रमुख हेतू असतो. संस्थेच्या माहितीच्या गरजा ओळखून त्या गरजांची सांगड उपलब्ध सेवा आणि स्रोतांशी घालण्याचे एक साधन म्हणून माहिती ऑडिटिंगला ग्रंथालय व्यावसायिकांनी अनेक वर्षे प्रोत्साहन दिले. अलिकडच्या काळात मात्र माहिती ऑडिटिंगचा वापर मोठ्या प्रमाणावर आणि तोही प्रामुख्याने ग्रंथालय सल्लागारांकडून, ज्ञान व्यवस्थापन रचनेच्या विकासातील पहिली पायरी म्हणून केला जातो.

माहिती ऑडिटची सर्वमान्य अशी व्याख्या उपलब्ध नसली तरीसुद्धा ॲस्लिबने (इंग्लंडमधील असोसिएशन फॉर इन्फर्मेशन मॅनेजमेन्टने) केलेली व्याख्या ही जास्त समर्पक आहे. ही व्याख्या खालीलप्रमाणे आहे :

माहितीचा उपयोग, स्रोत आणि प्रवाह (flows) यांचे पद्धतशीर मूल्यमापन करून त्याची पडताळणी (माहिती सेवा देणारे) लोक आणि उपलब्ध असलेले प्रलेख, उद्दिष्टांच्या संदर्भात किती प्रमाणात योगदान देत आहेत ते प्रस्थापित करणे म्हणजे माहिती ऑडिट होय !

माहिती ऑडिट साठी अनेक गोष्टी आवश्यक असतात. उदाहरणार्थ, १) माहितीचे स्रोत, वापर आणि प्रवाह (flows) यांची पद्धतशीर चाचणी आणि या सर्वांचे संस्थेतील व्यवस्थापन. २) वाचकांच्या माहितीच्या गरजांचा शोध आणि या गरजा किती परिणामकारकरीत्या भागविल्या जातात (किंवा भागविल्या जात नाहीत) त्याचे प्रमाण. ३) याच्या जोडीलाच, या माहिती स्रोतांसाठी संस्थेला किती रक्कम खर्च करावी लागते आणि या स्रोतांचे (संस्थेसाठी) मूल्य (cost) किती आहे याची मोजणी (calculation) करून ते निश्चित करणे इत्यादी ! हे सर्व करण्यामागे, संस्थेतील माहितीचे वातावरण संस्थेच्या उद्दिष्टांची पूर्तता करण्यामध्ये योगदान देते किंवा नाही हे ठरविणे आणि त्याचबरोबर माहिती व्यवस्थापनाची परिणामकारक तत्त्वे आणि प्रक्रिया स्थापित करून त्यांची अंमलबजावणी करणे हे हेतू अभिप्रेत असतात.

माहिती ऑडिटचे अनेक फायदे आहेत ते खालीलप्रमाणे :

१) (validity) (कायदेशीरपणा) : माहितीचे ऑडिट योग्य प्रकारे केल्यास त्याचा फायदा माहितीला समाईक स्रोत (Corporate Source) असा दर्जा (status) ठरविण्यात होतो.

२) (Diagnostic) (निदान करणे) : माहितीचे ऑडिट योग्य प्रकारे केल्यास माहिती स्रोत त्यांचे व्यवस्थापन यामधील बळकट (strong) आणि दुबळे (weak) दुवे शोधून काढून त्यामधील पोकळ्या (gaps) कमी करता येतात.

३) (Feedback) : माहितीची विशिष्ट इनपुट्स माहितीची अपेक्षित/इच्छित आऊटपुट्स देतात किंवा नाही हे ठरविता येते.

४) माहिती (Information) : माहिती हे एक समाईक स्रोत (Corporate Resource) असून त्याचा उपयोग आणि फायदे यावर ग्रंथालयीन सेवकांचे लक्ष केंद्रित करता येते.

५) प्रशिक्षण : माहिती ऑडिटमुळे ग्रंथालयीन सेवकांना ऑडिट प्रक्रियेत सामावून घेण्याची संधी मिळते. त्याचबरोबर त्यांना समाईक माहिती स्रोतांच्या वापरासाठी असलेल्या प्रक्रिया, तत्त्वज्ञान आणि रचना (structure) याबाबत प्रशिक्षण देणेही शक्य होते.

माहिती ऑडिटिंगची कोणतीही प्रमाणित मार्गदर्शक तत्त्वे उपलब्ध नाहीत, तरीसुद्धा माहितीच्या ऑडिटमध्ये नियोजन, माहिती गरजांचे मूल्यमापन, माहिती शोधिका (Inventory), माहिती स्रोतांची किंमत (costing) आणि मूल्य (values) निश्चिती, पृथ:करण आणि शिफारसींसहित अहवाल इत्यादी घटकांचा समावेश असावा.

माहिती ऑडिटिंग केल्यामुळे संस्थेतील विविध घटकांच्या, विभागांच्या कार्यातून ज्ञान निर्मिती कशी होते आणि त्या ज्ञानाचे रचनात्मक महत्त्व (strategic significance) कोणत्या स्तराचे (level) आहे हे चांगल्या प्रकारे समजते. माहिती ऑडिटिंगमुळे संस्थेत उपलब्ध असलेल्या औपचारिक आणि अनौपचारिक माहिती हस्तांतराचे, संप्रेषण वाहिनींचे, संस्थेमधील अंतर्गत माहिती जाळ्यांचे आणि संस्था आणि बाहेरील परिस्थिती (environment) यामधील माहिती जाळ्याचे आरेखन (mapping) केले जाते. माहिती ऑडिटमुळे उपलब्ध होणारे निष्कर्ष हे ज्ञान ऑडिट करून प्रस्थापित करता येतात. संस्थेमध्ये आऊटपुट म्हणून ज्ञानाची निर्मिती कोठे होते, इनपुट म्हणून त्या ज्ञानाची आणि ज्ञान वाटणीच्या कार्याची गरज कोणत्या विभागात आहे, हे तपासले जाते, शोधून काढले जाते. या माहितीमधूनच, ज्ञान कसे प्राप्त करून (capture) घ्यावयाचे, त्यासाठी प्रवेश कसा मिळवायचा (access), त्याची साठवणूक (storage), प्रसारण (dissemination) आणि निश्चितता (validity) इत्यादीसाठी उपाय विकसित करता येतात.

भविष्यकाळात, माहितीचे ऑडिटिंग हे महत्त्वाचे ठरणार आहे. ग्रंथालये आणि माहिती केंद्रे माहिती स्रोत प्राप्त करून घेण्यासाठी/खरेदी करण्यासाठी प्रचंड रक्कम खर्च करीत असतात. ही रक्कम योग्य कारणांसाठी खर्च झाली आहे याचे समर्थन संस्थाचालकांना देणे ही ग्रंथपालांची जबाबदारी असते. त्यासाठी ग्रंथपालांना माहिती ऑडिट उपयुक्त ठरेल. कदाचित ग्रंथालयात नव्याने रुजू होणाऱ्या सेवकांच्या कामाचा माहिती ऑडिट हा एक भागही होऊ शकेल. इतकेच नव्हे तर, संस्थेच्या माहिती व्यवस्थापनाचा आराखडा बनविण्यात आणि तो विकसित करण्यात माहिती ऑडिट महत्त्वाची भूमिकाही बजावेल.

थोडक्यात, माहिती ऑडिटमुळे ग्रंथपालांना आपल्या संस्थेच्या माहितीच्या गरजांचे पृथ:करण आणि मूल्यमापन करण्यासाठी, संस्थेच्या उद्दिष्टांमध्ये योगदान देऊ शकतील असे माहिती स्रोत शोधून काढण्यासाठी आणि संस्थेमध्ये असलेल्या ज्ञानाच्या ठेव्यामध्ये (assets) समन्वय साधून त्यांचे व्यवस्थापन करण्याचे धोरण विकसित करण्याचा पाया रचण्यासाठी आपली व्यावसायिक कौशल्ये वापरण्याची संधी प्राप्त होते.

Information Browsing System – माहितीचे ब्राऊझिंग (शोध)

माहिती युगात दररोज असंख्य वेगाने माहितीची भर पडते. त्यामुळे मानवाकडून या सर्व गोष्टींचे ब्राऊझिंग होणे फारच कठीण आहे. यामुळे यंत्राची आवश्यकता असते. हे सुद्धा एका संगणकाकडून होणे अशक्य आहे. यासाठी काही संगणकीय योजना करावी लागते. म्हणून इंटरनेटद्वारा इतर संगणकांशी यंत्रद्वारा जोडणी करून विशिष्ट माहितीचा शोध घेता येतो. ही यंत्रणा म्हणजेच सर्च टूल / सर्च इंजिन होय. या सेवेला शोध सेवा म्हणतात.

विविध प्रकारच्या माहितीचा अगणित साठा, या साठ्याचे व्यवस्थापन हेही कठीण काम. यातूनच इंटरनेटच्या साधनांचे तालिकीकरण ही संकल्पना उदयाला आली. यामध्ये प्रलेखन व माहिती विषयक माहिती संचामध्ये सविस्तरपणे या साधनांच्या तालिकीकरणात दिलेली असते. यालाच" मेटा डेटा" असे म्हणतात. ही माहिती विषयक संचांची माहिती असते.

या मेटा डेटा मध्ये संस्थेची मुख्य माहिती असते. यामध्ये संस्थेची उद्दिष्टे, हेतू वगैरे व त्या संस्थेशी जोडणारी साखळी, त्याच्याशी संबंधित माहिती संच त्यांचे वर्णन असते. या माहिती संचाचा हेतू, स्वरूप व त्या माहितीचे व्यवस्थापन इ.गोष्टीही असतात. हा मेटा डेटा मुख्य माहिती संचाची माहिती तर देतोच. पण माहिती संच निर्मिती करणाऱ्यांना माहितीचे वाटपही करतो.

Information Distribution System – माहिती वितरणाच्या पद्धती

सध्याचे जग हे माहितीचे युग आहे. दररोज अगणित संख्येने माहिती निर्माण होत असते. विकासासाठी माहितीची गरज असतेच म्हणून विकसित व विकसनशील देशांना माहितीची निकड असते. राष्ट्राचा विकास गुणवत्ता वाढ, योग्य निर्णय यासाठी अचूक माहितीची आवश्यकता असते. यावर श्रम, पैसा, माहितीची साधने या गोष्टी अवलंबून असतात. म्हणून योग्य वेळी अचूक माहिती मिळाल्यास तिचा वापर करता येतो. उपयोजकाचा वेळ वाचतो. संशोधनाची पुनरावृत्ती टाळता येते. म्हणून योग्य माहितीचे वितरण होणे जरुरी असते.

प्रकार

१) विषय संदर्भ संबंधी सूची – एखाद्या विषयाची, त्या विषयावर उपलब्ध असलेल्या ग्रंथाची सूची म्हणजे विषय ग्रंथ सूची. उपयोजकाला विषयानुरूप आवश्यकतेनुसार ग्रंथनिवडीला यामुळे मदत होते. सूची ही एका विशिष्ट पद्धतीने तयार केलेली असते. ग्रंथालयाच्या मोठ्या ग्रंथसंग्रहातून आपले उद्दिष्ट सफल होण्यास विषय ग्रंथसूचीचा उपयोग होतो.

२) साधन पत्रांची सूची – यामध्ये एखाद्या विषयाची सूची असते, तसेच संशोधक शास्त्रात यांच्याकडील माहितीच्या संदर्भात एखाद्या सूचनेवर जुन्या व नव्या साधनपत्रातून ही सूची तयार केली

जाते. ही लेखकांच्या नावांची वर्णानुक्रमानुसार तयार केलेली वर्गीकृत सूची असते. संशोधनाच्या क्षेत्राला या सूचीचा जास्त उपयोग होतो.

३) तत्कालीन संदर्भसेवा – सध्या माहिती ही अनेक प्रकाराने उपलब्ध होते. उपयोजकही अनेक प्रकारचे व असंख्य असतात. त्यामुळे योग्य माहिती, कमी वेळेत, कमी खर्चात मिळणे आवश्यक ठरते. तत्कालीन संदर्भसेवेमुळे या गोष्टी शक्य होतात. यामुळे उपयोजकाला नवीन माहिती सतत मिळते.

४) निवडक माहितीचा प्रसार – यामध्ये वैयक्तिक स्तरावर सेवा दिली जाते. यामध्ये उपयोजकाच्या आवडीला प्राधान्य असते. निवडक उपयोजकांच्या आवडीप्रमाणे त्यांना आवश्यक असलेली माहिती सेवा दिली जाते.

५) समीक्षा ग्रंथसूची सेवा – समीक्षा ग्रंथसूचीमध्ये मूळ लेखांचे संक्षिप्त सार, लेखकाचे नाव, लेख छापलेल्या नियतकालिकाचे नाव असते. केवळ समीक्षा व ग्रंथसूची छापणारी नियतकालिके संशोधकांना, अभ्यासकांना फार उपयोगी पडतात. ग्रंथसूचीत केवळ लेखकाचे नाव व ग्रंथासंबंधी माहिती असते. त्याचा मजकुराशी काही संबंध नसतो.

६) भाषांतर सेवा – जगात, भारतात अनेक भाषा असल्यामुळे त्या त्या भाषेत साहित्य प्रसिद्ध होत असते. परंतु सर्व भाषा सर्वांना समजणे, येणे अशक्य म्हणून त्या त्या भाषेतील विचारांचे संप्रेषण होत नाही. पण भाषांतर सेवेमुळे हा अडसर दूर होतो.

Information Science – माहितीशास्त्र

माहितीशास्त्र म्हणजे ज्ञानाची उत्पत्ती, साठा, प्रतिप्राप्ती, आदानप्रदान रूपांतर, स्थलांतर व वापर या सर्वांचा संगम म्हणजे माहितीशास्त्र होय. यामध्ये माहितीची स्वाभाविक व कृत्रिम प्रणालीत मांडणी, संदेशांच्या आदान–प्रदानासाठी योग्य चिन्हांचा वापर या सर्व गोष्टी समाविष्ट असतात. अमेरिकेतील प्रलेख संदर्भातील कार्यपद्धतीच्या संबंधात केलव्हिन मूर यांनी माहितीची प्रतिप्राप्ती ही संज्ञा प्रसारित केली (१९५०). पण माहितीशास्त्र ही संज्ञा १९५९ साली उदयाला आली.

ग्रंथालय म्हणजे ग्रंथसंग्रह हा अर्थ पूर्वी अभिप्रेत होता. पण १९ व्या शतकापासून विविध विषय, त्यांच्या उपशाखा यावर वेगवेगळ्या स्वरूपात माहिती प्रकाशित होऊ लागली. समाजाची संस्कृती भविष्यकाळात जतन करण्यासाठी निर्माण झालेले ग्रंथ, नियतकालिके, प्रलेख इ. स्वरूप बदलू लागले. माहितीच्या साठ्यासाठी (फिल्म्स्) फिती, चुंबकीय तबकड्या, संगणकीय तबकड्या, मायक्रो फिल्म्स् (सूक्ष्म फिती), सीडी.रॉम इ.चा उपयोग होऊ लागाल. यामुळे जागेचा प्रश्न या साधनांनी सोडविला. वितरणाच्या बाबतीतही ही साधने महत्त्वाची ठरतात.

ग्रंथपालाचे स्वरूपही बदलले गेले. ''माहिती अधिकारी'' ही संज्ञा त्यासाठी दृढ झाली. माहितीच्या परिस्फोटामुळे कागदविरहित ग्रंथालये, अंकीय, आभासी ग्रंथालये ह्या संकल्पना रुजू लागल्या. माहितीशास्त्रातही इंटरनेट, इ-मेल, इ-जर्नल, इ-बुक ही साधने प्रचारात आली. इ-मेल, उपग्रह ह्यासारखी संप्रेषणाची साधने माहितीशास्त्राचे महत्त्व वाढविण्यास कारणीभूत झाली. माहिती केंद्रे अस्तित्वात आली. उपयोजकाला माहिती कमी वेळात मिळावी म्हणून वेगवेगळ्या माहिती प्रणाली तयार झाल्या. माहितीची प्रतिप्राप्ती नवीन तंत्रज्ञानामुळे कमी खर्चात होते. माहितीच्या प्राप्तीसाठी जगातील माहिती केंद्राशी संगणकीय जाळ्यांचा उपयोग करून संपर्क साधता येतो. माहितीला मर्यादा नाहीत.

माहितीशास्त्रात, ग्रंथपाल, प्रलेखक व उपयोजक यांच्यातही बदल झालेले आहेत. ग्रंथालय सेवा ही उपयोजकांना चार भिंतीच्या आत दिली जाते. ग्रंथ, कालिके हे मागणीनुसार दिले जातात. देवघेव व संदर्भ या ग्रंथालयातील मुख्य सेवा होत. उपयोजकाने यासाठी ग्रंथालयात जाणे अपेक्षित असते. प्रलेखन सेवा ही व्यापक आहे.

माहिती सेवा ही यापेक्षा महत्त्वाची सेवा आहे. या सेवेसाठी नवीन तंत्रज्ञान अपेक्षित आहे. माहितीची वैशिष्ट्ये, गुणधर्म, अचूकता या गोष्टी पाहणे आवश्यक ठरते म्हणून माहिती सेवेसाठी आधारभूत माहिती संच साठा, माहिती पेढी, व्यवस्थापन माहितीच्या निरनिराळ्या प्रणाली, माहितीची प्रतिप्राप्तीच्या पद्धती, नवीन तंत्रे-तंत्रज्ञान, संगणकीय संप्रेषण, माहितीची पुनर्प्राप्ती इ. गोष्टींचे ज्ञान असले पाहिजे.

माहितीशास्त्र हे आंतरशाखीय आहे असे बोरको (Borko) म्हणतात. त्यांच्या मते, ''जे शास्त्र माहितीच्या, संपत्ती, अधिकार, प्रवाह, तंत्रे, साठवणूक, प्रतिप्राप्ती, प्रसारण यांचे संशोधन करते ते माहितीशास्त्र होय.'' तर बेलकीन (Belkin) याला (Informatics) असे म्हणतात. माहितीशास्त्र (Information Science) हा शब्द अमेरिका, इंग्लंड व कॅनडामध्ये प्रचलित होता. Informatics मध्ये तंत्रज्ञान व त्याचा उपयोग अभिप्रेत आहे. तर Information Science मध्ये सैद्धान्तिक पाया व शाखीय गोष्टी अभिप्रेत आहेत.

काही तज्ज्ञांच्या मते माहितीशास्त्र हे ग्रंथालयशास्त्राचे विस्तारित रूप आहे. ही दोन्ही शास्त्रे एकमेकांशी संलग्न आहेत. त्यांच्यामध्ये बरेच साधर्म्य आहे. जे.एच.शेरा यांच्या मते ग्रंथपालन व्यवसाय ही सामान्य संज्ञा आहे. तर माहितीशास्त्रात संशोधन अभिप्रेत आहे. माहिती शास्त्रात इतर वेगवेगळ्या विषयातून विषय पद्धती, तंत्रज्ञान यांचा उपयोग करावा लागतो. हे शाळा ग्रंथालयीन कामकाजासाठी बौद्धिक व तात्त्विक पाया तयार करते.

Information Service – माहिती सेवा

माहितीच्या युगामुळे, माहितीच्या विस्फोटामुळे अगणित माहिती निर्माण होत आहे. या माहितीची उपयोजकाला गरज असते. म्हणून माहितीचा उगम ते उपयोजक असा माहितीचा मार्ग असतो. या मार्गावरचा माहितीचा प्रवास त्वरेने होण्यास ग्रंथालय ही यंत्रणा मदत करते म्हणून ग्रंथालयाचे जुने पारंपरिक स्वरूप बदलत गेले आहे. माहितीच्या प्रसारणात ग्रंथालय योगदान देते. यामध्ये विविध केंद्रे समाविष्ट असतात.

१) प्रलेखन केंद्र (Documentation Centre) – ही केंद्रे अगदी लहान स्तरापासून राष्ट्रीय स्तरापर्यंत सेवा देतात. उपयोजकांना लागणारी माहितीची गरज ती माहिती मिळवून देण्यासाठी प्राथमिक प्रलेख मदत करतात. या प्रलेखामार्फत उपयोजकाची गरज पूर्ण केली जाते. या केंद्रात प्रलेखांच्या याद्या गोळा करून एकत्रित केल्या जातात. या प्रलेखांच्यावर माहितीच्या दृष्टिकोनातून प्रक्रिया केली जाते. नंतर या याद्या प्रकाशित केल्या जातात. हे काम या केंद्राचे असते. ही केंद्रे पारंपरिक प्रलेखांशी संबंधित असतात.

२) माहिती केंद्रे (Clearning House) – ही केंद्रे वेगवेगळ्या भाषेतील प्रलेख निरनिराळ्या ठिकाणाहून एकत्रित करतात. यामध्ये प्राथमिक व द्वितीयक प्रलेख असतात. प्रलेखाचा निर्माता अशा केंद्राकडे त्याच्या प्रलेखाची ग्रंथसूचीय माहिती देतो. या केंद्रातील कर्मचारी वर्ग त्या प्रलेखाचे वर्णन तशा

प्रलेखांची आवड व मागणी असणाऱ्या संस्थांकडे पाठवितात. ही क्लिअरिंग हाऊस अपारंपरिक प्रलेखांशी संबंधित असतात. उदा. वैज्ञानिक अहवाल, परिषदांचे चर्चासत्रांचे अहवाल.

३) रेफरल सर्व्हिस केंद्र (Referral Centre) – सखोल संदर्भसेवा उपयोजकाला फक्त प्रलेखाचीच ओळख करून देते असे म्हणता येत नाही. त्या प्रलेखाचे प्राप्तीस्थान याचीही माहिती देते. ही केंद्रे अशा संदर्भ साधनांच्या याद्या तयार करतात. मात्र अशी संदर्भसेवा देणारे संदर्भ साधनाशी चांगलेच परिचित असणे आवश्यक आहे.

४) माहिती पृथःकरण केंद्रे (Information Analysis Centre) – ही केंद्रे त्या त्या क्षेत्रातील माहिती साहित्याचा मागोवा घेतात. या माहितीचा उपयोग व्हावा म्हणून तिचे मूल्यमापन करतात. ही माहिती उपयोजकाला उपयोगी पडेल अशा स्वरूपात दिली जाते. म्हणजेच ही माहिती अचूक व योग्य असणे आवश्यक आहे. अर्थात अशी खात्री या केंद्रांनी करून घ्यावी लागते. संशोधकांना व अभ्यासकांना अशा माहितीची गरज असते.

५) माहिती केंद्रे (Information Centre) – ही केंद्रे एखाद्या विशिष्ट विषयाशी संबंधित माहिती एकत्रित करतात. या एकत्रित केलेल्या माहितीचे व्यवस्थापन करतात. तिचा साठा करतात. शिवाय अंकीय माहितीही एकत्रित करतात. उपयोजकांच्या गरजासंबंधी भविष्यकालीन विचारही केला जातो. यामुळे माहिती संबंधीची कामे निर्माण होतात.

६) माहिती पेढी (Data Bank) – ही केंद्रे माहिती संग्रहातून माहिती एकत्रित करतात. संबंधित साहित्यातूनही प्रक्रियापूर्व माहिती एकत्रित करतात. या एकत्रित माहितीचे व्यवस्थापन करतात. ही माहिती उपयोजकाला उपयोगी पडेल अशा स्वरूपात संग्रहित करतात. या केंद्रातील माहितीचा उपयोग प्राथमिक प्रलेख समजण्यात होतो. तसेच यामुळे माहितीची इतर साधनांचीही माहिती मिळण्यास होतो.

७) संपर्क सेवा (Contact Service) – माहिती व्यवस्थापन तज्ज्ञ उपयोजकाकडे जातात, त्याच्या माहितीच्या गरजा समजावून घेतात. उपयोजकाच्या माहितीच्या प्रश्नाचे पृथःक्करण करतात आणि त्या संदर्भातील माहिती व साधने यांची माहिती उपयोजकाला देतात.

८) माहिती जाळे (Information Net) – काही व्यक्ती एखादा गट स्थापन करतात आणि त्या गटामार्फत माहितीचे संप्रेषण करतात. काही संस्थाही याच तऱ्हेने माहितीचे दळणवळण करीत असतात. हे संप्रेषण, दळणवळण नियमित व पद्धतशीर असते. अशा व्यक्ती-व्यक्ती मधील किंवा संस्था-संस्थामधील जाळे माहितीचे संप्रेषण करतात. ही जाळी अनेक प्रकारची असतात. उदा. केंद्रीय, विभागीय, क्षेत्रीय, राष्ट्रीय जाळे इ.

माहितीच्या प्रक्षेपणासाठी दूरसंचार माध्यमांची जाळी, माहितीची जाळी सर्व एकत्र जोडली गेल्यास फायद्याचे होईल.

Information Society - माहिती प्रधान समाज

माहितीच्या युगात माहितीचे मूल्य व तिचा वापर याबद्दल समाजामध्ये जागरूकता निर्माण झालेली आहे. माहिती युगामुळे मानवाचे दैनंदिन जीवन ढवळून निघाले आहे. मानवी समाजाच्या विकासामध्ये शेती, औद्योगिक व संगणक या तीन क्रांतीचा फार महत्त्वाचा वाटा आहे. माहिती ही शक्ती आहे. ती

विकासाचे पायाभूत साधन आहे. कारण माहिती ही समाजातील सर्व स्तरातील लोकांच्या गरजेची गोष्ट झालेली आहे. यातून माहिती प्रधान समाज निर्माण झाला.

ही संकल्पना प्रथम अमेरिकेन सोसायटी फॉर इन्फरमेशन सायन्सच्या वार्षिक सभेमध्ये वापरली गेली (१९७०). अनेक लेखकांनी त्यांच्या आकलनशक्तीप्रमाणे ही संकल्पना शब्दरूप करण्याचा प्रयत्न केला. १९९० पासून ही संकल्पना खऱ्या अर्थाने व्यापक होत गेली. माहिती प्रधान समाजात जीवन शैली गुणवत्ता, सामाजिक बदल, औद्योगिक विकास हे माहितीच्या मार्गदर्शन व प्रसारावर अवलंबून राहू लागले.

या समाजामध्ये दोन घटक अंतर्भूत आहेत. १) माहितीची हाताळणी, संकलन, साठा व तिची पुनर्प्राप्ती. यासाठी संगणकीय ज्ञानाबरोबर, दूरध्वनी, दूरसंचार माध्यमे, माहिती तंत्रज्ञान यांचाही उपयोग होत आहे. २) नवीन नवीन माहितीमुळे त्यावर आधारित नवीन नवीन उद्योगधंदे, व्यवसाय उदयाला येत आहेत. तसेच त्यांच्याशी संबंधित घटकांचा विचार होत आहे.

वैशिष्ट्ये –

१) सामाजिक – समाजरचना माहितीमुळे बदलते. तंत्रज्ञानामुळे सर्व स्तरातील लोक हिचा उपयोग करतात. जीवनशैली विकसित होते. म्हणून माहितीच्या दृष्टीनेही विकसित व अविकसित देशामध्ये जग विभाजित झालेले आहे. त्यामुळे व्यावसायिक व कामगार यांच्यातील दरी वाढत आहे. हल्लीचे अर्थशास्त्र माहितीच्या भांडवलावर भर देते, त्यामुळे समाजाची नीतिनियम, मूल्ये, रूढी, परंपरा यांच्यासमोर आव्हाने उभी आहेत.

२) आर्थिक – अर्थशास्त्र माहितीवर आधारित आहे. म्हणून या समाजाच्या आर्थिक विकासावर परिणाम झालेला आहे. संगणकीय तंत्रज्ञानामुळे औद्योगिक उद्योग जगही बदलेले आहे. इ-कॉमर्समुळे संगणकीय खरेदी– विक्री प्रत्यक्षात आली आहे. व्यवसायाच्या पारंपरिक कल्पना बदलून गेल्या आहेत. माहितीही स्वस्त झाली आहे. माहितीची साठवण कमी जागेत होते. पण संप्रेषणाची गती जलद आहे. दूरसंचार माध्यमे माहितीच्या आर्थिक बाबतीतही महाद्वार ठरत आहेत. माहितीचे कौशल्य हे माहितीशास्त्रात फार महत्त्वाचे आहे. त्यामुळे माहितीच्या व्यावसायिकतेची भूमिकासुद्धा महत्त्वाची ठरत आहे.

३) तांत्रिक – विसाव्या शतकात संगणकाने क्रांतीच केली. समाजाच्या सर्व बाबींमध्ये सामाजिक, आर्थिक, सांस्कृतिक इ. फार मोठे बदल झाले. दळणवळणातील बदलामुळे जग ''जागतिक खेडे'' बनले. संगणक, तज्ज्ञ, माहिती पद्धतीमुळे संगणकीकृत ग्रंथालये, माहिती केंद्रे उदयाला आली. तंत्रज्ञानामुळे दूर बैठका, दूर शिक्षण या कल्पना प्रत्यक्षात आल्या आहेत.

४) राजकीय – माहिती प्रधान समाजात शासन व नागरिक यांचे संबंध जवळचे असतात. निवडणुकामध्ये समाविष्ट असलेले यांत्रिक मतदान त्यामध्ये नागरिकांचा सहभाग, संगणकीय जाळ्यांचा उपयोग. उदा. नॅशनल इन्फरमेशन सेंटर, संप्रेषणाची दूरसंचार माध्यमे, या गोष्टी पाहता माहिती प्रधान समाजाची वाटचाल दिसते. सर्वांना माहितीचा अधिकार ही तर गोष्ट आणखीच महत्त्वाची ठरते. यातच माहिती प्रधान समाजाचे महत्त्व दडलेले दिसून येते.

Information Technology – माहिती तंत्रज्ञान

जगात माहितीची भूमिका अनन्यसाधारण आहे. ही माहिती आर्थिक केंद्रस्थानी आहे. माहितीचे

संघटन, साठा, प्रक्रिया व संप्रेषण म्हणजेच माहितीचे तंत्रज्ञान होय. यामध्ये माहितीची प्रक्रिया करणाऱ्या गोष्टी जशा अंतर्भूत असतात, तशा माहितीचे संप्रेषण करणाऱ्या गोष्टीही समाविष्ट असतात.

माहिती तंत्रज्ञान हा शब्द टेलिमॅटिक्स, इन्फारमॅटिक्स यांच्याशी (शब्दांशी) समानच आहे. 'माहिती म्हणजे ज्यामध्ये माहिती, मूळ मजकूर, प्रतिमा, आवाज सांकेतिक खुणा, संगणक प्रणाली व आधारभूत माहिती संच होय.' अशी माहितीची व्याख्या इन्फॅरमेशन टेक्नॉलॉजी ॲक्ट २००० मध्ये मिळते.

माहिती तंत्रज्ञानाचे ग्रंथालयीन कार्य व माहिती कार्य यावर नक्कीच परिणाम झालेले आहेत. माहिती तंत्रामुळे इलेक्ट्रॉनिक ग्रंथालये, कार्यालये या संकल्पना निर्माण झाल्या. इतकेच काय पण सहकार्य, निर्देशन व नियंत्रणही माहितीवर अवलंबून असते. म्हणून माहिती युग, माहितीप्रधान समाज, ग्लोबल व्हिलेज, पेपरलेस लायब्ररी, डिजिटल लायब्ररी या संकल्पना उदयाला आल्या.

ग्रंथालयाची कार्ये जशी आहेत तशीच चालू राहणार आहेत. फक्त त्या कार्यांना तंत्रज्ञानाची जोड द्यावी लागेल. माहितीचा प्रवास जलद गतीने होत आहे कारण त्यामध्ये संगणकीय जाळे, दूरदर्शन, दूरध्वनी, इतर भविष्यकालीन नवीन साधने, वायरलेस, सेल्यूलर दूरध्वनी या गोष्टी अंतर्भूत होतात. माहितीचे संगणकाशी अतूट नाते आहे.

माहिती तंत्रज्ञानाचा समाजावर फार मोठा परिणाम होत असतो. समाजाच्या प्रत्येक गोष्टीवर तिचा परिणाम होत असतो. उदा. आरोग्य, राष्ट्रीय सुरक्षा, दूरस्थ शिक्षण, आभियांत्रिकी क्षेत्र, ऊर्जा, संशोधन इ.

टेलिकॉन्फरन्सिंग हेसुद्धा माहिती तंत्रज्ञानातीलच एक भाग आहे. इलेक्ट्रॉनिक माध्यमातून केलेले सामूहिक संप्रेषण म्हणजे टेलिकॉन्फरन्सिंग होय. याचबरोबर उपग्रहाच्या मदतीने शिक्षण प्रशिक्षणात माहितीच्या प्रवाहात बदल करण्यात येत आहेत. संख्यात्मक व गुणात्मक दृष्टीने या माध्यमांची व्याप्ती व महत्त्व वाढत आहे. यामुळे आर्थिक बचत होते. पण जलदता, अचूकता व क्षमता हे फायदे मिळतात. यामुळे चर्चेला वाव मिळतो, स्पष्टीकरणही होते, विद्यार्थ्यांना उत्तेजन मिळते. टेलिकॉन्फरन्सिंग व दूरस्थ शिक्षण यांचे फार जवळचे संबंध आहेत.

Information Transfer Cycle - माहितीचे हस्तांतर चक्र

माहिती ही नेहमी नवीनच असते असे नाही. जुन्याच माहितीचा नवीन अर्थ लागू शकतो. त्याचे विवेचन स्पष्टीकरण नवीन तऱ्हेने केले जाते. ही माहिती केवळ प्रलेखातच सामावलेली असते असे नाही. ही माहिती नियतकालिके परिषदांचे, अहवाल, लेख, शासकीय प्रलेख, संशोधनाधिष्ठित लेख, प्रबंध, पुस्तिका, निर्देशिका इ. मध्ये अंतर्भूत असते. माहितीची स्वरूपे वेगवेगळी असू शकतात.

साधारण १९५० नंतर नवीन तंत्रज्ञान प्रगत झाले होते. या ज्ञानशाखेमुळे नवीन नवीन शब्द निर्माण झाले. माहितीची संरचना, तिची प्रणाली यामुळे नवीन संज्ञांचा अर्थ लावणे क्रमप्राप्त होते. अशाच पैकी "माहितीचे रूपांतर" ही संज्ञा बिसमन यांनी १९७२ साली "माहिती प्रणाली, सेवा आणि केंद्र" या ग्रंथात प्रथम वापरली. त्यांच्या म्हणण्याप्रमाणे माहिती गरजवंतासाठी माहितीचे उपयुक्त प्रकारात केलेले रूपांतर म्हणजेच माहितीचे रूपांतरण होय. ज्ञानाची निर्मिती होणे एवढेच महत्त्वाचे नाही, हे ज्ञान सर्वसामान्यांपर्यंत पोहोचणे हे महत्त्वाचे आहे. ज्ञानाचा वापर झाला नाही तर त्याचा काहीच उपयोग नाही. म्हणून माहितीचे हस्तांतर होणेही आवश्यक आहे.

माहितीच्या निर्मितीपासून तिचा वापर होईपर्यंत तिचा प्रवास टप्प्याटप्प्यांनी येत असतो. या साऱ्या टप्प्यांचे एक चक्र बनते.

माहितीची निर्मिती – माहितीचा उगम मानवाच्या दैनंदिन अनुभव, घटना, प्रसंग यातून होत असतो. त्यामध्ये नवीन विकास प्रकल्प, शासकीय कार्यक्रम संशोधन इ. मुळेही माहिती निर्माण होत असते.

माहितीचे एकत्रीकरण – माहिती एकत्रित करण्याचे अनेक मार्ग आहेत. इतिहासात माहिती ताम्रपट, शिलालेख, पपायरस, पार्चमेंट, व्हेलम यावर एकत्रित केलेली आपण वाचतो. पण पुढे मुद्रणकलेच्या शोधामुळे कागदाच्या माध्यमामुळे ग्रंथ, नियतकालिके आणि पारंपरिक, अपारंपरिक, मुद्रित, अमुद्रित स्वरूपात एकत्र केलेली माहिती वेगवेगळ्या परिमाणात, आकारात मांडली गेली.

माहितीची साठवणूक – ग्रंथालयातून ग्रंथसंग्रहाच्या स्वरूपात ही माहिती साठविली जाते. माहिती एकत्रित करणे, तिचे जतन करणे म्हणजे तिचा साठा करणे. संगणक तर यासाठी वरदानच आहे. संगणकीय तबकड्या, लघु तबकडी (कॉम्पॅक्ट डिस्क), सी.डी. रॉम ही साधने माहितीच्या साठ्यासाठी जास्त उपयुक्त ठरली. ग्रंथालये माहितीचे एकत्रीकरण, व्यवस्थापन आणि प्रसार या क्षेत्रात महत्त्वाचे कार्य करतात. प्रलेखन केंद्रे, निर्देश, सार यांचा संग्रह करतात. जागरूक सेवेमुळे याविषयी प्रसारही लवकर होतो. माहिती केंद्रात माहितीचे पृथःकरण, तिचा साठा केला जातो. संशोधनाला या गोष्टी उपयुक्त ठरतात.

माहितीचे संप्रेषण – माहितीचे संघटन, व्यवस्थापन व सादरीकरण यामुळे तिचे संप्रेषण होते. माहितीची पुनर्प्राप्ती करता येते. उपयोजकाला वैयक्तिक स्वरूपात माहिती देणे किंवा त्याला साधनांची माहिती देणे. स्वतः उपयोजकाला माहितीचा शोध घेण्यास लावणे या सर्वामुळे माहितीचा प्रसार होतो.

INIS – इनिस इंटरनॅशनल न्यूक्लिअर इन्फरमेशन सिस्टीम

ही जगातील अनेक माहिती पद्धतींपैकी एक आहे. यामध्ये आण्विक शास्त्रातील माहिती संचय असतो. इनिसने १९७० पासून कार्याला सुरुवात केली. आयएइए (IAEA) वर इनिसची जबाबदारी आहे. ही माहिती पद्धतीसुद्धा संगणकाधारित आंतरराष्ट्रीय सहकार्यावर आधारित आहे.

इनिस आयएइएला शास्त्रीय व तांत्रिक माहितीत दळणवळण करण्यासाठी मदत करते. आण्विक ऊर्जा आंतरराष्ट्रीय शांततेसाठी वापरावी हा हेतू आहे. या क्षेत्रातील शास्त्रज्ञ, तंत्र यांचे प्रशिक्षण, त्यांची देवाण घेवाण यासाठी इनिस प्रोत्साहन देते.

या पद्धतीमध्ये ८७ देश व १७ आंतरराष्ट्रीय व आंतर प्रशासकीय संस्था आहेत. हे विकेंद्रित, अव्यापारी माहितीचे जाळे आहे. याचे संघटन इनिस केंद्र इनिसचे व्यक्ती किंवा स्थानिक उपयोजक, नॅशनल इनिस केंद्रे व आंतरराष्ट्रीय संस्थांची इनिस केंद्रे या तीन पातळीवर केले जाते.

वैशिष्ट्ये – कमाल विकेंद्रीकरण व किमान केंद्रीकरण, प्रमाणके व नियम यासाठी आग्रह, प्रलेख प्रतिप्राप्ती, निर्देशनासाठी शब्दकुलकोशाचा वापर, यंत्र वाचनीय पद्धती. निर्देशन व सारात्मक सेवा, आंतरराष्ट्रीय माहितीची प्रतिप्राप्ती, सहकार्यावर आधारित संप्रेषण.

या पद्धतीमार्फत प्रलेख वितरण सेवा, प्रलेख प्रतिप्राप्ती सेवा, ऑनलाईन सेवा या सेवा दिल्या जातात.

भारत या पद्धतीच्या सर्व कार्यक्रमात सहभागी आहे. भाभा अॅटोमिक रिसर्च सेंटर मधील ग्रंथालय व माहिती सेवा हे विभाग इनिसच्या कार्यक्रमासाठी राष्ट्रीय केंद्र म्हणून त्यांना मान्यता आहे.

INSDOC - इन्सडॉक (इंडियन नॅशनल सायंटिफिक डॉक्युमेन्टेशन सेंटर)

या केंद्राची स्थापना भारतामध्ये १९५१ साली झाली. वैज्ञानिक आणि तंत्रज्ञान क्षेत्रामध्ये प्रलेखन सेवा देणे हा मुख्य हेतू. या केंद्राला युनेस्कोने तांत्रिक मदत दिलेली आहे. कौन्सिल ऑफ सायंटिफिक अँड इंडस्ट्रियल रिसर्च (CSIR) ही संस्था इन्सडॉकला स्वतंत्र अस्तित्व देण्यास कारणीभूत झाली. यासाठी संचालक व कार्यकारी मंडळ नेमलेले असते.

देशाला उपयोगी असणारी शास्त्रीय नियतकालिके मिळविणे, लेखांची सार सेवा देणे, उपयोजकाला लेखांच्या छायाप्रती व भाषांतरे वैयक्तिकरीत्या देणे. देशांतील प्रकाशित वा अप्रकाशित वैज्ञानिक अहवालांचे संग्रहालय तयार करणे, जगातील इतर देशांना आपले वैज्ञानिक काम समजून देणे इ. गोष्टी या केंद्राद्वारे केल्या जातात.

या केंद्रातर्फे प्रलेख मिळवून देणे, ग्रंथसूची, माहिती सेवा, प्रतिरूप सेवा, माहितीची प्रतिप्राप्ती, प्रशिक्षण, ग्रंथसूची, तसेच छायाप्रती सेवा, तालिका सेवा, संदर्भसेवा, आधारभूत माहिती संच सेवा, भाषांतर सेवा, सार सेवा इ. सेवा दिल्या जातात. या केंद्राचे आधारभूत माहिती संच, योजना व्यवस्थापन, भाषांतर सेवा, पणन आणि ग्राहक सेवा असे विभाग आहेत.

इंडियन सायन्स अॅबस्ट्रॅक्ट, डिरेक्टरी ऑफ इंडियन सायंटिफिक पिरिऑडिकल्स, डिरेक्टरी ऑफ सायंटिफिक रिसर्च इन्स्टिट्यूटस्, करंट लिस्ट ऑफ सोव्हिएट सायंटिफिक पिरिऑडिकल्स, रशियन सायंटिफिक अँड टेक्निकल पब्लिकेशन्स, युनियन कॅटलॉग ऑफ सायंटिफिक सिरियल्स इन इंडिया, नॅशनल इंडेक्स ऑफ ट्रान्सलेटर अशी १२ प्रकाशने प्रसिद्ध केली जातात.

या केंद्राने ग्रंथालय व प्रलेखन या बाबतीत अनेक चर्चासत्रे आयोजित केली आहेत. युनिसिटच्या निर्माणामध्ये हे केंद्र एक भाग आहे. विनिटी (Viniti) हे केंद्र एफआयडीचा राष्ट्रीय सभासद आहे.

आण्विक शास्त्रातील नियतकालिकातील माहिती इनिस प्रकल्पातर्गंत भाभा अॅटोमिक रिसर्च सेंटरला पुरविण्याच्या कामी इन्सडॉक मदत करते.

परदेशी वैज्ञानिक लेखांच्या सूक्ष्मफिती मिळविण्याचे काम इन्सडॉकचा व्यवस्था विभाग करतो. उपयोजकांचा अभ्यास, त्यांचे शिक्षण यांचे सर्वेक्षण तयार केले आहे. या केंद्राने ग्रंथालयासाठी कॅटलॉग मॅनेजमेंट सॉफ्टवेअर पॅकेज तयार केले आहे. ही प्रणाली कमी खर्चाची, मेनू-ड्रिव्हन असणारी व उपयोजकाशी सलोख्याचे संबंध असणारी आहे. यासाठी एमएसडॉसची कार्यपद्धती स्वीकारलेली आहे. छोट्या ग्रंथालयांना ही प्रणाली उपयोगाची आहे. या केंद्राचे रशियन सायन्स इन्फरमेशन सेंटर, नॅशनल सायन्स लायब्ररी व नॅशनल सायन्स फौंडेशन हे तीन घटक आहेत.

INSPEC - इन्स्पेक (इन्फरमेशन सर्व्हिस फॉर द फिजिक्स अँड इंजिनिअरिंग कम्युनिटी)

ही एक जगातील माहितीची प्रमुख पद्धती आहे. या पद्धतीमध्ये संगणक इलेक्ट्रॉनिक्स, भौतिकशास्त्र,

इलेक्ट्रिकल इंजिनिअरिंग, माहिती तंत्रज्ञान हे विषय समाविष्ट आहेत. ही पद्धती डिव्हिजन ऑफ द इन्स्टिटयूशन ऑफ इलेक्ट्रिकल इंजिनिअर्स यांची आहे. ही सेवा देण्याचे काम या संस्थेने संगणकाच्या मदतीने देण्यास सुरुवात केली (१९६९).

या माहिती पद्धतीमध्ये २५ लाखापेक्षा जास्त माहिती घटकांचे संकलन केले आहे. संबंधित विषय तज्ज्ञांकडून माहितीची निवड केली जाते. ३००० नियतकालिकांची छाननी यासाठी केली जाते. या शिवाय त्या त्या क्षेत्रातील परिषदा, चर्चासत्रे व प्रासंगिक प्रकाशने याचे वृत्तांतही यामध्ये समाविष्ट असतात.

आधारभूत माहिती संच - सोर्स मटेरियल फॉर इन्स्पेक डेटाबेस, इन्स्पेक डॉक्युमेंट प्रोसेसिंग सिस्टिम, द डेटाबेस.

या आधारभूत माहिती संचातर्फे जगातील विज्ञान, तंत्रज्ञान, संगणक, भौतिकशास्त्र, माहिती शास्त्र, ग्रंथोपार्जन, सार, निर्देशन वर्गीकरण, ग्रंथसूचीय तपशील, वर्गीकरण संहिता, प्रकाशित साहित्याचा सारांश या गोष्टींची माहिती मिळते.

संगणक व नियंत्रित सार सेवा, इलेक्ट्रिकल व इलेक्ट्रॉनिक सार सेवा व भौतिकशास्त्र सार सेवा या विषयातील सार नियतकालिके ही संस्था प्रसिद्ध करते.

याशिवाय करंट पेपर ऑन कॉम्प्युटर अँड कंट्रोल, करंट पेपर्स इन इलेक्ट्रॉनिक अँड इलेक्ट्रिकल इंजिनिअरिंग, करंट पेपर्स इन फिजिक्स या सेवा प्रचलित जागरूकता सेवा यामध्ये दिल्या जातात. त्याशिवाय नेहमीच्या ऑनलाईन सेवा, चुबंकीय फिती सेवा, की अॅबस्ट्रॅक्ट, क्रमसंचयी निर्देश, माहितीचे निवडक प्रसारण या सेवाही दिल्या जातात.

शास्त्रज्ञ, अभियंता व उद्योग व्यावसायिक संशोधक, शिक्षक यांना ही माहिती पद्धती महत्त्वाची माहिती पुरवू शकते.

Integrated Services Digital Network (ISDN) – इन्टिग्रेटेड सर्व्हिसेस डिजिटल नेटवर्क

ही सेवा देण्यास १९९० पासून प्रारंभ झाला आणि दूरसंचार संप्रेषण माध्यमक्षेत्रामध्ये एका नवीन तंत्रज्ञानाची भर पडली. याला पब्लिक सर्व्हिस डिजिटल नेटवर्क (PSDN) असेही म्हणतात. हे नवीन तंत्रज्ञान आधारभूत माहिती, मूळ मजकूर, आवाज, चित्रे यांचे एकत्रीकरण आहे. तशी ही खर्चिक गोष्ट आहे.

या सेवेचा सभासद एकाच वेळी आधारभूत माहिती, प्रतिमा, चित्रे व आवाज किंवा या सर्वांचे एकत्रीकरण त्याच्या परिसरात अंकीय स्वरूपात त्याच्या संगणकीय जाळ्यामधून पाठवू शकतो अथवा मिळवू शकतो. या सेवेच्या या वैशिष्ट्यामुळे जगातील अनेक देशांनी त्यांची दूरसंचार संप्रेषण पद्धती अंकीय स्वरूपात बदलली आणि तिचे आय.एस.डी.एन.सेवेत रूपांतर केले. अशा तऱ्हेने दृक, श्राव्य व आधारभूत माहिती जलद गतीने प्रक्षेपण करण्यास सुरुवात केली.

ही सेवा सभासदाचा परिसर व दूरध्वनी आदान-प्रदान यांच्यातील एक अंकीय साखळीच आहे. ही साखळी तीन मार्गात विभागली जाते. दोन मार्ग आवाज, आधारभूत माहिती व प्रतिमा वापरले जातात. एका मार्गाचा संकेतन (Signalling) यासाठी उपयोग केला जातो.

या सेवेचे सभासद आय.एस.डी.एन.च्या नियोजित पत्राचा वापर वैयक्तिक संगणकाकडून करतात आणि जलद गतीने माहिती संप्रेषित करतात किंवा मिळवतात. भारत संचार निगम लि.द्वारा ही सेवा दिली जाते. या सेवेचा सभासद आधारभूत माहिती, आवाज किंवा प्रतिमा यापैकी दोन गोष्टी एकत्रित मिळवू शकतो. दोन सभासदांमधील संवादाचा वेळ फार कमी असतो. तसेच हा सभासद राष्ट्रीय व आंतरराष्ट्रीय थरावर सामान्य दूरध्वनी सेवा सभासदाप्रमाणे जोडणी करू शकतो.

तंत्रज्ञान युगामध्ये तंत्रे विकसित होत असल्यामुळे अशक्य गोष्टी शक्य होत आहेत.

Intellectual Property Right – बौद्धिक संपदा हक्क

बौद्धिक संपदा ही एक अशी संपत्ती आहे जिच्या मालकाच्या परवानगीशिवाय ती वापरता येत नाही. ही संपत्ती स्थावर संपत्तीप्रमाणे खरेदी करता येते अथवा विकता येते. मात्र भौगोलिक संपदेला भौगोलिक बंधने नाहीत. एखादा शोध, वाद्याचा तुकडा लोकांना वापरण्यास हरकत घेता येत नाही. पण तिच्या संरक्षणासाठी काही गोष्टी विचारात घ्याव्या लागतात.

आधुनिक युगात माहिती निर्माण करणाऱ्याला त्याची बिदागी मिळाली पाहिजे. असे मत विकसित देशात रूढ झाले आहे. मुद्रण तंत्रज्ञानामुळे ग्रंथसंख्या वाढू लागली. ग्रंथांचा प्रसार होऊ लागला. बौद्धिक संपदेचे संरक्षण करणे आवश्यक वाटू लागले.

बर्न कनव्हेशन (१८८६) स्वामित्व हक्काची कल्पना मांडली होती. अमेरिका (१९५२) रशिया (१९७३) यांनी स्वामित्व हक्काची कल्पना स्वीकारली. बौद्धिक संपदेच्या संरक्षणाला व स्वामित्व निर्मितीला इ.स.१९८९ पासून उत्तेजन मिळत गेले. बौद्धिक संपदा हक्क, स्वामित्त्व या संदर्भात सतत जागरूकता निर्माण होत आहे. यासाठी साक्षरता व शिक्षण यांची गरज आहे. मानवी गरजांना लक्ष्य करून त्याप्रमाणे गोष्टी निर्माण करणे, त्या गोष्टींच्या स्वामित्व हक्काची जबाबदारी घेणे या गोष्टी वाढत आहेत. सर्व राष्ट्राचे आर्थिक, वैज्ञानिक आणि तंत्रज्ञान विकास, शास्त्रीय व आर्थिक व्यवसायातील गोपनीयता यासाठी कायदा असणे आवश्यक आहे. भारतामध्ये संशोधन संरक्षणासाठी प्रथम कायदा केला त्यात भारतीय राज्यघटनेचे पेटंट घेण्यात आले. बर्न कनव्हेन्शननंतर ब्रिटिश स्वामित्व हक्कामध्ये थोडा फार बदल झाला. तो इंडिया स्वामित्व हक्क म्हणून (१९१४) कार्यान्वित झाला. पुढे हा कायदा रद्द झाला. इ.स.१९५७ च्या कायद्यामध्ये बदल झाले (१९८३,१९८४)

इ.स.१९५२ च्या युनिव्हर्सल कॉपीराइट कनव्हेन्शनमध्ये स्वतंत्र राष्ट्र म्हणून भारताने सही केली व भारताची स्वामित्व हक्क संरक्षणाची जबाबदारी वाढली आहे. भारतातील विधिमंडळाने स्वामित्व हक्क कायदा (१९५७) व पेटंट्स कायदा (१९७०) यांचाही विचार केला.

हल्ली बहुतेक साहित्य सी.डी. रॉम, चुंबकीय फिती, संगणक तबकडी यावर उपलब्ध आहे. नवीन तंत्रज्ञानामुळे या साहित्याच्या प्रती काढणे फार सोपे झाले आहे. म्हणून या साधनांच्या दृष्टीने बौद्धिक संपत्तीच्या स्वामित्व हक्काचा नव्याने विचार व्हावयास हवा.

International Federation for Information and Documentation (FID)
इंटरनॅशनल फेडरेशन फॉर इन्फरमेशन अँड डॉक्युमेन्टेशन :–

हा संघ (१८९५) 'इंटरनॅशनल इन्स्टिट्यूट ऑफ बिब्लिओग्राफी' म्हणून स्थापन झाला होता. जगातील सर्व प्रकाशित साहित्याची जागतिक ग्रंथसूची निर्माण करण्यासाठी हा संघ स्थापन झाला. याच

संस्थेचे पुढे (१९३८) 'इंटरनॅशनल फेडरेशन फॉर इन्फरमेशन अँड डॉक्युमेंटेशन ' यामध्ये रुपांतर झाले. ग्रंथसूचीय नियंत्रण हे या संघाचे मुख्य काम. हा संघ संशोधनातील आंतरराष्ट्रीय सहकार्य व प्रलेखन क्षेत्राचा विकास या ध्येयातून निर्माण झाला. या संघाच्या धोरणात माहितीचे संकलन, माहितीचा साठा, तिची प्रतिप्राप्ती, प्रसार व मूल्यमापन या गोष्टी अंतर्भूत आहेत. या संघाचे कार्यालय हेग येथे आहे.

प्रलेखन क्षेत्रातील सर्व संघटनांमध्ये समन्वय साधणे. प्रलेखन क्षेत्रातील संशोधनाला प्रोत्साहन देणे, प्रलेखनाचे तंत्र विकसित करणे व संघटित करणे, प्रलेखनाची प्रमाणके ठरविणे, या क्षेत्रात प्रशिक्षणाची सुविधा देणे. माहितीच्या संदर्भात आंतरराष्ट्रीय जाळ्याची स्थापना करणे आणि त्यामध्ये येणारे भाषिक अडथळे दूर करणे. या क्षेत्रातील व्यावसायिकांच्या हितसंबंधांचे संरक्षण करणे ही या संघाची उद्दिष्टे आहेत.

या संघाची सर्वसाधारण सभा ही दोन वर्षातून घेतली जाते. या सर्वसाधारण सभेमध्ये राष्ट्रीय व आंतरराष्ट्रीय सभासद असतात. संघाच्या कामकाजावर या सभेची देखरेख असते. या संघातील सभासद संख्या राष्ट्रीय ६९, आंतरराष्ट्रीय ३ व इतर २५० अशी आहे. या संघाचे सामान्य सभेचे निवडून आलेले सदस्यांचे एक मंडळ (कौन्सिल) आहे. हे मंडळ सर्वसाधारण सभेची धोरणे अमलात आणते. सचिवालयात प्रत्यक्ष कामकाज चालते. या संघाच्या कार्यकारी समितीमध्ये अध्यक्ष, कायमस्वरूपी कार्यवाह व काही वरिष्ठ अधिकारी असतात. या संघाचे कामकाज समित्यांतर्फे चालते. या समित्यांमध्ये असणारे उपसमित्या, कार्यकारी गट कामकाजात मदत करीत असतात. उदा. एफ.आय.डी.आर.–माहितीचे सिद्धान्त मूळ यावर संशोधन, एफ.आय.डी. सी. आर.– वर्गीकरण विषयक संशोधन, एफ. एम.– यांत्रिक तंत्रे व पद्धती, एफ. आय. डी./ इ टी – प्रलेखनाशी शिक्षण व प्रशिक्षण इ. वेगवेगळ्या तांत्रिक समित्या, परिषदा, चर्चासत्रे, कार्यशाळा आयोजित करतात. या परिषदांचे अहवाल हा संघ प्रकाशित करतो. याशिवाय महत्त्वाची प्रकाशनेही या संघातर्फे प्रकाशित केली जातात.

या संघातर्फे एफ.आय. डी. न्यूज बुलेटिन (मासिक), इंटरनॅशनल फोरम ऑन इन्फरमेशन अँड डॉक्युमेंटेशन (त्रैमासिक) एफ.आय.डी.डिरेक्टरी, रिसर्च अँड डेव्हलपमेंट प्रोजेक्ट्स इन डॉक्युमेंटेशन अँड लायब्ररियनशीप (द्वैमासिक), एक्सटेन्शन्स अँड करेक्शन्स टू द युडीसी ही प्रकाशने प्रकाशित केली जातात. 'प्रलेख' या क्षेत्रात आधुनिक तंत्रे उपयोगात आणण्याचे कामही ह्या संघातर्फे केले जाते.

युडीसी ही वर्गीकरण पद्धती या संघानेच तयार केली आहे. केंद्रीय वर्गीकरण समिती या वर्गीकरण पद्धतीत सुधारणा वगैरे करते. यांत्रिकीकरण समिती व यु.डी.सी. ३५ समिती यंत्राद्वारे वाचन करण्याच्या स्वरूपात त्याचे निर्माण करतात.

इ.स.१९४८ पासून हा संघ व भारत यांच्यात संबंध प्रस्थापित झालेले आहेत. याला डॉ. रंगनाथन यांचे द्रष्टेपण कारणीभूत आहे. त्यांनी या संघाच्या वर्गीकरण संशोधन समिती, जनरल थिअरी ऑफ क्लासिफिकेशन समिती या समित्यावर काम केले आहे. या संघातर्फे 'रंगनाथन अॅवार्ड फॉर क्लासिफिकेशन रिसर्च' हा पुरस्कार दिला जातो. भारतातील इन्सअॅल या संघाचा सभासद आहे. (१९५२)

International Federation of Library Associations (IFLA) -
इंटरनॅशनल फेडरेशन ऑफ लायब्ररी असोसिएशन्स

इ.स.१९२६ मध्ये ''द लायब्ररी असोसिएशन'' (इंग्लंड) यांच्या एडिन्बर्ग परिषदेमध्ये ''इंटरनॅशनल

लायब्ररी अँड बिब्लिओग्राफिकल कमिटी'' स्थापित झाली. याचेच पुढे ''इंटरनॅशनल फेडरेशन ऑफ लायब्ररी असोसिएशन'' असे नामकरण झाले. ही स्वतंत्र संघटना आहे. कोणत्याही देशाच्या अधिकाराखाली ही संघटना येत नाही.

निरनिराळ्या ग्रंथालयांच्या कार्यासंबंधी प्रमाणके व मार्गदर्शक तत्त्वे तयार करणे उदा. प्रशिक्षण अभ्यासक्रम, ग्रंथसूचीचे सादरीकरण, ग्रंथपालन व्यवसाय व ग्रंथसूची या गोष्टींमध्ये सहकार्य वाढविणे. ग्रंथालयशास्त्रातील संशोधनाला उत्तेजन देणे ही या संघटनेची वैशिष्ट्ये आहेत.

या संघटनेचे सभासदत्व दोन प्रकारचे १) संपूर्ण सभासदत्व – या सभासदांना मतदानाचा अधिकार असतो. यामध्ये आंतरराष्ट्रीय ग्रंथालय संघ, राष्ट्रीय ग्रंथालय संघ किंवा ग्रंथालय क्षेत्राविषयी आवड असलेल्या संस्था यांचा समावेश असतो. या सभासदांना या संघटनेच्या कार्यकारी मंडळाची मान्यता असते. २) सहकारी सभासदत्व – सर्व ग्रंथालये या प्रकारानुसार सभासद होऊ शकतात. पण या सभासदांना मतदानाचा अधिकार नसतो. ग्रंथसूचीय संस्था व तत्सम संस्थाही सभासदत्व घेऊ शकतात. हे सभासदत्व कार्यालयाकडून मान्य केलेले असते.

या संघटनेच्या व्यवस्थापनासाठी तीन समित्या नेमलेल्या आहेत.

१) सर्वसाधारण समिती – या समितीमध्ये संघटनेचे नोंदणी झालेले सभासद व कार्यकारी समितीचे सभासद यांचा समावेश असतो.

२) कार्यकारी समिती – या समितीतील सभासदांची नियुक्ती तीन वर्षांसाठी असते. अध्यक्ष, सहा उपाध्यक्ष, कोषाध्यक्ष व इतर बारा सभासद असतात.

३) सल्लागार समिती – या संघटनेच्या व्यवस्थापनाची जबाबदारी या समितीवर असते. यामध्ये निरनिराळ्या विभागांचे व समित्यांचे सचिव, तसेच आंतरराष्ट्रीय सदस्य यांचा या समितीमध्ये अंतर्भाव असतो.

वरील समित्यांशिवाय व्यावसायिक गोष्टींसाठी विभाग, उपविभाग व समित्याही या संघटनेने स्थापन केलेल्या आहेत. व्यावसायिकांचा विकास हा या संघटनेचा मुख्य हेतू आहे. त्यासाठी काही कार्यकारी गटही स्थापन केले आहेत.

जगातील ग्रंथालयांच्या योजनांमध्ये मदत करणे, विकसनशील देशांतील ग्रंथालयांना सेवाद्वारे मदत करणे, सल्ला देणे, व्यावसायिकांचे सहकार्य वृद्धिंगत व्हावे म्हणून परिषदा आयोजित करणे ही कार्ये ही संघटना करते. या संघटनेने यांत्रिक वाचनीय तालिकीकरण संचाचे (Marc) महत्त्व जाणवून देण्यासाठी आंतरराष्ट्रीय कार्यक्रम आरेखित केले. माहितीच्या प्रतिप्राप्तीच्या दृष्टीने हा संच महत्त्वाचा आहे.

सार्वजनिक ग्रंथसूचीय नियंत्रण हाही असाच महत्त्वाचा कार्यक्रम या संघटनेने हाती घेतला आहे. इ.स. १९७४ मध्ये इंटरनॅशनल स्टँडर्ड बिब्लिओग्राफिक डिस्क्रिप्शन फॉर मोनोग्राफिक पब्लिकेशन्स हे प्रकाशित केले.

इफ्ला जर्नल (त्रैमासिक), इफ्ला ॲन्युअल, इफ्ला डिरेक्टरी (वार्षिक), इफ्ला न्यूज, इंटरनॅशनल कॅटलॉगिंग ही प्रकाशने प्रकाशित केली.

इफ्लाची सामान्य परिषद दिल्लीमध्ये डॉ.रंगनाथन यांच्या जन्मशताब्दी वर्षात आयोजित करण्यात आली होती. तसेच द इंडियन लायब्ररी असोसिएशनने ''युनिव्हर्सल ॲव्हेलेबिलिटी ऑफ पब्लिकेशन्स''

या विषयावर एक विभागीय परिषद दिल्लीमध्ये भरवली होती (१९८५). इफ्ला व भारत यांचे संबंध सहकार्याचे आहेत.

International Standard Bibliographic Description ISBD (M) ISBD (S)
आंतरराष्ट्रीय प्रमाणित ग्रंथवर्णन : –

इ.स.१९७४ मध्ये इफ्ला (International Federation of Library Association) या संस्थेने ग्रंथांचे किंवा नियतकालिकांचे वर्णन करण्यासंबंधी नियम तयार केले. ISBD (G) विषयासंबंधी नियम १९७७ मध्ये केले. कोपेनहेगन येथे International Meeting of Cataloguing Experts सभेत तालिकीकरण विषयक आंतरराष्ट्रीय करार करण्यात आला. या सभेत एका गटाची स्थापना करण्यात आली. त्या गटाकडे नोंदीतील ग्रंथविषयक वर्णन ठरविण्याचे काम होते. या गटाने ISBD (M) ची माहिती देण्यासाठी यंत्ररूप तालिकेचा उपयोग करण्यास सांगितले. तालिकीकरणात प्रमाणीकरण आवश्यक ठरले. निश्चित विरामचिन्हांचाही विचार करण्यात आला.

सर्वसाधारण ग्रंथाचे (Monograph) तालिकीकरणासंबंधीचे नियम (ISBD) (M) हे प्रसिद्ध करण्यात आले (१९७१). याच नियमांचा वापर राष्ट्रीय ग्रंथसूचीसाठी करण्यात आला. या नियमातील उणिवांचा विचार इफ्लाच्या परिषदेत करण्यात आला (१९७३). या परिषदेतील सुधारणा जमेस धरून (ISBD) (M) आणि (ISBD) (S) संबंधित सुधारणा एका प्रलेखात प्रसिद्ध केल्या. ग्रंथवर्णनातील सुधारणांबरोबर नकाशे, संगीताच्या ध्वनिमुद्रिका, ग्रंथेतर साहित्य, संगणकातील संचिका (Files) या सारखे इतर वाचनसाहित्यही समाविष्ट करण्यात आले.

लायब्ररी ऑफ काँग्रेसने ग्रंथवर्णन विषयक संहिता (नियमावली) वापरण्यास सुरुवात केली (१९७४). तालिकेतील नोंदीत बदल होऊन आंतरराष्ट्रीय स्तरावर प्रमाणीकरण साधले गेले.

ग्रंथासाठी (ISBD) (M), नियतकालिकासाठी (ISSN) (S) व इतर वाचनीय साहित्यासाठी (ISBD) (NBM) अशी प्रमाणके आहेत. ISBD (G) प्रमाणे माहितीचा क्रम १) ग्रंथनाम २) आवृत्ती ३) प्रकाशन प्रकार ४) वितरण ५) प्राकृतिक वर्णन ६) माला ७) टीपा ८) प्रमाणक क्रमांक असा आहे.

International Standard Book Number (ISBN) – आंतरराष्ट्रीय प्रमाण ग्रंथ क्रमांक

हा ग्रंथ क्रमांक दहा अंकाचा असतो. याचे एकूण चार घटक असतात. यातील पहिला घटक एकच अंक असतो. देश, प्रदेश अथवा भाषा यासाठी उपयोगात आणला जातो. दुसऱ्या घटकात दोन ते सहा अंक असतात. हे अंक प्रकाशकाचे प्रतिनिधीत्व करतात. तिसऱ्या घटकात सहा अंक असतात. तो प्रकाशकाने संबंधित ग्रंथाला त्याच्या प्रकाशनाच्या यादीत दिलेला क्रमांक असतो. पहिल्या घटकाप्रमाणे शेवटचा घटक एकच अंकाचा असतो. त्याला संगणक तपासणी अंक असे म्हणतात. हा प्रत्येक ग्रंथासाठी वेगळा असतो. प्रत्येक घटकामध्ये विशिष्ट आंतर सोडलेले असते. प्रत्येक विभागानंतर आडवी रेघ देऊन ते एकमेकांना जोडलेले असतात.

प्रमाण ग्रंथ क्रमांकामुळे ग्रंथ मिळू शकतो. आंतरराष्ट्रीय स्तरावर ग्रंथ मागणीसाठी या क्रमांकाचा उपयोग होतो. केंद्रीय तालिकीकरणाच्या संस्थाकडून तालिकापत्रांच्या मागणीसाठी या क्रमांकाचा उपयोग होतो. या क्रमांकामुळे वेळ व निधी यांची बचत होते. ग्रंथसूचीत नोंद करण्यासाठी याचा उपयोग केला

जातो. प्रलेखनात यांत्रिकीकरण व ग्रंथाचा नेमकेपणा या क्रमांकामुळे सिद्ध करता येतो. वार्षिक ग्रंथ तपासणीसाठी या क्रमांकाचाही उपयोग होतो.

ग्रंथालयातील ग्रंथरचनेशी या क्रमांकाचा काही संबंध नसतो. म्हणून हा क्रमांक उपयोजकांच्या दृष्टीने उपयोगी पडत नाही. यंत्रवाचक तालिकेत मात्र हा महत्त्वाचा आहे.

उदा.

A Guide to Sources of Information in Libraries
James G. Olle
Gower Publishing Co. US.A.
O-566-03477-8
O भौगोलिक विभाग / अमेरिका
566 - प्रकाशक
03477- ग्रंथनाम
8- तपासणी क्रमांक

भारतातही राष्ट्रीय प्रमाणक (ISI) संस्थेतर्फे सहभाग घेतला जातो.

International Standard Serial Number (ISSN) –आंतरराष्ट्रीय प्रमाण कालिका क्रमांक

ही पद्धती १९७१ पासून सुरू झाली. त्यात आठ अंक असतात. पॅरिसमधील आंतरराष्ट्रीय प्रमाण संस्थेतर्फे हे क्रमांक दिलेले असतात. त्यात काही मुख्य शब्द (Key Word) देऊन कालिकाच्या स्थानाविषयी संकेत दिलेले असतात.

प्रत्येक नियतकालिकासाठी स्वतःचा स्वतंत्र पण कायमस्वरूपी क्रमांक असतो. नियतकालिकाला आठ क्रमांक दिले जातात. त्यामध्ये चार चार अंकाचे दोन गट असतात. दोन्हीच्यामध्ये आडवी रेघ असते. शेवटचा अंक तपासणी क्रमांक असतो. नियतकालिकांच्या नावात थोडा जरी बदल झाला तरी पूर्वीचा क्रमांक रद्द करून नवीन क्रमांक तयार करावा लागतो.

उलरिच इंटरनॅशनल पिरिऑडिकल्स डिरेक्टरी (Ulrich International Periodicals Directory) याच्या १४ व्या आवृत्तीत नियतकालिकांच्या यादीसाठी या क्रमांकाचा प्रथम उपयोग केला गेला.

International Standards of Binding – आंतरराष्ट्रीय बांधणी प्रमाणके/मानके

ग्रंथालयीन बांधणीसाठी मानके प्रसिद्ध झाली आहेत. १९३५ मध्ये अमेरिकन लायब्ररी असोसिएशनने ग्रंथालयीन बांधणीसाठी मानके प्रसिद्ध केली आहेत. १९३९ मध्ये लायब्ररी बाईंडिंग इन्स्टिट्यूट समवेत असोसिएशनने मजबूत बांधणीतील नवीन ग्रंथांसाठी मानके प्रसिद्ध केलेली आहेत.

उपयुक्त मानके पुढीलप्रमाणे –

१) पुनर्बांधणीसाठी ग्रंथ वेगळे काढण्यापूर्वी गहाळ झालेले किंवा खराब झालेली पाने, कागदाचे वैशिष्ठ्य, पुस्तकांची रचना लक्षात घेता बांधणी करणे योग्य आहे काय हे ठरविण्यासाठी ग्रंथ नीट तपासून पाहायला पाहिजे.

२) बांधणीच्या वेळेस छापील मजकुराची फाटलेली पाने जपानी पारदर्शक टिश्यु पेपरने किंवा ओनियन स्किन बाँड पेपरने व्यवस्थित चिटकवून घ्यावीत. समासातील फाटलेले भाग योग्य त्या वजनाच्या बाँड पेपरने चिटकवून घ्यावेत.

३) घडीतून शिवता न येणारी पुस्तके, त्यांच्या घडीच्या विभागून नीट करून मजबूत करावीत.

४) सगळी आंतरपृष्ठे किंवा शेवटचे कागद सोयीच्या तीन भागात असावेत. पहिले व शेवटचे पान आवरण पुठ्याचे अस्तर म्हणून चिकटवावे, कमीत कमी दोन पुठ्ठ्चे सुटी ठेवावीत व कापड लावून मजबूती आणावी.

५) मशीनने शिलाई केलेली असल्यास सर्व विभाग सरस लावून चिकटवून घ्यावेत. ग्रंथाच्या पाठीकडून केलेली सेक्शन शिलाई पुस्तकाच्या कडेपासून 3/16 इंचापेक्षा बाहेर दिसू नये. पुस्तकांच्या वरच्या/खालच्या भागी १/२ इंचापेक्षा जवळ असू नये.

६) सर्व पुस्तकांची काटछाट कमीत कमी करावी.

७) पुस्तकांच्या पाठीला सरस लावावा, गोलाई काढून पाठीला आधारासाठी कॉटन फ्लॅनेल कापडाचे मऊ अस्तर लावावे. हे अस्तर पुस्तकांच्या वरच्या व खालच्या बाजूला १/४ इंच पुढे येऊ द्यावे. शेवटच्या कागदावर अंदाजे १/२ इंच येऊ द्यावे.

८) आवरणासाठी वापरलेले कापड जादा वजनाचे, खळ लावलेले असावे.

९) आवरणे करण्यासाठी दाबून घट्ट केलेला बांधणीचा खास पुठ्ठा वापरावा. पुठ्ठ्याची जाडी पुस्तकांच्या आकाराला व वजनाला साजेशी असावी.

१०) पुस्तकांना सरस लावून चिकटवावीत व धातूच्या कडा असलेल्या लाकडी फळ्यांमध्ये घट्टपणे दाबून पूर्णपणे वाळेपर्यंत ठेवावीत.

११) सर्व पुस्तकांवर जंतूनाशकाचा हलकासा शिडकावा समप्रमाणात करावा.

Internet – इंटरनेट

हे एक जागतिक संगणकीय जाळे आहे. या जाळ्याची मालकी कोणाकडेही नाही. जगातील सर्व संगणकीय जाळ्याचे हे एकत्रीकरण आहे. ही सेवा सध्या लोकप्रिय आहे. या जाळ्यामार्फत जोडणी सेवा व माहिती सेवा दिली जाते. या जाळ्यामार्फत माहिती व तिचे संप्रेषण तर होतेच. पण उत्पादनांची माहिती, संगणक प्रणालीसाठी हे वापरता येते. या जाळ्यामार्फत माहितीची वाटणी केली जाते.

वरील अर्थाने हे जाळ्यांचे जाळे आहे. यामध्ये माहितीचे जलद गतीचे तंत्रज्ञान अंतर्भूत आहे. म्हणून या जाळ्यात अनेक संगणक एकमेकांशी जोडलेले असतात. या जाळ्यामध्ये एक सर्वसामान्य भाषा, नियम अंतर्भूत असतात. उदा. ट्रान्समिशन कंट्रोल प्रोटोकॉल, इंटरनेट प्रोटोकाल इ. हे जाळे माहितीचे संप्रेषण, संचिका (files) हस्तांतरण यासाठी केला जातो. त्याचप्रमाणे माहितीचा महत्त्वाचा भाग रमतगमत पाहण्यासाठी. बुलेटिन बोर्ड, वर्ल्ड वाईड वेब यासाठीही करता येतो.

इंटरनेटसाठी संगणक तर आवश्यक आहेच. संगणकच माहितीचे प्रवेशद्वार उघडे करून देतो. माहितीच्या युगात माहितीचे महत्त्व वाढल्यामुळे ऑनलाईन सेवा ही आवश्यक ठरली आहे.

यासाठी संगणक हार्डवेअर (संगणकातील माहिती संस्करणाचे कार्य करणारा विभाग) संगणक प्रणाली, मोडेम, दूरध्वनी सेवा इ. गोष्टी आवश्यक आहेत. डायलअप जोडणीही करता येते. यामध्ये मोडेम व दूरध्वनी तारा या आवश्यक असत. दुसरी जोडणी पॉइंट टू पॉइंटही करता येते.

भारतामध्ये विदेश संचार निगम लि. द्वारा शेल (Shell) किंवा टर्मिनल डायल अप या दोन तऱ्हेने जोडणी करतात. शेल ही जोडणी कमी खर्चाची आहे.

माहिती संस्करण करण्यासाठी खालील गोष्टी आवश्यक आहेत.

१) संगणक - आयबीएम ८६ किंवा पेंटियम

२) मोडेम - इंटरनेटवरील सूचनांची देवाण-घेवाण करणारा भाग. त्याची गती १४,००० ते २८,८०० बीपीएस.

३) इंटरनेट ब्राऊजर एस डब्लू

४) आराखडा (Programme) सेवा पुरविणारी कंपनी. उदा. विदेश संचार निगम

५) दूरध्वनी - माहितीच्या संप्रेषणासाठी

६) सेवा पुरविणारा - सेवेसाठी त्या संबंधित कंपनीला सेवाशुल्क द्यावे लागते.

नंतर ती कंपनी उपयोजकाला त्याचा खाते क्रमांक (Account No.) आणि प्रवेश संकेत शब्द (Pass word) देते. या सर्व प्रक्रियेनंतर उपयोजक इंटरनेटचा सभासद होतो.

अमेरिकेच्या संरक्षण विभागाने अर्पानेट नावाचा प्रकल्प त्यांच्या संदेशवाहनासाठी सुरू केला. इंटरनेटमुळे "ग्लोबल व्हिलेज" ही संकल्पना सुरू झाली.

Internet Facilities – इंटरनेटच्या सुविधा

इंटरनेटचे कार्यक्षेत्र बरेच व्यापक झालेले आहे. माहितीसाठा, माहितीची प्रतिप्राप्ती एवढेच क्षेत्र मर्यादित राहिलेले नाही. अनेक क्षेत्रामध्ये याची व्याप्ती वाढलेली आहे. विपणन विभाग, वर्तमानपत्रे, ग्रंथ, क्रीडा, सिनेसंगीत, आरोग्य, करमणुकीचे कार्यक्रम, नियतकालिके, नोकरीविषयक, उद्योगधंदे, घरगुती गरजा या क्षेत्रातही इंटरनेटचा शिरकाव झालेला दिसतो.

१) इ-मेल सेवा – इंटरनेटद्वारा इलेक्ट्रॉनिक संदेशाची देवाण-घेवाण इ-मेल करते. ही जलद गती सेवा आहे. या सेवेमार्फत फोटो, आवाज पाठवू शकतो किंवा मिळवू शकतो. ही सेवा कमी खर्चिक आहे. यामुळे उपयोजक एकमेकांच्या सान्निध्यात येतात.

२) प्रलेख, संचिका हस्तांतरण – संचिका (files) किंवा प्रलेख हस्तातरण इंटरनेटमुळे शक्य होते. ही सेवा एफ.टी.पी. (फाईल ट्रान्सफर प्रोटोकॉल) या नियमामुळे एका संगणकाकडून दुसऱ्या संगणकाकडे हस्तांतरित होते. या सुविधेमुळे संगणक प्रणाली, खेळ, प्रलेख, आधारभूत माहिती या तऱ्हेने हस्तांतरित करता येते.

३) बुलेटिन बोर्ड सेवा – यामध्ये एकच मोठी मेल बॉक्स असते. ही सेवा इ-मेल प्रमाणेच आहे. इ-मेलमध्ये खाजगी मेल बॉक्स असते. यातील संदेश हा एका विशिष्ट व्यक्तीसाठी किंवा अनेक व्यक्तींसाठी असतो. युजनेट (usenet) हे जाळे इंटरनेट बुलेटिन बोर्डसाठी वापरण्यास देते. अशा तऱ्हेने इ-मेल, एफ.टी.पी.युजनेट टेलनेट या सेवा इंटरनेटमार्फत दिल्या जातात.

४) वर्ल्ड वाईड वेब – जगातील सर्व यंत्र प्रलेखामध्ये इंटरनेटद्वारा प्रवेश मिळविण्यासाठी हे जाळे उपयोगी पडते. हे उपयोजकप्रधान जाळे आहे. तसेच हे लोकप्रिय व दिशादर्शकही आहे. या जाळ्यात जगातील असंख्य प्रलेख आहेत. या प्रलेखांना पाने म्हणतात. प्रत्येक पान दुसऱ्या पानाशी

साखळीने जोडलेले असते. उपयोजक जेव्हा साखळीला क्लिक करतो तेव्हा हव्या त्या पानात उपयोजक प्रवेश करतो. ही पाने इतर पानांचाही संदर्भ दर्शवितात त्यामुळे हायपरटेक्स्ट तयार होते. उपयोजक सोयीप्रमाणे ही पाने पाहू शकतो. उपयोजकाला त्या पानाचा अर्थ नीट समजून तो काही आज्ञा तयार करतो. त्यामुळे पृष्ठातील मजकूर दाखविला जातो. ह्या पानामुळे उपयोजक नवीन पाने तयार करू शकतो. या सर्व गोष्टी ब्राऊझरमुळे शक्य होतात. ही पाने एच.टी.एम.एल. (हायपरटेक्स्ट मार्कअप लँग्वेज) मध्ये असतात.

५) इतर सेवा – विपणन, आरोग्य, शैक्षणिक सुविधा, ऑनलाईन सेवा, करमणुकीचे कार्यक्रम, क्रीडा, हवामान अंदाज, भाषांतर सुविधा, खेळ या सुविधाही प्राप्त होतात.

ब्राऊझिंग ही एक गतीशील सेवा आहे. ही सेवा उपयोजकाला रिमोट संगणकातील माहिति साठ्यातील माहिती मिळविण्यासाठी, दाखविण्यासाठी उपयोगी पडते. ही माहिती उपयोजकाने मागणी न करताही रिमोट संगणक त्याला देतो.

Interpolation Device – समावेशन युक्ती

एखाद्या पंक्तीमध्ये नवीन विभागांचा समावेश करणे आवश्यक असते. त्यावेळी पूर्वीच्या दोन विभागांमध्ये नवीन विभाग सामावून घेण्याची आवश्यकता निर्माण होते. त्यावेळी समावेशन युक्तीचा अवलंब केला जातो. यावेळी पूर्वीच्या इतर विभागाबरोबर नवीन निर्माण झालेल्या विभागाचा संबंध लक्षात घ्यावा लागतो.

द्विबिंदू वर्गीकरण पद्धतीमध्ये H (भूगर्भशास्त्र) व I (वनस्पतीशास्त्र) दर्शविले आहे. खनिजशास्त्रासाठी या दोन्हीमध्ये वर्णच उपलब्ध नव्हता. त्यामुळे HX या एकत्र जोडलेल्या दोन वर्णांची खनिजशास्त्र म्हणून योजना केली.

यामुळे त्या दोन्ही विषयांशी संबंधित विषय या दोन विषयांमध्ये येऊ शकला.

Interview Technique – मुलाखत तंत्र

संशोधक व अभ्यासघटक यांच्यातील हे विचार संप्रेषण आहे. यामध्ये त्यांच्यात प्रत्यक्ष संवाद प्रस्थापित होतो.

गुड आणि हॅट या तंत्राला ''सामाजिक आंतरक्रियांचीच प्रक्रिया'' म्हणतात.

या तंत्राचे प्रकार खालीलप्रमाणे –

१) निदानात्मक मुलाखत – यामध्ये अभ्यास समस्येच्या मागील कारणांचा विचार करून ती शोधली जातात.

२) संशोधनात्मक मुलाखत – यामध्ये घटनेमागील कार्यकारण भाव तपासला जातो.

३) उपचारात्मक मुलाखत – यामध्ये घटनेमागील कारणे शोधून त्या कारणांची चर्चा केलेली असते. समस्या सोडविण्यासाठी हे तंत्र वापरले जाते.

४) साधी मुलाखत – संशोधकाला ज्या घटनाविषयी माहिती मिळवावयाची असते, त्याविषयी अभ्यास- घटकाला बोलण्याचे स्वातंत्र्य असते. अभ्यासघटकाला कोणतेही प्रश्न विचारले जातात.

५) व्यक्तिगत मुलाखत – यामध्ये व्यक्तीला महत्त्व आहे, त्याला केंद्रबिंदू मानून माहिती गोळा केली जाते.

६) गट/समूह मुलाखत – यामध्ये संशोधक अभ्यास विषयाची माहिती गटाकडून, समूहाकडून गोळा करतो.

७) अल्पकालीन मुलाखत – यामध्ये मुलाखतीचा वेळ फार कमी असतो.

८) दीर्घकालीन मुलाखत – यामध्ये मुलाखतीचा वेळ दीर्घ असतो. अभ्यास विषयाच्या विस्तृत माहितीसाठी या तंत्राचा उपयोग होतो.

९) संरचित मुलाखत – यामध्ये प्रश्नांची अनुसूची दिलेली असते. त्या प्रश्नांचे पर्यायही दिलेले असतात. अभ्यासघटकाला या पर्यायांवर अवलंबून रहावे लागते.

१०) असंरचित मुलाखत – यामध्ये संशोधक अभ्यासघटकाशी प्रत्यक्ष संवाद साधतो. प्रश्नांची लिखित स्वरूपातील यादी यात नसते. या प्रश्नांचा आराखडा संशोधकाच्या मनामध्ये असतो. अभ्यासघटक उत्स्फूर्त उत्तरे देतो. त्याला मतांचे स्वातंत्र्य असते. अशा मुलाखतीमधून संशोधकाला भरपूर माहिती मिळते.

११) केंद्रित मुलाखत – यामध्ये व्यक्तींच्या वैयक्तिक अनुभवांना प्राधान्य असते. त्या अनुभवाविषयींचा अभ्यासघटकाचा दृष्टिकोन, प्रतिक्रिया, विचार या तंत्रामध्ये असतात.

१२) फेर मुलाखत – समाजातील बदलाचा परिणाम व्यक्तीवर होतो. अशा व्यक्तींचा दृष्टिकोन, त्यासंबंधातील घडणाऱ्या क्रिया हे तंत्र स्पष्ट करते. यामुळे विकासाची वाटचाल सोपी होते.

या मुलाखत तंत्रामुळे सखोल अभ्यास होतो. प्रत्यक्ष संवादामुळे उत्तरातील यथार्थता समजते. पण वेळ, पैसा व श्रम या दृष्टीने हे तंत्र खर्चिकच आहे. संशोधकाची चिकाटी व अभ्यास घटकावर अवलंबून या गोष्टी दिसतात.

Intra Array Relation – पंक्तीअंतर्गत संबंध

एकाच विशिष्ट वर्गातील पंक्तीमधील संबंध दर्शविणे. कोणताही संबंध O हे चिन्ह वापरून दाखववावयाचा असतो उदा. Y31OW5 शहरी व ग्रामीण लोकगीतातील फरक

Intra Array, Intra facet, Intra phase Relations – बाजू, पैलू व व पंक्ती अंतर्गत संबंध

दोन वेगवेगळ्या मुख्य वर्गाखाली येणाऱ्या विषयांचे, एकाच मुख्य वर्गाखालील एकाच पैलूखाली येणाऱ्या दोन वर्गांचे आणि एकाच पंक्तीमधील दोन वर्गांचे संबंध दाखविण्याची सोय द्विबिंदू वर्गीकरण पद्धतीत आहे. त्यासाठी वेगळे कोष्टक दिलेले आहे.

कोणताही संबंध O हे चिन्ह वापरूनच दाखववावयाचा असतो. दोन विषयातील सर्वसाधारण संबंध उदा. A o a R सायन्स व फिलॉसाफीतील संबंध दर्शविते. एका विषयाचा दुसऱ्या विषयाबाबतचा कल दर्शविणारा संबंध उदा. C o b D अभियांत्रिकीसाठी पदार्थ विज्ञान. दोन विषयांची तुलना दाखविणारा संबंध उदा. WOcV राज्य शास्त्र व इतिहास यांची तुलना. एका विषयाचा दुसऱ्या विषयावर परिणाम करणारा संबंध उदा. WOgU भूगोलाचा राज्यशास्त्रावरील परिणाम.

Issuing of Books - ग्रंथ देवघेव

ग्रंथालयातील हा एक महत्त्वाचा विभाग आहे. ग्रंथालयाची प्रतिष्ठा यावर अवलंबून असते. ग्रंथालयातील सर्व कामकाज वाचकांना वाचनसाहित्याची देवघेव करण्यासाठीच चाललेले असते.

ग्रंथालयात येणाऱ्या वाचकांची प्रथम नोंदणी केली जाते. त्यामुळे किती लोक ग्रंथालयाचा उपयोग करतात याची आकडेवारी मिळते, तसेच प्रौढ, स्त्री-पुरुष, तरुण, बाल, नोकरदार, व्यवसाय करणारे यांचीही माहिती मिळते. शिवाय वाचकाने पुस्तक वेळेवर परत आणून न दिल्यास स्मरणपत्र पाठवता येते. म्हणून वाचकांकडून प्रथम सभासदत्वाचा अर्ज भरून घेतला जातो. त्यावरून सभासदाची सर्व माहिती मिळते. तसेच वाचकांना हव्या असणाऱ्या ग्रंथासाठी आरक्षणही करता येते. ग्रंथ आरक्षण म्हणजे वाचकांसाठी विशिष्ठ ग्रंथ राखून ठेवणे. त्यासाठी वाचकांना अर्ज देता येतो. त्यामुळे गरजू वाचकाला ग्रंथ निश्चित मिळण्याची खात्री असते. ''प्रत्येक वाचकाला त्याच्या आवडीचा ग्रंथ'' हा सिद्धान्त येथे पूर्ण होतो. आंतरग्रंथालयीन देवघेव ही या विभागाद्वारे होते. प्रत्येक ग्रंथालय सर्व वाचन साहित्याने समृद्ध असू शकत नाही. पैसा, जागा या कारणांमुळे सर्व वाचनसाहित्य खरेदी करणे अशक्य असते. अभ्यासक संशोधकांना काही विशिष्ठ ग्रंथ हवे असतात. आणि ते आपल्या ग्रंथालयात नसतील तर इतर ग्रंथालयांतून मागवून दिले जातात. अशी व्यवस्था म्हणजे आंतरग्रंथालयीन देवघेव.

वाचकांना ग्रंथालयातून ग्रंथ देण्यासाठी आणि परत घेण्यासाठी काही नोंदी कराव्या लागतात. त्यालाच देवघेव म्हणतात. त्याच्या वेगवेगळ्या पद्धती आहेत. आणि कोणती पद्धत स्वीकारायची हे ग्रंथालयावर अवलंबून असते. शिवाय ग्रंथालय आपल्या गरजेनुसार देवघेव पद्धत ठरवते.

(१) दैनंदिन पद्धती (Day Book System) : थोडी सभासदसंख्या असेल तर उपयोगी. ग्रंथाची माहिती, सभासदाचे नाव यात नोंदले जाते. सध्या ही पद्धती प्रचारात नाही.

(२) खाते वही (Ledger System) : नोंदवहीतील प्रत्येक पानावर सभासदाचे नाव, ग्रंथनाम, ग्रंथकार, ग्रंथ दिल्याचा दिनांक, ग्रंथपरतीचा दिनांक, सभासदाची सही, दाखल अंक, साहाय्यकाची सही, इ. नोंदी केल्या जातात. नोंदवहीतील पहिल्या पृष्ठावर सर्व सभासदांच्या नावांची यादी व पृष्ठक्रमांक दिले जातात.

याखेरीज ब्राउन पद्धती आणि नेवार्क पद्धती यांचा उपयोग ग्रंथालयात जास्त केला जातो.

❑❑❑

J

JANET – जानेट (Joint Academic NETwork)

हे जाळे इंग्लंडमधील ग्रंथालय व संशोधनाचे महत्त्वाचे जाळे आहे. या जाळ्याने इंग्लंडमधील शैक्षणिक समाज मध्यवर्ती ठेवला आहे आणि त्या दृष्टीने हे जाळे कार्यरत आहे.

हे जाळे १९८४ मध्ये स्थापन झाले. पूर्वी या जाळ्यामध्ये इंग्लंडमधील छोटी छोटी वैज्ञानिक जाळी अंतर्भूत होती. हे जाळे सर्चनेटचा उपयोग करते. त्यामुळे ''जॉइंट नेटवर्क टीम'' ही योजना कार्यान्वित झाली. सर्चनेट बरोबर इतर रिसर्च कौन्सिल जाळीही यात एकत्रित झाली आहेत. या जाळ्याची स्थापना कौन्सिल ऑफ कॉम्प्युटर बोर्ड फॉर युनिव्हरसिटीज अँड रिसर्च यांनी केली आहे.

जॉइंट इन्फरमेशन सिस्टिम्स कमिटी या जानेटला उच्चशिक्षणासाठी निधी देते. युके एज्युकेशन अँड रिसर्च नेटवर्किंग असोसिएशन या जाळ्याचे व्यवस्थापन करते.

इंग्लंडमधील संशोधन जाळी व ग्रंथालय जाळी यांचा हा एकत्रित प्रकल्प आहे. प्रलेखन व माहिती सेवा या महत्त्वाच्या सुविधा या जाळ्यामध्ये मिळू शकतात.

संशोधन, अध्यापन यांना उत्तेजन देणे, यासाठी सर्व प्रकारची माहिती उपलब्ध करून देणे हे या जाळ्याचा मुख्य हेतू आहे. हे जाळे उपयोजकासाठी प्रलेख पुरवठा, संप्रेषण सेवा, ऑनलाईन वार्षिक सेवा, ऑनलाईन तालिका सेवा, आधारभूत माहिती संच सेवा, इ-मेल सेवा या सेवा उपलब्ध करून दिल्या जातात. हे जाळे ''जानेट न्यूज'' हे समाचार पत्र, जानेट युझर गटातून वृत्तसेवा दिली जाते. हे जाळे स्थानिक परिसरातील जाळ्यांनाही जोडलेले आहे, तसेच युरोप आणि अमेरिकेतील अनेक जाळ्यांशी जोडलेले आहे.

'सुपर जानेट' या जाळ्यामधूनच विकसित झालेले आहे. याचा आराखडा १९९२ मध्ये तयार झाला. यामध्ये माहिती प्रसारण वेगवान केलेले आहे. यामध्ये मोठ्या रकमेची गुंतवणूक आवश्यक होती. सर्व जाळ्यांचे साहित्य बदलणे आवश्यक होते. हे सुपर जानेट २ हे कार्यान्वित झाले (१९९५). महानगरातील जवळच्या विद्यापीठाशी संबंधित जाळी भौगोलिकदृष्ट्या जोडणे हे या सुपर जानेट २ चे कार्य आहे.

Jewett's Rules – जेवेट्स रुल्स

या संहितेत ३३ नियम होते. या संहितेची पहिली आवृत्ती १८५३ साली प्रकाशित झाली. इ.स.१९६१ मध्ये दुसरी आवृत्ती प्रसिद्ध झाली. जेवेट यांनी विषयशीर्षकाचा प्रथमच विचार केलेला आहे. तसेच मध्यवर्ती वा केंद्रिय तालिकीकरणातून संघतालिकेचाही विचार करावा व निश्चित स्वरूपाच्या नोंदींचा इतर ग्रंथालयांना पुरवठा करावा असे त्यांनी सांगितले आहे. यातील नियम हे पिनाझींच्या नियमावरच आधारित आहेत.

❑❑❑

K

Key Word In Context (KWIC) – की वर्ड इन कॉन्टेक्स्ट्

ही पद्धती मुक्त निर्देशन पद्धतीचा एक प्रकार आहे. ही पद्धती एच.पी.ल्यून (H. P. Luhn) यांनी प्रथम सुचविली (१९५८). ही संगणकाच्या मदतीने सुलभपणे वापरता येते. ही पद्धती नैसर्गिक भाषेतील संज्ञावर आधारलेली आहे. निर्देशनासाठी निवडलेल्या संज्ञा ह्या विशिष्ट संदर्भातील असतात. या संज्ञा प्रलेखातील विषयाचा संदर्भही स्पष्ट करतात. यामध्ये प्रलेखांच्या विषयाचे विश्लेषण होत नाही. शीर्षकाचे विश्लेषण करून त्यातून संज्ञा निवडतात. वाक्यातील व्याकरण पूर्ण होईल अशा आवश्यक संज्ञाची नोंद केली जाते. पण शीर्षकातील विरामचिन्हे वगळली जातात. नोंदी करताना प्रत्येक महत्त्वाची संज्ञा एकेकदा क्रमवारीने अग्रभागी /प्रमुखपदी येते. महत्त्वाची संज्ञा प्रत्येक नोंदीत मधल्या स्तंभात येते. शीर्षकातील इतर संज्ञा दोन्ही बाजूला येतात. शीर्षकातील शेवटची संज्ञा दर्शविण्यासाठी तिच्यानंतर '/ ' अशी खूण करतात.

उदा. Training of school teachers in MSCERT in Pune.

1) In Pune /	Training of School Teachers	in MSCERT.
2) Training of	School teachers in MSCERT	in India /
3) of School teachers	MSCERT in India	Training.
4) MSCERT	India/ Training of	School Teachers.

वरीलप्रमाणे चार नोंदी होतील. या नोंदी संबंधित अनुवर्णात लावल्या जातात. प्रत्येक नोंदीत उजव्या बाजूस शेवटी वर्गांक / प्रलेख क्रमांक दिलेला असतो. त्यावरून प्रलेखाचे निश्चित स्थान समजते, त्यामुळे माहितीची प्रतिप्राप्ती सहज होते.

या पद्धतीमध्ये प्रलेखाच्या शीर्षकातील संज्ञांची निवड नोंदीसाठी केली जाते. म्हणून तिला (Keyword in Title (KWIT) असेही म्हटले जाते.

या निर्देशन पद्धतीचे तंत्र सोपे आहे. त्यामुळे निर्देशनाच्या कामाला वेग मिळतो. वेळेची व खर्चाची बचत होते. हे निर्देशन यांत्रिकपणाने केले जाते. नवीन माहिती मिळण्यास कमी वेळ लागतो. विषयाचे विश्लेषण करणे आवश्यक नसते. शीर्षकातील सर्वच संज्ञांची नोंद केली जाते त्यामुळे नोंदीत सातत्य असते. लेखाचा लेखकच त्या विषयाचा तज्ज्ञ असतो. त्यामुळे शीर्षकातील संज्ञा अचूक असतात. अनेक जुन्या निर्देशांचा एकत्रित निर्देश तयार करणे संगणकामुळे शक्य होते.

प्रलेखांची शीर्षके विषयाचे प्रतिनिधित्व करणारी असतीलच असे नाही. यातील नोंदी निश्चित संज्ञा संग्रहातील नसतात. नोंदीतील निवडक संज्ञा व संबंधित विषयांच्या तज्ज्ञांनी ठरविलेल्या संज्ञा समान

असतीलच असे नाही. या पद्धतीतील उणिवा दूर करून सुधारणा करण्याचे प्रयत्न सुरू आहेत. अनेक प्रलेखन केंद्रातून ही पद्धती वापरली जाते.

Key Word Augmented In Context (KWAC) – क्वॅक निर्देशन पद्धती

ही पद्धती शीर्षकावर कमी प्रमाणात अवलंबून असते. नोंदीमध्ये निवडक संज्ञा स्पष्ट करणारे शब्द येतात. हे शब्द शीर्षकात नसतात. ही पद्धती प्रलेखातील विषयावर जास्त अवलंबून आहे. कारण ते शब्द संदर्भ अधिक स्पष्ट करणारे असतात.

Key Word With Context (KWWC) – की वर्ड वुइथ कॉन्टेक्स्ट

या पद्धतीमध्ये मुख्य संज्ञाबरोबर त्यांच्याशी संबंधित इतर संज्ञा असतात. या संज्ञा शीर्षकातीलच असतात. या संज्ञा नोंदीत घेतल्या जातात. त्यामुळे मुख्य व निवडक संज्ञांचा संदर्भ अधिक स्पष्टतेने होतो.

Knowledge - ज्ञान

सत्य परिस्थिती, घटना, व्यक्ती किंवा वस्तू यांच्या संपर्कातून जो अनुभव येतो तो अनुभव म्हणजे ज्ञान. माहिती हा ज्ञानाचा एक घटक आहे. ज्ञानाची विविध अंगे आहेत, त्यामुळे त्याच्या शाखा विकसित झालेल्या आहेत. यातील प्रत्येक शाखा अर्थातच माहितीवर अवलंबून आहे. आकलन, अध्ययन व संज्ञापन या मनाच्या जाणीव प्रक्रियेतून ज्ञान निर्माण होते. ज्ञान म्हणजे जे ज्ञात आहे ते, जे माहिती आहे ते. अनुभव व निरीक्षण यामुळे मिळणारी माहिती, तिचा व्यवहारातील उपयोग म्हणजे ज्ञानाची निर्मिती. या निर्मितीमुळेच प्रगतीची दारे उघडता येतात.

डॅनियल बेल म्हणतात, ‘‘कोणत्याही संप्रेषण माध्यमातून दुसऱ्या लोकांपर्यंत नेलेले प्रायोगिक निष्कर्ष अथवा बुद्धीवर आधारलेले निर्णय सादर करण्यासाठी घटना अथवा कल्पनांचा विधानांचा संरचित संच म्हणजे ज्ञान होय.’’

ऑल्विन टॉफलर यांच्या मते, ‘‘डाटा, माहिती, प्रतिमा यांच्याबरोबर काही प्रमाणात खरे अथवा खोटे सुद्धा असलेले, अन्य प्रतिकात्मक उत्पादने यांचा ज्यामध्ये समावेश असतो ते ज्ञान.’’

ज्ञान हे मानवाचे संरचयित केलेले बौद्धिक उत्पादन होय. यामध्ये वैयक्तिक अनुभव, कौशल्ये, संदर्भ इ. आणि या सर्वांचे संप्रेषण करण्यासाठी ज्या एखाद्या स्वरूपातील नोंद करता, त्या सर्वांचा ‘‘ज्ञान’’ या संकल्पनेत समावेश होतो.

एकविसाव्या शतकात माहितीचा विस्फोट झाला. याला ज्ञानयुग असेही म्हणतात. पूर्वी समाजातील काही वर्गांचीच या ज्ञाननिर्मितीसाठी मक्तेदारी होती. दूरसंचार तंत्रज्ञानातील क्रांती आणि माहिती यांच्यामुळे ज्ञानाची दालने सर्वांसाठी उघडलेली आहेत.

Knowledge Classification – ज्ञानवर्गीकरण

ज्ञानवर्गीकरण म्हणजे ज्ञानाचे वर्गीकरण होय. ॲरिस्टॉटल व प्लेटो यांनी ज्ञानवर्गीकरणाचा प्रथम प्रयत्न केला असे इतिहास सांगतो. भारतातही ज्ञानवर्गीकरणाचे प्रयत्न केलेले दिसतात. पक्ष व अपक्ष विद्या असे वेदकालीन ज्ञानवर्गीकरण केलेले आढळते.

ज्ञान हे कल्पनेच्या स्वरूपात असते. म्हणजे ते अमूर्त असते. म्हणून त्याला तात्त्विक वर्गीकरणही म्हणतात. मानवी भावनांचे वर्गीकरण हे अमूर्तच असते. पण जड वस्तूंचे कल्पनांच्या स्वरूपातील वर्गीकरण हे ज्ञानवर्गीकरणच असते.

ज्ञानवर्गीकरण हे प्राचीन काळापासून होत आहे. प्लेटोने ज्ञानाचे वर्गीकरण पदार्थविज्ञान शास्त्र, तर्कशास्त्र व नीतिशास्त्र या तीन विषयाखाली केले. इ.स. १६०० पर्यंत अनेक तत्त्वज्ञानी लोकांनी ज्ञानाचे सूक्ष्मतम वर्गीकरण करण्याचे प्रयत्न केले.

तत्त्वचिंतन हा ज्ञानवर्गीकरणाचा पाया होय. यामध्ये स्थितिशीलता उपयोगी पडत नाही.

एका अर्थी ग्रंथवर्गीकरण म्हणजे ज्ञानवर्गीकरणच होय. ग्रंथातील ज्ञानाचा विचार वर्गीकरण करताना केलेला असतो. पण ग्रंथवर्गीकरण मूर्त असते. ते व्यावहारिक असते. ग्रंथातील हे स्थल वा काल मर्यादित असते. ग्रंथातील ज्ञानाला विचारांच्या मर्यादा असतात. ग्रंथवर्गीकरणाला भाषा, वाङ्मय प्रकार यांचाही विचार करावा लागतो.

ज्ञानवर्गीकरणाला मुळातच मर्यादा नसतात. भाषा, वाङ्मय प्रकार यांचाही उपयोग ज्ञानवर्गीकरणासाठी होत नाही. असे असले जरी ग्रंथवर्गीकरण पद्धती या ज्ञानवर्गीकरणातच आधारलेल्या दिसतात. ग्रंथवर्गीकरणासाठी ज्ञानवर्गीकरणामध्ये बदल केले, नवीन भर घातली. फ्रान्सिस बेकन यांच्या ज्ञानवर्गीकरणाच्या पद्धतीतील विषयांचा क्रम उलटा करून डॉ. ड्युई यांनी दशांश वर्गीकरण पद्धती तयार केली. डॉ. रंगनाथन यांनी द्विबिंदू वर्गीकरण पद्धती कॉम्त या फ्रेंच तत्त्वज्ञाच्या ज्ञानवर्गीकरण पद्धतीत भर घालूनच तयार केली आहे.

ज्ञानवर्गीकरणात साधर्म्य, परस्परसंबंध व वैधर्म्य यांचा जो उपयोग होतो, तो ग्रंथवर्गीकरणातही होतो, पण ग्रंथवर्गीकरणात 'व्यवहारक्षमता' व 'उपयुक्तता' यांचा अधिक विचार केलेला असतो. ज्ञानवर्गीकरण तात्त्विक दृष्टीने जरी आदर्श असले तरी उपयुक्ततेच्या दृष्टीने ग्रंथवर्गीकरणालाच प्राधान्य द्यावे लागते.

Knowledge Management – ज्ञान व्यवस्थापन

ज्ञान व्यवस्थापन ही संकल्पना ग्रंथपालाच्या दृष्टीने नवीनच आहे.

"ज्ञान हे कल्पनांचे एकत्रीकरण असून मानवी मनाकडून त्याचे समर्थन केले जाते. एका व्यक्तीचे ज्ञान म्हणजे त्या व्यक्तीने मिळविलेली माहिती. एखाद्या व्यक्तीने स्वत:च्या म्हणून उभ्या केलेल्या कल्पना किंवा त्या व्यक्तीच्या मनातील कल्पना म्हणजे व्यक्तीचे ज्ञान." – डॉ. रंगनाथन.

सर्वसाधारणपणे ज्ञानाची संकल्पना – डेटा, माहिती, ज्ञान यांच्या सातत्यातून येते. "ज्ञान गोळा करणे, संपादित करणे, वितरित करण्याची प्रक्रिया म्हणजे ज्ञान व्यवस्थापन प्रक्रिया आहे."

ज्ञान व्यवस्थापनाचे उद्देश –

१) वास्तव ज्ञानाचा विकास करून नवीन ज्ञानाचा विकास परिणामकारकतेने व कार्यक्षमतेने करणे.

२) सहज उपलब्ध होईल अशा प्रकारे ज्ञानाचे वितरण, प्रदर्शन करणे.

३) ज्ञानाच्या देवघेवीमध्ये येणारे अडथळे दूर करून नवे ज्ञान सर्व विभागांना वितरित होऊ शकेल व नव्या कामगारांना माहिती होऊ शकेल अशा पद्धतीने ज्ञान संप्रेषण घडविणे.

स्पर्धात्मक बाजारपेठ, नाविन्यपूर्णतेची वाढ, ज्ञानाच्या कमतरतेमुळे कामगाराचे वाढते अस्थैर्य, कामगारांची कमी संख्या व ज्ञान मिळविण्यास अपुरा वेळ ह्या सर्व कारणांमुळे ज्ञान व्यवस्थापनास महत्त्व प्राप्त होत आहे.

ज्ञान व्यवस्थापनाची वैशिष्ट्ये :

१) ज्ञान व्यवस्थापन हे लोकांशी संबंधित आहे. तसेच गुणांशी संबंधित आहे.

२) हे संस्थेच्या उद्देशाशी संबंधित आहे.

३) ज्ञान व्यवस्थापनामध्ये दूरदृष्टी असते.

४) ज्ञान व्यवस्थापनात ज्या काही उणिवा आहेत, त्या भरून काढणे.

ग्रंथ व माहिती ज्ञान व्यवस्थापनाचे महत्त्व –

माहिती तंत्रज्ञानाचा वापर करून ग्रंथालये ज्ञान व्यवस्थापन करू शकतात. माहिती तंत्रज्ञानाचा वापर केल्याने संपादित करण्याची गती वाढते व किंमत कमी होते. त्या ज्ञान मिळविण्याच्या टप्प्यातील वेळ कमी लागतो. नेटवर्क, इंटरनेट व ज्ञान साधने यांच्यात आंतरजोडणी शक्य होते. ग्रंथालयातील ज्ञान व्यवस्थापनाशी संबंधित मुख्य माहिती तंत्रज्ञान, म्हणजे इंटरनेट, स्टोअरेज आर्किटेक्चर, डी.बी.एम.एस.,मेटाडेटा, ॲक्वीझिशन, संचय करणे, वितरित करणे, माहिती प्रतिप्राप्ती, रिसोर्स शेअरिंग, ऑनलाईन, ॲनालेटोस प्रोसेसिंग डोटामायनींग.

ज्ञान व्यवस्थापन हे कधीच संपुष्टात येऊ शकत नाही कारण ज्ञानाच्या गरजा सतत बदलत्या असतात.

❑❑❑

(L)

LAN - Local Area Network – स्थानिक क्षेत्रीय जाळे

यामध्ये एकापेक्षा जास्त संगणक सॉफ्टवेअर आणि हार्डवेअर वापरून जोडलेले असतात. या प्रकारच्या नेटवर्कमध्ये संगणक जोडणीवर मर्यादा असतात. या नेटवर्कद्वारे फाइल्स, प्रिंटर एकत्रितरीत्या वापरणे (Sharing) शक्य होते.

हे नेटवर्क वायरने किंवा बिनावायरने जोडलेले असू शकते. वायरचा वापर केलेल्या नेटवर्कमध्ये इदरनेट (ether net) केबलची गरज असते. विनावायर लॅन नेटवर्क रेडिओ व्हेवचा संपर्कासाठी वापर करतात.

नवीन प्रकारच्या संगणकात लॅन कार्ड उपलब्ध असते. एक लॅन दुसऱ्या लॅनला जोडणे शक्य असते. उदा. इमारतीतील संगणक एकमेकांना जोडून लॅन होऊ शकते.

Language Division – भाषा विभाग

द्विबिंदू वर्गीकरण पद्धतीमध्ये या भाषाविभागाचे स्वतंत्र कोष्टक दिलेले आहे. भाषाशास्त्रज्ञांनी भाषांचे जे गट केले त्यांच्या उपयोग या कोष्टकामध्ये केलेला आहे. म्हणून हा भाषाविभाग शास्त्रशुद्ध आहे. इंडो-युरोपियन, सेमेटिक व द्राविडी या गटांना १, २, ३ असे भारतीय अंक डॉ. रंगनाथन यांनी दिलेले आहेत. पुढे त्यांचे विभाजन करून त्या त्या गटातील भाषा दर्शविल्या आहेत.

४ ते ८ हे अंक आशिया, युरोप, आफ्रिका, अमेरिका व ऑस्ट्रेलिया ही खंडे दाखविण्यासाठी वापरलेले आहेत. हेच अंक स्मरणसुलभतेने वापरून त्या त्या खंडातील इतर भाषा डॉ. रंगनाथननी दर्शविल्या आहेत. उदा. ४४ भारतातील इतर भाषा. या इतर भाषांचा उल्लेख भाषा विभागाच्या कोष्टकात नाही. तसेच २ व ३ हे अंक अनुक्रमे मातृभूमी व मित्रदेशासाठी इतर वेळी वापरावयाचे भाषा विभागासाठी नाही. नाहीतर त्याचा अर्थ सेमेटिक व द्राविडी भाषा असा होईल.

भाषा विभागाचा वापर द्विबिंदू वर्गीकरण पद्धतीमध्ये ग्रंथांक व वर्गांक या दोहोंसाठी केलेला आहे. भाषा हा भाषाशास्त्र व ललितवाङ्मय यांचा अंगभूत पैलू आहे. इतर विषयांच्या बाबतीत भाषेचा विचार ग्रंथांकांत होतो. ग्रंथांकांच्या पैलूसूत्रामध्ये भाषा हा पैलू प्रथम क्रमांकाने वापरल्यामुळे एकच वर्गांक असलेले ग्रंथ भाषेनुसार साहजिकच कपाटात लागतात.

Leter by Letter Arrangement – वर्णनुसारी रचना

नोंदीची रचना करण्याची ही एक पद्धती आहे. येथे दोन शब्दातील अंतर लक्षात घेत नाहीत. सर्व शब्द सलग आहेत असे समजून रचना केली जाते.

शब्दानुसारी अथवा वर्णानुसारी तालिकापत्राची रचना करणे म्हणजेच वर्णक्रमरचना करणे असे म्हणतात. ही रचना करण्यासाठी वापरणाऱ्या लिपीचा वर्णक्रम माहिती असणे आवश्यक आहे. देवनागरी (अ ते ज्ञ) व रोमन लिपी (A - Z) या दोन लिपी घेत. देवनागरी लिपीत जोडाक्षरे वापरताना काळजी घ्यावी लागते. रोमन लिपी वापरण्यास सोपी आहे.

Levels   – स्तर

एखाद्या मूलभूत प्रकाराचे पुन्हा पुन्हा प्रकटीकरण एका फेरीतच होऊ शकते. ललितवाङ्मय या विषयामध्ये भाषा, वाङ्मयप्रकार, ग्रंथकार व ग्रंथ हे चार साम्यगुण वापरून विभाजन केले जाते. डॉ.रंगनाथन यांनी हे अंगभूत साम्यगुण म्हणूनच मानले आहेत. म्हणजेच ह्या चारही साम्यगुणांचा विचार व्यक्तित्व मुखातच होतो. खरेतर हे साम्यगुण एकमेकांपासून वेगळे आहेत. पण यांचा विचार एकाच मुखात करताना ते निरनिराळ्या स्तरावरील आहेत असे मानले जाते. या चार साम्यगुणांचा क्रम उतरत्या क्रमाने लावला जातो. हे व्यक्तित्वाचे निरनिराळ्या स्तरातील प्रकार आहेत असे मानले जाते. हे चार साम्यगुणापासून निर्माण होणारे विभाग एकमेकांपासून वेगळे आहेत. हे दाखविण्यासाठी संयोग चिन्हांचा वापर केलेला असतो. त्यांच्यामागे स्वल्पविराम हे संयोगचिन्ह वापरणे स्वाभाविकच आहे.

प्रथम स्तर व्यक्तित्वाच्या मागील स्वल्पविराम हे संयोग चिन्ह लिहिले जात नाही. मात्र ते न लिहिल्यामुळे जर कोणताही गैरसमज होणार असेल अर्थान्तर असेल तर ती संयोग चिन्हे लिहिणे आवश्यक आहे.

उदा. 0155, 3M98, U वि.स.खांडेकर यांची उल्का कादंबरी U (उल्का)

ऊर्जामध्ये फेरी सुरू करता येते. पण त्यामध्ये स्तर नसतात. पण इतर चार मूलभूत प्रकारात फेरी व स्तर असतात. पण ते फेरी सुरू करू शकत नाहीत. ऊर्जेमुळे फेरी सुरू होते व व्यक्तित्व व साधन यांचे नवीन फेरीत प्रकटीकरण होते.

Librarianship and Information Science Occupation -
ग्रंथपालन आणि माहितीशास्त्र व्यवसाय

ग्रंथालय संकल्पना जुनी असल्याचे इतिहास सांगतो. ग्रंथपालनही तसेच प्राचीन शास्त्र जुने आहे. पण ग्रंथपालन एक व्यवसाय या दृष्टीने १००–१५० वर्षाइतकाच जुना आहे. अमेरिकन लायब्ररी असोसिएशनची स्थापना १८७६ मध्ये झाली. त्यावेळेपासून ग्रंथपालन हा व्यवसाय म्हणून ओळखला जाऊ लागला. मेलविल ड्युई यांनी पहिला ग्रंथालय विभाग १८८७ मध्ये स्थापन केला. तसेच अनेक देशातील राष्ट्रीय ग्रंथालयांनी या व्यवसायाचे काही नियम तयार केले. या व्यवसायाला महत्त्वाचे स्वरूप दिले.

ग्रंथालयाचे परंपरागत रूप आता बदलले आहे. ग्रंथालये आता नवीन युगात माहिती केंद्रे म्हणून ओळखली जातात. माहितीच्या उगमापासून उपयोजकापर्यंतचा तिचा प्रवास अतिशय जलदगतीने होत आहे. यामध्ये आधुनिक तंत्रज्ञानामुळे संप्रेषणाच्या साधनांची मदतच होत आहे.

ग्रंथपालन व्यवसाय व माहितीचे काम यात अंशात्मक फरक आहे. ग्रंथालयाच्या विस्तारित कार्यामधील एक कार्य माहितीचे आहे असे डॉ. रंगनाथन व इतर परदेशी ग्रंथपालांचे मत आहे. पण

जे.फरादने यांच्या मतानुसार माहितीचे काम हे ग्रंथपालनापेक्षा वेगळे आहे. काही ग्रंथपाल हे स्वतःला शास्त्रज्ञांच्या बरोबरीचे समजत कारण ते विशेष ग्रंथालयात काम करीत. काही ग्रंथपालांनी इतर व्यावसायिकांना ग्रंथालय क्षेत्रातील व्यवसायिक मार्गदर्शनासाठी माहिती पुस्तिका, हस्तपुस्तिका प्रकाशित केल्या. दैनंदिन व्यवहारासाठी ग्रंथालयाने काही नियम व कायदे केले. ग्रंथालय संघटनांनी ग्रंथपालांना व्यावसायिक व्यासपीठ मिळवून दिले. या व्यवसायामध्ये संशोधनाची ओळख करून दिली.

माहिती क्षेत्रात काम करणाऱ्या माहिती तज्ज्ञाला प्रलेख माहिती यांच्यावर योग्य प्रक्रिया करून उपयोजकांना सेवा देणे ही महत्त्वाची गोष्ट आहे. या प्रकारात उपयोजक हा महत्त्वाचा असल्यामुळे त्याच्या गरजा, मानवी संबंधाचे ज्ञान, पद्धतशीर योग्य तऱ्हेने काम करण्याची गरज, संघटन व कल्पनाशक्ती या गोष्टी त्याला माहिती असणे आवश्यक आहे. बऱ्याच गोष्टींचा परिणाम माहिती व संप्रेषण यावर होत असतो. समाजातील सगळ्याच घटकांमध्ये बदल होत असतो. म्हणून त्याला लोक, संस्था, घटना व तंत्रे याविषयी उत्सुकता असणे आवश्यक आहे. त्यामुळे सर्व गोष्टींचा त्याने विचार करावयाला हवा. उपयोजक व माहितीचा निर्माता यांच्याशी असलेले संबंध त्याची कार्यतत्परता वाढविण्यास मदत करतात. या सर्वांमुळे तो योग्य साधनांचा उपयोग करून अचूक सेवा देऊ शकेल. उपयोजकाच्या गरजाही बदलत असतात. हे बदलही त्याने स्वीकारावयाला हवे. नवीन तंत्रज्ञानाचा वापरही करावयाला हवा. माहिती काम हे मागणीचे क्षेत्र आहे.

ग्रंथालय व माहितीशास्त्राचे शिक्षण विद्यापीठ स्तरापर्यंत दिले जाते. यामध्ये प्रमाणपत्र अभ्यासक्रम, पदव्युत्तर अभ्यासक्रम समाविष्ट असतात. तसेच नवीन उजळणी अभ्यासक्रम आयोजित केले जातात. नवीन तंत्रज्ञानामुळे आणखी नव्या गोष्टींची भर माहिती कार्यात पडत असते. संगणक, संप्रेषण, हायपरमीडिया, हायपरटेक्स्ट इंटरनेट.

व्यवसायिक गोष्टींची चर्चा होताना काही मार्गदर्शक तत्त्वे, संहिता आवश्यक आहे. संहितेमध्ये उपयोजकाविषयी जाण, सामाजिक बांधिलकी, व्यवसायाची ध्येये, जबाबदारी इ. गोष्टी ओघानेच येतात. ग्रंथपालन व्यावसायिकांनी या गोष्टी समजून घेऊन व्यावसायिक अपेक्षा पूर्ण करण्याकडे लक्ष देणे महत्त्वाचे ठरते.

माहिती व प्रलेखन क्षेत्रात विशेष ज्ञान अपेक्षित असते. माहिती युगामुळे माहितीचा नियोजक, व्यवस्थापक या गोष्टी निर्माण झाल्या आहेत.

जगामध्ये सगळ्या स्तरावर सर्व क्षेत्रात व्यावसायिक संघटना काम करताना दिसतात. या संघटनांमध्ये सामंजस्य असणे आवश्यक आहे. ग्रंथपालन व्यवसाय असो वा माहिती व्यवसाय, या दोन्हीमध्ये सेवेलाच प्राधान्य आहे आणि या सेवांवर व्यक्तीपासून देशापर्यंत अनेक गोष्टींची प्रगती अवलंबून आहे.

Libraries in India – भारतातील ग्रंथालये

भारतातील अतिप्राचीन गुरुकुल पद्धती ही शिक्षणकेंद्रेच होती. इ.स.४०० च्या सुमारास नालंदा विद्यापीठ स्थापन झाले. हे बौद्ध संस्कृतीचे केंद्र बनले होते. इथे अनेक भिक्षू, पर्यटक रहात होते. येथील ग्रंथसंग्रह विपुल प्रमाणात होता. पर्यटकांनी, अभ्यासकांनी या ग्रंथसंग्रह ग्रंथांच्या प्रती करून त्या चीनला बरोबर नेल्या. अशोकाच्या काळानंतर विद्यापीठे निर्माण होऊ लागली. गुप्त घराण्यातील राजांनी ग्रंथालय विभागाला 'धर्मगंज' असे नाव दिले होते. त्या विभागाच्या रत्नसागर, रत्नोदधी व रत्नरंजक अशी तीन

इमारती होत्या. येथील ग्रंथसंग्रह ताडपत्रीवर लिहिलेला होता. नालंदाप्रमाणे तक्षशिला, ओदंतपुरी, मिथिला, विक्रमशिला, वाराणसी या विद्यापीठातूनही ग्रंथसंग्रह उपलब्ध होते. ओदंतपुरी व विक्रमशीला या विद्यापीठातील ग्रंथालयांना तिबेटी भिक्षूंनी मदत केली होती. त्यांनी पाली व संस्कृत ग्रंथांच्या प्रती तयार केल्या होत्या, मुसलमानांच्या हल्ल्यातून हे ग्रंथ वाचविण्यासाठी त्यांनी हे ग्रंथ घेऊन तिबेट-नेपाळमध्ये पलायन केले. नालंदा विद्यापीठ त्याकाळी मात्र फार प्रसिद्ध होते.

नागार्जुन विद्यापीठ (आंध्र प्रदेश) हे बौद्ध धर्मीय विद्यापीठ सातव्या शतकापर्यंत कार्यरत होते आणि एका टेकडीवर पाच मजली होते. चिनी प्रवाशांनी या विद्यापीठाविषयी गौरवोद्‌गार काढले आहेत. परदेशातूनही बौद्ध अभ्यासक या ग्रंथालयाला भेट देत असत. मठांना, देवालयांना हस्तलिखिताची प्रत दिली जात असे. ग्रंथासाठीही नकला करण्यासाठी देणग्या दिल्या जात होत्या. राजाश्रयावर आधारीत शिक्षणसंस्थातूनही ग्रंथालये अस्तित्वात होती. मधुसूदन हा चालुक्य राजाचा सेनापती होता.(१०५८) याने एक विद्यालय स्थापन केले होते. त्यामध्ये २५० विद्यार्थी वेदाचा अभ्यास करीत होते. येथील ग्रंथालयात सहा निवासी ग्रंथपाल होते. शिक्षक व ग्रंथपाल यांचा दर्जा समान होता.

जलालुद्दीनच्या काळात अमिर खुस्रो हा बादशहाच्या ग्रंथसंग्रहाची व्यवस्था पाहात असे. काश्मिरमधील राजाच्या संग्रहात रजतरंगिणी व महाभारत यांची पर्शियन भाषांतरे होती. प्रत्येक राजाने ग्रंथसंग्रह केलेला आढळतो. या मध्ययुगात कागद दुर्मीळ होता म्हणून भूर्जपत्रे व कातडे हीच लेखनाची माध्यमे होती.

मोंगल काळात बाबर, हुमायून हे साहित्यप्रेमी व ग्रंथसंग्रहक होते. अकबराने दिल्लीतील इतर ग्रंथालयांची व्यवस्था पाहण्यासाठी एक स्वतंत्र खाते स्थापन केले होते. नझीम हा त्याचा प्रमुख. दरोगा हा दुय्यम अधिकारी असे. या दोघांचीही कार्ये नेमून दिली होती. नझीम हा सेवकांच्या नेमणुका, अंदाजपत्रक तयार करणे इत्यादी कामे करी तर दरोगा ग्रंथपाल, ग्रंथविक्री व्यवहार, त्यांचे संरक्षण इ.कामे करी. अकबराचा ग्रंथसंग्रह व्यासंगपूर्ण होता. दाराशुकोट्टनने स्वतःच संस्कृत ग्रंथांची भाषांतरे केली. बाबराची मुलगी गुलबदन व औरंगजेबाची मुलगी झेबुन्निसा यांचाही स्वतःचा ग्रंथसंग्रह होता. अकबराने तर फत्तेपूर सिक्री येथे तंत्र ग्रंथालय हे स्त्री शिक्षणास वाव मिळावा म्हणून स्थापन केले होते. नादिरशाहाने मोंगलांचा हा ग्रंथसंग्रह लुटून इराणध्ये नेला.

सतराव्या, अठराव्या शतकामध्ये अकबरानंतर भारतात अशांत परिस्थिती होती. सामाजिक व सांस्कृतिक जीवनामध्ये स्थिरता नव्हती. तरी सुद्धा व्यासंगी पंडित व विद्याप्रेमी राजे यांच्यामुळे ग्रंथसंग्रह अबाधित राहिले. राजा भोज, अनुपसिंह, दुसरा जयसिंह, कविंद्राचार्य यांच्यासारख्यांचे ग्रंथसंग्रह उल्लेखनीय होते. तंजावरच्या सरस्वती महाल ग्रंथालयाची स्थापना याच काळात झाली. हे भारतातील एक प्राचीन ग्रंथालय आहे.

ब्रिटिश अमलामध्ये शासनाच्या प्रोत्साहनामुळे ग्रंथालयांची संख्या वाढू लागली. सोसायटी फॉर प्रमोशन ऑफ ख्रिश्चन नॉलेज या संस्थेने चेन्नई व बंगालमध्ये ग्रंथालयाच्या संदर्भात महत्त्वाचे कार्य केले. इ.स.१७८४ मध्ये कोलकाता येथे एशियाटिक सोसायटीची स्थापना करण्यास आली. विद्वान पंडित (भारतीय व पाश्चिमात्य) यांनी ही संस्था स्थापन केली होती. या संस्थेच्या ग्रंथालयात संस्कृत, अरबी, इटालियन वगैरे भाषांतील हस्तलिखिते संग्रहित होती. पुढे टिपू सुलतानाचा ग्रंथसंग्रह याच ग्रंथालयात समाविष्ट झाला.

भारतातील पहिले सार्वजनिक ग्रंथालय कोलकाता येथे स्थापन झाले. कोलकाता पब्लिक लायब्ररी, अशाच प्रकारची ग्रंथालये मोठ्या शहरातून अस्तित्वात आली. ही वर्गणी ग्रंथालयेच होती. याच ग्रंथालयाचे इंपिरियल लायब्ररी हे नामकरण झाले. पुढे याचेच राष्ट्रीय ग्रंथालयात रूपांतर झाले. मुंबईमध्ये लिटररी सोसायटी ऑफ बॉम्बे ही संस्था अस्तित्वात आली. पुढे याच संस्थेचे रॉयल एशियाटिक सोसायटी ऑफ ग्रेट ब्रिटन व आयर्लंड (मुंबई शाखा) असे नामकरण झाले. हे आजही एक समृद्ध ग्रंथालय म्हणून मान्यता पावलेले आहे.

कोलकाता विद्यापीठ ग्रंथालय, मुंबई विद्यापीठ ग्रंथालय, कॉमेमेरा पब्लिक लायब्ररी, खुदाबक्ष ग्रंथालय इ.महत्त्वाची ग्रंथालये आहेत. ब्रिटिशांनी पेशवाईनंतर नेटिव्ह जनरल लायब्ररीज स्थापन केल्या. मुंबईमध्ये रजिस्ट्रेशनचा कायदा मंजूर केला. यातून जी हस्तलिखिते जमा झाली ती भांडारकर प्राच्यविद्या संशोधन मंदिर (पुणे) येथे संग्रहित केली. नाशिक, कोल्हापूर, सोलापूर, मुंबई, सातारा, पुणे येथेही नेटिव्ह जनरल लायब्ररीज अस्तित्वात आल्या. ठाणे येथील मराठी ग्रंथसंग्रहालय (१८९३), मुंबई मराठी ग्रंथसंग्रहालय (१८९९), हिंदू वाचनालय (१८८९) ही ग्रंथालये देशप्रेमाने भारित होऊन स्थापन झाली.

बडोदे नरेश सयाजीराव गायकवाड यांनी बडोदे संस्थानात सार्वजनिक ग्रंथालयाचा पाया घातला. इ.स.१९४८ मध्ये राष्ट्रीय ग्रंथालय स्थापन झाले. विद्यापीठ अनुदान मंडळामुळे राज्यात विद्यापीठीय ग्रंथालयांची प्रगती होऊ लागली. प्रत्येक राज्यात ग्रंथालय संघ स्थापन झाले. ग्रंथालयशास्त्राचे शिक्षण, ग्रंथालयविषयक नियतकालिके ही ग्रंथालयांच्या प्रगतीचीच निदर्शक म्हणता येतील.

Library – ग्रंथालय

ग्रंथालय म्हणजे ग्रंथांचे घर. ज्या ठिकाणी ग्रंथ एकत्रित केले जातात ती जागा म्हणजे ग्रंथालय. ग्रंथालय ही सामाजिक संस्था आहे. ग्रंथालये ही सामाजिक संस्कृतीचा वारसा जपणारी केंद्रे आहेत. ग्रंथालयाचे ग्रंथ, वाचक व ग्रंथालयातील कर्मचारी असे तीन घटक आहेत. पूर्वी ग्रंथालयात ग्रंथ जतन करून ठेवले जात. किंबहुना ग्रंथ हे साखळदंडाने टेबलाशी जखडलेले असत. कारण ग्रंथनिर्मितीला, ग्रंथांच्या प्रती करण्यास वेळ लागत असे. प्राचीन ग्रंथालयात तर इष्टिका ग्रंथ, चर्मग्रंथ, पपायरसाच्या गुंडाळ्या असत. कालौघात बदल झाले आणि हस्तलिखित व मुद्रित साहित्याची भर पडत गेली. आधुनिक ग्रंथालयात तर नियतकालिके, दृक्-श्राव्य साधने, ध्वनीफिती, सूक्ष्मपट, सूक्ष्मपत्र, छायाचित्रे, कात्रणे अशा मुद्रित व अमुद्रित साहित्याचा संग्रह असतो. माहितीयुगात तर संगणक, संगणक फिती, सीडी रोम अशा तांत्रिक गोष्टीही ग्रंथालयात भर घालत आहेत. पूर्वी ग्रंथपालाची भूमिका ही संरक्षकाची असे. कारण ज्ञान हे सर्व लोकांसाठी आहे अशी भावना तेव्हा नव्हती. ग्रंथालये हीसुद्धा देवालये, मठ सारख्या धार्मिक संस्थामधूनच विकसित झाली आहेत. राजे-राजवाडे यांनी त्यांच्या छंदासाठी व श्रीमंतीच्या देखाव्यासाठी ग्रंथसंग्रह केले असे इतिहास सांगतो. परंतु आधुनिक काळात ग्रंथालयाची इमारत, ग्रंथालयीन प्रशासन, ग्रंथालय संघटना, ग्रंथालयीन साधन वाटणी, आंतर ग्रंथालयीन सहकार्य या सर्व गोष्टी ग्रंथालयाच्या संबंधात विचारात घेणे आवश्यक ठरते. समाजामध्ये ज्ञानाचा प्रसार होणे,शोधकांच्या वाचकांच्या गरजा तत्परतेने पूर्ण करणे, त्यांना मार्गदर्शन करणे, त्यांचे मनोरंजन करणे व सुबुद्ध नागरिक घडविणे या सर्व गोष्टीसाठी ग्रंथालयाचा जास्तीत जास्त उपयोग होण्याकडे कल ठेवून त्याप्रमाणे उपक्रम आखणे अशा तऱ्हेने ग्रंथालयांच्या कार्याची व्याप्ती वाढली आहे.

ग्रंथालयाची वाचकांच्या सोयीची जागा, प्रशिक्षित ग्रंथपाल, ग्रंथालयाच्या प्रकारानुसार योग्य ग्रंथसंग्रह, ग्रंथालयशास्त्राची बैठक या गोष्टी ग्रंथालयासाठी आवश्यक ठरतात. ग्रंथालयनिधीची अखंडता ही तर महत्त्वाची बाब. ग्रंथालयामार्फत शैक्षणिक, सामाजिक, औद्योगिक व सांस्कृतिक या गोष्टी पार पाडता येणे आवश्यक ठरते. म्हणून ग्रंथालय व समाजाचा सर्वांगीण विकास या गोष्टी परस्परावलंबी आहेत.

Library : Different Sections ग्रंथालयातील विविध विभाग –

कामाच्या सोयीसाठी प्रत्येक संस्थेत विविध विभाग पाडलेले असतात. त्यामुळे कामात एक प्रकारची शिस्त येते. ग्रंथालयात देखील असे विभाग असतात. हे विभाग ग्रंथालयाच्या स्वरूपावर, प्रकारावर करतात. ग्रंथालय छोटे असेल तर अशा विभागांची आवश्यकता नसते. तसेच मोठ्या ग्रंथालयातील विभाग कामाच्या स्वरूपावर कमी जास्त असतात.

ग्रंथालयात खालील विभाग असतात.

(१) ग्रंथोपार्जन व ग्रंथोपस्कार विभाग (Acquisition & Processing of Books Section)

(२) नियतकालिक विभाग (Periodical Section)

(३) ग्रंथदालन (Stack Room)

(४) संदर्भ विभाग (Reference Section)

(५) देवघेव विभाग (Issuing Section)

(६) वाचन विभाग (Reading Hall)

(७) प्रशासन विभाग (Administrative Section)

(८) बाल विभाग (Children's Section)

(१) ग्रंथोपार्जन व ग्रंथोपस्कार विभाग

(Acquisition & Processing of Books Section)

ग्रंथालयात ग्रंथ खरेदी करताना त्याचे आदेश पाठवणे, पसंतीसाठी ग्रंथ मागवणे, त्याबाबत निर्णय घेणे ही कामे या विभागात केली जातात. शिवाय ग्रंथ देणगी, अदलाबदल या मार्गानेही येतात. देणग्या स्वीकारणे, आभाराची पत्रे पाठवणे, इ. कामेही येथेच केली जातात.

खरेदी केलेले ग्रंथ किंवा देणगीदाखल मिळालेले ग्रंथ, वाचनसाहित्य प्रथम या विभागातच येते. बऱ्याच ग्रंथालयात ग्रंथोपस्कार हा स्वतंत्र विभाग असतो. खरेदी अथवा देणगी अशा दोन्ही ग्रंथांवर व वाचनसाहित्यावर मालकी हक्क दर्शविण्यासाठी शिक्के मारणे, लेबल्स, पॉकेट्स चिकटविणे याशिवाय वर्गीकरण, तालिकीकरण, दाखलनोंद ही सर्व कामे या विभागात केली जातात. आणि या सर्व सोपस्कारानंतर ग्रंथ वाचकांना देण्यासाठी पाठवले जातात.

(२) नियतकालिक विभाग (Periodical Section)

नियतकालिकांची निवड, आदेश, वर्गणी त्याचप्रमाणे देणगी आणि अदलाबदल या रूपाने येणाऱ्या साहित्याची व्यवस्था, तसे जुन्या अंकांची बांधणी इ. कामे या विभागात होतात. शिवाय न आलेल्या अंकांची स्मरणपत्रेही पाठवावी लागतात.

(३) ग्रंथदालन विभाग (Stack Room)

येथे खुल्या कपाटात ग्रंथ ठेवले जातात. वातावरण हवेशीर, भरपूर प्रकाश असावा लागतो. नाहीतर वातानुकूलित व्यवस्था केलेली असते. वाचनसाहित्यासाठी शक्यतो स्टील कपाटे वापरतात.

(४) संदर्भ विभाग (Reference Section)

वाचकांना हवी असणारी माहिती, मार्गदर्शन संदर्भ येथे मिळतो. त्यासाठी या विभागात ज्ञानकोश, चरित्रकोश, शब्दकोश, वार्षिके, मार्गदर्शिका, नकाशे, काही विशिष्ट विषयांची, माहितीची कात्रणे, ठेवलेली असतात. शिवाय मागणीनुसार सारलेखन नकला (झेरॉक्स), प्रलेखन, सूची, अनुवाद इ. सेवा या विभागातून घ्याव्या लागतात. त्याप्रमाणे व्यवस्था ठेवावी लागते.

(५) देवघेव विभाग (Issuing Section)

वाचकांशी प्रत्यक्ष संबंध येतो तो ग्रंथालयातील विभाग म्हणजे देवघेव विभाग. वाचकांना त्वरित सेवा देता यावी यासाठी हा विभाग प्रवेशद्वाराजवळच असतो. पुस्तकांच्या देवघेवी बरोबर, सभासद नोंदणी, वर्गणी, ग्रंथांचे आरक्षण इ. कामेही या विभागात केली जातात. या विभागात काम करणारे कर्मचारी सभासदांबरोबर सौहार्दाने वागणारे असावे लागतात.

(६) वाचन विभाग (Reading Hall)

या विभागात बसून वाचक नियतकालिके, वृत्तपत्रे वाचू शकतात. सभासदांव्यतिरिक्त इतर लोकांसाठी ही सेवा विशेषत: सार्वजनिक ग्रंथालयांमध्ये उपलब्ध असते. तर शैक्षणिक ग्रंथालयात विद्यार्थी, अभ्यासक, अध्यापक वर्ग, यांच्यासाठी स्वतंत्र वाचन विभाग, अभ्यासिका, स्वतंत्र वाचनकक्ष असतात.

(७) प्रशासन विभाग (Administrative Section)

दैनंदिन कामकाजाचे नियोजन, कामाचे विभाजन, हिशेब, अंदाजपत्रक बनविणे, पत्रव्यवहार वगैरे सर्व कामे या विभागात करतात.

(८) बालविभाग (Children's Section)

हा सार्वजनिक ग्रंथालयाचा एक विभाग आहे. मुलांना वाचनाची आवड लागावी या दृष्टिकोनातून या विभागाला महत्त्व प्राप्त झाले आहे. मुलांना आवडतील अशा रामायण, महाभारत इ. पौराणिक, ऐतिहासिक, परीकथा, अद्भुत साहित्य या विभागात अपेक्षित असते. त्याशिवाय मुलांना या विभागाकडे आकर्षित करण्यासाठी वेगवेगळ्या नाट्यवाचन, कथाकथन सारख्या स्पर्धा, कार्यक्रम आयोजित करावे लागतात.

आधुनिक कालानुसार ग्रंथालयात त्याच्या कक्षेप्रमाणे कमी–जास्त विभाग असू शकतात. आधुनिक साधने असतात. विभाग कितीही असले तरी ग्रंथालय सेवा देण्यात काही फरक पडत नाही.

Library Accounts – ग्रंथालयीन हिशेब

जमा व खर्च यांची लिखित नोंद म्हणजेच हिशेब. पैशाचा ज्या ठिकाणी संबंध येतो तिथे हिशेब अपरिहार्यपणे येतोच. ग्रंथालयाचा अर्थसंकल्प मान्य झाल्यानंतर प्रत्यक्षातील खर्चाच्या रकमेचा हिशेब ठेवावा लागतो. वार्षिक अंदाजपत्रकाला यामुळे मदत होते.

शैक्षणिक ग्रंथालयाचा समावेश मूळ संस्थेमध्ये असला तरी जमाखर्चाचा हिशेब वित्तविभागाला द्यावा लागतो. सार्वजनिक ग्रंथालयांनासुद्धा जमाखर्च हिशेब ठेवणे आवश्यक आहे. संस्थेला यासाठी

नोंदवह्या ठेवणे जरूरीचे असते. हा जमाखर्च एक नोंद (Single entry) पद्धतीने ठेवतात.

नोंदवह्यांमध्ये रोखरक्कम नोंदवही, खातेवही, सभासद वर्गणी, अनामत रक्कम वही, क्रयपत्रवही, डेडस्टॉक, दाखल नोंदवही, मासिक खर्च नोंदवही, सेवक वेतन व स्थावर मालमत्ता इ. नोंदवह्या ठेवल्या जातात.

याशिवाय जमा पावती पुस्तक, वर्गणी जमा पुस्तक, अनामत रक्कम पुस्तक, अशी पुस्तकेही आवश्यक असतात. खर्चाची व्हाऊचर पुस्तके असणे जरूरीचे आहे. यामध्ये मूळ पावती, व्यवस्थापकीय पावती यांचा समावेश असतो.

ग्रंथालयातील जमाखर्चाच्या अनुषंगाने केलेल्या पत्रव्यवहाराची संचिका (file) ठेवावी लागते. यामध्ये १३ मार्चअखेर आर्थिक वर्ष धरलेले असते.

वर्षाच्या अखेरीस हिशेब तपासनीस वरील सर्व गोष्टी, पावती पुस्तके तपासतात.

वाचनसाहित्याची नुकसान भरपाई, विलंब शुल्क या गोष्टी खजिनदाराकडे भरल्या जातात. वित्तव्यवस्थेवर ग्रंथालयांची कार्यक्षमता अवलंबून असते. त्यामुळे हिशेबनिस व खजिनदार यांच्याशी ग्रंथपालाचे संबंध सौहार्दाचे असावेत.

हिशेब तपासणीमुळे खर्चावर नियंत्रण ठेवणे शक्य होते. अनावश्यक खर्च टाळला जातो. हिशेब तपासणी झाल्यावर हिशेब तपासनीस त्याचा अहवाल देतो. अंतर्गत व सरकारी अशा दोन्ही पद्धतीने हिशेब तपासणी होते.

हिशेब तपासणी सामान्यत: वर्षाने करतात. यामध्ये वित्तअधिकारी प्रत्येक गोष्टीची तपासणी करून मगच त्यावर सही करतो. काही ठिकाणी नमुना पद्धतीने तपासणी केली जाते. म्हणजे काही गोष्टींच्या जमाखर्चाची तपासणी केली जाते. आणखी एक पद्धती म्हणजे खर्चपूर्व हिशेब तपासणी (Pre-audit) होय. हिशेब तपासनीस क्रयपत्रातील सर्व गोष्टींची प्रथम बारकाईने तपासणी करतो. नंतर क्रयपत्र पैशासाठी मंजूर केले जाते. यामध्ये वित्ताधिकाऱ्याची जबाबदारी कमी होते. अंतर्गत हिशेब तपासणी ३३ महिन्यांनी करून घेता येते. शासकीय तपासणीला अंतर्गत हिशेब तपासनीस जबाबदार राहतो. कारण शासकीय, संस्थेचे अनुदान या अहवालावर अवलंबून असते.

Library and Information Science Education in India - भारतातील ग्रंथालय व माहिती शास्त्र शिक्षण

इ.स.१८८७ मध्ये ग्रंथपालनाचा अभ्यासक्रम, अमेरिकेत श्री.मेलविल ड्युई यांनी सुरू केला. पूर्वीपासून भारतात ग्रंथालये अस्तित्वात होती. तरी ग्रंथपालनाचा अभ्यासक्रम प्रथम सुरू करण्याचा पहिला मान बडोदे संस्थानकडे जातो. स्वातंत्र्यपूर्व काळात सयाजीराव महाराजांनी (१९११) श्री.डब्लू सी.बॉर्डन यांच्या मदतीने संस्थानात नवीन ग्रंथालये स्थापन केली व ग्रंथपालनाचा अभ्यासक्रम (१९१३) मध्ये सुरू केला. कलकत्ता येथील इंपिरियल लायब्ररीचे पहिले ग्रंथपाल श्री जॉन मॅक्फरलेन यांनाही ग्रंथालयातील सेवकांच्या सेवांतर्गत अभ्यासक्रमात रुचि होती.

पंजाब विद्यापीठात श्री.ए.डी.डिकीन्सन या अमेरिकन ग्रंथपालाने प्रशिक्षण वर्ग व्यवस्थित चालविले होते. हा पहिला विद्यापीठीय अभ्यासक्रम होता. त्याने विद्यार्थ्यांसाठी ''द पंजाब लायब्ररी प्रायमर'' ही हस्तपुस्तिकाही तयार केली.

आंध्रप्रदेश लायब्ररी फाऊंडेशनने (१९२०) ग्रंथालयीन कर्मचाऱ्यांसाठी प्रशिक्षण वर्ग चालू केले. तर बंगळरुमध्ये एम.विश्वेश्वरय्या यांच्या पुढाकाराने ग्रंथालय विकास कार्यक्रमांतर्गत प्रशिक्षण वर्ग १९२८ मध्ये सुरू करण्यात आले होते.

मद्रास लायब्ररी असोसिएशनने 'समर स्कूल' हा महाविद्यालयीन ग्रंथपालांकरिता कार्यक्रम आयोजित केला होता. पुढे याला नियमित अभ्यासक्रमाचे स्वरुप मिळाले. मद्रास लायब्ररी असोसिएशन (१९२९) व आंध्र विद्यापीठानेसुद्धा प्रमाणपत्र अभ्यासक्रम सुरू केले. मद्रास विद्यापीठाचे ग्रंथपाल डॉ. एस. आर. रंगनाथन यांनी विद्यापीठाला पदव्युत्तर अभ्यासक्रमाची योजना सादर केली होती.

इंपिरियल लायब्ररीचे ग्रंथपाल श्री.असादुल्ला यांनी १९३५ मध्ये पूर्ण वेळ पदविका वर्ग सुरू केले. याच वेळी बंगालमध्ये श्री. कुमार मुनिंद्र देवरॉय यांच्या पुढाकाराने बनसबेरिया येथे ग्रंथालय प्रशिक्षण मेळावा (Camp) भरविला होता. पुणे ग्रंथालय संघाने (१९३५) ग्रंथालयशास्त्राचे वर्ग मराठी माध्यमातून चालविले. चेन्नई विद्यापीठ (१९३७) सुरू केले. बनारस हिंदू विद्यापीठ (१९४२) आणि मुंबई विद्यापीठ (१९४३) दिल्ली विद्यापीठ यांनी एक वर्ष कालावधीचा पदव्युत्तर पदविका अभ्यासक्रम चालू केला. पुढे दिल्ली विद्यापीठाने (१९४८) मध्ये पदवी अभ्यासक्रम चालू केले. याच अभ्यासक्रमात बदल करून पुढे दोन वर्षांचा पदव्युत्तर पदविका अभ्यासक्रम सुरू केला. पुढे हाच अभ्यासक्रम ग्रंथालय विशारद (B.Lib.Sc.) मध्ये रुपांतरित झाला.

इ.स.१९४९ मध्ये महाराष्ट्र ग्रंथालय संघाने ग्रंथपालन वर्ग सुरू केले. गव्हर्नमेंट ऑफ इंडिया लायब्ररीज असोसिएशनने सरकारी ग्रंथालयातील कर्मचारी वर्गाचा सेवांतर्गत प्रशिक्षण अभ्यासक्रम चालू केला. (१९५३) हा अभ्यासक्रम विद्यापीठीय अभ्यासक्रमाशी समान होता.

पुढे ''ॲन इस्टिट्युट ऑफ लायब्ररी सायन्स'' ची दिल्ली विद्यापीठात १९५९ मध्ये स्थापना करण्यात आली. सार्वजनिक ग्रंथालयाच्या ग्रंथपालांना प्रशिक्षण देणे व अध्यापन साहित्य तयार करणे हे या संस्थेचा मुख्य उद्देश होते. हा प्रयत्न प्रगतीशील होता. तो इ.स.१९६४ पर्यंत चालू होता.

डॉ. रंगनाथन यांनी डॉक्युमेन्टेशन रिसर्च अँड ट्रेनिंग सेंटर, इंडियन स्टॅटिस्टीकल इन्स्टिट्यूट, कोलकाता यांच्या सहयोगाने सुरू केले. या संस्थेचा पूर्वीचा चौदा महिन्यांचा अभ्यासक्रम पुढे दोन वर्षांमध्ये रूपांतरित करण्यात आला. इनसा इन्सडॉकने प्रलेखाकारांसाठी कोर्स इन इन्फरमेशन सायन्स हा अभ्यासक्रम सुरू केला. सध्या चव्वेचाळीस संस्था व चाळीस विद्यापीठे ग्रंथालय निष्णात हा अभ्यासक्रम चालवित आहेत.

ग्रंथालय व माहितीशास्त्र या अभ्यासक्रमातील 'एम.फील' पदवी प्रथम दिल्ली विद्यापीठाने देण्यास सुरुवात केली.(१९५१) या पदवीचा डॉ.बी.बी.कृष्णराव हे पहिला मान मिळविणारे ठरले. सध्या तीस विद्यापीठातून हा संशोधनाचा कार्यक्रम चालू आहे.

ग्रंथालयशास्त्राच्या अभ्यासक्रमात इ.स. १९५८ पर्यंत ठराविक प्रमाणके नव्हती. डॉ. रंगनाथन यांच्या अध्यक्षतेखाली विद्यापीठ अनुदान मंडळाने एक आढावा समिती नेमली. या समितीचा अहवाल 'लायब्ररी सायन्स इन इंडियन युनिव्हर्सिटीज' या नावाने विद्यापीठ अनुदान मंडळाने १९६६ मध्ये प्रसिद्ध केला. या अहवालामध्ये ग्रंथालय शास्त्रांतील विविध विभागांची कार्ये सांगितली आहेत. संशोधनावर भर दिलेला आहे. विद्यापिठीय ग्रंथालय, अनुदान, कर्मचाऱ्यांचे शिक्षकांचे प्रशिक्षण इत्यादी गोष्टी सांगितल्या आहेत.

इ.स.१९७३ मध्ये दिल्ली विद्यापीठाने या शास्त्रातील अध्यापन पद्धती व त्यांचे मूल्यमापन अशी एक कार्यशाळा घेतली होती, तसेच विद्यापीठ अनुदान मंडळाच्या मदतीने ग्रंथालयशास्त्र शिक्षण यावर एक चर्चासत्र आयोजित केले. यावर विद्यापीठ अनुदान मंडळाच्या या शास्त्रातील गटाने अभ्यासक्रमावर चर्चा केली. ग्रंथालय निष्णात हा दोन वर्षांचा अभ्यासक्रम प्रायोगिक तत्त्वावर विद्यापीठांनी चालविणे, विद्यापीठातील या विभागाला स्वतंत्र दर्जा देणे, अभ्यासक्रमात काळाप्रमाणे बदल करणे, एम.फिल व ग्रंथालय व माहिती शास्त्र वाचस्पती असे संशोधनात्मक कार्यक्रम आयोजित करून कार्यान्वित करणे, अध्यापनाची गुणवत्ता वाढविणे इ. गोष्टी या गटाने सुचविल्या आहेत.

नवीन माहिती युगात अनेक ग्रंथालयांनी नवीन तंत्रज्ञान आत्मसात करण्याचा प्रयत्न केला. संगणक, माहिती साठा, प्रतिप्राप्ती इ. गोष्टी अभ्यासक्रमात अंतर्भूत झाल्या. पण अभ्यासक्रमात फार मोठा बदल झाला नाही. काही मार्गदर्शक तत्त्वे व प्रमाणके आखली. निरंतर शिक्षणाला प्राधान्य मिळाले. ग्रंथपाल व्यवसायाचे महत्त्व समाजाला पटवून देण्यात डॉ. रंगनाथन यांचे अथक परिश्रम कारणीभूत आहेत. डॉ. राधाकृष्णन, डॉ. कोठारी यांच्या अहवालातही ग्रंथालयाचे महत्त्व विशद करण्यात आले आहे.

Library Associations – ग्रंथालय संघ

संघ म्हणजे व्यावसायिकांसाठी एकत्रित काम करणे. त्यामुळे अनेक प्रकारचे व्यावसायिक संघ स्थापन झालेले दिसतात. संघातील सभासदांचे प्रश्न सोडविणे, त्यांच्या हिताचे रक्षण करणे, संघांची व्यवसायाप्रमाणे जी ध्येये–धोरणे असतील ती पूर्ण करणे, यासाठी व्यक्ती किंवा संस्था कार्यरत असतात. व्यवसायाच्या प्रगतीसाठी या संघाकडून सांघिक प्रयत्न केले जातात.

ग्रंथालय क्षेत्रात, व्यवसायातही असे संघ अस्तित्वात आहेत. या संघामुळे ग्रंथालय चळवळ, ग्रंथपालन व्यवसाय यांच्या विकासाला चालना मिळते. ग्रंथालयीन प्रश्नावर उपाय सुचविता येतात. ग्रंथालयीन कर्मचारी वर्गाचे कल्याण साधता येते. यामुळे ग्रंथालयांचा, पर्यायाने या व्यवसायाचा विकास होतो. प्रगतीसाठी योजना आरेखीत करता येतात. सांघिक बळाचे हे सामर्थ्य असते.

ग्रंथालयासंबंधी जनतेत जागरूकता निर्माण करणे, आचार संहिता तयार करणे, ग्रंथालय चळवळीला वेग देणे, ग्रंथालयीन सेवासंदर्भात प्रमाणके तयार करणे, प्रशिक्षण योजना, ग्रंथालय सहकार, साधन वाटणी इ. संघाची कार्ये म्हणून सांगता येतात.यामध्ये व्यावसायिकांचा विश्वास ही महत्त्वाची गोष्ट आहे. त्यांच्या मागण्यांसाठी प्रयत्न करणे, खुले सभासदत्व, निवडणुका या गोष्टी ओघानेच येतात. एक जागरूक समूह म्हणून कार्य करणे ही संघाकडून अपेक्षा असते. हे संघ वेगवेगळ्या स्तरावर निर्माण होतात.

महाराष्ट्रात राज्यस्तरीय ग्रंथालय संघांचे एकत्रिकरण झाले. महाराष्ट्र राज्य ग्रंथालय संघात बॉम्बे, मराठवाडा, विदर्भ हे ग्रंथालय संघ विलीन झाले. विभागीय, जिल्हा व स्थानिक ग्रंथालय संघ असे वेगवेगळ्या स्तरावर संघ कार्य करताना दिसतात. या क्षेत्रातील व्यावसायिक अनेक संघांचे सभासदत्व स्वीकारतात. सभासदांची जमा झालेली वर्गणी ही एक जमाखर्चातील जमेची बाजू असते. याशिवाय आजीव सभासदत्व, समाचार पत्रिका व ग्रंथ, नियतकालिके प्रकाशित करणे, या प्रकाशनातून जाहिरातीद्वारा मिळणारी रक्कम; चर्चासत्रे, परिसंवाद आयोजित करणे, यासाठी सभासद व बिगर सभासद यांच्याकडून जमा होणारी वर्गणी या गोष्टी संघाच्या आर्थिक जमेच्या गोष्टी असतात.

भारतामध्ये व्यावसायिकांपेक्षा इतर लोकांनीच ग्रंथालय संघ स्थापन केलेले अनुभवाला येते. काही व्यावसायिकांनी समांतर संघ स्थापन केले. उदा. केरळ लायब्ररी असोसिएशन आणि केरळ ग्रंथशाला संघ, इंडियन लायब्ररी असोसिएशनने स्थापन केलेली ऑल इंडिया पब्लिक लायब्ररी असोसिएशन इ. सार्वजनिक ग्रंथालय चळवळ दृढ करण्यासाठी इतर व्यावसायिक व स्वयंसेवी संस्थांची मदत घेता येईल. राज्य व केंद्रीय शासनाने अशा संघांना पाठिंबा दिला पाहिजे. ' जॉइंट कौन्सिल ऑफ लायब्ररी असोसिएशन इन इंडिया ' अशा संघात सर्व ग्रंथालय संघ सहभागी होतील अशी व्यवस्था आवश्यक ठरते.

Library Automation – ग्रंथालयाचे संगणकीकरण

इ.स.१९५० पासून ग्रंथालयात संगणकाचा उपयोग सुरू झाला. त्यामुळे ग्रंथालयाची रचना, त्याच्या कामाचे स्वरूपच बदलून गेले आहे. संगणकाच्या उपयोगापूर्वी ग्रंथालयीन कामकाजासाठी वेगळी यंत्रे वापरली जात असत. पण त्यासाठी मानवी देखरेख करावी लागे. पण आता संगणकामुळे हीच कामे व्यापक प्रमाणात होऊ शकतात. माहिती केंद्रात, ग्रंथालयात माहितीचा संग्रह करणे, तिचे विश्लेषण करणे व मागणीनुसार प्रसारण करणे हे सर्व संगणकामुळे सुलभ होते. ग्रंथालये ही समाजाभिमुख असतात त्यामुळे लोकांच्या ज्ञानाच्या माहितीच्या गरजा भागवणे हे ग्रंथालयांचे प्रमुख कार्य बनले आहे. त्यामुळे ग्रंथालये ही आजच्या काळात माहिती केंद्रे बनली आहेत. आणि आजच्या या गतिमान युगात उपयोजकांच्या मागण्या यामुळे ग्रंथालये किंवा माहितीकेंद्रात संगणक हा काळाची गरज बनलेला आहे.

ग्रंथालयात ग्रंथालयीन कामकाज व्यवस्थापन, माहिती तंत्रज्ञान, ग्रंथालयातील तंत्रज्ञानावर आधारित नवनवीन सेवा, यासाठी संगणकाचा वापर होतो. ग्रंथालयात वारंवार करावे लागणारे काम, लिपिकाचे काम, ग्रंथालयातून मिळणाऱ्या विविध सेवा यासाठीही संगणक गरजेचा बनला आहे.

ग्रंथालयात संगणकाचा वापर करताना ग्रंथोपार्जन, वर्गीकरण, तालिकीकरण, देवघेव, निर्देश, प्रलेखन, ग्रंथ पडताळणी, प्रचलित जागरूकता सेवा, निवडक माहितीचे प्रसारण, माहितीची हाताळणी, पुनरावलोकन शोध पद्धती इ. गोष्टींचा अंतर्भाव होतो.

ग्रंथालयाचे संगणकीकरण करताना खालील गोष्टींचा विचार करावा लागेल. गरजा, त्यांचे विशेषीकरण, पद्धती, उपयोग, प्रत्यक्ष कामकाज, तपासणी, आराखडा इ. तसेच वरील सर्व कामामध्ये ग्रंथालयीन कर्मचाऱ्यांचा सहभागही तितकाच महत्त्वाचा आहे. शिवाय ग्रंथालयाचा अर्थसंकल्प, संगणक खरेदी, ते पुरवणारे वितरक यांचाही विचार करायला हवा.

ग्रंथालयाचे संगणकीकरण करताना त्यापासून मिळणारे फायदेही लक्षात घ्यायला पाहिजेत. संगणकामुळे ग्रंथालयीन कामकाज आणि मिळणाऱ्या सेवेत वाढ होते आणि अचूकताही येते. ग्रंथालयीन साहित्याचा योग्य व जास्त वापर करता येतो. इतर ग्रंथालयातील साधन वाटणीमध्ये सहकार्य करता येते. त्यामुळे पैशांची बचत होते. उपलब्ध माहितीचे वाचन सहज होते. ग्रंथालयीन सेवा व्यापक प्रमाणावर देता येतात. ग्रंथालयीन सेवक आणि उपयोजक यांचा माहितीच्या प्रतिप्राप्तीसाठी लागणारा वेळही वाचतो. कामाची गुणवत्ता वाढते आणि गतीही वाढते. अर्थात् या सर्व गोष्टींसाठी प्रशिक्षणाची आवश्यकता असते.

ग्रंथालयांच्या संगणकीकरणासाठी काही प्रणाली विकसित केलेल्या आहेत. उदा. सोल, सीडीएस, आय एस आय एस, लायब्ररीयन, स्लीम, लिबसिस, संजय इ.

आधुनिक काळात ग्रंथालये ही माहितीकेंद्रे बनल्यामुळे ग्रंथालयांचे संगणकीकरण गरजेचे बनले आहे. माहितीच्या वेगामुळे संप्रेषणाचाही वेग वाढलेला आहे. म्हणून संगणक ही काळाची गरज आहे.

Library Building - ग्रंथालय इमारत

कोणतीही बांधकामे त्याच्या आराखड्यानुसार होत असतात. त्यामध्ये निधीचा विचारही अभिप्रेत असतो. ग्रंथालयाच्या इमारतीचा विचार करताना प्रथम जागेचा विचार करणे आवश्यक ठरते. इमारतीच्या बांधकामासाठी उपलब्ध असलेला निधी, ग्रंथालयांचे कालानुसार बदलत जाणारे स्वरूप या गोष्टी महत्त्वाच्या आहेत. त्याचप्रमाणे ग्रंथालयाचा हेतू, ग्रंथालयीन कामकाज याही गोष्टी विचारात घ्याव्यात. ग्रंथालय इमारतीचा आराखडा लवचिक असला पाहिजे. या बांधकामाच्या संदर्भात वास्तुरचनाकाराचा सल्ला घेणे आवश्यक आहे.

ग्रंथालय ही सामाजिक संस्था आहे. या ग्रंथालयात समाजाचे प्रतिबिंब पडते. ग्रंथालय मग कोणत्याही प्रकारचे असो, इमारतीचा आराखडा यावर ग्रंथपालाचे उपयोजकाशी सौहार्दपणे संबंध, त्यांची काळजी या गोष्टी परिणाम करीत असतात. पूर्वीच्या काळातील ग्रंथालयाचे वातावरण रूक्ष असे. त्यामध्ये उपयोजकाच्या स्वागतशीलतेचा अभाव, उपयोजक व ग्रंथालयीन कर्मचारी यांच्यातील संबंध या गोष्टी इतिहासजमा झाल्या आहेत. सध्या उपयोजकाचे त्याच्या गरजेचे स्वागत होते. ग्रंथालयीन सेवांचे महत्त्व समाजाला समजलेले आहे. ग्रंथालयामध्ये सर्व प्रकारचे उपयोजक, अपंगसुद्धा यांच्या गरजा पूर्ण करण्याकडे लक्ष दिले जाते.

ग्रंथालयाच्या इमारतीच्या संदर्भात खालील गोष्टी अंतर्भूत होतात.

१) बाह्य स्वरूप – यामध्ये ग्रंथालयाचा परिसर, जागा, वातावरण, हवामान या गोष्टी विचारात घेतल्या जातात. कारण या सर्वांचा परिणाम ग्रंथसंग्रह, उपयोजक यांच्यावर होत असतो.

२) अंतर्गत योजना – ग्रंथालय ही वर्धिष्णू संस्था आहे. त्यामुळे ग्रंथालयात नेहमी वाढ होत असते. या वार्षिक सरासरी वाढीची कल्पना वास्तुरचनाकाराला द्यावयास हवी. यामध्ये संग्रहाचे स्वरूप, त्याची संख्या, आकार, उपयोजक त्यांचे प्रकार व वाढती संख्या, ग्रंथालयीन कार्ये या गोष्टी समाविष्ट होतात. ग्रंथसंग्रहाची जागा व उपयोजकांना सामावून घेण्यासाठी व्यवस्थित जागा असणे. या गोष्टीसाठी काही प्रमाणके स्वीकारावयाला हवीत. माहिती तंत्रज्ञान व संप्रेषणाच्या उपकरणासाठी, झेरॉक्स मशिन, संगणक इ. गोष्टीसाठी जागेची योजना करणे आवश्यक ठरते.

अंतर्गत योजना ही ग्रंथपाल व ग्रंथालयीन कर्मचाऱ्यांच्या जबाबदारीतील गोष्ट आहे. ही जबाबदारीची गोष्ट पार पाडताना ग्रंथालयात एकाच विभागात उपयोजक व कर्मचारी यांची गर्दी होणार नाही हे पाहणे मध्यवर्ती सुविधांच्या जवळील साहित्याचा वापर, हालचालींना वाव मिळणे या गोष्टी येतात. कारण ग्रंथ दाखल करण्याची जागा 'देवघेव' तालिकीकरण, वर्गीकरण संदर्भ, नियतकालिकांचा वाचन कक्ष आणि ग्रंथसंग्रह, नियतकालिक संग्रह या दैनंदिन कामासाठी लागणारी जागा यांचा विचार आवश्यक ठरतो. ह्या गोष्टी मात्र ग्रंथालयाचा प्रकार व आकार यावर अवलंबून असतील.

ग्रंथालयाच्या इमारतीच्या संदर्भात व अंतर्गत व्यवस्थेसंबंधात योग्य वायुवीजनसाठी मोठ्या खिडक्या, भरपूर प्रकाश, पाणी, धूळ व उष्णता यापासून संरक्षण या गोष्टी मोडतात. ग्रंथसंरक्षणासाठी वातानुकूलित सोय आवश्यक आहे. कृत्रिम व नैसर्गिक प्रकाशाची सोयही अपरिहार्य गोष्ट आहे.

कोणत्याही इमारतीचा पाया बांधताना किडे, मुंग्या, वाळवी यांच्यापासून संरक्षण मिळावे म्हणून योग्य औषधांची फवारणी करावी लागते. स्वच्छतागृहे, पिण्याच्या पाण्याची सोय, स्वागत कक्ष, दृक्-श्राव्य विभाग, संगणकीय कक्ष, चर्चेसाठी सभागृह या गोष्टींचा आराखडाही इमारत बांधण्यापूर्वी विचाराधीन आहेत.

संप्रेषणाची साधने दूरध्वनी, संगणक, झेरॉक्स मशीन, स्थानिक क्षेत्रीय जाळे, जगव्यापक क्षेत्रिय जाळे यांचीही ओळख उपयोजकाला करून देणे महत्त्वाचे आहे.

म्हणून ग्रंथालयाच्या इमारतीची योजना करताना खालील गोष्टी लक्षपूर्वक पाहणे आवश्यक आहे.

ऐतिहासिक गोष्टी, रूढी आणि शैली, ग्रंथसंग्रहाची संख्या, वाचक संख्या, ग्रंथालयाचे स्वरूप, हेतू, कार्ये आणि वापर, संप्रेषण तंत्रांची परिस्थिती, भोवतालचा परिसर, जागा, हवा, ग्रंथपालाची क्षमता, स्वातंत्र्य, देणगीदारांची बाह्य नियंत्रणे ग्रंथालयाविषयी वाचकांचा आदर.

ग्रंथालयाच्या इमारती बरोबर फर्निचरचाही विचार येतो. यासाठी प्रमाणकांचे प्रमाण पालन करावे लागते. यामध्ये ग्रंथ मांडणी, तालिका, कपाटे, वाचन कक्षातील खुर्च्या, टेबले, काउंटर, प्रदर्शनासाठी मांडणी, झेरॉक्स मशीन, संगणकासाठी विशेष फर्निचर या गोष्टीही पाहाव्या लागतात. फर्निचरचा विचार टिकाऊपणाच्या दृष्टिकोनातून लोखंडी असणे महत्त्वाचे आहे. तसाच फर्निचरचा दर्जाही महत्त्वाचा आहे.

कर्मचाऱ्याच्या कामाची गरज लक्षात घेऊन खुर्च्यांची उंची वेगवेगळी असावी. ग्रंथालयातील आतील सजावटही उपयोजकाला आकर्षून घेणारी असावी. भिंतीचा रंग सौम्य असावा, फोटो, निसर्गचित्रे या गोष्टींचा उपयोग करता येईल.

Library Catalogues : Types – तालिकांचे प्रकार

तालिकांच्या या प्रकाराला प्रत्यक्ष रूप (Inner Forms of Library Catalogue) असे म्हणतात. या तालिकेचे विविध प्रकार प्रचलित आहेत. त्यामध्ये नाम तालिका (Name Catalogue), लेखक तालिका (Author Catalogue), वर्गीकृत तालिका (Classified Catalogue), शुद्ध अनुवर्ग तालिका (Pure Classified Catalogue) आणि वर्णानुक्रम – वर्ग तालिका (Alphabetico Classified Catalogue)

लेखक तालिका – ग्रंथांची निर्मिती मुद्रण कलेमुळे वाढू लागली. उपयोजकांकडून ग्रंथांची मागणी लेखकाच्या नावानेच केली जाते. अर्थात आडनावाने म्हणून प्रथम आडनाव लिहिले जाते. लेखक कोणत्याही ग्रंथाचा अविभाज्य घटक आहे. ग्रंथामधील विचारांना, माहितीला जो जबाबदार असतो तो लेखक.

या प्रकारच्या तालिकेमध्ये लेखकाचे आडनाव (कुलनाम), लेखकाचे नाव व वडिलांचे नाव यांचा अंतर्भाव असतो. काही वेळा एकाच आडनावाचे अनेक लेखक असू शकतात. त्यावेळी लेखकांचे विशेषीकरण करण्यासाठी जन्मवर्षाची मदत घ्यावी लागते. काही वेळा लेखक टोपणनावानेही लेखन करतात. अशावेळी खऱ्या नावाकडून टोपणनावाकडे व टोपणनावाकडून खऱ्या नावाकडे अशा नोंदी कराव्या लागतात. प्रत्येक ग्रंथकारासाठी स्वतंत्र नोंद केली जाते. या सर्व नोंदींची रचना वर्णानुक्रमाने करण्यात येते.

या तालिकेवरून ग्रंथालयातील एखाद्या विशिष्ट लेखकाचा ग्रंथसंग्रह समजतो. या तालिकमध्ये लेखकांचे स्वतःचे ग्रंथ, भाषांतरित, संक्षेपित इ. प्रकारचे ग्रंथ अंतर्भूत असतात.

लेखक या संज्ञेची व्याप्ती सध्याच्या काळात बदललेली आहे. यामध्ये विश्वकोशाचे संपादक, किंवा साहित्याचे संकलक हेही लेखक म्हणून मान्य झालेले आहेत. अर्थात अशा प्रकारच्या नोंदीपुढे संपा., संकलक असेही स्पष्ट लिहिलेले असते. एखाद्या ग्रंथाचे लेखन एकापेक्षा अधिक म्हणजे दोन किंवा तीन लेखकही करू शकतात. संस्थाही लेखन करू शकतात. म्हणून हे लेखक ठरतात.

विशिष्ट लेखकाची ग्रंथसंपदा तर कळते पण उपयोजकाला गरज असणारी ग्रंथाच्या संबंधीही माहिती कळते. उपयोजकांच्या बऱ्याच प्रश्नांची उत्तरे ही तालिका देऊ शकते. म्हणून ही तालिका महत्त्वाची. पण ही तालिका माला, विषय, ग्रंथनाम या संबंधित प्रश्नांची उत्तरे देऊ शकत नाही. यामुळे विषय, ग्रंथनाम, माला, साहाय्यक लेखक यांच्यासाठी इतर स्वतंत्र नोंदी कराव्या लागतात.

Types of Library Catalogues - ग्रंथालय तालिकेच्या पद्धती

तालिका तयार करण्याच्या पद्धतीमध्ये खालील तीन गोष्टींचा अंतर्भाव दिसतो.

१) शोधयादी (Inventory)

२) वर्णनात्मक तालिका (Descriptive Catalogue)

३) आधुनिक तालिका (Modern Catalogue)

१) शोधयादी – पूर्वीच्या काळी छपाई कला अवगत नव्हती. त्यामुळे वाचनसाहित्याच्या याद्या हस्तलिखित स्वरूपात केल्या जात. आपल्या ग्रंथालयातील वाचनसाहित्याची ओळख व्हावी हा या याद्यांमागचा हेतू होता. यात प्रथम लेखकाचे नाव, नंतर हस्तलिखिताची नोंद केली जात असे. एका ग्रंथाची एकच नोंद होई. ही नोंदही अतिशय त्रोटक स्वरूपात केली जाई. ग्रंथांचा शोध घेण्यास या यादीचा उपयोग होत असे.

२) वर्णनात्मक तालिका – पुढील काळातील मुद्रण कलेचा शोध, उपयोजकांच्या मागणीतील बदल यामुळे वर्णनात्मक तालिकेची कल्पना उदयाला आली. शोधयादीतील त्रोटक नोंदी, यादींची कमी व्याप्ती यामुळे केवळ लेखकाच्या नावानुसारच वाचन साहित्य शोधणे शक्य होते. वाचनसाहित्य व उपयोजकांच्या माहितीविषयक गरजा वाढत गेल्या. उपयोजकाची ग्रंथाची मागणी पूर्ण होण्यासाठी संबंधित ग्रंथांची सविस्तर नोंद करणे आवश्यक झाले. मुद्रणकलेमुळे, हस्तलिखिते, आद्यमुद्रिते (Incunabula) यांच्या संख्येत वाढ झाली. तालिकेने वर्णनात्मक तालिकेचे स्वरूप धारण केले.

वर्णनात्मक तालिकेत उपयोजकांच्या गरजेला जास्त महत्त्व प्राप्त झाले. त्या दृष्टीने तालिकेत वर्णन देण्याचा दृष्टिकोन ठेवण्यात आला. नोंदीत ग्रंथाचे बाह्यांग वर्णन आवश्यक ठरले. हा बदल १९ व्या शतकातला. वर्णनात्मक तालिकेमध्ये, ग्रंथकार, ग्रंथनाम, प्रकाशनवृत्त, आवृत्ती, ग्रंथाचा आकार, माला, बांधणीची वैशिष्ट्ये, बोधांक, दाखल अंक इ. माहिती दिलेली असते.

३) आधुनिक तालिका – आधुनिक काळात ग्रंथालयाच्या भूमिकेत बदल झाला. ग्रंथालय कायदे, ग्रंथालयशास्त्राचे सिद्धान्त अस्तित्वात आले. भविष्यकालीन ग्रंथांचे जतन ही कल्पना उगम पावली. ग्रंथालय हे माहिती केंद्र ही संकल्पना वाढू लागली.

वर्णनात्मक तालिकेत, उपयोजकांच्या मागणीला गरजेला महत्त्व दिले होते. पण एखाद्या विशिष्ट विषयांचे ग्रंथ उपयोजकाला मिळावेत. यासाठी उपयोजकांच्या दृष्टीतून कोणकोणत्या मागण्या अपेक्षित आहेत याचा विचार करून त्या पूर्ण करण्यासाठी इतर नोंदीही करण्यास सुरुवात झाली.

या प्रकारच्या तालिकेत एका नोंदीत ग्रंथांची संपूर्ण वर्णनात्मक माहिती दिलेली असते. त्याशिवाय बोधांक, दाखल अंकही दिलेला असतो. दुसऱ्या नोंदीत ग्रंथकार, ग्रंथनाम, दाखल अंक व बोधांक एवढीच माहिती असते. तर तिसरी नोंद फक्त ग्रंथनामाखाली केली जाते. पहिल्या नोंदीच्या शेजारीच इतर कोणत्या नोंदी केल्या आहेत. याची शोध नोंद (Tracing) केलेली असते.

पुढे ग्रंथालयाच्या पाच सिद्धान्तामुळे विशिष्ट विषयाच्या ग्रंथासाठी तालिकेच्या स्वरूपात बदल झाले. वर्णनात्मक तालिकेमध्ये नोंदी अनेक केल्या असल्या तरी सर्व नोंदी शीर्षक विभागात अक्षरे किंवा शब्द धारण करणाऱ्या होत्या. त्यामुळे सर्वांची रचना सारखीच होई. डॉ.रंगनाथन यांच्या विशिष्ट विषयाच्या संकल्पनेमुळे नोंदीच्या अग्रेसर (Leading) भागात चिन्हांकन (Artificial Language) आले. अग्रेसर रेघेवर असणारी चिन्हांकनाची कृत्रिम भाषा असणारी नोंद प्रमुख (Main Entry) नोंद समजली गेली. व इतर पूरक नोंदी उपयोजकांच्या गरजा पूर्ण करण्यासाठी करण्यात येऊ लागल्या.

Types of Notation – चिन्हांकनांचे प्रकार

चिन्हांकनांचे प्रकार दोन आहेत.
१) शुद्ध चिन्हांकन (Pure Notation) २) मिश्र चिन्हांकन (Mixed Notation)

१) शुद्ध चिन्हांकन – या प्रकारात एकाच प्रकारच्या चिन्हांकनाचा उपयोग केलेला असतो. केवळ अंक अथवा वर्ण यांचाच वापर केलेला असतो. दशांश वर्गीकरण पद्धती हे या शुद्ध चिन्हांकनाचे उदाहरण होय. यामध्ये केवळ अंकाचाच वापर केलेला आहे. उदा. ३२०, ८०० इत्यादी.

एकाच प्रकारच्या चिन्हांचा वापर शुद्ध चिन्हांकनात केल्यामुळे ते लक्षात ठेवण्यास सुलभ जाते. ज्या वर्गीकरण पद्धतीत शुद्ध चिन्हांकन वापरले आहे ती पद्धती अभ्यासामुळे लवकर आत्मसात करता येते.

मुख्य वर्ग दर्शविण्यासाठी एकाच प्रकारची चिन्हे वापरल्यामुळे त्या वर्गीकरण पद्धतीचा पाया संकुचित होतो. दशांश वर्गीकरण पद्धतीमध्ये मुख्य वर्गाची संख्या दहाच राहते. अधिक होत नाही. ज्ञानशाखांच्या वाढत्या विस्तारामुळे चिन्हांकनांच्या अपुरेपणामुळे नवीन विषयांना मुख्य वर्गाचे स्थान देता येत नाही.

विषयाचे सूक्ष्मतम वर्गीकरण करणे या प्रकारच्या शुद्ध चिन्हांकनात अवघड जाते. तसे केल्यास वर्गांकाची लांबी वाढते. दशांश वर्गीकरण पद्धतीमध्ये ९ हा अंक ''इतर'' विभाग व उपविभाग दर्शविण्यासाठी बऱ्याच वेळा वापरला आहे. उदा. मराठी भाषा 491.46 यामध्ये वर्गांकाची लांबी वाढलेली दिसते.

२) मिश्र चिन्हांकन – या प्रकारामध्ये एकापेक्षा अधिक प्रकारची चिन्हे वापरलेली असतात. म्हणून यास मिश्र चिन्हांकन असे म्हणतात. आकडे, वर्ण आणि इतर चिन्हांचाही वापर यामध्ये केलेला असतो.

द्विबिंदू वर्गीकरण पद्धतीमध्ये अंक, देवनागरी वर्ण, विरामचिन्हे इत्यादी वेगवेगळ्या प्रकारची चिन्हे वापरली आहेत. म्हणून या पद्धतीचे चिन्हांकन मिश्र आहे.

मिश्र चिन्हांकनामध्ये वर्गीकरण पद्धतीचा पाया विस्तृत होतो. कारण मुख्य वर्ग दर्शविणाऱ्या चिन्हांची संख्या वाढवता येते. ही संख्या वाढल्यामुळे सूक्ष्मतम वर्गीकरण करणे शक्य होते. वर्गांकातील चिन्हांची संख्याही मर्यादित ठेवणे शक्य होते. द्विबिंदू सारख्या विश्लेषण व संश्लेषण पद्धतीमध्ये विषयाचे वेगवेगळे पैलू दाखविणे मिश्र चिन्हांकनामुळे शक्य होते.

मिश्र चिन्हांकनाचे तोटेही आहेतच. अनेक प्रकारची चिन्हे वापरात असल्यामुळे हे चिन्हांकन लक्षात ठेवण्यास सोपे नाही. अवघड जाते. तसेच या पद्धतीचा सखोल अभ्यास करणे आवश्यक आहे.

Library Committee – ग्रंथालय समिती

कोणत्याही क्षेत्रात मार्गदर्शन करणारी एखादी समिती असतेच. ग्रंथालयातील अशा मार्गदर्शन करणाऱ्या समितीला ''ग्रंथालय समिती'' असे म्हटले जाते. ग्रंथालयामध्ये व्यवस्थापनाची जबाबदारी ग्रंथपालावर असते. ग्रंथालयाची ध्येये, धोरणे ठरविण्यासाठी, व्यवस्थापनातील अडचणी समजून घेण्यासाठी ग्रंथपालाला मार्गदर्शन करणारी, त्याच्यावर देखरेख ठेवणारी ही ग्रंथालय समिती असते. ग्रंथपालाला काही ठराविक मर्यादेपर्यंत निर्णय घेता येतात. पण इतर सर्व निर्णय घेण्याचे काम समितीच करीत असते.

ग्रंथालयातील आवश्यक गोष्टी ग्रंथपाल समितीला सांगू शकतो. त्याला समितीचा आधार असतो. ग्रंथालयांची उद्दिष्ट्ये, धोरण आखण्यास सभासदांचे समाजातील स्थान, त्यांचे अनुभव, ग्रंथालयासंबंधीची आस्था या गोष्टी उपयुक्त ठरतात. ग्रंथालयाला सरकारी अनुदान असेल तर त्या समितीमध्ये लोकनियुक्त प्रतिनिधी असतात.

रचना : ग्रंथालयांच्या प्रकारानुसार या समितीतील सभासद संख्या असते. सार्वजनिक ग्रंथालयांच्या समितीवर अनेक क्षेत्रातील नामवंत, अनुभवी सभासद असतात. याशिवाय वेगवेगळ्या कामासाठी उपसमित्या स्थापन केल्या जातात. सर्वसाधारण समितीमध्ये १०-१२ सभासद असतात. कार्यकारी मंडळाच्या सभासदांची संख्या मात्र ठरलेली नाही. या समितीमध्ये स्वीकृत (Co-opted) सभासद देखील घेतले जातात. काहींच्या मते हे प्रमाण १:३ ते ३:५ असे आहे. समितीची मुदत ३ ते ५ वर्षे असते. सभासदांना मतदानाचा हक्क नसतो. समितीची घटना ठरविणे ही मुख्य गोष्ट आहे.

कार्ये – ग्रंथालयाचे ध्येय-धोरण ठरविणे, इमारत, फर्निचर, मालमत्ता यांची काळजी घेणे, गरजा व आर्थिक परिस्थितीचा विचार करून अंदाजपत्रक/अर्थसंकल्प मंजुरी देणे. ग्रंथालयीन कर्मचारी वर्गाच्या नेमणुकीसंबंधी शिफारसी मान्य करणे. ग्रंथालयाने दिलेली आकडेवारी, अहवाल तपासून पाहणे, त्याबाबतीत योग्य ते मार्गदर्शन करणे, ग्रंथरूप निधी अथवा इतर देणग्या स्वीकारण्याबाबत निर्णय घेणे. आवश्यकता वाटल्यास उपसमित्या नेमणे.

समितीच्या सभा साधारणपणे वर्षांतून ३ ते ५ वेळा होतात. सभेमध्ये अध्यक्ष निवडला जातो. नंतर समितीचे काम चालू होते. उपाध्यक्षही नियुक्त केला जातो. अध्यक्षांच्या गैरहजेरीत उपाध्यक्ष काम पाहू शकतो. ग्रंथपाल हा कार्यवाहक म्हणून काम करतो. सभेपूर्वी ग्रंथपाल सभेची कार्यक्रम पत्रिका तयार करतो. त्याला या संबंधात अध्यक्षाचा सल्ला उपयोगी ठरतो. पूर्वीच्या (मागील) सभेतील ठरावांची कार्यवाही ग्रंथपालाला सादर करावी लागते, तसे इतिवृत्तही द्यावे लागते. मागील सभेतील निर्णय मंजुरीसाठी

समितीच्या सभेपुढे ठेवावे लागतात. त्यावर अध्यक्षांची स्वाक्षरी आवश्यक असते. नंतर सभेतील नवीन गोष्टींकडे लक्ष द्यावे लागते.

नवीन बाबींमध्ये नवीन खर्चाला मंजुरी देणे, व्याख्याने, ग्रंथप्रदर्शने, इ. कार्यक्रमासाठी खर्चमंजुरी, नियमात बदल करणे, नवीन पसंतीसाठी आलेले ग्रंथ वा ग्रंथांच्या याद्या पाहून निर्णय घेणे. उपयोजकांच्या सूचना व तक्रारींची दखल घेणे, विविध देयके यांना मंजुरी देणे, नवीन सेवकवर्गांच्या नेमणुका व खर्च यांना मंजुरी देणे. ग्रंथालयाच्या मासिक कामकाजाचा तपशील पाहणे इ. गोष्टी येतात. अशा सर्व बाबींवर चर्चा केली जाते. निर्णय घेतले जातात व त्या बाबी मंजूर केल्या जातात. त्यानंतर या गोष्टी कार्यकारिणी समितीकडे जातात.

प्रकार : कार्यकारी समिती– धोरणे ठरविणे, निर्णय घेणे, ते कार्यान्वित करणे, हे या समितीच्या अधिकारात येते.

सल्लागार समिती – ही समिती कार्यकारी समितीला शिफारशी करते. शिफारशी स्वीकारणे वा त्यांचा अस्वीकार करणे हे कार्यकारी समितीच्या आखत्यारित येते.

ग्रंथालय क्षेत्रातील जबाबदारीही या समित्यांमध्ये विभागली जाते. नवीन नेमणुका, खर्चाला मंजुरी, ग्रंथालयांच्या नवीन शाखांची निर्मिती याखेरीज इतरही अधिकार या समित्यांकडे असतात. त्यामुळे कामे लवकर पूर्ण होऊ शकतात. समितीचे सहकार्य असल्यामुळे वेळ वाचतो. ही समिती लोकाभिमुख असते. उपयोजक हा ग्रंथालयाचा एक महत्त्वाचा घटक आहे हे नेहमी लक्षात घेतले जाते. ग्रंथालय समिती काही वेळा घाईघाईने निर्णय घेते. त्यावर लक्ष ठेवणे आवश्यक आहे. समितीच्या सभेतील वादविवाद या गोष्टी टाळाव्या लागतात. समिती व ग्रंथपाल यांच्यातील सहकार्य, ग्रंथपाल व ग्रंथालय सेवक वर्ग यांच्यातील परस्परसंबंध यांचाही विचार व्हावयाला पाहिजे. हे संबंध निश्चितच एकमेकांना समजून घेणारे व सामंजस्याचे हवेत. ग्रंथालयाचा विकास हीच अंतिम दृष्टी असली पाहिजे.

Library Extention Service – ग्रंथालय विस्तारित सेवा

ग्रंथालय ही सेवा केंद्रे आहेत. ती उपभोक्त्याला माहिती मिळवून देण्यास मदतच करीत असतात. ग्रंथालयातील तालिका, वर्गीकरण पद्धती, संदर्भ, आंतर ग्रंथालयीन देवघेव, भाषांतर, प्रतिलिपी या नेहमीच्या मदत सेवा आहेत. यापेक्षा वेगळ्या सेवा दिल्या जातात त्यांना विस्तारित सेवा असे म्हणतात. या विस्तारित सेवा दोन प्रकारच्या १) अंतर्गत २) बाह्य.

ग्रंथालयीन सेवांचा उपभोक्त्याने जास्तीत जास्त प्रमाणात उपयोग करावा म्हणून त्यांना मदत करणे. या सेवांना ग्रंथालयीन अंतर्गत विस्तारित सेवा असे म्हणतात. संदर्भ ग्रंथपाल, मदतनीस यांनी ग्रंथालयाच्या संपूर्ण यंत्रणेची ओळख करून देणे. ग्रंथालयांच्या यांत्रिकीकरणामुळे त्याही साधनांची वापर सांगणे याला ''उपभोक्त्याचे शिक्षण'' असेही म्हणतात. यामुळे उपभोक्त्याला मदत होते तसेच व्यवस्थापनातही मदत होते.

ग्रंथ प्रदर्शनाचे आयोजनही या प्रकारातच समाविष्ट होते. विभागीय प्रदर्शनही उपभोक्त्याला ग्रंथसंग्रहाची कल्पना देऊ शकतात. ही ग्रंथ प्रदर्शने विशिष्ट कारणांनीशी भरविता येतात. प्रतिथयश लेखकाच्या, नेत्यांच्या जयंत्या, एखाद्या ग्रंथाला मिळालेले पारितोषिक, वेगवेगळ्या साहित्यासाठी असलेली पारितोषिके, विशिष्ट दिवसाचे महत्त्व वगैरे. तसेच ग्रंथालयामध्ये नवीन दाखल झालेल्या ग्रंथांची वेष्टने प्रदर्शित करणे.

वाचकांच्या प्रकारानुसार विविध विषयातील वक्त्यांची भाषणे आयोजित करणे. डॉ. रंगनाथन विषयानिष्ठ ग्रंथसूची तयार करीत व अशा वेळी श्रोत्यांना देत असत. त्यामुळे उपभोक्त्याला त्याच्या आवडीचे साहित्य निवडण्यास मदत होते. इतर गोष्टींमध्येही गायन, निबंध, कोडी, चित्रपट, नाटक यांच्या संबंधात स्पर्धा आयोजित करता येतात. जनतेला ग्रंथालयाकडे आकृष्ट करणे हाच एक हेतू असतो.

बाह्य विस्तारित सेवेमध्ये ग्रंथालये, ग्रंथालयीन सेवा यांच्याबाबत जनजागृती करणे या सेवा येतात. ग्रंथालय हे अनौपचारिक शिक्षणाचे साधन आहे. म्हणून जनसंपर्क माध्यमे, संप्रेषण साधने यांचाही उपयोग या प्रकारच्या सेवेत करून घेता येतो. ग्रंथालय व माहिती सेवा यासाठी एकात्मिक योजनेचा सर्व स्तरावरील वाचकांच्यासाठी आराखडा करणे आवश्यक आहे. जनतेमध्ये जागरूकता निर्माण करणे यासाठी स्वयंसेवी संस्थांची मदत घेता येते. आंध्रप्रदेशात या ग्रंथालय चळवळीला ''लोकांची चळवळ'' असे म्हटले जाते. जनसंपर्क माध्यामांचा वापर ग्रंथालयाच्या प्रचारासाठी करणे. नियतकालिके, वर्तमानपत्रे, यातील लेख, रेडिओ, दूरदर्शन वरील भाषणे, सार्वजनिक व्याख्याने, ग्रंथालयांबंधीची पुस्तिका, प्रौढ शिक्षणाच्या माध्यमातून भजन, नाटक यातून आरोग्य, संस्कृती याकडे दृक्-श्राव्य साधनाद्वारे लक्ष वेधणे. वाचनमंडळांची स्थापना, बालवाचकांसाठी निरनिराळ्या स्पर्धा, युवकांना संगणकामार्फत, आंतरराष्ट्रीय जाळ्यामार्फत व्यावसायिक स्पर्धांना सामोरे जाण्यासाठी माहिती सेवेचा उपयोग करून देणे, या गोष्टी या प्रकारात अंतर्भूत आहेत.

विस्तारित सेवा ह्या वेगवेगळ्या स्तरावरील ग्रंथालयांच्या सहकार्य व समन्वय यावर अवलंबून आहेत. राष्ट्रीय व राज्य संघटना या विस्तारित कार्यामध्ये महत्त्वाचे कार्य करू शकतात. या सेवेचा हेतू एकच, ग्रंथालयाकडे उपभोक्त्याला आकृष्ट करणे. भारताला सण, उत्सव व जत्रा यांची परंपरा आहे. यांचाही उपयोग ग्रंथालय प्रसारासाठी करता येईल.

Library Finance – ग्रंथालयीन वित्तव्यवस्था

ग्रंथालय ही सामाजिक संस्था आहे तशीच ती सेवाभावी संस्था आहे. समाजातील सर्व उपयोजकांना ग्रंथालय सेवेचा उपयोग व्हावा. समाजातील नागरिक सुजाण व्हावेत, संस्कृतीचे जतन व्हावे हा संस्कृतीचा वारसा जतन करणे ही ग्रंथालयांची उद्दिष्ट्ये आहेत. त्यासाठी ग्रंथालयाचा खर्च वाढीस असतो. शिवाय ग्रंथालय ही वर्धिष्णु संस्था आहे. यामध्ये वाचक, वाचन साहित्य, ग्रंथालयीन कर्मचारी वर्गांमध्ये नेहमी वाढ होत असते. त्यामुळे खर्च वाढतो हे ओघानेच आले. त्यामुळे इमारत, फर्निचर यामध्येही वाढ होते. या सर्वांचा ग्रंथालयीन वित्तव्यवस्थेमध्ये समावेश करावा लागतो.

माहिती, ज्ञान यामध्ये सतत वाढ होत असते. त्यामुळे ग्रंथालयाच्या वित्तव्यवस्थेत वाढ होणे अपरिहार्य आहे. ग्रंथालये ही पैसा मिळवती संस्था नव्हे. वाचन साहित्याच्या वाढत्या किंमती, विनिमयाचा वाढता दर या गोष्टींचा विचार या माहिती युगातही करावा लागतो.

ग्रंथालय खर्चाचे आवर्ती व अनावर्ती असे दोन प्रकार केले जातात. ग्रंथालय इमारत, फर्निचर, संगणक, झेरॉक्स यंत्र वगैरे खर्च भांडवली आहेत. वाचनसाहित्य, ग्रंथ बांधणी, लेखन सामग्री, मुद्रण, वीज, टपाल, दूरध्वनी, कर्मचाऱ्यांचे वेतन, भत्ते हे खर्च आवर्ती आहेत.

ग्रंथालयांच्या प्रकारानुसार प्रत्येक ग्रंथालयाची वित्त व्यवस्था वेगवेगळ्या प्रकारची असते.

शालेय ग्रंथालयामध्ये व्यवस्थापनाकडून मिळणारी रक्कम इतर देणग्या, अनुदाने, राज्यशासनाकडून

मिळणारी रक्कम, विद्यार्थ्यांकडून घेतला जाणारे ग्रंथालय शुल्क या रकमेचा समावेश होतो. महाविद्यालयीन ग्रंथालयासाठी विद्यापीठ अनुदान मंडळाचे अनुदान, कोहसिप, कॉसिप, ग्रंथपेढ्या साधनसामग्री अनुदान, ग्रंथ इमारत अनुदान, विद्यार्थ्यांचे ग्रंथालय शुल्क, अनामत रक्कम, विलंब शुल्क, ओळख शुल्क इ. गोष्टींतून जमा झालेला निधी संस्थेच्या निधीतच जमा होतो. विद्यापीठाच्या प्रत्येक वर्षी अंदाजपत्रकात ग्रंथालयासाठी ठराविक निधी दिला जातो. यामध्ये ग्रंथखरेदी, नियतकालिकांची वर्गणी, वेतन, लेखनसाहित्य, ग्रंथ बांधणी व इतर अशा गोष्टी समाविष्ट असतात. याशिवाय विद्यापीठ अनुदान मंडळाचे अनुदान मिळते. राज्य शासनाकडून विद्यापीठ सेवकांचे वेतन दिले जाते. विद्यापीठ अनुदान मंडळाच्या अनुदानातून १५ टक्के रक्कम हंगामी सेवक, फर्निचर यासाठी खर्च करता येते. याशिवाय इमारत, संगणक, यंत्रसामुग्री, उपकरणे यासाठी अनावर्ती अनुदान दिले जाते. जमेच्या निधीमध्ये उपयोजकांचे ग्रंथालय शुल्क, नैमित्तिक उपयोजनाकडून घेतले जाणारे ग्रंथालय शुल्क, रद्दी विक्री, झेरॉक्स, सेवा शुल्क, अनुवाद, प्रलेखन शुल्क या गोष्टी समाविष्ट होतात. हा निधी विद्यापीठाच्या मुख्य निधीमध्ये जमा केला जातो. विशेष ग्रंथालयाच्या बाबतीत संस्थेच्या अर्थसंकल्पनात ग्रंथालयासाठी निधी राखून ठेवला जातो. संशोधन प्रकल्प व उपक्रमासाठी जास्तीची रक्कम ठेवली जाते. या प्रकारच्या ग्रंथालयाकडून विशेष सेवांचे शुल्क घेतले जाते. सार्वजनिक ग्रंथालयात वर्गणी, ग्रंथालय कर, शासकीय अनुदाने, विलंब शुल्क, प्रकाशन विक्री या जमेच्या बाजू तर खर्चामध्ये वाचन साहित्य, ग्रंथबांधणी, वेतन, लेखन सामग्री, मुद्रण, इमारत डागडुजी, टपाल, दूरध्वनी, वीज, प्रदर्शने इ. गोष्टी येतात.

शैक्षणिक ग्रंथालयांसाठी त्यांच्या संस्थेच्या अर्थसंकल्पात खर्चाची तरतूद असते. पण सार्वजनिक ग्रंथालय ही स्वतंत्र संस्था आहे, तिचा अर्थसंकल्प असतो. जमा होणारी रक्कम खर्चाच्या रकमेपेक्षा फारच कमी असते.

Library for Children - बालकांसाठी ग्रंथालय

बालकांसाठी ग्रंथालये असणे ही ग्रंथालय व्यवस्थेमधील एक महत्त्वाची पायरी आहे असे म्हणता येईल. सुजाण वाचक, नागरिक या भविष्यकालीन गोष्टीकडे लक्ष वेधले असता बालकांनाही ग्रंथालयाचा फायदा मिळणे आवश्यक ठरते. पण बालकांसाठी स्वतंत्र ग्रंथालय ही गोष्ट असेलच असे म्हणता येत नाही. पण मोठ्या ग्रंथालयाचा एक भाग असेही या ग्रंथालयाचे स्वरूप असू शकते.

साधारणतः ४-५ वर्षापासून म्हणजे बालकाला अक्षरे व चित्रे यांची चांगली समज आल्यापासून ही ग्रंथालय सेवा मिळावी. सार्वजनिक ग्रंथालयात बालवाचक विभाग असू शकतो. पूर्व प्राथमिक व प्राथमिक शाळा या सारख्या शैक्षणिक संस्थांमधील ग्रंथालये अशा सेवा देऊ शकतात.

या प्रकारच्या ग्रंथालयातील साहित्याची निवड फार विचारपूर्वक करावी लागते. यासाठी बाल वाचकांचे वय, भाषा, औत्सुक्य वैगरे गोष्टी लक्षात घेणे आवश्यक ठरते. यात बालमानसशास्त्राचाही समावेश करावा लागेल. हे साहित्य माहितीपूर्ण, त्याचबरोबर मनोरंजकही असणे आवश्यक आहे. भाषा सोपी, मोठे अक्षर, चित्रे, संस्कारक्षम असे साहित्य असावे. आकर्षक कव्हर हेही वाचकप्रिय ग्रंथाचे गमक ठरते. कथा, लघु कादंबरी, काव्य, नेत्यांची, संतांची चरित्रे, प्रवासवर्णने, विज्ञान कथा इ. साहित्य असावे. या प्रकारच्या साहित्यामुळे बालवाचकांची शाब्दिक व मौखिक सुधारणा घडत जाते.

या प्रकारच्या ग्रंथालय सेवेसाठी ग्रंथालयीन कर्मचारी वर्ग हा समाजाभिमुख असला पाहिजे. ग्रंथालयात न येणाऱ्या बालवाचकांना ग्रंथालयाकडे आकृष्ट करणे, प्रदर्शने, स्पर्धा, लेखकांची व्याख्याने, सिनेमा, नाटके यांचे आयोजनही फायदेशीर ठरते.

ग्रंथालयाचे स्थान मध्यवर्ती, सहजपणे जाता येईल असे असावे. तसेच ग्रंथालयातील फर्निचरही बालवाचकांच्या उंचीला योग्य असेल असे असावे. यामध्ये मांडणी, खुर्च्या, टेबल यांचाही समावेश आहे. ग्रंथालयाचे नियम असावेत पण ते जाचक असू नयेत, शिथिल असावेत.

अशा तऱ्हेने बालग्रंथालयाचे फायदे अनेक आहेत. पण अशी स्वतंत्र ग्रंथालये, त्यांची संख्या या विचाराधीन गोष्टी आहेत.

Library Legislation – ग्रंथालय कायदा

ग्रंथालय व समाज यांचा संबंध परस्परावलंबी आहे. प्राचीन काळापासून ग्रंथालये आस्तित्वात होती. त्यांचा नंतर विकास होत गेला. पण ग्रंथालय चळवळ ही मात्र आधुनिक काळातील आहे. पाश्चिमात्य देशांना विशेषतः इंग्लंड, अमेरिकासारख्या विकसित देशांना ग्रंथालयांचे महत्त्व पटले होते. म्हणून तेथे ग्रंथालय चळवळ लवकर रुजली. व्यक्तीच्या जीवनात ग्रंथालयाला महत्त्व आहे. ग्रंथालय सेवा मोफत मिळणे हा त्या व्यक्तीचा हक्क आहे. पण तशी सेवा देणे ही देशाची जबाबदारी आहे हा यामागील हेतू आहे.

ब्रिटिश म्युझियमच्या श्री. एडवर्ड एडवर्डस् यांच्या प्रयत्नामुळे (१८५०) सार्वजनिक ग्रंथालयासंबंधी पहिला कायदा संमत झाला. जनतेकडून कर वसूल करून स्थानिक स्वराज्य संस्थामार्फत तेथे ग्रंथालये स्थापन केली. सर्वांना मोफत सेवा मिळू लागली. इ.स.१९६४ मध्ये पब्लिक लायब्ररीज अँड म्युझियम्स अॅक्ट मंजूर होऊन ग्रंथालय व्यवस्था ही देशाची जबाबदारी हे मान्य झाले. ब्रिटिश ग्रंथालय संघाने (१८७७) ग्रंथालयाची स्थापना, ग्रंथालय शासनाचे प्रशिक्षण परिषदा, चर्चासत्रे या मार्फत ग्रंथालय चळवळ विकसित केली.

अमेरिकेत (१८४६) पहिला कायदा अस्तित्वात आला. फेडरल कायद्यानुसार लायब्ररी ऑफ काँग्रेस, मध्यवर्ती सरकारच्या अखत्यारीतील ग्रंथालयांची जबाबदारी येते. तर प्रत्येक राज्यातून त्या राज्यांचे स्वतंत्र ग्रंथालय कायदे आहेत. अमेरिकन लायब्ररी असोसिएशन (१८७६) या संघामार्फत श्री. कटर, श्री. कटर, श्री.मेलविल ड्युई यांनी ग्रंथालय चळवळीला चालना दिली.

कायद्याची रचना लवचिक पण सोपी असावी. कारण कायद्यात कालौघामध्ये बदल करणे आवश्यक असते. अधिनियम तयार करताना सर्व गोष्टींची कार्ये व जबाबदाऱ्या स्पष्ट केलेल्या असाव्यात.कायदा हा निश्चित स्वरूपाचा असल्यामुळे ग्रंथालयांच्या विकासाला मदत होते. स्थिर प्रशासन व आर्थिक साहाय्य उपलब्ध होते. कार्यक्षम ग्रंथालयीन सेवा प्रत्यक्षात येते.

डॉ.एस.आर. रंगनाथन यांनी (१९३०) मध्ये बनारस येथे ''ऑल एशिया एज्युकेशनल कॉन्फरस'' या परिषदेमध्ये एक आदर्श ग्रंथालय कायदा सादर केला. ही कल्पना वेगवेगळ्या सार्वजनिक स्तरावरील ग्रंथालयावर आधारीत होती. सार्वजनिक ग्रंथालयांचे जाळे निर्माण करावे ही त्यात अपेक्षा होती. श्री. कुमार मुनिंद्र देवराय महाशय यांनीही बंगालसाठी कायद्याचा मसुदा तयार केला होता.

चेन्नईमध्ये जनाब बशीर अहमद सय्यद यांनी मद्रास लायब्ररी असोसिएशनच्या वतीने कायद्याचा मसुदा तयार केला होता. त्यामध्ये स्थानिक स्वराज्य संस्थेला कर गोळा करण्यासाठी काही अनुदानाची सोय हवी होती. पण चेन्नई कायदे मंडळ बरखास्त झाले. या मसुद्यास डॉ. एस.आर. रंगनाथन यांच्या मुळे कायद्याचे स्वरूप मिळाले. (१९४८)

इ.स.१९४५ मध्ये कोल्हापूर संस्थानात पहिला कायदा अस्तित्वात आला. या कायद्यान्वये करवीर नगर वाचन मंदिर हे राज्य मध्यवर्ती ग्रंथालय म्हणून मान्य झाले. या कायद्यात फिरती ग्रंथालयांची सुविधा होती. प्रशिक्षण वर्गाची सोय होती.

डॉ.रंगनाथन यांनी १९४८ मध्ये ग्रंथालय विकास योजना सादर केली. भारतातील सांघिक व घटनात्मक राज्ये यांच्या विकासासाठी ३० वर्षांचा आराखडा तयार केला. त्यामध्ये ग्रंथालय कराची सोय असणारा राज्य ग्रंथालय निधी उभारणे, अंधासाठी राज्य विभाग स्थापन करणे इ.गोष्टींचा समावेश होता.

इ.स.१८६७ साली प्रेस अँड रजिस्ट्रेशन ऑफ बुक्स ॲक्ट संमत झाला. त्यावेळी ब्रिटिश सरकारला भारतात प्रसिद्ध होणाऱ्या सर्व ग्रंथांची यादी तयार करावयाची होती. या साहित्यातून जनतेच्या भावना जाणून घ्यावयाच्या होत्या. याच कायद्याचे स्वातंत्र्योत्तर काळात ''डिलेव्हरी ऑफ बुक्स ॲक्ट'' (१९५४) मध्ये रूपांतर झाले. प्रकाशकाने ३० दिवसांच्या आत प्रकाशित ग्रंथांची एक प्रत स्वखर्चाने राष्ट्रीय ग्रंथालयाकडे पाठवावी. तसेच इतर तीन प्रती सार्वजनिक ग्रंथालयांना पाठवाव्यात. याच कायद्यात इ.स.१९५६ मध्ये वर्तमानपत्रांचाही समावेश झाला.

श्री.सेन यांच्या अध्यक्षतेखाली मॉडेल पब्लिक लायब्ररी बिल (१९६३) तयार करण्यासाठी एक तज्ज्ञांची समिती भारत सरकारने नेमली. हे बिल सर्व राज्यसरकारांकडे प्रसारित केले. डॉ.व्ही.के.आर. व्ही.राव यांच्या अध्यक्षतेखाली एक कार्यकारी गट स्थापन झाला. या गटाने वरील बिलामध्ये काही गोष्टींची भर घातली. इ.स.१९८९ मध्ये सार्वजनिक ग्रंथालयाच्या निवड समितीचे अध्यक्ष डॉ.व्ही. वेंकटअप्पाया यांनी कायदा तयार केला. इ.स.१९९० मध्ये राजा राममोहन रॉय लायब्ररी फाऊंडेशन व इंडियन लायब्ररी असोसिएशन यांनी चर्चासत्रामध्ये या कायद्यावर चर्चा केली. यामध्ये ग्रंथालय शिक्षण मंडळ, प्रौढ शिक्षण परिषद, कर्मचारी कल्याण मंडळ इ. मंडळांची स्थापना, खाजगी ग्रंथालयांना अनुदान देणे, ग्रंथालयकराइतके राज्यसरकारचे अनुदान इ. गोष्टी समाविष्ट आहेत.

भारतातील ग्रंथालय कायदे १) कोल्हापूर पब्लिक लायब्ररीज ॲक्ट १९४५ (कार्यान्वित नाही), २) चेन्नई पब्लिक लायब्ररीज ॲक्ट १९४८, ३) हैद्राबाद पब्लिक लायब्ररीज ॲक्ट १९५५ (कार्यान्वित नाही), ४) आंध्र प्रदेश पब्लिक लायब्ररीज ॲक्ट १९६०, ५) म्हैसूर पब्लिक लायब्ररीज ॲक्ट १९६५, ६) महाराष्ट्र पब्लिक लायब्ररीज ॲक्ट १९६७, ७) वेस्ट बेंगॉल पब्लिक लायब्ररीज ॲक्ट १९७९ ८) मणिपूर पब्लिक लायब्ररीज ॲक्ट १९८८, ९) केरळ पब्लिक लायब्ररीज ॲक्ट १९८९, १०) हरियाना पब्लिक लायब्ररीज ॲक्ट १९८९, ११) गोवा पब्लिक लायब्ररीज ॲक्ट १९९४, १२) गुजरात पब्लिक लायब्ररीज ॲक्ट २००१, १३) ओरिसा पब्लिक लायब्ररीज ॲक्ट २००१.

या सर्व कायद्यांमध्ये ग्रंथालये स्थापन करणे, ग्रंथ, उपयोजक व ग्रंथालयीन कर्मचारी यांच्यात सुसंवाद निर्माण करून ग्रंथालये समृद्ध करणे हाच हेतू आहे. ग्रंथालय हे केंद्र सरकारच्या अखत्यारितील की राज्यसरकारच्या अखत्यारितील विषय ही महत्त्वाची गोष्ट आहे. सध्या तरी हा प्रश्न राज्यसरकारच्या अखत्यारीतील आहे. केंद्र सरकार फक्त राष्ट्रीय ग्रंथालयांकडे लक्ष देते. उदा. खुदाबक्ष, तंजावर यासारखी

विशेष ग्रंथालयांची जबाबदारी केंद्र सरकारकडे आहे. सार्वजनिक ग्रंथालयांना राजा राममोहन रॉय लायब्ररी फाऊंडेशनतर्फे केंद्र सरकार मदत करते. हे फाऊंडेशन पूरक स्वरूपाची मदत करते. राज्ये ग्रंथालय सेवेबाबत उदासीन राहिली तर फाऊंडेशन काहीच करू शकत नाही. ग्रंथालय सेवा राज्यांनी न दिल्यास केंद्र सरकारही काहीच करू शकत नाही म्हणून यासाठी कायद्याची बैठक आवश्यक आहे. राज्यांनीसुद्धा ग्रंथालय सेवा लोकांपर्यंत पोहोचल्या पाहिजेत याकडे लक्ष दिले पाहिजे.

Library Management – ग्रंथालय व्यवस्थापन

फार वर्षांपासूनच व्यवस्थापन करण्याची क्रिया सुरू आहे. आपल्या दैनंदिन कामाचेही आपण व्यवस्थापन करतच असतो. ग्रंथालय ही एक सामाजिक संस्था आहे जी ज्ञानदानाचे कार्य करीत असते. त्यामुळे प्राचीन कालापासून ज्ञानाचा संग्रह आणि प्रसार ही दोन्ही ग्रंथालयाची कार्ये महत्त्वाची मानली गेली आणि ग्रंथालय आणि माहिती व्यवसायाने विसाव्या शतकाच्या मध्यापासूनच व्यवस्थापनाची तत्त्वे स्वीकारली.

व्यवस्थापन म्हणजे अनेक वर्षांच्या अनुभवांचे फलित. ही तत्त्वे सातत्याने केलेल्या निरीक्षण आणि अनुभवावरून मांडण्यात येतात आणि ती परिस्थितीनुसार बदलताही येतात. कारण ही तत्त्वे कार्य करण्यासाठी मार्गदर्शन करतात. आणि म्हणूनच ती सर्वत्र लागू पडणारी असतात. कोणत्याही संस्थेचे व्यवस्थापन म्हणजे त्या संस्थेच्या कार्याचे नियोजन आणि नियंत्रण होय. कारण व्यवस्थापन म्हणजे व्यवस्था ठेवणे, करणे, म्हणजेच नीटनेटकेपणाने ठेवणे किंवा करणे.

म्हणूनच 'व्यवस्थापन' याची व्याख्या करताना ''व्यवस्थापन म्हणजे व्यवस्थापन (व्यवस्था) ठेवण्याचे कार्य'' असे म्हणता येईल. ग्रंथालय ही एक सेवाभावी संस्था आहे. त्यामुळे एखाद्या अंतर्गत गटाने संस्थेच्या सर्व साधनांच्या सहकार्याने संस्थेची उद्दिष्टे, ध्येये पूर्ण करण्यासाठी काही तत्त्वे अमलात आणावी लागतात. त्यासाठी जी कार्यवाही केली जाते त्याला ग्रंथालय व्यवस्थापन म्हणतात. त्यामध्ये नियोजन, संघटन, सेवकांचे व्यवस्थापन, निर्देशन आणि नियंत्रण या गोष्टी येतात. आणि ग्रंथालयाच्या वार्षिक अहवालावरून त्याच्या कार्याची यशस्विता ओळखता येते.

भारतीय ग्रंथालयशास्त्राचे प्रणेते डॉ. रंगनाथन यांनी ग्रंथालय व्यवस्थापनाचे आठ विभाग सांगितले आहेत.

१) नियोजन (Planning)

२) कार्य पृथ:करण (Job Analysis)

३) दैनंदिन कामकाज (Routine Work)

४) काटकसर, अपव्यय टाळणे (Elimination of Waste)

५) परस्पर संबंध (Co-relation)

६) वेळापत्रक (Time Scheme)

७) वेगवेगळे नमुने (Forms), नोंदवह्या (Registers) आणि इतर साधने (Equipments)

८) दप्तर व्यवस्था (Files)

ग्रंथालयीन व्यवस्थापनाची ही रूपरेषा. हल्लीच्या आधुनिक युगांत ग्रंथालयात संगणकाचा वापर वाढलेला आहे. बदलत्या कालमानाप्रमाणे काही नवीन सुविधा व्यवस्थापनाला विचारात घ्याव्या लागतात.

Library Movement in India – भारतातील ग्रंथालय चळवळ

ब्रिटिश अंमल कायदा ''द एशियाटिक सोसायटी'' ही कोलकाता येथे (१७८४) स्थापन झाली. अठराव्या शतकात ब्रिटीशांनी काही सार्वजनिक ग्रंथालये स्थापन केली आणि चेन्नई, कोलकाता व मुंबई ही शैक्षणिक ग्रंथालये स्थापना केली. पुढील काळातील प्रेस अँड रजिस्ट्रेशन ऑफ बुक्स अॅक्ट (१८६७), नेटिव्ह जनरल लायब्ररीज या गोष्टी महत्त्वाच्या आहेत.

बडोदा नरेश श्रीमंत सयाजीराव गायकवाड यांनी त्यांच्या बडोदे संस्थानात जिल्हा, तालुका व ग्राम ग्रंथालये श्री.डब्ल्यू.ए.बॉरडन यांच्या मदतीने स्थापन केली. 'लायब्ररी मिसलेनी' नियतकालिक मासिक सुरु केले. या ग्रंथालय चळवळीचे प्रतिसाद इतर ठिकाणी उमटले. शैक्षणिक गरजांमुळे ग्रंथालय चळवळीचा प्रवाह वाहाता राहिला. स्वातंत्र्यपूर्व काळात कोलकाता, चेन्नई, मुंबई, आंध्र, बंगाल इ. विभागामध्ये ग्रंथालय क्षेत्रांची प्रगती होत गेली.

आंध्रमधील सार्वजनिक ग्रंथालयाच्या क्षेत्रातील जनता चळवळ, आंध्र प्रदेश लायब्ररी असोसिएशन (१९१४) ची स्थापना ''ग्रंथालय सर्वस्तमु'' व ''ग्रंथालय पिलग्रिमेज'' ही नियतकालिके, चेन्नई ऑफ इंडिया कॉन्फरन्सची योजना-तिचेच पुढे ऑल इंडिया पब्लिक लायब्ररीमध्ये रूपांतर, बेंगाल लायब्ररी असोसिएशन (१९२५), पंजाब लायब्ररी असोसिएशन (१९२९) व मद्रास लायब्ररी असोसिएशन (१९२८) यांना दिलेले उत्तेजन या गोष्टी चळवळीला पोषकच होत्या.

चेन्नई लायब्ररी असोसिएशन (१९२८) ने सचिव डॉ.एस.आर.रंगनाथन यांच्या नेतृत्वाखाली महत्त्वाच्या ग्रंथालयीन सेवा दिल्या. मन्नरगुडी (१९३१) येथे फिरत्या ग्रंथालयाची सेवा उपलब्ध करून दिली. तुरुंगात व दवाखान्यात ग्रंथालय सेवेची ओळख करून दिली. चर्चासत्रे, सूचीकार्य इ. मार्गांनी ग्रंथालय चळवळ वाढविण्याचे कार्य ह्या संघाने केले. ग्रंथालय प्रशिक्षणाचे वर्गही सुरू केले.

इंडियन लायब्ररी असोसिएशनच्या स्थापनेनंतर (१९३३) नंतर दिल्लीला या संघाचे झालेले स्थलांतर (१९४७) या संघाची प्रकाशने, युनेस्कोच्या मदतीने साऊथ इस्ट एशियातील युनियन कॅटलॉग ऑफ सायंटिफिक पिरिऑडिकल्स संकलित करण्याची योजना ''दिल्ली पब्लिक लायब्ररी'' व ''इन्सडॉक'' यांनी कार्यान्वित करणे या सर्व गोष्टींमुळे डॉ.एस.आर. रंगनाथन यांच्या अध्यक्षतेखाली चळवळीचे स्वरूप व्यापक झाले.

इ.स.१९२१ मध्ये महाराष्ट्रात ग्रंथालय संघटनेची सुरुवात झाली. महाराष्ट्र वाचनालय संघ हा वाचनालय परिषदेतून निर्माण झाला. पुणे ग्रंथालय संघ (१९३५) मध्ये स्थापन झाला. ग्रंथालयशास्त्राचे शिक्षण मातृभाषेतून देण्याचा उपक्रम प्रथम या संघाने केला. या शिवाय महाराष्ट्रात मुंबई ग्रंथालय संघ (१९४२), मराठी ग्रंथालय संघ (१९४४), कुलाबा जिल्हा वाचनालय संघ (१९४६) हे संघ कार्यरत होते.

पुढे फैजी समितीच्या अहवालानुसार (१९४७) मध्यवर्ती प्रादेशिक जिल्हा तालुका वाचनालयांची स्थापना होऊ लागली. ग्रंथालय संघाची सरकारी आदेशानुसार संघटना निर्माण करणे हा या चळवळीचा मुख्य हेतू होता. या आदेशाप्रमाणे महाराष्ट्र ग्रंथालय संघाची स्थापना (१९४९) 'साहित्य सरकार' हे या संघाचे नियतकालिक, ग्रंथपालन वर्ग, शालेय ग्रंथालय योजना या गोष्टी चळवळीला मदतच करीत होत्या. या व्यतिरिक्त मुंबई ग्रंथालय संघ (१९४२), विदर्भ ग्रंथालय संघ (१९४५) आणि मराठवाडा ग्रंथालय संघ (१९५९) असे इतरही विभाग ग्रंथालय संघ आपआपल्या विभागात ग्रंथालय क्षेत्रात कार्यमग्न होते.

इ.स.१९६२ मध्ये महाराष्ट्रातील विभाग ग्रंथालयसंघामध्ये सहकार्य वाढावे या हेतूने महाराष्ट्र राज्य ग्रंथालय संघ या राज्य प्रतिनिधित्व करणाऱ्या संघाची स्थापना झाली. यामुळे ग्रंथालय चवळ लोकाभिमुख होत गेली.

स्वातंत्र्यानंतर बहुतेक सर्व राज्यात ग्रंथालय संघ स्थापन झाले. भारत सरकारने डॉ.के.पी.सिन्हा (१९५६) यांच्या अध्यक्षतेखाली सार्वजनिक ग्रंथालयांची पाहणी, शिक्षण व ग्रंथालय यांचे सहकार्य, सार्वजनिक ग्रंथालयांची साखळी या दृष्टीने विचार करण्यासाठी एक समिती नेमली. या समितीच्या अहवालात ग्रंथालयाची कार्ये, प्रशासन व अर्थव्यवस्था, ग्रंथालयीन सहकार, कर्मचाऱ्यांचे प्रशिक्षण इ. गोष्टींचा विचार केलेला आहे हे महत्त्वाचे.

भारत सरकारच्या पहिल्या पंचवार्षिक योजनेमध्ये सर्व राज्यातून सार्वजनिक ग्रंथालयासाठी तरतूद केली होती. आसाम, प.बंगाल, मध्यप्रदेश, गुजरात, राजस्थान इत्यादी ठिकाणी मध्यवर्ती ग्रंथालये व शंभर जिल्हा ग्रंथालये स्थापन झाली. दुसऱ्या पंचवार्षिक योजनेमध्ये ३२० ग्रंथालये व इतर राज्य ग्रंथालये स्थापन व्हावीत अशी अपेक्षा होती. पण यासाठीचा निधी खर्च झाला नाही. तिसऱ्या पंचवार्षिक योजनेत ग्रंथालय व शिक्षण यांचा संबंध मान्य करून तरतूद केलेली दिसते. चौथ्या पंचवार्षिक योजनेत ग्रंथालय वाढीसाठी एक तज्ज्ञांची समिती स्थापन केली. पण तिच्या शिफारशींची कार्यवाही झाली नाही. पाचव्या पंचवार्षिक योजनेतही अशीच एक समिती नेमली होती.

Library of Congress 1949 – एल सी १९४९

या संहितेचे नाव Rules of descriptive cataloguing in the Library of Congress असे आहे. ही संहिता पूर्ण स्वरूपामध्ये १९४९ साली प्रकाशित झाली. लायब्ररी ऑफ काँग्रेसच्या मुद्रित ग्रंथांचे तालिकीकरण करून एकक पत्र (Unit Card) पुरविण्यासाठी संहितेची गरज निर्माण झाली. या गरजेतूनच ही संहिता जन्माला आली.

Library of Congress Classification – लायब्ररी ऑफ काँग्रेस वर्गीकरण पद्धती

ही पद्धती त्याच ग्रंथालयाच्या गरजा भागविण्याच्या दृष्टीने निर्माण झाली आहे. या ग्रंथालयातील उपलब्ध साहित्य व त्याचा उपयोग करणारा उपयोजक, त्याच्या गरजा लक्षात घेऊन ही पद्धती तयार झाली व तिची वाढही झाली. ही पद्धती म्हणजे संघटित प्रयत्नांचा परिपाक आहे. अनेक ग्रंथपाल, विषयतज्ज्ञ यांच्या परिश्रमाचे हे फळ आहे. यामध्ये शास्त्रीय तत्त्वांना फार महत्त्व न देता व्यावहारिक दृष्टिकोनाला महत्त्व दिलेले दिसते. या ग्रंथालयातील उपलब्ध साहित्याचे सूक्ष्मपणे वर्गीकरण या पद्धतीने केले आहे.

अमेरिकेत निर्माण झालेली ही तिसरी वर्गीकरण पद्धती आहे. सुरुवातीला या ग्रंथालयातील ग्रंथ आकारमानाने लावलेले होते. इ.स.१८९९ मध्ये डॉ.हर्बर्ट पुटनॅम या ग्रंथपालाने दोन ग्रंथसंग्रहांचे पुनर्वर्गीकरण या लायब्ररी ऑफ काँग्रस वर्गीकरण पद्धतीने केले.

या पद्धतीतील मुख्य वर्गामध्ये कोणतीही सुसंगती अथवा समान तत्त्व आढळत नाही. A-Z मध्ये मुख्यवर्ग विभागलेले आहेत. फक्त I,0,W.X हे रोमन वर्ग भविष्यकालीन मुख्य वर्गासाठी आरक्षित ठेवले आहेत.

मुख्य वर्ग दर्शविण्यासाठी मोठ्या रोमन वर्णांचा वापर केलेला दिसून येतो. तसेच मुख्य वर्गाचे विभाजन दाखविण्यासाठीही रोमन वर्गांचाच उपयोग केलेला दिसतो. उदा. Q- Science General, QA -Mathematics यानंतरच्या विभाजनासाठी अरेबिक क्रमांकांचा उपयोग केलेला दिसतो. उदा. QA1 - Periodicals

या पद्धतीमध्ये संकीर्ण विषयांचाच संकीर्ण वर्गामध्ये समावेश केलेला आहे. उदा. A - General Works. AE - Encyclopaedias. या पद्धतीमध्ये स्वरूप विभाग व भौगोलिक तक्ते स्वतंत्र दिलेले नाहीत. हे विभाग निरनिराळ्या विषयांच्या तक्त्यामध्येच दिलेले आहेत. स्मरण सुलभतेचे तत्त्वही यामध्ये आढळत नाही. त्यामुळे विषय तक्त्यांची पृष्ठसंख्या फारच वाढली आहे. उदा. QA3-Collected Works, G-Geography. G3-United States.

या पद्धतीतील चिन्हांकन मिश्र आहे. मुख्यवर्ग, त्यानंतरचा पहिला उपवर्ग रोमन वर्णांनी दाखविला आहे. त्यानंतरचे उपविभाग अरबी क्रमांकांनी दाखविले आहेत. बहुसंख्य मुख्य वर्गांचे ९९९९ उपविभाग केलेले आहेत. रोमन वर्ण व अरबी क्रमांक यामुळे या वर्गीकरण पद्धतीचा पाया विस्तृत आहे. तसाच सुटसुटीतही आहे. चिन्हांकनामध्ये दोन पूर्णांकातील काही जागा रिकाम्या ठेवून अतिथ्यशीलता साधली आहे. त्यामुळे नवीन ज्ञानशाखांची भर घालणे शक्य होते.

या पद्धतीमध्ये प्रत्येक मुख्यवर्गांचे तक्ते व निर्देश स्वतंत्र दिलेला आहे. निर्देश सापेक्ष आहे. तसाच सखोलही आहे. ही पद्धती परिगणात्मक पद्धतीच्या प्रकारात बसत असली तरी इतर परिगणनात्मक पद्धती व या पद्धतीत बराच फरक आहे. या पद्धतीतील प्रत्येक मुख्यवर्गाची सारणी व निर्देशिका एकत्र आहेत. प्रत्येक मुख्य विषयाचे तक्ते स्वतंत्र खंडात प्रसिद्ध केले आहेत. या सर्व खडांची ६३,००० इतकी पृष्ठसंख्या आहे. म्हणजे या पद्धतीनुसार किती सूक्ष्मतम वर्गीकरण करणे शक्य आहे, हे ही पद्धती दर्शविते. असे असले तरी जगातील प्रत्येक ग्रंथालयातील साहित्याचे वर्गीकरण या पद्धतीने करणे शक्य होईल असे म्हणता येणार नाही.

Library Personnel Management - ग्रंथालय कर्मचारी व्यवस्थापन

संस्थेचा विकास हा कर्मचाऱ्यांच्या कार्यकुशलतेवर अवलंबून असतो. मनुष्यबळाचे सुयोग्य व्यवस्थापन केले म्हणजे संस्थेची उद्दिष्टे तडीला जातात. यासाठी कर्मचारी वर्गाचा विकास घडवून आणण्यासाठी त्यांना प्रेरणा देणे, त्यांच्या व्यक्तिमत्त्वाचा विकास करणे, त्यासाठी आचारसंहिता तयार करणे, त्यांना सुविधा, सवलती देणे या गोष्टी आवश्यक आहेत. या सर्वांमुळे त्यांची कार्यक्षमता वाढते.

जॉर्ज टेरी म्हणतात, ‘‘कर्मचारी व्यवस्थापनाचा संबंध काम करण्यासाठी योग्य कर्मचाऱ्यांची भरती करणे व त्यांना तेथे टिकवून ठेवण्यासाठी असतो.’’

या व्यवस्थापनामध्ये योग्य कर्मचाऱ्यांची निवड, नेमणूक करणे, त्यांना कामासाठी प्रेरणा देणे, प्रशिक्षणाची सोय, वेतन इ. गोष्टी समाविष्ट आहेत. यामध्ये व्यक्तिमत्त्व विकास, योग्य निवड, कार्याची वाटणी, श्रमाचे महत्त्व, सामूहिक जबाबदारी, संदेशाचे प्रभावी संप्रेषण, कार्य प्रेरणा, भागीदारी, इ. तत्त्वे ही व्यवस्थापनाची मूलतत्त्वे म्हणता येतील.

इतर संस्थांपेक्षा ग्रंथालय ही संस्था वेगळी आहे. त्याचे कारण असे की यात नफ्याचा/फायद्याचा विचार नसतो. ही एक सेवाभावी संस्था असल्यामुळे सुजाण नागरिक तयार करणे, संस्कृती जतन करणे

या गोष्टी ग्रंथालय करीत असते. इतर औद्योगिक संस्थांच्या तुलनेने येथे कर्मचारी वर्गाची संख्या कमी असते. ग्रंथालयातील कर्मचारी वर्ग हा ज्ञानी, ग्रंथप्रेमी असावा. येथे काम करण्यासाठी ग्रंथालयाचे प्रशिक्षण आवश्यक ठरते.

ग्रंथालयामध्ये ग्रंथपाल, उपग्रंथपाल, साहाय्यक ग्रंथपाल, वरिष्ठ ग्रंथालय साहाय्यक, कनिष्ठ ग्रंथालय साहाय्यक याप्रमाणे पदे असतात. हा दर्जा त्यांची शैक्षणिक अर्हता, गुणवत्ता, ग्रंथालयशास्त्राचे प्रशिक्षण यावर अवलंबून असतो. सर्व प्रकारच्या ग्रंथालयांमध्ये असेच विभाजन असेल असे म्हणता येत नाही.

ग्रंथालयामध्ये प्रशासकीय, तांत्रिक, संदर्भसेवा इ. कामे पार पाडली जातात. या विभागामध्ये कर्मचारी वर्गाची नेमणूक संख्या सूत्राप्रमाणे केली जाते. ग्रंथालयाच्या व्यापावर, आकारावर कर्मचारी वर्गाची संख्या अवलंबून असते. संदर्भसेवा, प्रलेखनसेवा, सार सेवा, माहिती सेवा यासाठी प्रशिक्षणाशिवाय पर्याय नाही. ग्रंथालयाची साफसफाई, फर्निचर, उपकरणे यांच्या देखभालीसाठी अकुशल कर्मचारी वर्ग निवडला जातो.

ग्रंथालयामध्ये ग्रंथपाल, उपग्रंथपाल, सहाय्यक ग्रंथपाल, ग्रंथालय सहाय्यक इ. व्यावसायिक व प्रशिक्षित कर्मचारी असतात. कामाचे नियोजन व नेतृत्व ही गोष्ट महत्त्वाची असते. काही ग्रंथालयात व्यावसायिक कर्मचारी वर्गही नेमला जातो. दैनंदिन कामे, देवघेव, संदर्भ ही कामे करण्यासाठी ग्रंथालय साहाय्यक अशी पदेही असतात. संगणकीय कामे, दृक्-श्राव्य, झेरॉक्स इ. साधनांचा वापर उपयोजकांच्या सेवेसाठी त्या त्या क्षेत्रातील प्रशिक्षित कर्मचारी निवडले जातात. हिशेब, निधी वगैरे कामांसाठी वाणिज्य शाखेतील कर्मचाऱ्यांची नेमणूक केली जाते. याशिवाय अकुशल कर्मचारी ग्रंथालयाची साफसफाई, वाचन साहित्याची स्वच्छता, सुरक्षा इ. कामे करतात.

ग्रंथालयाच्या प्रकारानुसार कर्मचारी वर्गाची शैक्षणिक अर्हता बदलू शकते. सार्वजनिक ग्रंथालयामध्ये प्रमाणपत्र परीक्षा ही शैक्षणिक पात्रता पुरे होते. शालेय ग्रंथालयात तर एखादा शिक्षकच ग्रंथालयाचे काम पाहतो. किंवा ग्रंथपाल व एक शिपाई यांजवर ग्रंथालयाची जबाबदारी टाकलेली असते. महाविद्यालयीन, विद्यापिठीय ग्रंथालयात मात्र सर्व दर्जाचे कर्मचारी निवडले जातात. कारण येथील ग्रंथसंग्रह मोठा, ग्रंथालयीन सेवांची विशेषता म्हणून कर्मचारी वर्गही मोठा असतो.

ग्रंथालयातील कार्याचे पृथ:करण केल्यास करावयाचे काम, त्याची योग्य पद्धती व ते काम यशस्वी करणारे सहकारी यांच्या संबंधात आवश्यक असलेल्या गुणवत्तेचा शोध लागतो. कार्य पृथ:करणामुळे व्यावसायिक ज्ञान, अनुभव व कौशल्याची जाण येते. वेगवेगळ्या पदांची कार्ये समजतात. वेतनश्रेणीसाठी आधारसामग्री मिळते.

कर्मचारी वर्गाचे संख्यासूत्र ठरविताना, ग्रंथालयाची वेळ, ग्रंथसंग्रह, दरवर्षी संग्रहात पडणारी भर, वाचक संख्या, देवघेव संख्या, संदर्भ प्रश्न संख्या, झेरॉक्स प्रत संख्या, इ. गोष्टी विचारात घेतात. कर्मचारी सोडून गेल्यास, त्याची बदली झाल्यास, त्याच्या पूर्वीच्या पदाची जाहिरात दिली जाते. त्यानुसार आलेल्या अर्जांची छाननी करणे, उमेदवाराला मुलाखतीसाठी बोलावणे, मुलाखतीनंतर निवड समितीचा निर्णय, हा निर्णय व्यवस्थापक मंडळापुढे ठेवणे, या गोष्टी पार पाडाव्या लागतात. उमेदवारांची संख्या जास्त असल्यास चाचणी परीक्षा, गट चाचणी, इ. गोष्टी आयोजित केल्या जातात. निवडलेल्या उमेदवाराला

प्रथम ग्रंथालयाचा परिचय करून देणे, सहकाऱ्यांची ओळख करून देणे, या गोष्टी ओघाने कराव्याच लागतात.

Library Publicity – ग्रंथालय प्रसिद्धी

ग्रंथालयाची प्रसिद्धी करणे हीसुद्धा एक महत्त्वाची गोष्ट आहे. सध्या तरी प्रसिद्धीचेच युग आहे. आपल्याजवळील वस्तूंची इतरांना माहिती व्हावी हाही उद्देश असतो. ग्रंथालयाचा परिचय, ग्रंथालयीन सेवा, ग्रंथालयामार्फत मिळणारे फायदे या गोष्टी समाजातील नागरिकांना समजण्यासाठी जनसंपर्क प्रसिद्धी आवश्यक ठरते.

डॉ. एस.आर. रंगनाथन यांनी ग्रंथालय प्रसिद्धीचे दोन प्रकार सांगितले आहेत. १) सर्वसामान्य प्रसिद्धी २) वैयक्तिक प्रसिद्धी.

सर्वसामान्य प्रसिद्धीमध्ये ग्रंथाचे व वाचनाचे महत्त्व, ग्रंथालय ही सामाजिक संस्था, ग्रंथालयामार्फत प्रौढ शिक्षण, अध्ययन-अध्यापन, संशोधन, संदर्भ यासाठी मदत मिळणे अशा गोष्टी अंतर्भूत होतात.

वैयक्तिक प्रसिद्धीमध्ये ग्रंथालयातील संग्रहाविषयी माहिती देणे, ग्रंथ प्रदर्शने भरविणे, ग्रंथालयाच्या दर्शनी भागात नवीन ग्रंथ वेष्टनांचे प्रदर्शन, ग्रंथालयात नवीन दाखल झालेले ग्रंथ, त्यांच्या याद्या प्रसिद्ध करणे, ग्रंथालयामार्फत घेतले जाणारे विविध कार्यक्रम इ. गोष्टींचा समावेश असतो.

आर.एन. लॉल यांनी याच दोन्ही प्रकारांना "बाह्य प्रसिद्धी" व "अंतर्गत प्रसिद्धी" असे म्हटले आहे.

ग्रंथालयाच्या संदर्भात प्रसिद्धीच्या अनेक पद्धती आहेत. त्यामध्ये ग्रंथप्रदर्शन भरविणे – या मार्फत ग्रंथालयातील ग्रंथसंग्रहाची महिती करून देता येते. यामुळे मागणी नसलेले ग्रंथही उपयोजकांच्या दृष्टीस पडतात. प्रदर्शनामध्ये विषयांची विविधता, प्रसिद्ध लेखकांच्या जयंती, जन्मोत्सव सारख्या प्रसंगी त्यांच्या सर्व साहित्याचे प्रदर्शन भरविणे. यामध्ये राष्ट्रदिन, विशेष घडामोडी, ग्रंथालय सप्ताह, ग्रंथालय दिन अशा प्रसंगांची पर्वणी साधता येते.

नवीन ग्रंथांना प्रसिद्धी देण्यासाठी या ग्रंथांची वेष्टने ग्रंथालयाच्या दर्शनी भागातील सूचना फलकावर लावणे. यावर मागणी अंक असावा. त्यामुळे उपयोजक या ग्रंथाकडे आकृष्ट होतील व नवीन ग्रथांची त्यांना माहितीही मिळेल.

ग्रंथालयामध्ये विविध विषयांवर व्याख्याने आयोजित करता येतात. यामध्ये प्रसिद्ध लेखक, विषयतज्ज्ञ यांचाही समावेश असू शकतो. तसेच अभ्यास मंडळे स्थापन करून उपयोजकांशी थेट संपर्क साधता येतो. यातून संग्रह विकासालाही मदत होते. निरनिराळ्या दिनविशेषांची पर्वणी साधून त्या विषयी माहिती देणे. त्यानुसार वक्तृत्व स्पर्धा, निबंध स्पर्धा भरविणे, विशिष्ट विषयांच्या ग्रंथांची सूची तयार करणे, नवीन ग्रंथांची सूची करून प्रकाशित करणे या गोष्टीही शक्य होतात.

संशोधक, अभ्यासक व लेखक यांच्याशी वैयक्तिक संबंध प्रस्थापित करावेत, त्यामुळे संग्रह विकासाला मदत होते. ग्रंथालयाविषयी आपुलकी वाढते व ग्रंथालयाचे मौखिक संप्रेषणही होते.

ग्रंथालयातील सभासदाला ग्रंथालयांच्या विभागांची संपूर्ण माहिती करून घ्यावी. तसेच ग्रंथालयाच्या संबंधीची माहिती पुस्तिका/परिचय पुस्तिका प्रकाशित करावी. यामध्ये ग्रंथालयाचा इतिहास, ग्रंथसंग्रह, विशेष ग्रंथसंग्रह, नियम, विविध विभाग, ग्रंथालयाची प्रकाशने. कार्यक्रम, महत्त्वाची आकडेवारी अशा

गोष्टी असाव्यात.

स्थानिक वृत्तपत्रातून ग्रंथालयाविषयी माहिती देणे, कार्यक्रमाविषयी निवेदने देणे या गोष्टी करता येतात.

यासाठी संपर्क माध्यमांचाही उपयोग करता येतो. आकाशवाणी, दूरदर्शन यावरसुद्धा ग्रंथालयाची, कार्यक्रमाची ओळख करून देता येते. विस्तारित कार्यक्रमांचाही उपयोग होऊ शकतो.

या जनसंपर्क व प्रसिद्धीसाठी सेवक वर्गाची नियुक्ती करता येत नाही. म्हणून त्या-त्या संबंधित विभागाकडे संबंधित कामे सोपविता येतील. येथेही सहकार्य महत्त्वाचे आहेच.

Library Rules – ग्रंथालयाचे नियम

कोणत्याही संस्थेचा कारभार योग्य व शिस्तीने करण्यासाठी नियमांची जरूरी असते. संस्थेच्या कामाचे स्वरूप पाहून हे नियम करणे उचित ठरते. अर्थात या नियमांचे पालन संस्थेतील तसेच संस्थेबाहेरील व्यक्तींनीही करणे अपेक्षित असते. नियम हा व्यवस्थापनाचा एक अपरिहार्य घटक आहे.

ग्रंथालय ही सामाजिक सेवाभावी संस्था आहे. ग्रंथालयामध्ये ग्रंथ उपयोजक व सेवकवर्ग हे घटक महत्त्वाचे असतात. त्यांच्यासाठी नियम आवश्यक आहेत. वाचनसाहित्य उपयोजकाला सहज उपलब्ध व्हावे, ग्रंथांच्या सुरक्षिततेसाठी, ग्रंथांची काळजी घेण्यासाठी या सर्वांसाठी काही नियम हवेत. पण नियमासाठी नियम असू नयेत. ते लवचिक (flexible) असावेत. जाचक असू नयेत. तसेच नियम नकारात्मक असू नयेत. सुटसुटीत, सोपे असावेत. भाषा सौम्य असावी.

सर्व प्रकारच्या ग्रंथालयांचे नियम सारखे नसतात. उपयोजक, प्रकार व उद्देश यावर नियमांचे स्वरूप ठरते. काही नियमात साम्य असते. उदा. ग्रंथालयाची वेळ, सुरक्षितता, देवघेव पद्धती, सवलती इ.

ग्रंथालयांची नियमावली स्वतंत्र माहिती पुस्तिकेच्या स्वरूपात पण आकर्षक शीर्षकात असावी. नियमामध्ये खालील गोष्टी समाविष्ट असाव्यात.

१) ग्रंथालयाची वेळ

२) ग्रंथालय समिती, घटना इ.

३) सभासदत्व व प्रवेश, अनामत रक्कम, वर्गणी इ.

४) देवघेव- ग्रंथ परतीची मुदत, दंड

५) ग्रंथांची काळजी

६) वाचन कक्ष अभ्यासिका, नियतकालिके, संदर्भ विभागांचे नियम

७) शिस्तभंगाबद्दल कारवाई.

या गोष्टी जशा आवश्यक तसे उपयोजकांकडूनही काही गोष्टींची अपेक्षा केली जाते. उदा. ग्रंथालयातील वातावरण शांत असणे, सूचना ग्रंथपालाकडे लेखी स्वरूपात देणे, वाचन साहित्याबद्दलच्या अडचणी ग्रंथपालाला भेटून सांगणे.

अशा प्रकारच्या नियमांमुळे ग्रंथालयातील व्यवस्थापन करणे सुलभ व सुकर जाते. या नियमांमधून सहकारी कर्मचारी वर्गाला मार्गदर्शनही होते. नियम हे ग्रंथालयाच्या,उपयोजकांच्या कल्याणासाठी आहेत ही जाणीव सर्वांनी ठेवणे गरजेचे आहे. विकासासाठी नियमांची आवश्यकता असते.

Library Science – ग्रंथालयशास्त्र

ग्रंथालयशास्त्र म्हणजे ग्रंथासंबंधीचे, ग्रंथालयासंबंधीचे शास्त्र होय. या शास्त्रात ग्रंथ, वाचक व ग्रंथालयीन कर्मचारी वर्ग या तीन घटकांचा समावेश असतो. ग्रंथ वाचकापर्यंत पोहोचविण्यासाठी त्यांचे पालन म्हणजे ग्रंथपालनशास्त्र असेही म्हणता येईल. ज्ञानाच्या संबंधातील विविध स्तरावरील वाचकांच्या गरजा लक्षात घेणे. त्यांच्या गरजा समाधानकारकपणे पूर्ण करता येतील असे साहित्य, साधने मिळविणे, त्यांचे योग्य तऱ्हेने जतन व व्यवस्थापन करणे, या साधनांचा अधिकाधिक उपयोग होईल अशी दृष्टी ठेवणे, त्यासाठी सुविधा व सोयी वाचकांना उपलब्ध करून देणे, यासाठी पद्धतशीर यंत्रणा उभी करणे या सर्व गोष्टी ग्रंथालयशास्त्रात समाविष्ट होतात.

वरील सर्व गोष्टींसाठी ग्रंथालयाला शास्त्राची जोड दिलेली आहे. कारण ग्रंथालयातील प्रत्येक विभागातील कार्य हे शास्त्रीय पद्धतीवर आधारलेले आहे. प्रत्येक गोष्टीला ग्रंथालयात शास्त्रीय बैठक आहे. म्हणून या ग्रंथपालन शास्त्रात तांत्रिक गोष्टी आणि ग्रंथालय संघटन वगैरे गोष्टी अंतर्भूत असतात.

ग्रंथालयाच्या तांत्रिक गोष्टींमध्ये वर्गीकरण, तालिकीकरण, संदर्भ, प्रलेख, ग्रंथसूची इ. समाविष्ट असतात. यामुळे वाचकांचा व सेवकांचाही वेळ वाचतो आणि साहित्याला त्याचा वाचक मिळतो.

ग्रंथालय संघटन यामध्ये ग्रंथालयाची इमारत, फर्निचर म्हणजेच अंतर्गत ग्रंथालय व्यवस्था यांचा विचार केलेला असतो. यात देवघेव विभाग ग्रंथालय समितीच्या बैठका, ग्रंथालयीन सहकार्य वगैरे गोष्टी समाविष्ट असतात.

माहिती युगात ग्रंथालयाच्या कक्षा वाढलेल्या आहेत. ''ग्रंथसंग्रह म्हणजे ग्रंथालय व त्याची उपयुक्तता वाढविणारी व्यवस्था म्हणजे ग्रंथपालन'' ही व्याख्या कालबाह्य झाली आहे. ग्रंथालय सामाजिक व वर्धिष्णु संस्था आहे. समाजाच्या बदलत्या गरजेनुसार शोध लागतात. साधने निर्माण होतात. या साधनांचा व त्यांच्या वाढीचा परिणाम ग्रंथालयाच्या कक्षा वाढण्यात होतो. सध्या मुद्रित साहित्याबरोबर अमुद्रित साहित्याचा संग्रह ग्रंथालयात होत आहे. संगणक, ग्रंथालयांचे यांत्रिकीकरण यामुळे ग्रंथालयशास्त्र यांत्रिक तज्ज्ञांच्या हातात जाण्याची समस्या निर्माण होते. पण ग्रंथालय शास्त्रातील तांत्रिक गोष्टी व यांत्रिक गोष्टी यामध्ये फरक आहे.

Library Software – ग्रंथालय सॉफ्टवेअर

जे सॉफ्टवेअर ग्रंथालयातील कार्ये करण्याकरता विकसित केलेले असते व जे ती कार्ये सुलभपणे करू शकते, अशा सॉफ्टवेअरला ग्रंथालय सॉफ्टवेअर असे म्हणता येईल.

ग्रंथालय सॉफ्टवेअरमध्ये खालीलप्रमाणे भाग (modules) असतात.

१) ग्रंथोपार्जन

२) ग्रंथ देव-घेव

३) नियतकालिके उपार्जन व व्यवस्थापन

४) नियतकालिकांतील लेखांचे व्यवस्थापन

५) तालिकीकरण

६) संदर्भसेवा

काही ग्रंथालय सॉफ्टवेअरमध्ये वेगवेगळे भाग नसतात. ते एकत्रितपणे वापरता येतात त्यास अखंड (integrated) सॉफ्टवेअर असे म्हणतात.

ग्रंथालयाच्या सॉफ्टवेअरची निवड करताना ते विकसित करणारी संस्था / कंपनी, त्यांचे या क्षेत्रातील स्थान, त्यांचा अभ्यास, त्यांचे बाजारातील मूल्य, सॉफ्टवेअर विकत घेण्याआधी व नंतर दिल्या जाणाऱ्या सेवा, त्यांचे इतर ग्राहक, त्यासाठी लागणारे हार्डवेअर, सॉफ्टवेअरची किंमत इ. बाबींचा विचार करणे आवश्यक ठरते.

ग्रंथालय, सोल, लिबसिस, स्लीम, डेलसिस इ. सॉफ्टवेअर उपलब्ध आहेत.

Library Statistics - ग्रंथालयीन आकडेवारी

माहिती, जी अंकाच्या किंवा संख्येच्या स्वरूपात सांगितली किंवा दिली जाते ती माहिती म्हणजे आकडेवारी असे म्हटले जाते. विशिष्ट हेतूने एकत्र केलेली संख्यात्मक माहिती म्हणजे आकडेवारी. ''वर्णनात्मक माहितीचे संख्यात्मक रूप'' म्हणजे आकडेवारी अशी ही व्याख्या केली जाते. ग्रंथालयाच्या विविध विभागांतील उदा. वाचनसाहित्य, देवघेव, संदर्भ इ. सेवा इ. गोष्टींची संख्यात्मक माहिती म्हणजे ग्रंथालयीन आकडेवारी.

ग्रंथालयीन आकडेवारीमुळे ग्रंथालयाचे चित्र सुस्पष्ट होते. या आकडेवारीमुळे ग्रंथालय समितीला ग्रंथालयाचे यश दाखविता येते. त्याचप्रमाणे कोणता विभाग यशासाठी कमी पडतो, उणिवा कोणत्या हेही समजते. तसेच कोणत्या गोष्टीत नियोजनाची आवश्यकता आहे हे समजून येते.

ग्रंथोपार्जन विभागामध्ये प्रत्येक महिन्यात खरेदी केलेले ग्रंथ, देणगीमुळे संग्रहात भर पडलेले ग्रंथ या दोन्ही प्रकारच्या ग्रंथसंग्रहाची एकूण रक्कम, अदलाबदल मार्गाने आलेले ग्रंथ यांची आकडेवारी देता येते.

नियतकालिकांच्या विभागात ग्रंथोपार्जनाप्रमाणे खरेदी केलेले, देणगीदाखल मिळालेले, अदलाबदलीमुळे नियतकालिके यांची आकडेवारी देता येते. नियतकालिकांचा तपशीलही उदा. सामाजिक, वार्षिक, पाक्षिक, द्वैमासिक, त्रैमासिक देता येतो. वर्गणीमुळे येणाऱ्या नियतकालिकांचा खर्चही दाखविता येतो.

ग्रंथोपार्जन व नियतकालिके या विभागात विषयवार आकडेवारी देणेही शक्य असते.

देवघेव विभागात वाचन साहित्याची विषयवार आकडेवारी महत्त्वाची ठरते. उदा. वैज्ञानिक, वाङ्मयीन, धार्मिक, शैक्षणिक, सामाजिक, मानसशास्त्रीय, आर्थिक, कला इ. विषयांच्या ग्रंथांच्या देवघेवेची संख्यात्मक माहिती देणे शक्य आहे. यामध्ये दिलेले ग्रंथ व परत आलेले ग्रंथ अशीही माहिती देता येते. याच विभागात आंतरग्रंथालयीन ग्रंथांची देवघेव माहिती याच पद्धतीने देता येते. यामुळे ग्रंथालयीन सहकार्याचा हेतू सफल होतो. त्या त्या संबंधित ग्रंथालयांच्या नावाची नोंद दिल्यास या गोष्टीला महत्त्व मिळू शकते.

संदर्भ विभागात तर संदर्भ प्रश्नांना महत्त्व आहेच. म्हणून संदर्भ प्रश्न, सार सेवा, भाषांतर सेवा, प्रलेखन सेवा, प्रतिलिपी सेवा, आधारभूत माहिती संच सेवा, इंटरनेट या प्रत्येक सेवांची स्वतंत्र नोंद व आकडेवारी देता येते.

मुख्य आकडेवारी म्हणजे उपयोजकांची. उपयोजक हा ग्रंथालयाचा एक महत्त्वाचा घटक आहे. यांची आकडेवारी ग्रंथसंग्रहाच्या वाढीला नक्कीच कारणीभूत आहे. उपयोजकांचे अनेक प्रकार आहेत. उदा. प्रौढ, महिला, बाल, अंध, संशोधक, विद्यार्थी इ.यामध्ये सभासद संख्या, रद्द झालेले सभासदत्व, वर्गणीतून जमा होणारा निधी, यांची आकडेवारी निश्चितच महत्त्वाची ठरेल.

ग्रंथालयाच्या या आकडेवारीवरून दरमाणशी खर्च कळतो. विविध गोष्टींचा तुलनात्मक अभ्यास करणे शक्य होते. भविष्यकालीन सुधारणा करण्यास वाव मिळतो. सेवाविभागांचे, त्यांच्यातील कर्मचारी वर्गाच्या कार्याचे मूल्यमापन करता येते. वार्षिक अहवालातील वर्णनात्मक माहितीला संख्यात्मक माहितीची जोड त्या माहितीचा यर्थार्थपणा दर्शवितो. ही आकडेवारी आलेख, कोष्टकाद्वारा सादर करता येते. ही आकडेवारी प्रत्येक महिन्याने लिखित स्वरूपात नमूद करता येईल. दिनांकाद्वारे ही आकडेवारी कच्च्या स्वरूपात आधी लिहून ठेवता येईल.

आकडेवारीमुळे सरासरीही काढता येते हे खरे पण त्यावरून जे निर्णय घेतले जातील ते अचूक असतीलच अशी खात्री देता येत नाही. आकडेवारी केवळ संख्यात्मक वाढ दाखविते. त्यामध्ये कर्मचारी वर्गाची वागणूक, कौशल्य, यांचा अंदाज येत नाही. म्हणजेच गुणात्मक माहिती मिळत नाही. म्हणून वार्षिक अहवालामध्ये आकडेवारीला वर्णनाची मदत लागतेच. आकडेवारीसुद्धा वार्षिक अहवालाला महत्त्व प्राप्त करून देते.

Limited Cataloguing – मर्यादित तालिकीकरण

आधुनिक युग हे माहितीचे आहे. संप्रेषणाच्या अनेक माध्यमातून माहितीचा प्रसार होत असतो. ग्रंथालय हे संप्रेषणाचे एक उत्तम माध्यम आहे. दररोज अगणित वाचनसाहित्य निर्माण होत आहे. ग्रंथालयाच्या प्रकारानुसार आणि उपयोजकांच्या गरजांनुसार ग्रंथालयातील ग्रंथसंग्रह केलेला असतो. असे असले तरी ग्रंथालयातील सर्व ग्रंथसंग्रह ग्रंथालयाच्या हेतूशी संबंधित असतो असे नाही. अशा वाचन साहित्याचे तालिकीकरण करणे आवश्यक नसते. असे करणे म्हणजे खर्चिक व कालापव्ययाची बाब होते. यातूनच मर्यादित तालिकाकरणाची कल्पना उदयाला आली.

ग्रंथालयात तालिकाकरणासाठी प्रशिक्षित कर्मचाऱ्यांची गरज असते. काही ग्रंथालयातून यासाठी कर्मचाऱ्याला पुरेसा वेळ देता येईल असे म्हणता येत नाही. कारण इतर कामासारखेच हे काम समजले जाते. तालिकापत्रांच्या नोंदी ठेवण्यासाठी जागा, फर्निचर व इतरही साधनसामग्री लागते. यासाठी आर्थिक बळही लागते. वाचन साहित्य तर वाढतच असते म्हणून काटकसर या दृष्टीने मर्यादित तालिकीकरणाचा अवलंब करावा लागतो. मर्यादित तालिकीकरण दोन प्रकारांनी करता येते.

१) सुलभ तालिकीकरण (Simplified Cataloguing)

२) निवडक तालिकीकरण (Selective Cataloguing)

हे दोन्ही प्रकार एकाच वेळी करणे शक्य होते. सुलभ तालिकीकरण म्हणजे सोपे तालिकीकरण करणे. निवडक तालिकीकरण म्हणजे ग्रंथालयात येणाऱ्या सर्व वाचन साहित्याचे तालिकीकरण केले जात नाही. त्यासाठी निवड करावी लागते.या दोन्ही प्रकारातील जबाबदारी मात्र तालिकाकाराची असते. त्यामुळे तालिकाकाराला या संबंधातील निर्णय फार विचारपूर्वक व काळजीपूर्वक घ्यावे लागतात. त्यासाठी तालिकाकाराला ग्रंथसंग्रह व उपयोजकांच्या गरजा लक्षात घेणे आवश्यक आहे. कमी मागणी असणारे

ग्रंथ, वाचनासाठी कमी वापरले जाणारे साहित्य इ. ग्रंथांच्या बाबतीत मर्यादित तालिकीकरण करण्यास हरकत नाही. पण ही गोष्ट विशेष ग्रंथालयांच्या बाबतीत उपयोगी पडू शकत नाही.

मर्यादित तालिकीकरणामुळे उपयोजकांची गैरसोय होणार नाही हे पाहणे आवश्यक आहे. या तालिकीकरणासाठी नेमके नियम करता येत नाहीत. संदर्भग्रंथासाठी या तालिकीकरणाचा उपयोग होत नाही. विशेष ग्रंथालयासाठी याचा वापर करू नये. ज्यांची नोंद केलेली नाही त्याची माहिती असणे आवश्यक आहे. मर्यादित तालिकीकरणाची बाब केंद्रीय व सहकारी तालिकाकरणातून आणखी सुलभ होईल.

Line By Line Budget – लाइन बाय लाइन अर्थसंकल्प

या पद्धतीमध्ये ग्रंथ, वाचन साहित्य, ग्रंथालयीन उपकरणे, बांधणी, देखभाल, भांडवली इ. खर्च अशी विभागणी केलेली असते. अर्थात ही विभागणी सर्वसाधारणपणे केलेली असते. यावेळी प्रत्येक गोष्टीचा मागील वर्षाचा खर्च विचारात घेतला जातो. प्रत्येक वर्षी वाढणारा खर्च लक्षात घेतला जातो. कारण महागाई वाढत जाते. म्हणून खर्चाच्या रकमेत १० ते १५% वाढ केलेली असते. ग्रंथालयीन सेवा, ग्रंथालयाच्या सर्व विभागातील कार्ये यांचा विचार अर्थसंकल्पाच्या वेळी केलेला असतो. ग्रंथालयीन कर्मचाऱ्यांचे वेतन व वाचन साहित्य यावरील खर्चाचा वाटा वाढीव/मोठा असतो. जवळजवळ ९०% खर्च यावरच होत असतो.

पूर्वीच्या वर्षावर हा अर्थसंकल्प आधारित असतो. इतर पद्धतीच्या दृष्टीने ही पद्धती सोपी आहे. यातील खर्चाची जी तरतूद केली असेल त्याप्रमाणे रक्कम खर्च होते आहे की नाही हे पाहणे सुलभ आहे.

या पद्धतीतील अर्थसंकल्पात मात्र नवीन आगामी कार्यक्रम योजना नसतात. त्यामुळे यात लवचिकता नाही. ग्रंथालयीन कर्मचारी वर्गाच्या कार्यक्षमतेचा विचार यात नाही. ज्या गोष्टीवर खर्चाची तरतूद केली असेल ती रक्कम खर्च झाली नाही तरी ती रक्कम तशीच राहते. ही रक्कम दुसरीकडे, दुसऱ्या गोष्टीवर खर्च करता येत नाही.

Links – दुवे

ग्रंथाच्या नोंदीसाठी ग्रंथातील विषयाला दिलेल्या वर्गांकाच्या मदतीने विषयशीर्षके देण्यात येतात. या विषयशीर्षकासाठी साखळी पद्धतीचा (Chain Procedure) उपयोग होतो. यामध्ये वर्गांकाचे विश्लेषण केले जाते. यातून प्रत्येक टप्प्यावरील विषयशीर्षके मिळत जातात.

साखळी ही अनेक दुवे एकत्र जोडून तयार केली जाते. विषयशीर्षक हे वर्गीकरण पद्धतीनुसार त्या दुव्यात ही कोणती संज्ञा वापरली त्यानुसार तयार केले जाते.

हे दुवे तीन प्रकारचे आहेत.
१) वांछित दुवा (Sought link)
२) अवांछित दुवा (Unsought link)
३) अनावश्यक दुवा (False link)

वांछित दुवा – म्हणजे उपयोजक ग्रंथमागणीसाठी जो शब्द वापरेल ती संज्ञा होय.

अवांछित दुवा – उपयोजक ग्रंथमागणीसाठी जे शब्द उपयोगात आणणार नाही अशा संज्ञा.

अनावश्यक दुवा – वर्गांक तयार करण्यासाठी वापरलेल्या संयोग चिन्हांचा क्रम जो वर्गांकांच्या संबंधित घटकाबरोबर आपोआपच नाहीसा होतो.

उदा.

Rural Pathology Y 31 : 4

Pathology	Y31 : H	USL
	Y31 :	FL
	Y31 :	SL
	Y3 :	SL
	Y	SL

Literary Warrant (Favoured Category) – अनुग्रहित अनुक्रम

ज्या विषयावर सर्वात जास्त ग्रंथ प्रसिद्ध झालेले असतील त्या विषयाला प्रथम स्थान, त्यानंतर संख्येने कमी असलेल्या ग्रंथांचा दुसरा क्रम असा ज्ञानाच्या विविध शाखेतील विषयांचा अनुक्रम असावा असे हे सूत्र सांगते.

ग्रंथालयातील ग्रंथवर्गीकरणासाठी कोणतीही प्रचलित पद्धती न वापरल्यास या अनुक्रमाचा उपयोग होतो. साहित्य निर्मितीच्या प्रमाणाशी हे सूत्र संबंधित आहे. भावी काळात एखाद्या विषयावर भरपूर साहित्य निर्मिती होण्याची खात्री असते.

Lotka's Law – लोटकाचा सिद्धान्त

वैज्ञानिक क्षेत्रातील शस्त्रज्ञांची गुणवत्ता त्यांनी प्रकाशित केलेल्या शास्त्रीय शोधनिबंधावर आधारित असते. आल्फ्रेड लोटका यांनी 'इन्व्हर्स स्केअर' हा सिद्धान्त १९२६ मध्ये मांडला. त्यांनी रसायन शास्त्रातील लेखनांचा व लेखकांच्या लेखनरीतीचा अभ्यास केला. त्यावर शोधनिबंध लिहिला. या शोधनिबंधावरच हा सिद्धान्त आधारलेला आहे. यामध्ये वैज्ञानिकाच्या वैज्ञानिक निर्मितीवरच्या वितरणाची वारंवारिता सांगितलेली आहे. वैज्ञानिक बुद्धिमत्ता ही फार कमी शास्त्रज्ञांमध्ये असते. त्यामुळे पुष्कळ लेखक एखाद-दुसराच शोधनिबंध प्रकाशित करतात. अधिक शोधनिबंध प्रकाशित करणाऱ्या वैज्ञानिकांची संख्या अल्प असते असे हा सिद्धान्त सांगतो.

या सिद्धान्ताद्वारे जर एकच लेख लिहिणाऱ्या लेखकांची संख्या कळली तर $1/n^2$ या घटकांच्या साहाय्याने दोन, तीन किंवा अधिक लेख लिहिणाऱ्या लेखकांची संख्या कळू शकते. जवळ जवळ ६० टक्के लेखक एकच लेख लिहित असतात.

उदा.	लेख	लेखक	
	१	६०	
	२	६० /२२	१५
	३	६० /३२	७
	४	६० /४२	४

❑❑❑

(M)

Maharashtra - महाराष्ट्र

संतोष दास्ताने संपादक

दास्ताने रामचंद्र आणि कं., पुणे

महाराष्ट्र राज्यासंबंधी सर्व प्रकारची माहिती देणे हे या वार्षिकाचे उद्दिष्ट. सुरुवातीला भारत, त्याचे इतर देशाशी असलेले ऐतिहासिक, सांस्कृतिक संबंध यांची माहिती आहे. तसेच भारताचा भूगोल, त्याची ठळक वैशिष्ट्ये, लोकसंख्या, भाषा, घटक राज्ये, संरक्षण, धर्म, हवामान इ. विषयी माहिती यात दिलेली आहे.

नंतर महाराष्ट्र राज्याची ऐतिहासिक पार्श्वभूमी, सांख्यिकीय माहिती, सामाजिक परिस्थिती, भाषा, पर्यटन इ. विषयी माहिती दिलेली आहे. प्रत्येक जिल्ह्याची माहिती, वेगवेगळ्या प्रमुख घडामोडी, महाराष्ट्र शासनाद्वारे दिले जाणारे निरनिराळे पुरस्कार या सर्वांची माहिती या वार्षिकात दिलेली आहे.

या वार्षिकाची रचना माहितीच्या सारणीनुसार आहे. ती प्रकरणांच्या स्वरुपात दिलेली आहे.

यामध्ये समाज सुधारकांची थोडक्यात ओळख, त्या त्या वर्षातील ठळक घटना, संदर्भ ग्रंथांची सूची इ. गोष्टी परिशिष्टामध्ये समाविष्ट केलेली आहे. यातील आकडेवारी, सांख्यिकीय माहिती, तक्ते शासकीय दस्तऐवजातून घेतलेले आहेत. त्यामुळे ही माहिती संशोधकाला विश्वसनीय म्हणून उपयोगी पडते. या वार्षिकाला निर्देश नाही.

१९८२ पासून नियमितपणे हे वार्षिक प्रकाशित होत आहे. एक विश्वसनीय संदर्भ साधन म्हणून व अद्ययावत माहिती साधन म्हणून याचा उपयोग होतो हे महत्त्वाचे.

Main Class - मुख्य वर्ग

ज्ञानविश्वाचे विभाजन केले असता त्यातून पहिल्या टप्प्याला मिळणाऱ्या वर्गांना मुख्य वर्ग म्हणतात. ज्ञानविश्व एक (Unity) अशी कल्पना केलेली आहे.

द्विबिंदू वर्गीकरण पद्धतीमध्ये मुख्य वर्ग ५० हून अधिक आहेत. काळाच्या ओघात ज्ञानशाखात भर पडेल, त्याप्रमाणे नवीन मुख्य वर्गांची भर पडत जाईल. द्विबिंदू वर्गीकरण पद्धतीमधील मिश्र चिन्हांकन निरनिराळ्या युक्त्या यामुळे असे नवीन मुख्य वर्ग सामावून घेण्याची अतिथ्यशीलता आहे. यामुळे असे नवीन मुख्य वर्ग सामावून घेण्याची अतिथ्यशीलता आहे. त्याचप्रमाणे नवीन मुख्य वर्गाला योग्य ते स्थान देण्याचा लवचिकपणाही आहे.

द्विबिंदू वर्गीकरण पद्धतीतील मुख्य वर्गांची विभागणी चार गटात केलेली आहे. या प्रत्येक गटाला मंडल असे म्हटले आहे. मुख्य वर्गांची संख्या मोठी असूनही हे वर्ग लक्षात राहतात कारण या चार मंडलासाठी चार प्रकारची चिन्हे वापरली आहेत. मिश्र चिन्हांकनामुळे मुख्य वर्गांची ही चार मंडलातील विभागणी शक्य झाली.

१) संकीर्ण मुख्य वर्ग – हा गट मंडल एक मध्ये येतो. यामध्ये सात मुख्य वर्ग येतात. हे रोमन लहान वर्णाने दर्शविलेले आहेत.

२) दुसऱ्या मंडलात अर्वाचीन कालात मान्यता पावलेले मुख्य वर्ग अंतर्भूत होतात. यांची संख्या चार आहे. हे अरबी अंकाने दाखविले आहेत. उदा. 1,2,3,4.

३) तिसऱ्या मंडलात रूढीयुक्त मुख्य वर्ग अंतर्भूत आहेत. यांची संख्या ३७ आहे. हे मुख्य वर्ग रोमन मोठ्या वर्णाने (Capital) दाखविले आहेत उदा. A-Z.

४) चौथ्या मंडलामध्ये नवीन निर्माण होणाऱ्या विधिविद्यांचे मुख्य वर्ग समाविष्ट आहेत. हे मुख्य वर्ग पाच दाखविले आहेत. ते वेष्टित चिन्हांनी (कंस) दाखविले आहे. उदा. (:g) (p) (r) (w) (x)

Main Entry in Cataloguing - तालिकीकरणातील मुख्य नोंद

ज्या नोंदीमध्ये वाचनसाहित्याची तपशीलवार, सविस्तर, वर्णनात्मक माहिती दिली जाते त्या नोंदीला मुख्य नोंद म्हणतात.

तालिकांच्या प्रकारानुसार वर्गीकृत तालिका व कोश तालिका या दोन प्रकारच्या नियमावली वापरल्या जातात. वर्गीकृत तालिका संहिता ही डॉ. रंगनाथन यांनी तयार केलेली आहे. यानुसार मुख्य नोंद बोधांक किंवा स्थानांक असते. कोश तालिका संहितेसाठी अँग्लो अमेरिकन कॅटलॉगिंग रूल्स ही उपयोगात आणली जाते. याच संहितेचा उपयोग मार्क (Mark) ही यंत्ररूप तालिका निर्माण झाली.

वर्गीकृत तालिका संहितेनुसार बोधांक मुख्य नोंदीचे सहा भाग असतात. हे भाग तालिका पत्रावर लिहिताना काही वेळा मजकूर पूर्ण होत नाही. म्हणून पुढील मजकूर खालील रेघेवर पहिल्या समासापासून (First Indention) लिहिला जातो. त्यापुढील विभाग साहजिकच दुसऱ्या उभ्या रेघेपासून (Second Indention) सुरू होतो. येथे स्वतंत्र परिच्छेदाचे नियम पाळणे आवश्यक ठरते.

१) अग्रेसर विभाग (Leading Section) – मुख्य नोंदीमध्ये या विभागात स्थानांक लिहिण्यात येतो. पहिल्या आडव्या रेषेवर व पहिल्या उभ्या रेषेपासून तालिका पत्रावर याची सुरुवात होते. ग्रंथाचा वर्गांक आणि ग्रंथांक मिळून बोधांक तयार होतो. (Call No) हा पहिल्या उभ्या रेघेपासून पहिल्या आडव्या रेघेवर लिहिला जातो. बोधांक हा पेन्सिलीने लिहिला जातो.

२) शीर्षक विभाग (Heading Section) – यामध्ये लेखकाचे नाव, आडनाव प्रथम लिहावयाचे असते. एकाच नावाचे अनेक लेखक असण्याची शक्यता असते. त्यामुळे लेखकाच्या पूर्ण नावानंतर जन्मवर्ष दिले जाते. वेगवेगळ्या जाती, धर्म यांमध्ये नाव लिहिण्याची प्रथा वेगवेगळी असते. पण येथे तीन संज्ञा प्रमाणित झालेल्या आहेत. व्यक्तीचे नाव, वडिलांचे नाव व आडनाव. या विभागात काही वेळा एक किंवा अधिक साहाय्यक लेखक, टोपण नाव, संस्था, सरकार किंवा परिषद, ग्रंथनाम सुद्धा येऊ शकते.

३) ग्रंथनाम विभाग (Title Section) – यामध्ये ग्रंथाचे ग्रंथनाम लिहिले जाते. ग्रंथनामाच्या पूर्वीची , A,An,The ही उपपदे वगळली जातात. ग्रंथाचे उपग्रंथनाम मुख्य ग्रंथनामा नंतर लिहितात. ग्रंथाचा साहाय्यक, संपादक, अनुवादक, संकलक, टीकाकार यांची नोंद येथे करतात. नंतर या ग्रंथाची आवृत्ती देण्यात येते. पहिली आवृत्ती लिहिली जात नाही. तसेच ग्रंथाचे खंड, भाग यांचाही समावेश या विभागात केला जातो.

४) टीपा विभाग (Note Section) – यामध्ये मालेचे नाव, मालेचा संपादक, मालेतील

प्रकाशन क्रमांक या गोष्टींचा अंतर्भाव असतो. मुक्तद्वार पद्धती (Open Acess) मध्ये या विभागाचा फारसा उपयोग होत नाही. ग्रंथाची वैशिष्ट्ये वर्णन केलेली असतात. ग्रंथातील विषय मोजक्या शब्दात इथे देता येतो.

टीपांचे प्रकार दोन - १) औपचारिक - ही ग्रंथाच्या याद्यांमध्ये दिली जाते. याद्या कायम स्वरूपाच्या असतात. २) अनौपचारिक - ही ग्रंथालयाच्या मुख्य पत्रातून ग्रंथाकडे उपयोजक आकृष्ट होण्यासाठी दिली जाते.

ग्रंथातील नकाशे, आलेख, आकृत्या इ. माहिती टिपणीमध्ये देता येते.

५) **दाखलअंक विभाग (Accession No. Section)** - मुख्य नोंदीच्या सर्वात शेवटच्या रेघेवर दाखल अंक लिहिला जातो. दाखल नोंदवही व तालिका यांना जोडणारा हा दुवा होय. एकापेक्षा अधिक दाखल अंक असल्यास एकानंतर दुसरा, तिसरा असे लिहावयाचे. यामुळे ग्रंथालयातील एखाद्या ग्रंथाच्या प्रतींची कल्पना येते. ग्रंथमोजणी व ग्रंथखरेदीसाठी ही माहिती उपयोगी पडते.

६) **नोंद शोध विभाग (Tracing Section)** - मुख्य नोंदीच्या मागील बाजूचा उपयोग या विभागासाठी केलेला असतो. मुख्य नोंदीतून अनेक पूरक नोंदी करावयाच्या असतात. या सर्व पूरक नोंदींची माहिती या विभागामध्ये असते. वर्गदर्शक, ग्रंथदर्शक, पहा, आणखी पहा इ. नोंदी या नोंद शोध विभागात केलेल्या असतात. या माहितीमुळे रद्द केलेल्या सर्व ग्रंथांच्या नोंदी काढण्यात येतात. तसेच नोंदीमध्ये बदल करणे सुलभ होते.

मुख्य नोंदीच्या मागील बाजू उलट करून त्याचे उजवा व डावा असे दोन काल्पनिक विभाग केले जातात. उजव्या बाजूला वर्गदर्शक, ग्रंथदर्शक व उलट संदर्भ दर्शक नोंदी करतात व डाव्या भागात अंशात्मक नोंदी विषयक माहिती असते.

MAN - Metropolitan Area Network – महानगरांच्या क्षेत्रातील जाळे

हे शहराकरता तयार केलेले असते. याची व्याप्ती लॅन (LAN) पेक्षा मोठी आणि वॅन (WAN) पेक्षा लहान असते. या प्रकारचे नेटवर्क ठराविक भौगोलिक क्षेत्रात कार्य करते.

या प्रकारचे नेटवर्क फायबर ऑप्टिक केबल किंवा विनावायरने (wireless) जोडलेले असते.

माहितीच्या संवादाकरता आय.इ.इ.इ.(IEEE) या संस्थेने मॅनसाठी काही स्टँडर्डस् दिले आहेत.

उदा. - एखाद्या शहरातील संगणक MAN ने जोडता येतात.

Marathi Granthsuchi – मराठी ग्रंथसूची

शंकर गणेश दाते संपादक

दाते सूची मंडळ, पुणे १९४३. दोन खंड

ही सूची अतिशय व्यापक आहे. मराठी भाषेतील १८०५ ते १९५० या कालखंडातील ग्रंथांची ही सूची दोन खंडात प्रकाशित झालेली आहे.

खंड १ - ग्रंथवर्णन (१८०५ते १९३७)

खंड २ - निर्देश (१९३८ ते १९५०)

पहिल्या खंडात १८,७६८ संदर्भ आणि १५,८३८ शीर्षके आहेत. तर दुसऱ्या खंडात ७८३९ ग्रंथ व ७१५४ शीर्षके आहेत.

प्रत्येक ग्रंथाची स्वतंत्र नोंद केलेली आहे. ग्रंथांच्या नोंदी विषयानुसार आहेत. मुख्यवर्ग व त्यांचे उपविभाग ग्रंथाच्या सुरुवातीला दिलेले आहेत. प्रत्येक ग्रंथांच्या नोंदीमध्ये वर्गांक देण्यात आलेले आहेत. हे वर्गांक दशांश वर्गीकरणाच्या सोळाव्या आवृत्तीनुसार दिलेले आहेत.

या नोंदीमध्ये लेखक, शीर्षक, संपादकाचे नाव, आवृत्ती, प्रकाशक, प्रकाशन स्थल, प्रकाशन वर्ष, पृष्ठसंख्या, आकार, नकाशे, चित्रे, किंमत, काही टीपा दिलेल्या आहेत.लेखकाची जन्मतारीख, टोपणनाव, मृत्यूतारीख यानोंदी ही समाविष्ट आहेत.

या सूचीच्या सुरुवातीला सूची व दशांश वर्गीकरण याविषयी लेख समाविष्ट आहेत. नंतर बालसाहित्याची सूची, ग्रंथकारांचा व शीर्षकांचा निर्देश दिलेला आहे. विषयनिर्देशामुळे संबंधित विषय व त्याचे उपविषय यासंबंधीचे ग्रंथ एकत्रित पाहता येतात. सूचीकाराने सूची तयार करताना समाविष्ट ग्रंथांची नोंद प्रत्यक्ष ग्रंथ पाहून केलेली आहे. त्यामुळे ह्या नोंदी अधिकृत आहेत.

या सूचीचा उपयोग मराठी साहित्याचे अभ्यासक, संशोधक यांना तर होतोच पण ग्रंथनिवड करताना ग्रंथपाल यांनाही होऊ शकतो.

Marathi Vishwakosh – मराठी विश्वकोश

तर्कतीर्थ लक्ष्मणशास्त्री जोशी संपादक

महाराष्ट्र राज्य साहित्य आणि संस्कृती मंडळ, मुंबई

एकूण २० खंडांचा संकल्प, आतापर्यंत १७ खंड प्रकाशित, एक खंड परिभाषा कोश.

या ज्ञानकोशात सर्व ज्ञानशाखांची माहिती दिलेली आहे. तंत्रज्ञान, विज्ञान या सारख्या शाखांचे मराठी भाषेत ज्ञान देणे हा या कोशाचा मुख्य हेतू. महाराष्ट्रीय ज्ञानकोश ह्या श्रीधर व्यंकटेश केतकर संपादित ज्ञानकोशानंतर एकही ज्ञानकोश प्रकाशित झाला नाही किंवा हा ज्ञानकोश अद्ययावत करण्याचा प्रयत्नही झाला नाही.

मराठी विश्वकोशात, तंत्रज्ञान, विज्ञान, खेळ, कला, साहित्य, सामाजिक परंपरा, समाजशास्त्र, साहित्य समीक्षा इत्यादी क्षेत्रातील माहिती तज्ज्ञ व्यक्तींकडून लिहून घेतलेली आहे. शिवाय यामध्ये विविध क्षेत्रातील प्रसिद्ध व्यक्तींची चरित्रेही अंतर्भूत आहेत. महत्त्वाच्या घटनांची नोंद ऐतिहासिक दृष्टीने घेतलेली दिसते. या ज्ञानकोशाची रचना अनुवर्णक्रमानुसार केलेली आहे. प्रत्येक पृष्ठावर वरच्या बाजूस लक्षवेधी शब्द दिलेले आहेत.

प्राथमिक पृष्ठामध्ये देवनागरी लिपीनुसार केलेली रचना, वापरलेली चिन्हे, पूरक संदर्भ, व्यक्तीविषयक नोंदी, संदर्भ ग्रंथांची सूची इ. विषयीच्या नोंदीचे स्पष्टीकरण दिलेले आहे. लेखकांचे निर्देश, कालनिर्देश, परिमाणे या विषयीही माहिती आढळते. माहिती बरोबर चित्रांचीही जोड आहे.

अद्ययावत ज्ञानशाखांची माहिती देणारा प्रादेशिक भाषेतील ज्ञानकोश म्हणून महत्त्व. प्रत्येक महत्त्वाच्या नोंदीच्या शेवटी संदर्भ सूची दिलेली आहे.

या ज्ञानकोशाचे पहिले प्रमुख संपादक, तर्कतीर्थ लक्ष्मण शास्त्री जोशी होते. त्यांच्यानंतर ही धुरा प्रा.मेघश्याम पुंडलिक रेगे यांनी सांभाळली. त्यांच्यानंतर ज्येष्ठ समीक्षक रा.ग.जाधव यांनी प्रमुख संपादकाची जबाबदारी स्वीकारली.

Marathi Vyutpatti Kosh – मराठी व्युत्पत्ति कोश (ऐतिहासिक व तौलनिक)

कृष्णाजी पांडुरंग कुळकर्णी, आवृत्ती तिसरी

शुभदा सारस्वत, प्रकाशक पुणे १९९३

या कोशात शब्दांचे मूळ स्वरूप दर्शविले आहे. नंतर या शब्दांच्या उच्चारात कोणते बदल झाले? ते कसे झाले? का झाले? शब्दांचा बदलत गेलेला अर्थ हे सर्व या कोशात पहावयाला मिळते.

यामध्ये वर्ण, अर्थ, प्रयोग या सर्व दृष्टीने माहिति दिलेली आहे. मूळ मराठी शब्दाबरोबर आर्य भाषेतून उत्पन्न झालेल्या शब्दांची, तसेच इतर ग्रीक, लॅटिन, रशियन इ. भाषांतील शब्दांचे स्वरूप वर्णन करण्यासाठी त्या त्या भाषेतील प्रतिकांच्या नोंदीही यात केलेल्या दिसतात. मराठी व द्रविडी यांचे संबंधही लेखकाने दर्शविले आहेत. मराठी भाषेतील शब्दांची माहिति देताना देशी व्याकरण उपयोगात आणले आहे.

मराठी बरोबर इंग्लिशभाषेतही शब्दांचा अर्थ दिलेला आहे. मराठीतील तर हा एक वैशिष्ट्यपूर्ण कोश आहेच. पण इंग्लिश व्यक्तींनाही हा उपयुक्त आहे. शब्दाची पुरवणी समाविष्ट केल्यामुळे कोश अद्ययावत आहे.

या ग्रंथाची पहिली आवृत्ती १९४६ मध्ये प्रकाशित झाली. यामध्ये 'शब्द : उद्‌गम व विकास' हा निबंध अंतर्भूत होता. इ.स.१९६४ मध्ये या कोशाची दुसरी आवृत्ती प्रसिद्ध झाली. यात नवीन संस्करण केलेले दिसते. तिसरी आवृत्ती १९९३ मध्ये प्रकाशित झाली.

MARC (Machine Readable Catalogue) – यंत्ररूप तालिका

MARC चे दोन भाग आहेत. १) मार्क I, २) मार्क दोन II

मार्क एक – लायब्ररी ऑफ काँग्रेसच्या तालिकापत्रावरील नोंद चुंबकीय फितीवर (Magnetic tape) घेण्याच्या दृष्टीने विचार सुरू झाला. यासाठी सोळा ग्रंथालये (अमेरिका व कॅनडा) सहभागी झाली. कारण यासंबंधित खर्च त्या ग्रंथालयांनी करावयाचा असे अपेक्षित होते.

या चुंबकीय फितीच्या सहाय्याने ग्रंथनिवड, ग्रंथमागणी, तालिकीकरण, निवडक माहितीचे प्रसारण या गोष्टी शक्य होऊ शकतील असे दिसून आले. यातील माहिती नोंदविताना मात्र निश्चित क्षेत्रच वापरली जाई. या निश्चित क्षेत्रात फक्त तीनच घटक सांकेतिक भाषेसाठी उपयोगी पडत होते. निश्चित क्षेत्रात फक्त सांकेतिक भाषेचाच उपयोग केला जात असे. त्यामुळे यात अडचणी निर्माण झाल्या. या अडचणी दूर करण्याच्या विचारातून मार्क II निर्माण झाले.

मार्क I मधील निश्चित क्षेत्रामुळे निर्माण झालेल्या अडचणी परिवर्तनीय क्षेत्र (Variable Field) वापरून दूर केल्या.

मार्क II – या परिवर्तनीय क्षेत्रात लेखकाचे आडनाव, माला नाव, आवृत्ती विषयक स्पष्टीकरण इ. घटक वापरले. त्यामुळे या क्षेत्रांची लांबी निश्चित नव्हती. म्हणून परिवर्तनीय क्षेत्र वापरून मार्क दोनची योजना केली. यातील चुंबकीय फिती संदेशवाहनाचे माध्यम म्हणून वापरल्या जातात.यासाठी या फितींचा वापर करणाऱ्या ग्रंथालयांना त्यांच्या संगणकावर संगणकाची आज्ञावली तयार करावी लागते. चुंबकीय फितीमधील माहिती मूळ स्वरूपात वापरणे शक्य नाही. त्यामुळे ज्या माहितीची गरज आहे ती माहिती चुंबकीय फितीमधून संगणकाच्या आज्ञावलीत अंतर्भूत करता येते.

लायब्ररी ऑफ काँग्रेसमध्ये येणाऱ्या ग्रंथांच्या नोंदीच या चुंबकीय फितीमध्ये असतात. त्यामुळे ज्या ग्रंथालयात यातील ग्रंथांचा समावेश असेल त्याच्याच नोंदी संबंधित ग्रंथालये करतात. ग्रंथाची निर्मिती होत असतानाच त्या ग्रंथाची माहिती चुंबकीय फितीवर नोंदविली जाते. ही ग्रंथसूचीय सेवाच आहे. त्यामुळे प्रत्यक्ष ग्रंथापूर्वीच ही माहिती इतर ग्रंथालयात पोहोचते. ग्रंथमागणी, ग्रंथनिवड यासाठी या फितीचा उपयोग होतो. लायब्ररी ऑफ काँग्रेस या फिती प्रत्येक आठवड्यात वितरित करते. प्रथम या फितीमध्ये इंग्लिश भाषेतील ग्रंथ समाविष्ट असत. परंतु नंतर इतर वाचनसाहित्य, इतर भाषेतील ग्रंथ त्यात समाविष्ट करण्यात आले. या योजनेला राष्ट्रीय प्रमाणित आराखडा म्हणून मान्यता मिळाली. (१९७१) हा आराखडा यू.एस. मार्क (USMARC) म्हणून ओळखला जातो (१९८२). लायब्ररी ऑफ काँग्रेस यूएस मार्कचे प्रकाशन व व्यवस्थापन बघते. मात्र यातील दुरुस्ती मशिन रिडेबल फॉर्म ऑफ बिब्लिओग्राफीक इन्फरमेशन यांच्याकडून मान्यता घेऊन केली जाते. हल्ली मार्कचे इतर चार आराखडे यूएसमार्क कन्साइस फॉरमॅटस् म्हणून ओळखले जातात.

Marketing of Information – माहितीचे विपणन

विपणन ही संकल्पना कारखाने आणि उद्योगधंद्याशी निगडित असली तरी ग्रंथालयात वाचकांना सेवा देताना या संकल्पनेची थोडी माहिती असणे आवश्यक आहे कारण भारतातील ग्रंथालयशास्त्राचे जनक डॉ. शि.रा.रंगनाथन यांनी फार पूर्वी ग्रंथालयाबाबत दुकानाची उपमा (Shop analogy) वापरलेली आहे. विपणन या संज्ञेची व्याख्या करावयाची झाल्यास, आपल्याला असे म्हणता येईल की उपभोक्त्यांचा (संस्थेला) पाठिंबा ओळखून तो मिळविणे आणि त्याचबरोबर उपभोक्त्यांना लाभदायक ठरतील अशा योग्य सेवा विकसित करणे यासाठीचा नियोजनबद्ध, सुनियोजित दृष्टिकोन म्हणजे विपणन होय. थोडक्यात विपणन ही अशी एक प्रक्रिया पद्धती आहे ज्यामुळे उपभोक्ते आणि संस्था (ग्रंथालय) या दोघांनाही लाभदायक ठरतील असे संबंध प्रस्थापित करून ते कायम राखण्यासाठी आवश्यक adjustment करणे. आणि त्यासाठी नियोजन करणे शक्य होईल. ढोबळ मानाने विचार केल्यास, विपणन या संकल्पनेमध्ये विक्री, विपणन (market) संशोधन आणि जाहिरात या तीन गोष्टींचा समावेश होतो. तसे पाहिले तर, प्रत्येक संस्थेची दोन मूलभूत कार्ये असतात, (१) साहित्य (goods), सेवा आणि संकल्पनांची निर्मिती, आणि (२) या साहित्य सेवा आणि संकल्पनांचे विपणन.

विपणनामध्ये प्रामुख्याने ग्राहक (customer) केंद्रस्थानी असतो. त्यामुळे ग्राहकाच्या गरजा ओळखून त्या गरजा पूर्ण करणे याकडे संस्थेला लक्ष द्यावे लागते. असे करत असताना खालील गोष्टींकडे लक्ष द्यावे लागते.

१) जो कच्चा माल असेल त्यावर योग्य प्रक्रिया करून पक्का माल (Finished Product) ग्राहकाला उपलब्ध करून देणे.

२) ग्राहकाला ज्या वेळी हे साहित्य हवे असेल त्याचवेळी त्याला ते उपलब्ध करून देणे.

३) ग्राहकाला ज्या ठिकाणी हे साहित्य हवे असेल त्या ठिकाणी त्याला ते उपलब्ध करून देणे.

४) ग्राहकाला जे साहित्य नंतर केव्हाही वापरणे शक्य व्हावे म्हणून ते त्याच्या ताब्यात देणे.

५) ग्राहकाला या उत्पादनाची माहिती देणे.

६) नंतर वेळोवेळी त्या उत्पादनाबाबत आवश्यक त्या सेवा ग्राहकाला देणे.

वरील विवेचनावरून असे लक्षात येईल की ग्रंथालय आणि माहिती केंद्रात काम करणाऱ्या ग्रंथालय व्यावसायिकांना ग्रंथालयात येणाऱ्या वाचकांसाठी माहिती विपणन करणे शक्य आहे, किंबहुना त्यांनी ते करणे गरजेचे आहे. ज्यामुळे ग्रंथालय व्यावसायिक आपल्या ग्रंथालयांमध्ये काही प्रमाणात आर्थिक रकमेची निर्मिती करू शकतील.

Matter Facet – साधन पैलू

काही विषयांचा अभ्यास करताना त्या विषयांच्या काही गुणांचा साधन म्हणून विचार करणे उपयोगी ठरते.

साधन पैलूची व्याख्या श्री.मिल्स यांनी पुढीलप्रमाणे केलेली आहे. वस्तूंचे भौतिक स्वरूप ज्या प्रकारांच्याद्वारे (पैलूद्वारे) व्यक्त होते त्यास साधन पैलू म्हणतात.

व्यक्तित्व पैलूप्रमाणे साधन पैलूचा प्रत्येक मुख्यवर्गात उपयोग करावा लागत नाही. द्विबिंदू वर्गीकरण पद्धतीमध्ये फार कमी वेळा मुख्यवर्गाचे विभाजन करताना साधन पैलूंचा उपयोग केलेला आहे.

व्यक्तित्व पैलूंप्रमाणे साधन पैलूंतही समांतर स्तर असू शकतात. ते (M) (M2) याप्रमाणे दाखविता येतात.

अर्थशास्त्रातील चलनाचा विचार करताना त्या चलनासाठी कोणते साधन वापरलेले आहे याचा विचार करावा लागतो. उदा. सोने, चांदी, धातू, कागद, संगीत विषयामध्ये संगीतातील वाद्याचा विचार साधन म्हणूनच करावा लागतो.

McGraw-Hill Encyclopedia of Science and Technology – मॅक्ग्राहिल एन्सायक्लोपीडिया ऑफ सायन्स अँड टेक्नॉलॉजी

हा ज्ञानकोश मॅक्ग्राहिल बुक कं. प्रकाशित करते. याची पहिली आवृत्ती १९६० साली प्रसिद्ध झाली. सध्या या ज्ञानकोशाची नववी आवृत्ती प्रकाशित झाली आहे. ही प्रकाशनसंस्था संदर्भ ग्रंथ प्रकाशनांच्या बाबतीत नावाजलेली आहे.

या ज्ञानकोशाचे वीस खंड आहेत. यामध्ये ७१०० लेख आहेत. हे लेख जवळ जवळ ५००० आंतरराष्ट्रीय संशोधकांनी लिहिलेले आहेत. त्यापैकी २९ संशोधकांना त्यांच्या शोधकार्याबद्दल नोबेल पारितोषिक मिळालेले आहे.

शास्त्र व तंत्रज्ञान यातील अद्ययावत माहिती देण्याचा प्रयत्न केलेला आहे. या नवव्या सर्वसमावेशक आवृत्तीमध्ये औद्योगिक अभियांत्रिकी, माहिती तंत्रज्ञान आणि संगणक, रसायनशास्त्र आणि रासायनिक अभियांत्रिकी, पदार्थ विज्ञान, खगोलशास्त्र, पर्यावरण, हवामानशास्त्रावर भर दिलेला आहे. आशिया खंडाविषयी हवामानाचे अंदाज, भूगर्भशास्त्रविषयक गोष्टी, जागतिक पद्धती याविषयीही माहिती मिळते.

या ज्ञानकोशाच्या काही भागातील ग्रंथसूचीच्या संगणकीय तबकडी तयार केलेल्या आहेत. संगणकीय द्विमिती, त्रिमिती आलेख, वीजनिर्मिती, अणुशास्त्र आणि वैद्यकीय शास्त्र याविषयी अद्ययावत माहितीपूर्ण लेख आढळतात.

या आवृत्तीमध्ये हवामानाचा इतिहास, जागतिक तापमान वाढ, भौगोलिक माहिती पद्धती, वस्तुनिष्ठ कार्यक्रम आणि आण्विक औषधे ह्या संदर्भात नवीन नोंदी केलेल्या आहेत. प्रत्येक लेखाच्या शेवटी

असलेले संदर्भ विकसित केलेले आहेत. यात पंधरा ज्ञानशाखा समाविष्ट केल्या आहेत. उदा. शेती, पर्यावरणशास्त्र इ.

शास्त्र व तंत्रज्ञान हे बदलते क्षेत्र आहे. त्यात नेहमी नवीन गोष्टी अंतर्भूत होतात. म्हणून कोशातील माहिती नेहमी अद्ययावत ठेवणे हे महत्त्वाचे असते. विसावा खंड हा उल्लेखसूचीचा आहे. दरवर्षी मॅक्ग्राहिल इयर बुक ऑफ सायन्स अँड टेक्नॉलॉजी प्रकाशित केले जाते. या क्षेत्रातील अद्ययावत माहितीसाठी या ज्ञानकोशाचा उपयोग होतो.

Media Technologies - तंत्रज्ञानाची माध्यमे

हायपरटेक्स्ट माध्यम इतर माध्यमापेक्षा वेगळे आहे. हा शब्द क्रमवारीत नसलेले लेखन, वाचन, मूळ मजकुरातील विशिष्ट खुणा इ. गोष्टींनी माहितीतील संबंधित साखळी दाखवतो. विस्तारीत गोषवारा, टीपा, चर्चा अशी या शब्दाच्या व्याख्येची अनेक रूपे आहेत. खरे पाहता हा शब्द संगणकीय पद्धतीशी संबंधित आहे. यामध्ये माहितीचा आशय शोधण्याचे प्रकार, माहितीची पुनर्प्राप्ती करताना उपयोजकाकडून संपूर्ण माहितीचा उपयोग, मूळ मजकुराचे हस्तांतरण या गोष्टींना उत्तेजन दिले जाते. संशोधकांना याचा फार उपयोग होतो. कारण त्यांना मूळ मजकुरासह तळटीपा, चर्चा, संबंधित साहित्याचा मागोवा जलद गतीने घेता येतो.

हायपरमिडिया म्हणजे हायपरटेक्स्टचे व्यापक रूप. यामध्ये लेखकरचनेच्या मुख्य भागामध्ये मूळ मजकूर, आलेखांचे प्रकार, सचेतन आलेख, दृक व आवाज यांची एक साखळी तयार होते.

हायपरटेक्स्टमध्ये पारंपरिक साहित्य एकमेकांशी योग्य तऱ्हेने व्यवस्थापित होण्यासाठी यंत्राचा उपयोग केला जातो. हे साहित्याचे व्यवस्थापन श्रेणीनुसार केलेले असते. यामध्ये जटिल माहितीसाठीसुद्धा पुष्कळ साधने प्रवेशासाठी मिळू शकतात. मुद्रित साहित्यापेक्षा हे सोपे वाटते कारण त्यामध्ये उलट सुलट संदर्भ असतात. यामध्ये विश्वकोश, माहिती पुस्तिका इ. चा समावेश असतो.

हायपरटेक्स्टमुळे संदर्भाचा मागोवा घेणे सुलभ होते. नवीन संदर्भ तयार करणे सोपे होते. माहितीचे स्वरूप, रचना सोपी असते. हायपरटेक्स्ट मूळ मजकुराचे विभाजन, त्याचे मार्ग दाखविते. माहितीचे सातत्य राहते. उपयोजकाला माहितीसाठी अनेक मार्ग उपलब्ध असतात. समान मूळ मजकुराचे विभाजन वेगवेगळ्या स्थानांमध्ये एकाच वेळी पाहता येते इ. गोष्टी फायद्याच्या ठरतात. हायपरटेक्स्टचे सध्या अनेक प्रकार मिळू शकतात. या पद्धतीमुळे संगणक हे केवळ यंत्रच नाही तर संप्रेषण व विचाराचेही एक साधन आहे हे पटते. नवीन अशक्य गोष्टी शक्य ठरतात.

हायपरटेक्स्ट, हायपरमीडिया, हायपरकार्ड यांचा ग्रंथालयीन सूचना, प्रशिक्षण यासाठी ग्रंथालयात उपयोग होतो.

Medlars – मेडलर्स

मेडिकल लिटरेचर ॲनालिसिस अँड रिट्रिएव्हल सिस्ट्रिम युनायटेड स्टेटस् नॅशनल लायब्ररी ऑफ मेडिसिन यांनी ''इंडेक्स मेडिकस'' हे प्रकाशन प्रसिद्ध करण्यास सुरुवात केली होती. पुढे मेडलर्सने ही संगणकीय पद्धती उपयोगात आणली (१९६४). 'इंडेक्स मेडिकस' हे संगणकाच्या सहाय्याने प्रकाशित होऊ लागले.

मेश (MESH) :

मेडिकल सब्जेक्ट हेडिंग्ज च्या नियंत्रित शब्दसंग्रहानुसार २२०० नियतकालिकांचे निर्देशन या पद्धतीने केले जाते. प्रत्येक प्रलेखाला तेरा मुख्य संज्ञा (Key words) दिलेल्या आहेत. ह्या विषयाचा आधारभूत माहिती संच ''नॅशनल लायब्ररी ऑफ मेडिसीन'' मध्ये मिळू शकतो.

मेडिकल लायब्ररी नेटवर्क हे जाळे अमेरिकेतील आरोग्यशास्त्र या ग्रंथालयासाठी राष्ट्रीय साधन म्हणून सेवा पुरविते. यामध्ये ४०० युनिट ग्रंथालये, १२५ साधन ग्रंथालये व सात विभागीय वैद्यकीय ग्रंथालये अंतर्भूत आहेत.

''मेडलाईन'' ही ऑनलाईन माहितीची प्रतिप्राप्ती पद्धती अस्तित्वात आहे (१९७१). टीमनेट (TYMNET) मार्फत यामध्ये प्रवेश मिळतो.

मेडिकल लायब्ररी नेटवर्कची गरज ऑफिस ऑफ कॉम्प्युटर अँड कम्युनिकेशन सिस्टिम (OCCS) ही पद्धती पूर्ण करते. ग्रंथालय पद्धतीचे कार्य, माहितीचे व्यवस्थापन पद्धती, कार्यालयाचे संगणकीकरण, बायोमेडिकल माहितीचे संप्रेषण इ. माहिती दिली जाते. याच्या चार शाखा आहेत. १) विकास २) सेवा ३) पद्धती ४) संगणक सेवा.

स्पेशल इन्फरमेशन सर्व्हिसेस (SIS) ही सेवा टॉक्सिकोलॉजी इन्फरमेशन प्रोग्रॅम (TIP) पासून देण्यात येऊ लागली. यामध्ये टॉक्सलाईन, केमलाईन, आरटीइसीएस, डिरलाईन इ. सेवा अंतर्भूत आहेत.

मेडलाईन प्रलेखांचे वितरण करीत नाही. केवळ संदर्भ व उल्लेख दिले जातात. मेडिकल लायब्ररी नेटवर्क (MLN) आंतर ग्रंथालयीन व्यवस्थेच्या बाबतीत मेडलाईनशी जोडलेले आहे.

मेडलरर्स हा जगातील मोठा आधारभूत माहिती संच आहे.

Metadata - मेटाडाटा

कोणत्याही माध्यमात कोणत्याही प्रकारचा असणारा डेटासंबंधी डेटा म्हणजे मेटाडाटा अशी मेटाडाटाची साधी आणि सरळ व्याख्या करता येईल. मेटाडाटामधील कोणताही आयटेम एखादा स्वतंत्र डाटम अथवा आशय आयटेम अथवा मल्टिपल आशय आयटम्स आणि श्रेणीय स्तर समाविष्ट असलेल्या डेटाचा संग्रह याचे वर्णन करू शकतो तसे पाहिले तर, सुरुवातीला, मेटाडाटा ही संज्ञा कोणतीही औपचारिक व्याख्या न करताच वापरण्यात येऊ लागली. साहजिकच नंतरच्या काळात, मेटाडाटाच्या विविध व्याख्या करण्यात आल्या. सर्वसामान्यपणे सर्वांना ठाऊक असलेली शब्दशः केलेली व्याख्या म्हणजे

'डेटासंबंधीचा डेटा म्हणजे मेटाडाटा' उदाहरणच द्यावयाचे झाल्यास ४११०१६ हा डाटा आहे पण त्यामध्ये अधिक संदर्भ नसेल तर तो अर्थहीन आहे. तथापि, जेव्हा ४११०१६ याला पिन कोडचे अर्थपूर्ण नाव (मेटाडाटा) दिले जाते, त्यामुळे निदान भारतात तरी याचा अर्थ पोस्टल पत्त्यामध्ये ४११०१६ हा पुणे शहरातील एका विभागाचा पिनकोड आहे असे एखाद्याच्या लक्षात येते.

तसे पाहिले तर बऱ्याच लोकांना असे वाटते की Data and Information यामध्ये केवळ तात्त्विक फरक आहे. प्रत्यक्ष वापरात त्याचा काही संबंध नाही आणि म्हणूनच मेटाडाटाच्या खालील व्याख्या आढळतात.

मेटाडाटा म्हणजे

१) डाटाविषयी माहिती (Information)

२) माहिती (information) संबंधी माहिती (Information)

३) मेटाडाटामध्ये त्या Data संबंधी अथवा अन्य डाटासंबंधी माहिती (Information) असते.

मेटाडाटाच्या अधिक आधुनिक व्याख्या आहेत त्यापैकी काही खालीलप्रमाणे -

१) ज्या गोष्टींचे वर्णन करावयाचे आहे त्या ओळखणे, त्यांचा शोध घेणे, त्यांचे मूल्यमापन करणे आणि त्यांचे व्यवस्थापन करणे, इत्यादीमध्ये साहाय्यभूत ठरतील अशी माहिती अंतर्भूत असलेल्या गोष्टींच्या वैशिष्ट्यांचे वर्णन करणारी संरचयित आणि सांकेतिक भाषेत बदललेली / रूपांतरित केलेली माहिती म्हणजे मेटाडाटा.

२) वस्तूंची जागा शोधण्यासाठी निःसंदिग्धपणे साह्य करण्यासाठी आणि सर्वांना उपलब्ध असू शकतील अशा संरचयित वर्णनांचा (जी ऐच्छिक असतील) संच म्हणजे मेटाडाटा होय !

वरील दोन व्याख्या ह्या क्वचित वापरल्या जातात याचे कारण या दोन्ही व्याख्या मेटाडाटाच्या एकाच हेतूवर वस्तू अथवा साधने शोधणे यावर आपले लक्ष केंद्रित करतात आणि मेटाडाटाच्या अन्य हेतूकडे - उदा. अलगोरिदम्स जास्तीत जास्त संक्षिप्त करणे अथवा माहितीचा (data) वापर करून जादा गणना (computations) करणे इत्यादी याकडे दुर्लक्ष करतात.

मेटाडाटा ह्या संज्ञेचा वापर पद्धतींच्या (systems) क्षेत्रातही माहितीसंबंधी (data) कोणतीही माहिती (data) समाविष्ट करण्यासाठी विस्तारित केलेला आढळतो. उदा. तक्त्यांची, स्तंभाची (कॉलम्स) कार्यक्रम (प्रोग्रॅम) इत्यादी अशा या पद्धती मेटाडाटाबाबत (Systems Metadata) विविध मते असली तरी सुद्धा एक गोष्ट निश्चितच मान्य करावी लागेल आणि ती म्हणजे पद्धतींच्या सर्व पैलूंचे - उदा. माहिती (data) , कार्ये, त्यामध्ये गुंतलेल्या व्यक्ती, संस्था, माहितीची (data) स्थाने (locations) आणि प्रक्रिया, माहिती मिळविण्याच्या पद्धती, मर्यादा, काल आणि घटना, नियम इत्यादी वर्णन मेटाडाटा करू शकतो.

Method of Details of Budget - तपशीलवार अर्थसंकल्प

अर्थसंकल्प तयार करण्याच्या या पद्धतीमध्ये नावातच त्याचे स्पष्टीकरण मिळते. या पद्धतीमध्ये प्रत्येक गोष्टींचा तपशीलवार अंदाज केला जातो.

सरकारी संस्थांमध्ये आवर्ती खर्च व अनावर्ती खर्च असे दोन खर्चांचे प्रकार वापरले जातात. त्यामुळे सरकारी प्रशासनांत संस्थांत ही तपशीलवार पद्धती वापरली जाते. डॉ. शि.रा. रंगनाथन यांनीही असे खर्चाचे दोन भाग पाडावेत असे सुचविले आहे.

ग्रंथालयांच्या प्रकारानुसार कर्मचारी वर्गांची पदे, वेतन श्रेणी, संख्या, महागाईभत्ता, वाचन साहित्य, ग्रंथबांधणी, ग्रंथांची निगा इ. गोष्टींसाठी सारखीच रक्कम अंदाजपत्रकात असावी. हा खर्च आवर्ती प्रकारात येतो.

अनावर्ती खर्चात ग्रंथालयाची इमारत, फर्निचर, उपकरणे, संगणक, झेरॉक्स यंत्र, मायक्रो फिश रीडर वगैरे साधने यांचा समावेश होतो.

सार्वजनिक ग्रंथालयासाठी याचा उपयोग करावा असे डॉ. शि.रा. रंगनाथन यांची सुचविले आहे. कारण सार्वजनिक ग्रंथालय ही विशेषत: समाजाची गोष्ट आहे.

Mind Mapping – मनोरेखन

केंद्रस्थानी असलेल्या मुख्य शब्दाच्या अथवा कल्पनेच्या मुळापर्यंत जाऊ शकतील अशा प्रकारे त्या शब्दाच्या अथवा कल्पनेच्या सभोवती मांडणी केलेल्या आणि त्याच्याशी जोडलेल्या शब्दांचे, कल्पनांचे, कार्यांचे (tasks) अथवा अन्य बाबींचे प्रतिनिधीत्व करण्यासाठी वापरलेल्या आकृतीला माइंड मॅप असे म्हणता येईल. कोणत्याही माइंड मॅपच्या घटकांची मांडणी, संकल्पनांना दिलेल्या महत्त्वानुसार अंतर्ज्ञानाने केली जाते आणि या घटकांचे समुहामध्ये (groupings), शाखांमध्ये (branches) अथवा क्षेत्रांमध्ये (areas) वर्गीकरण केले जाते. असे करण्यामध्ये माहितीच्या विविध भागात (portions) असलेल्या अर्थसंबंधांचे अथवा अन्य संबंधांचे प्रतिनिधीत्व करणे हेच उद्दिष्ट असते. शिक्षणतज्ज्ञ, अभियंते, मानसशास्त्रज्ञ व इतरांनी माइंड मॅपचा वापर अनेक शतके अध्ययन, ब्रेन स्टॉर्मिंग, स्मरणशक्ती, दृक् चिंतन (visual thinking) आणि समस्यांची सोडवणूक करण्यासाठी केला आहे.

माइंड मॅप्सचे उपयोजन अनेक गोष्टीत आढळते. उदाहरणार्थ, व्यक्तिगत अथवा कौटुंबिक बाब, शैक्षणिक अथवा औद्योगिक परिस्थिती, कच्ची टिपणे करणे (note taking) ब्रेनस्टॉर्मिंग, सारांश अथवा सुधारमा करणे, विचारामध्ये सर्वसाधारण सुस्पष्टता आणणे इत्यादी. माइंड मॅप्स हाताने काढता येतात. (उदा. व्याख्यान अथवा सभेत घेतलेली टिपणे) अथवा त्यांच्या गुणवत्तेत अधिक आधुनिकपणा आणता येतो. माइंड मॅप्स तयार करण्यासाठी अनेक सॉफ्टवेअर पॅकेजिस उपलब्ध आहेत.

Mixed Notation – मिश्र चिन्हांकन

द्विबिंदू वर्गीकरण पद्धतीमध्ये चिन्हांकन मिश्र आहे. इंग्रजी रोमन वर्णमालेची २३ अक्षरे. इंग्रजी वर्णमालेची २६ मोठी अक्षरे

१ ते ९ व 0 हे भारतीय अंक, ग्रीक वर्ण ∆
पहिला गोल कंस (“ (”)
दुसरा गोल कंस (“) ”)
सुलटा बाण (⟶)
उलटा बाण (⟵)
अवतरण चिन्ह (‘) टिंब (.)
द्विबिंदू (:) अर्धविराम (;) स्वल्पविराम (,)
आडवी रेख (–)

असे एकूण ७0 प्रकार वापरलेले आहेत. मुख्य वर्गांची संख्या वाढल्यामुळे वर्गीकरण पद्धतीचा पाया विस्तृत झाला आहे. मुख्य वर्गांची विभागणी मिश्र चिन्हांकनामुळे चार मंडलात होऊ शकली. या पद्धतीमुळे चिन्हांची संख्या वाढली. त्यामुळे सूक्ष्मतम वर्गीकरण व अर्थवाही वर्गांक तयार करणे शक्य होते.

“मेकॅनो सेट” रचनेमुळे नको असलेले पैलू वगळून सुटसुटीत वर्गांक तयार करता येतात.

सर्व साधारणपणे मुखपरिसूत्रात पाच पैलू आहेत. पण प्रत्येक पैलूला त्याचे स्वतंत्र चिन्ह आहे. त्यामुळे नको असलेला पैलू वगळता येतो.

Mnemonic Device – स्मरण सहाय्यक युक्ती

या युक्तीमध्ये एखाद्या विषयाचे विभाजन करताना म्हणजेच नवीन केंद्र निर्माण करताना किंवा अस्तित्वात असलेल्या केंद्राचे विभाजन करताना कोणते चिन्ह वापरावयाचे हे ठरवावे लागते. त्यावेळी उपलब्ध चिन्हांच्या विविध अर्थासंबंधीचे संकेत लक्षात घेऊन चिन्हाची निवड करावी लागते.

अशा स्मरण साधनांना बीजमूलक स्मरण साधने (Seminal Mnemonics) असे म्हणतात. यांची कोष्टके तयार नसतात. ती त्यांच्या संकेत, रूढीप्रमाणे, अर्थानुसार वापरली जातात.

उदा. १ हा आकडा परमेश्वर, जग, राष्ट्राध्यक्ष यांच्यासाठी वापरला जातो. भारताचे राष्ट्राध्यक्ष V21

Mnemonics – स्मरणसुलभता

स्मरणसुलभ म्हणजे लक्षात ठेवण्यास सोपे जाणे. या स्मरणसुलभ गुणधर्मास स्मरणसुलभता म्हणतात. ही तीन प्रकारची असते.

१) बीजमूलक (Seminal)

२) शाब्दिक (Verbal)

३) सारणीतील स्मरणसुलभता (Scheduled)

Mobile Library – फिरते ग्रंथालय

' प्रत्येक वाचकाला त्याचा ग्रंथ मिळाला पाहिजे ' या सिद्धान्ताचे प्रतिपादन करताना वृद्ध-तरुण, स्त्री-पुरुष, बाल-प्रौढ, ग्रामीण-शहरी अशा सर्वांनाच ज्ञानसंपादनाचा हक्क आहे आणि त्यासाठी ग्रंथालयांची आवश्यकता आहे; तर लोकशाही असणाऱ्या देशात प्रत्येकाला चांगली ग्रंथालय सेवा मिळण्याचा हक्क आहे. ग्रंथसंग्रहातून ग्रंथनिवडीचा त्यांना अनुभव घेता आला पाहिजे आणि त्यासाठी वाचकाला ग्रंथपालाचे मार्गदर्शन ही मिळाले पाहिजे.

सर्वच ग्रंथालये मोठी नसतात. लहान-लहान ग्रंथालयांकडे ग्रंथसंग्रहही लहानच असतो. अशावेळी वाचकांच्या आवडीच्या ग्रंथांची मागणी पुरवणे अशक्य असते. विशेषत: ग्रामीण भागात या समस्या फार असतात.

ग्रामीण भागातील लोकांना शहरातील ग्रंथालयाकडे सतत जाणे-येणे अवघडच ठरते. शिवाय वृद्ध, अपंग, बाल आणि महिला यांना ग्रंथालयांचा लाभ घेणे जवळजवळ अशक्यच ठरते. वाचकांनी ग्रंथांपर्यंत येण्यापेक्षा ग्रंथच त्यांच्या दारी नेले तर ? या कल्पनेतून फिरती ग्रंथालये उदयाला आली. आणि ती उपयुक्तही ठरली. हे एक 'चाकावरील ग्रंथालय' असते किंवा त्याला ग्रंथगाडी असेही म्हणता येईल.

फिरत्या ग्रंथालयात ग्रंथांची शेल्व्हज् बनवलेली असतात. व दाराजवळ छोटा काउंटर असतो. शहरातील मध्यवर्ती ग्रंथालयातून निवडक ग्रंथ घेऊन ही ग्रंथगाडी ग्रामीण भागातील वाचकांपर्यंत जाते. बरोबर प्रशिक्षित कर्मचारी असतात. त्यासाठी एक ठराविक दिवस आणि ठराविक वेळ निश्चित केलेली असते. ठराविक मुदतीसाठी हे ग्रंथ दिले जातात. दारातील काउंटरवर ग्रंथाची देवघेव होते.

ग्रंथाबरोबर काही संदर्भग्रंथही गाडी थांबण्याच्या वेळेपर्यंत वाचक वाचू शकतात. पुढील वेळेसाठी हव्या असणाऱ्या ग्रंथांची मागणी करू शकतात.

वाचकांना हवे असणारे ग्रंथ देणे, संदर्भ देणे, त्यांच्या प्रश्नांची उत्तरे देणे, त्यांच्या मागणीप्रमाणे ग्रंथ देणे किंवा त्यांच्या सूचनांचा विचार करून त्याप्रमाणे ग्रंथालय सेवा देणे, सेवेत सुधारणा करणे ही कामे अर्थातच कर्मचारीवर्गाची असतात. आणि अशी सेवा मिळणे वाचकांना अपेक्षित असते. किंबहुना ते प्रशिक्षित कर्मचाऱ्यांचे कर्तव्य असते.

लहान-लहान गावापर्यंत, खेड्यापर्यंत नेणारे रस्ते पक्के नसतात. ओबडधोबड असतात. त्यासाठी ही ग्रंथगाडी मजबूत असते. साधारणत: ५०० किंबहुना थोडी जास्तच ग्रंथसंपदा वाहून नेण्याची तिची क्षमता असते. गाडीच्या दोन्ही बाजूस उघडणारी रॅक्स असतात. त्यामुळे बाहेर उभे राहून वाचक ग्रंथनिवड करू शकतात. सरकती दारे असतात. ड्रायव्हर-केबिनच्या मागे छोटा काउंटर असून तिथून ग्रंथांची देवघेव चालते. गाडीमध्ये प्रकाश-व्यवस्था केलेली असते. आणि महत्त्वाचे म्हणजे गाडी आल्याचे कळण्यासाठी विशिष्ट आवाजाचा भोंगा वाजवला जातो.

या फिरत्या ग्रंथालयांचा मुख्य फायदा म्हणजे दुर्गम भागातील वाचकांना ग्रंथ मिळू शकतात. आणि त्यांच्या विशिष्ट ग्रंथांच्या मागण्या ग्रंथगाडीच्या फेऱ्यात पुरवता येतात.

अगदी लहान वाचकांच्या गटालाही ग्रंथालय सेवा देता येते. सुट्ट्यांमध्येही ही योजना चालू राहते.

केवळ ग्रामीण आणि दुर्गम भागातच नव्हे तर मोठ्या शहरातील छोट्या वस्त्या-वसाहतींना ही सेवा देता येते.

शिवाय प्रत्येक गावासाठी स्वतंत्र ग्रंथालय, इमारत, ग्रंथसंग्रह, इमारतीची दुरुस्ती, व्यवस्था यावर होणारा खर्च वाचू शकतो. याउलट अशा फिरत्या ग्रंथालयाकडून सेवा देणे कमी खर्चाचे होते.

अर्थात् यात काही गैरसोयही होते. उदा. वाचन बंद पडणे, दोन फेरीत बरेच अंतर पडल्यामुळे वाचकांची गैरसोय होणे इ.

पण तरीही या फिरत्या ग्रंथालयाकडून मिळणारे फायदे अधिक आहेत हे नक्की.

Molsworth's Marathi-English Dictionary - मोल्स्वर्थ मराठी-इंग्लिश डिक्शनरी

मोल्स्वर्थ, मराठी-इंग्लिश डिक्शनरी आ. दुसरी.

लेखक : जे.टी. मोल्सस्वर्थ व इतर

शुभदा सारस्वत पुणे प्रकाशन - १९९६

हा शब्दकोश १८३१ मध्ये जे.टी.मोल्स्वर्थ, जॉर्ज व थॉमस कँडी व काही स्थानिक भाषा तज्ज्ञ यांनी मिळून तयार केला आहे. तत्कालीन ब्रिटिश प्रशासकांना मराठी भाषेचे ज्ञान व्हावे या हेतूने हा शब्दकोश निर्माण झाला . यात पन्नास ते साठ हजार शब्द समाविष्ट आहेत. मराठी बोलीभाषेतील शब्द यात अंतर्भूत आहेत. तसेच संस्कृत शब्दांचाही अंतर्भाव यात दिसतो. प्रस्तावनेत वगळलेल्या शब्दांचे स्पष्टीकरण दिलेले आहे. तसेच शुद्धलेखन व भाषाशास्त्रीय स्पष्टीकरणही आहे.

या शब्दकोशाची रचना संस्कृत भाषेतील शुद्धलेखनाप्रमाणे केलेली दिसते. शब्द, त्याचे व्याकरण व त्याला पर्यायी इंग्रजी शब्द अशी रचना आढळते.

या कोशातील शब्दाची निवड व्यावहारिक उपयुक्ततेवर भर देऊन केलेली दिसते. भाषांतरासाठी हा एक उपयुक्त शब्दकोश तर आहेच, पण मराठी सारख्या भाषेचा हा कोश इंग्रजी लोकांनी तयार केलेला आहे हे याचे महत्त्व.

Motivation – प्रेरणा

व्यवस्थापनामध्ये प्रेरणेचे महत्त्व मान्य करावेच लागते. कोणतेही कार्य योग्य तऱ्हेने पार पाडण्यास पोषक वातावरण, कर्मचारी वर्गाचे सहकार्य जसे आवश्यक आहे तसे त्या कार्यामागची प्रेरणाही महत्त्वाची असते. कर्मचाऱ्याचा कार्यासाठी वेळ घेता येईल. पण त्याचे कौशल्य, कार्यक्षमता विकत घेणे शक्य नाही. कर्मचाऱ्याचे मन त्या कार्यामध्ये असले पाहिजे. यशासाठी कष्ट तर हवेतच पण इच्छाशक्तीही हवी. म्हणून प्रेरणा ही व्यवस्थापन तंत्राचा अविभाज्य घटक आहे. प्रेरणेमध्ये काहींना आदेश तर काहींना मार्गदर्शन दिसते. पण कर्मचाऱ्यांकडून व्यवस्थापकाला काम करवून घेणे असते. त्यामागे जर प्रेरणा असेल तर हे काम परिणामकारक पद्धतीने होऊ शकते.

यादृष्टीने कार्याला गती मिळावी म्हणून कारणीभूत ठरणारे व्यवस्थापन कार्य हीसुद्धा प्रेरणा होऊ शकते. उद्दिष्टपूर्तीसाठी तयार केलेले पोषक वातावरण हेही प्रेरणा ठरू शकते.

कॅरोल गोर्टल म्हणतात, 'विशिष्ट हेतू साध्य करण्यासाठी, त्या दिशेने प्रगती करण्यासाठी कामगारांमध्ये प्रबळ इच्छा निर्माण करणे म्हणजे प्रेरणा.'

प्रेरणेचे दोन प्रकार मानता येतील. एक बाह्य प्रेरणा यामध्ये बाह्य परिस्थितीमुळे कर्मचारी कार्यप्रवृत्त होतो. यामध्ये भीतीमुळे किंवा दबावामुळे निर्माण होणारी प्रेरणा समाविष्ट आहे. यामध्ये व्यवस्थापकाचे आज्ञापालन, शिक्षेची/दंडाची भीती यामुळे काम पूर्ण होते. काही वेळा कामाची तातडी असते. तेव्हा ही गोष्ट उपयोगी ठरू शकते. पण भीतीमुळे केलेले काम व्यवस्थित होईल याची खात्री नसते. म्हणून व्यवस्थापकाच्या गैरहजेरीचाही फायदा कधी कधी घेतला जातो. प्रलोभन प्रेरणा हीसुद्धा बाह्यप्रेरणेमध्येच अंतर्भूत होते. यामध्ये कामासाठी आर्थिक किंवा आणखी काही प्रलोभन दाखविले जाते. प्रलोभनाच्या आशेमुळे काम थोडेफार मन लावून केले जाते. पण कामाची गुणवत्ता, परिणामकारकता यांचे प्रमाण व्यस्त असते. यामध्ये फक्त हात काम करतात.

दुसरा प्रकार म्हणजे आंतरिक प्रेरणेचा. यामध्ये मनापासून पण योग्य प्रकारे व्यवस्थित काम करण्याची इच्छा असते. यामध्ये हात व मन एकत्र येऊन काम करतात. त्यामुळे कामाची गुणवत्ता वाढते. कर्मचारी उद्दिष्टाशी समरस झालेला असतो.

कामासाठी गुणवत्ता जशी आवश्यक तशी स्वयंप्रेरणाही तितकीच आवश्यक आहे. सध्या सर्व जगातच परिस्थिती बिकट आहे. कार्यक्षमतेपेक्षा निष्ठा, प्रतिष्ठा, महत्त्वाची आहे. जबाबदारीची जोखीम नको आहे. बढती, पारितोषिके या प्रलोभनांचे त्यांच्यावर परिणाम होतात. थोडी कार्यप्रवणता वाढते, पण संघटना व व्यवस्थापनातील तटे, योग्य आधुनिक साधनांचा अभाव, कामाच्या अटी, संप, बंद, कामाचे कमी प्रमाण ही प्रेरणा कमी असलेली कारणे दिसतात.

ग्रंथालय ही सामाजिक, सेवाभावी संस्था, त्यामुळे इतर संस्थांप्रमाणे इथे नफा नाही. त्यामुळे वेतनश्रेणीची तफावत ग्रंथालयांच्या प्रकारानुसार दिसून येते. आधीच बेकारी जास्त, नोकरी नाही. मिळाल्यास, शाश्वती किती हे प्रश्न निर्माण होतात. ग्रंथाबद्दल असणारे प्रेम, जिव्हाळा, सेवाविषयी असणारी अनभिज्ञता अशा ठिकाणी प्रेरणा देणे कठीणच ठरते. ग्रंथालयातील दैनंदिन कामातील यंत्रवतपणा त्यामुळेही काम कंटाळवाणे ठरते. जे कर्मचारी स्वयंप्रेरणेने जादा काम करतात, त्यांना व्यवस्थापनाकडून पाहिजे तसे प्रोत्साहन मिळत नाही. या ठिकाणी व्यवस्थापक/ग्रंथपाल यांजकडून त्यांना प्रेरणा मिळत

असते. ग्रंथपालाने याबाबतीत जागरूक असले पाहिजे. ग्रंथालयाचे नियम, कामाची जबाबदारी यामध्ये त्यानेच आदर्श ठरले पाहिजे. जे काम लवकर होत नाही, त्या कामामध्ये सर्व कर्मचाऱ्यांना सामावून घेऊन ते काम पार पाडले पाहिजे. यामध्ये कर्मचारी खूष होईल, आपण या ग्रंथालयाचा घटक असल्याचा त्याला अभिमान वाटेल. आणि तो जास्त मन लावून काम करू शकेल. या कार्यातील कर्मचाऱ्याच्या जबाबदारीचेही कौतुक होणे महत्त्वाचे ठरते. स्वयंप्रेरणेने काम करणाऱ्या कर्मचाऱ्याचे कौतुक केल्यास इतरांपुढे हे उदाहरण म्हणून ठेवता येईल. त्यांना प्रेरणा मिळेल. यामध्ये कार्याचे नियोजन, आदेश व मार्गदर्शन अंतर्भूत होते. ग्रंथालय हे सहकार्यावर आधारित आहे, हे सांगणे आवश्यक ठरते. कर्मचाऱ्यामधील सुप्त गुणांची पारख करणे हेही महत्त्वाचे आहे. त्यांना संधी देऊन, कामाची जबाबदारी टाकून ही पारख करता येईल. कर्मचाऱ्यातील कार्यक्षमता, कुवत ओळखता येईल. ग्रंथालयीन सेवेच्या यशाचा वाटा कर्मचाऱ्यांना दिल्यास सेवांची कार्यतत्परता नक्कीच वृद्धिंगत होईल. कर्मचाऱ्याला सर्व बाबतीत समजून घेणे हे अतिशय महत्त्वाचे आहे. तो केवळ यंत्र नाही, माणूस आहे, हे समजून घेणे अपेक्षित आहे. प्रेरणांचा संबंध गरजा पूर्ण करण्याच्या प्रयत्नांशी असतो.

Motivator – प्रेरक

प्रेरणांचा संबंध कर्मचाऱ्याची कामाची इच्छा व तदनुषंगिक त्याच्या गरजा यांच्याशी आहे. त्यासाठी प्रेरकांची आवश्यकता असते. मानवी गरजा नेहमीच वाढीव असतात. मानवाचे वर्तन हे त्याच्या गरजेचे दृश्य स्वरूप असते. अशावेळी प्रेरके ही कर्मचाऱ्याला उत्साहाने कार्यप्रवृत्त करतात. प्रेरणा या गरजांचे अस्तित्व दाखवितात तर प्रेरके त्या गरजा पूर्ण करण्यासाठी प्रबळ इच्छा देतात. ही प्रेरके कर्मचाऱ्यांच्या वर्तनावर परिणाम करत असतात. संस्थेच्या/ग्रंथालयाच्या प्रगतीसाठी व्यवस्थापकांनी प्रेरकांचा उपयोग करावा. कोणत्याही कर्मचाऱ्याची पूर्ण गरज व्यवस्थापक भागवू शकत नाही, त्याची कार्यशक्ती विकत घेऊ शकत नाही. पण ग्रंथालयाच्या विकासासाठी कर्मचाऱ्याच्या शक्य असतील तितक्या गरजा भागविणे शक्य होईल. ग्रंथालयाच्या विविध कार्यक्षेत्रात, निर्णय प्रक्रियेत कर्मचाऱ्यांना सहभागी करून घेणे शक्य होईल. त्यांना नवीन नवीन संधी उपलब्ध करून देणे, चर्चासत्रे, परिषदांमध्ये भाग घेण्यास उद्युक्त करणे आणि महत्त्वाचे म्हणजे स्नेहपूर्ण वागणूक या गोष्टींबरोबरच आर्थिक प्रेरकांची निर्मिती करणे हे घडू शकते.

आर्थिक प्रेरकामध्ये वेतनवाढ, लाभांश, बढती, सेवा ज्येष्ठता इ. प्रेरके आहेत. याचा लाभ कामचुकार कर्मचाऱ्यालाही सर्वांच्या प्रमाणे मिळतो. तरी भीती, शिक्षा हीच प्रेरके परंपरेने अजूनही महत्त्वाची ठरली आहेत.

प्रेरणेच्या संदर्भात मानवी गरजा, त्यांचे प्रकार याबद्दल अनेक शास्त्रज्ञांनी लिहिले आहे. अब्राहम मास्लो या प्रख्यात मानसशास्त्रज्ञाने 'गरजांचा क्रम सिद्धान्त' मांडला आहे. त्यांचा हा सिद्धान्त खालील तीन मूलभूत तत्त्वांवर आधारलेला आहे.

१) मानव हा गरजवंत आहे – गरजा वृद्धिंगतच होतात. २) अतृप्त गरज ही प्रेरक असते, पूर्ण झालेली गरज वर्तनाची प्रेरणा नसते. ३) मानवाच्या गरजांचे स्तर वेगवेगळे असतात– मूलभूत गरजा पूर्ण झाल्या की गरजांचा स्तर बदलतो.

मास्लो यांचा गरजांचा आराखडा शारीरिक, जीवनविषयक गरजा, सुरक्षात्मक गरजा, सामाजिक गरजा, सामाजिक मान्यता असलेल्या गरजा आणि आत्मविकासात्मक गरजा असा आहे.

१) जीवनविषयक गरजा – यांना मुलभूत गरजा असेही म्हणतात. या गरजांची निर्मिती सभोवतालच्या परिस्थितीमुळे होते. एक गरज संपल्यावर दुसरी गरज पुढे उभी राहते.

२) सुरक्षात्मक गरजा – मानवाचे जीवन मुळातच असुरक्षित आहे. वेगवेगळ्या घटनांतून मानवाचे अस्तित्व, कार्यक्षमता, कौशल्ये यावर विपरित परिणाम होत असतो म्हणून मानव निवारा, आर्थिक स्थैर्य, बढतीतील, नोकरीतील धोका यापासून सुरक्षितता मिळविण्याच्या मागे लागतो. यातून सुरक्षात्मक गरजांचा जन्म होतो.

३) सामाजिक गरजा/भावनात्मक गरजा – मानव मुळातच समाजप्रिय प्राणी आहे. त्यामुळे आपापसात प्रेम, जिव्हाळा, या भावनिक गरजांची आवश्यकता भासते. ग्रंथालय हीसुद्धा एक संस्थाच आहे. यामध्ये सहकाऱ्यांचे प्रेमाचे संबंध अपेक्षित असतात.

४) सामाजिक मान्यता– यामध्ये कर्तृत्वामुळे आत्मसन्मान, सामाजिक प्रतिष्ठा मिळावी, दर्जा वाढावा, नावलौकिक वाढावा या अपेक्षा अंतर्भूत असतात. महत्त्वाकांक्षी व्यक्ती यासाठी अपार कष्ट उपसतात. व्यवस्थापनामध्ये अधिकार, स्वातंत्र्य मिळावे ही गरज वाढते. ही गरज पूर्ण झाली तर कार्यतत्परता वाढते.

५) आत्मविश्वासाच्या गरजा – मानवामध्ये मुळातच नैसर्गिक गुण असतात. या गुणांना पाठबळ मिळावे, त्यांचा विकास व्हावा असे त्याला वाटत असते. त्याची कार्यकुशलता, आवाका हा तो स्वत: ओळखून असतो.

या सर्व गरजा सफल होतातच असे नाही. मानवाची वर्तणूक ही या संमिश्र गरजांची परिणती असते. या सिद्धान्तावर बरीच चर्चा झाली. मास्लो यांचा हा आराखडा काही बाबतीत उपयुक्त आहे. ग्रंथालयाच्या बाबतीत व्यवस्थापकाला या गोष्टी निश्चितच फायदेशीर ठरतील.

Multimedia – बहुविध माध्यमे

ही माहिती तंत्रज्ञानातील नवीन विकसित झालेली गोष्ट आहे. या माध्यमामुळे माहिती अर्थपूर्ण होते. यासाठी मजकूर, दृक्-श्राव्य आलेख आणि सचेतन प्रतिमा एकत्रित असतात. या सर्व गोष्टींच्या एकत्रीकरणामुळे आभासी सत्यता वृद्धिंगत होते. ही माध्यमे कान व डोळा एकाचवेळी कार्यान्वित करतात. येथे अनेक माध्यमे एकत्र आलेली असतात म्हणून ही बहुविध प्रसार माध्यमे.

ही सादरीकरणातील एक नवीन गोष्ट आहे. तंत्रज्ञानाच्या विकासामुळे संगणकाची स्मृती, शक्ती वाढविणे, अंकीय तंत्रज्ञान व ऑप्टिकल साठा यामुळे माहितीची क्रांती झाली. यातील विस्तृत आधारभूत माहिती साठा आणि सुलभ सादरीकरण यामुळे ही माध्यमे लोकप्रिय झालेली आहेत. यांचा उपयोग शैक्षणिक संस्था, उद्योगधंदे, घरामध्ये मनोरंजन, सरकारी कार्यालये यासाठी होतो.

या प्रसारमाध्यमामुळे त्रिमिती सादरीकरण होते. पण पारंपरिक पद्धतीने एकाच दृष्टीने सादरीकरण होते. ते स्थिर असते. पण बहुविध प्रसार माध्यमे गतिमान असतात. म्हणून ती उपयोजकांना आकर्षित करतात. यामधील यंत्रणा सोपी व कार्यक्षम पण परिणामकारक आहे. त्यामुळे माहितीचे संप्रेषण परिणामकारक होते.

याचे प्रकार दोन : १) अप्रभावित बहुविध प्रसार माध्यमे – यामध्ये प्रेक्षक तटस्थ राहून या माध्यमाद्वारे मिळणारी माहिती घेतात. २) प्रभावित बहुविध प्रसार माध्यमे – यामध्ये हायपरटेक्स्ट व

हायपरमिडिया यांचा आधार असतो. यामुळे जादा माहितीचा फायदा होतो.

यामुळे ग्रंथालयीन सेवेवरील माध्यमे एकाच ठिकाणी मिळतात. यामुळे जागा, अर्थ या गोष्टींची बचत होते. यामुळे अनेक प्रकारच्या गरजा पूर्ण होतात. उपयोजकाला कोणतीही माहिती सचेतन सादरीकरणासह मिळते. या माध्यमाच्या त्रिमितीमुळे वैज्ञानिक साहित्य समजणे सुलभ होते. या माध्यमांच्या जाळ्यामुळे व्हिडिओ कॉन्फरन्सिंग सोपे होते. या माध्यमांचे आभासी वातावरण ग्रंथालयामध्ये उपयोजकांना साधने मिळवून देण्यासाठी करता येते.

संगणक प्रक्रियेची वाढीव गती, आधुनिक तंत्रज्ञान आणि संगणकाच्या कमी झालेल्या किंमती यामुळे ही बहुविध प्रसार माध्यमे लोकप्रिय झालेली आहेत. ग्रंथालयात यांचा उपयोग संदर्भ व सूचना यासाठी होतो.

N

Name Catalogue – नाम तालिका

कालौघात उपयोजकाकडून ग्रंथाच्या नावानुसार मागणी होऊ लागली. लेखक तालिकेमुळे हे कार्य शक्य नव्हते. म्हणून लेखक तालिकेत बदल झाला आणि तिचे नाम तालिकेत रूपांतर झाले. या तालिकेमध्ये लेखकाची व ग्रंथनामाची नोंद स्वतंत्रपणे होऊ लागली.

या प्रकारच्या तालिकेमध्ये एक विशिष्ट लेखक, त्याचे सर्व ग्रंथ, या ग्रंथावर इतर लेखकांनी केलेली टीका, मीमांसा, त्याचा इतर व्यक्तींबरोबरचा पत्रव्यवहार, आठवणी, त्याचे चरित्र इ. प्रकारच्या ग्रंथांचा समावेश होतो. ह्या सर्व नोंदी स्वतंत्रपणे केलेल्या असतात. पण त्यांची मांडणी एकत्र केलेली असते. त्यामुळे विशिष्ट लेखकासंबंधी सर्व माहिती एकाच ठिकाणी एकत्र मिळते म्हणून अभ्यासकाला याचा उपयोग होऊ शकतो. ही तालिका एका विशिष्ट ग्रंथालयातील ग्रंथांची असल्यामुळे तिला मर्यादा पडतात. म्हणून ती अपूर्णही असू शकते.

उदा. लेखक तालिकेतील नोंद

खांडेकर (विष्णु सखाराम)

हिरवा चाफा

नाम तालिकेतील नोंद

हिरवा चाफा

खांडेकर विष्णु सखाराम

वरील उदाहरणात वि.स. खांडेकर यांच्या नावाच्या (लेखकाच्या) नोंदीमध्ये त्यांचे सर्व लिखित ग्रंथसाहित्य एकत्र येते. तसेच त्यांच्याविषयी इतरांनी लिहिलेले साहित्यही त्यांच्या, नोंदीमुळे एकत्र येते.

NASSDOC (National Social Science Documentation Centre) – नॅसडॉक (नॅशनल सोशल सायन्स डॉक्युमेन्टेशन सेंटर)

हे केंद्र इंडियन कौन्सिल ऑफ सोशल सायन्स रिसर्च (ICSSR) दिल्ली, या संस्थेने १९७० मध्ये स्थापन केले. देशातील सामाजिक संशोधनाची माहिती देणे हा या केंद्राचा मुख्य उद्देश. पुढे या केंद्राचेच नामांतर "नॅसडॉक" मध्ये झाले. या केंद्रामार्फत अनेक कार्यक्रम घेतले जातात. या केंद्राने अनेक प्रकल्पही पूर्ण केलेले आहेत.

या केंद्राच्या कामात खालील गोष्टींचा समावेश होतो.

१) प्रलेखन कार्य –

यामध्ये सामाजिक शास्त्रातील नियतकालिकांची सांधिक यादी, कालिकांची सांधिक तालिका,

महात्मा गांधी ग्रंथसूची, भारतातील सामाजिक शास्त्रातील संस्था व संघटना यांची मार्गदर्शिका, भाषिक ग्रंथसूची, क्षेत्रीय अभ्यास ग्रंथसूची, इंडियन सोशल सायन्स पिरिऑडिकल्सचा क्रमसंचयी निर्देश अशा प्रकारचे काम चालते.

२) निरंतर शिक्षण कार्यक्रम –

या कार्यक्रमांतर्गत खालील गोष्टी येतात. साधन वाटणी, ग्रंथालय व माहितीशास्त्रासाठी अभ्यासक्रम तयार करणे, सामाजिक शास्त्रातील निर्देशनासाठी संगणकीय वापराचा अभ्यासक्रम तयार करणे. ग्रंथालये व प्रलेख केंद्रासाठी माहिती व्यवस्थापन पद्धतीचा अभ्यासक्रम तयार करणे. ग्रंथालयीन कर्मचारी वर्गामध्ये चर्चासत्रे, परिसंवाद यांची योजना करणे.

या केंद्राने राष्ट्रीय व आंतरराष्ट्रीय संस्थांशी सहकार्याचे संबंध प्रस्थापित केलेले आहेत. उदा. डेलनेट, ॲपिनेस, इंटरनॅशनल कमिटी ऑन सोशल सायन्सेस इन्फरमेशन अँड डॉक्युमेन्टेशन.

या केंद्राने काही महत्त्वाची शंभर प्रकाशने प्रसिद्ध केलेली आहेत. कालिकेची अकरा प्रकाशनेही प्रकाशित केलेली आहेत. माहितीच्या संप्रेषणासाठी ज्या सेवा, योजना असतात. त्यांच्याशी निगडित अशी अकरा प्रकाशने आहेत. (उदा. ग्रंथसूचीय सेवा, प्रचलित जागरूकता सेवा, निर्देशन, सार, साधन वाटणी इ. कॉन्फरन्स अलर्ट, ॲपिनेस, न्यूजलेटर)

या केंद्राने आधारभूत यंत्रवाचनीय माहिती संच तयार केलेले आहेत. उदा. दिल्लीमधील ग्रंथालयातील नियतकालिके, संशोधन अहवाल इ.

याशिवाय या केंद्राने युनेसबिब – यामध्ये प्रलेख व प्रकाशन याविषयी युनेस्कोने दिलेले ग्रंथसूचीय संदर्भ (UNESBIB), जगातील शिक्षणाच्या साहित्यातील संदर्भ (IBEDOCS), जगातील संग्रहालये, स्मारके, स्मृतीस्थळ यांच्याविषयीचे साहित्यातील संदर्भ (ICOMMOS), संशोधन व माहिती सेवा. सामाजिक शास्त्रातील नियतकालिके (DARE) पुन्हा वापरता येण्याजोगी ऊर्जा साधने. त्या संबंधित संस्था व माहिती सेवा (ENERGY) युनेस्कोच्या आधारभूत माहिती संचाची निर्देशिका (UNESDATA) हे युनेस्को सीडी रॉम प्रोटोटाईप निर्माण केले आहेत.

हे केंद्र प्रलेखन प्रकल्पांना व सामाजिक शास्त्रातील नियतकालिकाच्या निर्देशनासाठी आर्थिक मदत करते.

या केंद्रातर्फे माहिती तंत्रज्ञानाचा वापर, ग्रंथालय व प्रलेखन सेवा या संबंधात छोट्या मुदतीचे प्रशिक्षण कार्यक्रम आखले जातात. हे केंद्र आयसीएसएसआरची दोन्ही प्रकारची सशुल्क व निःशुल्क प्रकाशने त्यांच्याच आर्थिक सहाय्याने प्रकाशित करते. उदा. आयसीएसएसआर न्यूजलेटर, इंडियन डिझर्टेशन ॲबस्ट्रॅक्टस् इ.

National Information System - राष्ट्रीय माहिती पद्धती

युनेस्कोने एका आंतरराष्ट्रीय परिषदेमध्ये प्रत्येक देशाची एक राष्ट्रीय माहिती पद्धती असावी हे मत मान्य केले (१९७४). त्या अनुरोधाने एक योजना आरेखित केली तिला नॅटीस (NATIS) असे संबोधितात. या योजनेमध्ये नियंत्रण करण्यासाठी काही केंद्रीय संस्था, राष्ट्रीय स्तरावरील उत्पादने, कार्ये व समस्या, यांच्याशी संबंधित अगणित उद्योग, अनेक स्थानिक माहितीचे विभाग इ. गोष्टी अंतर्भूत होतात. या सर्वांना एकमेकांशी संगणकीय जाळ्याने जोडणे आवश्यक ठरले. हे जाळे स्वतंत्रपणे कार्य करील ही अपेक्षा होती.

माहिती पद्धतीचे नियोजन व व्यवस्थापन करताना त्या देशांतील योजना, लोकांच्या माहितीच्या गरजा, राष्ट्रीय माहितीचे धोरण, राष्ट्रीय माहिती पद्धतीची आवश्यकता, ध्येये यासाठी असणारी ग्रंथालय कायद्याची आवश्यकता, माहितीसाठी संस्थांना आर्थिक सहाय्य, माहितीच्या वितरणासाठी पोष्टांची निःशुल्क सेवा. राष्ट्रीय, राज्य, जिल्हा वगैरे स्तरावरील अंतर्गत जाळ्यांची व्यवस्था तसेच आंतरराष्ट्रीय जाळ्यांशी संपर्क, यासाठी आधुनिक तंत्रज्ञानाचा वापर, सर्व प्रकारच्या माहितीमध्ये व्यवस्थापनाच्या दृष्टीने आंतरराष्ट्रीय प्रमाणकांचा वापर इ. गोष्टी आवश्यक ठरतात.

विज्ञान, उद्योग व संशोधन यांना माहितीची निकड सतत भासते. यासाठी आधुनिक सुविधांनी युक्त माहिती व प्रलेखन केंद्रे असणे गरजेचे ठरते. माहितीयुगात माहितीच्या संख्येत अगणित वाढ होत असते. सर्व प्रलेख एकत्र करणे, त्यांचे सुसंघटित व्यवस्थापन करणे या गोष्टी कोणत्याही एका माहिती केंद्राकडून होणे शक्य नाही. ग्रंथालयाप्रमाणेच कोणतेही माहिती केंद्र, परिपूर्ण असू शकत नाही. त्यासाठी निरनिराळ्या माहिती केंद्राची मदत घ्यावी लागते, सहकार्य करावे लागते.

माहिती प्रणाली म्हणजे ''विविध पातळ्यांवर काम करणाऱ्या माहिती केंद्रांचे त्यांचे उद्देश आणि त्यांच्यातील परस्पर सहकार्याच्या दृष्टिकोनातून स्थापन झालेले जाळे'' असे म्हटले जाते.

भारतामध्ये विज्ञान व तंत्रज्ञान या ज्ञानशाखेसाठी ''निसाट'' ही प्रणाली (National Information System for Science and Technology) महत्त्वपूर्ण कार्य करते. युनेस्कोने (UNESCO International System of Scientific and Technical Information) ही प्रणाली तयार केली आहे.

भारतामध्ये निसाट, नॅसडॉक, इन्सडॉक व डेसिडॉक या माहितीच्या राष्ट्रीय प्रणाली आहेत. आंतरराष्ट्रीय प्रणालीमध्ये युनिसिस्ट, इनिस, ॲग्रीस मेडलर्स, इन्स्पेक यांचा समावेश होतो.

माहितीच्या युगात या प्रणालींचे महत्त्व ओळखून विकास करणे आवश्यक आहे.

National Library – राष्ट्रीय ग्रंथालय

राष्ट्रीय ग्रंथालय त्या त्या देशाची शान असते. या ग्रंथालयात पूर्वी फारच मर्यादित प्रवेश दिला जात होता व आंतर ग्रंथालयीन देवघेवही नव्हती. फक्त प्रलेखांचे जतन करणे एवढाच हेतू होता. देशातील सर्व प्रकाशकांनी व संपादकांनी आपल्या प्रकाशनांच्या काही प्रती या ग्रंथालयाकडे पाठवाव्यात असे कायद्याचे बंधन आहे. त्यामुळे भावी पिढीसाठी हा ज्ञानाचा ठेवा जतन केला जातो.

राष्ट्रीय ग्रंथालयात फक्त संबंधित देशांतील साहित्याचा संग्रह केला जातो असे नाही तर परदेशात या देशाबद्दल प्रसिद्ध होणारे साहित्यही या ग्रंथालयात संग्रहीत केले जाते.

या राष्ट्रीय ग्रंथालयात अनेक विषयांच्या ग्रंथसूची उपयोजकांच्या भाविष्यात मागण्या येतील म्हणून तयार केल्या जातात. मागणीनुसार या ग्रंथसूची तयार करुन दिल्या जातात. संशोधक, अभ्यासू किंवा संस्था यांच्याकडून ही मागणीनुसार निवडक ग्रंथसूची तयार केल्या जातात. राष्ट्रीय ग्रंथसूची तयार करणे, मुद्रित व अमुद्रित साहित्यांची ग्रंथसूची मुद्रित संगणकीय वाचनीय स्वरूपात तयार करणे ही या प्रकारच्या ग्रंथालयांची कामे होत. तसेच हे ग्रंथालय देशाच्या गरजेच्या विषयांतील साहित्य सार तयार करते.

उपयोजकांना वाचनाची सुविधा देणे, संदर्भ, माहिती व ग्रंथसूची सेवा तसेच आंतरग्रंथालयीन सेवा या सेवा इथे दिल्या जातात.

सांघिक तालिका तयार करणे, सरकारला सेवा देणे, सर्वसंग्राहक साहित्य संग्रहीत करणे. ग्रंथसूची सेवा देणे. हस्तलिखितांचा संग्रह करणे. अनामत ग्रंथालय म्हणून काम करणे. ग्रंथपालन व्यवसायामध्ये संशोधन करणे. देशाच्या ग्रंथालय क्षेत्रात नेतृत्व करणे ही या ग्रंथालयाची अशी कार्ये आहेत.

याशिवाय राष्ट्रीय व आंतरराष्ट्रीय ग्रंथांचे आदान-प्रदान करणे, अंधांसाठी साहित्य संग्रह करणे. ग्रंथालयीन कर्मचाऱ्यांचे प्रशिक्षण, इतर ग्रंथालयांना ग्रंथालय पद्धतीबाबत मदत करणे ही सुद्धा इतर कार्य आहेत.

National Library – राष्ट्रीय ग्रंथालय

इ.स.१८३५ साली भारतातील राष्ट्रीय ग्रंथालय कोलकाता येथे स्थापन झाले. पुढे याच कोलकाता पब्लिक लायब्ररीचे रूपांतर राष्ट्रीय ग्रंथालयात झाले. लॉर्ड कर्झन यांनी (१९०२) याचे ''इंपिरियल लायब्ररी'' असे नामकरण केले. इ.स.१९४८ पासून हे ग्रंथालय राष्ट्रीय ग्रंथालय म्हणून काम करत आहे. श्री.बी.एस.केशवन हे पहिले ग्रंथपाल होत. त्यापूर्वी जॉन मॅकफर्लेन, के.एम. असादुल्ला यांनी या ग्रंथालयाच्या विकासासाठी हातभार लावलेला आहे.

हे ग्रंथालय भारत सरकारच्या मनुष्यबळ विकास मंत्रालयाच्या सल्ल्याने काम करते. चार इमारतीमध्ये या ग्रंथालयाचा पसारा पसरलेला आहे. या ग्रंथालयाच्या व्यवस्थापनाची जबाबदारी ''कौन्सिल फॉर नॅशनल लायब्ररी'' कडे आहे. या समितीमध्ये बारा सभासद असतात. या ग्रंथालयाची व्यवस्था १) व्यावसायिक विभाग यामध्ये ग्रंथोपार्जन, ग्रंथालयीन सेवा, वाचन साहित्यातील संस्कार २) संरक्षणात्मक विभाग - यामध्ये साहित्यांचे जतन आणि प्रयोगशाळेतील काम, प्रतिरूप सेवा इत्यादी गोष्टी अंतर्भूत आहेत.

या ग्रंथालयाचा संचालक हा प्रमुख असतो. सुमारे एक हजार कर्मचारी याचे काम करतात.

या ग्रंथालयात जवळ जवळ १९ लाख ग्रंथ व इतर साहित्य संघटित केलेले आहे. या ग्रंथालयातील संग्रह विकास, डिलिव्हरी ऑफ बुक्स ॲक्ट, खरेदी, देणगी, आदानप्रदान,अनामत हक्क, सवलत इत्यादी मार्गांनी होतो. या ग्रंथसंग्रहात इंग्रजी भाषा व इतर भारतीय भाषेतील ग्रंथसंख्या अधिक आहे. त्यामानाने परदेशी भाषांतील ग्रंथसंख्या कमी आहे. या संग्रहात आशुतोष मुखर्जी, जदुनाथ सरकार, रामदास सेन, वैय्यापुरी पिलाई यांच्या देणग्यांचा समावेश आहे. या संग्रहात श्री. तेजबहादूर सप्रु यांची ऐतिहासिक कागदपत्रे समाविष्ट आहेत. हे ग्रंथालय युनायटेड नेशन्सच्या प्रलेखांचे भांडारगृह आहे. तसेच संस्कृत, अरेबिक, इराणी व उर्दू भाषेतील हस्तलिखिते आहेत.

हे देशासाठी अनामत ग्रंथालय म्हणून कार्य करते. इतर भाषेतील दुर्मीळ ग्रंथांची प्रत मिळविणे. भारतात प्रकाशित झालेले सर्व साहित्य मिळविणे, संग्रह करणे. देशांतील ग्रंथालयांचे प्रतिनिधीत्व करणे. त्यांच्यामध्ये राष्ट्रीय जाळे निर्माण करणे. आंतर ग्रंथालयीन सेवा देणे. सांघिक तालिका तयार करणे, सर्व आय.आय.टी. ग्रंथालयांची सांघिक तालिका तयार करणे. राष्ट्रीय स्तरावर अनेक विषयांची राष्ट्रीय ग्रंथसूची तयार करणे. देशांची राष्ट्रीय ग्रंथसूची तयार करणे. आंतरराष्ट्रीय ग्रंथसूची संकलित करणे. ग्रंथालयांच्या नवीन विकसित पद्धती, नवीन तंत्रज्ञान यांची इतर ग्रंथालयांना ओळख करून देणे ही कार्ये आहेत.

National Library Week – राष्ट्रीय ग्रंथालय सप्ताह

नॅशनल बुक कमिटी व अमेरिकन लायब्ररी असोसिएशन यांनी हा राष्ट्रीय ग्रंथालय सप्ताह पाळण्याची रुढी १९५८ पासून सुरू केली.

सामान्यतः हा ग्रंथालय सप्ताह सात दिवसांचा असतो. नावातच त्याचा कालावधी समजतो. सर्व प्रकारच्या ग्रंथालयांच्या विकासासाठी उत्कर्षासाठी हा सप्ताह पाळला जातो. पुष्कळ सार्वजनिक ग्रंथालये पोस्टर्स, प्रदर्शने यासारख्या गोष्टी आयोजित करतात. त्याशिवाय वर्तमानपत्रातील स्तंभ, रेडिओ भाषणे, दूरदर्शनवरील चर्चा यातून ग्रंथालयासंबंधी माहिती, महत्त्व देण्याचे काम केले जाते. भारतात नोव्हेंबर १४ ते २० हा सप्ताह 'ग्रंथालय सप्ताह' म्हणून साजरा केला जातो.

National Policy of Information in India – भारताचे माहिती विषयक राष्ट्रीय धोरण

माहिती हे देशाच्या विकासाचे एक महत्त्वाचे अंग आहे. माहितीचे वितरण, समन्वय यावर माहितीचे मूल्य ठरते. माहितीचे एकत्रिकरण, व्यवस्थापन व प्रसार याविषयीचे धोरण आखणे हे महत्त्वाचे ठरते. ध्येयासंबंधीच्या कार्यक्रमांचे रूपांतरण म्हणजे धोरण होय. माहितीचे मुख्य उद्देश म्हणजे माहिती ही उपयोगासाठी आहे.

इ.स. १९५७ मध्ये भारताला ज्ञानाची ओळख पटली. पंडित जवाहरलाल नेहरु यांनी भारत सरकारकडून शासकीय धोरणामध्ये माहितीचे धोरण स्वीकारले. संशोधनात्मक, समाजशास्त्रीय धोरणात नवीन माहितीवर भर दिला. विज्ञान व तंत्रज्ञान यांची माहिती केंद्रे स्थापन झाली. विद्यापीठ अनुदान मंडळाने ग्रंथालयीन सेवा व माहिती केंद्रे संगणकीय जाळ्यामुळे जवळ आणली. सुनियोजित सुधारणा व गुणवत्ता सेवेवर माहितीचे राष्ट्रीय धोरण अवलंबून असते.

भारतीय ग्रंथालय संघ, संघटना व माहिती केंद्रे यांनी चर्चा, परिसंवादाद्वारे भारत सरकारला राष्ट्रीय धोरणासाठी प्रवृत्त केले. भारतीय ग्रंथालय संघाने असे धोरण तयार केले. ह्या धोरणाचा मसुदा राजा राममोहन रॉय फांऊडेशन आणि भारत सरकार यांनी दिला (१९८४). प्रो. डि.पी. चट्टोपाध्याय यांच्या अध्यक्षतेखाली भारत सरकारने एक समिती स्थापली. या समितीने ग्रंथालय व माहिती पद्धतीचे धोरण व्यवस्थित तयार केले.

या समितीने भारतातील अनेक संस्था, व्यक्ती यांच्याशी संवाद साधला. धोरणाचा मसुदा सादर केला (१९८६). या मसुद्याची १० प्रकरणे आहेत. यामध्ये धोरण, उद्देश, भूमिका, सर्व प्रकारच्या ग्रंथालयांचे एकमेकांशी असलेले संबंध, ग्रंथपालन व्यवसायविषयक बाबी, माहिती केंद्रे, त्यांचे आधुनिकीकरण, आर्थिक पाठिंबा, मनुष्यबळ विकास, राष्ट्रीय ग्रंथालय इ. गोष्टी समाविष्ट आहेत. माहिती पद्धती व माहिती सेवा यांच्यातील संबंधाबाबत काही सूचनाही त्यात केल्या आहेत.

भारत सरकारने चट्टोपाध्याय यांची एकाधिकार समिती नेमली (१९८६). या समितीच्या अहवालाचा सरकारच्या सांस्कृतिक विभागाने सांगोपांग विचार केला. तेव्हा त्यातील काही गोष्टी प्रत्यक्षात आणणे अडचणीचे वाटले. म्हणून एक कार्यकारी गट स्थापन केला. कोमल आनंद यांच्या अध्यक्ष होत्या. या कार्यकारी गटाने प्रत्येक निर्णयाचा यथासांग विचार करावा व प्रत्यक्ष कार्यक्रमाची कार्यवाही व्हावी असा हेतू होता. या गटाच्या सूचना भारत सरकारने कार्यवाहीसाठी स्वीकारल्या (१९९२).

अधिकारी समितीच्या सूचना उदा. सार्वजनिक ग्रंथालये ही दूर शिक्षणाची केंद्रे म्हणून सेवारत

करणे. शैक्षणिक ग्रंथालये यांची प्रमाणके ठरविणे. माहितीशास्त्रासाठी राष्ट्रीय संशोधन व विकास केंद्रे स्थापन करणे. राष्ट्रीय ग्रंथालय पद्धती, सांस्कृतिक विभागाने ग्रंथालयासाठी राष्ट्रीय समिती नेमण्याचा कच्चा आराखडा तयार करणे इ. गोष्टी होत्या. त्याशिवाय अल्प व दीर्घ मुदतीचे कार्यक्रम राबविणे ग्रंथालयांचे जाळे, सहकार व समन्वय, याही गोष्टी समाविष्ट होत्या.

प्रत्येक देशाने माहितीच्या जाळ्यासाठी आधुनिक माहिती शास्त्र व तंत्रज्ञान विकसित करण्यावर भर दिला आहे. जग ''ग्लोबल व्हिलेज'' बनले आहे. युनेस्कोने राष्ट्रीय माहिती विषय धोरणासंबंधी सहकार्याचा दृष्टिकोन ठेवलेला आहे. राष्ट्रीय, आंतरराष्ट्रीय ग्रंथालये व माहिती केंद्रे जगाची वाटचाल विकासाच्या दिशेने करीत आहेत.

National Programme for Acquisition and Cataloguing (NPAC) -

लायब्ररी ऑफ काँग्रेसने ही योजना १९६८ पासून अमलात आणली आहे. तालिकीकरण व ग्रंथखरेदीची ही राष्ट्रीय योजना होती. उच्च शिक्षणाच्या कायद्यानुसार जगातील सर्व वाचनसाहित्य एकत्र करण्याची जबाबदारी लायब्ररी ऑफ काँग्रेसवर टाकली. त्यासाठी निधीही उपलब्ध करून दिला. या वाचनसाहित्याचे वर्गीकरण व तालिकीकरण करणे, नोंदी करून सूची तयार करणे इ. कामे समाविष्ट होती.

या योजनेतर्फे अमेरिकेतील विद्यापीठे, सार्वजनिक ग्रंथालये यांना मदत केली जाते. यासाठी विभागीय कार्यालयाचे जाळे या संस्थेने विस्तृत केले आहे. ही कार्यालये ग्रंथनिवड, ग्रंथखरेदी, तालिकीकरण ही कामे जबाबदारीने करतात. या विभागीय कार्यालयाने तयार केलेल्या नोंदी लायब्ररी ऑफ काँग्रेसमध्ये पाठविल्या जातात. तेथे दशांश वर्गीकरण पद्धतीने वर्गांक व लायब्ररी ऑफ काँग्रेसने केलेली विषयशीर्षके यांची भर घातली जाते. त्यानंतर तात्काळ तालिकापत्रे छापली जातात. याला शेअर्ड कॅटलॉगिंग प्रोग्रॅम (Shared Cataloguing Programme) असे म्हटले जाते.

Natural & Artificial Classification - नैसर्गिक व कृत्रिम वर्गीकरण

वर्गीकरण ही क्रिया काही विशिष्ट लक्षणांद्वारे घडत असते. ही लक्षणे काही वेळा अंगभूत असतात. तर काही वेळा बाह्य स्वरूपाची असतात. यामुळेच नैसर्गिक व कृत्रिम वर्गीकरण असा प्रकार करणे आवश्यक ठरले.

जे वर्गीकरण लक्षणांच्या अंगभूत गुणधर्मामुळे केले जाते त्याला नैसर्गिक वर्गीकरण म्हणतात. उदा. लाकडी पलंग, लोखंडी खुर्च्या, प्लॅस्टिक बादली कारण या वस्तूंचे मूळ पदार्थ धातू व वस्तू एकजीव आहेत. पण पिवळे लाकडी टेबल किंवा दोनशे रुपयांची लोखंडी खुर्ची असे म्हटले तर हे कृत्रिम वर्गीकरण होय. यामध्ये आकार, रंग व किंमत ही लक्षण महत्त्वाची ठरतात.

ग्रंथांचे विषयानुसार केलेले वर्गीकरण हे नैसर्गिक वर्गीकरण होय. कारण 'ग्रंथ' व 'विषय' या गोष्टी संबंधित आहेत. पण ग्रंथांचे आकारानुसार, किमतीनुसार वा पृष्ठसंख्येनुसार वर्गीकरण केल्यास ते कृत्रिम वर्गीकरण होईल.

Net – जाळे

तंत्रज्ञान युगातील संगणकाचा शोध, दूरसंचार माध्यमांचा विकास यामुळे जाळे ही जागतिक गोष्ट ठरली आहे. एकमेकांशी संबंधित असलेल्या व्यक्तींचे गट किंवा संस्था म्हणजेच जाळे होय. ग्रंथालये /

माहिती केंद्रे उपयोजकाला कार्यक्षम व तत्पर सेवा देण्यासाठी, साधन वाटणीसाठी जाळ्यांची स्थापना करतात.

ग्रंथालयीन जाळी साधन वाटणीचा जास्त वापर होण्यासाठी, वाचन साहित्याचे उपार्जन व त्यावर प्रक्रिया करण्यासाठी, प्रलेख व माहितीची देवघेव, ग्रंथसंग्रह विकासासाठी, सहकार्य व समन्वय साधने, ऑनलाईन माहितीच्या प्रतिप्राप्तीची सोय करून संदर्भ सेवेला महत्त्व देण्यासाठी, संघतालिका तयार करणे, सूचीत्मक माहिती संच बनविणे, पत्रव्यवहार इ. निर्माण केले जातात.

ग्रंथालय व माहिती जाळे हे ग्रंथसूचीय, सांख्यिकीय व माहिती संचाची प्रतिप्राप्ती करून देते. वाचनसाहित्याच्या याद्या संकलित करते. प्रादेशिक ग्रंथसूची तयार करते. राष्ट्रीय ग्रंथसूचीद्वारा ग्रंथसूचीय नियंत्रण ठेवते. माहिती परावर्तित करणे.(down loading) ग्रंथालयीन टपाल, आंतर ग्रंथालयीन मागण्या, प्रलेखाची देवघेव इ. गोष्टींचा उपयोग जाळ्यामार्फत करता येतो.

या सर्व गोष्टींमध्ये सहकार्य आवश्यक आहे. तसेच उपार्जनाची ध्येये व धोरणे आखणे आवश्यक आहे. उपयोजकासाठी योग्य साधनांची देवाण-घेवाण करण्याची पद्धती आरेखित केल्या पाहिजेत. ज्या केंद्राचे विषय समान आहेत त्यांचे केंद्रीकरण करावयाला पाहिजे. साधन वाटणीतील सहभागी ग्रंथालयामध्ये जाळ्याची उपयोगिता वाढविली पाहिजे. माहिती प्रसाराची योग्य साधने व तंत्रे यांचा वापर करणे आवश्यक आहे. संप्रेषणाच्या जाळ्यांची निर्मिती करणे हेही आवश्यक आहे. या सर्व गोष्टींचा विचार करून त्याप्रमाणे करार करणे अपेक्षित आहे.

Newark System – नेवार्क पद्धती

अमेरिकेत ही पद्धत मोठ्या प्रमाणावर अवलंबिली जाते. भारतातही ही पद्धती वापरली जाते. १९०० मध्ये अमेरिकेतील न्यू जर्सी राज्यातील सार्वजनिक ग्रंथालयात जॉन कॉटन डॅना या ग्रंथपालांनी ही पद्धती विकसित केली. या पद्धतीतही सभासदपत्र, ग्रंथपत्र, दिनांक शिक्का, दिनांकदर्शक, ग्रंथपाकीट, दिनांकपत्र, सभासद नोंदणी अर्जाची संचिका (फाईल) इ. गोष्टींची गरज असते.

सभासदपत्रावर सभासदाचे नाव, पत्ता, क्रमांक असतो. आणि त्याच पत्राच्या खाली ग्रंथ दिल्याचा व ग्रंथ परतीचा दिनांक असे रकाने असतात. ग्रंथपत्रावर ग्रंथकार, ग्रंथनाम, बोधांक, दाखलअंक असतो. आणि खालील भागात देयदिनांक, सभासद क्रमांक लिहिलेला असतो. हे पत्र प्रत्येक ग्रंथातील चिकटविलेल्या पाकिटात असते. याचा आकार सभासदपत्राप्रमाणे किंवा लहान/मोठा असतो. ग्रंथपाकिट हे ग्रंथवेष्टनाच्या मागील किंवा पुढील बाजूस चिकटविलेले असते. तसेच दिनांकपत्रही चिकटविलेले असते.

याशिवाय सभासदनोंदणीच्या अर्जांची संचिका केलेली असून ते अर्ज अनुवर्णाप्रमाणे (Alphabetically) लावलेले असतात. आणि सभासदाचा पत्ता पटकन् उपलब्ध होण्यासाठी ही संचिका कौंटरवर ठेवलेली असते. अशीच संचिका सभासद क्रमांकाप्रमाणेही केली जाते.

सभासदाला हवा असणारा ग्रंथ आणि सभासदपत्र साहाय्यकाकडे दिले जाते. तो ग्रंथातून ग्रंथपत्र काढून त्याच्यावर सभासद क्रमांक आणि देयदिनांक लिहितो. मग ग्रंथातील दिनांकपत्रावर ग्रंथपरतीचा शिक्का मारला जातो. सभासदपत्रावर दाखलअंक आणि देयदिनांक लिहून, ग्रंथ आणि सभासदपत्र सभासदाला दिले जाते. नंतर सर्व ग्रंथपत्रे दिनांकदर्शकामागे दाखलअंक किंवा बोधांक याप्रमाणे लावली जातात.

सभासदाने ग्रंथ परत आणल्यावर ग्रंथातील दिनांकपत्रावरील दिनांक तपासून पाहतात. ग्रंथपत्र दिनांकदर्शकामागून काढून ग्रंथपाकिटात ठेवतात. आणि त्याप्रमाणे सभासदपत्रावरही नोंद केली जाते व ते सभासदपत्र परत दिले जाते. ग्रंथ परत देण्यास विलंब झाल्यास नियमाप्रमाणे शुल्क घेतले जाते.

विशिष्ट पुस्तक किती जणांनी, कोणीकोणी वाचले हे कळते. ग्रंथ आरक्षणासाठी ग्रंथपालाला 'आरक्षित' अशी चिठ्ठी लावता येते. देवघेवीची आकडेवारी सहज मिळते. कोणत्या ग्रंथाला उशीर झाला हे कळते. ग्रंथ त्वरित हवा असेल तर ग्रंथपत्रावरील सभासद क्रमांकामुळे माहिती मिळते. आणि महत्त्वाचे म्हणजे ग्रंथपत्र चुकून बाहेर पडले तरी त्याच्यावरील सभासद क्रमांकामुळे ग्रंथ कोणी आणि केव्हा नेला याची माहिती मिळते.

याउलट एखादा सभासद, सभासदपत्र विसरला तर ग्रंथाबाबतच्या नोंदी अपूर्ण राहतात. तसेच सभासद क्रमांक ग्रंथपत्रावर नोंद करताना चूक झाली तर ग्रंथ कोणाकडे आहे हे समजणे अवघड होते. सभासदपत्र हरवले तरी सभासदाच्या नावावरील ग्रंथ, ग्रंथपत्रावरून शोधता आला तरी तो शोधण्यास विलंब होतो. आणि सभासदपत्रच सभासदाकडे असल्यामुळे स्मरणपत्र पाठवण्यासाठी सभासद नोंदणीच्या अर्जाच्या संचिकेमधून माहिती घेण्यासही वेळ लागतो.

या मूळ नेवार्क पद्धतीत विविध ग्रंथालयांनी आपल्या सोयीप्रमाणे बदल केले. त्यामुळे मूळ पद्धती आज कोठेही आढळत नाही. पण या नेवार्क पद्धतीचा मोठ्या प्रमाणावर उपयोग केला जातो.

Newspaper Library – वृत्तपत्र ग्रंथालय

हे ग्रंथालय विशेष ग्रंथालयाचाच एक प्रकार आहे. येथील वाचकांची संख्या कमी असते. वर्तमानपत्राच्या कार्यालयात जगातून बातम्या येत असतात. या बातम्या वर्तमानपत्राच्या धोरणानुसार छापल्या जातात. या बातम्यांसाठी पूरक माहिती, फोटो, नकाशा, आकडेवारी आणि इतिहास अशा गोष्टी दुजोरा देण्यासाठी आवश्यक असतात. येथे ग्रंथालयीन संदर्भ सेवेची आवश्यकता असते. ''प्रेस ट्रस्ट ऑफ इंडिया' किंवा 'युनायटेट प्रेस' यांच्या सारख्या वृत्तसंस्थांनी दिलेल्या माहितीला पूरक माहिती देण्याचे काम हे ग्रंथालय करत असते.

या प्रकारच्या ग्रंथालयात ग्रंथसंग्रह अन्य ग्रंथालयांच्या मानाने कमी असतो. संदर्भग्रंथ, वर्तमानपत्रातील लेख, कात्रणे त्यांची विषयवार पाकिटे तयार केलेली असतात. त्याशिवाय नियतकालिके यांचाही उपयोग यासाठी केला जातो. नियतकालिके अद्ययावत माहितीसाठी उपयुक्त असतात. याशिवाय सार, माहितीचे निर्देश अशा गोष्टीही असतात. अचूक, योग्य, अधिकृत माहिती कमीत कमी वेळेत देणे हेच या ग्रंथालयाचे मुख्य काम आहे. माहितीच्या अधिकृततेवरच वर्तमानपत्राचे यश अवलंबून असते.

अशा प्रकारचे ग्रंथालय हे त्या वृत्तपत्रीय कार्यालयाचा भाग असते. त्या वृत्तपत्राचे सर्व जुने अंक जतन करणे, त्यांच्या संचयिका (फाइल्स) वर्षानुसार तयार करणे असेही काम या ग्रंथालयात केले जाते. सध्याच्या नवीन तंत्रज्ञानयुगामुळे त्यांचे सूक्ष्मपट (मायक्रोफिल्मिग), संगणकीय तबकड्या सीडी तयार करता येतात. त्यामुळे जागेचा प्रश्न निर्माण होत नाही.

या ग्रंथालयीन साधनांचा उपयोग वृत्तपत्र कार्यालयातील संपादक, उपसंपादक वगैरे व्यक्ती करतात.

National Information Centre Net - (NICNET) – नॅशनल इन्फर्मेशन सेंटर नेट (निकनेट)

केंद्र व राज्ये, राज्ये व जिल्हा, त्यांचे वेगवेगळे विभाग, मंत्री, जनता यांच्यात माहितीचे दळणवळण व्हावे हा या जाळ्याचा हेतू आहे. या जाळ्याची स्थापना नॅशनल इन्फर्मेशन सेंटरने केलेली आहे. प्रथम वेगवेगळ्या शासकीय विभागांमध्ये परस्पर संबंध प्रस्थापित करणे. निर्णयाच्या संदर्भात या गोष्टींचा उपयोग केला जावा म्हणून या जाळ्याचा वापर केला जाई. आता या जाळ्याचा व तंत्रज्ञानाचा उपयोग माहितीच्या आदान प्रदानासाठी केला जातो.

संगणकीय व्यवस्थापनाची तंत्रे अवगत करून त्यांच्या वापरास प्रोत्साहन देणे. माहिती क्षेत्रात प्रशिक्षणाद्वारे प्रशिक्षित कर्मचारी वर्ग तयार करणे, संगणकीय कार्याच्या नवीन पद्धती तयार करून त्यांचा विकास करणे. जाळ्याद्वारे केंद्रीय शासन विभाग व मंत्रालये एकत्र जोडणे. नॅशनल इन्फरमेशन सेंटरच्या चार केंद्राशी शहरातील, जिल्ह्यातील माहिती केंद्रे जोडणे ही या जाळ्याची उद्दिष्टे आहेत.

या जाळ्याची चार केंद्रे दिल्ली, पुणे, हैद्राबाद व भुवनेश्वर ही एकमेकांना जोडलेली आहेत. यामध्ये राज्य पातळीवरील ३२ व जिल्हा पातळीवरील अंदाजे ४५० केंद्रे सुरू केलेली आहेत. यामुळे शासकीय विभागांना, संस्थांना माहितीचे योग्य संप्रेषण करणे शक्य झाले आहे. या जाळ्याने अनेक माहिती पद्धती विकसित केलेल्या आहेत. उदा. जकातकर, हिशेब, अंदाजपत्रक, आयात-निर्यात, खनिजे इ.बाबींची अचूक आकडेवारी लवकर उपलब्ध होते. माहितीचे अनेक प्रकारचे आधारभूत संच निर्माण झालेले आहेत. त्यामुळे माहितीची प्रतिप्राप्ती सुलभ व सोयीची झाली आहे.

या जाळ्यामार्फत इ-मेल, समाचार पत्रिका, ग्रंथसूचीय सेवा, पेटंटस्, डोअर मॅट सेवा, हवामान अंदाज या सेवा दिल्या जातात. दूरध्वनीद्वारा माहिती सेवा, निवडणूक माहिती इ. सेवाही उपलब्ध होतात.

माहितीचे प्रक्षेपण, प्रसार व संप्रेषण या हेतूने ही निकनेटची राष्ट्रीय माहिती पद्धती स्थापन झाली. ही राष्ट्रीय माहिती पद्धती अनेकविध प्रवेश तंत्र व सी २०० सर्व्हिसेस मायक्रो अर्थ स्टेशनचा उपयोग यावर आधारलेली आहे.

NISSAT (National Information System for Science of Technology) –

निसाट (नॅशनल इन्फर्मेशन सिस्टिम फॉर सायन्स अँड टेक्नॉलॉजी)

ही भारताची राष्ट्रीय माहिती पद्धती १९७५ मध्ये स्थापन झाली. एकाच ठिकाणी माहिती साधने व सेवा उपलब्ध करून देणे हा या पद्धतीचा मुख्य हेतू. भारत सरकारच्या विज्ञान व तंत्रज्ञान विभागाने ही पद्धती १९७७ पासून कार्यरत केली.

कार्ये – प्रलेख उपार्जन – वैज्ञानिक प्रकाशनाची प्रत्येक प्रत नॅशनल सायन्स लायब्ररीकडे पाठविली जाते. त्यामुळे वैज्ञानिक त्याचा उपयोग करू शकतात. प्रकाशनांच्या अनावश्यक प्रतींची द्विरूक्ती टाळणे हे प्रलेख उपार्जनाच्यावेळी फार महत्त्वाचे असते. या प्रलेखांचे वितरण इतर ग्रंथालयात होण्यासाठी काही योजना राबविणे, त्यांच्यात सहकार्य निर्माण करणे या गोष्टी करता येतात.

सांघिक तालिका – निरनिराळ्या माहिती केंद्रातील प्रलेखांची सांघिक तालिका तयार करणे. कालिकांची, दुय्यम ग्रंथांची व अहवालांची सांघिक तालिका करण्याची योजना आहे.

प्रचलित जागरूकता सेवा – इतर राष्ट्रीय केंद्रे निसाटच्या सहाय्याने ही सेवा व माहितीचे निवड

संप्रेषण या सेवा देतात. माहिती एकत्रित करणाऱ्या साधनामध्ये, त्यांच्या तंत्रामध्ये व सेवामध्ये निसाटने खूपच प्रगती केली आहे.

माहितीचे निवडक प्रसारण – विज्ञान व तंत्रज्ञान या क्षेत्रात निसाटच्या इन्सडॉक या केंद्राने चेन्नईच्या आयआयटी संस्थेला ही सेवा पुरविण्याची तरतूद केली आहे.

औद्योगिक माहिती सेवा – उद्योगधंद्यांना माहितीच्या नव्या नव्या प्रयोगांची गरज असते. कारण हे उद्योगधंदे नवीन ज्ञान व माहिती प्रत्यक्षात आणतात. म्हणून उद्योगधंद्याला अशी माहिती केंद्रामार्फत मिळणे आवश्यक आहे. अशा उद्योगांना विज्ञान व तंत्रज्ञान क्षेत्रांतील संशोधन व विकास यासंबंधीची माहिती निसाटच्या देखरेखीखाली एसआयइटी (SIET) ही संस्था देते.

माहितीशास्त्राचे प्रशिक्षण – माहिती क्षेत्रातील कर्मचारीवर्गाला माहिती तंत्रज्ञानातील विकास, त्यासाठीचा संगणकीय उपयोग, विषयांचे एकमेकांशी असलेले अंतर्गत संबंध, त्यासंबंधीची माहिती, हे सर्व ज्ञान प्रशिक्षणाच्या कार्यक्रमामार्फत दिले जाते. यासाठी इन्सडॉकचे सहकार्य मिळते.

संशोधन व माहितीशास्त्र – प्रत्येक ज्ञानशाखेत संशोधन सुरू असते. देशाच्या विकासासाठी संशोधन तर आवश्यक आहेच. म्हणून निसाटच्या वतीने इन्सडॉक माहिती क्षेत्रात संशोधनासाठी सोयी निर्माण करून देते.

आंतरराष्ट्रीय सहकार्य – भारताचे निसाटद्वारा आंतरराष्ट्रीय स्तरावर सहकार्य व समन्वय आहे. युनेस्को, एफआयडी, इनिस, ॲग्रीस इ.च्या कार्यक्रमासाठी भारताचा सहभाग असतोच.

निसाटला सल्ला देण्यासाठी व मार्गदर्शनासाठी सल्लागार समिती, कार्यकारी समिती महत्त्वाचे कार्य गट व तंत्रज्ञाचे गट असतात. याशिवाय शाखा माहिती केंद्रे, विभागीय माहिती केंद्रे यांचाही समावेश असतो. निसाटचे कार्य छोट्या सचिवालयामार्फत होत असते.

Notation – चिन्हांकन

ग्रंथवर्गीकरण ही एक प्रकारची भाषाच आहे. लेखनासाठी जशी लिपीची, भाषेची आवश्यकता असते, तशाच भाषेची आवश्यकता ग्रंथ वर्गीकरणासाठीही असते. पण ही भाषा मुद्दाम तयार केलेली असते, सांकेतिक असते. यामध्ये आकडे, अक्षरे असू शकतात. ही सांकेतिक भाषा ग्रंथातील विषयाचा आशय स्पष्ट करते. या सांकेतिक भाषेलाच 'चिन्हांकन' म्हणतात.

'वर्गीकरण पद्धतीतील वर्ग दर्शविणारी क्रमवाचक आकड्यांची पद्धत म्हणजे चिन्हांकन' अशी व्याख्या डॉ.एस.आर.रंगनाथन यांनी केली आहे.

शब्दरूपाने ग्रंथातील विषय पूर्णपणे व्यक्त होत नाही. कारण विषयांतील परस्परसंबंध शब्दातून व्यक्त करणे शक्य नाही. चिन्हांकनाद्वारे ग्रंथातील सूक्ष्मतम विषयाचे सांकेतिक लघुलिपीत वर्णन करता येते. ग्रंथातील विषय वाचकांच्या समोर आणण्यास चिन्हांकनाची मदत होते.

वर्गीकरणाच्या सारणीतील प्रत्येक संज्ञेला चिन्ह निश्चित करावे लागते. ही संज्ञा पुढे त्याच चिन्हाने ओळखली जाते. चिन्हांकनामुळे वर्गीकरण पद्धतीतील विषयाचे निश्चित स्थान समजते. ग्रंथाच्या विषयाच्या कालविभाग, स्थलविभाग व भाषाविभाग इत्यादीसाठी चिन्हांकनांचा उपयोग होतो. तसेच चिन्हांकनामुळे वर्गीकरण पद्धतीमध्ये लवचिकपणा व आतिथ्यशीलता आणता येते. ग्रंथांचा स्थानांक (Call No.) चिन्हांकनामुळेच तयार करता येतो. चिन्हांकनाचा उपयोग स्मरण, वाचन, लेखन यासाठीही होतो.

चिन्हांकनांच्यासाठी काही निकषांचाही वापर करावा लागतो. चिन्हांकन सुस्पष्ट व सुबोध असले पाहिजे. यामुळे कपाटातील ग्रंथांचे स्थान सहजपणे लक्षात येणे शक्य आहे. चिन्हांकन लघु व संक्षिप्त असावे पण दुर्बोध, अवघड नसावे. ते स्मरणसुलभ असावे. उच्चारण्यासही अवघड नसावे व टंकलेखनाला किंवा मुद्रिताला अवघड वाटू नये. ते लवचिक असावे म्हणजे चिन्हांच्या क्रमात बदल न करता नवीन चिन्हे सामावून घेण्याची कुवत त्यात असावी.

ही सर्व चांगल्या चिन्हांकनाची वैशिष्ट्ये किंवा गुणधर्म म्हणता येतील.

Notation : Types - चिन्हांकनांचे प्रकार

चिन्हांकनांचे प्रकार दोन आहेत.

१) शुद्ध चिन्हांकन (Pure Notation) २) मिश्र चिन्हांकन (Mixed Notation)

१) शुद्ध चिन्हांकन – या प्रकारात एकाच प्रकारच्या चिन्हांकनाचा उपयोग केलेला असतो. केवळ अंक अथवा वर्ण यांचाच वापर केलेला असतो. दशांश वर्गीकरण पद्धती हे या शुद्ध चिन्हांकनाचे उदाहरण होय. यामध्ये केवळ अंकाचाच वापर केलेला आहे. उदा. ३२०, ८०० इत्यादी.

एकाच प्रकारच्या चिन्हांचा वापर शुद्ध चिन्हांकनात केल्यामुळे ते लक्षात ठेवण्यास सुलभ जाते. ज्या वर्गीकरण पद्धतीत शुद्ध चिन्हांकन वापरले आहे ती पद्धती अभ्यासामुळे लवकर आत्मसात करता येते.

मुख्य वर्ग दर्शविण्यासाठी एकाच प्रकारची चिन्हे वापरल्यामुळे त्या वर्गीकरण पद्धतीचा पाया संकुचित होतो. दशांश वर्गीकरण पद्धतीमध्ये मुख्य वर्गाची संख्या दहाच राहते. अधिक होत नाही. ज्ञानशाखांच्या वाढत्या विस्तारामुळे चिन्हांकनांच्या अपुरेपणामुळे नवीन विषयांना मुख्य वर्गाचे स्थान देता येत नाही.

विषयाचे सूक्ष्मतम वर्गीकरण करणे या प्रकारच्या शुद्ध चिन्हांकनात अवघड जाते. तसे केल्यास वर्गांकाची लांबी वाढते. दशांश वर्गीकरण पद्धतीमध्ये ९ हा अंक ‘‘इतर’’ विभाग व उपविभाग दर्शविण्यासाठी बऱ्याच वेळा वापरला आहे. उदा. मराठी भाषा 491.46 यामध्ये वर्गांकाची लांबी वाढलेली दिसते.

२) मिश्र चिन्हांकन – या प्रकारामध्ये एकापेक्षा अधिक प्रकारची चिन्हे वापरलेली असतात. म्हणून यास मिश्र चिन्हांकन असे म्हणतात. आकडे, वर्ण आणि इतर चिन्हांचाही वापर यामध्ये केलेला असतो.

द्विबिंदू वर्गीकरण पद्धतीमध्ये अंक, देवनागरी वर्ण, विरामचिन्हे इत्यादी वेगवेगळ्या प्रकारची चिन्हे वापरली आहेत. म्हणून या पद्धतीचे चिन्हांकन मिश्र आहे.

मिश्र चिन्हांकनामध्ये वर्गीकरण पद्धतीचा पाया विस्तृत होतो. कारण मुख्य वर्ग दर्शविणाऱ्या चिन्हांची संख्या वाढवता येते. ही संख्या वाढल्यामुळे सूक्ष्मतम वर्गीकरण करणे शक्य होते. वर्गांकातील चिन्हांची संख्याही मर्यादित ठेवणे शक्य होते. द्विबिंदू सारख्या विश्लेषण व संश्लेषण पद्धतीमध्ये विषयाचे वेगवेगळे पैलू दाखविणे मिश्र चिन्हांकनामुळे शक्य होते.

मिश्र चिन्हांकनाचे तोटेही आहेतच. अनेक प्रकारची चिन्हे वापरात असल्यामुळे हे चिन्हांकन लक्षात ठेवण्यास सोपे नाही. अवघड जाते. तसेच या पद्धतीचा सखोल अभ्यास करणे आवश्यक आहे.

❑❑❑

O

On Line Computer Library Centre (OCLC) –

ऑनलाईन कॉम्प्युटर लायब्ररी सेंटर (ओसीएलसी)

हे जगातील सर्वात मोठे जाळे आहे. अमेरिकेतील माहिती व ग्रंथालयांचे हे संगणक जाळे उपलब्ध सर्व माहितीचा पुरवठा करते. ''ओहिओ कॉलेज लायब्ररी सेंटर'' असे याचे १९७१ पर्यंत नाव होते. ह्या जाळ्याची स्थापना डब्लिन येथे झाली (१९६७). राज्यस्तरावर हे जाळे लोकप्रिय झाले. या सेंटरने ''मार्क'' ही योजना स्वीकारली व ऑनलाईन सेवा देण्यास सुरुवात केली. या सेंटरचे ''ऑनलाईन कॉम्प्युटर लायब्ररी सेंटर'' म्हणून नामांतर झाले (१९८०).

ग्रंथालयातील ग्रंथोपार्जन, ग्रंथ मागणी, तालिकीकरण इ. कामांचे संगणकीकरण करण्यात आले. प्रलेखन, आंतर ग्रंथालयीन देवघेव यासाठी यांत्रिकीकरण करणे हे या जाळ्याचे वैशिष्ट्य आहे.

कार्ये – ग्रंथोपार्जनाची उपपद्धती – या केंद्राकडे त्यांचे सभासद ग्रंथ, प्रलेखांच्या मागण्या करतात. त्या मागण्यांची नोंद केली जाते. या मागण्या हे केंद्र ग्रंथविक्रेत्याकडे पाठविते. ग्रंथविक्रेते त्यांचा पुरवठा करतात.

नियतकालिकांचे तालिकीकरण – या केंद्रामध्ये सांघिक तालिका तयार केली जाते. म्हणून ही सुविधा हे केंद्र देते.

या व्यतिरिक्त आधारभूत माहिती संच, मार्क, आंतर ग्रंथालयीन सेवा, टेप या सुविधाही सभासदांना दिल्या जातात. अमेरिकेतील ग्रंथालयांनाही केंद्रीय तालिकीकरण सेवा, ऑनलाईन संदर्भ सेवा व माहिती सेवा दिल्या जातात. या केंद्रामार्फत घरगुती माहिती सेवाही दिली जाते. हे चॅनेल २००० संगणकीय आधारभूत माहिती संचाशी जोडून हे कार्य शक्य होते. या केंद्राने स्वतःची व्हिडिओटेक्स्ट पद्धतीही विकसित केलेली आहे.

On Line Information Service – ऑनलाईन माहिती सेवा

माहितीच्या युगात माहितीची निर्मिती अगणित संख्येने होत आहे. नवीन तंत्रज्ञानाचा वापर विशेषतः संगणकाचा उपयोग वाढला आहे. त्यामुळे ऑनलाईन माहितीसेवेकडे लोकांचा कल वाढला आहे.

उपयोजकाला हवी असलेली माहिती कोणत्या संगणकाच्या माहितीसंचात साठवलेली आहे हे उपयोजक स्वतःच शोधून काढतो. उपयोजक त्या संगणकातील माहिती संचाशी संवाद साधून माहिती मिळवितो. म्हणून ही ऑनलाईन माहिती सेवा होय. ही माहिती एकाच वेळी अनेक उपयोजकांना मिळते. कारण ह्या माहितीचे जलद संप्रेषण होते. आणखी एक महत्त्वाची गोष्ट म्हणजे उपयोजकाशी त्या प्रलेखाचा प्रत्यक्ष संबंध येतो.

या माहिती सेवेसाठी टेलिफोन, इंटरनेट त्यावरील सूचनांची देवाण-घेवाण करणारा मोडेम, संगणक व कळपट्टी (Key board) या यांत्रिक गोष्टींची आवश्यकता असते. उपयोजक या सर्वांचा उपयोग करून स्वतःचा प्रवेश संकेत शब्द व पत्ता संगणकाला इ-मेल (दूर संचार माध्यम) द्वारा देतो. नंतर त्याचा दूरस्थ माहिती संचाशी संपर्क होतो. संगणकीय जाळ्याद्वारा त्या माहिती संचाशी जुळणी झाल्यावर उपयोजक माहितीचा शोध घेऊ लागतो. एकूणच माहिती संचामध्येही अगणित माहिती संचयित केलेली असते. त्यामुळे माहितीचा शोघ घेण्यास वेळ लागू शकतो. पण एकदा शोध लागल्यानंतर ती माहिती उपयोजकाला तात्काळ उपलब्ध होते. मात्र शोधकार्य गतिशील असते. उपयोजक ही माहिती मुद्रित करू शकतो. उपयोजकाच्या अपेक्षेपेक्षा जादा मुद्दे त्या माहितीमध्ये उपलब्ध होऊ शकतात. म्हणून ही सेवा फायदेशीर आहे.

आंतरराष्ट्रीय माहितीसंचातील माहिती या सेवेद्वारे उपलब्ध होते. यामध्ये सूचीबद्ध माहितीसंच व निर्देश व सारयुक्त माहितीसंच असतात. आंतरराष्ट्रीय संगणक जाळी फुलटेक्स्ट माहितीसंच उपलब्ध करून देतात. अर्थात यासाठी काही वार्षिक शुल्क असते. अर्थात ते कमीच असते. उदा. डायलॉग हा लायब्ररी ऑफ कॉंग्रेसचा माहिती संच. विज्ञान, तंत्रज्ञान आणि वैद्यकशास्त्रात या ज्ञानशाखांमध्ये अशा तऱ्हेचे माहितीसंच भरपूर प्रमाणात आढळतात. सामाजिक व मानव शास्त्रे या क्षेत्रात माहितीसंच तुलनेने कमी आहेत.

अशा प्रकारची ऑनलाईन माहिती सेवा मिळविण्यासाठी प्रशिक्षणाची जरुरी असते, यांत्रिक साधनांची आवश्यकता असते. म्हणून तशी ही सेवा आर्थिकदृष्ट्या खर्चिकच असते. पण तरीसुद्धा माहिती सेवेसाठी ही एक वैयक्तिकरित्यासुद्धा फायदेशीर ठरते.

On Line Public Access Catalogue (OPAC) -

ऑनलाईन पब्लिक ॲक्सेस् कॅटलॉग (ओपॅक)

ही तालिका अनेक प्रकारांनी उपयोजकाला शोधकार्यात मदत करते, मार्गदर्शन करते. पत्र तालिकेपेक्षा ही अधिक उपयोगी पडणारी तालिकीकरणाची रचना आहे.

हल्ली आधुनिक तंत्रज्ञानामुळे ऑनलाईन ग्रंथालयीन जाळी तालिकीकरणाची वाटणी करतात. ओसीएलसी पद्धती मार्क तालिकीकरणाची आधारभूत माहिती सभासदांना देते. मार्कवर नसलेल्या ग्रंथसूचीय नोंदी ही सभासद ग्रंथालये करतात. या ग्रंथसूचीय नोंदी चुंबकीय फितीवर नोंदविल्या जातात. सध्या पत्रतालिका मागे पडलेली आहे. सूक्ष्मपट (मायक्रोफिश) तालिकेचा वापर होत आहे.

ओपेक ही संगणकीय तालिका आहे. उपयोजकाला त्याच्या माहितीचा शोध रिमोट टर्मिनलद्वारा घेता येतो. अशा तऱ्हेने ही तालिका तालिकेविषयीची अनेक वैशिष्ट्ये उपयोजकाला दाखवू शकते. तसेच त्याला सर्वसमावेशक शोधासाठी मदत करते. त्यामुळे एकापेक्षा अनेकठिकाणी उपयोजक शोध घेऊ शकतो. इतर तालिकांद्वारा ही तालिका ग्रंथालयाच्या संग्रहामध्ये प्रवेश करून देते. उदा. लेखक तालिका, शीर्षक तालिका, विषय तालिका, वर्गीकृत तालिका इ.

याव्यतिरिक्त ग्रंथोपार्जनाची शीर्षके, साहित्याचा राखीव हक्क, वैयक्तिक माहिती प्रसारण, स्मरणपत्रे इ. गोष्टी इ.मेल द्वारा देऊ शकते. या तालिकेत ऑनलाईन प्रवेश हा ग्रंथालयीन कर्मचाऱ्यांच्या दृष्टीने सोयीचा ठरतो.

Open Access System – मुक्तप्रवेश पद्धती

आधुनिक जगात ज्ञानाचा आणि माहितीचा हक्क मानला गेला आहे. म्हणूनच आज ग्रंथालयात मुक्तप्रवेशाचा जोरदार पुरस्कार केला जातो. शिवाय डॉ. रंगनाथन यांच्या सिद्धान्ताप्रमाणे ''प्रत्येक ग्रंथाला वाचक मिळावा आणि वाचक आणि ग्रंथालयीन सेवक यांचा वेळ वाचावा'' हा उद्देशही त्यामागे आहे.

'' मुक्तप्रवेश म्हणजे वाचकांना ग्रंथदालनातील कपाटावरील ग्रंथ प्रत्यक्ष हाताळण्यासाठी दिलेले स्वातंत्र्य.'' यामुळे सेवक वर्गाच्या सहकार्याची गरज उरत नाही. शिवाय हवे ते पुस्तक निवडण्याची संधी मिळते. मुक्तप्रवेशामुळे अनेक पुस्तके चाळून वाचक योग्य त्या ग्रंथाची निवड करू शकतो. या पद्धतीचे फायदे, खालीलप्रमाणे आहेत.

१) वाचकांना योग्य ग्रंथ निवडीचे समाधान मिळते.

२) वाचकांचा आणि ग्रंथालयीन कर्मचाऱ्यांचा वेळ वाचतो. त्यामुळे सेवक कमी असले तरी चालते.

३) अधिकाधिक ग्रंथांचा उपयोग केला जातो.

जसे फायदे तसे या पद्धतीचे काही तोटेही आहेत.

१) वाचक अनेक पुस्तके हाताळतात त्यामुळे ग्रंथांचा क्रम बिघडतो. त्यासाठी कपाटातून वाचलेले ग्रंथ बाहेर ठेवावेत अशी सूचना देता येते.

२) वाचकांचा वावर जास्त असल्यामुळे कपाटांच्या रांगेतील जागा जास्त लागते. जागेअभावी ज्या ठिकाणी जास्त मागणी असेल तिथेच मुक्तप्रवेश ठेवता येतो.

३) जास्त पुस्तके हाताळल्यामुळे ग्रंथ रचनाक्रमाप्रमाणे लावण्याचे सेवकांचे काम वाढते.

४) वाचक हवे असलेले ग्रंथ इतर कपाटात लपवून ठेवतात. त्यामुळे ग्रंथ गहाळ होण्याचे प्रमाण वाढते.

५) हाताळणीमुळे ग्रंथ खराब होण्याचे प्रमाणही वाढते.

पण ग्रंथ हे उपयोगासाठी असल्यामुळे या गोष्टी घडणारच. म्हणून काही गोष्टींची दक्षता घेतली जाते. प्रवेशद्वार एकच ठेवतात. बाहेर पडण्याचा मार्ग दुसरा असतो. कामकाजाच्या वेळेत एक सेवक प्रवेशद्वाराजवळ असतो. तिथेच वाचकांचे सामान ठेवण्याची व्यवस्था असते. व बिल्ला दाखवून वाचकांना ते परत मिळते. नोंदवलेली पुस्तकेच बाहेर नेता येतात. शिवाय संदर्भ ग्रंथ, दुर्मीळ ग्रंथ, चित्रसंग्रह, नकाशे असे वाचन साहित्य वेगळ्या कक्षामध्ये ठेवतात. तसे वाचकांसाठी नियम, मार्गदर्शक फलक, सचित्र सूचना दिल्या जातात. आणि व्यक्तिगत सेवा दिली जाते.

ग्रंथालयाचा मूलभूत उद्देश या मुक्तप्रवेश पद्धतीमुळे नक्कीच यशस्वी होतो.

Open System Interconnection OSI – माहिती संप्रेषणाची प्रमाणके

जेव्हा संगणकीय जाळ्यांची संकल्पना नव्हती, त्यावेळी उद्योगधंदे सॉफ्टवेअर- हार्डवेअर यांचा उपयोग संप्रेषणासाठी करीत असत. पण त्यामध्ये थरांचा विचारच केला जात नसे. या थरांचा विचार इंटरनॅशनल स्टॅंडर्ड ऑर्गनायझेशनच्या ओपन सिस्टिम इंटरकनेक्शन (OSI) मुळे सुरू झाला (१९८२). संगणकीय जाळ्यामधील दोन बिंदूमधील संदेश संप्रेषण कसे चालते याचे वर्णन OSI करते. ओ.एस.आय.

उत्पादनाचा वापर करणाऱ्याला उत्पादनाबरोबर कार्य करण्यास प्रवृत्त करते. संप्रेषणाच्या दृष्टीने या पद्धती महत्त्वाच्या आहे.

प्रख्यात संगणकीय उद्योगधंदे व दूरसंचार संप्रेषण यांचे प्रतिनिधीमुळे ओ.एस.आय. ची सुरुवात केली. यातीलच वैशिष्ट्ये आंतरराष्ट्रीय प्रमाणके म्हणून त्यांचा आय.एस.ओ. यांनी स्वीकार केला. त्यांनी संगणकीय संप्रेषण जाळ्यासाठी एक व्यापक व विस्तृत आदर्श आराखडा तयार केला. तो म्हणजे ओ.एस.आय. रेफरन्स मॉडेल. यामध्ये प्रत्येक संप्रेषणाच्या पायरीसाठी सात थर सांगितलेले आहेत. हा एक दोन उपयोजकामधील संप्रेषण जाळ्यासाठी आदर्श (Ideal) आहे. याचा उपयोग उत्पादनाचा विकास करण्यासाठी होतो. तसेच संगणकीय जाळ्याची माहिती मिळते.

हा आदर्श काम कोठे करावे हे सांगतो. पण कसे करावे याबद्दल काही सांगत नाही. तसेच वैयक्तिक सेवाही स्पष्ट करीत नाही. हा आदर्श जाळ्यांची अंतर्गत जोडणी संप्रेषणाची कार्ये म्हणून दर्शवितो. प्रमाणकांचा विकास सहकार्याने करण्याकरिता हा आदर्श महत्त्व देतो.

ओ.एस.आय. चे टर्मिनल डिव्हाइस, संगणक व जाळी प्रक्रिया या सर्वांचा एकत्रित करून माहितीच्या दळणवळणासाठी जोडते. मूळ आदर्शातील प्रमाणाकांचा या पद्धती वापर करतात. यामध्ये जाळ्याच्या एका बाजूची सुरुवात करणारा, कोणतेही तंत्रज्ञान वापरू शकत नाही किंवा अंतर्गत जोडणी करू शकत नाही. संगणक ते संगणक यांच्यामध्ये प्रक्षेपणासाठी प्रमाणकांची आवश्यकता होतीच.

ओ.एस.आय. आदर्श जाळ्यांच्या व्यवस्थापनासाठी कित्येक थरांचा वापर करते. हे थर एकमेकांशी संबंधित कार्ये पार पाडतात. जाळ्यातील **प्राकृतिक** थर संप्रेषण मार्गाने आधारभूत माहिती प्रक्षेपित करतो. यासाठी हार्डवेअरची जरुरी असते. **डाटा लिंक लेअर** आधारभूत माहितीतील अडचणी शोधतो. **नेटवर्क लेअर** आधारभूत माहिती मुख्य संगणकीय जाळ्याला देतो. ट्रान्स्पोर्ट लेअर माहितीच्या वापरासाठी मुख्य संगणकीय माहिती देतो. **सेशन लेअर** यांचा उपयोजकांच्या जाळ्याशी प्रत्यक्ष संबंध जोडून देतो. **प्रेझेंनटेशन लेअर** – जाळ्यासंबंधी गोष्टी हाताळतो उदा. प्रिंटर, ॲप्लिकेशन लेअर यामध्ये सर्व जाळ्यांची विस्तृत सविस्तर माहिती असते. अशा तऱ्हेने हे थर एकमेकांशी संबंधित असतात.

OXFORD Advanced Learner's Dictionary of Current English -
ऑक्सफर्ड ॲडव्हान्स लर्नर्स डिक्शनरी ऑफ करंट इंग्लिश

ऑक्सफर्ड ॲडव्हान्स लर्नर्स डिक्शनरी ऑफ करंट इंग्लिश, आवृत्ती सहावी

लेखक : हॉर्नबी ए.एस., संपादक : सॅली वेहमिअर

प्रकाशन ऑक्सफर्ड युनिव्हर्सिटी प्रेस, २०००

इंग्रजी भाषेचा प्रसार व विकास होण्यासाठी ऑक्सफर्ड सारख्या नावाजलेल्या प्रकाशन संस्थेने शब्दकोशाच्या प्रकाशनामध्ये विश्वासार्हता मिळविलेली आहे.

इंग्रजी भाषेचे नेहमीच्या व्यवहारातील शब्द तर यात आहेतच. पण विविध विषयातील तीन हजार संज्ञा व त्यांच्या व्याख्या आहेत. सुरुवातीला इंग्रजी शब्द त्याचा इंग्रजी उच्चार, त्याचे व्याकरण, अर्थ व उच्चार पद्धती अनेक प्रकारांनी त्याचा वाक्यात होणारा उपयोग अशा क्रमाने माहिती दिलेली आहे.

परिशिष्टात शुद्धलेखनातील चिन्हे, त्यांचे स्पष्टीकरण, मापन कोष्टके, अनियमित क्रियापदांची यादी दिलेली आहे. भारतातील भाषांमधील काही शब्दही समावेशित आहेत. हा शब्दकोश भाषेच्या अभ्यासकांना उपयुक्त आहे. या शब्दकोशाच्या सुधारित आवृत्ती प्रकाशित होतात.

❑❑❑

P

Peephole System / Optical Co-incidence – पीपहोल पद्धती

या पद्धतीमध्ये एका वेळी एकाच संज्ञेखाली नोंद केली जाते. प्रलेखातील विषयाचे विश्लेषण केले जाते. विषयाचा आशय ज्या संज्ञेमुळे समजतो त्या संज्ञा निश्चित करतात.

ठराविक आकाराच्या पत्रावर अग्रभागी एकच संज्ञा लिहिली जाते. पत्रातील उरलेल्या जागेवर ठराविक विशिष्ट आकाराचे चौकोन असतात. प्रत्येक चौकोन हा विशिष्ट दाखलअंक दर्शवितो, अग्रभागी असलेली संज्ञा ज्या दाखलअंकाच्या प्रलेखात असेल त्या दाखलअंकाच्या चौकोनात छिद्र पाडले जाते. एखाद्या प्रलेख शीर्षकात एकापेक्षा जास्त महत्त्वाच्या संज्ञा असतील तर त्या संज्ञेच्या संख्येनुसार पत्रे तयार केली जातात. नव्या प्रलेखासाठी नवीन पत्रे बनविली जातात व त्यावर दाखलअंक छिद्राच्या स्वरूपात नोंद केले जातात. त्यातील जुन्या संज्ञांच्या पत्रावर नवे दाखल अंक छिद्रांनी दर्शविले जातात. पत्रांची रचना अनुवर्णक्रमाने केलेली असते.

उदा. Training of School Teachers in India.

यामध्ये Training, School Teachers, India या संज्ञा महत्त्वाच्या म्हणून अग्रभागी येतील. त्या प्रत्येक संज्ञेची पत्रे तीन होतील. या प्रलेखाचा दाखलअंक १५ असल्यामुळे या तीनही पत्राच्या १५ व्या चौकोनात छिद्र पाडले जाईल. या संज्ञा असणारे प्रलेख असल्यास त्यांच्या दाखलअंकाप्रमाणे चौकोनात छिद्र पाडले जाईल म्हणजे एका पत्रावर अनेक प्रलेखांचे दाखल अंक येतील.

मागणी आल्यानंतर विषयाचे विश्लेषण केले जाते. महत्त्वाच्या संज्ञा निवडल्या जातात. या संज्ञा ज्या पत्रावर असतील ती पत्रे अनुवर्णक्रमाच्या रचनेतून बाजूला काढली जातात. ती एकावर एक ठेवून ती प्रकाशात धरतात. ज्या अनेक छिद्रातून एकाच वेळी प्रकाश आरपार जाईल ती पत्रे बाजूला धरतात. त्या पत्रावर समान दाखलअंक असतात. त्या दाखलअंकाचे प्रलेख पाहून माहितीचा शोध घेतला जातो. माहितीची प्रतिप्राप्ती करून दिली जाते.

या प्रकारच्या पद्धतीमध्ये दाखलअंक महत्त्वाचा असल्यामुळे तो काढला जात नाही. त्यामुळे शोधकार्याला फार वेळ लागत नाही. संबंधित दाखलअंकांचे सर्व प्रलेख पाहिले जातात. त्यामुळे माहिती वगळली असण्याचा प्रश्नच उद्भवत नाही. प्रत्येक केंद्राला स्वतंत्र संज्ञासंग्रह तयार करावा लागतो. उपयोजकांच्या मागणीतील संज्ञांचे भाषांतर करून संज्ञा संग्रहातील संज्ञाशी त्याचे साम्य शोधावे लागते. यामध्ये वेळ लागतो. प्रलेखसंग्रह मोठा असेल तर त्या पद्धतीला मर्यादा पडतात.

ही एक अपारंपरिक एकक संज्ञा निर्देशन पद्धती आहे.

Per Capita Method – दरडोई पद्धती

योग्य तऱ्हेने ग्रंथालय सेवा देण्यासाठी लोकसंख्येच्या दरडोई खर्चाचा आधार घ्यावा लागतो.

माहिती युगात, माहितीचा अधिकार, माहिती सेवा इ. गोष्टी नव्याने अंतर्भूत झालेल्या आहेत. ज्ञानाच्या शाखा व उपशाखा वृद्धिंगत झालेल्या आहेत. समाज साक्षर, सुशिक्षित व सुसंस्कृत होण्यासाठी वाचन साहित्याचा खर्च वाढता राहणार आहे. यात सर्व प्रकारचे उपयोजक नवसाक्षर, प्रौढ, बाल, महिला इ. अंतर्भूत होतात.

डॉ. रंगनाथन यांनी दरमाणशी ५० पैसे खर्च करावेत असे म्हटले आहे. पण ही गोष्ट १९६३ सालातील. पण आता वाचन साहित्याची, माहितीची होणारी अगणित वाढ, कागद, छपाई, यामुळे वाढलेली मूल्ये (किंमत), साक्षरतेमुळे वाढलेले समाजातील सुशिक्षितांचे प्रमाण या सर्वांचा विचार होणे आवश्यक ठरते. त्यामुळे दरमाणशी खर्चामध्ये वाढ होणे हे साहजिकच आहे. त्या प्रमाणात ही वाढ होणे अपेक्षित आहे.

विद्यापीठ अनुदान मंडळाच्या ग्रंथालय समितीने प्रत्येक विद्यार्थ्यासाठी रू.१५ व प्रत्येक प्राध्यापकासाठी रू.२०० खर्चाची संमती दिली होती (१९५७). कोठारी आयोगाने ''नॅशनल डेव्हलपमेंट ऑफ एज्युकेशन'' या अहवालात (१९६४-६६) विद्यार्थ्यासाठी दरडोई रू.२५ आणि प्राध्यापकासाठी दरडोई रू.३०० अशी शिफारस केलेली आहे.

अर्थसंकल्प तयार करण्याच्या पद्धतींपैकी ही एक पद्धती आहे.

Periodicals – नियतकालिके

ग्रंथालयात ग्रंथाखेरीज अनेक प्रकारचे साहित्य संग्रहित केले जाते. त्यापैकी नियतकालिक एक असून आजच्या काळात त्याला फार महत्त्व आहे. नियत म्हणजे ठराविक. जे ठराविक काळाने प्रसिद्ध होते ते 'नियतकालिक'. यात दैनिक, साप्ताहिक, पाक्षिक, मासिक, द्वैमासिक, त्रैमासिक, षण्मासिक, वार्षिक असे सर्व प्रकार येतात.

स्थूलमानाने ''जे प्रकाशन सातत्याने मालेत प्रकाशित होते, त्याला सलग क्रमांक दिलेले असतात. पूर्वनियोजित शेवट त्याला नसतो,'' अशी नियतकालिकाची व्याख्या करता येईल.

ग्रंथ आणि नियतकालिके यात महत्त्वाचा फरक असतो. ग्रंथ प्रकाशित झाले की त्यामध्ये नवीन माहितीचा समावेश करता येत नाही. पण नियतकालिकातून मात्र नवीन माहिती, शोध लेखरूपाने प्रकाशित होते. नंतर काही वेळा ती एकत्र करून ग्रंथरूपानेही प्रसिद्ध होते. अद्ययावत माहिती मात्र नियतकालिकात लगेच प्रसिद्ध होते. आणि म्हणूनच अद्ययावत माहितीचे साधन म्हणून नियतकालिकांचे ग्रंथालयातील स्थान महत्त्वाचे आहे. विशेषत: विज्ञान, शास्त्र आणि संशोधनात्मक विषयांसाठी नियतकालिकांना फारच महत्त्व असते. तसेच ज्ञानप्रसाराचे ते महत्त्वाचे साधन आहे. आणि ताज्या घडामोडींसाठी सर्वसामान्य माणसांच्या दृष्टीने ते एक आवडीचे आणि गरजेचे साधन बनले आहे.

शिवाय नियतकालिकांचे अंक ठरावीक कालाने पण सातत्याने निघत असल्यामुळे त्याचे कामही सतत चालू राहते. वर्गणी भरणे, नूतनीकरण करणे, अंकांची नोंद, न आलेल्यांची स्मरणपत्रे पाठवणे, सर्व अंक जपून ठेवून तो पूर्ण झाल्यावर बांधणी करून घेणे इ. कामे सतत चालू राहतात. ग्रंथाप्रमाणे खरेदी, दाखल वहीत नोंदणे, त्याच्यावर सोपस्कार झाले की ते देवघेवीसाठी देता येतात. तसे नियतकालिकांचे नसते.

नियतकालिकांचे प्रकार –

(१) मनोरंजनात्मक (२) व्यावसायिक (३) संशोधनात्मक व माहितीपूर्ण (४) समीक्षात्मक (५) प्रचारात्मक (६) निर्देशनात्मक (७) सारनियतकालिके (८) विषयानुरूप इ.

याशिवाय वाचकांच्या प्रकाराप्रमाणेही नियतकालिकांचे प्रकार होतात. १) बालवाचक २) नवसाक्षर (३) स्त्री-वाचक (४) अभ्यासक, संशोधक इ. साठी

ग्रंथालयांच्या प्रकारानुसार म्हणजे शैक्षणिक, सार्वजनिक, संशोधनात्मक नियतकालिकांची निवड करावी लागते, जी आपल्या ग्रंथालयांसाठी उपयोगी, महत्त्वाची असतात.

मराठी नियतकालिकांची सूची, जागतिक नियतकालिक सूची, प्रकाशन डायरी, जाहिरातींच्या उद्देशाने प्रसिद्ध होणारी नियतकालिके, नियतकालिकांच्या तालिका, प्रसिद्धीपूर्व परीक्षणे, वाचकांच्या सूचना यातून नियतकालिकांची निवड करता येते.

नियतकालिके ग्रंथालयात विविध मार्गांनी येतात. (१) ग्रंथालयाकडून वर्गणी भरून (२) संस्थांचे सभासद असल्यामुळे त्या संस्थांची नियतकालिके मिळतात (३) देणगीच्या स्वरूपात (४) अदलाबदल या रूपाने.

वर्गणी भरून मागवण्यात येणारी नियतकालिके यामध्ये प्रकाशक आणि वितरक या दोहोंपैकी एकाकडे वर्गणी भरावी लागते. नियतकालिकांचा खंड सुरू होतो, त्या खंडापासूनच वर्गणी भरली जाते म्हणजे शेवटच्या सूचीसह बांधणी करता येते. मुदत संपण्यापूर्वीच एक महिना अगोदर वर्गणी पाठवतात.

Personality Facet – व्यक्तित्व पैलू

मनुष्याच्या अंगभूत गुणांना व्यक्तित्व असे म्हटले जाते. त्याचप्रमाणे विषयाच्या अंगभूत गुणांना, वैशिष्ट्यांना व्यक्तित्व असे म्हटले जाते. व्यक्तित्व ही संज्ञा मानसशास्त्रातील मूळ कल्पना. या व्यक्तित्व या संज्ञेचा वर्गीकरणात स्मरण सुलभतेने उपयोग केला आहे. यामुळे विषयाची अविभाज्यता, अनन्यसाधारणता व्यक्त केली जाते. ज्यामुळे विषयाला विशेष उठाव प्राप्त होतो. हा पैलू सर्वात साकार व महत्त्वाचा मानला जातो. पाच मूलभूत घटकांमध्ये या पैलूला प्रथम स्थान देण्यात आलेले आहे. इतर पैलूंचा वापर व्यक्तित्व पैलूच्या संदर्भात करावा लागतो. व्यक्तित्व पैलूप्रमाणे इतर पैलूंचा साधन, ऊर्जा, स्थल व काल या पैलूंचा मुख्य वर्गांशी जवळचा संबंध येत नाही.

प्रत्येक मुख्यवर्गाशी संबंधित असलेला व्यक्तित्व पैलू निरनिराळे आशय व्यक्त करतो.

मुख्यवर्ग O (Literature) यातील P (Personality) हा पैलू भाषा दर्शवितो. तर मुख्य वर्ग Q (Religion) यामधील P (Personality) विशिष्ट धर्म दाखवितो.

व्यक्तित्व पैलू निरनिराळे समांतर स्तरही व्यक्त करतो.

PERT/CPM – पर्ट / सीपीएम

सर्वसामान्य व्यवस्थापनाची क्रिया फार पूर्वीपासून सुरू आहे. माहितीच्या युगात म्हणजे विसाव्या शतकाच्या मध्यात माहितीच्या व्यापारीकरणास सुरुवात झाली. ग्रंथालय व माहितीशास्त्र व्यवसायाने व्यवस्थापनाची तत्त्वे, त्याचवेळी स्वीकारली. व्यवस्थापन हे अनुभवसिद्ध शास्त्र आहे. अनेक वर्षांच्या अनुभवावर या शास्त्रातील तत्त्वे आधारलेली आहेत.

व्यवस्थापन पद्धतीच्या अनेक पद्धतीपैकी ''पर्ट'' (Programme Evaluation Review Technique) किंवा सी.पी.एम. (Critical Path Method) या दोन पद्धती आहेत.

'पर्ट' ही संकल्पना व्यवस्थापनातील प्रकल्प पूर्ण होईपर्यंत म्हणजे ठरलेले ध्येय पूर्ण होईपर्यंत, त्या क्षणापर्यंत असा या संकल्पनेचा अर्थ आहे. या संकल्पनेतील आलेख नियोजकाला त्या कामात विलंब करणारी गोष्ट कोणती आहे याचा विचार करण्यास प्रवृत्त करतात. हे तंत्र वेळ व खर्च कसा वाचविता येईल या व्यापारीविषयक तत्त्वांशी निगडित आहे. हे तंत्र तीन वेळा मूल्यमापन करून नंतर मत दर्शविते. जेव्हा तंतोतंत व योग्य पण सविस्तर नियोजन पद्धती आवश्यक ठरते, तेव्हा या तंत्राचा उपयोग केला जातो. ही युनायटेड स्टेट्स नेव्ही आणि लॉकहीड एअर क्राफ्ट कॉर्पोरेशन यांनी संयुक्तपणे विकसित केली आहे. ठरलेल्या आराखड्याप्रमाणे काम पूर्ण होण्यासाठी, त्याची व्याख्या करणे, कार्याचे स्पष्टीकरण करणे आणि नियंत्रण करणे हे तंत्र करीत असते. घटना व कार्य यांच्यातील अंतर्गत संबंध हे तंत्र आलेखाद्वारे दाखविते. हे सांख्यिकीय तंत्र आहे. तसेच ते चिकित्सात्मक व भाकित करणारेही तंत्र आहे. म्हणजे हे तंत्र नियोजनही करते व नियंत्रणही करते.

वेळ, साधने आणि तांत्रिक कामगिरी या गोष्टीतील प्रयत्नांची वाढ करणे, त्यांची उत्पादन तारखांशी मिळवणी करणे हे तंत्र करते. हे निर्णय घेणाऱ्याला मदत करते. याचा उपयोग विश्लेषणकार (System analyst) करतो. ध्येय साध्य होण्यासाठी कोणत्या गोष्टीची आवश्यकता आहे याचा विचार हे तंत्र करते.

हे तंत्र संगणकीय प्रणालीद्वाराही उपयोगात आणता येते. तसेच मानवी बळाचा वापर करून गणना पद्धतीप्रमाणेही वापरात आणता येते.

सी.पी.एम.(Critical Path Method) ही संकल्पना ड्यूपॉन्ट (Dupont) कंपनीने विकसित केलेली आहे. पर्टचा जेवढा जास्त उपयोग केलेला आढळतो तेवढा या तंत्राचा केलेला आढळत नाही. हे तंत्र एखादा मोठा प्रकल्प, त्यासाठी येणारा खर्च व तो पूर्ण होण्याची निश्चित वेळ, या संदर्भात उपयोगी पडते. यामध्ये निश्चित वेळेला महत्त्व आहे. हे तंत्र फक्त एकदाच पण चिकित्सक पद्धतीने मूल्यमापन करते.

ही दोन्ही तंत्रे व्यवसायाशी संबंधित आहेत. माहिती हा व्यवसाय ठरल्यामुळे या दोन्ही तंत्रांचा माहितीशास्त्रात, त्याच्या व्यवस्थापनात व अर्थ संकल्पनात वापर केला जातो. व्यवस्थापन व त्यासाठी असलेली मर्यादित साधने यासाठी या नियोजित व नियंत्रित तंत्रांचा उपयोग करता येतो. या तंत्रांच्या संगणक प्रणाली विकसित झाल्याच आहेत.

Physical Forms of Library Catalogue - ग्रंथालय तालिकांचे प्रकार

तालिकेतील नोंदी वाचन साहित्याविषयीच्या उपयोजकांच्या गरजा लक्षात घेऊन केल्या जातात. तालिकेच्या नोंदी कोणत्या आकाराच्या तालिकेत केल्या जातात हे महत्त्वाचे आहे. तालिकेच्या या आकारांना तालिकेचे बाह्यस्वरूप असे म्हणतात. तालिकेच्या आकाराप्रमाणे त्याचे चार प्रकार होतात.

तालिकेच्या आकाराचा विचार करताना काही खालील गोष्टी विचारात घ्याव्या लागतात.

ग्रंथालयामध्ये नेहमी नवीन ग्रंथांची भर पडत असते. अशा नवीन नोंदींचा अंतर्भाव तालिकेमध्ये सुलभ तऱ्हेने व तात्काळ करण्याची सोय असणे आवश्यक आहे.

नवीन ग्रंथांच्या नोंदी जशा तालिकेमध्ये अंतर्भूत करणे सोपे होणे आवश्यक तसेच बाद / ग्रहाळ झालेले ग्रंथ तालिकेतून काढण्याचीही सोय हवी.

तालिका परिपूर्ण असावी. नवीन ग्रंथांच्या नोंदी तालिकेमध्ये तात्काळ करणे आवश्यक आहे. उपयोजकाला ग्रंथ लवकर मिळण्याच्या दृष्टीने ही गोष्ट आवश्यक ठरते. तालिकेचे काम वेळच्या वेळी पूर्ण केल्यास तालिका परिपूर्ण राहते.

तालिका सुगम असणेही आवश्यक आहे. उपयोजकाला त्यातील नोंदी सहजगत्या समजणे ही गोष्ट महत्त्वाची. सामान्य उपयोजकाची गरज लक्षात घेऊनच सोप्या भाषेत तालिका असावी. तालिकेच्या नियमातही आवश्यकतेनुसार बदल होत असतात. हे बदल तालिकेमध्ये करण्याची क्षमता तालिकेत असावी.

एकाच लेखकाचा सर्व ग्रंथसंग्रह, त्यासंबंधी नोंदी तालिकेत एकत्र आल्या पाहिजेत. एकाच विषयावरील ग्रंथांच्या नोंदी एकत्र मिळण्याचीही सोय तालिकेत असावी.

अशा तऱ्हेने तालिका लवचिक, परिपूर्ण व सुगम असावी. या दृष्टीने तालिका ठेवण्याच्या पद्धतीचा विचार करता त्याचे खालील चार प्रकार होतात.

१) ग्रंथरूप तालिका (Book Form of Catalogue)

२) चिठ्ठीरूप तालिका (Sheat From of Catalogue)

३) पत्ररूप तालिका (Card Form of Catalogue)

४) आधुनिक आकार (Visible Form of Catalogue)

उपयोजकांच्या गरजा, अपेक्षा पूर्ण करण्याच्या दृष्टीने तालिका तयार केली पाहिजे.

Planning and Programming Budget System – (PPBS)
कार्यक्रम व नियोजनावर आधारित अर्थसंकल्प

पारंपरिक अर्थसंकल्प पद्धती व या पद्धतीमध्ये फरक आहे. पारंपरिक अर्थसंकल्प विविध शीर्षकाखाली तयार केला जातो. तर या पद्धतीमध्ये नियोजनातील संकल्प पूर्ण करण्यासाठी कार्यक्रमावर आधारित रकमेचे वाटप केले जाते. रकमेच्या संपूर्ण फायद्याचा यात विचार केलेला असतो. खर्च व नफा यांचे विश्लेषण करून स्वस्त मार्ग स्वीकारला जातो.

ग्रंथालयामध्ये सेवेला महत्त्व आहे. त्यामुळे सेवेची उपयुक्तता, उपयोजकांचे समाधान यावरून फायदा ठरविला जातो. या पद्धतीमध्ये कार्य घटक मूल्ये व (Unit Cost) त्यांच्या बाबतीत तपशील असावा लागतो. या अर्थसंकल्पाची मांडणी कार्यक्रम, उद्दिष्ट्ये अशा स्वरूपात केली जाते.

अमेरिकेच्या संरक्षण कार्यालयात चार्ल्स हिथ यांनी ही पद्धती प्रथम वापरली. ती सफल झाली. त्यामुळे शिक्षण, आरोग्य, ग्रंथालय व्यवस्थापन इ. क्षेत्रात हिचा वापर होऊ लागला. हेरॉल्ड कून्टझ यालाच ''कार्यक्रमाधारित अर्थसंकल्प'' असे म्हणतात. जी.ई. इव्हान्स याला ''कार्यक्रम-व-नियोजनाधारित अर्थसंकल्प'' म्हणतात. हे ग्रंथालयशास्त्रातील तज्ज्ञ आहेत.

उद्दिष्टे – अर्थसंकल्प पद्धतीत ग्रंथालयाची उद्दिष्टे स्पष्ट हवीत. आणि ती साध्य करण्यासाठी यथार्थ आराखडा तयार केला पाहिजे. विद्यार्थी संख्येवर क्रमिक पुस्तकांची संख्या व त्यावरील खर्चाची तरतूद करावी लागते.

कार्यक्रम – उद्दिष्टे साध्य करण्यासाठी कार्यक्रम व उपकार्यक्रम असतात. काही कार्यक्रम मुख्य कार्यक्रमांना मदत म्हणून घेतले जातात. पण उद्दिष्टांच्या पूर्तीसाठी साधने मात्र वेगवेगळी असतात.

कार्यक्रमासाठी साधने व सेवा यांचा विचार होतो. ग्रंथालयातील कोणत्याही कामासाठी लागणारा वेळ व खर्च यांचा अंदाज घेणे आवश्यक असते. कार्यक्रमाच्या साधनसामग्रीचे मूल्य म्हणजे त्या कार्यक्रमासाठी येणारा खर्च. एखाद्या कामाला लागणारा वेळ व त्यासाठी लागणारे मनुष्य बळ यांची कल्पना येईल.

कार्यक्रमापासून होणारा फायदा हे त्या कार्यक्रमाच्या उपयुक्ततेचे परिमाण आहे. साधनसामग्रीचा परिणामकारक वापर करणे हे या पद्धतीचे वैशिष्ट्य आहे. कार्यक्षमता, खर्चाची परिणामकारकता आणि खर्च–नफा विश्लेषण ही तंत्रे कार्यक्रमाच्या खर्चाच्या अंदाजासाठी अवलंबिली जातात. कार्यक्रमासाठी पैशाचे वाटप अतिशय काटेकोरपणे केले जाते. यामुळे ग्रंथालयीन सेवा अर्थसंकल्पात येतात. पैशाच्या मागणीचे कारण समजते. म्हणून नियंत्रण व नियोजन यासाठी ही पद्धती एक साधन आहे.

सेवा उपक्रमांच्या संख्येवर ही पद्धती भर देते. यामध्ये गुणात्मक समर्थन हवे असते. ते यात होत नाही. या अर्थसंकल्पामध्ये नवीन असे काही नाही. त्यामध्ये निर्णय, अनुभव किंवा ज्ञानाला महत्त्व नाही. खर्चात कपात हीच गोष्ट येथे महत्त्वाची ठरते.

POSDCORB – पोस्ड्कॉर्ब : लूथर गुलिक आणि लिंडॉल उर्विक यांची व्यवस्थापनाची कार्ये

फायोल यांनी व्यवस्थापनाची सूत्रे/तत्त्वे सांगितली तर लूथर गुलिक आणि लिंडॉल उर्विक यांनी व्यवस्थापनाच्या कार्यांचा विचार केला. त्यासाठी एक संज्ञा तयार केली. "POSDCORB"

१) Planning – नियोजन २) Organizing – संघटन ३) Staffing – कर्मचारी भरती ४) Directing – निर्देशन ५) Co-ordination – समन्वय ६) Reporting – वृत्तांत लेखन/अहवाल लेखन ७) Budgeting – अर्थसंकल्प तयार करणे.

या सर्व संज्ञांच्या आद्याक्षरापासून वरील POSDCORB संज्ञा तयार झाली.

प्रत्येक संस्थेची कार्ये आणि त्यांची कार्यवाही यामुळे संस्था यशस्वी ठरते.

१) नियोजन (Planning) : प्रत्येक व्यवस्थापनाचे पहिले महत्त्वाचे कार्य हे आहे. प्रत्यक्ष कृती करण्यापूर्वी संस्थेचे उद्दिष्ट, ध्येय, परिस्थिती, हे सर्व पाहून कामाचा व्यवस्थित आणि काटेकोर आराखडा तयार करावा लागतो. त्याबरोबर उत्तम दर्जा, जास्तीत जास्त काम कमी खर्चात करणे, त्यासाठी लागणारे मनुष्य बळ, यंत्रसामग्री आणि महत्त्वाचे म्हणजे पैसा या सर्वांचा विचार करूनच कार्याची दिशा, कार्यपद्धतीचा नेमका आलेख तयार करावा लागतो. ग्रंथालयांचा विचार करताना ग्रंथालय परिसर, शैक्षणिक गरजा, भाषा, या सर्वांचा विचार वाचन साहित्यासाठी करावा लागेल. त्यासाठी वर्गीकरण, तालिकीकरण, अशा ग्रंथालयांच्या सर्व विभागांकडून माहिती घ्यावी लागेल. त्यामुळे सर्व अधिकारी, कर्मचारी यांचा सहभाग या सर्व कार्यात मिळेल.

२) संघटन (Organizing) : नियोजनानंतर संघटनेच्या प्रक्रियेला सुरुवात होते. सर्व कर्मचारीवर्गाकडून चांगले काम करून घेण्यासाठी वेगवेगळे विभाग करून त्यांच्यावर जबाबदारी सोपवता येते. यामध्ये निम्न स्तरापासून उच्च स्तरापर्यंत सर्वच समाविष्ट असतात. संस्थेची उद्दिष्टे पूर्ण करण्याकरता सर्वांचेच प्रयत्न कारणीभूत असतात. म्हणून संघटन हे चांगले आणि नियमबद्ध असावे लागते.

ग्रंथालयाचे संघटन हे त्याच्या प्रकारावर, उद्दिष्टांवर आणि उपयोजकांच्या स्वरूपावर अवलंबून असते. ग्रंथोपार्जन, नियतकालिक, ग्रंथोपस्कार, देवघेव, ग्रंथदालन, संदर्भ, प्रशासन, प्रलेखांचे प्रकार,

वित्त, इमारत, इ. ग्रंथालयाचे विभाग होतात. म्हणून संघटन ही व्यवस्थापन शास्त्रातील महत्त्वाची गोष्ट ठरते.

३) कर्मचारी भरती (Staffing) : कोणत्याही संस्थेचे यश हे तेथील कर्मचाऱ्यावर, त्यांच्या कार्यक्षमतेवर अवलंबून असते. कारण योग्य कामासाठी योग्य माणसांची निवड झाली तरच संस्थेच्या कामाचा दर्जा वाढतो, चांगला राहतो. काम करणाऱ्यांचे योग्य प्रशिक्षण आणि योग्य वातावरण या गोष्टींचाही अंतर्भाव असतो. ग्रंथालयाची उद्दिष्टे त्या ग्रंथालयाच्या प्रकारावर अवलंबून असतात आणि त्याप्रमाणे कर्मचाऱ्यांची भरती करणे ही व्यवस्थापनाची जबाबदारी असते.

४) निर्देशन (Direction) : व्यवस्थापक हा कर्मचाऱ्यांकडून काम करवून घेत असतो, शिवाय त्यांना सतत कार्यरत ठेवावे लागते. याशिवाय वरिष्ठांचे विचार कनिष्ठांपर्यंत आणि कनिष्ठांचे वरिष्ठांपर्यंत पोहोचवावे लागतात.

ग्रंथालयाच्या संदर्भात ग्रंथालयाच्या प्रकारावर कर्मचारी वर्गाची निवड अवलंबून असते. कारण ग्रंथालयासाठी वेगवेगळ्या प्रकारची गुणवत्ता असणारे कर्मचारी हवे असतात. विशेष सेवा देणाऱ्या ग्रंथालयांसाठी उदा. प्रलेखन, सारलेखन, अनुवाद, सूची इ. कामासाठी प्रशिक्षित कर्मचारी लागतात.

याशिवाय कर्मचाऱ्यांना समानतेने वागवणे, चांगल्या कामाची पोच देणे आणि त्यांना प्रोत्साहन देणेही आवश्यक असते. संस्था या मनुष्यबळावर चालत असल्यामुळे कर्मचाऱ्यांना योग्य वेतन, सुविधा, सवलती, कौतुकाची थाप देणे या गोष्टी व्यवस्थापनाने वेळोवेळी कराव्यात.

५) समन्वय (Co-ordination) : - प्रत्येक संस्थेचे वेगवेगळे विभाग असतात. आणि संस्थेतील कोणतेही काम सहकार्याने केले जाते. संस्थेच्या सर्व विभागांचे अंतर्गत विभाग एकमेकांशी निगडित असतात. त्यासाठी सर्व विभागांचे अंतर्गत संबंध सलोख्याचे असावे लागतात. विभाग प्रमुखांना त्यांचे अधिकार आणि जबाबदारीची जाणीव असावी लागते.

६) वृत्तांत लेखन / अहवाल तयार करणे (Reporting) : संस्थेच्या व्यवस्थापकाला वेळोवेळी संस्थेतील घटनांविषयी माहिती द्यावी लागते. हे काम लिखित स्वरूपात असते, त्याला अहवाल म्हणतात. अहवाल म्हणजे संस्थेच्या यशापशाचा आलेख असतो असे म्हणता येईल. हा वृत्तांत तिमाही, सहामाही, वार्षिक असतो. छापील स्वरूपात तो प्रकाशितही केला जातो. संस्थेतील आणि संस्थेबाहेरील लोकांना तो पाठवला जातो.

ग्रंथालयांच्या बाबतीत ग्रंथसंग्रह, त्यातील वाढ, वाचकांची वाढ, देवघेव, देणग्या, खर्च, अशी माहिती अहवालातून मिळते. शिवाय ग्रंथालयांच्या आगामी योजना, विविध उपक्रम यांचीही माहिती मिळते.

७) अर्थसंकल्प (Budget) : संस्थेच्या दृष्टीने हे महत्त्वाचे साधन आहे. अंदाजपत्रक करताना आर्थिक नियोजन, त्याचा हेतू, नियंत्रण, हिशेब, उत्पन्न, खर्च, नियोजित खर्च या सर्वांची खातेवार माहिती यात असते. मागील वर्षांचा तपशील कळतो, तशीच पुढील वर्षाची तरतूद करावी लागते.

ग्रंथालयातही हेच तत्त्व अवलंबिण्यात येते. सरकारी अनुदाने, वर्गणी, सेवकवर्गाचा पगार, वाचन साहित्य, माहिती साधने इ. तपशील असतात. अंदाजपत्रक तयार करण्याच्या बऱ्याच पद्धती आहेत. आपल्या संस्थेला, ग्रंथालयाला योग्य अशी पद्धत निवडावी लागते. शिवाय आंतरराष्ट्रीय आर्थिक परिस्थितीचाही अंदाज ग्रंथालयाला घ्यावा लागतो.

Post Co-ordinate Indexing System – पश्चात समन्वय निर्देशन पद्धती

या प्रकारच्या पद्धतीमध्ये शीर्षकातील संज्ञांचा विशिष्ट क्रम ठरविला जातो. पण समन्वय न करता सर्व महत्त्वाच्या संज्ञाखाली नोंदी केल्या जातात. माहितीच्या मागणीचे विश्लेषण करून त्या मागणीतील संज्ञाशी संबंधित अशा निर्देशातील संज्ञा शोधल्या जातात. त्यावेळी त्यांचा समन्वय केला जातो व शीर्षक तयार होते. या शीर्षकानुसार प्रलेख शोधला जातो. माहितीची प्रतिप्राप्ती होते.

ही पद्धती मॉर्टिमर टॉब (Mortimer Taube) यांनी प्रथम सुचविली (१९५०). या पद्धतीमध्ये प्रत्येक प्रलेखाला अनुक्रमांक वा दाखलक्रमांक देण्यात येतो. नंतर शीर्षकाचे विश्लेषण करून त्यातील संज्ञा निर्देशनासाठी ठरविल्या जातात. या संज्ञांच्या खाली नोंदी केल्या जातात. या नोंदीमध्ये प्रलेखक्रमांक घातलेला असतो. माहिती प्रतिप्राप्तीच्या वेळी नोंदी असलेल्या काही संज्ञांचे एकत्रीकरण केले जाते. त्यातील समान क्रमांकाचे प्रलेख काढले जातात आणि निश्चित माहितीचा शोध घेतला जातो. म्हणजे शोधकार्यात संज्ञांचा समन्वय करणे हे या पद्धतीचे वैशिष्ट्य आहे. प्रलेखसंग्रहाची रचना क्रमांकानुसार केली जाते.

प्रथम या पद्धतीतील नोंदीसाठी कार्डांचा उपयोग केला जात असे. पुढे संगणकाचा वापर वाढला. व्यावसायिकांनी या क्षेत्रात प्रवेश केला. ऑनलाईन व ऑफलाईन सेवाही उपलब्ध होऊ लागल्या.

या पद्धतीसाठी निश्चित संज्ञासंग्रह उपयोगी पडतो. संज्ञाच्या योग्य निवडीसाठी शब्दकुलकोश (Thesaturus) मदत करतो. प्रलेख शीर्षकातील संज्ञा जशाच्या तशा न घेता बहुभाषिक शब्दकोशात त्या संज्ञांची जी रूपे सुचविलेली असतात त्यातूनच प्रलेख संग्रहासाठी निश्चित संज्ञासंग्रह ठरविला जातो. त्या संज्ञाखाली नोंदी केल्या जातात व त्याखाली शोध घेतला जातो. प्रत्येक प्रलेखासाठी एक अशा विशिष्ट नोंदी करत नाहीत. एकेका संज्ञेखाली नोंद केली जाते व त्यामध्ये प्रलेखाचे क्रमांक नोंदविलेले असतात. शोधकार्यात एका संज्ञेखालील सर्व क्रमांकाच्या प्रलेखांची पाहणी करावी लागते. एकेका संज्ञेखाली एकेक नोंद होते त्यामुळे नोंदीची संख्या वाढते.

माहितीची प्रतिप्राप्तीची प्रक्रिया करताना संज्ञानुसार अनेक नोंदीतून नेमक्या संज्ञाचा शोध घेतला जातो. त्या नोंदीत प्रलेख क्रमांक असतात. त्यावेळी अनेक संज्ञांचा समन्वय केला जातो. त्यामुळे योग्य क्रमांकाचे प्रलेख मिळतात व माहिती मिळते.

POstulate based Permuted Subject Indexing (POPSI) – पोप्सी

ही पद्धती काही गृहीते व तत्त्वे यावर आधारलेली आहे. संज्ञांची जुळणी वेगवेगळ्या प्रकाराने या पद्धतीत करता येते. ही पूर्व समन्वय पद्धती आहे. मुख्यत्वाने विषयशीर्षके तयार करणे, ग्रंथातील निर्देशासाठी विषय नोंदी ठरविणे. योग्य विषयाची योग्य संज्ञांशी सांगड घालणे. तालिकेमधून निश्चित विषयाची माहिती शोधणे इ. साठी या पद्धतीचा उपयोग होतो. ही पूर्णपणे वर्गांकावर आधारलेली नाही. हिचा वापर संगणकासाठीही करता येतो.

यासाठी शाब्दिक प्रतिनिधिक विषय संज्ञा ठरविणे, नोंदीसाठी त्या संज्ञांचा क्रम ठरविणे. एका संज्ञेऐवजी आवश्यकतेनुसार जोडसंज्ञा ठरविणे. उपयोजकाकडून मागणी होणाऱ्या संज्ञा विषयाचे प्रतिनिधित्व करणाऱ्या असणे विषयदर्शक नोंदी ठरविणे.

उदा. Qral Streptomysin Treatment of Human Lung T.B.

शाब्दिक पातळीवर यातील विषय Specific Treatment of Specific Disease असा होईल. यातील प्रत्येक संकल्पना व तिच्यातील दुवे यासाठी द्विबिंदू वर्गीकरण पद्धतीची मदत घेता येते. यामध्ये medicine ही मुख्य संज्ञा आहे. Medicine, Human Body, Respiratory System, Lung, Bacteria, Microbacterium, Tuberculosis, Treatment, Antibiotics, Streptomycin या संज्ञा तयार होतील. यातील प्रत्येक संज्ञा या अग्रभागी येतील व शेवटी शीर्षक येईल. अशा तऱ्हेने एका शीर्षकाच्या अनेक नोंदी होतील. या नोंदी माहितीच्या प्रतिप्राप्तीसाठी उपयोगी पडतात. वर्गीकरणाचे संघटन करून नोंदीसाठी शाब्दिक पातळी तयार करणे हे या निर्देशन पद्धतीचे प्राथमिक ध्येय आहे. त्यातून निश्चित झालेल्या महत्त्वाच्या संज्ञांचा तांत्रिक समनव्य करणे व विषयशीर्षके बनविणे हे तिचे अंतिम ध्येय आहे असे जी. भट्टाचार्य म्हणतात.

Prenatal Cataloguing – प्रकाशनपूर्व तालिकीकरण

ही कल्पना डॉ.रंगनाथन यांना सुचली (१९४८). प्रकाशनपूर्व वर्गीकरण व तालिकीकरण केल्यास वेळ वाचेल असे त्यांना वाटले. यासाठी राष्ट्रीय मध्यवर्ती ग्रंथालयाकडे प्रकाशनपूर्व अंतिम प्रत पाठवून द्यावी. या ग्रंथालयाने त्याचे वर्गीकरण व तालिकीकरण करून एक मुख्य चक्रमुद्रित (Stencil) प्रत तयार करावयाची. ग्रंथ प्रकाशित झाल्यावर आवश्यक नोंदीची पत्रे ग्रंथाबरोबर द्यावयाची. ग्रंथाचा स्थानांक (Call No.), ग्रंथाचा कणा (Spine), ग्रंथनाम पृष्ठाच्या मागे (Verso) छापावा अशी ही योजना होती. ही योजना फायदेशीर होती, पण तिचा प्रभावीपणे अवलंब झाला नाही.

Preservation of Books - Book Binding – ग्रंथांची निगा – ग्रंथबांधणी

मुद्रणकलेच्या शोधानंतर ग्रंथनिर्मिती वाढली. ज्ञानासाठी आणि आपले ज्ञान पुढील पिढीसाठी जतन करण्याच्या भावनेतून ग्रंथालयांची वाढ झाली. त्याप्रमाणे ग्रंथांचे संरक्षण करण्याची जबाबदारीही वाढली. म्हणून ग्रंथांच्या निगेसाठी दोन गोष्टी महत्त्वाच्या आहेत. त्यापैकी एक ग्रंथबांधणी होय.

जास्तीत जास्त वाचकांना ग्रंथांचा उपयोग व्हावा हे तत्त्व हल्ली ग्रंथालयांनी अंगिकारलेले आहे. त्यामुळे ग्रंथ वाचकांकडून बरेच हाताळले जातात. पाने दुमडली जातात, बांधणी सैल होते, चित्रे, नकाशे फाडले जातात, गहाळ होतात. पुस्तकाचा कणा निसटतो. या गोष्टी स्वाभाविक आहेत. पण त्यामुळे ग्रंथालयात ग्रंथबांधणी अनिवार्य असते.

काही वेळा चिकटपट्टीने पाने चिकटविणे, कणा चिकटविणे, गहाळ पाने झेरॉक्स करून चिकटविणे अशी किरकोळ दुरुस्ती ग्रंथालयातील सेवक करू शकतात. पण ज्यावेळी पाने किंवा बांधणीचे टाकेच निसटलेले असतात तेव्हा बांधणी करावीच लागते. शिवाय पुन्हा पुन्हा ग्रंथाची चिकटवाचिकटवी करणे योग्य नसते. कारण अशी थोडी फार दुरुस्ती करत राहण्यामुळे त्याची बांधणी करता येत नाही. म्हणून आणि दुर्मीळ ग्रंथांची मात्र बांधणीच करणे योग्य ठरते.

यासाठी ग्रंथालयात ग्रंथबांधणीचे धोरण ठरवावे. अंदाज पत्रकात ग्रंथबांधणीसाठी सात टक्के रकमेची तरतूद करतात. पुस्तकाचे बाह्यांग आणि अंतरंगातील महत्त्वाचा मजकूर याचा विचार करून नवीन प्रत घ्यावी की बांधणी करून घ्यावी याचा विचार करावा लागतो. बांधणी खर्चिक असेल तर नवी

प्रत घेणे श्रेयस्कर ठरते. काही ग्रंथ मुद्रणातीत (Out of print) असतात त्यांची चांगली बांधणी करून घ्यावी लागते. श्री. हबलडे यांच्या म्हणण्याप्रमाणे बांधणी मजबूत पण खर्च कमी असावा. म्हणून ग्रंथ खरेदी करतानाच मजबूत बांधणीचे निवडावेत.

ग्रंथबांधणीसाठी काही व्यावहारिक गोष्टीसुद्धा पाहाव्या लागतात. बांधणीचे कापडी, अर्धकापडी, कातडी, साधी बांधणी असे प्रकार असतात. त्यामुळे कोणत्या पुस्तकांना कोणती बांधणी करावयाची हे ठरवावे लागते. बांधणीप्रमाणे ग्रंथांचेही हस्तलिखित, ललित वाङ्मय, दुर्मीळ मुद्रणातीत ग्रंथ, ग्रंथाची मागणी, किंमत याही गोष्टी विचारात घ्याव्या लागतात. खूप वापरल्या जाणऱ्या ग्रंथांना मजबूत कापडी बांधणी करतात. तसेच ग्रंथाची पाने, कापली अथवा गहाळ नाहीत हे पाहणे इष्ट ठरते. शिवाय ग्रंथाचा कागद कमजोर होणार नाही ना हे पाहणे गरजेचे ठरते. फाटलेल्या मजकुराच्या जागी जपानी पेपर वापरावा.

ग्रंथबांधणीचे काम ग्रंथालयात नेहमीच चालू राहते. निष्काळजीपणा किंवा अतिवापर याने ग्रंथबांधणी करावीच लागते. म्हणून प्रथम बांधणीकाराकडून दरपत्रक मागवावे. आपल्याला हव्या असणाऱ्या सूचना द्याव्यात.

बांधणीची नोंदवही किंवा पत्ररूप नोंद ठेवतात. शिवाय बांधणी करून आलेले ग्रंथ तपासून ग्रंथपत्रे, चिठ्ठ्या, जरूरीप्रमाणे शिक्के मारून देवघेव विभागात अथवा ग्रंथदालनात पाठवतात. यासाठी वहीत ग्रंथाचे दाखलअंक लिहून ग्रंथपत्रे काढून घेतात व बांधणी करून आल्यावर तशी नोंद करून घेतात. मोठ्या ग्रंथालयातून असे बांधणी विभाग असतात. त्यामुळे हवी तशी बांधणी करून घेणे, तातडीने बांधणी करून घेणे सोपे जाते.

सूचनेप्रमाणे बांधणी तपासून मगच क्रयपत्रातील रक्कम पाठवावी. काही वेळा ग्रंथाची बांधणी करता येत नाही, त्याची झेरॉक्स प्रत तयार करतात. ग्रंथाची मुखपृष्ठे, कलापूर्ण आवरणे टिकविण्यासाठी त्याच्यावर प्लॅस्टिक आवरणे घालतात. सर्व नसेल तरी काही पुस्तकांच्या बाबतीत हा उपाय करतात.

ग्रंथालयात वाचक जितके जास्त तितका ग्रंथ वापर जास्त. तेथे ग्रंथांची काळजी घेणे आवश्यक असते.

Preserved Context Indexing System – प्रेसीज निर्देशन पद्धती

या प्रकारच्या पद्धतीमध्ये नोंदी करतानाच विषयशीर्षकातील संज्ञा, त्यांचा क्रम आणि जुळणी वगैरे गोष्टींची निश्चिती केली जाते म्हणून ही पूर्व समन्वय पद्धती आहे. या नोंदीची रचना अनुवर्णानुसार केलेली असते.

डेरेक ऑस्टिन यांनी ही पद्धत प्रथम सुचविली (१९६०). हिच्यामध्ये बरेच प्रयोग झाले. हिचा वापर ब्रिटिश नॅशनल बिब्लिओग्राफी (BNB) मध्ये केला होता. विषयाच्या स्पष्टीकरणासाठी अनुवर्णक्रमाचा उपयोग करणारी ही पद्धती आहे. हा एक निर्देशन पद्धतीतील विकासाचा भाग आहे.

यातही विषयाचे विश्लेषण, आशय संज्ञा, यांच्या नोंदी, त्यांची क्रमवारी ठरवावी लागते. यातील प्रत्येक संज्ञेचा अर्थ आधीच्या संज्ञेच्या अर्थाच्या संदर्भावर अवलंबून असतो. प्रत्येक संज्ञेला अर्थपूर्णता येण्यासाठी आधीच्या संज्ञेच्या संदर्भावर अवलंबून रहावे लागते. असा तऱ्हेने यातील संज्ञा एकमेकांशी संबंधितच असतात. अशा संज्ञांची ही मालिकाच असते आणि ही मालिका म्हणजेच विषयदर्शक शीर्षक असते.

प्रत्येक संज्ञा नोंदीच्या अग्रभागी येते म्हणून शोधकार्यात प्रत्येक संज्ञेखाली त्या प्रलेखाची माहिती मिळू शकते. वर्गीकृत प्रलेखांची रचना दाखलअंकानुसार असेल तर प्रलेख मिळणे सुलभ जाते. संज्ञाचा क्रम कायम राखल्यामुळे मूळ शीर्षकातील संज्ञांचा एकमेकांशी असलेला संदर्भही कायम राहतो.

ही पद्धती संगणकावर सुलभतेने वापरता येते. अनेक देशाच्या राष्ट्रीय ग्रंथ सूचीतील नोंदीसाठी या पद्धतीचा उपयोग केला आहे.

उदा. The Diagnosis of acute heart disease in man by electrocordiography या शीर्षकामध्ये Diagnosis (कृती), Man (मुख्य संज्ञा), Heart (मुख्य संज्ञेचा भाग), Actute disease (मुख्य संज्ञेचा एक भाग), Electrocordiography (एक तंज्ञ) याप्रमाणे संज्ञांची मालिका तयार होईल म्हणून संगणकीय दृष्टीने ही पद्धती सोपी होते. संगणकाला दिलेल्या सूचनानुसार नोंदी अनुवर्णानुसार मांडल्या जातील. या पद्धतीत गरजेप्रमाणे संदर्भ दर्शक नोंदीशी होऊ शकतात. उदा. Disease see also acute disease या पद्धतीमुळे माहितीची प्रतिप्राप्ती करुन देणे शक्य होते. नोंदीच्या एकमेकांशी असलेल्या संबंधामुळे माहिती शोधकाला व निर्देशनकारालाही मार्गदर्शन मिळते.

Principle of Alphabetical Sequence – वर्णानुक्रमाचे तत्त्व

एखाद्या पंक्तीतील विषयांचा क्रम जर इतर कोणत्याही तत्त्वाने जास्त साहाय्यकारी होत नसेल, तेव्हा या वर्णानुक्रमाचे तत्त्व अवलंबिले जाते. या युक्तीचा वापर करताना संज्ञेमधील पहिले, पहिले दोन अगर तीन अक्षरे आवश्यकतेनुसार वापरली जातात.

उदा. कृषिशास्त्रामध्ये आंब्याच्या वेगवेगळ्या जाती दर्शविण्यासाठी हे तत्त्व वापरात आणता येते.

J 3752 A (हापूस)

J 3751 P (पायरी)

J 3751 R (रायवल)

Principle of Canonical Sequence - पारंपरिकतेचे तत्त्व

एखाद्या पंक्तीतील विषय पारंपरिक पद्धतीने एका ठराविक विशिष्ट क्रमाने विचारात घेतले गेले असतील तर तोच पारंपरिक क्रम कायम ठेवला पाहिजे.

उदा. B1 अंकगणित

B2 बीजगणित

B3 भूमिती

हे B या गणितशास्त्र विषयाचे अंकगणित, बीजगणित व भूमिती या मुख्यवर्गात विभाग केलेले आहेत. हे विभाग पारंपरिक तत्त्वाने केलेले आहेत. असेच विभाग – पदार्थविज्ञान, ललितकला वगैरे विषयांच्या बाबतीतही घडले आहे.

Principle of Favoured Catagory - प्राधान्यतेचे तत्त्व

एखाद्या पंक्तीतील विषयांचा क्रम ठरविताना ज्या विषयावर तौलानिकदृष्ट्या अधिक साहित्य प्रकाशित झालेले असेल त्या विषयाला प्राधान्य देण्यात येते. हे प्राधान्य देताना इतर कोणतेही तत्त्व

सहाय्यकारी क्रम मिळवून देत नाही ना हे लक्षात घेणे आवश्यक आहे.

उदा. कृषिशास्त्र J यामध्ये निरनिराळ्या बीजांचा (Seeds) क्रम वरील तत्त्वावर आधारलेला आहे.

J 38   Seeds

J 381 Rice

J 382 Wheat

Principle of Increasing Complexity - जटिलता वृद्धीचे तत्त्व

काही वेळा एखाद्या पंक्तीतील विषय जटिल असतात. इतकेच नव्हे तर ते विषय जटिलतेच्या विविध स्तरावरीलही असू शकतात. त्यावेळी ते विषय जटिलतेच्या चढत्या क्रमाने लावले पाहिजेत.

उदा. भूमितीच्या वक्ररेषांचा क्रम खालीलप्रमाणे दाखविता येईल.

दुसऱ्या पायरीच्या वक्ररेषा B 622

तिसऱ्या पायरीच्या वक्ररेषा B 623

Principle of Increasing Quantity – वाढत्या संख्येचे तत्त्व

एखादा साम्यगुण वापरून मिळालेले विभाग जर संख्यावाचक असतील तर त्याच क्रम संख्येच्या वाढत्या क्रमाने लावला पाहिजे.

उदा. भूमिती B 61

दोन परिमाणांची भूमिती B 62

तीन परिमाणांची भूमिती B 63

अशा तऱ्हेने मुख्यवर्गांचा क्रमच नव्हे तर सर्वच द्विबिंदू वर्गीकरण पद्धती ही तर्कशुद्ध पायावरच आधारलेली आहे. वरील उदाहरणात भूमिती हा साम्यगुण आहे. पुढे २-३ परिमाणे ही वाढती क्रमसंख्या आहे.

Principle of later-in-evolution – उत्क्रांतिक्रमाचे तत्त्व

जो साम्यगुण विभाजनासाठी उपयोगात आणला जातो तो साम्यगुण जर उत्क्रांती तत्त्वाचा विचार करीत असेल तर विभागलेल्या विभागांचा क्रम उत्क्रांतीक्रमावर आधारलेला असतो.

उदा. प्राणीशास्त्र या मुख्यवर्गामध्ये उत्क्रांतीक्रमावर प्राण्यांच्या नैसर्गिक गटांचा क्रम ठरवलेला आहे. आद्यप्राण्यापासून ते सस्तन प्राण्यापर्यंत त्यांचा क्रम दिला आहे. त्यामध्ये आद्य, सच्छिद्र, मृदुकाय, संधिपाद, पृष्ठवंशी व सस्तन असा उत्क्रांती क्रमाचा वापर केलेला आढळतो.

Principle of later-in-time – कालानुक्रमाचे तत्त्व

एखाद्या पंक्तीतील विभाग वेगवेगळ्या कालखंडात निर्माण झाले असले तर त्या विभागांचा क्रम कालानुक्रमाने लावला जातो.

उदा.   Q 2 हिंदू धर्म

Q 3 जैन धर्म

Q 4 बौद्ध धर्म

वरील उदाहरणामध्ये धर्म (Q) या मुख्यवर्गांमध्ये निरनिराळे धर्म जे कालक्रमानुसार उदयाला आले त्याला क्रम कालानुसारच ठरविला आहे.

Principle of Spatial Contiguity – स्थल संलग्नतेचे तत्त्व

जेव्हा भूखंडाचा विचार करावयाचा आहे, त्यावेळी तो संलग्नतेचे तत्त्व लक्षात घेऊन करावा. आशिया खंडाचे विभाजन खालीलप्रमाणे स्थलसंलग्नतेचे तत्त्व लक्षात घेऊन केलेले आहे.

उदा.	चीन	41
	जपान	42
	दक्षिणपूर्व आशिया	43
	भारत	44

हे सर्व भूप्रदेश यांचे स्थान एकमेकाला लागून आहे. देशांचे विभाजनही याच स्थल संलग्नतेच्या तत्त्वावर केलेले आहे.

Principles and Canons of Classification - वर्गीकरणाची तत्त्वे व सूत्रे

वर्गीकरण पद्धतीच्या जनकांनी विभाजनाची काही तत्त्वे, सूत्रे मांडली. वर्गीकरणाची प्रक्रिया या विभाजनतत्त्वावर आधारलेली आहे.

वर्गीकरण ही मानसिक प्रक्रिया आहे. वस्तूमधील साधर्म्याच्या प्रमाणानुसार त्यांचे संधीकरण होते. साधर्म्य हा गुणवर्गीकरणाचे नियमन करतो. या साधर्म्यालाच वर्गीकरणाचे लक्षण मानले जाते. लक्षणे ही नैसर्गिक किंवा कृत्रिम असू शकतात. पण ही लक्षणे उद्दिष्टाला पोषक असली पाहिजेत. ही लक्षणे सुसंगतवार वापरली गेली पाहिजेत. वर्गीकरण म्हणजे ज्ञानाचा किंवा ज्ञानाच्या एका विशिष्ट शाखेचा सांकेतिक भाषेतील तक्ताच असतो. विभाजनाची प्रक्रिया विशेषात्मक असली पाहिजे, संज्ञा या व्यावर्तक असणे आवश्यक आहे. संज्ञाही सुसंगतपणेच वापरल्या पाहिजेत. वर्गीकरणाला चिन्हांकनाची गरज असते. तसेच वर्गीकरणासाठी निर्देशाची आवश्यकता असते. वर्गीकरण ही क्रिया महत्तम व्याप्ती व लघुत्तम प्रखरता असलेल्या संज्ञेकडून लघुत्तम व्याप्ती व महत्तम प्रखरता असलेल्या संज्ञेकडे गतिमान होते. वर्गीकरण पद्धती तयार करताना ग्रंथाचे प्राकृतिक स्वरूप जाणून घेणे आवश्यक असते.

वर्गीकरणाचा अभ्यास करताना वर्गीकरण सूत्रांचा परिचय करून घेणे आवश्यक ठरते. या सूत्रांच्या आधारे वर्गीकरण पद्धतीची बैठक तयार करावी लागते. ज्ञानशाखांच्या वाढीबरोबर ते बदल नवीन संज्ञांद्वारे तक्त्यामध्ये सामावून घ्यावे लागतात. समदर्जाचे वर्ग एकत्र आणणे, त्यासाठी लक्षणांचा वापर करणे, सहाय्यकारी क्रम ठरविणे इ. गोष्टींसाठी या तत्त्वामुळे मार्गदर्शन मिळते.

डॉ. रंगनाथन यांच्या मतानुसार द्विबिंदू वर्गीकरण पद्धतीमध्ये या सूत्रांची एकूण संख्या ३३ आहे. या ३३ सूत्रांचे विभाजन तीन भागात केलेले आहे.

१) तात्त्विक वर्गीकरण विषयक सूत्रे (Canons for General theory of classification) या विभागात २२ सूत्रे आहेत.

१) लक्षण सूत्रे ७

२) पंक्तीबद्ध वर्गांची सूत्रे ४

३) नात्यानुसारी अनुक्रम सूत्रे २

४) वर्गांच्या शृंखलाविषयक सूत्रे २

५) संज्ञाविषयक सूत्रे ४

६) चिन्हांकन विषयक सूत्रे ३

२) ज्ञानवर्गीकरण विषयक सूत्रे

(Canons for Special Theory of Knowledge Classification)

या विभागात सहा सूत्रे आहेत.

१) पंक्तीविषयक अतिथ्यशीलतेचे सूत्र

२) शृंखला विषयक अतिथ्यशीलतेचे सूत्र

३) स्मरणसुलभता सूत्र – १) स्मरणसुलभतेविषयी सामान्य सूत्र २) शाब्दिक स्मरणसुलभतेचे सूत्र ३) तक्त्यांतर्गत स्मरणसुलभता सूत्र ४) बीजभूत स्मरणसुलभता सूत्र

३) ग्रंथवर्गीकरण विषयक सूत्रे (Canons for Book Classification)

यामध्ये पाच सूत्रे समाविष्ट आहेत.

१) अभिजात ग्रंथ सूत्र

२) स्थानिक फेरबदल सूत्र

३) ग्रंथांक सूत्र

४) संग्रहांक सूत्र

५) विभिन्नता सूत्र

Principles of Book Selection - ग्रंथनिवडीची तत्त्वे

ग्रंथनिवडीबाबत अनेक ग्रंथशास्त्रज्ञांनी मते व्यक्त केली आहेत.

अमेरिकन ग्रंथालयशास्त्रज्ञ मेलविल ड्युई, ''बहुसंख्य वाचकांसाठी कमीत कमी खर्चात सर्वोत्तम साहित्य निवडावे'' असे म्हणतात. यामध्ये उपयोजक, वाचनसाहित्य व आर्थिक क्षमता यांचा विचार केलेला आहे. सर्वोत्तम साहित्य हे विधान सापेक्ष आहे. वाचन साहित्यामध्ये ''सर्वोत्तम'' ठरविणे हे काळानुरूप, व्यक्तीनुरूप असू शकते.

सी.ए.कटर म्हणतात, ''मनोरंजन, ज्ञान आणि अध्ययन'' या उपयोजकांच्या गरजा पुरविण्यासाठी सर्वोत्तम साहित्य पाहिजे. यासाठी वाचन साहित्याचे मार्मिक मूल्यमापन करावे. शैक्षणिक व मनोरंजक मूल्ये असणारे, स्थानिक इतिहास इ. गोष्टींना ग्रंथ निवडीसाठी अग्रक्रम द्यावा.

अभिजात साहित्य रामायण, महाभारत, स्फूर्तिदायक, प्रेरणा देणारे, संत वाङ्मय, ललित वाङ्मय, इ. गोष्टी संग्रहालयात असाव्यात. ग्रंथसंग्रहाची उपयुक्तताही गोष्ट महत्त्वाची.

ग्रंथसंग्रह करताना विद्यमान उपयोजक, भविष्यकालीन उपयोजक यांच्या वाचनसाहित्य विषयक गरजा जाणून ग्रंथनिवड करता येते. यासाठी उपयोजकांच्या आवडीनिवडी, सूचना यांचा विचार करणे आवश्यक ठरते. यासाठी उपयोजकांचे संरक्षणही उपयोगी पडू शकते. मर्यादित आर्थिक निधीचा विचार तर करावाच लागतो.

एफ.के.डब्ल्यू. ड्युरी यांनी 'योग्य वाचकाला योग्य वेळी योग्य ग्रंथ पुरविणे' हे ग्रंथ निवडीचे तत्त्व मांडले (१९३०). यामध्ये वाचनसाहित्याचे ज्ञान, वाचकांच्या गरजांचे ज्ञान आणि या दोन्हींची सांगड

घालणारी व्यवस्थापकीय यंत्रणा यांचा समावेश होतो. यामध्ये सेवाविभागाची कार्यक्षमता विचारात घेतलेली आहे. यामध्ये स्फूर्तीदायक, माहितीपूर्ण, मनोरंजनात्मक असे वाचनसाहित्याचे वर्गीकरणही त्यांनी केले आहे. ग्रंथालयशास्त्राचा विकास झाल्यामुळे अभ्यासक व संशोधक यांची भर पडली.

मॅकोल्व्हिन यांच्या मते मागणीनुसार वाचनसाहित्य पुरवावे. म्हणजे अर्थशास्त्रातील तत्त्वानुसार ''मागणी तसा पुरवठा'' असे हा सिद्धान्त सांगतो (१९२५). हे तत्त्व मर्यादित स्वरूपात स्वीकारावे. अभिजात साहित्याचे चिरंतन मूल्य विसरता येणार नाही. मागणी आहे म्हणून हीन अभिरूची, दर्जा असलेले साहित्य निवडू नये. तर मौलिकता, व्यापकता व विविधता या गोष्टी साहित्यनिवडीसाठी उपयोगात आणाव्यात असे त्यांना वाटते. मागणीचे मूल्य व व्यापकता आणि मागणीची गुणवत्ता व संख्यात्मकता यांचा एकत्रित विचार व्हावयाला हवा.

डॉ. एस.आर. रंगनाथन यांनी, (१) ग्रंथ हे उपयोगासाठी आहेत. (२) प्रत्येक वाचकाला त्याचा ग्रंथ मिळावा. (३) प्रत्येक ग्रंथाला वाचक मिळावा. (४) वाचकांचा वेळ वाचावा. (५) ग्रंथालय वर्धिष्णु आहे. या पाच सिद्धान्तांमध्ये ग्रंथनिवडीचा सर्वांगीण विचार केलेला आहे.

ग्रंथालयांच्या अनेक प्रकारांमध्ये ग्रंथ निवड करताना ग्रंथालयाची उद्दिष्टे, उपयोजक सेवा, याबाबत धोरण ठरविले जाते.

Principles of Collection Development – ग्रंथसंग्रह विकासाची तत्त्वे

भारतीय ग्रंथालयशास्त्राचे जनक डॉ. एस.आर. रंगनाथन यांनी ग्रंथालयाचे पाच सिद्धान्त मांडले. त्यापैकी ग्रंथ हे उपयोगासाठी असतात. प्रत्येक ग्रंथाला त्याचा वाचक मिळाला पाहिजे आणि प्रत्येक वाचकाला त्याचा ग्रंथ मिळाला पाहिजे, हे प्रलेखाच्या निवडीसाठी म्हणजेच संग्रह विकासाच्या निवडीसाठी उपयोगी पडतात.

''मेलविल ड्युई यांनी ग्रंथनिवडीसाठी संख्येने जास्त असलेल्या उपयोजकांच्या माहितीच्या गरजा उपलब्ध निधीमध्ये जास्त चांगल्या प्रलेखाद्वारे भागविणे म्हणजे संग्रह निवड'' असे म्हटले आहे.

ग्रंथ हे जोपर्यंत मागणीत (देवघेवीत) नाहीत तोपर्यंत त्यांचा काहीच उपयोग नाही. मागणीमध्ये उपयोजकांच्या व्यक्त व अव्यक्त गरजा समाविष्ट आहेत. तर पुरवठ्यामध्ये वाचनसाहित्याच्या सर्व प्रकारांची उपलब्धता हा अर्थ आहे. 'मागणी व पुरवठा' या तत्त्वावर मॅक कॉलव्हिन यांनी संग्रह विकासाचे सार सांगितले आहे.

डुरी (Drury) यांनी संग्रह विकासाची खालील काही तत्त्वे सांगितली आहेत.

(१) समाजाच्या गरजा व त्या गरजांचे विश्लेषण व निदान करून त्या गरजा पूर्ण करणे.

(२) ग्रंथांचे योग्य प्रमाणकानुसार परीक्षण करणे.

(३) खऱ्या उपयोजकांच्या सर्वसामान्य व विशेष मागण्या पूर्ण करणे. सुप्त उपयोजकांच्या मागण्यांना भविष्यकाळातील मागण्या समजून त्यापूर्वीच त्या पूर्ण करणे.

(४) विशिष्ट गट, वर्ग, व्यापार, नोकरी, पुनर्निर्मितीसाठी उपयोजकांची रुची वाढविणे.

(५) अंदाज पत्रकातील निधीच्या उपलब्धतेनुसार विशेषज्ञ व समाजसुधारणासाठी वाचन साहित्य विकत घेणे.

(६) मानव विकासासाठी नैतिक व मानसिक ग्रंथ निवडणे.

(७) कोणत्याही विषयाचे संच, क्रमकालिके यांचे संच पूर्ण करणे.

(८) जे ग्रंथ प्रसिद्ध व चांगले आहेत ते संग्रहात असण्याचे ध्येय ठेवणे.

(९) अभिजात व प्रमाणित साहित्याच्या नवीन आकर्षक आवृत्ती निघत असतात. त्यांचा संग्रहात समावेश करणे.

(१०) चांगल्या साहित्याच्या जादा प्रती घेणे.

(११) ग्रंथाचा चांगलेपणा हा निकष नसावा. उपयोग हा निकष असावा.

(१२) वाचनसाहित्याच्या निवडीसाठी पूर्वग्रहदूषित दृष्टिकोन असू नये.

(१३) कथांचे मूल्यमापन प्रमाणकाद्वारे करू नये. साहित्य निर्मितीक्षम असते.

(१४) ग्रंथांची निवड करताना कागद, मुद्रण व बांधणी यांच्याकडे लक्ष दिले पाहिजे. बांधणी टिकाऊ पण आकर्षक हवी. मुद्रण सर्वसामान्यांना सहज वाचता येईल असे हवे.

(१५) ज्या ग्रंथांना मागणी नाही ते ग्रंथ रद्दबातल ठरविणे व जागेचा प्रश्न सोडविणे.

(१६) स्थानिक, विभागीय व राष्ट्रीय संघटनांच्या मदतीने साहित्याचे, साधनांचे योग्य व्यवस्थापन करणे, ते उपयोजकाला सुलभ जाईल.

(१७) ग्रंथासंबंधीच्या गोष्टींची माहिती असणे आवश्यक. उदा. लेखक, प्रकाशक, मूल्य, पूर्वप्रकाशन, सवलत इ.

या तत्त्वांमध्ये उपयोजकांच्या संबंधित कोणत्याही गोष्टीला जादा महत्त्व दिलेले नाही, त्याचप्रमाणे त्या गोष्टीकडे दुर्लक्षही केलेले नाही. म्हणून संग्रह विकास हा गरजांवर अवलंबून आहे असे दिसते.

Print on Demand - मागणीप्रमाणे छपाई

पुस्तकांच्या, ग्रंथांच्या जगात वरदान ठरेल अशी एक गोष्ट सध्या प्रचलित होऊ पाहते आहे ती म्हणजे मागणीप्रमाणे छपाई. एखाद्या वाचकाला, उपयोजकाला एखादे हवे असणारे पुस्तक बाजारात उपलब्ध नसेल तर तो ग्रंथ खास त्याला एक प्रतसुद्धा छापून मिळू शकेल. अविश्वनीय वाटणारी ही गोष्ट प्रिंट ऑन डिमांड म्हणजेच मागणीप्रमाणे छपाई. यामध्ये अर्थातच प्रिंटिंग टेक्नॉलॉजी आणि इंटरनेट यांच्या मिलाफाने हे साध्य होणार आहे. अत्याधुनिक अशा ग्रंथांच्या जगात ही एक क्रांतीच घडत आहे. पाश्चिमात्य देशात अशा प्रकारे ग्रंथ प्रकाशित होऊ लागले आहेतच. कोणत्याही वाचक जगाच्या कोणत्याही भागातून इंटरनेट वरून त्याला हव्या असणाऱ्या कोणत्याही पुस्तकांची ऑर्डर देऊ शकेल आणि थोड्या दिवसांच्या (चार-पाच दिवस) कालावधीत त्या पुस्तकाची एक प्रत प्रिंट करून त्याला घरपोच मिळेल. पुस्तक अथवा ग्रंथ ई -बुकवर वाचण्यापेक्षा प्रत्यक्ष पुस्तक वाचण्यासाठी आणि संग्रही ठेवण्यासाठी उपयोजकाला जास्त आवडते. ई-बुकपेक्षा वाचकांना छापील आवृत्ती आवडतात.

अशा प्रिंट ऑन डिमांड आवृत्तीमध्ये ई-बुक आणि मुद्रित माध्यम यांचा मेळ असतो. श्री. प्रतापराव पवार यांचा जीवनप्रवास "जाणता अजाणता" या ग्रंथाने आंतरराष्ट्रीय वेबसाईटवरून प्रिंट ऑन डिमांड आवृत्तीच्या रूपात प्रकाशित होण्याचा मान मिळवलेला आहे.

Prison Libraries – कारागृह ग्रंथालय

तुरुंग म्हटले की शिक्षा, गुन्हेगार या गोष्टी दृष्टिसमोर येतात. गुन्हेगार असले तरी तोही एक समाजाचा घटकच आहे.म्हणून हल्ली गुन्हेगारांना तुरुंगात अनेक सुविधा दिल्या जातात. ग्रंथालयीन सेवा

ही त्यापैकी एक. पूर्वीची कैद्यांकडे पाहण्याची दृष्टी बदललेली आहे. त्यांच्याही व्यक्तिमत्त्वाचा विकास घडवून आणण्यासाठी त्यांची चांगली कौशल्ये विकसित करता येतात. गुन्हेगारी ही मानसिक विकृती आहे. ही विकृती ग्रंथांच्या मदतीने दूर करण्याचा प्रयत्न करता येतो. म्हणून कैद्यांमध्ये वाचनसंस्कृतीची जोपासना होणे आवश्यक आहे. उपयुक्त व्याख्याने, प्रदर्शने आणि स्पर्धा या माध्यामाद्वारे वाचनाची सवय विकसित करता येते. काही कैदी कारावासातही शैक्षणिक अर्हता वाढवतानाही दिसतात. अर्थात ही ग्रंथालयीन सेवा तुरुंगाच्या आतच द्यावी लागते.

या वाचनसाहित्यातून ज्ञान व माहिती तर अपेक्षित आहे पण मनोरंजनही व्हावे ही अपेक्षा आहे. गुन्हेगारीकडे कल असणारे साहित्य वगळणे आवश्यक आहे. संदर्भ साहित्याचा या साहित्यात समावेश असावा. धार्मिक साहित्य मानसिक शांती मिळवून देते.

कैद्यांना सुधारण्यासाठी या ग्रंथालयीन सेवेचा उपयोग होऊ शकतो. शासन, सार्वजनिक ग्रंथालये व स्वयंसेवी संस्था यांच्या मदतीने हे कार्य साधणे शक्य आहे. तुरुंगात स्वतंत्र ग्रंथालय सुरू करणेही सोयीचे आहे.

Processing of Books - ग्रंथोपस्कार

ग्रंथ खरेदी केल्यानंतर वाचकांना देण्यापूर्वी त्याच्यावर काही प्रक्रिया करावी लागते, त्यालाच ग्रंथोपस्कार म्हणतात. आणि येथूनच ग्रंथालयीन कामकाजाला सुरुवात होते.

ग्रंथ देवघेवीसाठी देताना त्याच्यावर काही प्रक्रिया म्हणजे ग्रंथालयाची मालकी दर्शविणारे शिक्के, वर्गीकरण, तालिकीकरण, दाखलनोंद वहीत नोंद करणे इ. गोष्टींचा यात अंतर्भाव होतो. शिवाय ग्रंथाची सर्व पृष्ठे बरोबर आहेत की नाही ही तपासणी करावी लागते. हे सर्व उपस्कार झाले की ग्रंथाच्या शीर्षकपृष्ठाच्या मागील बाजूला उपस्कार पत्र लावले जाते किंवा उपस्कार शिक्का मारला जातो.

हेतू - ग्रंथालयातील ग्रंथ आणि ग्रंथ विक्रेत्यांकडून आलेले ग्रंथ वेगळे असतात. शिवाय ते वाचकांना देताना त्यावर ग्रंथालयाच्या मालकीसाठी शिक्का असणे गरजेचे असते. ग्रंथालयात कोणते ग्रंथ आहेत, त्या ग्रंथांच्या अस्तित्वासाठी तालिकीकरण आवश्यक असते. आणि ग्रंथांची मागणी ही विषयाप्रमाणे असल्यामुळे त्याचे वर्गीकरण करावे लागते. तालिकेमुळे नवीन ग्रंथखरेदी करताना ग्रंथ ग्रंथालयात आहे किंवा नाही हे पाहता येते. देवघेव विभागातून वाचकाने ग्रंथ परत देण्याच्या तारखेची नोंद दिनांक पत्रावर होते. तसेच पुस्तकावरील ग्रंथचिठ्ठी (लेबल) वरून पुस्तकाचा विषय कळतो. दाखलनोंदीमुळे त्याची किंमत कळते. प्रकाशक कळतो, ज्यायोगे ग्रंथ हरवल्यास परत मागवता येतो. शिवाय ग्रंथपत्र ठेवण्यासाठी ग्रंथामध्ये पाकीट लावणेही महत्त्वाचे असते.

मोठ्या ग्रंथालयात ग्रंथोपस्कार हा स्वतंत्र विभाग असतो. त्यामुळे ही कामे वेगवेगळे कर्मचारी करतात.

१) क्रयपत्र तपासणी (Bill Checking) - मागवल्याप्रमाणे ग्रंथ, त्याची किंमत, मिळणारी सूट शिवाय रकमेची बेरीज तपासून पाहावी लागते.

२) बाह्यांग तपासणी (Physical Book Checking) - ग्रंथांची बांधणी, छपाई, पृष्ठे, असतील तर नकाशे, चित्रे, इ. सर्व गोष्टी तपासून घ्याव्या लागतात, त्याही शिक्के मारण्यापूर्वी.

३) शिक्के मारणे (Stamping)- ग्रंथालयात खरेदी केलेल्या सर्व वाचनसाहित्यावर मालकी

दाखवण्यासाठी शिक्के मारले जातात. ग्रंथाच्या तिन्ही कडांवर ही शिक्का मारतात. आणि ग्रंथालयाने एक विशिष्ठ पृष्ठ क्रमांक ठरवलेला असतो, त्यावर (Secret Page) ही शिक्का मारतात. शिक्क्यांचा आकार गोल/लंबगोल असतो.

४) ग्रंथ चिट्ठी (Book Label) - पुस्तकाच्या कण्यावर तळापासून ४ ते ६ सें.मी. ही चिट्ठी लावतात. तसेच पुस्तकाच्या वरच्या भागावर तितक्याच अंतरावर डाव्या बाजूला लावतात. या चिट्ठीवर वर्गांक, बोधांक लिहिण्यासाठी उपयोग होतो.

५) ग्रंथपाकीट लावणे (Pocket Posting)– ग्रंथपत्र ठेवण्यासाठी हे पाकिट ग्रंथाच्या मलपृष्ठाच्या आतील बाजूला चिकटवतात. ग्रंथालये सोयीनुसार याचा आकार ठरवतात. ग्रंथपाकिटात जे ग्रंथपत्र ठेवतात त्याच्यावर ग्रंथनाम, लेखक, वर्गांक, दाखलअंक लिहिलेले असते. ग्रंथ वाचकांना दिला की हे गंथपत्र ग्रंथातून काढून ग्रंथालयात ठेवतात.

६) दिनांकपत्र लावणे (Due Date Slip) – ग्रंथातील पहिल्या कोऱ्या पृष्ठावर हे पत्र चिकटवतात. वाचकांना, ग्रंथ देताना या पत्रावर ग्रंथ परत करण्याचा दिनांक लिहितात किंवा त्या तारखेचा शिक्का मारतात. दिनांकपत्राची फक्त वरील कडच चिकटवतात.

७) वर्गीकरण करणे (Classification)– ग्रंथाचा जो विषय असेल, आणि ग्रंथालयाने वर्गीकरणाची जी पद्धती स्वीकारली असेल त्याप्रमाणे वर्गीकरण करतात. त्यामुळे ग्रंथाचे कपाटावरील स्थान कळते. तयार केलेला वर्गांक पुस्तकावरील ग्रंथचिट्ठीवर, शीर्षक पृष्ठावर, त्याच्या मागील बाजूस, आणि फक्त दाखलनोंद वहीवर पेन्सिलीने लिहितात. पेन्सिलने लिहिण्याचे कारण बदल करायचा असला तर करता यावा.

८) दाखलनोंद करणे (Accession) – खरेदी केलेला ग्रंथ प्रथम येथे नोंदला जातो. ग्रंथाची लेखक, शीर्षक, प्रकाशक, प्रकाशन स्थळ, प्रकाशन वर्ष, किंमत, कसे मिळाले (देणगी/विकत इ.) शिवाय वर्गांक, दाखल तारीख, अशी समग्र माहिती या रजिस्टरमध्ये मिळते. त्याला दाखलअंक म्हणतात. हा क्रमांक ग्रंथात शीर्षक पृष्ठ, त्याची मागील बाजू, ग्रंथचिट्ठी, ग्रंथपत्र, दिनांक पत्र, तालिका पत्रे या सर्व ठिकाणी लिहिला जातो.

९) तालिकीकरण करणे (Cataloguing) – ग्रंथालयाने स्वीकारलेल्या तालिकेच्या संहितेनुसार (Catalogue Code) तालिका पत्रे करतात. प्रत्येक ग्रंथाची किमान ग्रंथकार, ग्रंथनाम, विषय अशी तीन तालिका पत्रे करतात. तालिका पत्रावरील नोंदीत ग्रंथकार, ग्रंथनाम, वर्गांक, दाखलअंक, प्रकाशन, प्रकाशन स्थळ, प्रकाशन वर्ष, एकूण पृष्ठे, इ. गोष्टींची नोंद असते. चित्रे, फोटो, नकाशे असल्यास त्यांचीही नोंद केली जाते. तालिका करण्याच्या कामात एकवाक्यता येण्यासाठी विचारपूर्वक भाषा, संहिता यांचा वापर करावा लागतो.

१०) उपस्कार पत्र लावणे – काही ग्रंथालयातच याचा वापर करतात. अशा प्रकारचे उपस्कार पत्र ठेवतात किंवा शीर्षक पृष्ठाच्या मागे शिक्का मारतात. विशेषत: मोठ्या ग्रंथालयात नियंत्रणाच्या दृष्टीने उपयोगी असते.

या सर्व ग्रंथोपस्कारानंतर ग्रंथ दालनातील कपाटात किंवा देवघेव विभागाकडे पाठवतात.

Propotional Method of Budget – हिस्सेवारी पद्धत

हीसुद्धा अर्थसंकल्प तयार करण्याची एक पद्धती आहे. यामध्ये राज्य शासन, स्थानिक स्वराज्य संस्था यांनी त्यांच्या अर्थसंकल्पातील शैक्षणिक खर्चापैकी सहा टक्के रक्कम ग्रंथालयांसाठी, त्यांच्या विकासासाठी ठेवावी, हे डॉ. एस.आर. रंगनाथन यांनी सुचविले होते. तर राधाकृष्णन समितीने त्यांच्या अहवालास विद्यापीठाच्या एकूण रकमेच्या साडेसहा टक्के इतकी रक्कम विद्यापीठ ग्रंथालयासाठी खर्च करावी अशी शिफारस केलेली आहे.

वाचनसाहित्य, इतर मुद्रितेतर साहित्य, माहिती तंत्रज्ञान साधने या सर्वांचा विचार करणे आवश्यक ठरते. या सर्वांच्या वाढीव किंमती, फर्निचर इ. गोष्टींचा समावेश यामध्ये विचाराधीन आहे. म्हणून ही रक्कम साडेसहा ते दहा टक्के इतकी वाढवावी असे वाटते.

Prussian Instructions - प्रशिअन इनस्ट्रक्शन्स्

या संहितेची दुसरी आवृत्ती A.D.Osborn यांनी भाषांतरित केली (१९३८). या संहितेचे नाव The Rules for the Alphabetical Catalogue of the Prussian Libraries असे आहे.

या संहितेत ग्रंथनामाच्या व्याकरणावर भर आहे. ग्रंथनामातील सुरुवातीची उपपदे वगळावयाची नाहीत. ग्रंथनामातील पहिला शब्द व्याकरणदृष्ट्या स्वतंत्र देणे. या संहितेत समष्टी ग्रंथकाराला वाव नाही. म्हणून समष्टी ग्रंथकार हा ग्रंथकाराच्या स्थानावरच नोंदविला जातो.

Pseudonym, Real Name – टोपणनाव, खरे नाम

पूर्वीच्या काळी ग्रंथकार काही काल्पनिक नावे धारण करीत. यामागे व्यक्तिमत्त्व लपविणे, प्रसिद्धी पराङ्मुखता, समाजाच्या टीकेला नवीन विचारामुळे तोंड देण्याचे सामर्थ्य नसणे. या कारणांमुळे टोपणनाव घेऊन लेखन केले जात होते. उदा. केशवसुत, गोविंदाग्रज.

काही ग्रंथकार टोपणनाव व खरे नाव या दोन्ही नावांनी लेखन करतात. राम गणेश गडकरी यांनी काव्यासाठी ''गोविंदाग्रज'', विनोदी साहित्यासाठी 'बाळकराम' आणि 'नाटकासाठी' राम गणेश गडकरी अशी नावे वापरली होती. उपयोजकाला टोपणनाव व खरे नाव समजण्यासाठी ''पाहा'' नोंद केली जाते.

उदा.	गोविंदाग्रज	गडकरी राम गणेश
	पाहा	पाहा
	गडकरी राम गणेश	गोविंदाग्रज

वर्गीकृत तालिका संहितेमध्ये टोपणनावाच्या नोंदी करण्याच्या दृष्टीने तीन प्रकार आहेत. १) ग्रंथनाम पृष्ठावर ग्रंथकाराने फक्त टोपण नावच दिलेले असते. २) ग्रंथकाराने टोपणनाव ग्रंथनाम पृष्ठावर दिलेले आहे. पण त्याच ग्रंथात इतरत्र खरे नावही दिले आहे. ३) ग्रंथनाम पृष्ठावर टोपणनाव दिले आहे, खरे नाव तालिकाकाराने संदर्भ ग्रंथातून शोधले आहे. ही तिन्ही नावे कशी नोंदीमध्ये लिहावीत याचे वर्णन संहितेत दिलेले आहे.

Public Library – सार्वजनिक ग्रंथालय

ग्रंथालयाच्या प्रकारांपैकी सार्वजनिक ग्रंथालय हे लोकप्रिय आहे. कारण ग्रंथालय ही सामाजिक

संस्था आहे. ही ग्रंथालये समाज कल्याणाचे काम करीत असतात. सार्वजनिक ग्रंथालयाची युनेस्कोने केलेली व्याख्या सर्व जगाला मान्य आहे. ती व्याख्या पुढीलप्रमाणे – हे ग्रंथालय जनतेसाठी खुले असते, हे उपयोजकांना नि:शुल्क सेवा देते, सार्वजनिक निधीतून या ग्रंथालयाचे आर्थिक व्यवहार केले जातात. हे निरंतर स्वयंशिक्षणाचे साधन आहे. हे शैक्षणिक व माहिती साहित्य संग्रहित करते आणि भेदभाव न करता माहिती देते.

ग्रंथालयाच्या स्थानिक परिसरातील जनतेच्या गरजेप्रमाणे हे ग्रंथालय साहित्य, शैक्षणिक व माहितीची साधने संग्रहित करते. साधनांची निवड करून त्यांचे व्यवस्थापन करते.

सार्वजनिक ग्रंथालय ही समाजाशी निगडित संस्था आहे. त्यामुळे समाजातील सर्व वयोगटाचे लोक ग्रंथालयाचा उपयोग करतात. विशेषत: प्रौढ लोकांचे कौशल्य, त्यांच्या आवडीच्या क्षेत्रातील क्षमता वाढविण्याची साधने, माहिती हे ग्रंथालय उपलब्ध करून देते. शेतीच्या, शेतीविषयक माहिती, कार्यपद्धती, मधुमाक्षिका पालन, बागकाम, वगैरे गोष्टी स्वयंशिक्षणाने साध्य होतात. म्हणून ग्रंथालय हे अनौपचारिक निरंतर स्वयंशिक्षणाचे साधनच ठरते.

सार्वजनिक ग्रंथालय स्थानिक परिसरातील सांस्कृतिक गोष्टींची ओळख करून घेते, सांस्कृतिक गोष्टींशी संबंधित इतर साहित्यही गोळा करते. उदा. भौगोलिक, ऐतिहासिक गोष्टी, नाणी, पुतळे, चित्रे वगैरे. या साहित्याचा संग्रह करणे, अशा तऱ्हेने सांस्कृतिक वारसा जपण्याचे व भावी पिढीसाठी जतन करण्याचे काम करते.

समाजातील सर्व थरातील व्यक्ती या ग्रंथालयांचा उपयोग करू शकतात. त्यामुळे सर्व वयाच्या उपयोजकांना या ग्रंथालयाचा लाभ देण्याचा प्रयत्न हे ग्रंथालय करते. त्यासाठी बालमंडळे, कट्टा, नाट्यमंडळे यासारखे गट स्थापन करून व्याख्याने, चर्चासत्रे वगैरे आयोजित करता येतात. स्थानिक सांस्कृतिक व सामाजिक कार्यासाठी ग्रंथालयाचे आवार वापरण्यास देता येते. विस्तारित कार्यक्रमामुळेही सामाजिक व सांस्कृतिक कार्याला ग्रंथालय उत्तेजन देऊ शकते.

हे ग्रंथालय लोकांमध्ये सामाजिक व सांस्कृतिक कार्यामुळे सलोख्याचे संबंध वाढविते. रूढी, परंपरा व धर्म यांच्या विषयी समतोल विचार करण्यास प्रवृत्त करते. लोकांच्या सवडीचा वेळ, करमणुकीमध्ये जाण्यास हे ग्रंथालय मदत करते. खऱ्या अर्थाने सार्वजनिक ग्रंथालय ही लोकांसाठी स्थापन झालेली लोकशाही अधिष्ठित सामाजिक संस्था आहे हेच खरे.

Public Relations – जनसंपर्क

संस्था व समाज यांच्यातील संबंधांचे व्यवस्थापन लाभलेले माध्यम म्हणजे जनसंपर्क होय. जनसंपर्क हा विषय / माध्यम माणसाच्या जीवनाला सर्वस्पर्शी असा आहे.

जनसंपर्काचा दूरगामी परिणाम व्यक्ती, संस्था, शासन, यांच्यावर होत असतो. पूर्वी संस्थेची प्रसिद्धी करणारा, व्यवस्थापनात सुसंवाद साधणारा, त्यासाठी संस्थेचे मुद्रित मासिक प्रकाशित व वितरित करणारा, स्फूर्तिस्थान असणारा असे या माध्यमाचे स्वरूप मर्यादित होते. पण जागतिकीकरणाच्या वाहणाऱ्या वाऱ्यामुळे या जनसंपर्क क्षेत्राचा विस्तार झाला. समाजातील व्यक्तीमध्ये, त्यांच्या गटामध्ये एक सुसंवाद साधण्याचे कौशल्यपूर्ण काम या माध्यमाकडून अपेक्षित असते. व्यवस्थापनशास्त्रातील ही एक अत्यंत महत्त्वाची गोष्ट आहे.

जनसंपर्क या कल्पनेचा उगम १८ व्या शतकात झाला असे इतिहास सांगतो. अमेरिकेने या माध्यमाचे महत्त्व ओळखले. तेथे या कार्यासाठी अनेक संघटना होत्या. त्याचे नियम, संकेत यांची नोंदही झाली. जनसंपर्काला व्यावसायिक प्रतिष्ठा लाभली. व्यवस्थापनशास्त्राचा तो एक घटक बनल्यामुळे त्या क्षेत्रातील संशोधनाला गती मिळाली. समाज व संस्था यांच्यातील व्यवस्थापनाचे एक महत्त्वाचे कार्य जनसंपर्काकडे आले.

काही संस्थांमध्ये सुरुवातीपासूनच जनसंपर्क हा स्वतंत्र विभाग स्थापन होऊ लागला. ज्या संस्थांना ही गोष्ट आर्थिकदृष्ट्या शक्य नव्हती. त्या संस्थांनी व्यावसायिकांचे सहकार्य घेतले. संस्थेची मानसिकता यामुळे बदलत गेली. लोकांशी थेट संवाद घडू लागला.

जनसंपर्क विभागात उपयोजकाचा / ग्राहकाचा संपूर्ण माहितीचा साठा असतो. त्या माहितीच्या आधारे संस्था भावी कार्यक्रम आयोजित करते. त्यांचे नियोजन करते. सांस्कृतिक कार्यक्रमासारखे कार्यक्रम सुसंवादाच्या संधी निर्माण करतात. अशा तऱ्हेने समाजामध्ये संस्थेचे एक व्यक्तिमत्त्व तयार होते. अर्थात हे व्यक्तिमत्त्व कायम टिकविणे, ते अधिक यशस्वी करणे हेही ओघाने येते. म्हणून जनसंपर्क विभागाचे काम न संपणारे असते. त्यात प्रत्येक पायरीला / टप्प्याला आव्हान असते.

जनसंपर्क म्हणजे केवळ प्रसार माध्यमातून केलेली प्रसिद्धी एवढेच नव्हे. संस्थेचे व्यक्तिमत्त्व प्रसिद्धी, गाजावाजा यावर अवलंबून नसते. संस्थेची लोकोपयोगी कार्ये, व्यावसायिक नीतिमूल्ये यावर संस्थेची प्रतिमा /व्यक्तिमत्त्व ठरत असते. सेवेचे महत्त्व, सेवेची तपशीलवार माहिती, वैशिष्ट्ये, उपयोग हे उपयोजकाला त्यांच्या भाषेत समजून देणे आवश्यक असते. तेव्हा त्याचे महत्त्व उपयोजकाला पटू लागते. यासाठी जनसंपर्क विभाग सतत उपयोजकाशी संवाद साधत असतो.

जनसंपर्क विभागाला संस्थेची प्रतिमा यशस्वी करण्याची संधी सतत शोधावी लागते. यामागे जाहिरातबाजीचा वास उपयोजकाला येणार नाही अशी दक्षता त्या विभागाला घ्यावी लागते. यासाठी अनेक इतर माध्यमे हाताळावी लागतात. समाजातील समस्या व प्रश्नही संस्थेच्या कार्यक्रमातून चर्चेत आणणे हेही या विभागाचे कार्य असते. तसेच समाजोपयोगी काम करणाऱ्या व्यक्ती, संस्था यांना प्रोत्साहित करण्यासाठी पारितोषिके, पुरस्कार या विभागातर्फे आयोजित करता येतात.

काही वेळा जनसंपर्क विभाग अवास्तव तंत्राचा वापर करताना दिसतात. पण हा फायदा तात्कालिक असतो.

राजकीय व सामाजिक क्षेत्रामध्ये जनसंपर्काची अत्यंत आवश्यकता असते. राजकीय पक्षांनी आपली प्रसिद्धी, समाजोपयोगी कार्यक्रम, वस्तुनिष्ठ कार्ये, नियोजनबद्ध कार्यक्रम यातून करावी. सध्या अनेक प्रसिद्धी माध्यमांची मायाजाल पसरलेली आहेत. यात न फसणे हे मोठे आव्हानच आहे.

जनसंपर्कामध्ये भाषा हेही मोठे महत्त्वाचे अंग आहे. कार्यक्रमांची आखणी, त्यासंबंधित साधने यांचा विचार करावा लागतो. मासिके, माहिती पत्रके, वर्तमानपत्रे ही लिखित साधने तर असतातच. त्याशिवाय दृक्-श्राव्य साधनेही वापरली जातात. अशा वेळी अशा कार्यक्रमांचे लेखन, संकलन या गोष्टी लक्षपूर्वक हाताळाव्या लागतात. जे सांगावयाचे ते नेमकेपणाने, सुस्पष्ट पण प्रभावी पद्धतीने उपयोजकापर्यंत पोहोचविणे हे उद्दिष्ट कायम लक्षात ठेवणे आवश्यक ठरते. उपयोजकाच्या प्रतिक्रियेलाही मान द्यावा लागतो. त्यांच्या सूचनांचा आदर करावा लागतो. त्यानुसार कार्यक्रमात बदलही करणे अभिप्रेत ठरते.

जनसंपर्क साधणे म्हणजे निव्वळ जाहिरातबाजी नव्हे. संस्थेची माहिती लिखित वा दृक्-श्राव्य माध्यमाद्वारे समाजासमोर येते. त्यामुळे संस्थेची प्रतिमा घडत जाते. याचा उपयोग सेवाविकासासाठी निश्चितच होतो. अडचणींच्या काळात व्यवस्थापनाची, संस्थेची बाजू समाजासमोर मांडणे हे महत्त्वाचे कार्य जनसंपर्क विभाग करु शकतो.

या विभागात काम करणारी व्यक्ती ही निव्वळ वाचाळ, भाषाप्रभू असून उपयोगी नाही. त्या व्यक्तीला चालू घडामोडींचे ज्ञान, शासन, कायदा माहिती असणे आवश्यक आहे. स्थानिक व्यक्ती, त्यांचा समाज, संस्कृती याबद्दल ती व्यक्ती जागरूक असली पाहिजे. प्रत्येक गोष्टीकडे नवीन संधी म्हणून पाहण्याची दृष्टी विकसित झाली पाहिजे.

'जनसंपर्क म्हणजे पैसे न देता केलेली जाहिरात' अशी जनसंपर्काची व्याख्या केली जाते. पण या गोष्टीला महत्त्व आहे. कारण जनसंपर्काचे कार्य करताना काय किंमत द्यावी लागते, ती कष्टातून व कृतीशीलतेतूनच दिली जाते, हे सर्वांना ठाऊक असते. प्रामाणिकपणा, पारदर्शकता, स्वातंत्र्य, बांधिलकी, न्याय हे गुण यासाठी आवश्यक ठरतात. लोकमताचे विश्लेषण करणे ही अवघड गोष्ट या जनसंपर्क माध्यमात असते. समाजाची नाडी ओळखण्याचे हे शास्त्र नाही, कला नाही ही एक जीवनपद्धती आहे.

जनसंपर्क हे माध्यम ग्रंथालय व माहितीशास्त्राच्या बाबतीतही उपयुक्त ठरते. ग्रंथालयाच्या सेवा, सुविधा याबाबतीत समाजाला माहिती देणे आवश्यक ठरते. त्यामुळे उपयोजक ग्रंथालयाकडे आकर्षित होतात. समाजोपयोगी कार्यक्रम, सांस्कृतिक कार्यक्रम, स्पर्धा वगैरे गोष्टींद्वारा उपयोजकांचे ग्रंथालयाकडे पर्यायाने ग्रंथसंग्रहाकडे लक्ष वेधता येते. यासाठी योग्य तऱ्हेने समाजाच्या संपर्कात येणे आवश्यक आहे. त्यामुळे ग्रंथालयाची प्रसिद्धी तर होतेच. पण ग्रंथालय ही सामाजिक संस्था आहे हे खऱ्या अर्थाने शाबित होईल.

Publication of Book – ग्रंथ प्रकाशन

हस्तलिखित साहित्य निवडणे, त्याचे मुद्रण करणे व ते प्रकाशित करणे, त्या साहित्याचा प्रसार, प्रचार करणे या सर्व गोष्टी ग्रंथप्रकाशनामध्ये अंतर्भूत होतात. ग्रंथनिर्मितीनंतर लोकांकडून ग्रंथांची मागणी वाढू लागली. त्यातून या प्रकाशन व्यवसायाची सुरुवात झाली. चीनमध्ये नवव्या शतकात या व्यवसायाला प्रारंभ झाला. पूर्वी ग्रंथांच्या प्रती तयार करण्यासाठी नकलनविस नेमले जात. त्यात दोष रहात. पण मुद्रण कलेमुळे ग्रंथांच्या प्रती निर्दोष होऊ लागल्या. पंधराव्या शतकात युरोपमध्ये खिळामुद्रण सुरू झाले. जर्मनीत योहान गटनबर्गमुळे माहना हे ग्रंथ व प्रकाशन व्यवसायाचे आद्य ठरले. इ.स.१५०१ मध्ये पूर्वीच्या ग्रंथांचा मोठा आकार बदलला गेला. कारण हस्तलिखिते ही मोठ्या आकाराची असत.

पूर्वी ग्रंथ विक्रेते, प्रकाशक असे वेगवेगळे अस्तित्वात नव्हते. त्यामुळे ग्रंथांच्या किंमतीसंबंधी उल्लेख आढळत नाहीत. विनिमयाचे माध्यमही गहू, गाई, कातडी इ. गोष्टी होत्या. पुढे मुद्रक व प्रकाशक असे बदल होत गेले. ग्रंथांची मागणी वाढू लागली व लेखकांना लोकप्रियता मिळू लागली. ग्रंथालयांच्या संख्येतही वाढ होऊ लागली. औद्योगिक क्रांतीमुळे प्रकाशकांचीही भर पडत गेली. यामुळे प्रकाशकांना आपले व्यवसायाचे क्षेत्र आखावे लागले. उदा. ललित वाङ्मय, ऐतिहासिक, सामाजिक, क्रमिक इत्यादी.

पूर्वी राजे लोकांची मदत ग्रंथनिर्मितीसाठी होत असे. सध्या वाचकांकडूनही प्रकाशनपूर्व किंमत घेण्यात येते. शासनही अशा निर्मितीला हातभार लावते. ग्रंथप्रकाशन हे जिकीरीचे काम आहे. विक्री ही

गोष्ट मात्र प्रकाशकाला करणे नेहमीच शक्य नसते. कारण प्रकाशनाचा व्याप प्रचंड असतो. म्हणून प्रकाशकाला ग्रंथविक्रेते, दुकानदार, एजन्सी इत्यादी द्वारे ग्रंथविक्री करावी लागते. ग्रंथांचा प्रसार व प्रचार करावा लागतो. यासाठी वृत्तपत्रे, नियतकालिके यांचाही आधार घ्यावा लागतो. ग्रंथप्रकाशनामध्ये आर्थिक बाब ही महत्त्वाची आहे. पण समाजामध्ये ज्ञानाचा प्रसार करणे, समाजाला विचार प्रवर्तक बनविणे हे ही ग्रंथप्रकाशनाचे हेतू आहेत.

भारतातील प्रकाशन व्यवसायाची सुरुवात १९ व्या शतकात झाली. पोर्तुगीजांमुळे मुद्रणकला भारतात आली. काही ग्रंथ प्रकाशित झाले. पण हे सर्व धर्मप्रचाराच्या दृष्टिकोनातून झाले. महाराष्ट्रातील ग्रंथप्रकाशनाची सुरुवात कॅरीच्या 'मराठी भाषेचे व्याकरण' याने झाली. क्रमिक पुस्तके सरकारच मोफत देत असे. दादोबा पांडुरंग व बाबा पदमजी यांनी या कामी सरकारला मदत केली. नवनीत, यमुना पर्यटन, साक्रेतिसचे चरित्र, हंस, कोश, मोल्स्वर्थ व कँडी याचा मराठी-इंग्रजी कोश असे साहित्य प्रकाशित झालेले दिसते. निर्णयसागर प्रेसचे जावजी दादाजी हे आद्य मुद्रक व प्रकाशकही होते.यांनी त्याकाळी प्रिंटर्स, पब्लिशर्स, बुकसेलर्स असोसिएशन या नावाची संस्था स्थापन केली. (१८९३) त्यांना विजापूरकर, ओक, लोकहितवादी, राजारामशास्त्री भागवत यांचीही मदत मिळाली. न्या.रानडे यांनी मराठी ग्रंथोत्तेजक मंडळी स्थापन केली. (१८७४) पण मराठी प्रकाशनांची संख्या महाराष्ट्राच्या मानाने कमी होती. एकोणीसच्या शतकापर्यंत जवळ जवळ २२०० ग्रंथ प्रकाशित झाले होते. कर्नाटक प्रकाशन, मनोरंजन प्रकाशन मंडळी या प्रकाशन संस्था या क्षेत्रात कार्य करीत होत्या. डेक्कन व्हरनॅक्युलर ट्रान्स्लेशन सोसायटीने त्यांच्या अहवालात मराठी लोकांची ग्रंथवाचनाची आवड कमी असल्याचे त्याकाळी (१८९५) म्हटले आहे. पुढे केशव भिकाजी ढवळे प्रकाशन संस्थेने मराठी प्रकाशनाच्या बाबतीत मोलाची कामगिरी केली. महाराष्ट्र सरकारने व इतर खाजगी संस्थांनी ग्रंथनिर्मितीला प्रोत्साहन मिळावे म्हणून पारितोषिके देण्याचा उपक्रम चालू केला. मराठी साहित्याचा प्रचार व प्रसार व्हावा म्हणून ग्रंथमूल्य कमी ठेवण्याकडेही कल दिसून येतो. अजूनही हिंदी ग्रंथनिर्मितीच्या खालीच मराठी ग्रंथ निर्मितीचा क्रमांक लागतो. भारतातील १४ भाषांत आता ग्रंथनिर्मिती होत आहे. नॅशनल बुक ट्रस्ट, साहित्य अकादमी, महाराष्ट्र राज्य साहित्य संस्कृती मंडळ यासारख्या संस्था ग्रंथनिर्मितीचे कार्य करीत आहेत. बालसाहित्य, जत्रेचा उपक्रम, साहित्य संमेलने ही ग्रंथनिर्मितीला हातभारच लावत आहेत.

Publication of Books in Marathi Language – मराठी भाषेतील ग्रंथ प्रकाशन

मुद्रणतंत्राचा शोध व ग्रंथप्रकाशन यांच्यात अतूट नाते आहे. मुद्रणतंत्रामुळे ग्रंथप्रकाशन हा नवा व्यवसाय अस्तित्वात आला. हे तंत्र भारतात १६ व्या शतकात गोव्याच्या किनारी पोहोचले. येथील ख्रिश्चन धर्मप्रसारकांनी आवश्यक त्या साहित्यातून धर्मप्रसारासाठी साहित्य निर्माण करण्यास सुरुवात केली. हे सर्व साहित्य रोमन लिपीत स्थानिक भाषातील मजकूर जुळवून छापलेले असे. इ.स. १६१६ मध्ये फादर स्टीफनचा 'ख्रिस्तपुराण' हा मराठीतील ग्रंथ रोमन लिपीत छापला होता.

पुढे इ.स. १८०५ मध्ये विल्यम कॅरेने त्याचे मराठी गुरू पं. वैद्यनाथ यांच्या मदतीने प्रथमच मराठीचे व्याकरण छापून प्रसिद्ध केले. कोलकात्याजवळील श्रीरामपूर येथे छापलेला हा ग्रंथ आद्य मराठी ग्रंथ प्रकाशन होय. श्रीरामपूर येथे एकूण २१ ग्रंथ प्रकाशित झाले. त्यापैकी १४ ख्रिश्चन धर्मप्रसारासाठी होते.

शिवाजी महाराजांनीही भीमजी पारेख या व्यापाऱ्यामार्फत एक मुद्रणयंत्र आणले होते. पण यात फारसे यश आले नाही. १९ व्या शतकाच्या शेवटी नाना फडणीस यांनी पुण्यात एक शिल्पशाळा सुरू केली. या शाळेतून भगवद्गीतेच्या श्लोकांचे तांब्यांचे ठसे करून गीता छापण्याचा त्यांचा विचार होता. पण पुढे सत्ताबदलामुळे हे काम मागे पडले. पुढे याच कारागिरांना घेऊन मिरजेच्या पटवर्धनानी १८०५ साली मिरजेला हे गीता छपाईचे काम पूर्ण केले. अशा तऱ्हेने १८०५ साली मराठी ग्रंथनिर्मितीतील मुद्रण युगाची सुरुवात झाली.

इ. स. १७७८ मध्ये मुंबईमध्ये रुस्तमजी करसेटजी यांनी पहिला छापखाना आणला. त्यांनी 'बॉम्बे गॅझेट' व ' बॉम्बे कुरिअर' ही दोन नियतकालिके पुढे दहा वर्षांत छापली. पण मुंबईतील मराठी ग्रंथमुद्रण प्रकाशनाला खरी चालना १८१२ साली स्थापन झालेल्या 'अमेरिकन मराठी मिशन' व मुंबईचा गव्हर्नर माऊंट स्टुअर्ट एलफिस्टन (१८१९-२७) यांच्या उदारमतवादी धोरणामुळे मिळाली. त्यासाठी अमेरिकन मराठी मिशनने कोलकात्याहून छापखाना मागविला. इ. स. १८१७ मध्ये या छापखान्यात पहिले संपूर्ण मराठी पुस्तक छापले. बॉम्बे नेटिव्ह स्कूल अँड स्कूल बुक सोसायटीची (१८२२) स्थापना, शिलाप्रेसचे नवीन तंत्र (१८२४) या घटना मराठी ग्रंथमुद्रण प्रकाशनाची वाटचाल अखंड चालू राहण्यास कारणीभूत झाल्या.

मराठी ग्रंथप्रकाशनाच्या संबंधात १८०५ ते १८६७ हा काळ दोलामुद्रितांचा म्हणून ओळखला जातो. अमेरिकेत मराठी मिशनचा भरही धर्मप्रसारासाठी साहित्य प्रकाशित करण्यावरच होता. परंतु याच मिशनतर्फे मुंबईतील पहिली टाईप फाउंड्री सुरू झाली (१८३५). थॉमस ग्रॅहमच्या हाताखाली येथेच जावजी व आरूही ही मराठी मुद्रण प्रकाशनाची जोडी तयार झाली. याच मिशन प्रेसमध्ये गणपत कृष्णाजी यांनी स्वतंत्र ग्रंथमुद्रणाची स्वप्ने पाहिली.

हैदशाळा पुस्तक मंडळी मार्फत 'पंचोपाख्यान' व 'विदुरनीती' या दोन ग्रंथांचे प्रकाशन (१८२२,१८२३) ही एक महत्त्वाची घटना ठरली. पुढील काळात बॉम्बे बुक अँड ट्रॅक सोसायटीने मुंबईत व कोकणात मराठी ग्रंथ मुद्रणाचे काम सुरू केले. दरम्यान पुण्यात पुना संस्कृत कॉलेज किंवा पुणे पाठशाला स्थापन झाली. थॉमस कँडीमुळे मुंबईचा छापखाना पाठशालेला मिळाला. याच काळात दक्षिणा फंडातून नव्या ग्रंथनिर्मितीला मदत मिळू लागली. देशी भाषेत ग्रंथनिर्मितीला चालना मिळावी म्हणून 'डेक्कन व्हरनॅक्युलर ट्रान्सलेशन सोसायटी' स्थापन झाली. १८४७ साली कॉपीराईट कायदा संमत झाला.

एकंदरीत १८६५ पर्यंत १८०० ग्रंथ प्रकाशित झाले असावेत. थॉमस ग्रॅहम सारखे मुंबईचे मुद्रक व पुण्याचे नारो आप्पाजी गोडबोले हे ग्रंथविक्रेते हे ग्रंथप्रकाशन व्यवसाय करू लागले.

मुद्रणाचे तंत्र सुरुवातीच्या काळात केवळ ग्रंथमुद्रणासाठीच वापरले जात असे. मुद्रणालयाला नियमित काम उपलब्ध होणे आवश्यक होते. पांडुरंग बापू जोशी पावसकर यांनी गणपत कृष्णाजीच्या छापखान्यातून 'ज्ञान चंद्रोदय' हे मासिक काढण्यास सुरुवात केली (१८४०). 'ज्ञानसिंधू' (१८४२), 'सर्वसंग्रह' (१८६०-६७) ह्या मासिकामुळे प्रकाशन व्यवसाय चांगलाच रूढ झाला. मुद्रण, ग्रंथप्रकाशन व मासिक प्रकाशन या तीन स्वतंत्र व्यवसायांची सांगड त्यावेळी घातली गेली होती. या काळातही जावजी दादाजी (निर्णयसागर), नारो आप्पाजी गोडबोले, रावजी गोंधळेकर ही मंडळी स्वतंत्रपणे ग्रंथप्रकाशन करीत होती. विष्णुशास्त्री चिपळूणकरांनी मात्र ग्रंथविक्री, ग्रंथप्रकाशन, मुद्रण व नियतकालिक प्रकाशन

यांची व्यवस्था स्वतंत्र ठेवली. उदा. किताबखाना, चित्रशाळा व निबंधमाला.

१८९० नंतरच्या काळात ब. ग. दाभोळकर या ग्रंथप्रकाशन व्यावसायिकाने महर्षी कर्वे, महादेव गोळे, रँग्लर परांजपे सारख्या अधिकारी व्यक्तींकडून वैचारिक ग्रंथ लिहून घेऊन प्रकाशित केले. दाभोलकर ग्रंथमाला, भारत गौरव ग्रंथमाला, महाराष्ट्र ग्रंथमाला, सुरस ग्रंथमाला अशा ग्रंथमाला ग्रंथनिर्मितीच्या क्षेत्रात होत्या.

'मराठी ग्रंथोत्तेजक सभा, डेक्कन व्हरनॅक्युलर ट्रान्सलेशन सोसायटीचे पुनरुज्जीवन, ग्रंथकारांचे संमेलन' या घटना मराठी ग्रंथप्रकाशन व्यवसायाला प्रोत्साहन देणाऱ्या ठरल्या.

विसाव्या शतकात लॉंगमन्स ग्रीन, मॅकमिलन आणि ऑक्सफर्ड युनिव्हसिटी प्रेस यांचे मुंबईत आगमन झाले. शालेय पुस्तकांची बाजारपेठ हे यांचे लक्ष्य होते.

'केसरी' च्या काळात राजकीय, वैचारिक व सामाजिक स्थित्यंतरे घडून आली. म्हणून १९१० मध्ये भारतीय प्रकाशनावर नियंत्रण ठेवण्यासाठी कायदा अस्तित्वात आला. यामुळे 'कीचकवध' 'कालातील निवडक निबंध' यांना आर्थिक नुकसानीची झळ सोसावी लागली.

इ. स.१८६५ ते १८९६ मध्ये ८५०० ग्रंथ प्रकाशित झाले. १९२० पर्यंत मराठीत जवळ जवळ २०,००० ग्रंथ प्रकाशित झाले असावेत. मराठी समाज केवळ श्रवणाधिष्ठित न राहता वाचनाकडे कलल्याचे हे द्योतक होते.

१९२० नंतर श्री. व्यं. केतकरांचे ज्ञानकोशाचे २३ खंडाचे प्रकाशनकार्य १९२७ साली पूर्ण झाले. दामोदर यंदे यांचे महाभारताच्या मराठी गद्य भाषांतराचे आठ भाग चिं. वि. वैद्यांनी केले. मराठी प्रकाशक अनेक खंडात्मक ग्रंथ प्रकाशित करू लागले.

आचार्य अत्रे संपादित 'नवयुग वाचनमालेला' अधिकृत पाठ्यपुस्तक म्हणून संमती मिळाली. याचवेळी वाचकांची करमणूक प्रधान साहित्याची गरज वि.वा.हडप, नाथमाधव इ.च्या सामाजिक, ऐतिहासिक कादंबऱ्यातून पूर्ण झाली. मराठीचा वाचक वर्ग बऱ्यापैकी निर्माण झाला. पण ग्राहक वर्ग फारसा नव्हता.

म. म. केळकर, रा. ज. देशमुख, स. कृ. पाध्ये, ह. वि. मोटे वगैरेनी मुंबई, पुणे व नागपूर येथे ग्रंथप्रकाशनाचे व्यवसाय सुरू केले. ग्रंथप्रकाशन हा व्यवसाय म्हणून पाहिला गेला.

स्वातंत्र्यानंतरही कागदाची कोटा पद्धती अस्तित्वात होती. १९५० नंतर साहित्य अकादमी, नॅशनल बुक ट्रस्ट इ. संस्था राष्ट्रीय पातळीवर स्थापन झाल्या. उत्कृष्ट ग्रंथांना सरकारी पारितोषिके मिळू लागली. युसिसतर्फे अमेरिकन विचारवंत व साहित्यिक यांच्या ग्रंथांची भाषांतरे मराठीत प्रकाशित होऊ लागली. रशियाकडूनही स्वस्त वाङ्मय विक्रीला उपलब्ध झाले.

मौज, पॉप्युलर प्रकाशन, कुलकर्णी ग्रंथागार, परचुरे प्रकाशन मंदिर, महाराष्ट्र ग्रंथ भांडार,कॉन्टीनेन्टल प्रकाशन असे अनेक नवीन प्रकाशक उदयाला आले. त्याचप्रमाणे ग. ल. ठोकळ, जोशी, लोखंडे, मॅजेस्टिक प्रकाशन यासारखे प्रकाशक कार्यरत झाले. आज मराठीत अनेक प्रकाशक आहेत.

महाराष्ट्र राज्याची निर्मिती झाली. राजा राममोहन रॉय फाउंडेशनच्या वतीने सर्व राज्यातील ग्रंथालयांना ग्रंथखरेदीसाठी अनुदान योजना कार्य करू लागली. ग्रंथाली वाचक चळवळ ही एक महत्त्वाची घटना, ग्रंथजत्रा, ग्रंथयात्रा, ग्रंथएलगार असे प्रयोग ग्रंथालीने केले. मराठी प्रकाशक परिषद, विद्यापीठ ग्रंथ

निर्मिती मंडळ यांची स्थापना ही गोष्ट महत्त्वाची आहे. ग्रंथनिर्मिती व ग्रंथसंस्कृती यामध्ये असलेले प्रकाशकाचे महत्त्व विविध पुरस्कारावरून दिसून येते.

तंत्रज्ञानामुळे जगात सर्वत क्रांती झाली. संगणकीय अक्षर जुळणी, डीटीपी ऑफसेट, मुद्रण यांचा वापर वाढला. सीडीच्या रूपात जुळणी केलेल्या मजकुराचा साठा करता येऊ लागला. पुनर्मुद्रण करणे सुलभ झाले.

याच काळात खडू-फळा योजना, प्रौढ साक्षरता योजनेमार्फत साहित्य योजना, सर्वशिक्षा अभियान इ.सारख्या योजनेमार्फत मोठ्या संख्येने ग्रंथखरेदी झाली. पण वाचनसंस्कृती जोपासण्याकडे फारसे प्रयत्न झाले नाहीत.

प्रकाशकांची संख्या वाढली. स्त्रियाही या व्यवसायात उतरल्या. वेगवेगळ्या विषयावरील ग्रंथ या काळात प्रकाशित होऊ लागले. अखिल भारतीय मराठी प्रकाशक संघ या संघटनेने ग्रंथप्रकाशनासाठी प्रशिक्षणाची आवश्यकता ओळखली व त्यासाठी कार्यशाळा आयोजित केल्या.

या ग्रंथप्रकाशनात सहभागी होणाऱ्या प्रेरणा, विचारपद्धती, राजकीय व सामाजिक परिस्थिती, तंत्रज्ञानामुळे झालेले बदल, आर्थिक परिस्थिती व गरजा यामुळे ग्रंथप्रकाशनाच्या व्यवस्थेत बदल होत गेले.

Purchase of Books – ग्रंथ खरेदी

वाचनसाहित्याच्या खरेदीसाठी निरनिराळ्या खरेदी पद्धती आहेत.

(१) निविदा पद्धती (Tender Method) ही त्यापैकी एक. ग्रंथालयांना हव्या असलेल्या ग्रंथांच्या याद्या निरनिराळ्या ग्रंथ विक्रेत्यांकडे पाठविल्या जातात. त्या यादीतील ग्रंथांना किती टक्के सूट/सवलत मिळेल, हे ग्रंथ केव्हा मिळणार, त्यासाठी लागणारा कालावधी या गोष्टी पाहिल्या जातात. ग्रंथ विक्रेत्याकडून ही माहिती मिळाल्यावर जास्त सवलत देणारे व कमी किंमत घेणारे विक्रेते यांच्याकडून ग्रंथखरेदी केली जाते.

एप्रिलमध्ये या संबंधात वृत्तपत्रातून निवेदने दिली जातात. त्यामध्ये ग्रंथ विक्रेत्याला ठराविक कालावधी देऊन दरपत्रक देण्यास सांगितलेले असते. ठरावीक दिवशी सर्वांच्या समक्ष निविदा उघडून जास्त सवलत व कमी किंमतीतील निविदा संमत केली जाते. एकदा निविदा स्वीकारली म्हणजे वर्षभर त्या विक्रेत्याकडून ग्रंथखरेदी करावी लागते.

ही पद्धती सार्वजनिक ग्रंथालयांमध्ये वापरली जाते. त्यांना ती सुलभ वाटते. पण जास्त सूट देण्याची ही पद्धती फायद्याची नाही. याद्या विक्रेत्यांकडे पाठविणे, त्यानुसार निवेदने पाठविणे, निविदा येणे, ती संमत करणे यामध्ये बराच कालावधी लागतो. काही वेळा ग्रंथ विक्रेते त्यांना परवडतील असेच ग्रंथ पाठवितात. त्यामुळे हवे असलेले ग्रंथ इतरांकडून घ्यावे लागतात. त्यामुळे ही पद्धती फारशी उपयोगी ठरत नाही.

(२) दरपत्रक पद्धती (Quotation Method) – यामध्ये अनेक विक्रेत्यांकडून दरपत्रके मागवतात. सर्व विषयांवरील ग्रंथ त्या विक्रेत्याकडे उपलब्ध होतात का, दुर्मीळ ग्रंथ मिळतात का, क्रमिक पुस्तके, बालवाङ्मय उपलब्ध आहे का, परदेशी प्रकाशने मिळतात का, किती टक्के सवलत दिली जाते, टपाल व पार्सल खर्च, परदेशी प्रकाशनाबाबत विनिमयाचा दर रिझर्व्ह बँकेप्रमाणे आकारला जातो का, या सर्व

गोष्टींचा विचार यामध्ये केलेला असतो.

(३) **स्थायी विक्रेता (Standing Vendor)** – ज्या देशातून ग्रंथ मागवायचे आहेत त्या देशामध्ये एक स्थायी विक्रेता नेमावा असे डॉ. एस.आर. रंगनाथन यांनी सुचविले आहे. त्यामुळे ग्रंथ लवकर मिळतील ही अपेक्षा. परदेशी ग्रंथांच्या बाबतीत बराच कालावधी लागतो. पण सध्या माहिती-तंत्रज्ञान युगात जग हे ग्लोबल व्हिलेज असल्यामुळे परदेशी ग्रंथ मागविणे कठीण नाही.

(४) **प्रकाशकाकडून खरेदी (Publisher)** – प्रकाशकाकडून प्रत्यक्ष ग्रंथखरेदी केल्यास सवलतही जास्त मिळते. परदेशी प्रकाशनांच्या संबंधात प्रकाशक वा त्यांचा प्रतिनिधी यांच्याकडून ग्रंथ खरेदी केली जाते. हे प्रतिनिधी भारतातही असू शकतात. नाहीतर मग आयात परवाना, विनिमयाचे दर या गोष्टी अडचणीच्या ठरतात.

(५) **पसंतीसाठी ग्रंथ मागविणे (On approval)** – या पद्धतीमध्ये ग्रंथविक्रेते, प्रकाशक त्यांच्या जवळील ग्रंथ पसंतीसाठी ग्रंथालयाकडे पाठवितात. त्यातून वाचनसाहित्याची खरेदी केली जाते. हे ग्रंथ संस्थेतील विषयतज्ज्ञांना वा विभागप्रमुखांना दाखविले जातात. त्या संबंधात त्यांची संमती घेतली जाते. काही वेळा ग्रंथालय समिती ग्रंथ निवड करते. यामध्ये प्रत्यक्ष ग्रंथ पाहावयाला, हाताळायला मिळतात. पाहिजे असलेले ग्रंथ ठेवून घेतले जातात. बाकीचे परत पाठविले जातात. त्यामुळे ही पद्धती सोईस्कर ठरते. वेळाकाढूही नाही.

भारतामध्ये परिपूर्ण ग्रंथसूचीची असलेली उणीव ग्रंथखरेदीला अडचण ठरते.

Pure Classified Catalogue – शुद्ध अनुवर्ग तालिका

ग्रंथालयातील विशिष्ट विषय लक्षात घेऊन ही शुद्ध अनुवर्ग तालिका तयार केली जाते. या तालिका पत्रावर अग्रेसर (leading) भागात फक्त बोधांक (Call No.) लिहिलेला असतो. इतर कोणतीही माहिती वा नोंद या तालिकेत नसते. या प्रकारच्या नोंदीमध्ये शब्द वा अक्षर यांचा वापर केलेला नसतो, यासाठी उपयोजकाला हव्या असलेल्या विषयांचा वर्गांक माहीत असणे आवश्यक आहे. तालिका ही सुलभ, परिपूर्ण वगैरे गोष्टी यामध्ये दूरच राहतात. त्यामुळे त्या दृष्टीने ही तालिका समजणे अवघडच होते. यासाठी सदैव ग्रंथालयीन कर्मचारी वर्गावर मदतीसाठी अवलंबून राहावे लागते. त्यामुळे ग्रंथालयामध्ये या तालिकेचा वापर झाला नाही.

Q

Quasi Class – समवर्ग

ज्ञानशाखेतील काही विषय हे स्वतंत्र मुख्यवर्ग म्हणून ओळखले जाऊ शकतात. इतके ते विषय व्यापक आहेत. पण वर्गीकरणाच्या संहितेत तसे करणे अवघड असते. ललित वाङ्मयातील वाङ्मय प्रकार ह्यांना स्वतंत्र अस्तित्व आहे असे वाटते. पण त्यांना ललित वाङमयाचे उपवर्गच म्हणूनच ओळखले जाते. कथा हा एक वाङ्मय प्रकार आहे. कथेची मागणी करताना ललित वाङमयातील कथा द्या अशी मागणी होत नाही. म्हणून अशा सर्व विषयांना समवर्ग म्हणतात.

ललित वाङ्मयातील एखादी कृती हा स्वतंत्र अभ्यासाचा, संशोधनाचा विषय होऊ शकतो. ती कृती व तिच्यावरील टीका उपयोजकाकडून वाचली जाते. त्यामुळे या नोंदी वर्गदर्शक स्वरूपाच्या केल्या जातात.

> उदा. या वर्गातील आणि त्याच्या उपवर्गातील ग्रंथासाठी तालिकेच्या वर्गीकृत विभागात खालील वर्गांकाखाली पहावे.
>
> 0155

Questionnaire – प्रश्नावली

अभ्यास घटकाकडून संशोधनासाठी आवश्यक असणारी माहिती मिळविणे हे या तंत्रामुळे शक्य होते. अर्थात या तंत्रात अभ्यास घटकावर कोणत्याही पद्धतीचा दबाव व प्रभाव अपेक्षित नाही. यामध्ये माहितीच्या प्रश्नांची यादी केली जाते. या प्रश्नांच्या रचनेमध्ये एक विशिष्ट पद्धत वापरलेली असते. ही यादी पोस्टाने अभ्यास घटकाच्या प्रतिनिधीकडे पाठवली जाते. या प्रश्नांची उत्तरे प्रतिनिधी देतो व परत ही प्रश्नावली संशोधकाकडे पाठवली जाते. या प्रश्नावलीमध्ये प्रतिनिधीची मते व्यक्त झालेली असतात.

या प्रश्नावलीची रचना संशोधकाला विचारपूर्वक करावी लागते. हिचा आकार मर्यादित ठेवणे आवश्यक असते. कारण प्रश्नावली जेवढी लहान तेवढे प्रश्नावली भरून पाठविणाऱ्यांचे प्रमाण जास्त असते. पण त्याचप्रमाणे प्रश्नावली अपुरी असू नये. प्रश्नांचे स्वरूप सोपे व सुलभ असते. प्रश्नांचा क्रम तर्कशुद्ध, योग्य असावा. प्रश्नांची उत्तरे देताना प्रतिनिधीला अडथळा येऊ नये.

या प्रश्नावलीची रचना, मांडणी झाली की तिची चाचणी घ्यावी लागते. त्यामुळे यातील अडथळे दृष्टीला येतात. काही वेळा प्रश्नांचे स्वरूप आवश्यकतेनुसार बदलावे लागते. नंतर ही प्रश्नावली अभ्यास घटकाच्या प्रतिनिधीकडे पाठविली जाते.

रचनेच्या अधिष्ठानानुसार प्रश्नावलीचे प्रकार खालीलप्रमाणे –

१) संरचित प्रश्नावली (Structured Questionnaire) – यामध्ये संशोधक अभ्यास विषय त्याचा हेतू लक्षात घेऊन प्रश्नांचे स्वरूप व क्रम ठरवितो व त्यांची योग्य पद्धतीने मांडणी करतो. याचेही प्रकार दोन १) बंदिस्त संरचित प्रश्नावली यामध्ये उत्तराच्या निवडीचे स्वातंत्र्य नसते. या प्रश्नावलीतच पर्यायी उत्तरे दिलेली असतात. त्यातून अचूक उत्तराची निवड करावयाची असते. गृहीत कृत्य मांडण्यात याचा उपयोग होतो. प्रश्नावलीच्या उत्तरामध्ये विसंगती नसते. यामुळे माहितीचे विश्लेषण करणे सोपे होते. माहितीतील घटनांची तुलना करणे सुलभ असते. प्रश्नावलीतील प्रश्नांचे स्वरूप न कळल्यामुळे उत्तरामध्ये संदिग्धतेला वाव असतो. त्यामुळे चुका होण्याची शक्यता असते. २) खुली संरचित प्रश्नावली यामध्ये अभ्यास घटकाला मताचे स्वातंत्र्य असते. यामध्ये पर्यायी उत्तरे दिलेली नसतात. त्यामुळे संशोधकाच्या माहितीमध्ये भर पडते. तपशीलवार माहिती मिळते.

२) असंरचित प्रश्नावली (Unstructured Questionnaire) – ही पद्धत निवडक पण मर्यादित अभ्यास घटकाकडून माहिती मिळविण्यासाठी वापरली जाते. ही प्रश्नावली लवचिक असते. सखोल अभ्यास करण्यासाठी ही पद्धत उपयोगी पडते. यामध्ये अभ्यास घटकाच्या उत्तराला महत्त्व असते.

३) चित्रमय प्रश्नावली (Pictorial Questionnaire) – या प्रश्नावलीमध्ये काही प्रश्न चित्राच्या माध्यमाद्वारे स्पष्ट केले जातात. मात्र ही चित्रे प्रश्नांशी संबंधित असतात.

R

Raja Rammohan Roy Library Foundation (RRRLF) -
राजा राममोहन रॉय ग्रंथालय प्रतिष्ठान

या प्रतिष्ठानची स्थापना १९७२ साली झाली. या प्रतिष्ठानच्या स्थापनेस सरकारचा संस्कृती विभाग कारणीभूत आहे. हे प्रतिष्ठान स्वायत्त आहे. या प्रतिष्ठानला केंद्रीय सरकारचा संस्कृती विभाग व मनुष्य बळ विकास मंत्रालय पूर्णपणे निधी देते. या प्रतिष्ठानमध्ये २२ सदस्य नेमलेले असतात. त्यामध्ये शिक्षणतज्ञ, ग्रंथपाल व प्रशासक अशा नामवंत व्यक्ती असतात. भारत सरकारच्या संस्कृती विभागाचा मंत्री किंवा त्याने नियुक्त केलेली व्यक्ती या प्रतिष्ठानची अध्यक्ष असते. संचालक हा कार्यकारी व पदसिद्ध कार्यवाह असतो. देशातील सर्व राज्यसरकार व इतर संस्था यांच्या सहयोगाने ग्रंथालयीन सेवा व्यापक करणे हा या संस्थेचा हेतू आहे. या प्रतिष्ठानचे मुख्य कार्यालय कोलकाता येथे आहे. याशिवाय मुंबई, नवी दिल्ली, तामिळनाडू व कोलकाता ही विभागीय कार्यालये आहेत.

हे प्रतिष्ठान देशातील सार्वजनिक ग्रंथालयाच्या विकासासाठी प्रोत्साहन देते, सल्ला देते आणि आर्थिक मदतही करते. ग्रंथालयीन चळवळीला प्रोत्साहन देणे, योग्य साहित्याचे प्रकाशन करणे, ग्रंथालयीन संशोधनाला उत्तेजन देणे, राष्ट्रीय ग्रंथालय धोरणासंबंधी मत मांडणे, राष्ट्रीय ग्रंथालय पद्धती स्थापण्यास मदत करणे, भारत सरकारला ग्रंथालयीन विकासासाठी सल्ला देणे इत्यादी या प्रतिष्ठानची वैशिष्ट्ये आहेत.

फिरती ग्रंथालये यांच्यासाठी चर्चासत्रे, कार्यशाळा आयोजित करणे, प्रशिक्षण अभ्यासक्रम आखणे, ग्रंथ प्रदर्शन भरविणे, राज्य विभागीय ग्रंथालये व जिल्हा पातळीवरील ग्रंथालये यांना शैक्षणिक हेतुसाठी मदत करणे, स्वयंसेवी संघटनांना सार्वजनिक ग्रंथालय सेवा विकसित करण्यासाठी दूरदर्शन साधने मिळवून देण्यास मदत करणे. सार्वजनिक ग्रंथालयातील मुलांच्या विभागाला मदत करणे या सर्व गोष्टींसाठी हे प्रतिष्ठान अर्थसहाय्य, ग्रंथालयीन सेवा व ग्रंथसहाय्य या संदर्भात मदत करते. वेळप्रसंगी स्वतःच्या निधीतून हे प्रतिष्ठान मदत करते. यासाठी वेगवेगळ्या योजना आयोजित केल्या जातात. या संदर्भातील अर्जाचे नमुने प्रतिष्ठानच्याच ''बुक्स फॉर द मिलियन्स ॲट देअर डोअरस्टेपस्'' या माहिती पुस्तकात आहे.

ह्या प्रतिष्ठानने ग्रंथालय व माहिती पद्धतीचे राष्ट्रीय धोरण आखण्यास मदत केली आहे. सार्वजनिक ग्रंथालयासाठी, त्यांच्या सेवेसाठी काही मार्गदर्शक तत्त्वेही या प्रतिष्ठानने तयार केली आहेत. राष्ट्रीय व आंतरराष्ट्रीय संघांशी याचे सलोख्याचे संबंध आहेत.

या प्रतिष्ठानचे वेगवेगळे विभाग प्रतिष्ठानच्या कार्यात मदत करीत असतात. उदा. संशोधन, संख्याशास्त्र व संगणक इत्यादी. या प्रतिष्ठानने ''ग्रंथालयातील पुस्तकांची घट'' यावर एक अहवाल सादर केला आहे.

इंडियन लायब्ररीज : ट्रेन्डस अँड परस्पेक्टिव्हज्, राजा राममोहन रॉय अँड न्यू लर्निंग, आर.आर.आर.एल.एफ. न्यूज लेटर, अॅन्युअल रिपोर्ट, डिरेक्टरी ऑफ इंडियन पब्लिक लायब्ररीज इत्यादी प्रकाशने हे प्रतिष्ठान प्रकाशित करते.

सार्वजनिक ग्रंथालयीन सेवेबाबत हे प्रतिष्ठान मोलाची कामगिरी करीत आहे.

Ranganathan's Classification of Documents – रंगनाथन यांचे प्रलेख वर्गीकरण –

डॉ.रंगनाथन यांनी प्रलेखांचे वर्गीकरण वेगळ्या प्रकारे केले आहेत.

१) परंपरागत प्रलेख - (Conventional Documents)

हे प्रलेख लिखित, अर्धमुद्रित, मुद्रित, हस्तलिखिते अशा स्वरूपात असतात आणि हे प्रलेख ग्रंथ नियतकालिके, नकाशा संग्रह यांच्या माध्यमातून तयार झालेले असतात. हे पूर्वापार परंपरेने प्रचलित असलेले प्रलेख आहेत.

२) नवपरिचित प्रलेख (Neo-Conventional Documents)

हे नवीन प्रलेख सूक्ष्म विचार मांडणारे असतात. यामध्ये पेटंटस्, प्रमाणके, वर्तमानपत्रातील कात्रणे यांचा समावेश होतो.

३) अपरंपरागत प्रलेख - (Non-Conventional Documents)

यामध्ये बाह्यस्वरूपाला जास्त महत्त्व असते. माहितीचा आकार, तिचे नवे स्वरूप याचाच विचार केला जातो. जसे खालील अंतर्गत माहितीपेक्षा बाह्यांगालाच महत्त्व मिळते. यासाठी नवीन तंत्रे, नवीन साधने वापरलेली असतात. उदा. दृक्–श्राव्य साधने, मायक्रोफिल्मस्, सीडीज, कॅसेटस्.

४) अतिमानवी / यांत्रिक प्रलेख - (Meta Documents)

हे प्रलेख फक्त विशिष्ट यंत्राच्या साहाय्यानेच निर्माण होतात. या यंत्रांना मानवी बुद्धीची देणगी असते. नैसर्गिक किंवा सामाजिक घटनांचे प्रत्यक्ष चित्रण, अहवाल या प्रकारात अंतर्भूत होतात. उदा. व्हिडिओ शूटिंग, इन्सॅटने पाठविलेले छायाचित्रे.

प्रत्यक्ष व्यवहारात ग्रोगनचे वर्गीकरणच मान्यता पावलेले आहे.

Reference Book - संदर्भग्रंथ

''जे ग्रंथ कोणत्याही प्रकारची माहिती शोधण्याकरिता, संदर्भ मिळविण्यासाठी उपयोगात आणले जातात, ज्यातील माहितीची विशिष्ट प्रकारे रचना केलेली असते, ज्या ग्रंथांना ग्रंथालयाबाहेर घेऊन जाण्यास परवानगी नसते, अशा ग्रंथांना संदर्भग्रंथ म्हणतात. अशी संदर्भ ग्रंथांची व्याख्या हेरॉडज् लायब्रेरिअन्स ग्लॉसरी अँड रेफरन्स बुक आवृत्ती सात मध्ये केलेली आहे.

संदर्भग्रंथ हे केवळ माहिती शोधण्यासाठी वा संदर्भासाठीच वापरले जातात. या संदर्भग्रंथांची रचना विशिष्ट पद्धतीने केलेली असते. यातील माहितीची रचना वर्णनक्रमानुसार केलेली असते. हे संदर्भग्रंथ महाग असतात. त्यामुळे ते व्यक्तिगतरित्या खरेदी केले जात नाहीत. संदर्भग्रंथ हे अनेक खंडात प्रकाशित केले जातात. विशिष्ट प्रकारची माहिती देण्यासाठीच या ग्रंथांची निर्मिती होत असते. उदा. भारतीय संस्कृती कोश.या ग्रंथातील माहिती ही विषयतज्ज्ञाकडून लिहून घेतलेली असते. हे काम केवळ एखाद्या व्यक्तीचे नसते. या ग्रंथांच्या निर्मितीसाठी बराच वेळ लागतो. काही वेळा वर्षेही लागतात.

संदर्भग्रंथ हे कथा, कादंबरीप्रमाणे पहिल्या पृष्ठापासून शेवटच्या पृष्ठापर्यंत वाचली जातात असे नाही.ज्ञानकोश, शब्दकोश, वार्षिके ही व्याख्या, शब्द, ग्रंथासंबंधीची माहिती, ग्रंथातील नोंदी पाहण्यासाठी, माहितीचा शोध घेण्यासाठी वापरले जातात.

हे ग्रंथ उपयोजकाच्या नावावर ग्रंथालयाबाहेर घेऊन जाण्यास परवानगी नसते. कारण अशा ग्रंथांच्या एकापेक्षा अनेक प्रती ग्रंथालय घेऊ शकत नाही. यांची मागणी अनेक उपयोजकांकडून होण्याची शक्यता असते.

या ग्रंथांचा उपयोग उपयोजकाच्या तात्पुरत्या गरजेनुसारच केला जातो. त्यामुळे गरजेनुसार त्यांचा वारंवार वापर केला जातो.

एकदा संदर्भग्रंथ प्रकाशित झाल्यानंतर तो माहितीच्या दृष्टीने अद्ययावत करण्यासाठी त्याचे पुरवणी खंड प्रकाशित केले जातात. उदा. ब्रिटानिका इयर बुक. कारण संदर्भग्रंथांची सुधारित आवृत्ती सारखी प्रकाशित करणे ही बाब फार खर्चिक असते.

सर्वसाधारण ग्रंथ हे पहिल्या अगदी मुखपृष्ठापासून मलपृष्ठापर्यंत हाताळले जातात. कारण मुखपृष्ठाची रचना, मलपृष्ठावरची अधिक माहिती, मग ती लेखकाविषयी, त्याच्या प्रकाशित ग्रंथाविषयी वा आगामी ग्रंथाविषयी, तसेच प्रकाशकाच्या प्रकाशन व आगामी प्रकाशनाविषयी असू शकते.

हे सर्वसाधारण ग्रंथ ग्रंथालयाबाहेर नेण्यासाठी उपयोजकाला त्याच्या नावावर नोंदवून घेता येतात.

या ग्रंथांच्या सुधारित आवृत्ती प्रकाशित करता येतात. तसेच हे ग्रंथ एक खंडात्मकच असतात.

या ग्रंथातील माहिती ही लेखकाने प्रकरण स्वरूपात मांडलेली असते. यातील प्रकरणे ही एकमेकांशी संबंधित असतात. या प्रकारच्या ग्रंथामध्ये त्या विषयाची सखोल माहिती दिलेली असते.

म्हणून संदर्भ ग्रंथांची खरेदी करताना त्यांचे योग्य प्रकारे मूल्यमापन करणे आवश्यक आहे. उपयोगितेचाही विचार प्रामुख्याने करणे गरजेचे ठरते व यासाठी संदर्भ ग्रंथांची व्याप्ती, रचना माहितीचे स्वरूप, त्या माहितीचे वैशिष्ट्य इत्यादी गोष्टी विचारात घेणे महत्त्वाचे आहे.

Reference Service - संदर्भ सेवा

समाज हा सतत बदलत असतो. ज्ञान मिळविणे, ते वाढविणे, त्याचे आदान-प्रदान करणे या क्रिया कळत नकळत चालूच असतात. या प्रचंड उलाढालीमध्ये इतर संस्थांबरोबर ग्रंथालयांचाही सहभाग असतोच. उपयोजकाला वाचनसाहित्य उपलब्ध करून देण्यासाठी ग्रंथालयात अनेक प्रकारची कामे समाविष्ट असतात. ग्रंथालये ही समाजाभिमुख असल्यामुळे वाचनसाहित्य उपयोजकाला सहजासहजी उपलब्ध करून देण्याकडे ग्रंथलयांचा कल असतो. म्हणजेच संदर्भ सेवा मिळावी हा ग्रंथालयांचा उद्देश असतो. तंत्रज्ञानामुळे संगणकीकरणामुळे या गोष्टी जास्त सुकर होत गेल्या आहेत.

संदर्भ सेवेची आवश्यकता लक्षात घेऊन ग्रंथालयात काही गोष्टी प्रथमपासून केल्या जातात. यासाठी ग्रंथालय परिचय अशी पुस्तिका ग्रंथ वर्गीकरण, तालिकीकरण, संदर्भ ग्रंथांची मांडणी, ग्रंथालयाची नियमावली वगैरे तंत्रज्ञानामुळे या सर्व गोष्टी अनेक साधनांद्वारा दिल्या जातात. पण तरी मानवी मदतीची गरज उपयोजकाला लागतेच. विज्ञानामुळे समाजात बदल होत आहेत, त्यामुळे उपयोजकांच्या मागण्याही बदलत आहेत. मागण्यांचे प्रमाण वाढत आहे. म्हणजेच संदर्भ सेवेचे विषय, स्वरूप व पद्धती बदलत आहेत.

सं+दृभ् या पासून संदर्भ हा शब्द तयार झाला आहे. याचा अर्थ एकत्र जोडणे असा आहे. उपयोजक व वाचनसाहित्य यांची सांगड घालण्याचे काम म्हणजे संदर्भ सेवा.

डॉ.एस.आर.रंगनाथन यांच्या म्हणण्याप्रमाणे योग्य वाचक व योग्य वाचनसाहित्य त्यांची सांगड घालून देण्याचे योग्य व्यक्तिगत पातळीवरून केलेले प्रयत्न म्हणजे ''संदर्भ सेवा'' होय.

मोठ्या ग्रंथालयापासून ही सेवा देण्यासाठी ग्रंथपाल, संदर्भ ग्रंथपाल किंवा संदर्भ सहाय्यक अशी पदे भूषविणाऱ्या व्यक्ती असतात. पण लहान ग्रंथालयामध्ये अशा तऱ्हेची पदे नसतात. संदर्भ सेवा ही पदापेक्षा महत्त्वाची.

संदर्भ सेवा देण्यासाठी ग्रंथालयातील प्रत्येक कामावर लक्ष ठेवणे, वाचकांना वेगवेगळ्या प्रकारची माहिती देणे, उपयोजकाला संदर्भग्रंथांच्या संदर्भात मार्गदर्शन करणे, ग्रंथालय परिचय करून देणे, उपयोजकांच्या भविष्यकालीन मागण्या लक्षात घेऊन ग्रंथसूची तयार करणे, ग्रंथसंग्रह हा उपयोजकांच्या निवडीला प्राधान्य देऊन करणे, वाचनसाहित्य ग्रंथालयात जास्त प्रमाणात कसे उपलब्ध होऊ शकेल याकडे लक्ष देणे. या गोष्टी संदर्भ सेवेसाठी महत्त्वाच्या ठरतात.

संदर्भ सेवेमध्ये उपयोजकाचा व ग्रंथालयीन कर्मचाऱ्याचा प्रत्यक्ष संबंध येतो. उपयोजक व त्याची गरज यांना या सेवेमध्ये महत्त्व असते. यामुळे उपयोजकांचा स्वभाव कळतो. संदर्भ सेवा देणाऱ्याला त्याच्या ग्रंथालयांची संपूर्ण माहिती, संदर्भ ग्रंथाची माहिती असणे आवश्यक आहे. या सेवेमध्ये प्रत्येक उपयोजकाची गरज वेगवेगळी असते. त्यामुळे त्या गरजा पुरविण्याचे मार्गही वेगवेगळे असतात. यामध्ये तांत्रिकता कमी असते. ग्रंथालयातील इतर सेवेमध्ये वर्गीकरण, तालिकीकरण वगैरे तांत्रिकता अधिक असते. तरी ग्रंथालयातील या इतर सेवा पार पाडणे प्रथम आवश्यक ठरते. तरच संदर्भ सेवा देता येते. वाचनसाहित्य पुरविणे हे या सर्वांचे ध्येय असते.

Reference Service : Types – संदर्भसेवेचे प्रकार

संदर्भसेवेचे प्रकार दोन १) शीघ्रसंदर्भसेवा २) विलंबित संदर्भसेवा

१) शीघ्र संदर्भसेवा (Short Range Reference Service) – कमी वेळात दिली जाणारी संदर्भसेवा. या ठिकाणी वेळ ही गोष्ट महत्त्वाची आहे. अतिशय तत्परतेने दिलेली संदर्भसेवा म्हणजे शीघ्र संदर्भसेवा असे म्हणता येईल. वस्तुनिष्ठ प्रश्नांची उत्तरे शोधण्यासाठी या संदर्भसेवेचा उपयोग होतो.

संदर्भ साधनांचा, शब्दकोश, ज्ञानकोश, वार्षिके, ग्रंथसूचीय साधने यांचा उपयोग होतो. पण ही साधने अद्ययावत असतीलच असे म्हणता येत नाही. म्हणून वर्तमानपत्रांच्या कात्रण संचिका, माहिती पुस्तिका इत्यादी गोष्टी तयार करता येतात. यांचा उपयोग ह्या प्रकारच्या सेवेमध्ये निश्चितच होऊ शकतो. काही वेळा संदर्भ ग्रंथपालाची स्मरणशक्ती सुद्धा साधन ठरू शकते. पण स्मरणशक्ती दगा देणार नाही याचीही खात्री बाळगणे आवश्यक ठरते.

उपयोजकांच्या व ग्रंथालयांच्या प्रकारानुसार या प्रकारच्या सेवेचे स्वरूप वेगवेगळे असू शकते. सार्वजनिक ग्रंथालयातील संदर्भ प्रश्न वेगळे असतात. शैक्षणिक ग्रंथालयातील संदर्भ प्रश्न शिक्षणाशी संबंधित असतील तर संशोधन ग्रंथालयातील उपयोजकांना केवळ संदर्भ ग्रंथाचे नाव सांगून चालणार नाही, तर त्यांना माहितीही पुरवावी लागते.

ही संदर्भसेवा व्यक्तिगत पातळीवरून दिली जाते. यासाठी फार संदर्भ साधने लागत नाहीत. म्हणून या सेवेला ''प्रत्यक्ष सेवा'' असेही म्हटले जाते. संदर्भ साधने ही वैशिष्ट्यपूर्ण असतात. सामान्य उपयोजक या प्रकारच्या साधनांविषयी अपरिचित असतो. त्यामुळे माहिती शोधनासाठी त्याला मदतीची गरज लागते. हे काम संदर्भ ग्रंथपाल करतो. यासाठी त्याला माहिती संकलन करणे, सूची करणे, काही ग्रंथ खरेदीची शिफारस करणे, त्याच्या दिनदर्शिकेमध्ये प्रश्नांची नोंद करून ठेवणे, भविष्यकालीन प्रश्नांची दूरदृष्टी या गोष्टी कराव्या लागतात.

२) विलंबित संदर्भसेवा (Long Range Reference Service) – या प्रकारची सेवा देण्यास लागणारा वेळ (कालावधी) या सेवेचे स्वतःच स्पष्टीकरण देतो. या संदर्भसेवेसाठी लागणारा वेळ संदर्भ साधनांची निवड व त्यांचा उपयोग, या सर्वांचा अंतर्भाव या प्रकारच्या सेवेत होतो. या सेवेला कालावधीचे बंधन नसल्यामुळे काही तास, दिवस, आठवडा,व महिनाही लागू शकतो. म्हणूनच या सेवेला विलंबित संदर्भसेवा म्हणतात.

या प्रकारच्या सेवेमध्ये शब्दकोश, ज्ञानकोश, सूची, वार्षिके या संदर्भ साधनांचाही उपयोग केला जातो. पण याशिवाय ग्रंथ नियतकालिके, वर्तमानपत्रे, माहिती पुस्तिका, कात्रण संचिका, नवीन तंत्रज्ञानामधील आधारभूत माहिती संच अशा साहित्याचा आधार घेतला जातो. इतर ग्रंथालयातील साहित्याचा शोध घ्यावा लागतो, म्हणून या सेवेला अप्रत्यक्ष संदर्भसेवा असेही म्हणतात.

संदर्भसेवेचे हे वरील दोन प्रकार असले तरी त्यांचा हेतू एकच आहे, उपयोजकाला सेवा पुरविणे. कारण या दोन्ही प्रकारातील सीमारेषा फारच पुसट आहे. या दोन्ही संकल्पना सापेक्ष आहेत. उपलब्ध संदर्भ साधने, संदर्भ ग्रंथपालाची तत्परता, ग्रंथसंग्रह व इतर साहित्याची त्याने केलेली हाताळणी यावर ही सेवा शीघ्र किंवा विलंबित ठरू शकते. हे दोन्ही संदर्भसेवा प्रकार व्यक्तीनुसार, परिस्थितीनुसार बदलू शकतात.

पण या दोन्ही प्रकारच्या सेवेची वैशिष्ट्ये, सेवा देण्यात लागणारा वेळ, संदर्भ साधनांची घेतलेली मदत व शोधलेली माहिती या आधारान्वये या दोन्ही प्रकारात फरक आढळून येतो.

उपयोजक ग्रंथालयात त्याच्या गरजेनुसार साहित्याचा शोध घेण्यासाठी येतो. त्याला कमीत कमी वेळात साहित्य पुरविले जावे ही त्याची अपेक्षा असते. डॉ.रंगनाथन यांनी ''उपयोजक व त्याचा प्रलेख यामध्ये वैयक्तिकरित्या योग्य संबंध प्रस्थापित करण्याची पद्धती म्हणजे संदर्भ सेवा'' असे म्हटले आहे. उपयोजकाला हीच सेवा अपेक्षित असते.

उपयोजकाच्या प्रश्नाचा पाठपुरावा योग्य रीतीने करणे हे या सेवेत महत्त्वाचे असते. उपयोजकाला अपेक्षित असणारे उत्तर ताबडतोब मिळेलच असे म्हणता येत नाही. कारण एकच संदर्भ शोधन पद्धती सर्वच संदर्भ प्रश्नांना उपयोगी पडेल असे म्हणता येत नाही. संदर्भ प्रश्नाच्या स्वरूपावर संदर्भ शोधावयाचे साधन अवलंबून असते. काही वेळा संदर्भ प्रश्नाचे उत्तर पटकन् मिळते. तर काही वेळेला उत्तर मिळण्यास बराच कालावधी लागतो. त्या साठी काही तास, दिवसही लागतात. म्हणून संदर्भ सेवेचे दोन प्रकार डॉ. रंगनाथन सांगितले आहे. शीघ्र (द्रुत) संदर्भसेवा–यामध्ये संदर्भ प्रश्नाच्या उत्तराचा कालावधी फार कमी असतो. तर विलंबित संदर्भ सेवेमध्ये हाच कालावधी बराच असतो. कारण यासाठी अनेक संदर्भ साधने पहावी लागतात.

या दोन्ही संदर्भसेवेच्या प्रकारातील सीमारेषा आरेखित करता येत नाहीत. कारण संदर्भ प्रश्नांचे स्वरूप, त्यांची संदर्भ साधने व संदर्भ ग्रंथपाल यांच्यानुसार कोणत्याही प्रकारात ही संदर्भ सेवा समाविष्ट होऊ शकते.

Referral Service - रेफरल सेवा

संदर्भ ग्रंथपालाने संदर्भ देणे, संदर्भ साधन दाखविणे व माहिती देणे हे सर्व गृहीतच धरलेले असते. पण आधुनिक काळात माहितीचा ओघ, ज्ञानकोश, उपशाखा यांची निर्मिती यामुळे उपयोजकांच्या सर्व प्रश्नांची उत्तरे देणे काही वेळा संदर्भ ग्रंथपालाला अवघड जाते. कारण ग्रंथालयातील उपलब्ध साधने किंवा इतर वाचनसाहित्य त्याच्या आधारे माहिती देणे शक्य नसते.

अशा परिस्थितीमध्ये संदर्भ ग्रंथपाल किंवा रेफरल सेंटर मधील कर्मचारी ही माहिती मिळण्याचे स्थान सांगू शकतो. यामध्ये व्यक्ती, संस्था, आधारभूत माहिती संच यांचा समावेश होतो.

रेफरल सेंटर अशी एक संस्था, ज्या संस्थेमार्फत माहिती व आधारभूत माहिती मिळविण्यासाठी ग्रंथालये, माहिती देणाऱ्या एजन्सीज्, प्रलेखन केंद्रे आणि व्यक्ती अशा योग्य त्या माध्यमाकडे जाण्याचे मार्गदर्शन केले जाते. अशी रेफरल सेवेची व्याख्या हे रॉडस् लायब्रेरियन्स ग्लॉसरी अँड रेफरन्स बुक, आवृत्ती सातवी यामध्ये केली आहे.

या प्रकारच्या सेवेमध्ये उपयोजकाला ज्या माहितीची गरज आहे त्या माहितीचे स्थान फक्त कळते. त्या ठिकाणी जाण्यासंबंधी फक्त मार्गदर्शन केले जाते. प्रत्यक्ष माहिती अथवा साहित्य मिळत नाही.

रेफरल केंद्रामध्ये उपलब्ध असलेले आधारभूत माहिती संच (data bases) संशोधन प्रकल्प, व्यक्ती, माहिती देणाऱ्या संस्था, एजन्सीज् यांची माहिती असते. या आधारभूत माहिती संचातून योग्य असलेली माहिती उपयोजकाला दिली जाते. म्हणून रेफरल सेवा म्हणजे संदर्भ सेवेचेच विस्तारित स्वरुप होय.

Registration of Periodicals – नियतकालिकांची नोंदणी पद्धत

नियतकालिकांचे अंक ठराविक कालाने येत असल्यामुळे त्या अंकाच्या नोंदणीचे काम सतत चालू राहते. त्यासाठी वेगवेगळ्या पद्धती आहेत. (१) वर्गणी नोंदवही व अंकांची नोंदवही (२) त्रिपत्र पद्धती (३) कार्डेक्स पद्धती

१) वर्गणी नोंदवही – वर्गणी नोंदवहीत महिन्यानुसार वर्गणीची नोंद करतात. कारण वेगवेगळी नियतकालिके, वेगवेगळ्या महिन्यात निघतात. या वहीत नाव, वर्ष, वार्षिक वर्गणी, आदेश क्रमांक, पाठविणाऱ्याचे नाव, पत्ता, वर्गणीचे वर्ष असे रकाने असतात तर अंकाच्या नोंदवहीत नियतकालिकाचे नाव, पाठविणाऱ्याचे नाव, नियतकाल अनुक्रमांक, स्मरणपत्र, बांधणी, दिनांक व जाने. ते डिसे. असे रकाने असतात व त्याप्रमाणे नोंद केली जाते. अंकावरही ग्रंथालयाचा शिक्का मारतात. पृष्ठांवरही मारतात आणि नंतरच अंक स्टॅन्डवर लावतात.

२) त्रिपत्र पद्धती – डॉ. रंगनाथन यांनी १९३० मध्ये मद्रासच्या विद्यापीठ ग्रंथालयात ही पद्धत सुरू केली. विशेष म्हणजे ही भारतीय पद्धत असून लवकर माहिती देणारी अशी भारतीय पद्धती आहे. प्रत्येक नियतकालिकासाठी तीन पत्रे यात तयार करतात. प्रत्येक पत्र 7.5 x 13 से.मी.चे असते. या पद्धतीत (१) नोंदणीपत्र (Register Card) (२) तपासणी पत्र (Check Card) (३) अनुवर्ण निर्देशपत्र (Classified Index Card) अशी तीन पत्रे असतात.

(१) नोंदणी पत्र – यात खंड, अंक, प्रकाशन काल, अंक मिळाल्याचा दिनांक, विक्रेता,

नियतकालिकाचे नाव, प्रमाणक देयांक (Voucher Number) दिनांक, कालावधी, आदेशपत्र क्रमांक, दिनांक, इ. सर्व माहिती लिहिलेली असते. वर्णानुक्रमे लावतात.

(२) तपासणी पत्र – या पत्राचा उपयोग सर्व अंक मिळाले की नाही हे पाहण्यासाठी होतो. स्मरणपत्र पाठविण्यासाठी, पाठवलेल्या स्मरणपत्राची नोंद याच्यावर केली जाते. यात नियतकालिकाचे नाव, कालावधी, खंड, क्रमांक, स्मरणपत्र, ग्रंथपाल स्वाक्षरी असे रकाने असतात. ही पत्रेही वर्णानुक्रमाने लावतात. याला त्रिपत्रपद्धतीचा गाभा म्हणतात.

(३) अनुवर्ण निर्देशन पत्र – या पत्रावरून कोणकोणत्या विशिष्ट विषयावरील कोणती नियतकालिके ग्रंथालयात येतात हे कळते. क्रमसंचयी निर्देश (Cumulative Index) विशेषांक, पुरवणी अंक इ. सर्व माहिती तसेच बांधणी अंक कोणते आहेत, संग्रहातील निर्देश या सर्वांची कल्पना येते. या पत्रातही नियतकालिकाचे नाव, वितरक, प्रकाशक, संग्रहात असलेले खंड, निर्देश, पुरवणी अंक इ. रकाने असतात. वार्षिक वर्गणीची नोंद असे रकाने असतात.

बऱ्याच ग्रंथालयातून या पद्धतीचा वापर करतात. या पद्धतीमुळे नियतकालिकांविषयी सर्व माहिती मिळते. वाचक आणि कर्मचारी यांचा वेळ वाचतो. स्मरणपत्रे पाठवण्यास अडचण येत नाही.

बांधणी केलेल्या ग्रंथाप्रमाणे बांधणी केलेल्या नियतकालिकांच्या खंडाची नोंद नोंदवहीत करतात. त्याचे वर्गीकरण आणि तालिकापत्रेही करतात.

Reprography Service – प्रतिरूप लेखन सेवा

माहितीच्या युगामुळे ज्ञानाच्या क्षेत्रात प्रलेखांची संख्या अगणित होऊ लागली. माहितीच्या गरजेतून या प्रलेखांचाही मोठ्या प्रमाणात उपयोग होऊ लागला. त्याप्रमाणे त्यांचा व्यापार करण्याच्या पद्धतीमध्येही बदल होऊ लागले. या प्रलेखामध्ये नियतकालिकांचे महत्त्व अद्ययावत माहितीच्या दृष्टीने संशोधकांना व अभ्यासकांना फार असते. काही प्रलेखांचे संदर्भ सारखे लागतील असे संशोधकांना वाटते. पण हे प्रलेख, लेख कागदावर लिहून काढणे हे कष्टाचे काम होतेच, तसेच वेळ खाऊही होते. यावर उपाय म्हणून प्रतिरूप लेखन सेवा उदय पावली.

नवीन तंत्रज्ञानामुळे प्रलेखाची नक्कल करणे सोपे होते. त्यामुळे प्रलेखाचे ''प्रतिरूप'' काढणे ही गोष्ट सेवेमध्ये अंतर्भूत झाली. प्रथम छायाचित्र तंत्राने प्रलेखाचे प्रतिरूप केले जाई. पण पुढे स्थिर विद्युतच्या सहाय्याने हे काम सुलभ होऊ लागले.

ग्रंथालय ही वर्धिष्णु सामाजिक संस्था आहे. ग्रंथालयशास्त्राच्या प्रत्येक वाचकाला त्याचा ग्रंथ मिळाला पाहिजे या सिद्धान्तानुसार ही प्रतिरूप लेखन सेवा देता येते. वास्तविक कोणतेही ग्रंथालय सर्व प्रकाशित झालेले साहित्य घेऊ शकत नाही. अशावेळी उपयोजकाच्या गरजेच्या प्रलेखाची माहिती, त्यांचे स्थान, आंतरग्रंथालयीन व्यवस्था व संगणकीय तंत्रज्ञानामुळे शोधून काढणे शक्य असते. तो प्रलेख मिळवताही येतो. अशा तऱ्हेने उपयोजकाला त्या प्रलेखाचे प्रतिरूप काढून देऊन ही सेवा देता येते.

काही वेळा उपयोजक हे बाहेरगावी असतात. त्यांना संदर्भासाठी काही प्रलेख नित्य हवे असतात. बाहेरगावी प्रलेख पाठविताना गहाळ होण्याची भीती असते. अशा वेळी उपयोजकाला प्रतिरूप लेखन सेवा देऊन प्रलेखाची सुरक्षितता जपता येते.

प्रतिरूप लेखनामुळे मूळ प्रलेखातील सर्वच गोष्टी त्यात अंतर्भूत असतात. उदा. चित्रे, आलेख, आकृत्या वगैरे. ही सेवा देण्यास वेळ फार कमी लागतो. प्रतिरूप काढताना त्याच्या आकारातही बदल करता येतात. त्यामुळे संग्रहाच्या दृष्टीने या गोष्टी सुकर होतात.

प्रतिरूप लेखन प्रततंत्र, अनुलिपी तंत्र (Duplicating Technology) या प्रकारे करता येते. याशिवाय इलेक्ट्रोग्राफी, थर्मोग्राफी या पद्धतीही वापरल्या जातात. चक्रमुद्रित यंत्रामुळे (Cyclostyle Machine) तर तर अनेक प्रती काढणे सहज शक्य होते.

Research – संशोधन

संशोधन म्हणजे समस्येचे तात्पुरते उत्तर मिळविण्याची एक तर्कशुद्ध प्रक्रिया आहे. ज्ञानाचा शोध घेणे, त्याचा विकास करणे आणि ते तपासून बघणे, घटनांमधील संबंधाचा शोध घेणे, हे सर्व संशोधनात अंतर्भूत आहे.

संशोधनामुळे नवीन ज्ञान निर्माण केले जाते. जुन्या ज्ञानाचा नवीन दृष्टीने विचार केला जातो. अर्थात ही नित्याची प्रक्रिया आहे. ही सतत घडत असते. ''विषयांतर्गत वैशिष्ट्ये जाणून घेण्यासाठी केलेला व्यापक शोध म्हणजे संशोधन'' असे म्हटले जाते.

विज्ञान म्हणजे ज्ञान. याचा आणि तर्क यांचा संबंध जवळचा आहे. विज्ञानाचा अनुभवावर विश्वास असतो. तर्कशास्त्रही बुद्धिनिष्ठेचा उपयोग करते. समाजातील घटना बुद्धिनिष्ठतेवर घासून पाहते. म्हणून तर्क म्हणजे बुद्धिवादी दृष्टिकोनच.

''नवीन घटना शोधून काढताना त्यांचा अभ्यास, परीक्षा, टीकात्मक शोध, प्रयोगशीलता या गोष्टी अवलंबून असतात. त्या नवीन घटनांचे स्पष्टीकरण त्यातून उद्‌भवलेले निर्णय, सिद्धान्त म्हणजे संशोधन'' असे वेबस्टर शब्दकोश म्हणतो.

ज्ञान संपादन करण्याची एक पद्धती म्हणजे तार्किक संशोधन. यामध्ये समस्या निवडली जाते. त्यातून गृहीतकृत्य तयार केले जाते. नंतर तथ्यात्मक माहिती गोळा करून तिचे विश्लेषण करणे या क्रिया समाविष्ट असतात. यातून मिळणाऱ्या माहितीच्या आधारावर गृहीतकृत्य प्रत्यक्षात येते. ते नंतर अनुभवजन्य मानले जाते. सर्व घटनांच्या बाबतीत हाच अनुभव आल्यास ते बौद्धिक सिद्धान्त मानले जाते.

तथ्य हे वस्तुस्थिती दर्शक असते. ज्या निरिक्षणाचा मानवी संवेदनांनी अनुभव घेता येतो अशी माहिती म्हणजे तथ्य. तथ्यातील अंतर्गत संबंध म्हणजे सिद्धान्त होय. सिद्धान्त परिस्थितीजन्य असतो. अभ्यास विषयातील घटकांच्या परस्पर संबंधाविषयी जे निश्चित विधान केले जाते ते विधान म्हणजे सिद्धान्त. सिद्धान्त व तथ्य एकमेकांशी पूरक आहेत. सिद्धान्ताची उपयोगिता तथ्यामुळे सिद्ध होते. तर तथ्यामुळे सिद्धान्ताचा विकास होतो. माहितीचे व्यवस्थापन सिद्धान्तामुळे शक्य होते.

Research : Types – संशोधनाचे प्रकार

संशोधनाचे प्रकार खालीलप्रमाणे आहेत

१) मूलभूत २) उपयोजित ३) कृतीशील ४) आंतरशाखीय संशोधन.

१) मूलभूत संशोधन –(Fundamental Pure Research) – यामध्ये घटनांच्या संबंधात संशोधन केले जाते. या प्रकारच्या संशोधनात ज्ञानाची प्राप्ती, वृद्धी व जुन्या ज्ञानाचे परीक्षण या गोष्टी समाविष्ट असतात. जुने सिद्धान्त वर्तमानकाळाशी सुसंगत आहेत का याची तपासणी होते. नवीन तथ्ये व घटना

यांच्यातील संबंधाचा तपशील तपासला जातो. यामुळे नवीन सिद्धान्त निर्माण होतात. कारण काळामध्ये बदल होत असतात. सत्याचा शोध घेणे हे या प्रकारचे मुख्य वैशिष्ट्य आहे. नवीन सिद्धान्तही वर्तमान परिस्थितीशी जुळले पाहिजेत.

२) उपयोजित संशोधन (Applied Research) – हे संशोधन व्यावहारिक जीवनाशी संबंधित असते. या व्यावहारिक जीवनातील संबंधित विषय यामध्ये असतात. या विषयातील प्रश्नाबाबत यथार्थ ज्ञान मिळविणे हा या संशोधनाचा हेतू आहे. व्यावहारिक ज्ञानाचा उपयोग विकासासाठी करता यावा यासाठी हे ज्ञान मिळविणे आवश्यक आहे असा या संशोधनाचा विचार असतो. म्हणून याला व्यवहारोपयोगी संशोधन असे म्हणतात. हे संशोधन समाजाच्या विषयाशी संबंधित असते. यामध्ये सामाजिक नियोजन, शिक्षण, धर्म वगैरे विषय अंतर्भूत असतात. यातूनच तर्कशुद्ध ज्ञान व त्यांचा परस्परसंबंध शोधला जातो. व्यावहारिक उपयोगासाठी ज्ञानाचा उपयोग करणे ही गोष्ट महत्त्वाची असते. यामध्ये समस्यांची उकल, त्याविषयी सुधारणा या गोष्टी समाविष्ट होत नाहीत.

मूलभूत संशोधनातील निष्कर्ष व्यावहारिक गोष्टींसाठी उपयोगी पडत नाहीत, असे मत मांडले जाते. ज्ञान हे व्यवहार उपयोगी आहे असे मूलभूत संशोधकही म्हणू शकतो. हे दोन्ही संशोधनप्रकार एकमेकांना मदतच करत असतात.

३) कृतिशील संशोधन (Action research) – संशोधनातील निष्कर्ष भविष्यकालीन योजनांशी संबंधित असतात तेव्हा कृतिशील संशोधन प्रत्यक्षात येते. हे संशोधन उपयोजित संशोधनाशी संबंधित आहे. यातील निष्कर्ष हे परिवर्तन घडवून आणणाऱ्या प्रकल्पाशी संबंधित असतात. विद्यमान स्थितीमध्ये बदल घडवून आणणे हा या संशोधनाचा उद्देश आहे.

या प्रकारामध्ये लोकांचे सहकार्य आवश्यक असते. बदलाप्रमाणे अहवाल बदलावा लागतो. घटना आणि समस्या यांच्या वास्तविकतेवर भर असतो.

४) आंतरशाखीय संशोधन (Interdisciplinary Research) – नवीन ज्ञानशाखा, उपशाखांचा उदय झाला. यासाठी निरनिराळ्या ज्ञानशाखांतील तंत्रांचा उपयोग होतो. समस्येची उकल केली जाते. ती दूर करण्यासाठी इतर शास्त्रांची मदत घेतली जाते. आंतरशाखीय माहितीमुळे विशेषत: समाजशास्त्र, अर्थशास्त्र, मानसशास्त्र यामुळे समस्या निवारणास मदत होते.

माहितीचे स्वरूप आंतरशाखीय असते. ज्ञानशाखा या एकमेकांशी संबंधित असतात. म्हणून नवीन आंतरशाखीय माहिती आकाराला येत आहे. "उच्च शिक्षणामध्ये समांतर दिशेने बदल होत आहेत. त्यामुळे पारंपरिक ज्ञानशाखा मागे पडल्या आहेत. यातून सर्वसामान्य अभ्यासक्रम तयार करता येईल" असे शेरा म्हणतात.

Research Design – संशोधन आराखडा

संशोधनाचा हेतू, विषय, उद्दिष्ट यांचा विचार झाल्यावर यासाठी कोणत्या गोष्टी कराव्या लागतील, याचे पूर्वनियोजन करावे लागते. यामध्ये संशोधन प्रक्रियेचे तपशीलवार स्पष्टीकरण अपेक्षित आहे. संशोधनाच्या हेतूमुळे हा आराखडा वेगवेगळा असतो. यामध्ये संशोधनातील समस्येची निवड, माहिती साधने, संशोधनाचे उद्दिष्ट व स्वप्न, त्यामध्ये लागणारे सामाजिक, सांस्कृतिक संदर्भ, विषयाची व्याप्ती, नमुना निवड, माहिती संकलनाचे तंत्र इ. गोष्टी असतात.

संशोधनामध्ये ज्या विषयांसंबंधात समस्या निवडली असेल, त्याचे कारण दिले जाते. या समस्येसंदर्भातील माहिती मिळविण्यासाठी कोणत्या साधनांचा अवलंब करणार याचा उल्लेख करावा लागतो. यासाठी ग्रंथालये, मूळ दस्तऐवज, व्यक्ती इ. या माहिती साधनांची माहिती द्यावी लागते. अभ्यास विषयाचे संशोधन करण्याचा हेतू कोणता, त्याचे स्वरूप कसे असेल, याचे स्पष्टीकरण केलेले असते. ज्या व्यक्तीकडून माहिती मिळवावयाची आहे, त्या व्यक्तींची सामाजिक, आर्थिक, सांस्कृतिक पार्श्वभूमीची नोंद करावी लागते. या समस्येचा भौगोलिक क्षेत्राशी संबंध पहावा लागतो. त्या क्षेत्राची कल्पना द्यावी लागते. नमुना निवडीचा प्रकार व प्रकाराची पद्धती स्पष्ट करावी लागते. नंतरची पायरी म्हणजे माहितीचे संकलन. यामध्ये कोणत्या तंत्राने माहिती संकलित करणार आहे, त्या तंत्राचे स्पष्टीकरण करणे अपेक्षित आहे. उदा. प्रश्नावली, मुलाखती, या सर्व गोष्टी संशोधनाच्या आराखड्यात आवश्यक असतात.

संशोधनाचे हेतू १) परिचयात्मक (exploration), २) वर्णनात्मक (descriptive) ३) निदानात्मक (diagnosis) ४) प्रायोगिक (experimental)

१) परिचयात्मक संशोधन आराखडा – यामध्ये प्रथम समस्येचे निरीक्षण केले जाते. त्यावरून गृहीतकृत्य मांडले जाते. नंतर त्याची चाचणी घेतली जाते. अनुभवजन्य घटना शोधून महत्त्वाचे बदल सिद्ध केले जातात. माहिती गोळा करण्यासाठी सहभागी लोकांचे निरीक्षण, त्यांच्या सखोल मुलाखती घेतल्या जातात. त्यांच्यामधील सुप्त असलेली वैशिष्ट्ये, त्यांचे परस्परसंबंध पाहिले जातात.

२) वर्णनात्मक संशोधन आराखडा – अभ्यासाच्या विषयासाठी निवडलेल्या सहभागी लोकांची सर्व वैशिष्ट्यांची सविस्तर माहिती घेऊन त्यांचे वर्णन केलेले असते. यासाठी त्यांच्या सखोल मुलाखती, त्यांचे निरीक्षण ही तंत्रे वापरणे आवश्यक असते. तसेच समस्येची ऐतिहासिक पार्श्वभूमीही विचारात घ्यावी लागते. या पार्श्वभूमीचे वर्णन करणे व तिची माहिती मिळविणे ही या आरेखनाची महत्त्वाची गोष्ट असते. म्हणून ज्या क्षेत्राविषयी माहितीची ओळखच झालेली नाही, असे क्षेत्र संशोधनासाठी निवडले जाते.

३) निदानात्मक संशोधन आराखडा – यामध्ये समस्या, अनुभवजन्य घटनांतून निवडलेल्या घटना, त्यांची वैशिष्ट्ये याविषयी भावी काळातील कथन हा या आराखड्याचा मुख्य हेतू असतो. सर्वेक्षण, प्रश्नावली व आशय विश्लेषण ही तंत्रे यात असतात. विषयाचे विश्लेषण करून उपाय योजना सुचविणे हे कार्य या आराखड्यामार्फत केले जाते. ज्या क्षेत्रातील विस्तृत माहिती मिळाली आहे, त्या क्षेत्रातील समकालीन समस्यांचा विचारही या आरेखनात केलेला असतो.

४) प्रायोगिक संशोधन आराखडा – यामध्ये अभ्यासाच्या विषयावर पूर्ण नियंत्रण असते. सामाजिक शास्त्राच्या संशोधनातही या प्रकारचे संशोधन होत आहे. निरीक्षण व विश्लेषण करून जो घटनांचा अभ्यास केला जातो त्याला प्रायोगिक संशोधन आराखडा म्हणतात. अनुभवजन्य घटनेमागील कारणांची मीमांसा यात केली जाते. हे आरेखन दोन पद्धतीने केले जाते. १) पूर्व व पश्चात प्रयोग मापन आराखडा – यामध्ये अभ्यासासाठी निवडलेल्या गटाचे प्रयोगापूर्वी व प्रयोगानंतर त्यांच्यातील बदल मापले जातात. २) प्रयोगोत्तर मापन आराखडा – यामध्ये समान गुणधर्माचे दोन गट निवडून त्यापैकी एक नियंत्रित व दुसरा प्रायोगिक असतो. नियंत्रित गट बाह्य परिणामाखाली येणार नाही हे पाहिले जाते. तर प्रायोगिक गटावर बाह्य परिणामांचा उपयोग करून परिवर्तन घडविले जाते. ज्यामुळे परिवर्तन घडते ते कारण असते. म्हणून परिवर्तन व त्याचा प्रभाव यांचा अभ्यास करता येतो.

संशोधनाच्या प्रक्रियेत वेळही महत्त्वाचा आहे. म्हणून पथदर्शक अभ्यास, क्षेत्रीय कार्य, अहवाल लेखन या गोष्टींचा वेळ विचाराधीन असतो. म्हणून संशोधनाचे नियोजन पद्धतशीर करणे, वेळापत्रक आखणे, त्याचे काटेकोर पालन करणे या गोष्टी महत्त्वाच्या असतात. पथदर्शक अभ्यास (Pilot Study) व प्राथमिक माहितीचा संग्रह यामुळे संशोधनात काही उणीवा आढळल्यास सुधारणा करून व्यापक आराखडा तयार करता येतो.

Research in Library and Information Science –
ग्रंथालय व माहितीशास्त्र यातील संशोधन पद्धती

संशोधन मग ते कोणत्याही क्षेत्रातील असले तरी ते विकासाचे साधन आहे. संशोधनामुळे समस्येवरील उपाय सुचतात. म्हणजे संशोधनातून आणखी नवीन समस्या निर्माण होतात. त्यामुळे अभ्यास विषय, नवीन संशोधन अशी क्रिया चालू राहते. अर्थात याला शास्त्रीय बैठक आवश्यक असते.

ग्रंथपालन व्यवसायातील संशोधनात ग्रंथपालन व्यवस्थापनाच्या समस्या, त्यांची मूलभूत माहिती, त्या माहितीचे संघटन आणि माहितीचे विश्लेषण इ. गोष्टी अंतर्भूत होतात. या संबंधित समस्यांचा अभ्यास, सर्वेक्षण करून संशोधन करता येते. त्याचप्रमाणे कृतिशील संशोधन ग्रंथपाल, माहिती अधिकारी व प्रलेखक यांच्याकडून होते.

ग्रंथपालन व्यवसायात आधुनिक काळात होणारी ज्ञानशाखांची वाढ, त्या विषयांची समज, त्यामुळे नव्याने येणारे तंत्रज्ञान या गोष्टी नव्याने रूजू होत आहेत. या गोष्टी योग्य तऱ्हेने होण्यासाठी अर्थातच प्रशिक्षणाची आवश्यकता आहे. म्हणून ग्रंथालयांच्या प्रकारानुसार ग्रंथपालन व्यवसायही बदलू लागला. ग्रंथालयांच्या व्यवस्थापनातही बदल होणे अपरिहार्य झाले.

या व्यवसायात मूलभूत संशोधनही करता येते. या व्यवसायासंबंधीच्या चिकित्सक दृष्टिकोनावरही संशोधन होऊ शकते. या दृष्टिकोनामुळे व्यावसायिक ज्ञान वाढते हे खरे. या प्रशिक्षणाच्या अभ्यासक्रमात काही गोष्टी गृहीत धरलेल्या असतात. उदा. व्यावसायिक तंत्रे, त्यांच्या काही प्रक्रिया इ. या सर्व गोष्टींचा चिकित्सक तपास, अभ्यास व्हायला हवा. हा अभ्यास कोणतेही पूर्वग्रह न धरता करावयाला हवा. यामुळे कर्मचारी वर्गाचे कौशल्य वाढण्यास मदत होते. त्यांच्या कामाचा विकास होतो. या व्यवसायात सर्वेक्षण पद्धतीही वापरता येते. व्यावसायिक दर्जा सुधारण्यासाठी टीकाटिप्पणीचा उपयोग होतो.

ग्रंथालय आणि माहितीशास्त्र हे आंतरशाखीय आहे. यामध्ये अनेक व्यवसाय संबंधित आहेत. यामध्ये सिद्धान्तांची माहिती आणि सेवांची सुधारणा यामध्ये समतोल साधला जातो. या व्यवसायातील माहिती सेवांमध्ये सुधारणा करण्याचा प्रयत्न करते. यासाठी इतर ज्ञानशाखांची तंत्रे आत्मसात करण्याचा प्रयत्न केला जातो. त्यामार्फत संकल्पना स्पष्ट केल्या जातात. समस्यांची उकल करण्यासाठी तंत्रांचा वापर होतो. त्यामुळे या व्यवसायाला संशोधनाचे महत्त्व पटलेले आहे.

ग्रंथालय व माहितीशास्त्र यांतील संशोधनाला फारसा इतिहास नाही. या व्यवसायातील पहिली 'डॉक्टर ऑफ लायब्ररी सायन्स' ही पदवी मेलविल ड्युई यांना मिळाली होती. या व्यवसायातील व्यावसायिक लोकांना ग्रंथालयातील संशोधनाचे महत्त्व १९३० पासून पटू लागले. प्रामुख्याने हे संशोधन वर्णनात्मक पद्धतीचे होते. या संशोधनाला आर्थिक निधीही उपलब्ध होऊ लागला.

सुरुवातीच्या काळात या व्यवसायामध्ये सामाजिक शास्त्रातील तंत्राचा उपयोग केला जाई. ग्रंथालयातील संशोधनाचे स्वरूप ऐतिहासिक, वर्णनात्मक, प्रायोगिक व सर्वेक्षण असे असते. समस्यांचे

संख्यात्मक विश्लेषण, निर्णय प्रक्रिया यासाठी कृतीसंशोधनाचे तंत्रही या व्यवसायाने अवलंबिले. संशोधनामध्ये समस्यांचे जलद निराकरण करण्यासाठी जे प्रयत्न केले त्या संशोधनाला उपयोजित संशोधन म्हणता येईल. हे संशोधन अनुभवनिष्ठ असते. यातील सिद्धान्त अनुभवावर अधिष्ठित असतात. मूलभूत संशोधनात सैद्धान्तिक ज्ञान व तात्काळ प्रक्रिया यांचा समावेश असतो. मूलभूत व उपयोजित या संशोधन पद्धती परस्परसंबंधित आहे. मात्र या व्यवसायामध्ये अजून सिद्धान्त विकसित होत आहेत.

ग्रंथसूचीय संशोधनामध्ये समस्यांच्या संदर्भात पूर्वीचे कार्य व त्यांचे विश्लेषण समाविष्ट आहे. या प्रकाराला ग्रंथालय संशोधन असेही म्हणतात. सहकारी संशोधनामुळे अनेक समस्यांची उकल होते तर सांघिक संशोधनामुळे निर्णयातील निश्चितता प्रकट होते. ग्रंथालय व माहिती शास्त्रातील संशोधन वाढत आहे. हे विषयातील क्षेत्राशी अंतर्गत संबंधित आहे.

या व्यवसायामध्ये सेवाभावी सामाजिक संस्था ही गोष्ट महत्त्वाची होती. पण सध्या या व्यवसायात व्यावसायिकरणाने प्रवेश केला आहे. त्यामुळे हा व्यवसाय इतर व्यवसायांप्रमाणे मानला जातो. आधुनिक तंत्रज्ञानाचा परिणाम या क्षेत्रावरही झाला आहे. ज्ञान हे आंतरशाखीय व बहुविध झाले आहे. संशोधन म्हणजे ज्ञानासाठी ज्ञान मिळविणे. या गोष्टी संशोधनाला उपकारकच ठरतील.

Research Library – संशोधन ग्रंथालय

संशोधन हा विकासाचा पाया आहे. म्हणून ज्ञानाच्या सर्व क्षेत्रातील संशोधकांना अद्ययावत माहितीची आवश्यकता असते. अशी माहिती, संदर्भ देण्याचे काम हे ग्रंथालय करते.

या प्रकारच्या ग्रंथालयामध्ये संशोधनाला प्राधान्य देणाऱ्या संस्था व त्यांची ग्रंथालये उदा. भांडारकर प्राच्यविद्या संशोधन संस्था (पुणे), नेहरू मेमोरियल ग्रंथालय (दिल्ली) यासारखी राज्यशास्त्रासाठी स्थापन झालेली ग्रंथालये अशा ग्रंथालयांचा समावेश होतो.

संशोधनाच्या प्रकारानुसार अशा ग्रंथालयांतील संग्रह संग्रहित करण्यात आलेला असतो. संशोधकांच्या गरजा, त्यांचा अभ्यास विषय याला प्राधान्य दिलेले असते. ग्रंथ, नियतकालिके, संदर्भ साहित्य, अहवाल पुस्तिका, सेमिनार व चर्चासत्रे यासंबंधीचे अहवाल, प्रमाणके, पेंटटस् असे साहित्य असते. या साहित्याची प्राथमिक, द्वितीयक व तृतीयक प्रलेख साधने अशी वर्गवारी केलेली असते. या साहित्यामध्ये प्रचलित साहित्य तसेच पूर्वलक्षी साहित्याचाही समावेश असतो. यात दृक्-श्राव्य साहित्यही अंतर्भूत आहे.

माहिती युगात तर संगणक, इंटरनेट या सुविधांचा सुकाळच झाला आहे. त्यामुळे जगातील माहिती, संगणकीय जाळी यांच्यामुळे संशोधकांचा फायदाच झाला आहे. संशोधकांना संदर्भसेवा देणे हे या ग्रंथालयाचे मुख्य काम होय.

Research Report – संशोधन अहवाल

संशोधन कार्याचे स्पष्टीकरण एका विशिष्ट क्रमाने लिहिणे म्हणजे संशोधन अहवाल. हा अहवाल संशोधनातील सर्व टप्प्यांच्या संदर्भात पद्धतशीरपणे लिहिलेला असतो.

अहवाल हा एक प्रकारचा प्रलेखच असतो. या लिखाणामध्ये अचूकता, संक्षिप्तता पण स्पष्टता असली पाहिजे. हा अहवाल संशोधनाच्या निष्कर्षावर आधारलेला असतो. संशोधनाच्या समस्येविषयी या निष्कर्षावरून काही उपाय योजना सुचविलेल्या असतात.

अहवाल लेखनापूर्वी काही गोष्टींचा विचार केला पाहिजे. संशोधनाची समस्या, संशोधनाचा हेतू, त्याची वैशिष्ट्ये ही पूर्ण झाली आहेत हे संशोधकाने पाहावयाला हवे. संशोधनातील निष्कर्षांना सामाजिक वा शास्त्रीय महत्त्व प्राप्त झाले पाहिजे. म्हणून अहवाल हा संशोधन कार्याचा पद्धतशीर आढावा आहे पण यात व्यावसायिकांचा समतोलही असावा.

म्हणून अहवालाचा कच्चा आराखडा म्हणजे प्राथमिक लेखन करावे कारण कालपरत्वे त्यात बदल करावा लागू शकतो. भाषा सुलभ सोपी व स्पष्ट असावी.

गुणात्मक संशोधनामुळे त्यातील कल्पना विकासाची वाट दाखविण्याची शक्यता असते. गुणात्मक निष्कर्ष लिहिताना त्यासाठी एक शिस्तबद्ध दृष्टिकोनही आवश्यक आहे. म्हणून संशोधनातील माहिती वारंवार व्यवस्थित मांडावी लागते. संकलित माहितीचे वारंवार योग्य व्यवस्थापन करावे लागते. या अहवालासंदर्भात संशोधकाच्या मनात त्याची पूर्ण आखणी व मांडणी होणेही महत्त्वाचे आहे.

अहवालाचे शीर्षक सर्वसमावेशक पण संक्षिप्त असावे. पण आशयाचे स्पष्टीकरण करणारे असावे. प्रस्तावनेत संशोधनाची पार्श्वभूमी, उद्दिष्टे, पूर्वलक्षी अभ्यास, संशोधनाची पद्धती, गृहीतकृत्य यासाठी वापरलेली साधने यांच्याविषयी उल्लेख असावा. मूळ मजकूरातील संज्ञाचा शब्दार्थ असावा. समारोपात मूळ चर्चेचा संक्षिप्त भाग साहित्य, शोध, सूचना आणि संशोधन क्षेत्राचा उल्लेख असावा.

अहवालाच्या सादरीकरणामध्ये संकलन महत्त्वाचे. या संकलनाच्या बाबतीत संकलक आशय संघटन, शैली व स्वरूप यासाठी प्रमाणकांचा उपयोग करतो. हा अहवाल संक्षिप्त, परिणामकारक, स्पष्ट व पूर्ण असतो. संकलन हे यंत्राच्या सहाय्यानेही करता येते.

Resource Sharing – साधन वाटणी

पूर्वीच्या ग्रंथालयाची कल्पना ही केवळ संग्रहाची होती. त्यामध्ये हस्तलिखिते मुख्यत्वाने होती. पण आज ग्रंथालयात ग्रंथ तर असतातच पण त्याव्यतिरिक्त नियतकालिके, प्रबंध अहवाल, संदर्भ साहित्य, पेटंट्स, प्रमाणके म्हणजेच मुद्रित साहित्यही असते. प्रलेख हा सर्वसमावेशक शब्द आहे. सध्या माहिती युगात तर संगणकीय आधारभूत माहिती संच, प्रणाली सूक्ष्म फिती, दृक्श्राव्य साधने, चुंबकीय तबकड्या, सूक्ष्म तबकडी, लघु तबकडी यांचा संग्रही दिसतो. माहितीचे महत्त्व वाढल्यामुळे ग्रंथालये ही माहिती केंद्रे म्हणूनही ज्ञात आहेत.

माहिती केंद्रात सहकार्य निर्माण झाले तर उपयोजकांना अधिक चांगली सेवा देता येईल. कोणतेही माहिती केंद्रे / ग्रंथालय परिपूर्ण असू शकत नाही. माहिती तर असंख्य निर्माण होत आहे. ही माहिती उपयोजकाकडे पोहचविण्याचे काम नवीन तंत्रज्ञानामुळे ग्रंथालये / माहिती केंद्रे करीत असतात. कागदाची, ग्रंथांची वाढणारी किंमत, नियतकालिकांच्या वर्गणीतील वाढ, ग्रंथालयांना मिळणारे अपुरे अनुदान यामुळे सर्व प्रकाशित साहित्य खरेदी करणे शक्य होत नाही. या ठिकाणी सहकार्य कमी होते म्हणजे ग्रंथ खरेदी, ग्रंथावरील संस्कार, त्यांचे व्यवस्थापन, ग्रंथालयीन सेवा इ.गोष्टी सहकार्याने केल्यास फायदाच होईल. अनावश्यक गोष्टी टाळता येतील. पुनरावृत्ती टळेल. ग्रंथालयातील काही प्रलेख हे कालबाह्य ठरतात. नवीन प्रलेखांना जागा देणे– ज्यांना मागणी आहे त्या –आवश्यक ठरते. सहकार्य ही कल्पना नवीन नाही.

ग्रंथालय सहकार्य यातच साधन वाटणी अंतर्भूत आहे. इ.स. २०० मध्ये अलेक्झांड्रिया ग्रंथालयाने परगॅमन ग्रंथालयाशी सहकाराचा पाया घातला होता. या ग्रंथालय सहकार्यामध्ये वाचनसाहित्याची माहिती

संघतालिका, स्थल दर्शक याद्या, माहिती संच या गोष्टी साधन वाटणीमुळे शक्य होतात. संगणकीय वाचन साहित्याच्या उपयोगासाठी संगणकीय जाळ्यांची निर्मिती हेच दर्शविते.

साधन वाटणीची कल्पना महत्त्वाची आहे. या शब्दातच १) साधन २) वाटणी असे दोन भाग पडतात. साधन म्हणजे उपलब्ध असलेल्या गोष्टी आणि वाटणी म्हणजे आपल्या जवळील गोष्टी दुसऱ्याला देणे. त्या गोष्टींचा दुसऱ्याबरोबर उपयोग करणे. ग्रंथालयीन साधन वाटणी म्हणजे साहित्य, सेवा, ग्रंथालयीन कार्ये यांच्यातील वाटणी होय.

या साधन वाटणीमध्ये ग्रंथालयातील साहित्य म्हणजे ग्रंथ, नियतकालिके पेटंटस् प्रमाणके, संगणकीय तबकड्या, सी.डी.रॉम, लघु तबकडी, ध्वनीफिती, चित्रफिती, दृक्–श्राव्य साधने यांचा समावेश होतो. तसेच ग्रंथालयीन कर्मचारी वर्गाचा अनुभव व कुशलता या गोष्टीही त्यातच समाविष्ट होतात.

ग्रंथ व नियतकालिकांचे संपादन, प्रलेखांच्या मूल्यामधील सहभाग, नियतकालिकांच्या जुन्या बांधीव खंडांचा साठा, माहिती संचाचे संपादन, साहित्याच्या वाटणीतील सहभाग संगणकीय तबकड्या, सी.डी.रॉम, दृक्-श्राव्य साधने इ.या सर्व गोष्टीत साधन वाटणी केली तर नक्कीच बचत होईल.

आंतर ग्रंथालयीन सेवा, इतर ग्रंथालयीन सेवा, माहिती सेवा यामध्ये एकात्मता, व्यवस्थापनाच्या खर्चात कपात, ग्रंथालयांमध्ये ग्रंथालयीन सहकार्याबद्दल आत्मीयता असणे ही साधन वाटणीची वैशिष्ट्ये म्हणून सांगता येईल.

वाचन साहित्याची निवड करणे, सांघिक तालिकीकरण, दाखलनोंद प्रक्रिया, आंतर ग्रंथालयीन सेवा, माहिती दस्तऐवजाची प्रतिप्राप्ती, माहितीचा साठा यांच्या मूल्यातील वाटा, कार्यक्षम सेवा, उपयोजकाचा अमूल्य वेळ इ. बाबतीत साधन वाटणीचे कार्यक्षेत्र दर्शविता येते.

साधन वाटणीला काही मर्यादाही आहेत. उदा. ग्रंथालयातील स्वातंत्र्य नष्ट होण्याची भीती, संहितेचा अभाव, साहित्य ठरविण्याची चिंता, योग्य प्रशिक्षित कर्मचारी वर्गाचा अभाव, साहित्य वेळेवर परत करणे, प्रशासकीय व कायदेशीर मर्यादा.यासाठी एक स्वतंत्र योजना आखणे आवश्यक ठरते. कामामधील समानता व साधन वाटणीचे संप्रेषण या गोष्टी अडथळे पार पाडून प्रत्यक्षात आणता येतील.

Resource Sharing : Types – साधन वाटणीचे प्रकार

ग्रंथालयीन सहकार्यमध्ये साधन वाटणीही महत्त्वाची आहे. या साधन वाटणीमध्ये अनेक प्रकार अंतर्भूत होतात.

१) ग्रंथोपार्जन – ग्रंथसंग्रहाच्या उपार्जन प्रक्रियेमध्ये ग्रंथांची निवड करणे, त्यांची मागणी नोंदविणे. त्यांची देयके संमत करणे इ. गोष्टी अंतर्भूत असतात. ग्रंथालयसहकार्य तत्त्वावर यातील काही गोष्टी कमी करता येतील.

२) मध्यवर्ती वर्गीकरण व तालिकीकरण प्रक्रिया – या प्रक्रिया वेळ घेणाऱ्या आहेत. यामध्ये लायब्ररी ऑफ काँग्रसचे 'मार्क' हे काम अशाच प्रकारचे आहे. माहितीच्या युगात संगणकाधारित तालिका निर्माण होऊ लागल्या. ह्या तालिका संगणकावरच वाचता येतात. यांना यंत्ररूप तालिका (Machine Readable Catalogue) असे म्हणतात. ऑनलाईन तालिकीकरण, माहिती संच या कमी खर्चाच्या गोष्टी दिसतात. मार्कवरून या प्रक्रिया करण्यात वेळेची व पैशाची बचत होतेच. कारण या गोष्टी तयार (ready made) मिळतात.

३) प्रकाशन पूर्व वर्गीकरण व तालिकीकरण – लायब्ररी ऑफ काँग्रेसने अशा प्रकारच्या कामामध्ये प्रथम पाऊल टाकले (१९७१). ग्रंथ प्रकाशित होण्यापूर्वीच त्या ग्रंथाचे तालिकीकरण व वर्गीकरण केले जाते. ही माहिती ग्रंथनामाच्या मागच्या बाजूला दिलेली असते. यामुळे ग्रंथालयीन कर्मचाऱ्यांना ही गोष्ट फायदेशीर ठरते कारण त्यामुळे वेळ वाचतो.

४) सहकारी साठा – ग्रंथालयातील काही ग्रंथ कालबाह्य झालेले असतात. त्यांचा फारसा उपयोग होत नसतो. पण मांडणी (racks) मध्ये हे ग्रंथ जागा अडवून असतात. नवीन ग्रंथांना जागा देणे हेही महत्त्वाचे असते. अशा वेळी असे साहित्य एखाद्या मध्यवर्ती जागेत संग्रहित करता येते. मात्र या योजनेत सहभागी असणाऱ्या ग्रंथालयांनी त्याच्या योग्य त्या नोंदी करणे आवश्यक आहे.

५) आंतर ग्रंथालयीन देवघेव – हा प्रकार जुनाच आहे. कोणतेही ग्रंथालय वाचन साहित्यांच्या बाबतीत परिपूर्ण असू शकत नाही व सर्वच प्रकाशित साहित्य एखाद्या ग्रंथालयाला खरेदी करणेही परवडण्यासारखे नसते. त्यासाठी एखादे ग्रंथालय दुसऱ्या ग्रंथालयाकडून वाचन साहित्य काही कालावधीसाठी मिळवते आणि ते उपयोजकाला उपलब्ध करून देते. यामध्ये सांघिक तालिका, वाचन साहित्याचे स्थान कळण्यासाठी, सहकारी वितरण सेवा व या सेवेचे मूल्य यांचाही विचार आवश्यक ठरतो.

६) साधनांचे वाटप – यामध्ये संगणक, सीडी रॉम, स्कॅनर, चुंबकीय तबकड्या, प्रतिलिपींची साधने अंतर्भूत होतात.

ब्रिटिश नॅशनल बिब्लिओग्राफी १९५० पासून प्रसिद्ध होऊ लागली. तेव्हापासून ब्रिटिश प्रकाशनासाठी 'सेंट्रल कॅटलॉगिंग सर्व्हिस' देण्याचे काम हे कार्यालय करत आहे.

इंग्लंडमध्ये ''नॅशनल सेंट्रल लायब्ररीची'' स्थापना झाली (१९१६). हे त्या देशातील आंतर ग्रंथालयीन देवघेव करणारे प्रमुख केंद्र आहे.

भारतामध्ये या साधन वाटणीबाबत जागरूकता आली आहे. दिल्ली येथे इन्सडॉक या संस्थेने मध्यवर्ती नियतकालिकांचे उपार्जन केंद्र (CAP) स्थापण्यात पुढाकार घेतला आहे. या केंद्राद्वारे देशातील ३० प्रयोगशाळांसाठी परदेशी नियतकालिके मिळविली जातात. या प्रक्रियेमुळे ग्रंथालयांना प्रकाशकाकडून ५० टक्के सवलत मिळते.

नॅसडॉक आणि जवाहरलाल नेहरू विद्यापीठ यांच्यामुळे ''इंटर लायब्ररी रिसोर्स सेंटर'' (ILRC) स्थापन झाले (१९७५). दिल्लीतील ३८ ग्रंथालयांनी आपली कमी उपयोगाची क्रमकालिके व शासकीय प्रलेख या केंद्रात ठेवली आहेत.

इन्सडॉकने काही शास्त्रीय ग्रंथालयांच्या सहकार्याने नॅशनल युनियन कॅटलॉग ऑफ सायंटिफिक सिरियल्स प्रकाशित केला (१९८८). यामध्ये ८०० शास्त्रीय व तांत्रिक ग्रंथालयातील क्रमकालिकांचा संग्रह आहे. नॅशडॉकने (१९८०) नॅशनल युनियन कॅटलॉग ऑफ सोशल सायन्स सिरियल्स प्रसिद्ध केला.

भारताचे इनिस, ॲग्रीज या आंतरराष्ट्रीय माहिती पद्धतींचे राष्ट्रीय सभासदत्व घेतलेले आहे. तसेच येथील कित्येक ग्रंथालये माहितीच्या देवाणघेवाण संबंधात संगणकीय जाळ्यामध्येही साधन वाटपाची सुविधा देतात.

या साधन वाटणीच्या बाबतीत काही मर्यादा पडतात. सांघिकतालिकेची कमतरता, संहितेचा अभाव, वाचन साहित्याच्या संरक्षणाची हमी, मोठ्या ग्रंथालयांना याचा फायदा करून घेण्याची भीती,

अंदाजपत्रकाचा अभाव, उपयोजकाविषयीच्या ज्ञानाची उणीव, व्यवस्थापनाच्या प्रशासकीय व कायदेशीर मर्यादा तंत्रज्ञानासाठी प्रशिक्षित कर्मचारी वर्गाची उणीव, प्रकाशित साहित्याचे मूल्य वाढण्याची भीती इ. गोष्टी आहेत. आंतर ग्रंथालयीन देवघेवमध्ये वाचन साहित्य वेळेवर परत मिळण्याची हमी हीसुद्धा अडचण ठरते.

या सर्व अडचणींचा विचार करून ग्रंथालयांनी एखादी स्वतंत्र योजना तयार करावी आणि साधन वाटणीचे संप्रेषण योग्य तऱ्हेने होण्यास मदत करावी.

Resources of Books Selection - ग्रंथनिवडीची साधने

ग्रंथनिवड ही तशी साधी सोपी गोष्ट नाही. यामध्ये उपयोजकांच्या वाढणाऱ्या गरजा, वाचनसाहित्याची विपुलता आणि मर्यादित निधी या सगळ्यांची सांगड घालावी लागते. म्हणून ग्रंथ निवडीसाठी ग्रंथालय क्षेत्रात अनेक साधने उपलब्ध आहेत. त्यांचा विचार करता येतो.

(१) ग्रंथसूची – हे एक ग्रंथनिवडीचे महत्त्वाचे साधन आहे. अनेक प्रकारच्या ग्रंथसूची उपलब्ध आहेत. उदा. भारताची राष्ट्रीय ग्रंथसूची (Indian National Bibliography), ब्रिटिश बुक्स इन प्रिंट, मराठी ग्रंथसूची, महाराष्ट्र सरकारची सार्वजनिक ग्रंथालयासाठी शिफारस केलेल्या ग्रंथांची यादी इ.

(२) प्रकाशकांच्या याद्या – प्रकाशक आपल्या प्रकाशनांच्या याद्या प्रसिद्ध करतात. यांचाही उपयोग ग्रंथनिवडीसाठी करता येतो. यामध्ये ऑक्सफर्ड युनिव्हर्सिटी प्रेस, केंब्रिज युनिव्हर्सिटी प्रेस, रावत पब्लिशर्स, सेज प्रकाशन इ. यामध्ये लेखक, ग्रंथनाम व मूल्य याची माहिती असते. या याद्या विषयवार असतात.

काही प्रकाशक अल्प वर्गणीतील नियतकालिके प्रसिद्ध करतात. यामध्ये या व्यवसायाशी संबंधित लेख, नवीन प्रकाशने यांची माहिती असते. उदा. पब्लिशर्स मंथली, विकास न्यूज इ.

(३) ग्रंथ परीक्षणे – ही वर्तमानपत्रामध्ये, नियतकालिकामध्ये प्रसिद्ध होतात. ग्रंथांच्या संख्येपेक्षा ग्रंथांची परीक्षणे कमी असतात. अनुभवी समीक्षकांनी केलेली ही परीक्षणे ग्रंथ निवडीला मदतच करतात. उदा. ब्रिटिश बुक न्यूज, इंडियन बुक क्रॉनिकल.

ग्रंथाप्रमाणे नियतकालिकांच्या निवडीसाठी बुलरीच इंटरनॅशनल पिरिऑडिकल डिरेक्टरी, प्रेस इन इंडिया तर शासकीय प्रकाशनासाठी मन्थली कॅटलॉग, भारतीय राष्ट्रीय ग्रंथसूची यांचा उपयोग होतो.

दृक्–श्राव्य साहित्यासंबंधी एकही सूची उपलब्ध नाही. पण यु.एस.नॅशनल इन्फर्मेशन सेंटर फॉर एज्युकेशन मीडिया या संस्थेत अशा प्रकारच्या अनेक सूची तयार केल्या आहेत.

संगणकीय साहित्य, आधारभूत माहिती संच हे वेगवेगळ्या प्रकारचे असतात. त्यामुळे माहिती साधनांना महत्त्व आलेले आहे. यासाठी उपकरणेही आवश्यक असतात.

मायक्रोफिल्म (सूक्ष्म फिती) यातील साहित्य, जुनी वर्तमानपत्रे, नियतकालिके यांच्या जुन्या आवृत्त्या इ. साहित्य सूक्ष्म रूपात असते. एक प्रकारे हे पुनर्मुद्रणच असते. उदा. गाईड टू मायक्रो फॉर्म्स इन प्रिंट.

Rider's International Classification - रायडर्स आंतरराष्ट्रीय वर्गीकरण पद्धती

डॉ. फेरमॉट रायडर यांनी ही वर्गीकरण पद्धती सार्वजनिक महाविद्यालयीन व शालेय ग्रंथालयासाठी उपयोगी पडावी म्हणून तयार केली. अमेरिकेत अनेक वर्गीकरण पद्धती निर्माण झाल्या होत्या. पण दुसऱ्या महायुद्धानंतर नव्याने निर्माण झालेली ही आंतरराष्ट्रीय वर्गीकरण पद्धती होय.

यामध्ये २६ मुख्य वर्ग आहेत. ६७६ उपवर्ग व १७,५७६ उपउपवर्ग आहेत. या पद्धतीप्रमाणे दहा लक्ष ग्रंथांचे वर्गीकरण सुलभ रीतीने करता येते असे डॉ. रायडर यांनी नमूद केले आहे. ही पद्धती 'सोय व उपयुक्तता' यावर आधारलेली आहे. ती शास्त्रशुद्ध नाही असे डॉ.रायडर यांचे म्हणणे आहे. केवळ ग्रंथ वर्गीकरणासाठीच ही पद्धती वापरता येईल असेही त्यांना वाटते.

ही वर्गीकरण पद्धती १२०० पृष्ठांमध्ये सामावलेली आहे. प्रस्तावना, मुख्य वर्ग, उपवर्ग दर्शविणारी कोष्टके व निर्देश अशा तीन भागात ही पद्धती सामावलेली आहे. शुद्ध चिन्हांकन व वर्गांकाची मर्यादित व्याप्ती ही या पद्धतीची वैशिष्ट्ये आहेत.

यामध्ये २६ मुख्य वर्गांसाठी मोठ्या रोमी वर्णांचा उपयोग केला आहे. A-Z या प्रत्येक वर्गांचे २६ उपविभाग केलेले आहेत. म्हणजे २६X २६ = ६७६ उपवर्ग आहेत. उदा. Q Physical Science

QA - Astronomy

QAA - Science (Comprehensive)

म्हणून या पद्धतीतील ज्ञानवर्ग एक, दोन अथवा तीन रोमी वर्णद्वारा दाखविला आहे. संकीर्ण वर्गातही (A) २६ विभाग आहेत. त्यामधील AE-AF आणि AK-AP पर्यंतचे विभाग फक्त संकीर्ण वर्गात मोडणारे आहेत. इतर वर्ग संकीर्ण वर्ग ठरू शकतात की नाही हा वादाचा मुद्दा होईल.

स्वरूप विभाग (form divisions) हे एखाद्या विषयाचे उपविभाग मानले आहेत. त्यासाठी स्मरणसुलभ युक्तीचाही वापर केलेला दिसून येतो. इतर वर्गीकरण पद्धतीमध्ये स्वरूप विभाग विशिष्ट चिन्हांद्वारे मूळ विषयाशी जोडलेले दिसतात.

या वर्गीकरण पद्धतीचे चिन्हांकन शुद्ध आहे. कारण यात केवळ रोमन वर्णांचाच वापर केलेला आहे. पण चिन्हांकनाची व्याप्ती फारच मर्यादित आहे. त्यामुळे सुलभ वाटते. यातील निर्देश पाहण्यास सोपा व सापेक्ष आहे.

डॉ.रायडर यांनी म्हटल्याप्रमाणे ही पद्धती अद्यापही प्रयोगावस्थेतच आहे.

Round – फेरी

द्विबिंदू वर्गीकरण पद्धतीमध्ये डॉ.रंगनाथन यांनी व्यक्तित्व, साधन, ऊर्जा, स्थल व काळ या पाच मूलभूत प्रकारांचे आवश्यकतेनुसार अनेकवेळा प्रकटीकरण केले आहे. त्यांच्या मते ऊर्जा फार महत्त्व आहे. कारण क्रिया घडते तेव्हा कर्ता व साधन लागते म्हणून पैलुला ऊर्जा पैलूमुळे व्यक्तित्व व साधन यांचा परत अविष्कार होऊ शकतो.

सामान्यतः ऊर्जेचा अविष्कार हा व्यक्तित्व व साधन यांच्या अविष्कारानंतर होतो. ऊर्जेच्या नंतर पुन्हा एकवार झालेला व्यक्तित्व व साधन यांचा अविष्कार हा दुसऱ्या फेरीत झाला असे म्हणता येईल. कोणत्याही क्रियेची प्रतिक्रिया होऊ शकते. म्हणजेच ऊर्जेचा पुन्हा अविष्कार होऊ शकतो. त्यावेळी त्याला ऊर्जेच्या दुसऱ्या फेरीतील अविष्कार असे म्हणतात.

द्विबिंदू वर्गीकरण पद्धतीमध्ये सारणीमध्ये प्रत्येक मुख्य वर्गाचे एका मुखपरिसूत्र दिलेले असते. हे मुखपरिसूत्र साधारणतः मुखपरिसूत्रापासून बनलेले असते. एखाद्या मुख्य वर्गाच्या गरजा लक्षात घेऊन त्या मुख्यवर्गासाठी परिसूत्र बनविले जातात. या परिसूत्राखाली परिसूत्रात उल्लेखलेली मुखे दिलेली असतात. प्रत्येक मुखामध्ये द्विबिंदू वर्गीकरण पद्धतीने स्वीकारलेल्या चिन्हांकनाला अनुसरून काही चिन्हे लिहिलेली

असतात. त्यांच्याच समोर त्याचे नेहमीच्या भाषेतील भाषांतर लिहिलेले असते. प्रत्येक केंद्र हे ज्ञानाचा विभाग अगर उपविभाग दर्शविते.

उदा. L45 : 421 : 6 फुफ्फुसाच्या क्षयरोगावरील उपचार (6 हे ऊर्जामुखाच्या दुसऱ्या फेरीतील एक केंद्र असून त्याचा अर्थ उपचार असा आहे.)

Running Title – धावते ग्रंथनाम

काही वेळा एखाद्या ग्रंथाच्या प्रत्येक पृष्ठाच्या शिरोभागी म्हणजे पृष्ठाच्या वरच्या भागात थोडक्यात ग्रंथनाम दिलेले असते. या शीर्षकालाच धावते ग्रंथनाम म्हणतात.

Russian National Library – रशियाचे राष्ट्रीय ग्रंथालय

रशियाच्या सांस्कृतिक आणि ऐतिहासिक वारसा सांभाळणाऱ्या सर्वात मोठ्या संग्रहापैकी एक असलेले रशियाचे राष्ट्रीय ग्रंथालय सेंट पिटसबर्ग या ठिकाणी आहे. १७९५ मध्ये या ग्रंथालयाची स्थापना करण्यात आली. रशियन भाषेतील सर्वात जास्त परिपूर्ण संग्रह (most complete collection) या ग्रंथालयात आहे. रशियाबाबत प्रकाशित झालेले साहित्य आणि रशियन फेडरेशनच्या भाषांमधून विविध देशात प्रकाशित झालेले साहित्य प्राप्त करून घेण्याकडे ग्रंथालय विशेष लक्ष देते. विज्ञान आणि तंत्रज्ञान याच्या प्रमुख शाखांसंबंधी बहुभाषांमधील साहित्याचा शक्य तितका सर्वसमावेशक संग्रह करण्याचा प्रयत्न ग्रंथालयामार्फत केला जातो. ग्रंथालयात सुमारे ३४.५ दशलक्ष ग्रंथ असून त्यापैकी सुमारे ६.२ दशलक्ष ग्रंथ परदेशी भाषेतील आहेत.

ग्रंथसंग्रहात ग्रीक हस्तलिखिते, सोळा ते विसाव्या शतकातील युरोपिअल ग्रंथ, अठरा ते विसाव्या शतकातील रशियन ग्रंथ, सतरा ते विसाव्या शतकातील युरोपियन नियतकालिके, अठरा ते विसाव्या शतकातील रशियन नियतकालिके, पिटर दि ग्रेटच्या काळापासूनचे नकाशे, मुद्रित संगीत, पंधरा ते एकोणीसाव्या शतकातील ग्लॅगोलिटिक वर्णालेतील (alphabet) प्रकाशने इत्यादींचा उल्लेख करता येईल.

❑❑❑

S

Sample Selection – नमुना निवड

समग्र माहितीचे संकलन करून त्याबाबत अनुमानासाठी त्यामधून एक भाग निवडण्याच्या पद्धतीला ''नमुना निवड'' म्हणतात. या समग्रामध्ये व्यक्ती, संख्या, ग्रंथ इ. समाविष्ट असतात. यांच्यामध्ये एक सामाजिक वैशिष्ट्य तरी असते. या समग्रात काही वेळा श्रम, पैसा व वेळ यांचा विचार शक्य नसतो. म्हणून त्यातील काही घटकांची निवड केली जाते. त्यांचा अभ्यास केला जातो व निष्कर्ष काढले जातात.

नमुना निवडीचे अनेक प्रकार आहेत. हे प्रकार संभाव्यता व असंभाव्यता या गटात विभागले जातात. संभाव्यता प्रकारामध्ये प्रत्येक घटकाला नमुना निवड होण्याची समान संधी मिळू शकते. असंभाव्यता निवडीमध्ये अशी संधी नसते. या निवडीचे मुलभूत तत्त्व (Equal Probability of Selection) या तत्त्वाने निवड केली तर तो नमुना प्रतिनिधित्व करू शकतो. या पद्धतीने झालेली नमुना निवड यादृच्छिक नमुना (Simple Random Sample) होय. या पद्धतीने नमुना निवड करणे कठीण जाते. कारण कोणताही घटक नमुना निवड होऊ शकतो. सर्व घटकांना जर क्रमांक दिलेले असले तर यादृच्छिक अंकांच्या आधारे (Random Number) नमुना निवड करणे शक्य होते.

व्यवस्थाबद्ध नमुना निवड (Systematic Sampling) – हा यादृच्छिक नमुन्याचाच पण थोडासा वेगळा प्रकार आहे. यामध्ये समग्रातील सर्व घटकांना क्रमांक दिलेले असतात. निवडीतील पहिला घटक यादृच्छिक पद्धतीने निवडला जातो. पुढील घटक त्यांना दिलेल्या क्रमांकामधून त्या क्रमाने पद्धतशीरपणे घेतले जातात.

स्तरित यादृच्छिक नमुना निवड (Stratified Random Sampling) – यामध्ये नमुना निवडीपूर्वी समग्रातील घटकांची विविध स्तरांमध्ये विभागणी केली जाते. सार्वजनिक ग्रंथालयांचे सर्वेक्षण करताना अ,ब,क,ड, अशी विभागणी केली जाते.

एकक पुंज नमुना निवड पद्धती (Cluster Sampling) – यामध्ये अनेक टप्पे आहेत म्हणून याला (Multi Stage Sampling) बहुमार्गी नमुना निवड असेही म्हटले जाते. समग्राचे स्वरूप व्यापक असेल तर त्याची वेगवेगळी गट विभागणी केली जाते. या गटातून साध्या यादृच्छिक पद्धतीनेही काही गट निवडतात. पुन्हा या निवडलेल्या गटातून यादृच्छिक पद्धतीने एककांची निवड केली जाते.

असंभाव्यता नमुना निवडीमध्ये (Non-Probobility) – सोयीस्कर नमुना निवड, कोटानुसार निवड (Purposive) किंवा स्वनिर्णित (Judgement) नमुना निवड इ. प्रकार येतात.

नमुना निवड ही समग्राची प्रतिनिधित्व करते हे पाहणे आवश्यक ठरते.

Schedule – अनुसूची

अभ्यास घटकाकडून अभ्यासविषयक माहिती मिळविण्याचे एक प्रत्यक्ष तंत्र आहे. यामध्ये संशोधक

व अभ्यास घटकांचा समोरासमोर प्रत्यक्ष संबंध येतो. संशोधक आपल्या अभ्यास विषयाची प्रश्नांची एक यादी तयार करतो. अभ्यास घटकांना हे प्रश्न विचारून (यादीप्रमाणे) माहिती मिळविली जाते.

या अनुसूचीमध्ये अभ्यास घटकाला प्रश्नाचा सरळ अर्थ कळणे हे अपेक्षित आहे. त्याचबरोबर संशोधकाला अभिप्रेत अर्थ अभ्यास घटकाला समजेल अशी प्रश्नांची रचना असावी लागते. गृहीतकांची यथार्थता या तंत्रामुळे आजमावता येते. यामुळे अचूक माहिती मिळते.

तंत्राच्या उपयोगाच्या पद्धतीवरून याचे खालील प्रकार होतात.

१) निरीक्षण अनुसूची – अभ्यास घटकाकडून माहिती मिळवतानाच निरिक्षण करणे, निरिक्षणासाठी याचा उपयोग होतो.

२) लिखित अनुसूची – लिखित साधनांतून माहिती मिळवून जेव्हा अनुसूची तयार केली जाते तिला लिखित अनुसूची म्हणतात. उदा. सरकारी कागदपत्रे, चरित्रे इ.

३) संस्थात्मक सर्वेक्षण अनुसूची – संस्थेविषयीची माहिती संकलित करण्यासाठी याचा उपयोग होतो. संस्थेचे स्वरूप, तिचे कार्य, समस्या इ.

४) श्रेणी अनुसूची – व्यक्तींची मते, दृष्टिकोन कळण्यासाठी या अनुसूचीचा उपयोग होतो.

५) मुलाखत अनुसूची – संशोधक स्वत: प्रश्नावलीतील प्रश्न अभ्यासघटकाला विचारून त्याची उत्तरे अनुसूचीत नोंदवितो, त्याला मुलाखत अनुसूची म्हणतात.

अनुसूचीमध्ये संशोधक व अभ्यास घटकांचा प्रत्यक्ष संवाद घडतो. अभ्यासघटकांच्या निरिक्षणावरून उत्तराची विश्वासार्हता संशोधकाला कळते. पण यामध्ये मनुष्यबळ लागते. मनुष्यबळासाठी पैसा लागतो. यामुळे वेळ जातो. म्हणून हे तंत्र खर्चिक ठरते. अनुसूची व प्रश्नावली यामध्ये फारशी तफावत आढळत नाही.

School Library – शालेय ग्रंथालय

शालेय ग्रंथालय हा शैक्षणिक ग्रंथालयाचा एक प्रकार. शैक्षणिक ग्रंथालयांमध्ये शालेय ग्रंथालये, महाविद्यालयीन ग्रंथालये व विद्यापिठीय ग्रंथालये यांचा समावेश होतो. शालेय ग्रंथालयात प्राथमिक, माध्यमिक व उच्च माध्यमिक असे आणखी प्रकार होतात.

प्राथमिक शाळांतील बालवाचक ५–१० वयोगटातील असतात. याच वयात त्यांच्यावर संस्कार करणे, त्यांच्यामध्ये वाचनाची आवड निर्माण करणे, वाचन कौशल्याची माहिती देणे या गोष्टी महत्त्वाच्या असतात.म्हणून जसे वाचक तसे ग्रंथालय. याप्रमाणे बालवाचकांकरिता साहित्याची निवडही त्यांच्याच दृष्टिकोनातून होणे अपरिहार्य आहे. मोठ्या टाईपमधील मुद्रण, चित्रांची विपुलता, थोर नेत्यांची चरित्रे, इतिहासविषयक गोष्टी, लोककथा, प्रवासवर्णने अशा प्रकाराचे साहित्य या ग्रंथालयात आवश्यक ठरते. दृक्–श्राव्य साधने आणि आधुनिक युगाचा सोबती म्हणजे संगणक यांचाही समावेश येथे करता येतो. म्हणून व्हिडिओ गेम्स व संगणक गेम्स या सुविधाही वापरता येतात. या वाचकांना ग्रंथालयातील तांत्रिक ज्ञानाची आवश्यकता आहे असे मात्र नाही. पण तांत्रिक गोष्टींचा उपयोग करावयाचा झाला तर त्या गोष्टी बालवाचकांना समजतील अशा पद्धतीच्या असणे आवश्यक ठरते. उदा. तालिका, वर्गीकरण वगैरे. शालेय ग्रंथालयासाठी स्वतंत्र इमारत असणे शक्य नाही. ज्या जागेत हे ग्रंथालय असेल तेथे मोकळी हवा, भरपूर उजेड, फर्निचर बालवाचकांना योग्य असे असावे. शालेय ग्रंथपाल प्रशिक्षित असल्यास तो

ग्रंथालयाचे महत्त्व पटवून देईल. बालवाचकांना ग्रंथालयाकडे आकृष्ट करण्यासाठी ग्रंथ प्रर्दशने, निरनिराळ्या स्पर्धा आयोजित करणे, थोर नेत्यांच्या जयंत्या साजऱ्या करणे या गोष्टी फायदेशीर ठरतील.

माध्यमिक शालेय विद्यार्थी हा ९-१२ या वयोगटातील असतो. सुजाण नागरिकत्वाच्या दृष्टीने हा गट पाया ठरतो. या प्रकारच्या ग्रंथालयात इतर ग्रंथसंग्रहाबरोबर क्रमिक पुस्तके, विज्ञान-तंत्रज्ञान यावरील पुस्तके, नकाशे इत्यादी गोष्टी आवश्यक ठरतात. त्याशिवाय संदर्भग्रंथ उदा. विश्वकोश, शब्दकोश असणे आवश्यक आहे. ग्रंथालयाची जागा हवेशीर, भरपूर प्रकाश असलेली असावी, वाचनकक्ष स्वतंत्र असावा. विद्यार्थी संख्येच्या प्रमाणात ग्रंथपाल नेमला जावा. त्याला विशिष्ट वेतनश्रेणी देण्यात यावी असे श्री वि.वि. चिपळूणकर यांच्या एक सदस्यीय समितीने म्हटले आहे.

पूर्वी गुरुकुल पद्धतीमध्ये ज्ञानाचे संप्रेषण मौखिकरीत्या होत असे. मुद्रणकलेच्या शोधामुळे व वाचकांच्या गरजेनुसार ग्रंथालयांचे प्रकार अस्तित्वात आले.

उच्च माध्यमिक शालेय ग्रंथालय या प्रकारात भावी काळाच्या दृष्टीने स्वयंअध्ययनाची सवय लावून घेणे शक्य होते. विद्यार्थ्यांची दृष्टी व्यापक होणे, ग्रंथालयाची, ग्रंथालयीन सेवांची खऱ्या अर्थाने ओळख करून देणे, वैयक्तिक संग्रह करण्यास प्रोत्साहन देणे, व्यक्तिमत्त्वाचा विकास करणे या गोष्टी घडल्या पाहिजेत. यातील विद्यार्थी, त्यांच्या वयानुसार मुद्रित, अमुद्रित साहित्य, संगणक, दृक्-श्राव्य साधने या संबंधीच्या सुविधा असणे आवश्यक असते.

Schools of Management Thought – व्यवस्थापनाच्या विचारप्रणाली

व्यवस्थापन हे इतर शास्त्रांप्रमाणे साचेबंद नाही. तसेच ते नैसर्गिक सिद्धान्तावर आधारलेलेही नाही. हे शास्त्र म्हणजे अनुभवांचा परिपाक आहे. अर्थात त्यामागे कित्येक वर्षांची तपस्या आहे. यामधील तत्त्वे ढोबळ आहे असे प्रथमदर्शनी वाटते पण ही तत्त्वे परिणामकारक असतात.

'एखाद्या अंतर्गत गटाने, संस्थेच्या सर्व साधनांच्या सहकार्याने, संस्थेची उद्दिष्ट्ये पूर्ण करण्यासाठी, काही तत्त्वे प्रत्यक्षात आणण्यासाठी जी पद्धती कार्यवाहीत आणली ती म्हणजे ग्रंथालय व्यवस्थापन' असे अे.अेल.ए. ग्लॉसरी ऑफ लायब्ररी ॲण्ड इन्फरमेशन सायन्स यामध्ये म्हटले आहे. या व्यवस्थापनामध्ये नियोजन, संघटन, सेवक निर्देशन व नियंत्रण या गोष्टी समाविष्ट असतात.

ग्रंथालय ही सामाजिक सेवाभावी संस्था आहे. याही संस्थेची ध्येये, उद्दिष्ट्ये आणि कार्ये असतात. म्हणून ती पूर्ण करण्यासाठी प्रशासनाची आवश्यकता असतेच. यामध्ये सेवेला प्राधान्य आहे. नफ्याचा विचारच नाही. सर्वसाधारण व्यवस्थापनाची तत्त्वे इथेही लागू पडतात.

व्यवस्थापनामध्ये अनेक विचारांच्या प्रणाली आहेत. या प्रणाली व्यवस्थापनाला केंद्रबिंदू समजून त्याच्या भोवती इतर घटक समाविष्ट केलेले आहेत. यातून या प्रणाली निर्माण झालेल्या आहेत.

अभिजात व्यवस्थापन विचारप्रणालीमध्ये परंपरेचा विचार केलेला असतो. वैज्ञानिक विचारप्रणालीमध्ये कार्याची प्रेरणा व परितोषिके यांचा संबंध येतो. सामाजिक व्यवस्थापन प्रणाली अर्थातच समाजाशी संबंधित असल्यामुळे समाजाचा वाटा, समाधान व सामाजिक समतोल या गोष्टींना प्राधान्य देते. सामाजिक मानसशास्त्र विचारप्रणालीचा मानव हा केंद्रबिंदू असल्यामुळे, व्यक्ती, मानवी स्वभाव, बुद्धिसामर्थ्य, मानवी भावना यांना या प्रणालीत महत्त्व असते. प्रेरणा व्यवस्थापन विचारप्रणालीमध्ये उत्पादनाची स्थिती, सेवक व वातावरण यांचा संबंध शोधला जातो. व्यवस्थापन विचारप्रणालीमध्ये गट नेतृत्व,

प्रेरणा, निर्णय प्रक्रिया, संप्रेषण इ. गोष्टींचा विचार केलेला असतो.

व्यवस्थापनशास्त्र असे अनेक दृष्टींनी अभ्यासता येते. अशा तंत्रामुळे संस्थेचे व्यवस्थापन केले जाते.

Scientific Method – वैज्ञानिक पद्धती/शास्त्रीय पद्धती

या पद्धतीतून संशोधनाच्या तपासणीची अनेक तंत्रे उपलब्ध होतात. संशोधकाचा विश्लेषणात्मक दृष्टिकोन त्यामुळे मिळणारी विश्वासार्ह माहिती म्हणजे वैज्ञानिक पद्धती होय. संशोधनासाठी ज्या मार्गाचा अवलंब करतात, संशोधनाच्या पूर्णत्वासाठी जी साधने, तंत्रे वापरतात, त्या सर्वांना पद्धती (methodology) असे म्हटले जाते.

संशोधनासाठी निवडलेल्या विषयात काय शोधून काढायचे आहे हे आधी ठरवावे लागते. त्यानंतर त्या संदर्भात गृहीतकृत्य तयार करावे लागते. या गृहीतकृत्यांची चाचणी घ्यावी लागते. त्यासाठी उत्तरासाठी संशोधन पद्धतीची निवड करावी. त्यासाठी योग्य असा संशोधन आराखडा तयार करावा. संकलित केलेल्या माहितीचे पृथ:करण करावे लागते. या पृथ:करणातून निष्कर्ष काढले जातात. यासाठी योग्य तंत्रे व त्यांचे नियोजन करावे लागते. यामध्ये घटनांचे निरीक्षण, मुलाखत, प्रश्नावली इ. तंत्रे उपयोगी पडतात. सर्वेक्षणही करू शकतात. भूतकालीन गोष्टींचे प्राथमिक, द्वितीय इ. वर्गीकरणही केले जाते.

संशोधनाच्या अभ्यासाचे नियोजन योग्य प्रकारे करावयाला हवे. संशोधनासाठी चांगला विषय निवडणे महत्त्वाचे असते. त्यामुळे संशोधनाच्या समस्येच्या संदर्भात योग्य माहितीचे संकलन करणे आवश्यक असते. तसेच या नियोजनाच्या काळात, संशोधनाचा कालावधी, खर्च यांचाही विचार करावा लागतो.

संशोधकामुळे संशोधनाच्या विषयात नवीन भर पडते. पण यासाठी अनेक गोष्टींची आवश्यकता असते. उदा. संशोधकाचा प्रत्यक्ष अनुभव, विषयांचे संज्ञाकरण, त्याचे चिंतन, मनन, संशोधन क्षमता, संशोधनाचे उद्दिष्ट इ. यानुसार संशोधनाचे मूल्यमापन करता येते.

थोडक्यात संशोधनाचा विषय सर्वसामान्यपणे मांडणे, साहित्याचा शोध घेणे, संशोधनाचा विषय ठरविणे, आराखडा तयार करणे, माहितीचे संकलन, पृथ:करण, निष्कर्ष, अहवाल, आवश्यकता वाटल्यास गृहीतकृत्यात बदल करून व्याप्ती वाढविणे. या गोष्टी या वैज्ञानिक पद्धतीत अंतर्भूत आहेत.

डॉ. एस.आर. रंगनाथन यांनी वैज्ञानिक पद्धतीचे चक्र सांगताना Nadir, Ascedant, Zenith and Descendant हे चार घटक सांगितलेले आहेत.

ही संशोधन पद्धती संशोधनाचे निष्कर्ष अचूक सांगते. विज्ञान/शास्त्र म्हणजे ज्यामधून सर्वसामान्य सिद्धान्त कार्यान्वित होतो. ज्ञानाशी संबंधित घटना म्हणजे विज्ञान होय. एखाद्या गोष्टीबाबत जनमानसात जाण निर्माण होणे, ती गोष्ट समजावून घेणे ही प्रक्रिया म्हणजे विज्ञान. म्हणून विश्वासनीय माहिती मिळविण्यासाठी ही पद्धती उपयोगी ठरते.

ग्रंथालय व माहितीशास्त्र हेसुद्धा शास्त्र आहे. त्यामुळे या पद्धतीचा वापर होऊ शकेल.

Scientometrics – विज्ञानमिती

विज्ञानाचे मापन आणि पृथ:करण करण्याचे शास्त्र म्हणजे विज्ञानमिती होय ! प्रत्यक्षात मात्र, विज्ञानमितीमध्ये वैज्ञानिक प्रकाशनांचे ग्रंथमितीच्या साहाय्याने मापन केले जाते. आधुनिक विज्ञानमिती

ही बहुतांशी जे. डी. सोला प्राइस आणि युजिन गारफिल्ड यांच्या कार्यावर आधारित आहे. गारफिल्ड यांनी स्थापन केलेल्या इन्स्टिट्युट फॉर सायंटिफिक इन्फर्मेशनचा विज्ञानमितीच्या साहाय्याने करावयाच्या पृथ:करणामध्ये मोठ्या प्रमाणावर वापर केला जातो, विज्ञानमिती या विषयात अमेरिकन सोसायटी फॉर इन्फर्मेशन सायन्स अ‍ॅण्ड टेक्नॉलॉजी मार्फत प्रकाशित होणारे सायंटोमेट्रिक्स जर्नल आणि सोशल स्टडीज ऑफ सायन्स ही मुद्रित नियतकालिके आणि सायबरमेट्रिक्स, इंटरनॅशनल जर्नल ऑफ सायंटोमेट्रिक्स, इन्फर्मेट्रिक्स आणि बिब्लिओमेट्रिक्स या इलेक्ट्रॉनिक जर्नलचा समावेश होतो. १९९३ मध्ये स्थापन झालेली दि इंटरनॅशनल सोसायटी फॉर सायंटोमेट्रिक्स अ‍ॅण्ड इन्फर्मेट्रिक्स (ISSI) ही या क्षेत्रातील व्यावसायिकांची संघटना आहे.

Sector Device – खंड युक्ती (अष्टक युक्ती)

या युक्तीमध्ये शेवटचे कोणतेही चिन्ह विशिष्ट केंद्र म्हणून वापरत नाहीत. त्या चिन्हापुढे पूर्वी वापरलेली चिन्हे वापरून जोड चिन्हे तयार करतात. अशी तयार झालेली जोड चिन्हे मूळचिन्हाशी समपदस्थ समजतात. भारतीय अंकाच्या ९ हा अंक कोणतेही विशिष्ट केंद्र म्हणून न वापरल्यामुळे ९१ हा अंक ९ चा विभाग होऊ शकत नाही. ९ या अंकापुढे पूर्वी वापरलेले १ ते ८ अंक लिहून ९१ ते ९८ असे आठ जोड अंक मिळतात. १ ते ८ या मूळच्या चिन्हाशी समपदस्थ समजल्यामुळे आपल्याला १ ते ८ व ९१ ते ९८ असे एकूण १६ समपदस्थ जागा मिळतात. ९९ पुढे १ ते ८ लिहून ९९१ ते ९९८ अशी आणखी आठ जोड चिन्हे मिळतात. अशा प्रकारे आठ जागांचे नवीन नवीन गट तयार करून पंक्तीतील अतिथ्यशीलता अमर्याद वाढविता येते. ही अतिथ्यशीलता पंक्तीच्या फक्त उजवीकडेच मिळते.

Selective Cataloguing – निवडक तालिकीकरण

ग्रंथालयात ग्रंथसाहित्य हे तीन प्रकारांनी संग्रहित होत असते. ग्रंथखरेदी, ग्रंथ अदलाबदल व ग्रंथ देणगी. ग्रंथ खरेदी ही ग्रंथालयाच्या हेतूशी संबंधित केली जाते. ग्रंथ अदलाबदल या मार्गाने येणारे वाचन साहित्यही ग्रंथालयाला उपयुक्त असेच असते. पण देणगी मधून येणारे वाचनसाहित्य ग्रंथालयाला उपयुक्त वा ग्रंथालयाच्या हेतूशी संबंधित असेल असे म्हणता येत नाही.

ग्रंथालयाला उपयुक्त म्हणून घेतलेल्या वाचनसाहित्याचे पूर्ण तालिकीकरण करणे आवश्यक असे नाही. म्हणून येथे निवडक तालिकीकरणाला वाव असतो. निवडक तालिकाकार वाचन साहित्याचे विभाजन खालील तीन गटांमध्ये करतो.

१) संपूर्ण तालिकीकरण करणे आवश्यक असे वाचन साहित्य उदा. संदर्भ ग्रंथ, संदर्भ साहित्य, अद्ययावत क्रमिक पुस्तके, प्रत्येक ज्ञानशाखेतील मान्यवर लेखकांचे वाचनसाहित्य, आर्षग्रंथ इत्यादी. या गटातील तालिकीकरणासाठी निवडक तालिकीकरणाचा विचार होत नाही.

२) ज्याच्या काही ठराविक नोंदी केल्या तरी चालतात असे वाचन साहित्य. उदा. कालबाह्य क्रमिक पुस्तके, विषयतज्ज्ञांना लागणारी संबंधित पुस्तिका, इतर देशातील संबंधित विषयाची प्रकाशने इ. या ठिकाणी मात्र निवडक तालिकीकरणाचे धोरण अवलंबिता येते. त्यामध्ये फक्त महत्त्वाच्या लेखकाची नोंद करणे. इतर देशातील संबंधित विषयांची पुस्तके, कालबाह्य पण संग्राह्य असलेली क्रमिक पुस्तके जी संदर्भासाठी उपयोगी पडतात, विशिष्ट कालावधीपूर्वी प्रकाशित झालेले ग्रंथ उदा. १९४० पूर्वी ज्या

ग्रंथाच्या अनेक आवृत्त्या प्रकाशित झालेल्या आहेत. विषय किंवा ग्रंथकार अंशात्मक नोंदी वगळणे. वाङ्मयेतर साहित्यातील प्रसिद्ध ग्रंथांचे ग्रंथकार व विषय नोंद करणे पण संपादक, माला या नोंदी वगळणे, नवीन ग्रंथांची फक्त विषय नोंद करावी. या ग्रंथांच्या आवृत्ती विषयक माहितीसाठी ग्रंथकार नोंद पाहण्यास सुचवावे.

३) तात्पुरते काही काळापुरते महत्त्वाचे वा उपयुक्त असणारे वाचन साहित्य . उदा. पुस्तिका, मोफत पाठविले जाणारे साहित्य, प्रचार साहित्य, हे साहित्य उपयुक्त ग्रंथालयाला द्यावे. अशा साहित्याचा उपयोग संपल्यानंतर काढून टाकावे. मात्र अशा वाचनसाहित्याला योग्य उपयोजक मिळविण्याचा प्रयत्न करावा.

४) काही साहित्याचे तालिकीकरण केले नाही तरी चालते. हे साहित्य ताज्या घडामोडींवर आधारित असते. पण हे एका व्यवस्थित जागेवर ठेवून द्यावे. कारण याचा उपयोग उपयोजकांसाठी होऊ शकतो. काही उपयुक्त विषय पुस्तिका त्या त्या संबंधित विषयाजवळ ठेवता येतील. तशी तालिकेत नोंदही करता येईल.

निवडक तालिकीकरण कोणत्या ग्रंथांचे करावयाचे याचे ज्ञान तालिकीकाराला असणे आवश्यक आहे. नोंद न झाल्यास ग्रंथालयात वाचनसाहित्य असून उपयोजकाला ते मिळणार नाही. ग्रंथवर्णनात अपुरी माहिती दिल्यास त्याच ग्रंथांची दुसरी प्रत खरेदी करावी लागेल. त्यामुळे निधीचा अपव्यय होईल.

Selective Dissemination of Information – माहितीचे निवडक प्रसारण

ग्रंथालयीन सेवा या उपयोजकांच्या गरजेवर आधारित असतात. उपयोजकांच्या गरजा लक्षात घेऊनच या सेवांची निर्मिती होत असते. या माहितीच्या निवडक प्रसारण सेवेमध्ये उपयोजकाला उपयुक्त अशा प्रलेखांची माहिती कळावी हा हेतू असतो. नियतकालिकांतील लेख, वार्तापत्रे, ग्रंथांच्या व नियतकालिकांच्या अद्ययावत अनुक्रमणिका वगैरे गोष्टीतून माहिती शोधण्यास उपयोजकाला वेळ लागतो. त्यावेळी हीच सेवा ग्रंथालयीन कर्मचारी वर्गातर्फे दिली गेली तर उपयोजकाचे कष्ट व वेळही वाचतो.

यासाठी ग्रंथालयीन कर्मचारी वर्ग उपयोजकांच्या गरजांची नोंद करतो. ग्रंथालयात नवीन आलेले ग्रंथ, नियतकालिके इ. प्रलेखांची पाहणी करून उपयोजकांच्या नोंदींशी मिळणाऱ्या नोंदी लिहून ठेवल्या जातात. या नोंदीची ग्रंथसूचीय वर्णनानुसार माहिती उपयोजकाला दिली जाते. काही वेळा या प्रकारच्या सेवेत मूळ लेखाचा सारांश, सार दिला जातो. पूर्वी या गोष्टी मनुष्यबळामार्फत केल्या जात होत्या. संगणकीय युगात नोंदी जुळणीचे काम संगणकाच्या मदतीने होते.

या माहिती सेवेमध्ये उपयोजकाच्या गरजेची नोंद करणे महत्त्वाचे आहे. कारण कित्येक वेळा उपयोजकाला त्याची गरज स्पष्ट व अचूक शब्दात सांगता येत नाही. यासाठी कौशल्याचा वापर करावा लागतो. शब्दकुलकोशाचाही यावेळी उपयोग होऊ शकतो.

प्रलेखांची नोंद करणे ही त्यानंतरची पायरी आहे. हे काम माहिती संचाप्रमाणे होते. अंतर्गत माहिती–संचामध्ये नवीन दाखल झालेल्या प्रलेखांची नोंद होते. या प्रलेखातील नोंदीचे पृथःकरण होते. प्रलेखातील विषयांची नोंद निर्देशनाच्या कृत्रिम भाषेनुसार सहज होते. काही वेळा बाह्य माहिती संचाचा उपयोग करावा लागतो. हा करताना त्या माहिती संचाच्या परिस्थितीशी जुळवून घेताना स्थानिक पद्धतीमध्ये बदल करावे लागतात.

या पुढील पायरी म्हणजे नोंदीची जुळणी यामध्ये माहितीच्या रूपांतरीत फित व उपयोजकांच्या नोंदीची फित यांची जुळणी संगणकीय प्रणालीमार्फत केली जाते. याची उत्तरे दुसऱ्या फितीवर मिळू शकतात.

यानंतरच्या अधिसूचना या पायरीद्वारे आहे. संगणकीय प्रणालीमार्फत नोंदीची उत्तरे मुद्रित स्वरूपात मिळतात. उपयोजकांच्या गरजेची निवडक उत्तरे पत्रामार्फत उपयोजकाकडे पाठविली जातात. उपयोजकाकडून प्रतिसाद मिळण्यासाठी उत्तराबरोबर एखादा अर्जही पाठविला जातो.

उपयोजकाचा प्रतिसाद हा या सेवेतील महत्त्वाचा भाग आहे. यामुळे नोंदीच्या आरेखनाचे मूल्यमापन करून त्यात वेळोवेळी सुधारणा करता येतात. उपयोजकाकडून आलेल्या प्रतिसादांचे पृथःकरण केले जाते आणि नोंदीच्या आराखड्यावर लक्ष ठेवून त्यात सुधारणा करणे शक्य होते.

Separate Facet Formula – स्वतंत्र पैलूसूत्र

डॉ.रंगनाथन यांनी प्रत्येक मुख्य वर्गाची विशिष्ट गरज लक्षात घेऊन त्या त्या वर्गासाठी स्वतंत्र पैलूसूत्र तयार केलेले आहे. हे पैलूसूत्र सर्वसामान्य मुखपरिसूत्रापासूनच बनविले आहे. प्रत्येक वर्गाची विशिष्ट गरज लक्षात घेतल्यामुळे सूक्ष्मतम वर्गीकरण करणे शक्य होते. प्रत्येक मुख्य वर्गाला स्वतंत्र पैलूसूत्र असल्यामुळे सूक्ष्मतम वर्गीकरण शक्य होते.

उदा. भूगोल या मुख्यवर्गाचे पैलूसूत्र याप्रमाणे आहे.

U (P). (S) (T)

स्थळ व काल यांचा व्यक्तित्वातील विचार भूक्षेत्र व कालक्रम युक्ती यांचा साहाय्याने झाला आहे.

Series Entry – माला नोंद

कित्येक वेळा मान्यवर संस्था माला (Series) अंतर्गत ग्रंथांचे प्रकाशन करतात. उदा. समाज शिक्षण माला. उपयोजकाला जेव्हा ग्रंथकार, ग्रंथनाम, साहाय्यक वगैरे काहीच माहिती नसते. फक्त माला, तिचे नाव माहीत असते त्यावेळी उपयोजक ''माला'' नावाचा उपयोग करतात. ''माला'' हा एक संदर्भ असतो.

मालेमध्ये कोणकोणते ग्रंथ प्रकाशित झालेले आहेत याची माहिती या नोंदीद्वारा समजू शकते. मालेमधून प्रकाशित होणारे किंवा झालेले ग्रंथ वेगवेगळ्या विषयावरील असतात. या विषयांचा एकमेकांशी संबंध असेलच असे नाही. हे सर्व ग्रंथ केवळ मालेमुळे, मालेच्या नावामुळे एकत्र येतात. या मालेला स्वतंत्र संपादक असतो. पण प्रत्यक्ष लेखनाशी त्याचा संबंध असेलच असे नाही. जर मालेचा संपादक, ग्रंथलेखक असला तर त्याप्रमाणे दोन स्वतंत्र नोंदी कराव्या लागतात. या मालेतील प्रकाशनांना क्रमांक दिलेले असतात.

वर्गीकृत तालिकेप्रमाणे मालेचे नाव तालिकापत्राच्या अग्रेसर ओळीत लिहिले जाते. पुढील पाच ओळीत मालेतील पाच ग्रंथांची माहिती दिलेली असते. मात्र हे मालेतील सर्व ग्रंथ त्या ग्रंथालयात असतीलच असे नाही. या प्रकारच्या नोंदीमध्ये मालेशिवाय ग्रंथविषयीची इतर माहिती अगदी त्रोटक असते.

कोशतालिकेनुसार प्रत्येक ग्रंथासाठी स्वतंत्र माला नोंद करावी लागते. एखाद्या विशिष्ट मालेत

प्रकाशित झालेले ग्रंथ व ग्रंथालयाच्या ग्रंथसंग्रहातील सर्व ग्रंथ यांच्या नोंदी वर्णानुक्रमाने लावलेल्या असतात.

Shabdanand - शब्दानंद (इंग्रजी–हिंदी–मराठी)

सत्वशीला सामंत

डायमंड पब्लिकेशन्स, पुणे

सर्वसाधारणपणे शब्दकोश हा एक भाषिक किंवा द्वैभाषिक असू शकतो. एक भाषिक शब्दकोश म्हणजे शब्दाचा अर्थ त्याच भाषेत दिलेला असतो. तर द्वैभाषिक शब्दकोश यामध्ये एका शब्दाचा अर्थ दुसऱ्या भाषेत दिलेला असतो. किंवा एकापेक्षा जास्त भाषांमध्ये अर्थ दिलेला असतो.

पण शब्दानंदमध्ये त्रैभाषिक म्हणजे इंग्रजी–हिंदी–मराठी अशा तीन भाषांमध्ये एका शब्दाचा अर्थ मिळू शकतो. ह्या शब्दकोशात व्यवहारोपयोगी विषय समाविष्ट केलेले आहेत. शास्त्र व व्यवहार यांची सांगड यात घातलेली दिसते. यामध्ये ७० विषय शीर्षके आहेत. २७,००० इंग्रजी शब्दांना हिंदी व मराठी भाषेतील जवळ जवळ प्रत्येकी ३०,००० प्रतिशब्द यात दिलेले आहेत.

हा कोश दोन विभागात विभागलेला आहे. यातील पहिल्या भागात यातील ७० विषय शीर्षकामध्ये शेती, बँक, शिक्षण, खगोलशास्त्र, वैद्यकशास्त्र, ग्रंथालयशास्त्र, प्रसारमाध्यमे, गणित व संख्याशास्त्र, मुद्रण व प्रकाशन, समाजशास्त्र, संप्रेषण, आहार इत्यादी विज्ञान, वाणिज्य व मानवविद्या या विद्याशाखेतील विषय आहेत. ही मुख्य शीर्षके इंग्रजी वर्णानुक्रमे दिलेली आहेत. त्यांना १,२,३...असे सलग क्रमांक दिलेले आहेत. मुख्य शीर्षकांची उपविषयानुसार पुन्हा विभागणी केलेली आहे. मुख्य शब्द इंग्रजी, त्यानंतर हिंदी व नंतर मराठी प्रतिशब्द दिलेला आहे.

दुसरा भाग तीनही भाषेतील शब्दसूचींचा मिळून बनलेला आहे. भाग एक मध्ये असलेल्या संज्ञा, प्रतिसंज्ञा त्यांचे पृष्ठक्रमांक अशा सर्व संज्ञा या तीन शब्दसूचींमध्ये अंतर्भूत आहेत. मराठी प्रतिशब्दासाठी जुने मराठी शब्दलेखन वापरलेले दिसते. या कोशामध्ये लिंग, वचन यासारखे व्याकरणविषयक तपशील नाहीत. समान अर्थव्याप्ती असलेले एकाहून अधिक विषयांशी संबंधित असे सामाईक शब्द त्या त्या विषयामध्ये उल्लेखित आहेत.

अनुवादक व भाषांतरकारासाठी हा कोश एक अमोल ठेवा आहे.

Sheaf Form of Catalogue – चिठ्ठीरूप तालिका

ग्रंथरूप तालिकेच्या उणिवांमधून चिठ्ठीरूप तालिका उदयाला आली. या प्रकारच्या ७" X ४" या आकाराच्या कागदाच्या चिठ्ठ्यांवर प्रत्येक ग्रंथांची स्वतंत्र नोंद केली जाते. ग्रंथकार, ग्रंथनाम, आवृत्ती, खंड, प्रकाशन वर्ष, स्थानांक, दाखलअंक इ. गोष्टींचा नोंदीमध्ये समावेश होता. या चिठ्ठ्या एका छोट्या संचिका (Files) मध्ये ठेवल्या जात किंवा चिठ्ठ्यांपेक्षा मोठ्या आकाराच्या पुठ्ठ्यामध्ये ठेवल्या जात.

चिठ्ठ्यांचा आकार विशिष्ट असल्यामुळे संचिकेमध्ये ५०० ते ६०० चिठ्ठ्या ठेवल्या जात. पत्ररूप तालिकेपेक्षा ही तालिका कमी खर्चाची असते. ही तालिका हलविणे सोपे आहे. प्रत्येक नोंद स्वतंत्र असल्यामुळे यामध्ये लवचिकता असते. नवीन ग्रंथांच्या नोंदीचा समावेश करणे, बाद नोंदी काढून टाकणे, चिठ्ठीरूप तालिकेतील नोंदी खराब झाल्यास नवीन करून समाविष्ट करणे या गोष्टी सोप्या होतात.

ग्रंथरूप तालिकेपेक्षा या तालिकेला जागा कमी लागते. ही तालिका हाताळण्यास सोपी आहे. विषयाप्रमाणे स्वतंत्र संचिका ठेवल्यास अभ्यासक व ग्रंथालय कर्मचारी या दोघांनाही सोयीस्कर होते. चिठ्ठीरूप तालिकेचे ग्रंथरूप तालिकेमध्ये बदल केल्यास अनेक प्रती मिळू शकतात.

चिठ्ठी संचिकांमध्ये लावताना किंवा त्यातून काढताना, हाताळताना फाटण्याचा संभव असतो. त्यामुळे नवीन नवीन चिठ्ठ्या वारंवार तयार कराव्या लागतात. एखाद्या विषयासंबंधीची संचिका गहाळ झाल्यास इतर उपयोजकांची गैरसौय होते. नवीन चिठ्ठ्या लावणे, क्रम बदलणे हे त्रासदायक काम होते. एका वेळी एकच संचिका उपयोजक पाहू शकतो. ग्रंथरूप तालिकेत एका पानावर अनेक नोंदी असतात. त्यामुळे त्या एका दृष्टिक्षेपात पाहता येतात. तसे या चिठ्ठीरूप तालिकेत पाहता येत नाही. ग्रंथरूप तालिकेच्या अनेक प्रती असतात तशा प्रती या प्रकारच्या तालिकेच्या नसतात.

Shelf List – स्थानयादी

तालिकीकरण करताना त्यामध्ये मुख्य नोंद व पूरक नोंद तालिकापत्रात केलेली असते. याशिवाय आणखी एक तालिका पत्र केले जाते. यामध्ये वरच्या भागात वर्गांक व ग्रंथांक, नंतर ग्रंथकार, ग्रंथनाम, दाखलअंक ही माहिती असते. त्यानंतर ग्रंथमोजणीचे वर्ष व ग्रंथालयीन कर्मचाऱ्याची स्वाक्षरी अशी माहिती या तालिका पत्रात असते. म्हणून याला स्थानयादी पत्र असेही म्हणतात.

प्रत्येक ग्रंथासाठी असे स्वतंत्र स्थानयादी पत्र आवश्यक असते. इतकेच नव्हे तर प्रत्येक आवृत्ती व प्रत्येक खंडासाठीही स्वतंत्र पत्र करावे लागते. या पत्रांची रचना स्थानांकाप्रमाणे असते. कपाटातील ग्रंथरचनेप्रमाणे या पत्रांची रचना असते. ही रचना उपयोजकाला समजणे आवश्यक नसते. पण त्याला ग्रंथ मिळवून देण्यास या स्थानयादी पत्राचा उपयोग होतो. या यादी पत्रांचा उपयोग ग्रंथमोजणी (Stock Taking)

<table>
<tr><td colspan="4">2.55 86 12578
महाजन, शांताराम गजानन
तालिकीकरण प्रात्यक्षिक</td></tr>
<tr><td>वर्ष</td><td>स्वाक्षरी</td><td>वर्ष</td><td>स्वाक्षरी</td></tr>
<tr><td></td><td></td><td></td><td></td></tr>
</table>

साठी होतो. कपाटातील ग्रंथांचा क्रम तपासण्यासाठी, विविध विषयातील ग्रंथसंग्रहाची माहिती होण्यासाठी स्थानयादीचा उपयोग होतो. ही स्थानयादी पत्रे दुसऱ्या ठिकाणी हलविणे सोपे असते. ज्या ग्रंथालयात कोशतालिका वापरली असेल त्या ठिकाणी स्थानयादीमुळे विषयवार ग्रंथांची मोहिती देण्यास स्थान यादीचा उपयोग होतो.

ग्रंथालयात सोयीसाठी काही वेळा भग्नक्रम (Broken Order) वापरला जातो. म्हणजे वर्गीकरण पद्धतीप्रमाणे ग्रंथरचनेचा क्रम न वापरता ग्रंथालयाच्या सोयीनुसार ग्रंथांची रचना केली जाते. स्थानयादीमुळे हा भग्नक्रम समजू शकतो.

ज्ञानाच्या विस्तारामुळे ग्रंथसंख्या वाढत आहे. त्यामुळे ग्रंथालयातील ग्रंथसंग्रह वाढत असल्यामुळे

सर्व ग्रंथ एकाच ठिकाणी ठेवणे अवघड जाते. त्यामुळे अनेक दालनांमध्ये ग्रंथसंग्रह विखुरलेला असतो. ग्रंथांचा कपाटातील क्रम व स्थान यादीतील पत्रांचा क्रम हा सारखाच असतो.

Simplified Cataloguing – सुलभ तालिकीकरण

सुलभ तालिकीकरण म्हणजे तालिकीकरण सोपे करणे. तालिकेच्या संहितेनुसारच या सर्व गोष्टी करावयाच्या असतात. अनावश्यक माहिती नोंद करताना वगळणे हे यातील मुख्य कार्य होय. खालील गोष्टीविषयी माहिती वगळणे शक्य आहे.

१) ग्रंथबाह्यांग वर्णन लिहिताना ग्रंथातील प्रस्तावना विषयक माहिती व टिप्पणी वगळणे शक्य आहे.

२) नोंदीच्या ग्रंथनाम विभागामध्ये प्रकाशनवृत्त (Imprit) वगळणे शक्य आहे.

३) नोंदीमध्ये ग्रंथकाराचे नाम लिहिताना विशेषीकरणासाठी ग्रंथकाराचे जन्ममृत्यू वर्ष द्यावे असे संहिता सांगते. परंतु एकापेक्षा जास्त ग्रंथकार सारख्या नावाचे नसल्यास ही जन्ममृत्यू वर्षाची नोंद वगळणे शक्य होईल.

४) तसेच ग्रंथकाराच्या नावाच्या नोंदीमध्ये एकापेक्षा सारखी अद्याक्षरे असणारे ग्रंथकार नसतील तर केवळ अद्याक्षरे देता येतील. मधल्या नावाचे फक्त अद्याक्षर देणे शक्य होईल.

५) उपयोजकांच्या गरजा लक्षात घेऊन तालिका संहितेनुसार अनेक पूरक नोंदी सुचविलेल्या आहेत. यातील काही नोंदी अनावश्यक असू शकतात. उदा. भाषांतरकार नोंद, मालेच्या संपादकाची नोंद, मालेचे नाव, ग्रंथाला अनेक संपादक असल्यास मुख्य संपादकाशिवाय इतर संपादकांच्या नोंदी न करणे. फारच आवश्यकता वाटल्यास अंशात्मक नोंदी करणे. इतर वेळी या नोंदी वगळता येऊ शकतील.

६) ग्रंथाला अनेक ग्रंथकार असल्यास दोन पेक्षा जास्त ग्रंथकाराची नोंदही वगळता येईल. कारण ग्रंथनामाची नोंद ग्रंथ शोधण्यास मदत करेलच.

७) विषयशीर्षकांचे जास्त उपविभाग टाळता येतील. माहितीच्या युगात सामान्य लोकांनासुद्धा बरीच माहिती असू शकते. मग अभ्यासक-संशोधक यांना त्या विशिष्ट विषयाचे सर्व उपविभाग लक्षात आले नाहीत तरी त्या उपविषयांची थोडीफार कल्पना येऊ शकेल.

थोडक्यात सुलभ तालिकीकरण म्हणजे नोंदीच्या माहितीमध्ये काटकसर करणे, नोंदीची संख्या कमी करणे असे म्हणता येईल.

Six Sigma – (सिक्स सिग्मा)

विसाव्या शतकाच्या शेवटी शेवटी आणि एकविसाव्या शतकाच्या पहिल्या दशकात व्यवस्थापन क्षेत्रातील ज्या नवनवीन आणि आधुनिक पद्धती ग्रंथपालन व्यवसायात आल्या आहेत किंवा येणे गरजेचे आहे त्यापैकी अत्याधुनिक पद्धती म्हणजे सिक्स सिग्मा पद्धती होय ! सिक्स सिग्मा संबंधी आपल्याला असे म्हणता येईल की कोणत्याही कंपनीच्या निर्मिती आणि सेवासंबंधित प्रक्रियेतील दोष ओळखून आणि ते कमी करून त्या कंपनीच्या ऑपरेशनल performance चे मापन करून त्या कामगिरी (performance) मध्ये सुधारणा करण्यासाठी माहितीचा (डाटा) आणि सांख्यिकी पृथ:करणाचा वापर करणारी एक अतिशय कठीण आणि शिस्तप्रीय पद्धती म्हणजे सिक्स सिग्मा पद्धती होय !

मूलत: सिक्स सिग्मा हा मोटोरोला कंपनीने प्रक्रियेतील दोष दूर करून त्यामध्ये पद्धतशीरपणे सुधारणा करण्यासाठी विकसित केलेल्या सरावांचा (practices) एक संच आहे. या कंपनीतील बिल स्मिथ याने १९८६ मध्ये सिक्स सिग्मा पद्धतीचा तपशील तयार केला असला तरीसुद्धा त्याने सिक्स सिग्माचा शोध लावला असे म्हणता येणार नाही. १९२० च्या दशकापासून शेवार्ट, डेमिंग, ज्युरान, इशिकावा, ओहनो, शिंगो, टागुची, शैनीन इत्यादि (luminaries) नी विकसित केलेल्या आणि उपलब्ध असलेल्या पद्धतींचे स्मिथने व्यवस्थापनात उपयोजन केले. या कालात विकसित झालेल्या अनेक गुणवत्ता सुधार पद्धतींपासून - गुणवत्ता नियंत्रण (quality control), सकल गुणवत्ता व्यवस्थापन (Total Quality Management), शून्य दोष (Zero defects) इत्यादी - सिक्स सिग्माला प्रेरणा मिळाली.

सिक्स सिग्मा कार्यक्रमात वापरलेली सर्व साधने ही प्रत्यक्षात गुणवत्ता अभियांत्रिकी शाखेचे (Quality Engineering Discipline) उपसंच (Sub-sets) आहेत आणि ती साधने ASQ प्रमाणित गुणवत्ता अभियांत्रिकी ज्ञानाचा (ASQ Certified Quality Engineering Body of Knowledge) एक भाग समजता येतील. थोडक्यात, जुन्या साधनांचा विविध घटकांची बेरीज (sum-of-parts) असा दृष्टिकोन घेण्याऐवजी त्यांचा मोठ्या परिणामासाठी (greater effects) वापर करणे हे सिक्स सिग्माचे ध्येय आहे.

सुधारणा (improvement) प्रकल्पांचे उपयोजन करून त्याद्वारे प्रक्रिया सुधारणा आणि variation reduction वर केंद्रित करणारी मापनावर आधारित स्ट्रॅटेजीची कार्यवाही (implementation) करणे हे सिक्स सिग्मा पद्धतीचे मुख्य उद्दिष्ट आहे. हे उद्दिष्ट साध्य करण्यासाठी सिक्स सिग्माच्या दोन उपपद्धतींचा वापर करण्यात येतो अ) डीएमएआयसी (DMAIC) आणि ब) डीएमएडीव्ही (DMADV). डब्ल्यु. एडवर्ड्स डेमिंगच्या Plan-Do-Check-Act Cycle (नियोजन-कृति-तपासणी-कार्यवाही चक्र) मधून या दोन्ही पद्धतींना प्रेरणा मिळाली.

DMAIC (define, measure, analyse, improve, control - व्याख्या करणे, मापन करणे, पृथ:करण करणे, सुधारणा करणे, नियंत्रित करणे) प्रक्रिया ही specifications पेक्षा खाली/खालच्या स्तरावर सध्या अस्तित्वात असलेल्या प्रक्रियांमध्ये सुधारणा करणारी पद्धती असून त्या प्रक्रियांमध्ये थोड्याफार सुधारणेची (incremental improvement) अपेक्षा करणारी पद्धती आहे. DMADV प्रक्रिया (define, measure, analyse, design, verify - व्याख्या करणे, मापन करणे, पृथ:करण करणे, आरेखन करणे, पडताळणी करणे) ही सिक्स सिग्मा गुणवत्ता स्तरासाठी नवीन प्रक्रिया अथवा उत्पादने विकसित करण्यासाठी वापरण्यात येणारी सुधारणा पद्धती आहे. या दोन्ही प्रक्रियांची कार्यवाही सिक्स सिग्मा ग्रीन बेल्ट्स आणि सिक्स सिग्मा ब्लॅक बेल्ट्स यांच्याकडून केली जाते आणि त्यावर सिक्स सिग्मा मास्टर ब्लॅक बेल्ट्सचे लक्ष असते.

सिक्स सिग्माचे सांख्यिकी सादरीकरण हे एखादी प्रक्रिया कशी perform करते आहे त्याचे संख्यात्मक वर्णन करते. कोणत्याही प्रक्रियेत सिक्स सिग्मा प्राप्त करून घ्यावयाचा असेल तर त्या प्रक्रियेमध्ये दर दहा लाख (One Million) संधीमध्ये ३.४ पेक्षा जास्त दोष निर्माण होणार नाहीत याची दक्षता घेणे आवश्यक असते. सिक्स सिग्मा दोषाची व्याख्या करताना असे म्हटले आहे की कस्टमर स्पेसिफिकेशन्सच्या बाहेर असणारी कोणतीही गोष्ट म्हणजे सिक्स सिग्मा दोष होय ! वेगळ्या शब्दात

सांगावयाचे झाल्यास, सिक्स सिग्मा संधी म्हणजे दोष नाहीसे करण्यासाठी असलेल्या संधींची एकूण संख्या (quantity). सिक्स सिग्मा कॅल्क्युलेटरचा उपयोग करून प्रक्रिया सिग्माची मोजदाद (calculation) सहज करता येते.

सिक्स सिग्मा हे मोटोरोलाचे सेवाचिन्ह (Service Mark) आणि ट्रेडमार्क आहे. इ.स. २००६ पर्यंत कंपनीने अमेरिकन सतरा बिलीयन डॉलर्सची बचत केली असे कंपनीने आपल्या अहवालात म्हटलेले आहे. मोटोरोला प्रमाणेच हनीवेल इंटरनॅशनल (पूर्वीची अलाइड सिग्नल) आणि त्यानंतर १९९५ मध्ये जनरल इलेक्ट्रीक (जॅक वेल्च) या कंपन्यांनी सिक्स सिग्माचा वापर केला. त्यानंतरच्या आजपर्यंतच्या काळात, जगाच्या विविध भागातील हजारो कंपन्यांनी सिक्स सिग्माचे दूरवर होणारे फायदे लक्षात घेऊन आपल्या कार्यात सिक्स सिग्माचा वापर केला आहे.

ग्रंथालय क्षेत्रापुरते बोलावयाचे झाल्यास, ग्रंथालयामध्ये सिक्स सिग्मा पद्धतीचा वापर किती प्रमाणात झाला आहे याची माहिती नाही. तरीसुद्धा, ग्रंथालये माहितीची जी नवनवीन उत्पादने निर्माण करीत आहेत अथवा आपल्या वाचकांना ज्या विविध सेवा देत आहेत त्या दोन्ही प्रक्रियेतील दोष ओळखून ते कमी करण्याचा प्रयत्न करून, आपल्या (Performance) चे मापन करून त्यामध्ये सुधारणा करण्यासाठी ग्रंथालयामध्ये संकलित केलेल्या विविध माहितीचा (विशेषत: वाचक आणि त्यांना दिल्या जाणाऱ्या सेवासंबंधीच्या माहितीचा) आणि त्याचबरोबर सांख्यिकी पृथ:करणाचा वापर करून त्यांनी आपल्या माहिती उत्पादनामध्ये आणि ग्रंथालय सेवामध्ये थोडीफार सुधारणा केली तर ग्रंथालये आपल्या व्यवस्थापनामध्ये काळाच्या बरोबर जात आहेत असे म्हणता येईल आणि भारतातील बहुसंख्य ग्रंथालयांची आजची स्थिती लक्षात घेता, ते गरजेचे आहे.

Society for Information Science (SIS) – सोसायटी फॉर इन्फरमेशन सायन्स

या संस्थेची स्थापना इ.स. १९७६ मध्ये दिल्ली येथे झाली. ही माहिती शास्त्राची एक वैज्ञानिक संस्था आहे. माहितीशास्त्राचा विकास करणे हे याचे ध्येय आहे.

विषय तज्ज्ञांमध्ये माहितीशास्त्राची देवाण-घेवाण करणे, माहिती शास्त्राचा प्रसार इतर सामान्य लोकात व्हावा या हेतूने प्रोत्साहन देणे. माहिती शास्त्रातील व्यावसायिकांना एकत्र आणणे, त्यांच्यामध्ये सहकार्य वृद्धिंगत करणे ही या संघाची वैशिष्ट्ये आहेत.

सर्व महत्त्वाचे निर्णय या संघाची कार्यकारी समिती घेते. ही समिती बारा सभासद व चार विभागीय सभासद यांची बनलेली असते. या सभासदांची निवड वैज्ञानिक संघ करतो. या समितीला मार्गदर्शन करण्यासाठी उपसमित्या असतात. उदा. आर्थिक समिती, शिक्षण समिती इत्यादी. विशिष्ट क्षेत्रात प्रतिरूप प्राप्ती गट, प्रशिक्षण व व्यवसाय गट, माहितीची प्रतिप्राप्ती गट इत्यादी. या गटातर्फे चर्चासत्रे, उजळणी अभ्यासक्रम आयोजित केले जातात.

या संघाचे सभासदत्व तीन प्रकारचे आहे. १) संस्था २) वैयक्तिक ३) आजीव. या संघाच्या कोणत्याही क्षेत्रात काम केलेली व्यक्ती या संघाचा सभासद होऊ शकते. तसेच मूल्यांकनांकित संस्थेच्या पदवीधराला वा संघाचे सभासदत्व मिळू शकते.

संगणकाचा वापर, माहिती साधने, प्रतिरूप प्राप्ती आणि प्रशिक्षण आणि व्यावसायिक विकास या चार विभागातून या संघाचे कार्य चालू असते. हा संघ वार्षिक सेमिनार आयोजित करतो. माहितीशास्त्र व

माहिती सेवा या क्षेत्रात महत्त्वाचे कार्य करणाऱ्या व्यक्तींना शिष्यवृत्ती दिली जाते. व्यावसायिकांसाठी छोट्या कालावधीचे उजळणी अभ्यासक्रम चालविले जातात. सिसकॉम व सिसट्रॅन्स ही प्रकाशने या संघातर्फे प्रकाशित होतात. सभासदांना प्रकाशनाच्या प्रती विनामूल्य दिल्या जातात.

Space Division – स्थल विभाग

एखाद्या विषयाचे विवेचन स्थल मर्यादित असते तेव्हा स्थलमुखाचा वापर केला जातो. स्थलमुखात वापरावयाच्या विभागांना स्थलविभाग असे म्हणतात.

द्विबिंदू वर्गीकरण पद्धतीमध्ये स्थलविभागाचे कोष्टकच आहे. हे विभाग भारतीय अंकांनी दर्शविलेले आहेत. काही वेळा भारतीय अंक व देवनागरी वर्ण यांचाही वापर केलेला आढळतो. जगाचे विभाजन प्रथम निरनिराळ्या खंडांमध्ये केलेले आहे. जग १, आशिया ४, युरोप ५, २ हा अंक मातृभूमीसाठी व ३ हा अंक मित्र देशासाठी वापरला जातो. ४ ते ८ या अंकांनी दर्शविलेल्या खंडांचे विभाजन केले आहे व प्रत्येक देशाला अंक बहाल केला आहे. उदा. 44 भारत (आशिया खंड), 56 इंग्लंड (युरोप खंड)

हे अंक स्थलमुखात वापरून किंवा भूक्षेत्र युक्तीने इतर मुखात वापरून वर्गांक तयार करता येतात. त्यामुळे वर्गीकरण पद्धतीची स्मरणसुलभता वाढते.

मात्र २ हा अंक मातृभूमीसाठी किंवा ३ हा अंक मित्रदेशासाठी वापरावयाचा असे डॉ. रंगनाथन यांनी योजलेले आहे. त्यावेळी त्या देशाचा कोष्टकातील अंक वापरावयाचा नाही.

काही वेळा विषय युक्तीचा वापर करूनही स्थलविभाग दर्शविले आहेत. उदा. 1 (p111) जगातील इंग्रजी भाषा बोलणारे देश.

कोणतीही घटना स्थलसापेक्ष असते. विशिष्ट देशातील लोकांच्या मतानुसार एखाद्या विषयाकडे बघण्याचा दृष्टिकोन वेगवेगळा असू शकतो. म्हणून तो स्थल पैलूचा वापर करून व्यक्त करता येतो.

Space Facet – स्थल पैलू

या पैलूचा विचार सर्व विषयांच्या संदर्भात होत नसला तरी बहुसंख्य विषयांच्या संदर्भात या स्थल पैलूंचा विचार करावा लागतो. कोणतीही घटना स्थलसापेक्ष असते. एखाद्या विषयाकडे बघण्याचा दृष्टिकोन विशिष्ट देशातील लोकांच्या मतानुसार वेगवेगळा असू शकतो. हा दृष्टिकोन व्यक्त करण्यासाठी या स्थल पैलूचा वापर यावेळी महत्त्वाचा ठरतो. एखाद्या विषयाचे विवेचन स्थलमर्यादित असेल तर त्याचा स्थलमुखात विचार करावा लागतो.

उदा.	Education in India	T.2
	Education in Asia	T.4
	Education in Europe	T.5

या उदाहरणातील 2, 4, 5 हे अंक स्थलदर्शक आहेत.

या मुखाचे संयोगचिन्ह टिंब (.) आहे.

Special Libraries Association (SLA) – स्पेशल लायब्ररीज असोसिएशन

इ.स.१९०९ मध्ये इंग्लंडमध्ये अमेरिकन लायब्ररी असोसिएशनची परिषद भरली होती. या परिषदेमध्ये

या संघाची स्थापना झाली. विशेष ग्रंथालये, विशेष माहिती निर्माण करणारी केंद्रे या संघाची सभासदे होऊ शकतात. उदा. संशोधनात्मक, वैज्ञानिक, वर्तमानपत्रांची ग्रंथालये, प्रशासकीय इ. संस्थांची ग्रंथालये, माहिती तज्ज्ञ या संघाचे सभासद होऊ शकतात.

माहितीचा साठा, तिचे व्यवस्थापन व प्रसारण याद्वारे ज्ञानाचा प्रसार करणे, विशेष ग्रंथालये/ माहिती केंद्रे यांची कार्यक्षमता वाढविणे ही या संघाची वैशिष्ट्ये आहेत. माहिती सेवेच्या क्षेत्रात संशोधनाला महत्त्व देणे, सभासदांना माहिती संप्रेषणाच्या सुविधा पुरविणे, व्यावसायिक प्रमाणकांना प्रोत्साहन देणे. समान ध्येयाच्या संस्थेशी सहकार्य करणे. ही या संस्थेची आणखी वैशिष्ट्ये सांगता येतील.

या संघाचे सभासद १) वैयक्तिक – माहिती क्षेत्रात रस असणाऱ्या व्यक्ती, सेवानिवृत्त व्यावसायिक २) ग्रंथालय व माहिती शास्त्र विभागातील विद्यार्थी ३) इतर संस्था ज्यांचा या संघाच्या ध्येय–धोरणांना पाठिंबा आहे ४) इतर संस्थांचे आश्रयदाते, प्रायोजक ज्यांचा या संघाच्या ध्येयांना पाठिंबा आहे असे.

या संघातील शाखा व विभाग यांनी या संघाचा आराखडा तयार केलेला आहे. सभासदांना सेवा देणे, तळागाळातील व्यावसायिकांना विकासाची संधी देणे. ही या आराखड्याची मुख्य गोष्ट आहे. या संघातील शाखांचे व्यवस्थापन भौगोलिक पायावर केलेले आहे. विभागांचे विभाजन सभासदांच्या अनेक विषयातील रुचीनुसार केले आहे.

या संघाच्या शाखांना त्यांचा स्वतःचा अधिकारी निवडण्याचे स्वातंत्र्य आहे. हे अधिकारी त्या त्या शाखांचे वार्तापत्र प्रकाशित करतात. याशिवाय सांघिक यादी, निर्देशिका ही प्रकाशने सुरू करण्यात येतात. शाखांच्या सभांना उपस्थित राहणे, शाखांचा अहवाल, वृत्तांचे वाचन या शाखांच्या समितीवर काम करणे ह्या गोष्टी सन्मानाच्या मानल्या जातात. या शाखांच्या सभा नियमितपणे आयोजित केल्या जातात. नवीन सेवा विकसित करणे. स्थानिक संस्थांच्या माहितीशी संबंधित असलेल्या प्रश्नांची उकल करणे या बाबतीत या शाखा सल्लाही देतात. तसेच या शाखांतर्फे व्यावसायिक व नोकरीविषयक मदतही केली जाते.

या संघाचे विभाग शिक्षण, अभियांत्रिकी, सामाजिक शास्त्रे व औद्योगिक यासारख्या विस्तृत व व्यापक क्षेत्रांशी संबंधित आहेत. प्रत्येक विभाग स्वतःचे वार्तापत्र प्रकाशित करतो. प्रत्येक विभागातर्फे ग्रंथही प्रकाशित केले जातात. विद्यार्थी गटातर्फेही वार्तापत्र प्रकाशित केले जाते. तसेच शिष्यवृत्तीही दिल्या जातात. या संघातर्फे निरंतर शिक्षणाचे कार्यक्रम आखले जातात.

स्पेशॅलिस्ट (दरमहा), स्पेशल लायब्ररीज (त्रैमासिक), ही नियतकालिके, हूज टू इन स्पेशल लायब्ररीज आणि एस.एल.ए. रिसर्च सेरीज ही प्रकाशने प्रकाशित होतात.

हा संघ व्यावसायिकासाठी आवडीचे कार्यक्रम आयोजित करतो. तसेच हा संघ जनता व प्रशासन यांच्यासमोर कायदेविषयी बाबी स्पष्ट करतो. ग्रंथपालन व्यवसायासंबंधी जनतेत जागरूकता वाढविणे. माहिती क्षेत्रातील तज्ज्ञांची ओळख जनतेला करून देणे याही गोष्टी या संघाकडून केल्या जातात.

नगरपालिका व न्यास यांच्याकडून आर्थिक निधी उभा केला जातो. त्यामुळे शिष्यवृत्ती, जाळी यांच्या सुविधा सुकर होतात. संशोधन प्रकल्प, प्रकाशने यासाठीही हा संघ आर्थिक निधी उपलब्ध करुन देतो. इतर संघाप्रमाणे परिषदा, चर्चासत्रेही हा संघ आयोजित करतो. त्यामुळे व्यावसायिक अनुभवाचा फायदा मिळतो.

Special Library – विशेष ग्रंथालय

ही ग्रंथालये सामान्य ग्रंथालयांपेक्षा वेगळी असतात. विशेष या शब्दातच हा अर्थ दडलेला आहे. या ग्रंथालयातील संग्रह एखाद्याच विषयाशी संबंधित पण परिपूर्णतेच्या दृष्टीने केलेला असतो. अर्थात कालौघामध्ये प्रत्येक गोष्टीमध्ये भरही पडतच असते. येथील कर्मचारीही विशिष्ट तऱ्हेने प्रशिक्षित असतात. तसेच या ग्रंथालयाच्या वेळाही वेगळ्या असतात. म्हणून ग्रंथालय सर्वच बाबतीत विशेष असते. अशा प्रकारची ग्रंथालये ही खाजगी स्वरूपाची असू शकतात. कारण ही ग्रंथालये औद्योगिक संस्था, खाजगी संस्था यांच्याशी निगडित असतात.

अशा प्रकारची ग्रंथालये विशेष उपयोजकांच्या गरजा पूर्ण करण्याच्या दृष्टीने अस्तित्वात येतात. कारण सामान्य ग्रंथालयातून विशेष गरजा भागविल्या जातीलच असे म्हणता येत नाही. विज्ञान, तंत्रज्ञान यामध्ये दिवसेंदिवस होणारी प्रगती यामुळे संशोधक, अभ्यासू विशेषज्ञ, उपयोजकांच्या गरजा वाढतच जातात. त्यामुळे योग्य साहित्य, योग्य वेळेत योग्य उपयोजकाला देणे हे या प्रकारच्या ग्रंथालयांचे वैशिष्ट्य असते. या ग्रंथालयातील ग्रंथालयीन कर्मचारी वर्गाला त्या त्या विशिष्ट विषयाचे ज्ञान असणे आवश्यक आहे. म्हणजे परिणामकारक सेवा देता येईल.

माहिती युगामुळे या प्रकारच्या ग्रंथालयांनाही माहिती तंत्रज्ञान, साठा नियंत्रण, प्रतिप्राप्ती या माहितीच्या संबंधित गोष्टी स्वीकाराव्या लागतात. म्हणजेच ही ग्रंथालये विशेष माहिती केंद्रे म्हणूनच कार्य करतात. या ग्रंथालयात मुद्रित साहित्य, मुद्रितेतर साहित्य असतेच, पण नियतकालिकांची संख्या जास्त असते. त्यामुळे या प्रकारच्या ग्रंथालयांना नवीन तंत्रज्ञान लवकर आत्मसात करावे लागते.

विशेष ग्रंथालये ही दोन प्रकारची असतात. एक प्रकार म्हणजे ही ग्रंथालये स्वतंत्र असतात. उदा. अंधांसाठी असणारी ग्रंथालये, बालक ग्रंथालये, स्त्रियांसाठी ग्रंथालये, चित्रफितींचे ग्रंथालय, हस्तलिखितांची ग्रंथालये (तंजावरचे सरस्वती महाल ग्रंथालय), नॅशनल इन्स्टिट्यूट ऑफ न्यूट्रिशन (हैद्राबाद) ग्रंथालय.

दुसरा प्रकार म्हणजे या प्रकारची ग्रंथालये ही एखाद्या संस्थेचा भाग असतात. यामध्ये विज्ञान व औद्योगिक क्षेत्राशी संबंधित संस्थांची ग्रंथालये असतात.

Specific Classification system – विशिष्ट वर्गीकरण पद्धती

सर्वसाधारण वर्गीकरण पद्धतीपेक्षा विशिष्ट वर्गीकरण पद्धतींची संख्या जास्त आहे. विशिष्ट वर्गीकरण पद्धती ही काही स्वतंत्र तत्त्वावर उभारलेली असते. सर्व सामान्य वर्गीकरण पद्धतीमध्ये काही तत्त्वे तरी समान आढळतात. पण विशिष्ट वर्गीकरण पद्धती ही त्या त्या ग्रंथालयांशी संबंधित असते. त्या त्या ग्रंथालयांच्या गरजेनुसार या पद्धतीची रचना केलेली असते. म्हणजेच ग्रंथालयांची उद्दिष्टे व कार्यपद्धती या बाबतीत या दोन्ही वर्गीकरण पद्धतीमध्ये फरक असतो.

विशिष्ट वर्गीकरण पद्धतीची वाढ पद्धतशीरपणे होऊ शकत नाही. याचे कारण अपुरे आर्थिक निधी, मर्यादित उपयोग होय. सामान्य वर्गीकरण पद्धतीमध्ये सुधारीत आवृत्ती बरोबर सुधारणेला वाव मिळतो. तसा वाव विशिष्ट वर्गीकरण पद्धतीत मिळत नाही कारण या पद्धतीच्या सुधारीत आवृत्ती सारख्या प्रकाशित होत नाहीत. ग्रंथालयीन कर्मचारी वर्गातील बदल, त्या त्या क्षेत्रातील साहित्यात होणारी प्रचंड वाढ यांचाही परिणाम या वर्गीकरण पद्धतीवर होत असतो.

'नॅशनल लायब्ररी ऑफ मेडिसिन' च्या ग्रंथालयात वापरल्या जाणाऱ्या विशिष्ट वर्गीकरण पद्धतीला, तिच्यात होणाऱ्या सुधारणांना महत्त्व देऊन प्रकाशित केले जाते.

श्री.एरिक कोटस् यांनी ''ब्रिटिश कॅटलॉग्ज ऑफ म्युझिक'' सुरू केले. त्यामध्ये त्यांनी पैलूबद्ध विशिष्ट वर्गीकरण पद्धतीचा उपयोग केला आहे. श्री.फॉस्केट यांनी 'इंटरनॅशनल ऑक्युपेशनल सेफ्टी अँड हेल्थ इन्फरमेशन सेंटर' या संस्थेसाठी जी विशिष्ट वर्गीकरण पद्धती वापरली तिला मान्यता मिळालेली आहे.

विशिष्ट वर्गीकरण पद्धतीचा उपयोग ग्रंथालयात असलेले साहित्य वर्गीकृत करण्यासाठी होतो. तसाच प्रसिद्ध झालेल्या साहित्याचे वर्गीकरण करण्याकरिताही होतो. ''लायब्ररी ऑफ काँग्रेस वर्गीकरण पद्धती'' ही विशिष्ट वर्गीकरण पद्धतीमध्येच अंतर्भूत होते. आधुनिक काळात ज्ञानशाखा, त्यांच्या उपशाखा, नवीन ज्ञानशाखा अस्तित्वात आलेल्या आहेत. सर्वसाधारण वर्गीकरण पद्धतीमध्ये या सर्व ज्ञानशाखातील संकल्पनांच्या संज्ञा तयार असतीलच असे म्हणता येत नाही. म्हणून त्या ग्रंथालयांच्या गरजेनुसार विशिष्ट वर्गीकरण पद्धतीनुसार या नवीन संज्ञा तयार करणे सोपे जाते.

''क्लासिफिकेशन रिसर्च ग्रुप'' या संस्थेने १९५२ पासून अशा प्रकारच्या विशिष्ट वर्गीकरण पद्धती निर्माण केल्या आहेत. उदा. शिक्षण, संगीत, ग्रंथपालन, समाजशास्त्र तसेच विशिष्ट संस्थांच्या उद्दिष्टानुसार विशिष्ट वर्गीकरण पद्धती तयार करण्याचे कामही हा ग्रुप करतो. उदा. ब्लॅक्स क्लासिफिकेशन फॉर डेंटिस्ट्री.

Specific Subject Entry – विशिष्ट विषय नोंद

कोशतालिकेच्या संहितेनुसार वर्गदर्शक नोंद ही विशिष्ट विषय नोंद आहे. प्रत्येक ग्रंथाची विशिष्ट विषय नोंद केली जाते. या नोंदीमध्ये अग्रेसर ओळीवर असणाऱ्या काल्पनिक रेषेवर विषयाचे नाव लिहिले जाते. त्या विषयाच्या खाली मुख्य नोंदीप्रमाणे माहिती दिलेली असते. ही पूरक नोंदच असते. मुख्य नोंदीतील फक्त पहिला परिच्छेदच बहुतेक नोंदीतून लिहिला जातो. एखाद्या विशिष्ट विषयावरील सर्व ग्रंथांची यादी या नोंदीमुळे एकत्र मिळते. या नोंदीत विशिष्ट विषय शीर्षकाखाली ग्रंथकाराचे नाव येते. त्यामुळे विशिष्ट विषयातील ग्रंथाची वर्णक्रमानुसार यादी विनासायास यादी तयार होते.

Staff Manual – आचार संहिता

नवीन कर्मचाऱ्याला त्याच्या कामाची तपशीलवार माहिती मिळावी, त्याची जबाबदारी समजावी यासाठी या पुस्तिकेचा उपयोग होतो. सर्वांनी सहकार्याने ग्रंथालयातील कामकाज पार पाडावे, ही अपेक्षा यामध्ये आहे.

ग्रंथालयाची उद्दिष्टे साध्य करण्यासाठी कर्मचारी वर्गाने योग्य पद्धतीने काम करावे ही अपेक्षा असते. नवीन ज्ञानयुगाचा उदय झाल्यामुळे ग्रंथालय हे आंतरशाखीय असल्यामुळे, माहितीची होत असलेली प्रचंड वाढ यामुळे प्रशिक्षणाची आवश्यकता असते. या तऱ्हेच्या प्रशिक्षणाची सुविधा कर्मचारी वर्गाला देणे आवश्यक ठरते. उदा. संगणकाची ओळख, इ–मेल, आधारभूत माहिती संचातून माहितीचा शोध इ. प्रशिक्षणाप्रमाणे उजळणी वर्ग (refresher course), चर्चासत्रे, परिषदा यांच्या सुविधा त्यांना प्राप्त करून द्याव्यात. यामुळे त्यांच्या ज्ञानात नवीन अनुभव यांची भर पडेल.

ग्रंथालयीन कर्मचाऱ्याच्या कामाचे मूल्यमापन केले जाते. हे मूल्यमापन गोपनीय अहवालाद्वारे करतात. यामध्ये कर्मचाऱ्याचे पद, कामाचा तपशील, गुणवत्ता, व्यावसायिक व तांत्रिक कौशल्य, रजेचा तपशील, याव्यतिरिक्त त्याच्या वेगळ्या गुणांची नोंद, या गोष्टी त्या अहवालात अंतर्भूत असतात. थोडक्यात कर्मचाऱ्याच्या गुणदोषांचे विवेचन अहवालात असते. कर्मचाऱ्याला पदोन्नतीसाठी या अहवालाचा उपयोग होतो. हा अहवाल ग्रंथालयामध्ये ग्रंथपालामार्फत तयार केला जातो. अर्थात हा अहवाल नि:पक्षपातीपणाने केलेला असावा.

कर्मचारी निवडताना योग्य नियोजनही हवे. केवळ गुणवत्ता, शैक्षणिक अर्हता हे कागदी घोडे पाहू नयेत. तर त्याचे व्यक्तिमत्त्व, सर्वांशी मिसळण्याची वृत्ती, कामाची जबाबदारी पेलण्याची कुवत, कौशल्य या गोष्टी विचारात घेतल्या पाहिजेत.

ग्रंथालयाचे उद्दिष्ट्य साध्य करण्यासाठी शिस्त आवश्यक आहे. शिस्तभंग झाल्यास कारवाई जरूर करावी, पण ती गोपनीय व प्रतिबंधात्मक उपायांच्या स्वरूपात असावी. कर्मचाऱ्याची कार्यक्षमता वाढविण्यासाठी वातावरणही महत्त्वाचे ठरते. कामकाजात वक्तशीरपणा, नियंत्रणही आवश्यक असते. यासाठी आचार संहिता आवश्यक आहे.

ग्रंथालयातील सेवांची उपयोगिता व परिणामकारकता कर्मचाऱ्यांच्या गुणवत्तेवर अवलंबून असते.

Stateman's Yearbook 2008 : The Politics, Cultures and Economics of the World – दि स्टेट्समन्स इयरबुक २००८ – दि पॉलिटिक्स कल्चर्स अँण्ड इकॉनॉमीज ऑफ दि वर्ल्ड.

मॅकमिलन पब्लिशर्स लिमिटेड, न्यूयॉर्क यांच्या मार्फत प्रकाशित होणाऱ्या या अभिजात स्वरूपाच्या संदर्भग्रंथाची १४४ वी आवृत्ती डॉ. बॅरी टर्नर यांच्या संपादकत्वाखाली प्रकाशित झालेली असून यामधील एकूण पृष्ठसंख्या १५६७ आहे. जगाच्या प्रत्येक देशाबाबत विविध बाबी आणि त्यांचे पृथ:करण याबाबत माहितीचा प्रचंड साठा या ग्रंथात उपलब्ध आहे.

ग्रंथाच्या २००८ या आवृत्तीमध्ये खालील गोष्टींचा समावेश आहे : जगातील एकूण १९३ देशांचे तपशीलवार नकाशे, प्रचलित (Current) नेत्यांचा छोटेखानी पण ठळक असा जीवनचरित्राचा आराखडा (Profiles), प्रत्येक देशाचा राजकीय इतिहास आणि अद्ययावत कामगिरी, प्रत्येक देशाबाबत सुधारित आणि अद्ययावत ऐतिहासिक प्रस्तावना इत्यादी. त्याचबरोबर, प्रत्येक देशातील लोकसंख्येचा विकास दर्शविणारी तुलनात्मक परिशिष्टे, संरक्षण, शिक्षण आणि आरोग्य या विषयावरील प्रमुख आणि सहज आकलन होईल अशी जागतिक माहिती आणि संपादक बॅरी टर्नर यांनी लिहिलेल्या Globalization : A Winning Formula With Too Many Losers ? हा विशेष लेख इत्यादी नवीन बाबींचा या आवृत्तीत प्रथमच समावेश करण्यात आलेला आहे.

या ग्रंथाला आवश्यक असलेले पुरवणी साहित्य आणि नियमित अद्ययावत माहिती ग्रंथाच्या www.statesmans yearbook.com या संकेतस्थळावर प्राप्त होते.

Statistical Method – सांख्यिकीय पद्धती

या पद्धतीमध्ये संख्याशास्त्राची मूलभूत माहिती असणे महत्त्वाचे आहे. सामाजिक शास्त्रामध्ये संशोधकाने संकलित केलेली माहिती फार व्यापक स्वरूपात असते. ही माहिती थोडक्यात पण सुलभपणे

मांडणे संख्याशास्त्रामुळे शक्य होते. म्हणून संख्याशास्त्र व संख्याशास्त्रज्ञ यांची जरूरी असते. म्हणून समाजशास्त्रातही संख्यात्मक दृष्टिकोनाचा उपयोग वाढला आहे.

संख्याशास्त्र हे सामाजिक शास्त्राचे महत्त्वाचे साधन आहे. संशोधकाला संशोधनासाठी माहिती संकलित करावी लागते. या संकलित माहितीतून नमुना निवड करावी लागते. संशोधनाच्या सर्व प्रक्रिया पूर्ण केल्यानंतर ही सर्व माहिती संख्याशास्त्रज्ञाकडे सोपवली जाते. माहिती विश्लेषणाचे काम संख्याशास्त्रज्ञ करतो. विश्लेषणातील समस्या व त्यांचे स्पष्टीकरण संशोधनाच्या प्रत्येक पायरीला आवश्यक असते. म्हणून इथे सांख्यिकीय पद्धती उपयोगी पडते. ही पद्धती प्रायोगिक विश्लेषण अधिक चांगल्या तऱ्हेने करते. या विश्लेषणातील परिवर्तनाचे नियंत्रण करता येते. संशोधक माहिती विश्लेषणाची जटिलता नाहीशी करण्यासाठी सांख्यिकीय पद्धतीचा अवलंब करतो. म्हणून सांख्यिकीय पद्धतीचे ज्ञान सामाजिक संशोधकाला असणे आवश्यक आहे. सामाजिक संशोधन सैद्धान्तिक कल्पनांवर अधिष्ठित असते.

संख्याशास्त्राचा उपयोग समस्यांच्याबाबतीत मूळाप्रमाणेच करावा लागतो. काही वेळा त्यात बदल होण्याची शक्यता असते. तर्कशुद्धता इथे फारशी उपयोगी पडत नाही. म्हणून गुणात्मक माहिती अंकीय मूल्य म्हणून वापरली जाते. समाजशास्त्रज्ञ विषयनिष्ठ घटनांच्यामुळे प्रभावित होतात. विषयनिष्ठ घटना तशाच राहतात बदलत नाहीत. समस्येचा सर्वांगीण विचार सांख्यिकीय दृष्टी समजण्यास मदत करतो.

सर्व गोष्टींच्या सरासरीसाठी सांख्यिकीय सिद्धान्त उपयोगी पडतात. यामध्ये मानवी दृष्टिकोन नसतो. या पद्धतीतील माहितीचे स्वरूप, मापन, सांख्यिकीय तर्कशुद्धता, संबंधित विषयाचे ज्ञान, नमुना निवडीतून तयार झालेली गृहीते यावर अवलंबून असते. या दृष्टिकोनामुळे सामाजिक मानवी शास्त्रामध्ये चुकीचा उपयोग होण्याची शक्यता असते.

प्रश्नावली, मुलाखत, निरीक्षण, सर्वेक्षण पद्धती, व्यष्टी अध्ययन इ. पद्धती माहिती संकलनासाठी वापरतात. या माहितीच्या विश्लेषणासाठी संघटन, स्पष्टीकरण करणे आवश्यक असते. या संघटित माहितीचे वर्गीकरण केले जाते. नंतर ही माहिती संकलनासाठी वापरतात. या संघटित माहितीचे वर्गीकरण केले जाते. नंतर ही माहिती तक्त्यात मांडली जाते. माहितीचे वर्गीकरण सर्वसामान्य वैशिष्ट्यांवर आधारित असते. ते गुणात्मक व संख्यात्मक असू शकते. गुणात्मक वर्गीकरणामध्ये समान गुण विचारात घेतलेले असतात. यात अंकीय मूल्याला जागा नसते. संख्यात्मक वर्गीकरण व्याप्ती व आकार याला महत्त्व देते.

तक्त्यामुळे एका दृष्टिक्षेपात सर्व माहिती कळते. माहितीचे सादरीकरण इथे महत्त्वाचे आहे. मूळ माहिती तक्त्यात असते. तशीच आकडेवारीही असते. तर काही वेळा थोडीच माहिती तक्त्यात असते. उरलेली सांख्यिकीय स्वरूपात असते. काही वेळा सर्व माहिती तक्त्यातच असते. तर काही वेळा आलेखाच्या स्वरूपात.

Stock Taking : Types – ग्रंथ पडताळणी पद्धती

ग्रंथ पडताळणी पद्धती खालीलप्रमाणे

१) नमुना पडताळणी पद्धती (Sample Stock Taking Method) - या पद्धतीमध्ये ग्रंथालयाच्या प्रत्येक विभागातील काही टक्के ग्रंथ यांची पडताळणी केले जाते. त्यावरून सर्वसाधारण टक्केवारी काढली जाते. त्यानंतर अहवाल दिला जातो.

२) दाखल नोंदवही पद्धती (Accession Register Method) - कोणत्याही ग्रंथालयात दाखल

नोंदवही ही प्रमाण मानली जाते. ग्रंथ पडताळणी करताना सुरुवातीला दाखल नोंदवही पुढे ग्रंथ असल्याची खूण केली जाई. यामुळे ही वही खराब होऊ लागली. तिची पृष्ठे फाटू लागली. म्हणून अशीच स्वतंत्र दुसरी वही तयार केली जाते. काही ग्रंथालये दाखलअंक सुट्या कागदावर लिहितात. या वहीच्या बाबतीत सारखी पृष्ठे बदलावी लागतात. कारण कपाटातील ग्रंथांची रचना वर्गीकरणाप्रमाणे असते. त्यामुळे या पद्धतीत बराच कालापव्यय होतो. सुट्या कागदांच्या बाबतीतही बऱ्याच अडचणी येतात. त्यामुळे ही पद्धती व्यवहार्य ठरत नाही.

३) स्थानयादी –पत्र पद्धती (Shelf List Method) - ही पद्धती वर्गांकावर आधारित आहे. स्थान यादी म्हणजे कपाटातील ग्रंथांची क्रमानुसार केलेली यादी. ही यादी पत्र स्वरूपात असते. ही पत्रे विषयाच्या विभागाप्रमाणे, स्वतंत्रपणे ठेवली जातात. प्रत्येक ग्रंथाच्या स्थानपत्रावर बोधांक, दाखलअंक, ग्रंथकार, ग्रंथनाम इ. माहिती असते. ग्रंथालयीन कर्मचारी वर्ग एकाच वेळी निरनिराळ्या विभागामध्ये ग्रंथ पडताळणीचे कार्य करू शकतात. ग्रंथसंग्रहात वाढ होताना त्याप्रमाणे स्थानयादीपत्रे तयार करणे महत्त्वाचे असते. स्थानयादीप्रमाणे एखादा ग्रंथ नसल्यास पत्र बाजूला काढणे एवढेच यात अपेक्षित आहे.

४) चिठ्ठी पद्धती (Slip Method) - या पद्धतीमध्ये मोठ्या आकाराच्या कागदाच्या चिठ्ठ्या केल्या जातात. प्रत्येक कपाटातील प्रत्येक ग्रंथाचा दाखलअंक चिठ्ठीत अग्रभागी लिहिला जातो. त्याच्याखाली बोधांक लिहावा. चिठ्ठीच्या डाव्या कोपऱ्यामध्ये कपाटाचा क्रमांक लिहावा. ग्रंथातील पाकिटावर पडताळणीचे वर्ष घालावे. ग्रंथ पडताळणी पूर्ण झाल्यावर चिठ्ठ्या दाखलअंकाप्रमाणे लावल्या जातात. नंतर जे दाखलअंक नसतील त्यांची यादी करावी. या पद्धतीमध्ये सेवक वर्ग एकाच वेळी स्वतंत्रपणे काम करू शकतात. मोठ्या ग्रंथसंग्रहाची पडताळणी अशा पद्धतीने करता येते.

ग्रंथ पडताळणीचे फायदे – यामुळे गहाळ ग्रंथांचे प्रमाण कळते. तालिका अद्ययावत ठेवता येते. सुस्थितीत नसलेले ग्रंथ दृष्टोत्पत्तीस येतात. वाचन साहित्याची साफसफाई होते. ग्रंथांची डागडुजी करता येते. चुकीच्या जागी असलेले ग्रंथ योग्य जागी ठेवता येतात. वाचकांकडे दीर्घकाळ असलेल्या ग्रंथांची दखल घेता येते. ग्रंथ संग्रहाचा अधिक परिचय होतो.

तोटे – ग्रंथ पडताळणीच्या वेळी ग्रंथालय बंद ठेवल्यामुळे ग्रंथालयीन सेवा खंडित होतात. ग्रंथ पडताळणीमध्ये श्रम, वेळ व पैसा त्या कामाच्या मानाने अधिक वाटतात.

पडताळणीच्या वेळी सर्व व्यवहार बंद असतात. देवघेव विभागाकडून सर्व ग्रंथ परत मागविले जातात. उपयोजकाची सेवा ही अधिक महत्त्वाची आहे. म्हणून भारतातील काही विद्यापीठांनी असा ठराव मांडला आहे की सर्वाधिक देवघेवीच्या ग्रंथांचे नमुना पडताळणी (Sample Stock Tallying) करावी.

वाचनसाहित्य असंख्य उपयोजकांकडून हाताळले जाते. ते खराब होणारच. ग्रंथ गहाळ होणार या स्वाभाविक गोष्टी आहेत. मुक्त प्रवेश पद्धतीमध्ये ही गोष्ट अटळ आहे. गहाळ झालेल्या वाचनसाहित्याची किंमत त्याच्या शोधकार्यापेक्षा निश्चित कमी असते, असे जे.एस.शर्मा म्हणतात.

ग्रंथालयातील हरवलेल्या वाचनसाहित्याबद्दल ग्रंथपालाला जबाबदार धरू नये. दर हजारी २ ते ३ ग्रंथ हरविल्यास ते बाद करावेत. परदेशातील ग्रंथालयातूनही ही गोष्ट ग्रंथ पडताळणी –निरर्थक बाब– म्हणून बंद झाली आहे. भारतातही या गोष्टीचा विचार केला जात आहे.

Stock Taking of Books – ग्रंथ पडताळणी

ग्रंथ पडताळणीसाठी ग्रंथ तपासणी, ग्रंथ परिगणन असेही शब्द प्रचलित आहेत. ही पडताळणी केवळ ग्रंथालयातच होते असे नाही. संस्था, कार्यालये, कारखाने या ठिकाणीही ही मोजणी होत असते. ग्रंथालयात होणारी ग्रंथांची मोजणी म्हणजे ग्रंथ पडताळणी होय.

ग्रंथालयातील ग्रंथसंग्रह हा असंख्य असतो. हे वाचनसाहित्य उपयोजकाला उपयोगासाठी दिले जाते. या सर्व ग्रंथसंग्रहाची सुरक्षितता राखणे ही एक जबाबदारी असते. यासाठी दाखल नोंदवही प्रमाण धरली जाते. कारण काही वेळा ग्रंथ चुकीच्या जागी ठेवले जातात. त्यामुळे पाहिजे असलेला ग्रंथ सापडत नाही. काही ग्रंथ गहाळ होतात. पडताळणीमुळे या सर्वच गोष्टी समोर येतात.

पडताळणीच्या कालावधीबाबतीत मात्र एकवाक्यता दिसत नाही. ग्रंथालयातील ग्रंथसंख्या मर्यादित असेल तर प्रत्येक वर्षी पडताळणी करणे शक्य असते. पण ग्रंथसंग्रहाची संख्या वाढू लागली की प्रत्येक वर्षी ही गोष्ट शक्य होत नाही. तेव्हा दर तीन वर्षे अथवा पाच वर्षे अशा मुदतीने पडताळणी करतात.

ग्रंथ पडताळणीसाठी ग्रंथालयाच्या इतर सेवा ठराविक कालावधीसाठी बंद ठेवल्या जातात. काही ग्रंथालयात हे काम वर्षभर नियमितपणे केले जाते. ग्रंथालय जर बंद न ठेवता पडताळणीचे काम सुरू ठेवले तर काही सेवक वर्ग यामध्ये गुंतून पडतो. त्यामुळे पडताळणीचे काम एकाग्रतेने होत नाही. काही ग्रंथालये विभागानुसार पडताळणी करतात. पण या पडताळणी केलेल्या विभागातील ग्रंथ पुढे गहाळ झाल्यास ही गोष्ट अहवालात नमूद करता येत नाही. नंतर कधी त्या विभागाची पडताळणी होईल तेव्हाच ही गोष्ट लक्षात येते. त्यामुळे संपूर्ण ग्रंथालय बंद ठेवून ग्रंथ पडताळणी करणे जास्त श्रेयस्कर ठरते.

पडताळणी करण्यापूर्वी ८-१० दिवस सभासदांना/उपयोजकांना ग्रंथालय बंद असण्याची पूर्वसूचना देणे आवश्यक आहे. ग्रंथांची बांधणी, ग्रंथ चिठ्ठ्या या व्यवस्थित नसल्यास हे ग्रंथ बाजूला काढावे लागतात. त्यांची डागडुजी करणे आवश्यक ठरते. कीटकांचा उपसर्ग झाल्यास, कीटक नाशकांची फवारणी करवून घेणे या गोष्टी आवश्यक ठरतात. थोडक्यात ग्रंथ संग्रहाची सर्व दृष्टीने योग्य ती खबरदारी घेणे महत्त्वाचे आहे. ग्रंथांची मांडणी रचनाही वर्गीकरणाच्या दृष्टीने पद्धतशीर करता येते. पडताळणीनंतर याचा अहवाल ग्रंथालय समितीला दिला जातो.

पडताळणीचे अनेक प्रकार आहेत.

(१) नमुना पडताळणी (२) दाखल नोंदवही (३) स्थानयादी पत्र (४) चिट्ठी

पडताळणीमुळे गहाळ ग्रंथ, रद्दबादल करावयाचे ग्रंथ यासंबंधी अहवालात उल्लेख करता येतो. ग्रंथसंग्रहाचे वस्तुचित्र समोर येते.

Sub Title – उपग्रंथनाम

हे उपग्रंथनाम मुख्य ग्रंथनामानंतर असते. हे स्पष्टीकरणात्मक असते. मुख्य ग्रंथनामावरून ग्रंथाच्या विषयाची माहिती मिळू शकत नाही. पण उपग्रंथनामावरून विषय स्पष्ट होते. हे उपग्रंथनाम that, is अशा संयोजक शब्दांनी जोडलेले असते.

Subject Analytical Entry – विषय अंशात्मक नोंद

ग्रंथाच्या विषयाची नोंद जेव्हा केली जाते तेव्हा मुख्य विषय त्याचे उपविषय व ग्रंथाला दिलेल्या

वर्गांकांची फोड केली जाते आणि त्यानुसार नोंदी केल्या जातात. पण ग्रंथातील एखादे विशिष्ट लेख, प्रकरण किंवा त्या प्रकरणाचा विशिष्ट विषय उपयोजकासमोर येत नाही. अशावेळी विषय अंशात्मक नोंद केली जाते. यासाठी त्या प्रकरणातील विषयाचे वर्गीकरण प्रथम करावे लागते. नंतर विषय अंशात्मक नोंद केली जाते. एखाद्या विषयाची अद्ययावत माहिती मिळण्यास या नोंदीचा उपयोग होतो.

ही नोंद करताना प्रकरणाचे वर्गीकरण केलेला वर्गांक तालिका पत्राच्या पहिल्या आडव्या रेषेवर लिहिला जातो. नंतर ग्रंथकार मुख्य ग्रंथकारापेक्षा वेगळा असल्यास त्याचे फक्त आडनाव दुसऱ्या परिच्छेदात लिहिले जाते. तिसऱ्या परिच्छेदात प्रकरणाचे शीर्षक दिलेले असते. नंतर ''पाहा'' हा मार्गदर्शक शब्द व नंतर मूळ ग्रंथकार, मूळ ग्रंथनाम दिलेले असतात. उदा. २३२ आणखी पहा

2 N 67 ग्रंथालय विचार पृ.६७,114 दाखलअंक

Subject Classification System – विषय वर्गीकरण पद्धती

इ.स.१८९४ मध्ये जेम्स डफ ब्राऊन या ग्रंथपालाने ''क्वीन–ब्राऊन वर्गीकरण पद्धती'' जॉन हेन्री क्वीन यांच्या साहाय्याने तयार केली. काही काळानंतर ह्या पद्धतीचा विस्तार केला आणि ''ॲडजेस्टेबल वर्गीकरण पद्धती'' निर्माण केली. ब्रिटिश ग्रंथालयांच्या गरजा नजरेसमोर ठेवून ''सब्जेक्ट वर्गीकरण पद्धती'' इ.स.१९०६ मध्ये तयार केली.

''एका विषयासाठी एकच निश्चित स्थान'' या तत्त्वावर या पद्धतीचे आरेखन केलेले आहे. ब्राऊन यांच्या मते मूळ विषय व त्याची सर्व उपांगे एकाच मुख्य वर्गाखाली यावयाला पाहिजेत. इतर वर्गीकरण पद्धतीमध्ये 'कोळसा' ही संज्ञा खनिजशास्त्रात येते. ''कोळशाचा उद्योगधंदा'' ही संज्ञा अर्थशास्त्रात जाईल. हे श्री.ब्राऊन यांना मान्य नाही. एखादा विषय एकापेक्षा जास्त वर्गाखाली दाखविणे शक्य असेल तर त्याचा मुख्य वर्ग कोणता राहील? त्या विषयाचा ज्या मुख्य वर्गाशी घनिष्ठ संबंध असेल त्या मुख्यवर्गाखाली तो विषय दाखविता येईल असे ब्राऊन यांना वाटते.

या वर्गीकरण पद्धतीमध्ये ज्ञानाचे चार विभाग करून त्याखाली संबंधित मुख्यवर्गांचा समावेश कलेला आहे.

१) पदार्थ आणि बळ (Matter and Force) २) मन (Mind) ३) जीवन (Life) ४) नोंद (Record)

१) पदार्थ आणि बळ – यामध्ये स्वाभाविक (नैसर्गिक) शास्त्रे

२) मन – तत्त्वज्ञान, धर्म, सामाजिक व राजकीय शास्त्रे

३) जीवन – जीवशास्त्र, वैद्यकीय शास्त्र

४) नोंद – भाषा, साहित्य, इतिहास, भूगोल आणि चरित्रे

वरीलप्रमाणे या चार विभागात विषयांचे विभाजन केलेले आहे. या पद्धतीमध्ये A-X मुख्य वर्ग विभागलेले आहेत. X हा मुख्य वर्ग चरित्रासाठी स्वतंत्र वर्ग तयार केला आहे.

संकीर्ण वर्गामध्ये ''शिक्षण, तर्कशास्त्र, गणित'' हे विषय सर्वंकष असल्यामुळे त्यांचा समावेश संकीर्ण वर्गात केलेला आहे. उदा. A1 - शिक्षण, A4 - गणित या पद्धतीमध्ये स्वरूप विभाग नाहीत. पण स्वरूप विभागातर्फे जे कार्य होत असते. त्याला ''कॅटेगोरीकल टेबल्स'' (Categorical Tables) असे म्हटले आहे. त्याखाली येणाऱ्या प्रत्येक संज्ञेला अंक दिला असून त्यांची संख्या ९७५ इतकी आहे.

मूळ वर्गाला हे कॅटेगोरीकल टेबल्समधील कोणतीही संज्ञा जोडताना टिंब (.) द्यावे लागते. उदा. Encyclopaedia of biology. G.0002.

या पद्धतींचा चिन्हांकनामध्ये A-X या मोठ्या रोमन वर्णांचा उपयोग केलेला आहे. Y व Z हे वर्ष भविष्य कालीन मुख्य ज्ञानवर्गासाठी राखून ठेवले आहेत. मुख्य वर्ग निर्देशक रोमन वर्षानंतर ०००.९९९ हे आकडे गणिती क्रमाने वापरलेले आहेत. हे चिन्हांकन मिश्र आहे. मुख्य वर्गांसाठी रोमन वर्ण वापरले असले तरी त्यात प्रमाणबद्धता आढळत नाही. O-W हे वर्ण इतिहास व भूगोल या दोन विषयांसाठी ९ वर्ण वापरलेले आहेत. कॅटेगोरीकल टेबल्समुळे चिन्हांकनात स्मृती सुलभता आली आहे.

या वर्गीकरण पद्धतीचा निर्देश विनिर्दिष्ट (Specific) निर्देश आहे. निरनिराळ्या तक्त्यामधील प्रत्येक संज्ञेचा उल्लेख निर्देशामध्ये आहे.

या वर्गीकरण पद्धतीचा उपयोग फारच कमी ग्रंथालयामध्ये केला गेला. ह्या पद्धतीची वाढ व्यक्तिनिष्ठ आहे. तसेच या पद्धतीच्या वाढीसाठी संघटित कार्याचा अभावही दिसतो.

Subject Device विषय युक्ती : –

यामध्ये एखाद्या वर्गाकांचा नवीन केंद्र म्हणून वापर करता येतो किंवा अस्तित्वात असलेल्या एखाद्या केंद्राचा उपविभाग म्हणून वापर केलेला असतो. अशावेळी नवीन केंद्र म्हणून वापरलेला वर्गांक किंवा एखाद्या केंद्राचा उपविभाग म्हणून वापरलेला वर्गांक गोल कंसात लिहिलेला असतो.

उदा. X9 (M7) - X म्हणजे economics, 9 म्हणजे industry, M7 म्हणजे textile म्हणून याचा अर्थ इकॉनॉमिक्स ऑफ टेक्साईल इंडस्ट्री असा होतो.

Subject Headings – विषयशीर्षके

उपयोजकांच्या मागण्या, गरजा लक्षात घेऊन त्या पूर्ण करण्यासाठी वर्गीकरण व तालिकीकरण या तंत्राच्या सहाय्याने ग्रंथालयातील ग्रंथसंग्रहाची रचना केलेली असते. वर्गीकरणामुळे एका विषयाचा ग्रंथसंग्रह एकत्र मिळतो. तर तालिकीकरणामुळे ग्रंथकार व ग्रंथनाम यांच्यानुसार केलेली मागणी पूर्ण होऊ शकते. परंतु तालिकेमधील शीर्षके उपयोजकाला माहिती असतात असे म्हणता येत नाही. म्हणून उपयोजक मागणी करताना त्या विषयाशी संबंधित शब्द वापरतो. पण हा शब्द तालिकापत्रात असेलच असे नाही.

म्हणून प्रत्येक विषयातील विविध उपविषयांची शीर्षके निश्चित केली जातात. त्यासाठी नियंत्रित शब्द तयार करावे लागतात. शब्दांची त्यांची आदर्श यादी तयार करणे अर्थातच आवश्यक आहे. या यादीतील शब्दाप्रमाणे नोंदी करता येतील. या नियंत्रित शब्दयोजनेलाच विषयशीर्षक असे म्हणतात. १९व्या शतकापासून उपयोजकांचा दृष्टिकोन विषयाकडे वळला.

द्विबिंदू वर्गीकरण पद्धतीत ग्रंथाचा वर्गांक लक्षात घेतला जातो. नंतर विषयशीर्षके तयार होतात. यासाठी साखळी पद्धती अवलंबिली जाते. उपवर्गाकडून विशिष्ट पद्धतीने मुख्य वर्गाकडे जाण्याच्या तंत्राला साखळी पद्धती असे म्हणतात. प्रत्येकवेळी वर्गांकातील प्रत्येक घटकाचा अर्थ देता येत नाही. आणि अर्थ देता आला तरी तो उपयोजकांच्या मागणीच्या दृष्टीने अनावश्यक असतो.

या साखळी पद्धतीचा उपयोग अंशात्मक नोंदीसाठी होतो. तसेच ''आणखी पाहा'' यासाठीही होतो. एखादा शब्द निरनिराळ्या विषयाशी संबंधित असणारा उपविषयही असू शकतो. एखादा उपविषय

कोणत्या मुख्य विषयाचा उपविषय आहे हे समजते. वर्गीकरणातील चिन्हांचा क्रम तपासता येतो.

कोशतालिकेसाठी विषयशीर्षकांच्या तयार याद्या मिळतात. इ.स.१८९५ पासून या तयार याद्या मिळू लागल्या. लायब्ररी ऑफ काँग्रेसने अशा विषयशीर्षकांची यादी प्रकाशित करणे सुरू केले. या यादीचे नाव Library of Congress Subject Headings असे ८ व्या आवृत्तीपासून केले गेले. नंतर ही यादी यंत्ररूप तालिकेवर मिळू लागली. (१९८६). सध्या ही यादी Subject Authority File म्हणून ओळखली जाते. इ.स.१९२३ मध्ये श्री. सेयर्स (Sears) यांनी एक विषयशीर्षकाची यादी तयार केली. ती Sears List of Subject Headings म्हणून ओळखली जाते. कोशतालिकेमध्ये या यादीचा उपयोग होतो.

Superimposition Device – अध्यारोपण युक्ती

या युक्तीमध्ये एकाच पैलूखालील दोन केंद्रे वर्गांकात दाखविण्याची आवश्यकता निर्माण होते. या दोघांपैकी एक केंद्र गौण असते. अशावेळी या अध्यारोपण युक्तीचा अवलंब केला जातो. ही दोन्ही केंद्रे एकमेकांना आडव्या रेघेने (–) जोडून जोडकेंद्रे तयार केले जाते.

उदा. ग्रामीण स्त्री

यामध्ये ‘ स्त्री ’ हा समाजाचा घटक म्हणून समाजशास्त्रात 15 या चिन्हाने व्यक्तित्व मुखात दाखविला आहे. तसेच ग्रामीण लोकांचे समाजशास्त्र म्हणून 31 या चिन्हाने व्यक्तित्व मुखातच दाखविले आहे. परंतु ‘ग्रामीण स्त्री’ साठी स्वतंत्र केंद्र नाही. अशावेळी 15-31 ही दोन्ही केंद्रे जोडून नवीन केंद्र तयार केले जाते. ग्रामीण स्त्री S 15-31 अशा वर्गांकात दाखविता येते.

ही युक्ती वापरताना अर्थहानी होणार नसेल तर ज्या चिन्हाचे स्थानमूल्य कमी असेल ते चिन्ह प्रथम लिहावे जसे १ या चिन्हाचे स्थानमूल्य ३ या चिन्हाच्या स्थान मूल्यापेक्षा कमी आहे. म्हणून S 15-31.

Survey Method – सर्वेक्षण पद्धती

सामाजिक संशोधनातून तथ्ये गोळा करण्याची ही एक महत्त्वपूर्ण पद्धती आहे. यामुळे एखाद्या विशिष्ट प्रदेशातील, विशिष्ट गटाची त्यांच्या समस्यांनुसार सर्वांगीण माहिती मिळविता येते. ही माहिती संशोधकाला चालना देते. याद्वारे संशोधक काही निष्कर्ष काढतो. त्या समस्यांवर उपाय सुचवितो. एखाद्या विशिष्ट सामाजिक घटकाकडून योग्य पद्धतीने माहिती मिळविणे म्हणजे सर्वेक्षण.

मापन हा सर्वेक्षणाचा महत्त्वाचा घटक आहे. उदा. ग्रंथालयाचा अर्थसंकल्प, हे मापन करणे अवघड असते. यासाठी नवीन तंत्रे अमलात आणावी लागतात. किंवा जुन्या तंत्रामध्ये सुधारणा करावी लागते.

विशेष सर्वेक्षणापेक्षा सर्वसामान्य सर्वेक्षण सोपे असते. मुळातच सर्वेक्षण हे तंत्र सोपे आहे. पण सर्वेक्षणाचा आराखडाही योग्य प्रकारे करणे हे महत्त्वाचे आहे.

सामाजिक सर्वेक्षणाचे प्रकार –

१) नियमित व नैमित्तिक सर्वेक्षण – ठरावीक कालावधीनंतर केले जाणारे सर्वेक्षण ते नियमित सर्वेक्षण. विशिष्ट हेतूने केलेले सर्वेक्षण ते नैमित्तिक.

२) प्रत्यक्ष वा अप्रत्यक्ष सर्वेक्षण – तथ्यांचे सांख्यिकी विश्लेषण शक्य होते ते प्रत्यक्ष सर्वेक्षण. माहितीचे विश्लेषण करून निष्कर्ष काढले जातात ते अप्रत्यक्ष सर्वेक्षण.

३) प्राथमिक किंवा दुय्यम सर्वेक्षण – संशोधकाने वैयक्तिकपणे गोळा केलेली माहिती आकडेवारी, तथ्ये ही प्राथमिक सर्वेक्षणात मोडतात. पण उपलब्ध माहितीतून एखाद्या प्रश्नाद्वारे केलेले सर्वेक्षण हे दुय्यम सर्वेक्षण.

४) व्यक्तिनिष्ठ किंवा व्यक्तिनिरपेक्ष सर्वेक्षण – प्रत्यक्ष व्यक्तीकडून तिच्याविषयी माहिती मिळविणे हे व्यक्तिनिष्ठ तर अभ्यास विषयासंबंधी त्रयस्थाकडून माहिती मिळविणे म्हणजे व्यक्तिनिरपेक्ष सर्वेक्षण.

५) खुले किंवा गोपनीय सर्वेक्षण – सर्वेक्षणातील माहिती सर्वांसाठी असते, तेव्हा ते खुले सर्वेक्षण. सर्वेक्षणातील माहिती जेव्हा सर्वांसाठी नसते, ती काही घटकांपुरतीच मर्यादित असते ते गोपनीय सर्वेक्षण.

६) व्यापक व मर्यादित सर्वेक्षण – सर्वेक्षणात जेव्हा विविध प्रकारची माहिती संग्रहित असते, संग्रहक्षेत्र व्यापक असते, ते व्यापक सर्वेक्षण. संग्रहित माहिती क्षेत्र मर्यादित असते तेव्हा ते मर्यादित सर्वेक्षण असते.

ही पद्धती सामाजिक शास्त्रामध्ये जास्त लोकप्रिय आहे. यामुळे समस्येचे स्वरूप लवकर ज्ञात होते. त्यामुळे समस्येच्या कारणांवर यावर उपाय करणे शक्य होते. यातील निष्कर्षांचा उपयोग सर्वांना होतो. विकासाला चालना मिळते.

SWOT : Strengths, Weaknesses, Opportunities and Threats : स्वॉट – बलस्थाने, उणिवा, संधी, धोके

आधुनिक व्यवस्थापनामध्ये धोरणात्मक नियोजनासाठी चा वापर केला जातो. अंतर्गत व बाह्य घटकांचा परस्पर संबंधाचा अभ्यास करणारी साधने यामध्ये वापरली जातात.

ही संकल्पना १९६० च्या सुमारास ''अल्बर्ट हंफ्री'' यांनी वापरली. यामध्ये व्यवसायाची किंवा व्यक्तीची अंतर्गत बलस्थाने ओळखणे, त्याचप्रमाणे त्यातील दोष ओळखणे या गोष्टी अंतर्भूत असतात. त्यामुळे भविष्यकालीन परिस्थितीजन्य संधी व त्यातील धोके लक्षात घेता येतात. त्यानुसार धोरणामध्ये बदल करता येतो.

Strength - बलस्थाने

Weakness - उणिवा,दोष, कमतरता

Opportunities - संधी

Threats -धोके

शैक्षणिक विकासात ग्रंथालयाचे स्थान मोलाचे आहे. ग्रंथालय जेवढे समृद्ध व वर्ग (सेवक वर्ग) सेवापरायण अनेक तेवढा शिक्षणाचा दर्जा उंचावला जाईल.

SWOT विश्लेषण संकल्पना विविध व्यवस्थापनामध्ये वापरली जाते. जमेची बाजू (strngth), कमकुवत बाजू, (Weakness), उपलब्ध संधी (Opportunities), धोके, (Threats) या चार घटकांच्या विश्लेषणाला स्वॉट विश्लेषण असे म्हणतात.

(१) शक्तीस्थाने, बलस्थाने (Strength) : प्रत्येकाने आपली बलस्थाने शोधली पाहिजेत. ती प्रत्येकाची वेगवेगळी असतात. स्मरणशक्ती, कोणाची भाषाशैली, कोणाचे हस्ताक्षर, कोणाचा आवाज भारदस्त असतो. चांगले गुण हळूहळू विकसित केले पाहिजेत.

ग्रंथालयाबाबत विचार केला तर बलस्थाने कोणती याचा विचार करावा/शोधून काढावा.

(१) ग्रंथालयाची भक्कम आर्थिक स्थिती (२) तांत्रिक ज्ञान व उपलब्धता (३) उच्च दर्जाचे व्यवस्थापन व ग्रंथपाल (४) तज्ज्ञ मंडळींची बैठक (५) अविरत लायब्ररी सुविधा (६) अद्ययावत अभ्यासासाठी बैठक व्यवस्था (७) बुकबँक सोय (८) प्रशिक्षित कर्मचारी वर्ग (९) संशोधन व विकासाच्या सुविधा.

(२) उणिवा (Weakness)

स्वभावातील दोष, कौशल्यातील दोष, वाईट सवयी, ज्ञानाची कमतरता या सर्वांचा विचार करणे म्हणजे दोष. दोष दोन प्रकारचे (१) शारीरिक दोष (२) मानसिक दोष

मानसिक दोष : ग्रंथपालाचा स्वभाव, साधनाची कमतरता, धाडसीपणाचा अभाव, जोखीम न स्वीकारण्याची प्रवृत्ती, जुनाट तंत्रज्ञान, यंत्रसामग्री, व्यवस्थापनाचा अभाव, आर्थिक अडचणी इ.शोधून दूर करावेत.

३) संधी (Opportunities)

ग्रंथपालन हा व्यवसाय आहे. संधीचा शोध घ्यावा लागतो. ग्रंथालयीन बदल, तंत्रज्ञानात आलेले बदल, उदा.– १) ग्रंथालयाचे संगणकीकरण २) बार कोड तंत्रज्ञानाचा वापर ३) वेगवेगळ्या माध्यमातून निधीची जमवाजमव ४) पेन ड्राइव्हची उपलब्धता

४) धोके (Threats)

एखादी कृती करतो तेव्हा ते करताना कोणते धोके आहेत याचा विचार करावा लागतो.

ग्रंथालयाच्या बाबतीत जेव्हा विचार केला जातो तेव्हा ग्रंथखरेदी करण्यापासून ते ग्रंथोपार्जन, देवघेव पर्यंत अनेक समस्यांना तोंड द्यावे लागते. उदा.– वाळवी, ग्रंथ चोरीस जाणे, व्हायरल दोष, डेटा करप्ट होणे, नवीन डेटा अपडेट करणे.

ही भावी व वस्तुनिष्ठ क्षमता आहे. धोरणात्मक बदलामुळे व्यक्तीचे सामर्थ्य वाढते. दोष दूर होऊ शकतात. संधीचा उपयोग करून फायदा होतो. अपयशाची तीव्रता कमी होते. स्वतःची ओळख होते. स्वतःच्या निर्णयावर ठाम उभे राहण्याची वैचारिक व वस्तुनिष्ठ क्षमता प्राप्त होते.

हे विश्लेषण धोरणात्मक नियोजनाचे प्रभावी साधन ग्रंथालयातील ग्रंथालयाच्या सर्व बाजूंना स्पर्श करणारे तंत्र आहे.

System – पद्धती

''पद्धती'' या शब्दाची व्याख्या करणे कठीण आहे. हा शब्द फारच सामान्य आहे. यामध्ये गोष्टींचे वर्णन अथवा विचार, ज्यांचा त्यांतील अनेक भागांचा एकमेकांशी संबंध असतो, त्या गोष्टींचा अंतर्भाव ''पद्धती'' या शब्दात होतो. एखाद्या वस्तूचा अथवा कार्यामधील घटकांचा संच जो त्या घटकातील व कार्यातील संबंधाने एकत्र जोडलेला असतो. त्याला ''पद्धती'' असे म्हणता येईल. कोणत्याही संस्थेतील घटक एकमेकांशी पूरक असतात. या घटकातील एखाद्या बऱ्या वाईट घटकाचा परिणाम घटकांवर होतो. एखाद्या पद्धतीचा अवलंब, नंतर त्या पद्धतीचे पृथ:करण ओघानेच येते. या पद्धतीमधील समस्यांचा अभ्यास करावा लागतो. तसेच गरजेनुसार नवीन पद्धतीचे आरेखन करावे लागते. पद्धतीच्या व्यवहार्य अभ्यासामध्ये पर्याय दिसतात. पण ते त्यावेळी वरवरचे दिसतात. पण पद्धतीचे जेव्हा पृथ:करण

केले जाते तेव्हा या पर्यायांचाही विचार करावा लागतो. कारण पद्धतीमधील जसे सर्वच घटक महत्त्वाचे असतात, तसेच ते संस्थेच्या यशातही. कारण पद्धतीमधील प्रत्येक घटक हीच एक पद्धती असते.

प्रत्येक पद्धतीमध्ये कार्य, त्याचे उद्दिष्ट, निर्णय प्रक्रिया व प्रत्यक्ष कृतीसाठी काही प्रेरके काम करीत असतात. म्हणून प्रत्येक संस्थेचे कार्य, उद्दिष्ट यांचे स्वरूप जाणून घ्यावे लागते. त्यासाठी लागणारी साधने यांचा विचार करावा लागतो. पद्धती पृथ:करणाचा उपयोग संस्था जेवढी मोठी तितका जास्त होतो. पद्धती पृथ:करणामुळे संस्थेच्या कामाचे स्वरूप, कामाची परिस्थिती, संस्थेतील वातावरण या गोष्टी एकत्रित करता येतात. यासाठी एखादी प्रश्नावली तयार केली असता, त्यामुळे मिळणाऱ्या माहितीचे विश्लेषण करून निर्णय जलद घेणे सुकर होते. संस्थेतील समस्यांची जाणीव होते. या समस्या दूर करण्यासाठी काही नवीन गोष्टी समजतात. संस्थेतील व्यक्तींच्या मुलाखतींचा यासाठी उपयोग होऊ शकतो.

पद्धतीच्या या प्रकाराच्या अभ्यासासाठी नैसर्गिक स्तर व तर्कशुद्ध स्तर उपयोगी पडतात. नैसर्गिक स्तर म्हणजे संबंधित कर्मचारी वर्ग, साधने, संचिका (file) होत. तर तर्कशुद्ध स्तरामध्ये प्रक्रिया, तिचे नियम, यांचा अंतर्भाव होतो. समस्येवर कोणत्या स्तराने विचार करावा हे ठरवावे लागते. केवळ एकच स्तर उपयोगी पडत नाही. दोन्ही स्तरानुसार विचार करणे आवश्यक आहे.

संस्थेचा उद्देश, त्या उद्देशसाध्यासाठी उपयोगी पडणारी साधने, त्यांची ठराविक कालावधीनुसार केलेली पाहणी, उणिवासंबंधी सुचविलेले उपाय म्हणजे मूल्यमापन. संस्था योग्य प्रकारे कार्यरत रहावी हा मूल्यमापनाचा उद्देश. मूल्यमापन हे व्यवस्थापन शास्त्राचे महत्त्वाचे अंग आहे. मूल्यमापनामध्ये संस्था, तिचे कार्य, तिच्या सेवा, उत्पादने या गोष्टी समाविष्ट आहेत. मूल्यमापनासाठी उपलब्ध घटकांचा सर्वाधिक उपयोग समस्यांवरील जे काही उपाय योजिले असतील त्यांची प्रत्यक्ष अंमलबजावणी, शासकीय पद्धतीने पद्धतीचे विश्लेषण आणि निर्णय ही साधने उपयोगात आणली जातात. तसेच यामध्ये पर्यायी घटक, बाह्य शक्ती, याही गोष्टींचा विचार करणे अपेक्षित असते. तसेच भविष्यकालीन दूरदृष्टी असते. यामध्ये सामाजिक, आर्थिक, राजकीय वा तांत्रिक बदलही समाविष्ट होतात.

मूल्यमापनाचा अहवाल तयार केल्यास उपलब्ध पद्धतीमध्ये सुधारणा करता येते. नवीन पद्धतीचे आरेखन करता येते.

संस्थेच्या पद्धतीमध्ये उपयोजकांच्या गरजांची माहिती असते. पद्धतीचा आराखडा तयार करणारा आणि व्यवस्थापन यांच्यात विशेष मार्ग स्वीकारण्याबाबत एकवाक्यता असणे आवश्यक आहे. पद्धतीच्या आराखड्यामध्ये संस्थेच्या कार्याची पुनर्रचना करणे, ती कार्ये एकमेकांशी संबंधित ठेवणे, संस्थेच्या सर्व विभागांतील पद्धती स्पष्टपणे मांडणे या गोष्टी आवश्यक ठरतात. यातूनच मार्गदर्शिकेचा जन्म होतो.

ग्रंथालय हीसुद्धा सामाजिक व सेवाभावी संस्था आहे. त्यामुळे यामध्ये कार्याची पद्धती, तिचे पृथ:करण, मूल्यमापन, पद्धतीचा नवीन आराखडा या गोष्टी अपरिहार्य ठरतात. ग्रंथालयाच्या संगणकीकरणामध्येसुद्धा या गोष्टी मार्गदर्शक ठरतात. पद्धतीच्या आराखड्यामध्ये गरजा व निर्णय याविषयी मार्गदर्शन केलेले असते. या आराखड्याचे स्वरूप बदलता येते.

Systems Analysis – पद्धती विश्लेषण

आधुनिक व्यवस्थेबद्दल योग्य दृष्टिकोन प्राप्त होण्यासाठी व ते नीट समजण्यासाठी व आचरणात आणण्यासाठी पद्धतीआधारित विश्लेषणाचे महत्त्व आहे. या विश्लेषणामुळे संस्थेची घडण, तिची वाटचाल,

प्रगती व विनाशास कारणीभूत ठरणाऱ्या बाबींची माहिती होते. त्यामुळे व्यवस्थापनाने नेमकी कोणती भूमिका राबविणे गरजेचे आहे ते पाहता येते.

वेगवेगळ्या संशोधकांनी वेगवेगळ्या व्याख्या बनविल्या आहेत. त्यांच्या मताप्रमाणे समान हेतू साध्य करण्यासाठी कार्यरत असलेल्या व परस्परावर अवलंबून असलेल्या भागाचे एकत्रीकरण म्हणजे पद्धती, कार्य पद्धतीचा एक संच.

या तंत्राचा वापर प्रथम अमेरिकेत रॅण्ड कॉर्पोरेशनचे सदस्य एच. कहन, आणि मॅन (Mann) यांनी १९५७ मध्ये केला. याचे साधारणतः ४ घटक आहेत– १) कार्य, २) कार्याची उद्दिष्टे ३) निर्णय प्रक्रिया ४) प्रत्यक्ष कृती.

पद्धती विश्लेषणामध्ये महत्त्वाचे कार्य पार पाडण्यासाठी पर्याय शोधणे, माहिती गोळा करणे, विश्लेषण करणे व तिची रचना तयार करणे, तिचा वापर करणे, माहितीचे विश्लेषण करणे इ. ही पद्धती विश्लेषण करताना काही गोष्टी लक्षात घ्याव्या लागतात – आर्थिक विश्लेषण (Economic Feasibility), तांत्रिक दृष्ट्या (Technical Feasibility), कार्यदृष्ट्या (Operational Feasibility), कायद्याच्या दृष्टिकोनातून (Legal Feasibility)

पद्धती विश्लेषणाचा ग्रंथालयात उपयोग –

ग्रंथालयात मोठ्या प्रमाणात या पद्धतीचा वापर केला जातो. ग्रंथालय व्यवस्थापनामध्ये नवीन तंत्रज्ञान वापरून वाचकांना जास्तीत जास्त सेवा देणे महत्त्वाचे. पद्धतीचा विकास करून अर्थपूर्ण व वेळेची बचत करणारे निष्कर्ष काढता येतात.

T

Telecommunication Technology – दूरसंचार तंत्रज्ञान

दूरसंचार माध्यमामध्ये माहितीचे वहन जाळ्यामार्फत इलेक्ट्रिकल किंवा ऑप्टिकल (Optical) साधनाद्वारे होते. संप्रेषणात साधन, संदेश, संदेश सांकेतिक भाषा, वाहक, त्याचे माध्यम व प्राप्तकर्ता इ. गोष्टींचा समावेश असतो.

हल्ली संदेशवहन फार सुलभ झाले आहे. पूर्वीच्या काळाशी तुलना करता हल्ली आधुनिक तंत्रज्ञानामुळे या गोष्टी सुकर झालेल्या आहेत. तारयंत्रणेचा वेग पूर्वीपेक्षा जलद झाला आहे. तीच गोष्ट दूरध्वनीच्या बाबतीतही. टेलेक्स जाळे व आधारभूत माहिती जाळे या गोष्टींचा समावेशही संप्रेषणातच होतो. नवीन तंत्रज्ञानामुळे दूरसंचार संप्रेषण सुलभ तर झालेच पण प्रभावीही झाले आहे. संदेशवहन पद्धतीतही अनेक बदल झालेले आहेत. माहिती, त्याबरोबर आवाज, व्हिडिओयुक्त संदेश वहन आणखी सोपे झाले आहे. माहितीच्या प्रवासातील भौगोलिक अंतर वाढते तेव्हा संप्रेषणाची साधने बदलतात. पण गुणवत्ता कायम राहते.

साधनांच्या क्षमतेवर संप्रेषणाचे मार्ग अवलंबून असतात. आवाजाच्या मार्गामध्ये दूरध्वनीचा उपयोग होतो. नॅरोब्रँड मार्गामध्ये तार यंत्रणा व इतर उपआवाजी साधने अंतर्भूत असतात. ब्रॉड बँड, वाईड बँड (Wide Band) मध्ये अतिशय जलद माहिती वहनाचा मार्ग असतो.

द इंटरनॅशनल टेलिकम्युनिकेशन युनियन (ITU) ही संस्था, संबंधित संघटना सल्लागार समिती, इंटरनॅशनल टेलिग्राफी अँड टेलिफोन्स या माहिती संप्रेषणाच्या सुविधा या क्षेत्रातील प्रमाणकांचा उपयोग करीत असतात.

तारविरहित संप्रेषणामध्ये – वायरलेस – रेडिओ व भ्रमणध्वनी यांचा समावेश होतो.

इ-मेल-इलेक्ट्रॉनिक मेल – संगणक क्षेत्रातील प्रगती व इंटरनेट यातून ही सुविधा निर्माण होते. हे तात्काळ संदेशवहनाची गरज पूर्ण करते.

आधारभूत माहिती संप्रेषण सेवा ही मूळ आधारभूत माहिती जाळ्यावर अवलंबून असते. डिजिटल डेटा नेटवर्क, व्हॉईस डेटा नेटवर्क आणि व्हिडिओ डेटा नेटवर्क या सर्वांच्या एकत्रीकरणावर माहिती संप्रेषण सेवा अवलंबून असते.

माहिती संप्रेषणासाठी संगणकीय पद्धतीने जेव्हा एक अथवा अनेक जाळी जोडली जातात, तेव्हा त्याचे संगणकीय जाळे तयार होते.

Thesaurus – शब्दकुलकोश

शब्दकुलकोश हा शब्दकोश आहे, पण तो नियंत्रित शब्दसंग्रह आहे. याची रचना पारंपरिक

वर्णानुक्रमानुसारच असते. त्यातील विषय शीर्षके, शब्दांची रचना व त्यांचे नियंत्रण सोप्या रीतीने केलेले असते. हा शब्दकुलकोश निर्देशकाला प्रलेखातील विषयाचे अचूक स्वरूप सांगणाऱ्या संज्ञेखाली नोंदी करण्यास मदत करतो. या नोंदीच्या संज्ञा विशिष्ट विषयातील संकल्पनाद्वारे केल्या जातात. विशिष्ट विषयांचे शब्दकुलकोश या संज्ञा निश्चित करतात.

शब्दकुलकोश ही अशा नियंत्रित संज्ञाची यादीच असते. पण हा विशिष्ट विषयनिष्ठ असतो व वर्गीकृत असतो त्यामुळे निर्देशनासाठी हा जास्त उपयुक्त ठरतो. इतर परंपरागत याद्या ह्या सर्व विषयसमावेशक असतात. त्यामुळे संज्ञांचे नेमके नियंत्रण करता येत नाही. त्यामुळे योग्य व अचूक निर्देशन संज्ञा मिळत नाहीत. संबंधित विषयाच्या व्याप्तीच्या उतरत्या क्रमाने समान संज्ञा शब्दकुलकोशात असतात. त्यामुळे गरजूंच्या कोणत्याही गरजेच्या दृष्टिकोनातून त्यांची मागणी त्या संज्ञा पूर्ण करतात. नैसर्गिक भाषेतील शब्द निर्देशनाच्या भाषेत रूपांतरीत झालेले असतात. नैसर्गिक भाषेत नियमितता नसते. म्हणून ह्या संज्ञांच्या ऐवजी त्या संज्ञांशी संबंधित समान संज्ञा देणे म्हणजे शब्दसंग्रह नियंत्रित करणे होय.

यामध्ये संज्ञांचे विशिष्ट अर्थ, वाक्प्रचारही समाविष्ट असतात. विशिष्ट विषयांमध्ये संज्ञांची होणारी पुनरावृत्ती, विशिष्ट संकल्पनांचे संबंध दाखविणाऱ्या संज्ञा, वैज्ञानिक व तंत्रज्ञानातील जुळणाऱ्या पण मान्यता पावलेल्या संज्ञा, या सर्वांचा विचार शब्दकुलकोश निर्माण करताना करावा लागतो. त्यामुळे त्या संज्ञांची व्याप्ती, संज्ञामधील हेतू या गोष्टींचा विचार संज्ञेची निवड करताना होतो. त्यामुळे योग्य संज्ञा निवडीला भरपूर वाव असतो. याचे यंत्र वाचनीय स्वरूप तर जास्तच फायदेशीर ठरते.

इ.स.१८५२ मध्ये पीटर मार्क रॉजेट यांनी 'थिसॉरस ऑफ इंग्लिश वर्डस् अँड फ्रेजेस' तयार केला होता. ''सिअर्स लिस्ट ऑफ सब्जेक्ट हेडिंग्ज'' ही शीर्षक संज्ञांची प्रमाणित पण नियंत्रित यादी आहे. पण ती परंपरांगत आहे. म्हणून ती शब्दकुलकोशाचे कार्य करू शकत नाही.

Three Card System – त्रिपत्र पद्धती

ही पद्धती डॉ.रंगनाथन यांनी चेन्नई विद्यापीठात सुरू केली (१९३०). यामध्ये प्रत्येक नियतकालिकाची तीन पत्रे तयार केलेली असतात. या पत्रांचा आकार 7.5 X 13 से.मी. असा असतो. नोंदणीपत्र (Register Card), तपासणी पत्र (Check Card), अनुवर्ण निर्देशपत्र (Classified Index Card) अशी तीन पत्रे असतात.

१) नोंदणी पत्र – या कार्डामध्ये नियतकालिकाचे नाव, अंकाचा क्रमांक, खंड अंक प्राप्त झाल्याचा दिनांक, प्रकाशन काल, प्रकाशक प्रमाणक क्रमांक, आदेश, दिनांक व क्रमांक ही माहिती असते. ही नोंदणी पत्रे अनुवर्णानुसार लावली जातात. यामुळे ग्रंथालयातील नियतकालिकांची संख्या, नावे समजतात.

२) तपासणीपत्र – अंकाच्या मोजदादीसाठी हे पत्र उपयोगी पडते. त्यामुळे आवश्यकता वाटल्यास स्मरणपत्र पाठविता येते. स्मरणपत्र पाठविल्यास त्याची नोंद (दिनांक) या पत्रावर केली जाते. यामध्ये नियतकालिकांचे नाव, कालावधी खंड, अंक क्रमांक, वितरक, अपेक्षित काळ, प्रकाशिक स्मरणपत्र, दिनांक व ग्रंथपालाची स्वाक्षरी अशी माहिती मिळते. ह्या पत्रांची रचना नियतकालिकांच्या अनुवर्णानुसार केलेली असते. त्यामुळे शोध घेणे सोपे जाते.

३) अनुवर्ण निर्देश पत्र – या पत्रावर नियतकालिकांच्या विषयांचा उल्लेख असतो म्हणजे ही पत्रे वर्गीकरण करून वर्गांकानुसार लावलेली असतात. यामध्ये नियतकालिकाचे नाव, प्रकाशक, आतापर्यंत

प्राप्त झालेले अंक, खंड, निर्देश, पुरवणी इ. माहिती समजते. क्रमसंचयी निर्देश (Cumulative Index) विशेषांक, पुरवणी अंक, वार्षिक वर्गणी यांची नोंद यामध्ये असते. बांधणी करावयाच्या अंकाची माहितीही यावरून समजते. तसेच संग्रहात असलेल्या निर्देशांची कल्पना येते.

या त्रिपत्र पद्धतीमुळे अंक प्राप्त झाल्यावर नियतकालिकांचे पत्र शोधण्यास वेळ लागत नाही. त्यामुळे वाचकांचा व ग्रंथालयीन कर्मचाऱ्यांचा वेळ वाचतो. अंकाची स्मरणपत्रे पाठविणे तपासणीपत्रामुळे सुलभ जाते. या पत्रामध्ये अनुवर्ण व अनुवर्ग (विषय) या दोन्ही प्रकारांनी नोंद केली जाते. त्यामुळे नियतकालिकासंबंधीची माहिती चटकन मिळू शकते आणि वेगवेगळ्या प्रकारे मिळते.

अजूनही या पद्धतीच्या सोयीमुळे अनेक ग्रंथालयातून ही त्रिपत्र पद्धती वापरली जाते. माहिती तंत्रज्ञान युगात संगणकाचा वापर वाढल्यामुळे एकच नियतकालिकाची नोंद सर्व बाबतीत पुरेशी ठरते.

Time Division – काल विभाग

प्रत्येक विषयात कालमानाप्रमाणे बदल होत असतात, नवीन नवीन कल्पनांची त्यात भर पडत असते. अनेक विषयाचा अभ्यास हा कालसापेक्ष असतो. विशिष्ट काळातील विशिष्ट विषयाकडे बघण्याचा दृष्टिकोन समजणे आवश्यक असते. ही गरज भागविण्यासाठी विषयाचा कालसापेक्ष निर्देश करावा लागतो. ही प्रक्रिया काळ पैलूद्वारे घडते. कालमुखात वापरावयाच्या विभागांना कालविभाग म्हणतात. जेव्हा एखाद्या विषयाचे विवेचन कालमर्यादित असते तेव्हा कालमुखाचा वापर केला जातो.

द्विबिंदू वर्गीकरण पद्धतीमध्ये भारतीय अंक व देवनागरी वर्ण यांचा वापर कालविभाग दर्शविण्यासाठी केलेला आहे. त्यासाठी स्वतंत्र कोष्टक आहे. या कोष्टकामध्ये १ पासून २०९९ पर्यंतचा काळ दर्शविण्यासाठी प्रत्येक शतकासाठी एक वर्ण वापरला आहे. उदा. M १८०० ते १८९९ त्यानंतर दशक दर्शविण्यासाठी एक व विशिष्ट वर्ष दाखविण्यासाठी दोन भारतीय अंकांचा उपयोग केलेला आहे.

कालविभागांचा कालमुखातील वापर हा सर्वसाधारणपणे होतो. पण ज्यावेळी एखादा कालखंड दर्शवण्याची आवश्यकता निर्माण होते त्यावेळी ते कालविभाग कालक्रमयुक्तीने योग्य त्या ठिकाणी वापरता येतात. त्यामुळे स्मरणसुलभता वाढते. उदा. जागतिक दशांश वर्गीकरण पद्धती 2:51 M96. M96 म्हणजे १८९६. या ठिकाणी कालविभागांचा वापर ऊर्जामुखात केलेला आढळतो.

कालविभागांचा ग्रंथांकात केलेला उपयोग हे द्विबिंदू वर्गीकरण पद्धतीचे एक वैशिष्ट्य आहे. ग्रंथांच्या प्रकाशनवर्षाचे भाषांतर कालविभागामध्ये करतात. त्यामुळे कपाटामध्ये ठराविक विषयावरील ग्रंथ आपोआपच प्रकाशनवर्षाप्रमाणे क्रमाने लागतात. त्यामुळे कालानुरूप बदल दृष्टिपथात येतो. उदा.

Y1	Y1	Y1
N35	N51	N92

अशी १९३५, १९५१ व १९९२ साली प्रसिद्ध झालेली पुस्तके कपाटामध्ये याच क्रमाने लागतील.

Time Management – समय व्यवस्थापन (वेळेचे व्यवस्थापन)

वेळेचा जास्तीत–जास्त उपयोग करण्यासाठी केले जाते ते वेळेचे व्यवस्थापन अशी सर्वसाधारण व्याख्या केली जाते. मात्र २००१ मध्ये दिलेल्या एका मुलाखतीत डेव्हिड ॲलन यांनी असे सांगितले की कोणीही वेळेचे व्यवस्थापन करूच शकत नाही. म्हणूनच 'वेळेचे व्यवस्थापन' हे एक चुकीचे लेबल

लावलेली समस्या आहे. आपण जे काही करतो ते, म्हणजे आपण आपल्या विविध कामांचे वेळेमध्ये व्यवस्थापन करतो आणि म्हणूनच आपण, जे करतो त्याची मुख्य प्रक्रिया म्हणजे आपल्याला जे प्राप्त करावयाचे आहे आणि त्यासाठी कोणत्या भौतिक कामाची गरज आहे, ते स्पष्ट करण्याचा प्रयत्न करतो.

म्हणूनच, वेळेचा चांगला उपयोग करण्यासाठी माणसे जे जे काही करतात त्याच्याशी वेळेच्या व्यवस्थापनाचा संबंध असतो. थोडक्यात, ज्या कामासाठी आपला वेळ खर्ची पडतो अशा कामाबाबत जाणीवपूर्वक निर्णय घेण्यासाठी कोणतीही व्यक्ती जी तत्त्वे आणि पद्धती वापरते त्याला वेळेचे व्यवस्थापन असे म्हणता येईल.

थोडा इतिहासाचा मागोवा घेतल्यास, आपल्या लक्षात असे येते की आज 'वेळेचे व्यवस्थापन' अशी संज्ञा आपण वापरत असलो तरी विसाव्या शतकाच्या प्रारंभी व्यवस्थापन ही संज्ञा वेळेच्या बाबतीत फारशी प्रचलित नव्हती. प्रोजेक्ट मॅनेजमेंट इन्स्टिट्यूटने आपल्या मार्गदर्शक पुस्तकात प्रकल्पाच्या व्यवस्थापनाचा एक भाग म्हणजे वेळेचे व्यवस्थापन असे म्हटले आहे. स्टीफन आर. कोव्हि आणि अन्य लेखकांनी आपल्या पुस्तकात वेळेच्या व्यवस्थापनाच्या बाबतीतील अनेक दृष्टिकोनाचा उल्लेख केलेला आहे. उदा. स्मरणपत्र पाठविणे, नियोजन आणि पूर्वतयारी करणे, नियोजन प्राधान्यीकरण आणि नियंत्रण करणे इत्यादी. याच लेखकांनी वेळेच्या व्यवस्थापनाबाबत अन्यत्र असेही म्हटले आहे की संरचना करा, तुमच्या वेळेचे संरक्षण करा. उद्दिष्टांवर लक्ष केंद्रित करून हवे ते साध्य करून घ्या. वेळेच्या व्यवस्थापनाची कौशल्ये आत्मसात करा. वेळेबाबतच्या वाईट सवयी मोडून काढा इत्यादी. याउलट काही लेखकांनी असे म्हटले आहे की, वेळेचे व्यवस्थापन ही संज्ञा चुकीची असून, वेळेचे व्यवस्थापन म्हणजे उपलब्ध असलेल्या वेळेमध्ये आपली कामे पूर्ण होतील याची खात्री करून घेण्यासाठी आपल्या कामाचे व्यवस्थापन करणे होय.

व्यक्तिगत स्तरावर वेळेचे व्यवस्थापन करताना प्रथम आपली उद्दिष्टे निश्चित करून त्यांची नोंद करून त्यानुसार काय करावयाचे याचा आराखडा करणे किंवा कामांची साधी यादी करणे गरजेचे असते. अशी यादी करताना कामांना कोणत्या क्रमाने महत्त्व द्यावयाचे, कोणते काम किती कालावधीत पूर्ण करावयाचे आणि कोणत्या कामांना प्राधान्य द्यावयाचे हेही निश्चित करावे लागते. कामाची यादी करताना प्रथम आपल्याला काय करावयाचे आहे त्याची लेखी नोंद करावी. ज्यामुळे आपली उत्पादकता अनेक पटीने वाढते आणि कोणतेही महत्त्वाचे काम चुकत नाही. कामाची यादी ही विविध स्तरावर करावी. प्रथम सर्वसाधारण कामे, नंतर दैनंदिन कामे अशा स्तरावर याद्या कराव्यात. त्याचबरोबर कामांच्या याद्या प्राधान्यता लक्षात घेऊन कराव्यात. प्राधान्यता ठरविताना विविध तंत्रांचा अवलंब केला जातो.

१) अबक पृथःकरण – जी कार्ये करावयाची आहेत त्यांचे विविध गट करावेत. अशा गटांना अ, ब आणि क नावे द्यावीत. ज्या कामांना सर्वात जास्त प्राध्यान्य द्यावयाचे आहे त्यांचा समावेश अ गटात आणि ज्या कामांना सर्वात कमी प्राधान्य आहे त्यांचा समावेश क गटात करावा. बऱ्याच वेळा अबक पृथःकरण पॅरेटो ॲनेलिसिसशी एकत्र केले जाते.

२) पॅरेटो ॲनॅलिसिस : या तंत्राची कल्पना अशी आहे की आपली ८० टक्के कामे आपल्याला उपलब्ध असलेल्या वेळेच्या २० टक्के मध्ये पूर्ण केली जातात आणि उरलेली २० टक्के कामे करण्यासाठी आपल्याला ८० टक्के वेळ द्यावा लागतो. या तंत्राचा वापर करून आपल्याला जी कामे करावयाची आहेत

त्यांचे दोन गट केले जातात. पॅरेटो ॲनॅलिसिसच्या तंत्राने जी कामे पहिल्या गटात मोडतात त्यांना अधिक प्राधान्य द्यावे. ८०:२० तंत्राचा वापर उत्पादकता वाढविण्यासाठी होतो. २० टक्के कामे करून ८० टक्के उत्पादकता वाढविता येते असे गृहीत धरले जाते.

३) पोझेक पद्धती : POSEC हा शब्द Prioritize by organizing stream lining, economizing and contributing याचे संक्षिप्त रूप आहे. कामांची योग्य प्रकारे रचना करून त्यांना योग्य दिशा देऊन त्यामध्ये बचतीचे तत्त्व वापरून काहीतरी योगदान देण्याच्या दृष्टीने आपल्या कामांची प्राधान्य यादी तयार करावी असे हे तंत्र सांगते.

४) आयझेनव्होवर पद्धती : ही पद्धती अमेरिकेचे माजी राष्ट्राध्यक्ष डी.डी.आयझेनव्होवर यांनी वापरली असे सांगितले जाते. या पद्धतीनुसार आपल्याला करावयाच्या सर्व कामांचे महत्त्वाचे / बिनमहत्त्वाचे आणि तातडीचे / तातडीचे नसलेले या तत्त्वांचा वापर करून मूल्यमापन केले जाते. जी कामे बिनमहत्त्वाची / तातडीची नसलेली आहेत ती कामे टाळण्यात येतात. महत्त्वाची / तातडीची कामे व्यक्तिशः तात्काळ केली जातात, बिनमहत्त्वाची / तातडीची कामे अन्य सहकाऱ्यावर सोपविली जातात आणि महत्त्वाची / तातडीची नसलेली कामे व्यक्तिशः सावकाशीने केली जातात. असे सांगितले जाते की, आयझेनव्होअर यांनी म्हटले आहे की, ''जे महत्त्वाचे असते ते क्वचितच तात्काळ करावयाचे 'अ' काम असते आणि जे तात्काळ करावयाचे काम असते ते क्वचितच महत्त्वाचे असते. "What is important is seldom urgent and what is urgent is seldom important."

वेळेच्या व्यवस्थापनाबाबतच्या वरील सर्व विवेचनावरून एक गोष्ट लक्षात येईल की कोणालाही उपलब्ध असलेल्या कामाचे व्यवस्थापन करणे हे गरजेचे असते. ग्रंथालयापुरते बोलावयाचे झाल्यास, ग्रंथालयात काम करणाऱ्या प्रत्येक सेवकाने आणि सर्वांनी सांघिकरित्या वरीलप्रमाणे वेळेचे व्यवस्थापन केल्यास करावयाची कामे प्राधान्यांनी ठरविल्यास (अपुरा सेवक वर्ग असला तरीसुद्धा) ग्रंथालयातील सर्व कामे उपलब्ध असलेल्या वेळेत पूर्ण होतील, वाचकांना ग्रंथालयाच्या सेवा चांगल्या प्रकारे उपलब्ध होऊ शकतील आणि डॉ.रंगनाथन यांनी सांगितल्याप्रमाणे (चौथा सिद्धान्त) वाचकांचा वेळ वाचेल.

Title Analytical Entry – ग्रंथनाम अंशात्मक नोंद

ह्या नोंदीमध्ये ज्या मिश्र ग्रंथातील प्रकरणाची नोंद करावयाची आहे त्याचे नाव लिहिले जाते. नंतर या प्रकरणाच्या लेखकाचे नाव लिहिले जाते. मूळ ग्रंथाचा विषय अंशात्मक नोंदीप्रमाणे त्रोटक स्वरूपात दिला जातो.

उदा. शालेय ग्रंथालये
वाळंबे
समाविष्ट
ग्रंथालय विचार पृ. ९६-११४
2 155N71 दाखलअंक

Title Entry – ग्रंथनाम नोंद

उपयोजकाला काही वेळा फक्त ग्रंथनामच माहित असते आणि या ग्रंथनामवरून तो ग्रंथाची मागणी करतो. अशा वेळी ग्रंथनाम नोंदींचा उपयोग होतो.

डॉ.रंगनाथन यांच्या वर्गीकृत तालिकेच्या संहितेत प्रत्येक ग्रंथनामाची नोंद करू नये असे सांगितले आहे. त्यांच्या मते ग्रंथाचे नाव जर चमत्कृतिपूर्ण (Fanciful) असेल तरच त्याची ग्रंथनाम नोंद करू नये. ग्रंथनाम ही दोन प्रकारची असतात. काही ग्रंथांच्या नावातच विषयाचा बोध होत असतो. तर काही ग्रंथनामावरून विषयाचा अजिबात बोधच होत नाही. ग्रंथांचे वाचन केल्याशिवाय ग्रंथाचा विषय कळत नाही. असे ग्रंथ चमकृतिपूर्ण म्हटले जातात.ललित वाङ्मयामध्ये अशी चमत्कृतिपूर्ण ग्रंथनाम असतात.

वर्गीकृत तालिकेच्या संहितेनुसार ललित वाङ्मयातील ग्रंथांचे ग्रंथनाम नोंदीचे स्वरूप वेगळे असते, म्हणजे वर्गदर्शक नोंदीप्रमाणे असते. ललित वाङ्मय प्रकारातील एखादी कृती स्वतंत्र अभ्यासाचा विषय होते, म्हणून नोंदीचे स्वरूप उपयुक्त असे असते.

MACBATH. SHAKESPEARE (William) (1564-1661)

DRAMA

For document in his

0111, 2J64, 51.

वर्गीकृत तालिकासंहितेनुसार केल्या जाणाऱ्या ग्रंथनाम नोंदी तालिकेच्या कोशविभागात ग्रंथनामाच्या वर्णक्रमानुसार रचल्या जातात. कोशतालिकेनुसारही सर्व ग्रंथांच्या ग्रंथनाम नोंदी केल्या जात नाहीत. वर्गीकृत तालिकेप्रमाणेच आणि आवश्यक ग्रंथनाम नोंद केली जाते. ग्रंथनाम लिहून नोंदीतील जसाच्या तसा मजकूर लिहिला जातो. कारण एकक पत्र (Unit Card) वापरात असते.

Title Page – ग्रंथनाम पृष्ठ

ग्रंथाच्या सुरुवातीला ग्रंथाचे प्रमुख ग्रंथनाम पृष्ठ असते. या पृष्ठावर उपग्रंथनाम, ग्रंथकार, त्याच्या शैक्षणिक पदव्या, आवृत्ती असल्यास आवृत्ती दिली जाते. याशिवाय प्रकाशक, प्रकाशनस्थल व प्रकाशन वर्ष इ. माहितीही या पृष्ठावर दिलेली असते.

Total Quality Management – सकल गुणवत्ता व्यवस्थापन

खरे तर सकल गुणवत्ता व्यवस्थापनाची व्याख्या तशी अवघडच आहे. ही कल्पना मनुष्यामध्ये पूर्वीपासूनच अस्तित्वात होती. पण तंत्रज्ञान युगामुळे तंत्रज्ञानातील बदलामुळे या गुणवत्तेच्या कल्पनेतही बदल झाले. कोणतीही एक गोष्ट म्हणजे गुणवत्ता अशी दाखविता येत नाही. ही गुणवत्ता निरनिराळ्या प्रकारची असते. उदा. उत्पादन, प्रसिद्धी. उत्पादन व सेवेतील वैशिष्ट्यांमुळे ग्राहकाला समाधान मिळते ती वैशिष्ट्ये म्हणजे गुणवत्ता अशी गुणवत्तेची व्याख्या करता येईल.

सकल गुणवत्ता व्यवस्थापन पद्धतीमध्ये सतत वस्तुनिष्ठ सुधारणा करण्याचे प्रयत्न केले जातात. या पद्धतीमध्ये ग्राहक हा केंद्र असतो. म्हणून उत्पादन प्रक्रियेमध्ये सतत सुधारणा केल्या जातात. या उत्पादनाच्या साध्यापर्यंतचे नेतृत्व, शिक्षण व प्रशिक्षण यांना महत्त्व देऊन त्याप्रमाणे व्यवस्थापकीय रचना केली जाते. या उत्पादनाच्या माहितीचे विविध साधनांद्वारा संप्रेषण होते. त्यामुळे उत्पादनाची प्रशंसा होऊन कर्मचारी वर्गाचे, त्यांच्या कामाचे मूल्यमापन होते. त्यामुळे त्यांच्या कामगिरीचे मूल्यमापन पारितोषिक देऊन केले जाते. अशा तऱ्हेने ही पद्धती या सर्वांवर आधारित आहे.

गुणवत्तेची आवश्यकता यासाठी असते. संस्थेला नामांकित दर्जा प्राप्त करून देणे, तिचा विकास करणे, उत्पादन खर्चात कपात करणे, कामातील बदल, सुधारणा करून उत्पादनाचा दर्जा वाढविणे, उत्पादनाच्या सुधारणांतील अडचणी दूर करणे, त्याविषयीचे कौशल्य वाढविणे इ.

गुणवत्ता ही सामूहिक गोष्ट आहे हे समजण्यातील अपयश, व्यवस्थापनातील दूरदृष्टीची उणीव, वरिष्ठ व्यवस्थापनाचे दुर्लक्ष, अनियंत्रण हे गुणवत्तेच्या प्रवासातील अडथळे आहेत. नियंत्रण म्हणजे मर्यादा. संस्थेची उद्दिष्ट्ये यशस्वी होण्यासाठी, सकल गुणवत्तेसाठी नियंत्रण हे आवश्यकच ठरते.

व्यवस्थापनामध्ये संस्थेतील ज्येष्ठ व अनुभवी व्यवस्थापकांना बदल करण्याचे अधिकार असतात. ते संस्थेची कार्यपद्धती ठरवितात. ही नेतृत्व पद्धतीच होय. ही पद्धती घडणाऱ्या गोष्टींचे यथार्थ वर्णन करू शकते. या दृष्टीने ती दर्शक पद्धतीच (Indicator) असते.

एडवर्डस् डेमिंग म्हणतात, लोक एका ठराविक पद्धतीमध्ये काम करीत असतात. लोकांच्या मदतीनेच या पद्धतीमध्ये गुणात्मक दर्जा गाठण्यासाठी सुधारणा करणे, ही व्यवस्थापकाची जबाबदारी असते. व्यवस्थापकाला त्याची जबाबदारी, ग्राहकांच्या समाधानाच्या गोष्टी न समजणे, कर्मचारी वर्गाबद्दल अनादर, सुधारणांविषयी माहिती नसणे, या सकल व्यवस्थापनातील उणिवा ठरतात. त्यामुळे व्यवस्थापन अयशस्वी होते.

म्हणून सकल गुणवत्ता व्यवस्थापनामध्ये खालील गोष्टी अंतर्भूत होतात.

संस्थेचा परिसर यांचा विचार, या संबंधात दूरदृष्टी, नियोजन, कार्यक्षमता, त्यामुळे मिळणारा प्रतिसाद, उत्पादनाचे इतर गोष्टींवर होणारे परिणाम, उत्पादनाचा गुणात्मक दर्जा ठेवण्यासाठी सुधारणा करणे, त्यासाठी उत्पादनावरील इतर गोष्टींची व्याप्ती वाढविणे, गुणवत्ता पद्धतीचा स्वीकार करणे.

या पद्धतीमध्ये (सकल गुणवत्ता व्यवस्थापनाच्या) काही तत्त्वे समाविष्ट असतात.

१) प्रवाही तक्ता – व्यवस्थापनाच्या पद्धतीतील प्रक्रिया याद्वारे दाखविली जाते.

२) माहितीची विभागणी असलेले दृक्-प्रतिनिधित्व– यामुळे प्राथमिक आधारभूत माहितीचे विश्लेषण करता येते. माहितीची विभागणी दाखविता येते.

३) धावता आलेख – व्यवस्थापनाच्या प्रक्रियेत केलेले बदल उदाहरणांनी दर्शविता येतात.

४) नियंत्रण आलेख – यामध्ये व्यवस्थापनाच्या प्रक्रियेचे कार्य दाखविले जाते.

डेल (Dale) यांनी या पद्धतीची वैशिष्ट्ये खालीलप्रमाणे सांगितली आहेत.

१) संपूर्ण स्वामित्व – प्रत्येकाला असणारे जबाबदारीचे भान

२) गुणवत्ता सुधार – गुणवत्ता हा जीवनाचा एक भाग

३) भागीदारी – माहिती अधिकारी व ग्राहक यांच्या मदतीने संस्थेच्या कक्षेपलीकडे गुणवत्ता सुधारणा व्यापक करणे.

४) अंतर्गत ग्राहक – हे समाधान पावले, तर बहिस्थ ग्राहकावर योग्य तो परिणाम होईल.

५) मुख्य कार्याचे दर्शक – कार्याच्या मूल्यमापनासाठी उपयोगी पडतात.

६) कर्मचाऱ्यांचा सहभाग – प्रत्येक कर्मचाऱ्याची कुशलता पूर्णपणे वापरणे. त्या दृष्टीने कार्यासाठी योग्य तो बदल करणे

७) सांघिक कार्य – सर्व विभागांचे सांघिक सहकार्य, त्यामुळे अडचणी दूर होतात.

८) अंतर्गत अडथळे – हे दूर करणे महत्त्वाचे ठरते

९) संस्थेच्या कार्यपद्धतीत सुलभता, साधेपणा व प्रामाणिकता असणे कार्यसिद्धीच्या दृष्टीने आवश्यक

संपूर्ण कर्मचारी वर्गाचा सहभाग हा या व्यवस्थापनाचा पाया आहे. ग्रंथालयाच्या बाबतीतही ही पद्धती स्वीकारार्ह ठरते. त्यामुळे ग्रंथालयाच्या सर्व विभागांमध्ये सहकार्य निर्माण होऊन ग्रंथालयीन सेवा यथार्थपणे दिल्या जातील.

Translation Index – अनुवाद निर्देश

माहिती देण्यासाठी अनुवाद उपयोगी पडतात. कारण अनुवादामुळे भाषेची अडचण दूर होते. म्हणून प्रत्यक्ष मूळ लेखांचे अनुवाद माहितीसाठी मिळवावे लागतात. त्यासाठी अनुवादांची स्थाने व अनुवादक शोधावे लागतात. यासाठी 'अनुवाद निर्देश' प्रसिद्ध करण्याचे कामच फक्त करतात. अशा संस्थांकडून अनुवाद निर्देश संबंधी माहिती गोळा केली जाते.

या प्रकारच्या निर्देशामध्ये अनुवादित लेखांची ग्रंथसूचीय माहिती विषय, उपलब्धीचे मार्ग ही माहिती अंतर्भूत असते. अनुवाद करणाऱ्या संस्था मूळ लेखांचे अनुवाद करवून घेतात. त्यांचे व्यवस्थापन, जतन करतात. त्यांचा संचय करतात. त्यांना अनुवाद पेढी असे म्हणतात. काही संस्था अनुवाद निर्देशही प्रसिद्ध करतात. उदा. नॅशनल ट्रान्स्लेशन सेंटर, शिकागो ही संस्था आरंभापासून निर्देश प्रसिद्ध करते. या संस्थेने 'ऑथर लिस्ट ऑफ ट्रान्सलेशन' हा निर्देशही प्रसिद्ध केला आहे.

Translation Service – भाषांतर / अनुवाद सेवा

आधुनिक काळात ज्ञानाच्या कक्षा रुंदावल्या, नवनव्या शाखा उदयाला आल्या. सध्याचे युग हे माहितीचे युग आहे. त्यामुळे नवनवीन गोष्टी निर्माण झाल्या. ज्ञानाच्या सर्व शाखांमध्ये नेहमी अगणित माहिती असंख्य रूपात प्रकाशित होते. ती वेगवेगळ्या भाषेत प्रसिद्ध होत असते. विशेषतः विज्ञान आणि तंत्रज्ञान या शाखेत तर सतत भरच पडत आहे. अभ्यासकांना या सर्वच भाषा अवगत नसतात पण माहितीची मात्र गरज असते. अशा वेळी ही भाषांतर / अनुवाद सेवा अभ्यासकांना आवश्यक असते आणि तशी मागणी त्यांच्याकडून केली जाते.

अशावेळी प्रलेखाचा अनुवाद अथवा भाषांतर करताना काही गोष्टी आवश्यक असतात. प्रलेखाची भाषा, त्याचा अनुवाद किंवा भाषांतर ज्या भाषेत करायचे ती भाषा अनुवाद करणाऱ्याला येणे महत्त्वाचे आहे. तसेच त्या दोन्ही भाषांचे व्याकरण, वाक्यरचना, अर्थ याचे चांगलेच ज्ञान हवे. याशिवाय ज्या प्रलेखाचे भाषांतर करावयाचे त्यातील राष्ट्रीय, आंतरराष्ट्रीय तंत्रज्ञानाची परिभाषा माहिती असणे अत्यंत आवश्यक आहे. डॉ.रंगनाथन यांच्या मतेही भाषांतरकाराला या गोष्टी येणे आवश्यक आहे. अशाप्रकारची सेवा देताना भाषातज्ज्ञ व विषयतज्ज्ञ दोघांचे सहकार्य असले पाहिजे.

ही सेवा मागणीप्रमाणे दिली जाते तसेच काही वेळा मागणी गृहीत धरून आधीच प्रलेखांचे भाषांतर करून ठेवावे लागते.

भाषांतर सेवेमध्ये अनेक प्रकार येतात. शाब्दिक भाषांतर, आवश्यक तेवढ्या भागाचे भाषांतर, संक्षिप्त भाषांतर, तांत्रिक भाषांतर इ. तर काही वेळा यांत्रिक अनुवादही करून द्यावे लागतात. तर कधी मुखपृष्ठापासून मलपृष्ठापर्यंत असा संपूर्ण अनुवादही अभ्यासकाला हवा असतो.

अशाप्रकारची सेवा देताना काही समस्याही येतात. निष्णात भाषांतरकार, तांत्रिक परिभाषा,

ग्रंथसूचीय नियंत्रणाची कमतरता, खर्च, प्रशिक्षणाकडे असलेले झालेले दुर्लक्ष इ.

भारतातील INSDOC इंडियन नॅशनल सायंटिफिक डॉक्युमेंटेशन सेंटर आणि न्यूयॉर्क येथील कन्सल्टंट ब्युरो इंटरप्रायझेस या संस्थांकडून अशा प्रकारच्या सेवा मिळू शकतात.

Tree of Porphyry – पॉर्फिरीचा वृक्ष

ज्ञानाच्या वर्गीकरणासंबंधी अनेक विचार मते आहेत, पण ''पॉर्फिरीचा वृक्ष'' या नावाने ओळखली जाणारी विभाजन प्रक्रिया या दृष्टीने महत्त्वाची मानली जाते.

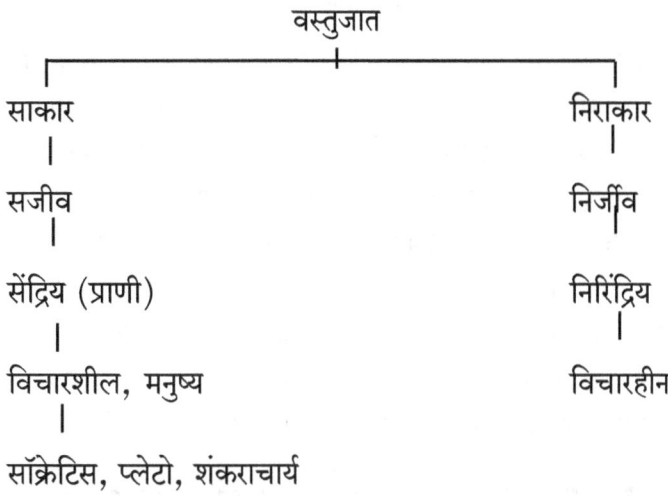

ही आकृती उलटी धरल्यास वृक्षाप्रमाणे दिसते. वृक्षाचे खोड म्हणजे वस्तुजात. याचे विभाजन म्हणून ती जाती (Genus). या जातीच्या विभागांना ''उपजाती'' (species) असे म्हटले जाते. त्यांना ''विशेष'' म्हणतात. विभाजनाच्या प्रक्रियेत कोणत्याही विशाल गटास त्याच्या निकटच्या वरच्या विशाल गटाच्या संदर्भात 'उपजाती' म्हणतात. 'सजीव' या विशाल गटाचे सेंद्रिय व निरिंद्रिय असे दोन संकुचित गट केले तर ''सजीव'' या विशाल गटास ''जाती'' म्हणावयाचे आणि सेंद्रिय व निरिंद्रिय या संकुचित गटाना ''उपजाती'' असे म्हणावयाचे. विभाजनाच्या प्रक्रियेमध्ये ''जाती'' व ''उपजाती'' या परस्पर सापेक्ष आहेत.

Ⓤ

U.G.C. Infonet e-Journals Consortium – यु.जी.सी. इन्फोनेट इ–जर्नल्स कन्सॉरशियम

विद्यापीठ अनुदान आयोगाने विद्यापीठांतील विद्यार्थ्यांना आंतरराष्ट्रीय ख्यातीची इलेक्ट्रॉनिक जर्नल्स वाचता यावीत याकरिता या कन्सॉरशियमची स्थापना केली. याकरिता विद्यापीठ अनुदान आयोगाने आर्थिक निधीचे सहकार्य केले असून इनफ्लिबनेटने तो कार्यान्वित केला आहे. डिसेंबर २००३ मध्ये त्यावेळचे राष्ट्रपती डॉ. ए. पी. जे.अब्दुल कलाम यांनी राष्ट्राला अर्पण केला.

या कन्सॉरशियम करता सुमारे एकवीस प्रकाशकांनी बोलणी करून इलेक्ट्रॉनिक रीसोर्सेस उपलब्ध करून देण्यात आले आहेत. काही प्रकाशकांकडून अंक क्र.१ पासून इलेक्ट्रॉनिक जर्नल्स वाचनाची सुविधा देण्यात आली आहे. या कन्सॉरशियमद्वारे अमेरिकन केमिकल सोसायटी, अमेरिकन इन्स्टिट्यूट ऑफ फिजिक्स, स्प्रींगर, टेलर अँड फ्रान्सिस यांचे इलेक्ट्रॉनिक रीसोर्सेस उपलब्ध करून देण्यात आले आहेत. एकशे वीस विद्यापीठांतील विद्यार्थी याचा लाभ घेत आहेत.

Ulrich's Periodicals Directory – उलरिच पिरीऑडिकल्स डिरेक्टरी

बाऊकर मार्फत प्रकाशित होणारी उलरिच पिरीऑडिकल्स डिरेक्टरी कोणत्याही ग्रंथालयाला आवश्यक असलेली नियतकालिके, मासिके आणि वृत्तपत्रासंबंधी ग्रंथसूचीय माहिती उपलब्ध करून देते या दर्शिकेची ४६ वी आवृत्ती (Ulrich's Periodicals Directory, 2008) चार खंडात प्रकाशित झाली असून त्यामध्ये ९०६ विषय शीर्षकांखाली वर्गीकरण केलेल्या सुमारे २,०१,३३० नियमित आणि अनियमित स्वरूपात प्रकाशित होणाऱ्या सिरीअल्सची माहिती मिळते. नव्या आवृत्तीमध्ये १४,६०० पेक्षा अधिक नव्या सिरीअल्सची आणि ज्यांचे प्रकाशन बंद झाले आहे अशा ५२७० सिरिअल शीर्षकांची माहिती मिळते. तसेच, सी डी रॉमवर उपलब्ध असलेल्या ६,९१० सिरीअल्सची, फक्त ऑन लाईनवर उपलब्ध असलेल्या ५१,४४० सिरीअल्सची आणि पाच हजारापेक्षा जास्त दैनिके आणि साप्तहिकांची माहिती या ग्रंथात मिळते. कोणत्याही ग्रंथालयातील नियतकालिक विभाग समृद्ध करण्यासाठी आवश्यक आणि उपयुक्त संदर्भ ग्रंथ आहे.

UNESCO - युनेस्को

या संस्थेची स्थापना इ.स.१९४५ मध्ये झाली. ग्रंथालय, प्रलेखन, माहिती ग्रंथनिर्मिती इ. क्षेत्रात जबाबदारी स्वीकारणे हे संस्थेचे काम आहे.

शिक्षणाला प्रोत्साहन देणे, जगातिक शांतता प्रस्थापित करणे, जगातील लोकांना मूलभूत स्वातंत्र्य

मिळवून देणे. न्यायाविषयी आदर राखणे, विज्ञान व संस्कृती यामध्ये आंतरराष्ट्रीय सामंजस्य राखणे इत्यादी या संस्थेची वैशिष्ट्ये आहेत. या संस्थेमध्ये १५७ सभासद आणि एक सहकारी सभासद आहे. या संस्थेमध्ये सचिवालय, कार्यकारी मंडळ, विभागीय कार्यालये आणि सामान्य सभा या सर्व गोष्टी समाविष्ट होतात.

या संस्थेने आंतरराष्ट्रीय प्रकाशनांची देवाण-घेवाण प्रथम सुरू केली. इफ्लाच्या सहकार्याने ग्रंथसूची संकलनाचे कार्य सुरू केले आणि सार्वत्रिक ग्रंथसूचीय नियंत्रण हा कार्यक्रम राबविण्यास सुरुवात केली. जागतिक ग्रंथसूचीचे ऑटलेटचे (Otlet) स्वप्न प्रत्यक्षात आणण्याच्या दृष्टीने सुरुवात केली.

ग्रंथालये ही मानवी ज्ञानाची कोठारे, संपत्ती आहे. त्यांची मानवाच्या सामाजिक व आर्थिक विकासासाठी मदत होतो असे युनेस्कोचे मत आहे. यामुळे विकसनशील देशात युनेस्कोने सार्वजनिक ग्रंथालय चळवळ सुरू केली. युनेस्को पब्लिक लायब्ररी मॅनिफस्टोही प्रकाशित केला. (१९७२) त्यामुळे सार्वजनिक ग्रंथालयाचा नमुना म्हणून नवी दिल्ली (भारत), येनुगु (नायजेरिया), मेडेलिन (कोलंबिया) येथे ग्रंथालये स्थापन केली.

युनेस्कोच्या इंटरनॅशनल इन्स्टिट्यूट ऑफ एज्युकेशनल प्लॅनिंग या संस्थेमार्फत ग्रंथालय सेवेच्या नियोजनासंबंधी नियमित प्रशिक्षण सुरू केले. तसेच ग्रंथालय संशोधन केंद्रे स्थापन केली. या संदर्भात युनेस्कोने तज्ज्ञांच्या सभा घेतल्या. विशेष अभ्यासक्रम आयोजित केले, विभागीय प्रशिक्षण केंद्रे स्थापन केली. युनेस्कोने परिषदा भरविणे, तांत्रिक मदत करणे, निधीची मदत करणे, प्रकाशने प्रकाशित करण्यात मदत करणे. या गोष्टी विद्यापीठीय व विशेष ग्रंथालये यांच्या संदर्भात कार्यान्वित केल्या. या सर्वांमुळे सर्वप्रकारची ग्रंथालये व प्रलेखन केंद्रे युनेस्कोच्या कार्यात सहभागी झाली.

युनेस्कोने युनिसिस्ट हा वैज्ञानिक माहितीचा आराखडा तयार केला. माहितीच्या हस्तांतराची आंतरराष्ट्रीय पद्धत निर्माण केली. नॅशनल इन्फरमेशन अँड लायब्ररी सिस्टीम ही प्रलेखन पद्धतीत मोलाची भर घातली.

जागतिक पातळीवर माहितीचे संप्रेषण होण्यासाठी संगणकाचा वापर, संप्रेषण तंत्रे या बाबतीत ग्रंथालये / माहिती केंद्रे यांना उत्तेजन दिले. न्यू वर्ल्ड इन्फरमेशन अँड कम्युनिकेशन ऑर्डर हा कार्यक्रम कार्यान्वित केला.

इंटरनॅशनल इन्फरमेशन सिस्टीम ऑन रिसर्च इन डॉक्युमेन्टशन हे स्थापित केले. युनेस्कोचे इतर आंतरराष्ट्रीय संघटनांशीही संबंध आहेत.

कॉपीराईट बुलेटिन (त्रैमासिक), इम्पॅक्ट ऑफ सायन्स ऑन सोसायटी (त्रैमासिक), युनेस्को कुरीयर (दरमहा), युनिसिस्ट न्यूजलेटर, युनेस्को क्रॉनिकल, युनेस्को जर्नल ऑफ इन्फरमेशन सायन्स, लायब्ररीयनशिप अँड अर्काइव्हज ॲडमिनिस्ट्रेशन (त्रैमासिक) ही प्रकाशने युनेस्कोतर्फे प्रकाशित केली जातात.

भारतातील दिल्ली पब्लिक लायब्ररी स्थापन करण्यात युनेस्कोची मदत झाली. इंडियन नॅशनल कमिशन फॉर युनेस्को, नॅशनल इन्फरमेशन सिस्टीम फॉर सायन्स अँड टेक्नॉलॉजी, ॲपिनेस या गोष्टीसाठीही युनेस्कोने सहकार्य केलेले आहे. रिजनल सेमिनार ऑन बुक डिस्ट्रीब्युशन, प्रमोशन अँड मार्केट रिसर्च, (१९५९) रिजनल सेमिनार ऑन लायब्ररीज इन साऊथ एशिया (१९६०) अशा परिषदा, काही विभागीय चर्चासत्रे युनेस्कोने भारतात भरविली आहेत.

Union Catalogue – संघ तालिका

सहकारी तत्त्वावर तयार केलेल्या तालिकेला संघ तालिका म्हणतात. ''दोन किंवा जास्त'' ग्रंथालयांनी एकत्रितपणे आपल्या ग्रंथसंग्रहाचे किंवा त्याच्या काही भागाचे तालिकीकरण केल्यामुळे जी तालिका निर्माण होते ती संघ तालिका अशी व्याख्या केली जाते.

या तालिकेला प्राचीन इतिहास आहे. इंग्लंडमध्ये विभागीय ग्रंथालयांनी एकत्र येऊन ललित साहित्याव्यतिरिक्त विषयांची एक संघ तालिका करण्याचे मान्य केले (१९२७). इंग्लंडमधील मठांनी संघतालिका तयार केल्याचा संदर्भही मिळतो (१३ वे शतक).

संघतालिका ही राष्ट्रीय, विभागीयही असू शकते.तसेच ती विशिष्ट प्रकारच्या वाचन साहित्याचीही असू शकते. पण ही ललितेतर साहित्याचीच केली जाते. यातील माहिती त्रोटक स्वरूपाचीच असते. हिचे स्वरूप शोधयादीचेच असते. ग्रंथाचे स्थान कोणत्या ग्रंथालयात आहे हे समजते. यामध्ये ग्रंथकाराची नोंद केली जाते. ग्रंथकार नसेल तर ग्रंथनामाखाली नोंद केली जाते. ग्रंथाच्या पहिल्या आवृत्तीचा संदर्भ दिलेला नसतो. प्रकाशन वर्ष दिलेले असते. त्यानंतर या योजनेत सहभागी झालेल्या ग्रंथालयांची नावे दिलेली असतात किंवा त्या ग्रंथालयांना विशिष्ट क्रमांक दिलेले असतात. नोंदीतील ग्रंथ ज्या ग्रंथालयात असेल त्या ग्रंथालयापुढे ठरविलेले सांकेतिक चिन्ह दिले जाते.

विशिष्ट भागातील ग्रंथालयातील ग्रंथसंग्रहाची माहिती मिळते, विशिष्ट ग्रंथाचे ग्रंथालयातील स्थान कळते. ग्रंथनिवडीसाठी या तालिकेचा उपयोग होतो. संग्रह विकासाला मदत होते. ग्रंथांच्या प्रतींची कल्पना येते. ग्रंथ काढून टाकण्यास वा बाद ठरविण्यासही या तालिकेचा उपयोग होतो.

संघतालिका तयार करताना ज्या ग्रंथालयाचा संग्रह जास्त असेल त्या ग्रंथालयाने विशिष्ट आकाराच्या कोऱ्या चिठ्ठ्या करून त्यावर नोंदी कराव्यात. ही मूळ तालिका मानावी. ही तालिका सहभागी ग्रंथालयाकडे ठराविक मुदतीने, ठराविक मुदतीसाठी पाठवावी. सहभागी ग्रंथालयांनी या नोंदीवर वाचन साहित्य असल्यास त्याप्रमाणे नोंद करणे. नसलेल्या साहित्याच्या नोंदी करणे या गोष्टी अंतर्भूत होतात. ज्या ग्रंथालयात हे संघतालिकेचे काम चालू असेल त्या ठिकाणी या कामासाठी स्वतंत्र कर्मचारी वर्गाची नेमणूक करणे आवश्यक आहे. या कर्मचारी वर्गाने सर्व नोंदी एकत्र करणे, त्या विशिष्ट पद्धतीने लावणे, त्यानंतर सहभागी ग्रंथालयांचे तीन गट करणे, तालिकेच्या चार प्रती काढून त्यापैकी तीन प्रती तीन गटाकडे पाठविणे. या ग्रंथालयांनी नोंद नसलेल्या साहित्याच्या नोंदी करणे, ह्या सर्व नोंदी मुख्य ग्रंथालयाकडे पाठविणे, नवीन नोंदींची स्थळप्रतीत नोंद करणे अशा सर्व गोष्टींमुळे तालिका परिपूर्ण होण्यास मदत होते.

ग्रंथांच्या संघतालिकेप्रमाणे नियतकालिकांचीही संघ तालिका करणे शक्य आहे.

संघतालिकेमुळे ग्रंथाची पूर्ण ग्रंथसूचीय माहिती मिळत नाही. संघतालिका अद्ययावत असणे जरूरीचे असते. म्हणून सहभागी ग्रंथालयांची जबाबदारी वाढते. मध्यवर्ती ग्रंथालयाचे काम राष्ट्रीय ग्रंथालय करू शकते. या तालिकेमुळे जगातील सर्व उपयोजकांना वाचनसाहित्याची माहिती मिळू शकते. राष्ट्रीय संघतालिकेमुळे विशिष्ट देशातील ग्रंथालयातील ग्रंथसंग्रह समजतो. परदेशातील ग्रंथालयांनाही ही तालिका उपयोगी पडते.

UNISIST - UNESCO'S International System of Scientific and Technological Information – युनिसिस्ट

युनेस्कोने इंटरनॅशनल कौन्सिल ऑफ सायंटिफिक युनियन (ICSU) आणि अमेरिकन नॅशनल फेडरेशन ऑफ सायंटिफिक ॲबस्ट्रॅस्टिंग यांच्या सहकार्याने केलेले कार्यक्रम म्हणजे युनिसिस्ट. ह्याच प्रणालीचे कार्यालय पॅरिस येथे आहे.

ICSUचे मुंबईमध्ये १९६६ साली अधिवेशन भरले होते. त्यामध्ये या प्रणालीच्या काही पायाभूत योजना मांडल्या. जागतिक माहिती प्रणाली तयार करणे. शास्त्रीय व तांत्रिक माहिती जागतिक पातळीवर एकत्रित आणणे. या योजनांच्या संभाव्यतेबद्दल एक समिती स्थापन करावी. ती समिती ICSU व युनेस्कोनी स्थापन करावी. याप्रमाणे १९६७ साली १३ सभासदांची एक समिती स्थापन केली. जे.सी. गार्डिंग यांनी ही योजना आरेखित केली. सुरुवातीला यामध्ये बेसिक इंजिनिअरिंग, आलाईड सायन्सेस आणि टेक्निकल या विषयातील माहिती दिली जात होती.

कार्ये – अविकसित देशासाठी माहिती केंद्रांची व्यवस्था करणे. माहिती संप्रेषणासाठी संस्थांची / केंद्रांची निर्मिती करणे. त्यासाठी प्रशिक्षित कर्मचारी वर्गाची नेमणूक करणे. यंत्रावर वाचता येणारी ग्रंथसूची तयार करणे. शब्दकुलकोश तयार करणे. माहितीच्या रचनेसाठी, व्यवस्थापनासाठी, निर्देशनासाठी मार्गदर्शक तत्त्वे तयार करणे. आंतरराष्ट्रीय पातळीवर चर्चासत्रे, परिषदा भरविणे इ. या केंद्रांची कार्ये निश्चित केली.

यासाठी पुढील सहा गट तयार केले.

१) माहितीची देवघेव प्रमाणित पद्धतीने सुलभ व्हावी – माहितीच्या संप्रेषणासाठी केंद्राचे जाळे भविष्यकाळात स्थापन करावे. शास्त्रीय माहितीच्या नोंदीसाठी प्रमाणित जागतिक संगणकीय भाषा तयार करणे. निर्देशनासाठी शब्दकुलकोश तयार करणे.

२) माहिती सेवांची कार्यक्षमता वाढविणे – सार सेवा, भाषांतर सेवा, अधिक कार्यक्षम करणे, प्रलेखांचे योग्य मूल्यमापन करणे, प्रशिक्षित कर्मचारी नेमणे.

३) व्यावसायिकांच्या जबाबदाऱ्या – माहिती शास्त्रातील संशोधनाला उत्तेजन देणे, एफ.आय.डी.,झाला या संस्थांनी प्रशिक्षित कर्मचाऱ्यांचा विकास करणे. माहितीची देवघेव करण्यासाठी शास्त्रज्ञांना प्रोत्साहन देणे. लेखक / प्रकाशक यांनी लिखाणाची गुणवत्ता सांभाळणे.

४) माहिती क्षेत्रातील संस्थामधील वातावरण, शास्त्रीय माहितीच्या धोरणात अनुकूल ठेवणे – जगातील सर्वांना माहितीचे प्रलेख उपलब्ध करून देणे, माहितीच्या जाळ्यामार्फत माहितीची देवघेव सुलभ करणे, कॉपीराईट कायद्यात आवश्यक ते बदल करून प्रशासकीय अडथळे दूर करणे. माहिती केंद्रांनी आधुनिक तंत्रज्ञानाचा वापर करणे.

५) राष्ट्रीय संशोधन विकासाला योग्य त्या ग्रंथालयीन सेवा उपलब्ध करून देणे. विकसित देशांनी युनिसिस्टशी सहकार्य करावे.

६) तीन कार्यकारी समित्यांची नेमणूक – आंतर सरकारी समिती.ISSU च्या प्रतिनिधींची आंतरराष्ट्रीय सल्लागार समिती आणि युनिसिस्टच्या योजना, कार्यक्रम तयार करणे, अंदाजपत्रक तयार करणे यासाठी कायमचे कार्यालय स्थापणे.

युनिसिस्टचे पॅरिस येथे कार्यालय असून ते कार्यरत आहे (१९७१). आंतरराष्ट्रीय सहकार्य हे या

प्रणालीचे ध्येय आहे. यातून काही माहिती पेढी तयार झाल्या आहेत. उदा. इंटरनॅशनल सिरियल्स डेटा सिस्टिम (ISDS) याला फ्रेंच सरकारचा पाठिंबा आहे. सभासद राष्ट्रांतील राष्ट्रीय केंद्रामार्फत नियतकालिकातील माहितीची देवघेव केली जाते. बुलेटिन प्रकाशित होते.

इंटरनॅशनल इन्फरमेशन सेंटर फॉर स्टँडर्डस् इन डॉक्युमेन्टेशन (ISODOC) हे प्रलेखनात समानता व गुणवत्ता आणण्यासाठी स्थापन केले. ब्रॉड सिस्टीम ऑफ ऑर्डरिंग (BSO) ही वर्गीकरण पद्धती तयार केलेली आहे.

जागतिक माहितीवर नियंत्रण ठेवण्याच्या दृष्टीने युनिसिस्ट काम करते आहे.

Uniterm Indexing System – एकक संज्ञा निर्देशन पद्धती

ही पद्धती पश्चात समन्वय पद्धतीचा एक प्रकार आहे. विषयशीर्षकातील महत्त्वाच्या अशा एकेका संज्ञेखाली स्वतंत्र नोंदी केल्या जातात. माहितीची मागणी आल्यानंतर त्यातील संज्ञाशी मिळत्याजुळत्या संज्ञेखालील नोंदी पाहून संज्ञांचा समन्वय केला जातो आणि निश्चित विषयाची माहिती शोधली जाते. म्हणून ही पश्चात समन्वय पद्धती होय.

ही पद्धती विषयाच्या विश्लेषणावर आधारित आहे. संज्ञांचा क्रम, निर्देशन करताना निश्चित करत नाहीत. माहिती देताना संज्ञांचा क्रम निश्चित केला जातो म्हणून ही एकक संज्ञा निर्देशन पद्धती होय. यात प्रमुख भागी विषयशीर्षकातील एक संज्ञा येते. ही संज्ञा ज्या ज्या प्रलेखांच्या शीर्षकाला आली असेल त्या त्या प्रलेखांचे दाखलक्रमांक नोंदविलेले असतात. ही पद्धती मॉर्टीमर टॉब यांनी सुरू केली (१९५३). यातील नोंदी नैसर्गिक भाषेत असतात. विशिष्ट माहितीचा शोध घेताना त्या संज्ञांचा विशिष्ट क्रमाने समन्वय केला जातो.

नोंदीसाठी एकक पण महत्त्वाचा संज्ञा ठरवतात. प्रलेखातील विषयाचे प्रतिनिधित्व करणाऱ्या संज्ञा नोंदीसाठी निवडतात. संज्ञा म्हणजे माहितीचा छोटा घटक पण स्वतंत्र असतो. एका प्रलेखाचे प्रतिनिधित्व जर अनेक संज्ञा करीत असतील तर त्या प्रत्येक नोंदीखाली एकेक स्वतंत्र नोंद करावी लागते.

या संज्ञानोंदीसाठी १२.५ X २० से.मी.चे एक कार्ड (पत्र) एकेका संज्ञेसाठी वापरले जाते. शीर्षकासाठी अग्रभागी स्वतंत्र जागा असते. तेथे ती एकक संज्ञा रोमन कॅपिटल अक्षरात लिहिलेली असते. उरलेली जागा १० सारख्या स्तंभामध्ये विभागलेली असते. त्यावर 0 ते ९ आकडे असतात. या संचात प्रलेख क्रमांक लिहिलेला असतो. दाखल नोंदमधील शेवटचा आकडा यासाठी महत्त्वाचा असते. त्या संबंधित स्तंभात तो लिहिला जातो. उदा. ६२८ हा क्रमांक ८ व्या स्तंभात लिहला जाईल. ही पद्धती माहिती प्रतिप्राप्तीच्या सखोल निर्देशन पद्धतीपैकी एक आहे.

निश्चित विषय दाखविणाऱ्या सखोल निर्देशनपद्धतीपैकी एक आहे. एकक संज्ञामध्ये त्यांचे रूपांतर करतात. या संज्ञा ज्या पत्रावर असतील ती पत्रे वर्णानुक्रमातून बाजूला काढली जातात. त्यावरील दाखलअंक पाहतात. जेव्हा अनेक प्रकार एकच समान दाखलअंकमिळतो तेव्हा त्या दाखलअंकाचा प्रलेख माहितीची मागणी पूर्ण करणारा असे समजले जाते.

या पद्धतीला वर्गीकरण पद्धतीची जरुरी नाही. निर्देश प्रक्रिया सोपी आहे. नैसर्गिक भाषेतील संज्ञांचा वापर करण्यात येतो. एका पत्रावर अनेक दाखलअंक नोंदविता येतात, त्यामुळे पत्रसंख्या कमी होते. शोध प्रक्रियेला अनुवर्णानुसार रचनेची मदत होते.

अनेक संज्ञांची मागणी झाल्यास सर्व संज्ञा पत्रांचा शोध लागतो. नेहमी हव्या असलेल्या क्रमाने संज्ञांचा समन्वय होईल असे म्हणता येत नाही. उपयोजकांच्या मागणी संज्ञा व प्रत्यक्षात नोंदीतील संज्ञा यांचा मेळ बसेलच असे नाही. संज्ञांचे व्याकरण, नोंदीतील उपयोग अनियमित असल्यास निर्देशन योग्य होणार नाही. एका पत्रावर मर्यादितच दाखलअंक देता येतात. त्याच संज्ञेचे आणखी प्रलेख यांची जर भर पडली तर नवीन पत्रे तयार करावी लागतात. म्हणजे एका संज्ञेसाठी अनेक पत्रे तयार करावी लागतील. प्रलेख संख्या जास्त असल्यास ही पद्धती सुलभ होणार नाही.

समानअर्थी शब्दासाठी शब्दकोशाचा उपयोग करता येईल. व्याकरणाचे नियम निश्चित करावे लागतील.

Universal Decimal Classfication – युनिव्हर्सल डेसिमल वर्गीकरण पद्धती

'द इन्स्टिट्यूट इंटरनॅशनल द बिब्लिओग्राफी' या संस्थेची एका विशिष्ट हेतूने १८९५ मध्ये ब्रुसेल्स येथे स्थापना झाली. सूक्ष्मतम वर्गीकरण पद्धतीची आवश्यकता भासू लागली. यातून दशांश वर्गीकरण पद्धतीमध्ये आवश्यक ते फेरफार करून युनिव्हर्सल डेसिमल वर्गीकरण पद्धती अस्तित्वात आली.

या वर्गीकरण पद्धतीची पहिली आवृत्ती १९०५ मध्ये प्रसिद्ध झाली. दुसरी आवृत्ती १९२७ ते ३३ च्या दरम्यान "Classification Decimal Universelle" या नावाने चार खंडात प्रसिद्ध झाली. या पद्धतीच्या फ्रेंच, जर्मन भाषेतही आवृत्त्या प्रसिद्ध झाल्या आहेत. इ.स.१९३६ पासून संपूर्ण इंग्रजी आवृत्त्या प्रसिद्ध करण्याचे काम ब्रिटिश स्टँडर्ड इन्स्टिट्यूट करते.

मुख्यवर्गांचा क्रम दशांश वर्गीकरण पद्धतीप्रमाणेच आहे. नावाचा तपशील व तो दर्शविणारी तीन चिन्हे या ऐवजी एकच चिन्ह आले आहे.

या पद्धतीचे चिन्हांकन मिश्र आहे. कारण यामध्ये रोमन वर्ण, अरेबिक आकडे व इतर चिन्हे यांचा समावेश आहे. तीन आकड्यानंतर टिंब देण्याची पद्धत तशीच आहे.

या पद्धतीमध्ये तक्त्याचे दोन प्रकार आहेत. १) मुख्य तक्ते – यामध्ये १–९ पर्यंत मुख्य विभाग आहेत. तसेच O विभागाचे उपविभाग आहेत. २) सहाय्यकारी तक्ते – यामध्ये जोड चिन्हे सर्व साधारण सहाय्यकारी तक्ते (a) पासून (i) पर्यंत आहेत.

निरनिराळ्या विषयांचे, मिश्र विषयांचे परस्पर संबंध चिन्हांकनाद्वारे दाखवून त्यांचे संयोजन करणे ही क्लृप्ती या पद्धतीत प्रथमच वापरली गेली. सर्वसाधारण साहाय्यकारी तक्त्याशिवाय विशेष साहाय्यकारी तक्तेही वापरता येतात. संयोजक चिन्हे सर्व वर्गापुढे जोडता येतात. उदा. (1) to (9) स्थलदर्शक चिन्हे. : (संबंधदर्शक चिन्हे) O या चिन्हाचा उपयोग स्वरूप विभाग, दर्शविण्यासाठी केला जातो. उदा. 57 (05) Periodicals on Education.

या पद्धतीच्या इंग्रजी आवृत्तीला निर्देश नाही. या पद्धतीची संक्षिप्त आवृत्तीला सापेक्ष निर्देश असून तो वर्णक्रमानुसार आहे. यामध्ये २०,००० नोंदी आढळतात.

दोन विषयांची जोडणी (संयोजन) आणि एकाच विषयातील निरनिराळी दृष्टिकोन दर्शविणे हे या पद्धतीचे वैशिष्ट्य आहे. यातील तक्ते तपशीलवार दिलेले असल्यामुळे सूक्ष्मतम वर्गीकरण करणे शक्य होते. ही पद्धती दशांश वर्गीकरणावर आधारित आहे. पण दशांश वर्गीकरण पद्धतींचा अमेरिकन दृष्टिकोन

यामध्ये नाही. ही एक आंतरराष्ट्रीय जगमान्य पद्धती आहे.या पद्धतीचा विशेष उपयोग माहिती केंद्रातून होतो. तसेच शास्त्रीय विषयावरील नियतकालिकात प्रसिद्ध होणारे लेखांचे सार वर्गीकृत करण्यासाठी या पद्धतीचा जास्त उपयोग होतो. ह्या पद्धतीतील सुधारणा विषयतज्ज्ञ व संपादक मंडळ करते. त्यामुळे या पद्धतीची वाढ झाली.

ही पद्धती दशांश वर्गीकरण पद्धतीवर आधारलेली असली तरी 'किमान तीन अंकाचे' तत्त्व या पद्धतीला मान्य नाही. उदा. 5 म्हणजे Pure Science. चिन्हे, परिभाषा व उपविभाग या बाबतीत या दोन्ही पद्धतीमध्ये फरक आहे.

ही पद्धती सर्व ज्ञानशाखांचे त्यांच्या उपविभागांचे वर्गीकरण करू शकते. केवळ ग्रंथवर्गीकरणाऐवजी माहिती लवकर उपलब्ध करून देण्यासाठी ही पद्धत तयार केलेली आहे.

University Grants Commission (UGC) - विद्यापीठ अनुदान मंडळ

विद्यापीठ अनुदान मंडळाची स्थापना इ.स.१९५३ मध्ये झाली. डॉ.सी.डी.देशमुख हे अध्यक्ष होते. डॉ.राधाकृष्णन यांच्या अध्यक्षतेखाली नेमलेल्या समितीने विद्यापीठ शिक्षण विकासासाठी ज्या अनेक गोष्टी सुचविल्या होत्या, त्यापैकी विद्यापीठ अनुदान मंडळ ही एक होती. ही एक स्वायत्त संस्था आहे. देशातील विद्यापीठे, महाविद्यालये या संस्थेतील ग्रंथालयाच्या विकासासाठी या मंडळाने चांगल्या गोष्टी केल्या आहेत.

भारतात सध्या विद्यापीठे, अभिमत विद्यापीठे आहेत. संस्था व विद्यार्थी यांची संख्या वाढते आहे. त्यामुळे विद्यापीठीय ग्रंथालयांच्या विकासासाठी हे मंडळ आर्थिक मदत देत असते. त्या आर्थिक निधीमध्ये ग्रंथालयीन इमारतीचे बांधकाम, ग्रंथालय इमारतीचा विस्तार, नियतकालिकांची वर्गणी, ग्रंथ खरेदी इ. गोष्टी अंतर्भूत असतात. ग्रंथालयीन व्यवस्था संदर्भात चर्चासत्रे, परिषदा भरविण्यासाठीही हे मंडळ निधी देऊ शकते.

इ.स. १९५१ मध्ये भारतातील अन्नधान्यांचा तुटवडा भरून काढण्यासाठी अमेरिकेतील कॉंग्रेसने १९०,०००,००० रु.रकमेचे कर्ज दिले. ही रक्कम गहू खरेदी करण्यासाठी होती. या कर्जासाठी काही अटींची पूर्तता करणेही आवश्यक होते. उदा. या कर्जाच्या रकमेच्या व्याजातून अडीच कोटी रुपये उच्च शिक्षणासाठी खर्च करणे. ग्रंथखरेदीमध्ये अमेरिकेतील ग्रंथ, अभ्यासू नियतकालिके या सारखी साधने असणे आवश्यक. असा हा पब्लिक लॉ ४८० (पी.एल.४८०) कायदा अमेरिकेने संमत केला. या कायद्यामुळे ३६ विद्यापीठीय ग्रंथालये, ५२ संशोधन ग्रंथालये यांचा फायदा झाला. यापैकी ३५ विद्यापीठीय ग्रंथपाल व संशोधनात्मक संस्थेतील ग्रंथपाल यांचा अभ्यास दौरा नवीन अनुभव देऊन गेला.

ह्या मंडळाने इ.स.१९५७ मध्ये डॉ.रंगनाथन यांच्या अध्यक्षतेखाली ग्रंथालय विकास व संघटनासाठी एक समिती नेमली होती. इ.स.१९५८ मध्ये ह्या मंडळाने ''वर्क प्ले'' हे चर्चासत्र आयोजित करुन त्याचा अहवाल सर्व विद्यापीठांकडे पाठविला होता. या दोन्ही अहवालांचे उपयोग ग्रंथालयीन रचना, प्रशासन व विकास यासाठी झाला.

ह्या मंडळाने ''व्हीट लोन एक्सजेच प्रोग्रॅम'' कार्यक्रमातून अमेरिकेतून मानवशास्त्र, तंत्रज्ञान व विज्ञान या संबंधित ग्रंथखरेदी करण्यास, नियतकालिके इत्यादीसाठी आर्थिक साहाय्य दिले. तसेच ह्या मंडळाने एका नवीन योजनेनुसार अभ्यासक्रमाच्या अनेक प्रती घेण्यासही मदत केली.

विद्यापीठ अनुदान मंडळाने ग्रंथालयीन कर्मचारी वर्गासाठीही धोरण आखलेले आहे. या मंडळाने कर्मचारी वर्गाची रचना, हुद्दा, अर्हता आणि वेतनश्रेणी संबंधात विचार केलेला आहे. यासाठी ८० टक्के अनुदान हे मंडळ देते. विद्यापीठीय ग्रंथालयासाठी प्रमाणके तयार केलेली आहेत.

महाविद्यालयीन ग्रंथालयासाठी हे मंडळ ग्रंथखरेदी, नियतकालिकांची वर्गणी, ग्रंथपेढी, इमारत, तिचा विस्तार, क्रमिक ग्रंथ खरेदी करते. ''टेक्स्ट बुक लायब्ररीज'' हा कार्यक्रम कला, शास्त्र व वाणिज्य महाविद्यालयांसाठी राबविला जातो. वीस कलमी कार्यक्रमानुसार समाजातील दुर्बल घटकांच्या विद्यार्थ्यांसाठी अनेक ग्रंथपेढ्या तयार केल्या. महाविद्यालयीन ग्रंथालयाची इमारत, ग्रंथखरेदी समाजसेवा योजनेच्या कार्यक्रमाखाली तसेच रात्रवेळच्या महाविद्यालयांना ही ग्रंथ खरेदी, कर्मचारी वर्गाची नेमणूक त्यांचे वेतन इ. साठी हे मंडळ मदत करीत असते.

महाविद्यालयीन ग्रंथपालासाठी उजळणी वर्ग (refresher course) समर इन्स्टिट्यूटच्या स्वरूपात विद्यापीठीय ग्रंथपालनशास्त्र विभागातर्फे घेतले जातात. यालाही हे मंडळ आर्थिक मदत करते. महाविद्यालयातील ग्रंथालयांना कोसिप (COSIP) कॉलेज सायन्स इम्प्रुव्हमेंट प्रोग्रॅम, कोहसिप (COHSSIP) कॉलेज ह्युमॅनिटीज अँड सोशल सायन्स इम्प्रुव्हमेंट प्रोग्रॅम या योजनांद्वारा ग्रंथ खरेदी करणे शक्य असते.

विद्यापीठ अनुदान मंडळाचे 'इनफ्लिबनेट'' हे राष्ट्रीय माहितीचे जाळे इ.स.१९८६ मध्ये स्थापन झाले. देशातील सर्व विद्यापीठे, महाविद्यालये व संशोधन संस्था, उच्च शिक्षण संस्था यांच्यामध्ये माहिती संप्रेषण होणे हा या जाळ्याचा हेतू आहे. विद्यापीठीय व महाविद्यालयीन ग्रंथालयांना संगणकीकरणासाठीही मदत करते. अशा रीतीने ग्रंथालयीन विकास साधण्याचे काम हे मंडळ करीत असते.

Universities Handbook – युनिव्हर्सिटीज हँडबुक

ही निर्देशिका असोसिएशन ऑफ इंडियन युनिव्हर्सिटीज, नवी दिल्ली, यांचेकडून दोन वर्षांतून एकदा प्रकाशित केली जाते.

या निर्देशिकेमध्ये (Directory) भारतातील विद्यापीठे, अभिमत विद्यीपाठे, संशोधन संस्था, इंडियन इन्स्टिट्यूट ऑफ टेक्नॉलॉजीज, कृषी विद्यापीठे यांचा अंतर्भाव असतो. अनुवर्णक्रमानुसार यातील माहितीची रचना केलेली असते.

यातील माहितीचे स्वरूप विद्यापीठाचे नाव, स्थापना, वर्ष, प्रकार, विद्यापीठाचा पत्ता, तारेचा पत्ता, टेलिफोन, फॅक्स क्रमांक ई-मेल पत्ता, विद्यापीठातील अधिकारी, कुलगुरु, कुलसचिव यांची नावे, विविध ज्ञानशाखांचे अधिष्ठाता, त्यांची नावे देण्यात येणाऱ्या शिष्यवृत्त्या, संशोधन सुविधा, संलग्न महाविद्यालयांची यादी इ.माहिती असते. शेवटी पदव्युत्तर व पदवीपूर्व अभ्यासक्रमांचे विषय व निर्देश दिलेले असतात.

२००६ या वर्षी प्रकाशित झालेल्या या निर्देशिकेच्या एकतिसाव्या आवृत्तीत विद्यापीठ स्तरावरील २७७ संस्थांची माहिती देण्यात आलेली आहे. या निर्देशिकेच्या ३१ व्या आवृत्तीत २७३ विद्यापीठे, ५२ अभिमत विद्यापीठे, ४० कृषी विद्यापीठे व १२ संशोधन संस्था याविषयी माहिती समाविष्ट केलेली असते.

या निर्देशिकेची नवीन आवृत्ती प्रकाशित करण्यापूर्वी संबंधित संस्थांकडून विशिष्ट फॉर्म पाठवून माहिती घेतली जाते. त्यामुळे ही माहिती अद्ययावत असते.

University Library – विद्यापीठ ग्रंथालय

ब्रिटिश काळात इ.स.१८५७ मध्ये कलकत्ता, मद्रास व मुंबई येथे विद्यापीठे स्थापन करण्यात आली. भारतीयांना मुलकी सेवेत भरती करणे हे त्यावेळच्या शिक्षणाचे ध्येय होते, पण स्वातंत्र्यानंतर देशाच्या सामाजिक व आर्थिक विकासामध्ये मदत व्हावी, सुबुद्ध नागरिक निर्माण व्हावेत या दृष्टिने शिक्षण व्यवस्था निर्माण झाली. विद्यापीठ अनुदान मंडळाने (१९५६) उच्च शिक्षणाच्या विकासासाठी काही मार्गदर्शक तत्त्वे आरेखित केली.

विद्यापीठाशी संलग्न असलेली ग्रंथालये ती विद्यापीठीय ग्रंथालये. यामध्ये पारंपरिक विद्यापीठे, कृषी विद्यापीठे, अभिमत विद्यापीठे, विद्यापीठीय दर्जाच्या संस्था या सर्वांचा समावेश होतो. या प्रकारच्या उपयोजकांमध्ये पदव्युत्तर विद्यार्थी, प्राध्यापक अभ्यासक व संशोधक यांचा समावेश होतो. येथे शैक्षणिक व संशोधनकार्य चालते. या ग्रंथालयातील ग्रंथपाल हा कुलगुरुंना जबाबदार असतो. ग्रंथालयाची धोरणे ठरविण्यासाठी सल्लागार समिती असते. या समितीमध्ये विषयतज्ज्ञांचा समावेश असतो. या ग्रंथालयातील ग्रंथालयीन कामाचे स्वरूप बरेच विस्तृत असते. म्हणून कामाची विभागणीही योग्य तऱ्हेने केलेली असते.

या प्रकारच्या ग्रंथालयातील ग्रंथसंग्रहसुद्धा प्रचंड असतो. त्यामुळे ग्रंथ, हस्तलिखिते त्याचबरोबर सूक्ष्मपट, सूक्ष्मफिती, दृक्-श्राव्य साधने, संगणक, संगणक प्रणाली, संगणक तबकड्या, सी.डी.रॉम, देशी व परदेशी नियतकालिके, विशेष ग्रंथालय कक्ष यासारखे मुद्रित व अमुद्रित साहित्य, आधुनिक शैक्षणिक साधनेही उपलब्ध असतात. उच्च शिक्षण हे स्वयंशिक्षण असल्यामुळे सर्व सुविधा ग्रंथालयात उपलब्ध असतात.

विद्यापीठीय ग्रंथालयामार्फत उपयोजकांना खालील सेवा उपलब्ध करून दिल्या जातात. सूची सेवा, नव्या ग्रंथांची माहिती, वृत्तपत्रांची कात्रणे, प्रचलित जागरूकता सेवा, निवडक प्रसारण सेवा, भाषांतर सेवा, प्रतिरूप सेवा, आंतरग्रंथालयीन सेवा, संशोधक व अभ्यासकांसाठी नियतकालिकातील अनुक्रमणिका सेवा, सारलेखन, ग्रंथालयातील तांत्रिक कामे वर्गीकरण, तालिकीकरण, दाखल नोंद वगैरे. त्याशिवाय आधुनिक ग्रंथालयाच्या यांत्रिकीकरणामुळे उपलब्ध होणाऱ्या ऑनलाईन, इंटरनेट, आंतरराष्ट्रीय माहिती प्रणाली सेवा, माहिती प्रतिप्राप्ती सेवा इत्यादी सेवाही दिल्या जातात. यासाठी उपयोजकांचे शिक्षण, चर्चासत्रे इत्यादी सेवा उपलब्ध असतात.

ही ग्रंथालये विद्यापीठाची ध्येये अमलात आणण्याचे कार्य करतात. ज्ञानाचे, संस्कृतीचे जतन, अध्यापन, प्रकाशन, विस्तारीत सेवा, ग्रंथालयशास्त्राचे प्रशिक्षण वर्ग, पदव्युत्तर ग्रंथपालन,नवीन ज्ञानाची जुन्या व्यावसायिकांना ओळख करून देण्यासाठी अभ्यास वर्ग ही या ग्रंथालयांची कार्ये होत.

विद्यापीठ अनुदान मंडळाने विद्यापीठीय कार्याचे ग्रंथालय हे मुख्य केंद्र आहे, असे म्हटले आहे. यासाठी ग्रंथालयात कार्यक्षम कर्मचारी वर्ग, साहित्याचे संघटन, पुरेशी हवेशीर जागा, इतर साधने, प्रशासन व शैक्षणिक धोरणामध्ये एकवाक्यता, ग्रंथालयासंबंधीचे स्पष्ट धोरण या गोष्टी आवश्यक आहेत.

विद्यापीठातील इतर विभागातील मुख्य ग्रंथालय व ग्रंथालये ही संगणकीय जाळ्यामार्फत जोडण्याची योजना शक्य होईल.

User - उपयोजक

ग्रंथालय व्यवस्था ही ग्रंथ, वाचक व सेवा या त्रयीवर आधारित असते. वाचनसाहित्याचा संबंध वाचकाशीच येत असतो. त्यामुळे कालानुरूप वाचक ही संज्ञा योग्य होती. पण काळ बदलला. ग्रंथालयाच्या संकल्पनेत बदल झाले. ग्रंथाबरोबर अमुद्रित साहित्याचा संग्रहसुद्धा ग्रंथालयात होऊ लागला. या सर्वांचा उपयोग माहितीचा साठा करणे, संप्रेषण यासाठी होत गेला. तंत्रज्ञानाच्या साधनांचाही वापर वाढला. यातूनच उपयोजक ही संकल्पना निर्माण झाली. माहितीच्या युगात उपयोजक हा माहिती पद्धतीचा महत्त्वाचा भाग ठरला.

माहितीतज्ज्ञामुळे उपयोजकाचा वेळ वाचतो. तसेच माहितीतज्ज्ञाने सेवा ही महत्त्वाची आहे हे जाणून घेणे आवश्यक आहे. त्यामुळे या दोघांचे संबंध सहकार्याचे असणे आवश्यक ठरते. माहितीतज्ज्ञाने उपयोजकांच्या गरजाही समजून घेतल्या पाहिजेत.

उपयोजकांच्या प्रकारावर त्यांच्या गरजा अवलंबून असतात. या गरजा वेळेत पूर्ण होणे याला महत्त्व असते. काही वेळा उपयोजकाला आपल्या गरजा स्पष्ट सांगता येत नाहीत. त्यावेळी माहितीतज्ज्ञाने त्यांच्याकडून त्यांना प्रश्न विचारून गरजा स्पष्ट करून घेतल्या पाहिजेत. कारण गरजा बदलू शकतात. माहितीतज्ज्ञाने नंतर गरजांचे विश्लेषण करून माहिती साधनांची माहिती उपयोजकाला दिली पाहिजे. संप्रेषणाचे साधन माहितीतज्ज्ञच ठरवितो.

उपयोजकापुढे माहिती मिळविण्याचे अधिकृत व व्यक्तिगत असे मार्ग उपलब्ध असतात. वाचनसाहित्य, संगणकीय सेवा ही अधिकृत माहिती मिळविण्याची साधने आहेत. उपयोजक काही व्यक्तिगत मार्गाने माहिती मिळवितात. इतर विषयतज्ज्ञाकडून उपयोजक त्यांच्या गरजांच्या संदर्भात माहिती मिळवितो. त्याशिवाय अहवाल, परिषदा आणि पत्रव्यवहारातूनही अशी माहिती मिळविली जाते. ग्रंथालयांनासुद्धा उपयोजकांच्या गरजांचा अभ्यास करून त्या गरजांचे विश्लेषण करून अशा माहितीचा संग्रह करणे शक्य होईल. उपयोजक द्वितीयक साधनांचाही उपयोग करू शकतात.

या माहितीच्या संग्रहासाठी उपयोजकांच्या मुलाखती, प्रश्नावली, अनुदिनी उपयोगी पडतील. माहितीप्रमाणे उपयोजकांचे अनेक प्रकार आहेत. उपयोजकांच्या गरजांचा अभ्यास ग्रंथपालाने माहितीतज्ज्ञाने करणे महत्त्वाचे ठरते. हा अभ्यास अनेक प्रकारच्या सर्वेक्षणाद्वारे करता येतो.

१) वर्तणूक अभ्यास – यामध्ये उपयोजकाचे संप्रेषण साधनाशी असलेले अंतर्गत संबंध यावर सर्वेक्षण करून अभ्यास करता येईल.

२) अभ्यास उपयोग – अनेक सर्वेक्षण व अभ्यासाद्वारे संप्रेषण माध्यमांचा वापर शोधता येतो.

३) माहिती प्रवाहाचा अभ्यास – माहिती संप्रेषण पद्धतीमधील माहितीच्या प्रवाहाचा अभ्यास करण्यासाठी सर्वेक्षण केले जाते. नियतकालिकातील लेखाची तयारी व त्याचे संप्रेषण या गोष्टी समाविष्ट असतात.

४) माहिती शोधन वर्तणूक – यामध्ये स्वतः उपयोजक माहितीचा शोध घेतो व माहिती मिळवतो. उपयोजकांची माहिती साधनांची निवड त्याचा स्वभाव, वर्तणूक या बाबी बऱ्याच गोष्टींवर अवलंबून असतात. यामध्ये मत, दृष्टिकोन, सकारात्मक कार्य, माहितीचे संकलन, मानवी स्वभाव या माहिती शोधन वर्तणुकीमध्ये समाविष्ट असतात.

माहिती सेवा ही महत्त्वाची सेवा आहे व विकासाचा मार्ग आहे हे निःसंशय.

Users Education – उपयोजकांचे शिक्षण

ग्रंथालय ही सामाजिक व सेवाभावी संस्था आहे. पण प्रत्यक्षात उपयोजकांना काही वेळा ग्रंथालयातील ग्रंथसंग्रहाची कल्पना नसते. इतकेच नव्हे तर ग्रंथालयीन सेवांविषयी उपयोजक अज्ञानी असतात. उपयोजकांमध्ये ग्रंथालय संग्रह, ग्रंथालयीन सेवा यांच्याविषयी योग्य जाणीव निर्माण करणे आवश्यक ठरते. यासाठी अल्प मुदतीचे छोटे अभ्यासक्रम आखायला हवेत. आधुनिक काळात ग्रंथालयामध्ये यांत्रिकीकरण वाढले आहे. ही तंत्रे, ही साधने उपयोजकाने स्वतःच हाताळावी या दृष्टीने काही तंत्रे विकसित केलेली आहेत.

उपयोजकांचे प्रशिक्षण खालील प्रकारांनी करता येईल.

१) ग्रंथालय परिचय – यामध्ये ग्रंथालयाच्या वेळा, ग्रंथालय संग्रह, संग्रहाची जागा, संग्रहाच्या जवळ जाण्याची आवश्यक साधने, ग्रंथालयीन सेवा याविषयी उपयोजकाला माहिती दिली जाते. उपयोजक अनुभवाने ह्या गोष्टी सहजतेने हाताळू शकतो. माहितीयुगात माहितीची साधने व माहिती सेवा यांचा विकास होत आहे. या नवीन तंत्रांचा उपयोग उपयोजकाने करणे आवश्यक आहे.

२) ग्रंथसूचीय मार्गदर्शन – उपयोजकाच्या गरजा, त्यांच्या विषयीची माहिती कोणत्या माहिती साधनांमध्ये मिळेल हे ग्रंथसूचीय मार्गदर्शनाद्वारे त्याला सांगता येते. ग्रंथसंग्रहाचा उपयोग किंवा तो वापरण्याविषयी येणाऱ्या समस्या यांचा उल्लेख ग्रंथ परिचयात येत नाही. संशोधनासाठी, उच्चशिक्षणासाठी माहितीचा शोध घेणे आवश्यक असते. या ग्रंथसूचीय मार्गदर्शनाद्वारे हा शोध घेता येतो. त्यासाठी ग्रंथसूचीय साधनांची उपयोजकाला माहिती करून देणे आवश्यक ठरते. मिळालेली साधने, माहितीची योग्य पद्धतशीर मांडणी यासाठी ग्रंथालय उपयोजकाला मार्गदर्शन करू शकते. यासाठी उपयोजकाने वापरलेले प्रलेख, नियतकालिकातील लेख, वर्तमान पत्रातील स्तंभ संगणकीय जाळ्यामार्फत वापरलेली अनेक जाळी या सर्वांची विशिष्ट पद्धतीने ग्रंथालयीन संदर्भ सूची करण्यासाठी ग्रंथालयीन ग्रंथसूचीचा उपयोग होतो.

३) आधुनिक तंत्रज्ञानाचे ज्ञान – माहिती व तंत्रज्ञान युगात ग्रंथालय संगणकीकरणामुळे ग्रंथालयातील अंतर्गत कार्य, ग्रंथालयीन सेवा या गोष्टी पार पाडल्या जातात. माहिती संप्रेषणासाठी आधारभूत माहिती संच विकसित होत आहेत. त्यामुळे संप्रेषणाचे तंत्रज्ञानही विकसित होत आहे. या तंत्रज्ञानासाठी त्या विषयीचे ज्ञान आत्मसात करणे आवश्यक आहे. उदा. संगणक, ऑनलाईन सेवा, राष्ट्रीय व आंतरराष्ट्रीय माहिती संच, प्रिंटर इ. तसेच यंत्रवाचनीय तालिका, यंत्रवाचनीय आधारभूत माहिती संच, शोध-प्रक्रिया पद्धती या संदर्भात उपयोजकाला ज्ञान दिले पाहिजे.

आधुनिक ग्रंथालय आभासी, अंकीय स्वरूपात बदलत आहे. याचीही ओळख उपयोजकाला असणे जरूरीचे आहे.

यासाठी प्रशिक्षणाचा अभ्यासक्रम आखताना योग्य नियोजन करणे महत्त्वाचे आहे. या प्रशिक्षणात व्याख्याने, चर्चासत्रे, परिषदा, अभ्यास सहली, दृक्-श्राव्य साधने या गोष्टी समाविष्ट होतील.

Users Study – उपयोजकांचा अभ्यास

उपयोजकांच्या गरजा पूर्ण करणे हे ग्रंथालय माहिती केंद्राचे काम आहे. त्यासाठी उपयोजकांच्या स्वभावाचा, गरजांचा अभ्यास करणे महत्त्वाचे आहे. यामध्ये खालील अभ्यास पद्धती अंतर्भूत होतात.

१) ग्रंथालय वापराचे मूल्यांकन – उपयोजकाने वापरलेल्या ग्रंथांची आकडेवारी, वाचन कक्षात बसून केलेला प्रलेखांचा उपयोग, विचारलेले संदर्भ प्रश्न इ. सारख्या नोंदीचा विचार करता येतो. यांचा उपयोग ग्रंथखरेदीमध्ये ग्रंथांना अग्रक्रम देण्यासाठी, निधीचा वापर करण्यासाठी होतो.

२) उपयोजकाचे सर्वेक्षण – ही प्रचलित पद्धती आहे. या सर्वेक्षणाचा उपयोग उपयोजकासाठी तर होतोच पण ग्रंथालयातील माहिती संकलित करण्यासाठीही होतो. प्रलेखांचाही शोध घेतो येतो. ग्रंथालयातील संग्रहावर कितपत अवलंबून राहता येईल यासाठी हे सर्वेक्षण उपयोगी पडते. यासाठी व्यक्तिगत मुलाखती, प्रश्नावली यांचाही उपयोग होऊ शकतो. या सर्वेक्षणाचा उपयोग शैक्षणिक व विशेष ग्रंथालयामध्ये जास्त होतो.

३) समाजाचा आराखडा – सार्वजनिक ग्रंथालये त्यांच्या परिसरातील सामाजिक रचना, लोकसंख्या यांचे संशोधन करतात. याचा उपयोग समाजातील घटकांच्या वाचन सवयी वाढविण्यासाठी करता येतो. ग्रंथालयातील धोरणे आखण्यासाठी, ग्रंथांची व ग्रंथालयीन सेवांची समाजाला ओळख करून देण्यासाठी, जनसंपर्कासाठी हा आराखडा उपयोगी पडतो. ग्रंथालयातील ग्रंथसंग्रह आणि उपयोजकांच्या गरजा या उपयोजकांच्या अभ्यास पद्धतीसाठी उपयोगी पडतात. ❑❑❑

V

Van Nostrand's Scientific Encyclopaedia – व्हॅन नोस्ट्रँडस सायंटिफिट एनसायक्लोपीडिया

या ज्ञानकोशाचे संपादन डग्लस मॅक्सवेल कॉन्सिडाईन न्यूयॉर्क व्हॅन नो स्ट्रँड रेन्होल्ड यांनी १९८९ केले आहे. याचे दोन खंड असून सातवी आवृत्ती प्रसिद्ध झाली आहे.

यामध्ये विज्ञान व तंत्रज्ञान या क्षेत्रातील जैवशास्त्र, रसायनशास्त्र, अभियांत्रिकी, वैद्यकशास्त्र, खगोलशास्त्र, भौतिकशास्त्र, वनस्पतिशास्त्र या विषयांची व त्यातील उपविषयांची माहिती आहे. या ज्ञानकोशात ४० लाख शब्दसंख्या आहे. यातील विषय, संकल्पना ३००० चित्रे, ५०० तक्ते, ग्राफ्स व सांख्यिकीय माहिती देऊन स्पष्ट केलेले आहेत. आवश्यकतेनुसार सचित्र माहिती दिलेली आहे.

यातील संकल्पना, सिद्धान्त यांची भाषा सोपी आहे. यामध्ये थोडक्यात पण लोकांना समजेल अशा तऱ्हेने माहिती दिलेली आहे. म्हणून हा ज्ञानकोश लोकप्रिय आहे.

यातील माहिती रोमन अक्षरानुसार अनुवर्णक्रमाने दिलेली आहे. माहितीची नोंद देताना शब्दाला महत्त्व दिलेले आहे. सातव्या आवृत्तीतील निर्देश प्रथमच अनुवर्णक्रमाने दिलेला आहे. त्यामुळे उपयोजकांचा वेळ वाचतो.

या ज्ञानकोशातील माहिती विज्ञान व तंत्रज्ञान या क्षेत्रातील विविध तज्ज्ञांनी लिहिलेली आहे. प्रत्येक आवृत्तीमध्ये नवीन नवीन विषयाची भर घातली आहे. त्यामुळे हा ज्ञानकोश अद्ययावत आहे. नवीन विषयांची माहिती प्राप्त प्रथम प्रस्तावनेत दिलेली आहे. नोंदीचा शब्द प्रत्येक पानावर दिलेला आहे.

विज्ञान व तंत्रज्ञान क्षेत्रातील एक प्रशंसनीय ज्ञानकोश.

Variant Forms of Names – शब्दाचे किंवा नावाचे वेगळे स्वरूप

तालिकेत तालिकापत्रावर शब्द, संज्ञा हा प्रमाणित पद्धतीने लिहिणे आवश्यक आहे. तरच माहिती लिहिताना त्यामध्ये सातत्य राहील. तालिकेमध्ये सामान्यतः व्यक्तीचे नाव लिहिताना प्रथम आडनाव, व्यक्तिनाम व वडिलांचे नाव लिहिणे प्रमाणित मानले जाते. व्यक्तींची नावे लिहिण्याच्या वेगवेगळ्या पद्धती आहेत.वेगवेगळ्या समाजामध्ये, संस्कृतीमध्ये, देशामध्ये या वेगवेगळ्या पद्धती दिसून येतात. एकच शब्द असलेली नावे, उदा. ज्ञानेश्वर, तुकाराम, दोन शब्द असलेली नावे, उदा. जयप्रकाश नारायण, तीन शब्द असलेली नावे उदा. विजया जोगळेकर धुमाळे, मुस्लिम, जपानी, चिनी या भाषेतील नावातून नोंदीसाठी निश्चित शब्द शोधणे कठीण जाते.

अशा वेळी तालिकाकाराला या संदर्भात एखादे निश्चित धोरण ठरवावे लागते. नावातील इतर शब्दाखाली संदर्भ देण्याचे काम त्यालाच करावे लागते. अशा वेळी दिले जाणारे संदर्भ 'पहा संदर्भ दर्शक' असतात.

Vatican Code - व्हॅटिकन कोड

ही संहिता व्हॅटिकन ग्रंथालयातील मुद्रित ग्रंथांची नोंद करण्यासाठी तयार केली (१९२०). ही

तयार करण्यात अमेरिकनांनी प्रशिक्षित केलेले ग्रंथपाल होते. म्हणजे ही संहिता तयार करताना अमेरिकन ग्रंथालयांना समोर ठेवलेले दिसते.

या संहितेची दुसरी आवृत्ती अमेरिकन लायब्ररी असोसिएशने प्रकाशित केली (१९४८). ही आवृत्ती मूळ इटालियन भाषेत आहे. याची तिसरी आवृत्ती (१९४९) इटालियन भाषेत प्रकाशित झाली.

या संहितेकडे परिपूर्ण संहिता म्हणून त्याकाळी पाहिले जात होते. यामध्ये नोंद, विषयशीर्षक व त्यांची रचना, नोंदीतील वर्णन यांच्याविषयी नियम केलेले आहेत. या नियमांच्या स्पष्टीकरणार्थ उदाहरणेही दिलेली आहेत.

Visible Form of Catalogue - तालिकेचे आधुनिक आकार किंवा दृष्टिगोचर तालिका

या प्रकारच्या तालिकेचे प्रकार दोन आहेत.

१) पट्टी निर्देश तालिका (Stripdex) -

या प्रकारच्या तालिकेत ५ ते ०८ १ -०५ से.मी. रुंदीची पट्टी वापरलेली असते. या पट्ट्या जाड असतात. पत्र्यासारख्या या पट्टीवर हाताने लिहिता येते. तसेच टंकलिखीतही करता येते. या पट्ट्या लोखंडाच्या फ्रेमवर अडकवून ठेवता येतात.ही लोखंडी फ्रेम स्टँडवर ठेवलेली असते. या फ्रेमला दोन बाजू असतात. ग्रंथ पृष्ठाप्रमाणे या पट्ट्या पाहता येतात. पट्ट्याचा स्टँड एका गोल स्टँडवर अडकविलेला असतो. त्यामुळे हा स्टँड वर्तुळाकर फिरू शकतो. फ्रेमच्या कोपऱ्यावर अक्षरासाठी एक पट्टी जोडलेली असते. फ्रेमवरील पट्ट्या अंगठ्याने मागे पुढे कराव्या लागतात.

२) व्हीसाडिक्स (Visual Index) – या प्रकारच्या तालिकेतील नोंदीसाठी २० X १५ से.मी. पत्र आवश्यक असते. या पत्रावर माहितीचे रकाने मुद्रित केलेले असतात. पत्राची खालची बाजू फ्लॅस्टिकच्या त्याच आकाराच्या पट्टीत अडकविलेली असते. पत्राची खालील बाजू फक्त दृष्टिक्षेपात येते. ही पत्रे एकावर एक ठेवलेली असतात. ती सुद्धा एका विशिष्ट पद्धतीने. एका कप्प्यात ६० पत्रे राहतात.

या तालिकेत लवचिकता होती. परंतु ही तालिका नियतकालिकासाठी उपयोगी पडते. कारण यामध्ये कालिकाचे नाव, प्रकाशक, वर्गणी, खंड, वर्ष, माहिना, कालिका कोणाकडून येते ही माहिती या पत्राच्या वरच्या भागात नोंदता येते. तसेच कालिकाचा वार्षिक निर्देश, बांधणी अंक इ. विषयीही माहिती या पत्राद्वारे मिळू शकते. एका पत्रावर ८-१० वर्षांची नोंद करता येते.

पण या तालिकेत पत्रांची मांडणी दुरुस्ती करणे या गोष्टी कठीण जातात. तालिका पत्रांचा आकार मोठा असतो. त्यामुळे ही बाब खर्चिक होते. एका वेळी एकच उपयोजक याचा वापर करू शकतो. ही तालिका ग्रंथालयाबाहेर घेऊन जाणे शक्य होत नाही. पत्ररूप तालिकेप्रमाणे याही तालिकेला जास्त जागा लागते.

सध्याच्या तंत्रज्ञानयुगात हे तालिकेचे आकार वापरात दिसत नाहीत. मात्र दृक्तालिका सध्या संगणकाच्या मदतीने तयार झाली आहे. यामुळे उपयोजकांचा वेळ वाचतो. कामे झटपट होतात. यंत्ररूप तालिका (Machine Readable Catologue) मार्क (Mark) म्हणून ओळखली जाते. ही तालिका संगणकावर तयार होते व तिच्या संदर्भासाठी संगणकाचाच उपयोग करावा लागतो. अशी ही ''यंत्ररूप तालिका'' सध्या ग्रंथालयात मोठ्या प्रमाणावर पहावयाला मिळते.

❑❑❑

(W)

Webster's New Biographical Dictionary - वेबस्टर्स न्यू बायोग्राफिकल डिक्शनरी

रॉबर्ट मॅकहेनरी संपादक

मेरियम वेबस्टर इनकॉर्पोरेशन : स्प्रिंगफिल्ड, १९८३

या आवृत्तीपासून दिवंगत व्यक्तींचीच माहिती यामध्ये दिलेली आहे. पाच हजार वर्षातील प्रख्यात तसेच कुविख्यात व्यक्तींचा यामध्ये समावेश आहे. इ.स.पू.३१०० पासून पुढील काळ यात समाविष्ट केलेला आहे. जवळ जवळ चाळीस हजार व्यक्तींची माहिती यात मिळते.

या ग्रंथामध्ये तिसऱ्या वर्गातील व्यक्तींचाही समावेश आहे. पण मुख्य भर अमेरिका, कॅनडा व ब्रिटन येथील व्यक्तींच्या माहितीवर दिलेला आहे. चरित्र व्यक्तीचे नाव, त्याचा उच्चार, जुने नाव असल्यास, जन्म-मृत्यू वर्ष, कार्यक्षेत्र, साहित्य, साहित्यातील शीर्षके व त्या साहित्याविषयी थोडक्यात माहिती असे नोंदीचे स्वरूप आहे. ही रचना रोमन लिपीच्या अनुवर्णक्रमानुसार केलेली आहे.

या ग्रंथाच्या प्रारंभीच्या भागात नोंदीचे स्वरूप, अनुवर्णक्रम, उच्चारशास्त्र, चिन्हे, संक्षेप या विषयीचे स्पष्टीकरण दिलेले आहे. ज्या व्यक्तींच्या नावाच्या उच्चारात इंग्रजी व मूळ भाषेप्रमाणे फरक आहे, त्यांचे मूळ भाषेतील उच्चार दिलेले आहे.

दिवंगत व्यक्तींची चरित्रात्मक माहिती देणारा कोश तोही जागतिक पातळीवरून म्हणून या ग्रंथाचे महत्त्व.

व्यक्तीच्या निवडीचे निकष मात्र यात स्पष्ट केलेले नाहीत. माहितीच्या संकलनाची पद्धतीही दिलेली नाही.

Webometrics – वेबोमेट्रिक्स

१९९० च्या दशकापासून इन्फर्मेट्रिक्स आणि सायंटोमेट्रिक्समधील जास्त व्यापक (broader) संशोधन कार्याचा आधार घेऊन वेबचे मापन करण्याचे आणि वेबवर (world wide web) उपलब्ध असलेल्या माहितीचा गाभा सांगू शकतील अशा उपयुक्त आणि विश्वासार्ह दर्शकांची (indicators) व्याख्या करण्याचे प्रयत्न सुरू झाले. वेबच्या या अभ्यासालाच अलमिंड (Almind) आणि इंग्वेरसन (Ingwersen) यांनी १९९७ मध्ये वेबोमेट्रिक्स हे नाव दिले. वेबोमेट्रिक्सची व्याख्या त्यांनी खालीलप्रमाणे केली आहे :

वेबवर उपलब्ध असलेल्या माहितीचे स्रोत, संरचना (Structures) आणि तंत्रे यांची रचना (construction) आणि वापर यांच्या संख्यात्मक (quantitative) बाबींचा ग्रंथमिती आणि माहितीमितीच्या दृष्टिकोनांचा वापर करून केलेला अभ्यास म्हणजे वेबोमेट्रिक्स होय !

तसे पाहिले तर, वेबोमेट्रिक्स हा बिब्लिओमेट्रिक्सचा तार्किक विस्तार (logical extension) आहे. वेबोमेट्रिक्सचे बिब्लिओमेट्रिक पद्धतीच्या उपयोजनाशी आणि इन्फर्मेट्रिक्स आणि सायंटोमेट्रिक अभ्यासाशी अनेक बाबतीत साधर्म्य आहे.

वेबोमेट्रिक्स हे ग्रंथालय आणि माहितीशास्त्राशी निगडीत आहे की सोशल नेटवर्क ॲनॅलिसिसशी संबंधित आहे. याबद्दल विचारवंतांत मतभिन्नता होती. मात्र ग्रंथालय आणि माहितीशास्त्रात अलीक़डेच्या काळात जी प्रगती झाली आहे ती लक्षात घेता वेबोमेट्रिक्स हा विषय दोन्हीकडे योग्य आहे हे मान्य करण्यात आले आहे.

वेबोमेट्रिक्समध्ये प्रामुख्याने लिंक ॲनॅलिसिस, वेबलॉग ॲनॅलिसिस, वेबवरील विद्वतापूर्ण संप्रेषण (scholarly communication) इत्यादी गोष्टींचा समावेश होतो.

Withdrawal Policy – ग्रंथ बाद करण्याचे धोरण

ग्रंथ बाद करण्यामागे अनेक कारणे असतात. ग्रंथ हरवणे, गहाळ होणे, फाटणे, कालबाह्य होणे, खराब होणे इ. पण ग्रंथ बाद करण्यामागे एवढीच कारणे असू शकतात असे नाही. इव्हान्स म्हणतात, "नवीन ग्रंथांना जागा उपलब्ध करून देण्यासाठीही ग्रंथ बाद करावे लागतात." मात्र या संबंधात एक निश्चित धोरण आखणे आवश्यक ठरते. ग्रंथालयांच्या प्रकारानुसार हे धोरण वेगवेगळे असेल. एफ.के. डब्ल्यू. डुरी यांच्या मते "जे वाचनसाहित्य दोन वर्षात वापरलेले नाही ते साहित्य तात्पुरते बाद करावे. नंतरही हे साहित्य वापरात नसेल तर ते बाद करावेत."

ग्रंथालयातील ग्रंथसंग्रह उपयोजकांच्या गरजेसाठी संग्रहित केलेला असतो. त्यामुळे यातील ग्रंथ बाद करण्यापूर्वी त्या वाचनसहित्याच्या उपयोगाचाही विचार होणे महत्त्वाचे वाटते.

ज्या वाचनसाहित्याचा बऱ्याच कालावधीत उपयोग झालेला नाही, त्याबाबत पुन्हा निरीक्षण करून ते बाद करावे. कालावधी मात्र भिन्न असू शकतो. ग्रंथांच्या देवघेवीवरून ग्रंथांचा उपयोग आजमावता येतो. एखाद्या ग्रंथांच्या अनेक प्रती काही कारणांमुळे खरेदी केल्या जातात. नंतर त्यांचे महत्त्व कमी झाले की त्या ग्रंथांची मागणी कमी होते. अशा वेळी एखादी प्रत ठेवून बाकीच्या प्रती बाद करता येतील. ज्या ग्रंथांचे कागद पिवळे पडले असतील म्हणजे ग्रंथ बरेच जुने झाले असतील अशा ग्रंथांच्या पुनर्मुद्रित प्रती घेता येतात. किंवा झेरॉक्स प्रती तयार करता येतात. हीच गोष्ट कीटकग्रस्त ग्रंथाबाबतही करता येते. नंतर ते ग्रंथ बाद करता येतात.

काही विषय हे तात्पुरते महत्त्वाचे असतात. त्या विषयाच्या ग्रंथांना असलेली मागणीही तात्पुरती असते. असे ग्रंथ बाद करण्यास प्रत्यवाय नसावा. जुनी पाठ्यपुस्तके कालबाह्य होतात. यांचाही विचार करावयाला हवा.

मुद्रणातीत ग्रंथ, ऐतिहासिक कागदपत्रे, दुर्मीळ ग्रंथ, त्यांची स्थिती चांगली असल्यास बाद करू नयेत. एखाद्या विषयाचा व्यापक ग्रंथसंग्रह करण्यास काही वाचनसाहित्य उपयोगी पडते. तसेच सुस्थितीतील साहित्य बाद करताना त्याचा इतर ग्रंथालयांनाही उपयोग होऊ शकतो.

ग्रंथालय समितीला ग्रंथ पडताळीचा अहवाल देताना, गहाळ झालेल्या ग्रंथांच्या यादीप्रमाणे बाद ग्रंथांची पण यादी द्यावी लागते. समितीने निर्णय घेतल्यानंतरच ग्रंथ बाद करण्याचा ठराव क्रमांक पहावा. नंतर ग्रंथ बाद करावेत.

Withdrawal Register − बाद ग्रंथांची नोंदवही

दाखल नोंदवही प्रमाणे बाद ग्रंथांची नोंदवहीसुद्धा महत्त्वाची असते. ग्रंथालय समितीने निर्णय दिल्यानंतर बाद करण्यात येणारे ग्रंथ स्वतंत्र नोंदवहीत नोंद करावेत. खराब, कीटकग्रस्त, ठिसूळ पाने, फाटलेली पाने इ. कारणांमुळे ग्रंथ बाद होतात. त्याचप्रमाणे ग्रंथ गहाळही होतात. पण हे गहाळ झालेले ग्रंथ कदाचित फेर ग्रंथ पडताळणीच्या वेळी सापडण्याचा संभव असतो. काही वेळा हे गहाळ ग्रंथ न सापडल्यास बाद करावेत.

या नोंदवहीत दाखलअंक, अनुक्रमांक, ग्रंथकार, शीर्षक, ग्रंथ बाद करण्याचे कारण, शेरा इ. रकाने असतात. काही ग्रंथालयात अशी स्वतंत्र वही न ठेवता दाखलअंक वहीचाच उपयोग केला जातो. या वहीमध्ये शेरा असा रकाना असतो त्यामध्ये ग्रंथ बाद केल्याची नोंद करतात. ग्रंथ बाद केल्याची तालिका पत्रातही नोंद करावी. स्थानयादी पत्रच रद्द करता येते. तालिका पत्रे मात्र रद्द करू नयेत. यावरून ग्रंथांची कल्पना येते.

गहाळ ग्रंथांची संख्या जास्त असेल तर ग्रंथालयीन व्यवस्थापनात सुरक्षिततेच्या दृष्टीने बदल करणे आवश्यक ठरते. हिशेब तपासनीस ही वही मागतो. ग्रंथालयीन संगणकीकरणामध्ये बाद केलेल्या ग्रंथांच्या नोंदीकरताही सोय करता येईल. कारण ग्रंथालय क्षेत्रात देवघेव, दाखल नोंदी इ. साठी संगणकाचा उपयोग होतो. त्यासाठी वेगवेगळ्या संगणक प्रणाली उपलब्ध आहेत.

Wide Area Network -(WAN) − दूरवर पसरलेले जाळे

हे संगणकाचे जाळे आहे. अनेक लॅन (LAN) एकत्र जोडून वॅन (WAN) होऊ शकते. वॅन हे लॅन (LAN) व मॅन (MAN) पेक्षा जास्त भौगोलिक क्षेत्रात कार्य करते.

पूर्वी पॅकेट स्विचिंग (Packet Switching) मध्ये X.२५ हा वॅनचा प्रोटोकॉल होता. वॅन कार्यरत होण्याकरता सर्किट स्विचिंग (Circuit Switching), कॉल रिले (Call Reley), पॅकेट स्विचिंग (Packet Switching), लिझ लाइन (Lease Line) यापैकी एकाचा वापर केलेला असतो.

नेटवर्क सर्व्हिस प्रोव्हायडरची (NSP) जाळी जोडून जागतिक वॅन (WAN) होऊ शकते. उदा. इंटरनेट.

Word by Word Arrangement - शब्दनुसारी रचना

कोशतालिका व वर्गीकृत तालिकेचा कोशविभाग यातील नोंदीचे स्वरूप सारखेच असते. वर्गीकृत तालिकेच्या पूरक नोंदी व कोशतालिकेच्या मुख्य नोंदी व इतर पूरक नोंदी यांच्या अग्रेसर भागात अक्षरे किंवा शब्द असतात. या सर्व नोंदीची रचना ही विशिष्ट शब्दाचा, अक्षराच्या लिपीतील स्थानमूल्याप्रमाणे केलेली असते. या रचना करण्याची पद्धती दोन आहेत. त्यापैकी शब्दानुसारी रचना ही एक पद्धत आहे.

या पद्धतीमध्ये प्रत्येक शब्द स्वतंत्र मानला जातो. एक शब्द संपला की दुसरा शब्द विचारात घेतला जातो. आणि नवीन वर्णक्रम विचारात घेतला जातो.

□ □ □

Y

Yearbooks and Almanacs – वार्षिके आणि पंचाग

वार्षिके –

काही विशिष्ट घटना, व्यवसायाची संपूर्ण माहिती वार्षिकातून दिली जाते. हे वार्षिक वर्षातून एकदाच प्रसिद्ध केले जाते. वार्षिक ज्या वर्षाचे असेल त्या वर्षाच्या पूर्वीच्या वर्षाची माहिती वार्षिकात दिलेली असते. तरीसुद्धी ही माहिती अद्ययावतच असते. कारण माहिती गोळा करून तिचे संकलन करण्यात ती प्रसिद्ध होईपर्यंत नवीन माहिती गोळा करणे. तिचे सोपस्कार करणे हे एक अव्याहत काम असते. म्हणून या वार्षिकाला संदर्भ साधन म्हणून उपयोग केला जातो. कारण या वार्षिकातील माहिती ही वस्तुनिष्ठ, सांख्यिकीय असते.

वार्षिकांचे प्रकार दोन होऊ शकतात –

१) सर्वसाधारण – सर्वसाधारण सर्व प्रकारची सर्व क्षेत्रातील माहिती एकत्रित केलेली असते. राष्ट्रीय, आंतरराष्ट्रीय संघटना यांची वार्षिके या प्रकारात मोडतात. उदा. महाराष्ट्र, मनोरमा इयरबुक

२) ज्ञानकोश पुरवणी – ज्ञानकोश प्रकाशित झाल्यावर त्याची नवीन आवृत्ती तात्काळ करणे शक्य नसते. ज्ञानकोशातील माहिती अद्ययावत करणे गरजेचे असते. अशा वेळी प्रत्येक वर्षी या अद्ययावत माहितीची पुरवणी प्रकाशित केली जाते. एनसायक्लोपिडिया ब्रिटानिका या ज्ञानकोशाची वार्षिक पुरवणी प्रकाशित केली जाते.

काही वेळा ही वार्षिके मर्यादित विषयाची चालू माहिती वर्णनात्मक स्वरूपातही देतात.

पंचांगे –

पंचांगामध्ये सर्वसामान्य माणसांना उपयोगी पडणारी माहिती दिलेली असते. तिथी, वार, नक्षत्र, ग्रहणे, चंद्र, तारे यांच्या स्थिती इ. पंचागाचा उपयोग होतो. यातील खगोलशास्त्रीय, ज्योतिषशास्त्रीय माहिती अभ्यासकांना उपयोगी पडते. तसेच नाविक व्यावसायिकांनाही ही माहिती उपयोगी पडते. ग्रहताऱ्यांची कोष्टके, फलज्योतिषविषयक माहिती अक्षांश–रेखांश वगैरे गोष्टी यात समाविष्ट असतात. धार्मिक व्रतवैफल्ये यांच्या दृष्टिकोनातूनही पंचाग महत्त्वाचे साधन ठरते. ''कालनिर्णय'' ही दिनदर्शिका या दृष्टीने पंचांगच म्हटले पाहिजे. इंडिया : अ रेफरन्स ॲन्युअल, व्हिटॅकर्स अलमनॅक ही उदाहरणे म्हणून सांगता येतात. वार्षिके व पंचांगे यांची व्याप्ती मात्र सारखीच असते.

❑❑❑

Z

Zero Based Budget - शून्याधारित अर्थसंकल्प

या पद्धतीमध्ये शून्य आधार समजून हा अर्थसंकल्प तयार केला जातो. या पद्धतीमध्ये उद्दिष्टांच्या पूर्तीसाठी विविध कामांची यादी केली जाते. ग्रंथालयाच्या गरजा, त्यांचे अर्थकारण, प्रत्येक वर्षी नव्याने विचारात घेतले जाते. मागच्या योजना, उपक्रम मान्य नसल्यास ते बंद केले जातात. नवीन उपक्रम आखले जातात.

या अर्थसंकल्प पद्धतीचे आरेखन शून्याधिष्ठित पाया धरून तयार केलेले असते. ज्या साधनाद्वारे उद्दिष्ट साध्य करावयाचे त्याची योजना तयार केली जाते. उपक्रमासाठी एक कार्यवाही निवेदन (Functional Statement) व निष्पत्ती निवेदन तयार करावे लागते. नंतर प्रत्येक उपक्रम पूर्ण होईपर्यंत त्या उपक्रमाच्या खर्चाचा अंदाज घ्यावा लागतो.

यामध्ये प्रत्येक कामाचे तीन आराखडे तयार केलेले असतात. पहिल्या आराखड्यात एकूण खर्चात कपात सुचविलेली असते. दुसरा आराखडा चालू खर्चाची पातळी स्थिर राखतो व तिसरा आराखडा खर्चाची पातळी वाढविण्यासाठी असतो. खर्चाच्या दृष्टीने सोयिस्कर असा आराखडा शेवटी निवडला जातो. त्यापूर्वी या आराखड्याचे पुनर्निरीक्षण, त्यात बदल विविध पातळ्यांवर केले जातात.

या अर्थसंकल्पाची कार्यवाही होण्यास वेळ लागतो. आराखडा व त्याबाबतचे प्रश्न निर्णायक असतात. या पद्धतीमुळे खालील गोष्टी फायदेशीर ठरतात.

(१) उपक्रमांचे पर्याय निवडता येतात.

(२) समर्थनीय उपक्रमच या अर्थसंकल्पात समाविष्ट केलेले असतात.

(३) सेवेची गुणवत्ता व पातळी यांचा परस्परसंबंध व त्यासाठी लागणाऱ्या खर्चाची अगोदरच तरतूद केलेली असते.

व्यवस्थापकाला प्रत्येक कार्यक्रमाचा नव्याने विचार करावा लागतो. त्यामुळे प्रस्थापित कार्यक्रम, त्याचा एकूण खर्च व नवीन कार्यक्रम व त्याचा खर्च याचे पुनर्निरीक्षण करू शकतात.

ही पद्धती पीटर फियॉर यांनी टेक्सास इन्स्ट्रुमेंट्स या संकल्पनेत प्रथम सुरू केली (१९७०). अमेरिकन सरकारने ही पद्धती १९७७ पासून स्वीकारलेली प्रभावी नियोजन व आर्थिक नियंत्रण यांचे एक साधन आहे असे वाटते.

Zipf's Law – झिपचा सिद्धान्त

हा सिद्धान्त झिपने १९४९ साली मांडला. कोणत्याही शब्दाचा क्रमावारीतील क्रमांक आणि पाठ्यक्रमातील त्याचा वापर यांचा संबंध दर्शविणारा हा सिद्धान्त आहे. ''कमीत कमी परिश्रम'' असे या सिद्धान्ताला म्हटले जाते.

या सिद्धान्ताप्रमाणे कोणत्याही लेखात, कोणत्याही शब्दात अक्षरांची संख्या जेवढी जास्त असेल (शब्द जेवढा मोठा) तेवढा मोठ्या पाठ्यक्रमात त्याचा वापर कमी केला जातो. म्हणजेच कोणत्याही लेखात सर्वांत छोटे शब्द सर्वांत जास्त वेळा वापरले जातात. अथवा एखाद्या लेखातील शब्द जितक्या वेळा त्या लेखात आले असतील त्यानुसार उतरत्या क्रमाने त्याची रचना केल्यास शब्दांची वारंवारिता व क्रमांक (rank) यांचा गुणाकार एकच असतो.

जर 'क' म्हणजे शब्दाचा क्रम आणि 'व' म्हणजे वापर असेल तर हा सिद्धान्त खालीलप्रमाणे मांडता येईल.

कव = स. स म्हणजे स्थिर असा आहे.

या सिद्धान्ताचा ग्रंथालयाच्या एकूण कार्यपद्धतीवर प्रभाव पडल्याचे दिसून येते. ग्रंथालय व्यवस्थापनात या सिद्धान्ताचे पालन प्रत्येक गोष्टीत होत असते. त्याचे पालन उपयोजक व ग्रंथपाल दोघेही करत असतात. उदा. सार लेखन.

परिशिष्ट १

Development of Libraries in Maharashtra – महाराष्ट्रातील ग्रंथालयांचा विकास

ग्रंथालये म्हणजे ग्रंथसंग्रह. मुद्रणकलेच्या शोधामुळे ग्रंथसंग्रहाला जास्त महत्त्व प्राप्त होत गेले. पूर्वीही व्यक्तिगत ग्रंथसंग्रह मठ, देवालये, राजे-राजवाडे यांचा संग्रह असे. तो नंतर ग्रंथालयात रूपांतरीत झालेला आपण ग्रंथालयाच्या इतिहासात पाहतोच. पण मुद्रण शोधामुळे क्रांती झाली. ग्रंथांची संख्या वाढू लागली. ग्रंथालयांचे महत्त्व लोकांना समजू लागले. पण यासाठी काही लोकांनी अथक परिश्रम केले. आधुनिक युग तर माहितीचे युग म्हणूनच ओळखले जाते.

भारतामध्ये ही मुद्रणकला सोळाव्या शतकात परिचित झाली, पण बहुतेक ग्रंथ हस्तलिखितांच्या स्वरूपातच होते. कारण मुद्रणकलेचा प्रसार होण्यास वेळ लागला. त्यामुळे ग्रंथाच्या अनेक प्रती तयार करणे हे कष्टाचे, वेळखाऊ काम होते. त्यामुळे सर्वसामान्यांना ग्रंथसंग्रह करणे अवघड होते. त्यामुळे ''ग्रंथपालन'' याकडे व्यवसाय या दृष्टीने अलिकडेच पाहिले गेले.

पूर्वीही ग्रंथालये अस्तित्वात होती. अकबराच्या कारकीर्दीत या स्वतंत्र्य खात्याच्या प्रमुखाला नझीम म्हटले जाई. त्याच्या हाताखाली दुय्यम अधिकारी म्हणून दरोगा काम करी. हा दरोगा म्हणजे ग्रंथपालच. जहांगीरच्या दरबारी मुकुबखान हा ग्रंथालयप्रमुख होता.

भारतातील ग्रंथालयांच्या इतिहासाबरोबर महाराष्ट्रातील ग्रंथालयांचा विचार करताना स्वातंत्र्यपूर्व व स्वातंत्र्योत्तर असा करावा लागेल.

महाराष्ट्रातील नांदेड येथील शेष घराण्यातील वामन अनंत यांची विजापूर दरबारात ग्रंथपाल म्हणून नेमणूक झाली होती (१५६५). विजापूरच्या अलि अदिलशहा याने आपल्या राजप्रसादातील ग्रंथसंग्रहाची जबाबदारी त्यांच्यावर टाकली होती. त्यासाठी वामन अनंताना वार्षिक एक हजार होन मिळत होते.

ज्ञानदेवांच्या काळापासून मराठीमध्ये ग्रंथनिर्मिती होऊ लागली असे इतिहास सांगतो. समर्थ रामदास स्वामी तर मोठे ग्रंथसंग्राहक होते. त्यांनी धर्मकारण, राजकारण या बरोबर ग्रंथकारणही केलेले दिसते. त्यांनी दासबोध, मनाचे श्लोक यासारखी ग्रंथरचना केली आहेच. त्यांनी भरपूर तीर्थस्थानांचे पर्यटन केले होते. त्यावेळी त्या त्या ठिकाणच्या ग्रंथप्रतीही प्राप्त करीत. त्यांनी मुकुंदराजाकडून विवेकासिंधूची प्रत मिळविल्याचा उल्लेख मिळतो.

श्री समर्थांनी भारतात ११०० मठ स्थापन केले. हे सारे मठ व इतरही त्याकाळचे मठ ही विद्यापीठेच होती. त्यावेळी ग्रंथाच्या नकला हाताने कराव्या लागत म्हणून मठातून ही लेखनाची कामे अव्याहात चालू असत. पुढे जे मठाधिपती होत ते इतरांचेही ग्रंथ नकलवीत. समर्थांचे तर साहित्य मठात असेच. समर्थांनी शिष्यांना अक्षर लेखन याविषयीही शिकवण दिलेली आहे. चाफळ, बीड, डोमगाव इ. मठातून उपलब्ध असलेल्या ग्रंथसंग्रहाची वर्णनात्मक यादीही उपलब्ध आहे. हा सर्व ग्रंथसंग्रह

धुळ्याच्या श्रीसमर्थ वाग्देवता मंदिरात संग्रहित करण्यात आलेला आहे. या यादीमध्ये बृहन्महाराष्ट्रातील सर्व संतांचे वाङ्मय आहे.

पेशव्यांच्या काळातही, ग्रंथसंग्रहाची कल्पना वाढीस लागली होती. पेशवे हे विद्येवर प्रेम करणारे होते. बाजीराव पेशवे स्वारीवर जातानाही ग्रंथ बरोबर घेऊन जात. तेथील ग्रंथांच्या प्रती काढून पुण्यात पुस्तकशाळेकडे पाठवत. त्यांच्या राज्य कारभाराच्या अठरा खात्यापैकी एक स्थान पुस्तकशाळेला मिळाले होते. शनिवारवाड्यात या पुस्तकशाळेला स्थानही मिळाले होते. नानासाहेब पेशवे यांचाही ग्रंथसंग्रह बराच मोठा होता. गोविंदराव आपटे हे या पुस्तकशाळेचे मुख्य होते. यांच्या कार्यामध्ये हस्तलिखिते जमा करणे, त्यांच्या नकला करून घेणे, ग्रंथांची देवघेव इ. गोष्टी होत्या. त्याकाळामध्ये ग्रंथविक्री व ग्रंथ नकला करण्याचा व्यवसाय तेजीत होता.

या पुस्तकशाळेच्या संदर्भात पेशवे दप्तरात नारो शंकर, पिलाजी जाधव, गोविंद भट, बर्वे यांचे उल्लेख आढळतात. पेशव्यांच्या काही स्त्रिया साक्षर होत्या. त्या या पुस्तकशाळेचा उपयोग करीत असत असेही उल्लेख मिळतात.

पेशवाईचा ऱ्हास झाल्यानंतर ह्या सर्व हस्तलिखितांचा ग्रंथसंग्रह इंग्रजांनी दक्षिणा फंडातून संस्कृत पाठशाळा चालविली होती तिकडे देण्यात आला. काही कालावधीनंतर हा संग्रह पुण्यातील डेक्कन कॉलेजमध्ये दिला. नंतर डेक्कन कॉलेज बंद झाले (१९३४). म्हणून हा संग्रह भांडारकर प्राच्यविद्या संशोधन संस्थेकडे सुपूर्द करण्यात आला.

मुंबईचे गव्हर्नर जोनाथन डंकन यांनी सतरा पौवार्त्य व्यासंगी इंग्रजी नागरिकांची एक बैठक बोलावली (१८०४). त्या सभेमध्ये लिटररी सोसायटी ऑफ बॉम्बे या संस्थेची स्थापना केली. या संस्थेचे अध्यक्ष जेम्स मॅर्किनटॉय होते. भारतीय भाषा, विद्या व कला यांचा अभ्यास करणे, संशोधन करणे हा या संस्थेचा हेतू होता. यासाठी ग्रंथालयाची आवश्यकता वाटली. म्हणून १८०५ मध्ये एका संस्थेचा ग्रंथसंग्रह विकत घेतला. या संस्थेचे नामांतर रॉयल एशियाटिक सोसायटी ऑफ ग्रेट ब्रिटन अँड आयर्लंड (मुंबई शाखा) असे केले. १८३१ मध्ये ही संस्था व तिचे ग्रंथालय टाऊन हॉलच्या नव्या इमारतीत स्थलांतरित झाले. राज्याच्या मध्यवर्ती ग्रंथालय विभागाशी हे ग्रंथालय संबंधित आहे. त्यामुळे लेखाधिकारी, डिलिव्हरी ऑफ बुक्स कायद्याप्रमाणे भारतातील प्रकाशित होणारे प्रत्येक ग्रंथ व वृत्तपत्र या ग्रंथालयाकडे येते. १८०५ मध्ये मराठीतील पहिला ग्रंथ श्रीरामपूरच्या मुद्रणालयात मुद्रित झाला.

पुढे १८१८ पासून इंग्रजी अंमल चालू झाला. त्यांनी भारतात ग्रंथालये स्थापन करण्यास सुरुवात केली. राज्यपाल, जिल्ह्याधिकारी, न्यायाधीश, मामलेदार, शिक्षणाधिकारी यासारखे अधिकारी यांनी यासंदर्भात बरीच मदत केली. त्यांच्या विकासासाठी प्रयत्न केले. या ''नेटिव्ह जनरल लायब्ररीज'' म्हणून ओळखल्या गेल्या. या सर्व बाबतीत कॅप्टन फ्रेंच यांची मोलाची कामगिरी आहे. या ग्रंथालयांच्या कार्यकारी मंडळावर इंग्रज अधिकारी, पदाधिकारी म्हणून होते. या लोकांनी या ग्रंथालयांना सरकारी प्रकाशने, आर्थिक सहाय्य व वाचनसाहित्य मिळवून देण्याचे प्रयत्न केले. यांच्याच प्रयत्नांनी मुंबई राज्यात प्रेस अँड रजिस्ट्रेशन बुक्स अॅक्ट संमत झाला (१८६७).

महाराष्ट्रात १८३८ नंतर नेटिव्ह जनरल लायबऱ्या स्थापन झाल्या. एका दृष्टीने ही सार्वजनिक वर्गणी ग्रंथालयेच होती. या ग्रंथालयातील ग्रंथसंग्रह वाढू लागला. मासिके, वर्तमानपत्रे ग्रंथालयात

उपलब्ध होऊ लागली. म्हणून या ग्रंथालयांचा दैनंदिन कारभार पाहण्यासाठी कारकून नेमले जाऊ लागले. सोलापूर नेटिव्ह जनरल लायब्ररी (१८५४) चे ग्रंथपाल गणेश वासुदेव होते. पुणे जनरल नेटिव्ह लायब्ररी हे जुने ग्रंथालय, १८७०-७४ मध्ये तेथे गणेश सोहनी ग्रंथपाल होते. १८७८ मध्ये रामचंद्र कर्वे ग्रंथपाल होते.

एकंदरीत नेटिव्ह जनरल लायब्ऱ्या यांच्या ग्रंथपालांसाठी (कारकून) इंग्रजीचे ज्ञान ही आवश्यक गोष्ट होती. कारण इंग्रज अधिकारी ग्रंथालयांचे सभासद होते. पत्रव्यवहारही इंग्रजीत चाले. यापेक्षा फारशी शैक्षणिक पात्रता आवश्यक होती असे दिसत नाही. कारण एकूण ग्रंथसंग्रह, वाचकांची संख्या देवघेव, ग्रंथखरेदी या गोष्टी फारच कमी प्रमाणात होत्या.

हस्तलिखितांचा शोध व संग्रह हा आणखी एक उल्लेखनीय प्रयत्न. इंग्रजी राज्यकर्त्यांनी १८७५-९० या काळातील मुंबई प्रांतातील वेगवेगळ्या ठिकाणी असलेली जुनी हस्तलिखिते संग्रहित केली. त्यासाठी रा.गो. भांडारकर, पीटर पीटरसन, काथवटे, मॅकडोनेल इ. पंडितांची मदत घेतली. ह्या हस्तलिखितांची संख्या जवळ जवळ २०,००० होती. ही जमा झालेली हस्तलिखिते भांडारकर प्राच्यविद्या संशोधन संस्थेत आहेत.

महाराष्ट्रात १८३८ नंतर नेटिव्ह जनरल लायब्ऱ्या स्थापन झाल्या. नेटिव्ह जनरल लायब्ररीज अहमदनगर (१८३६), नाशिक (१८४०), मुंबई (१८४६), पुणे (१८४८), कोल्हापूर (१८५०), सातारा (१८५२), सोलापूर (१८५२) अशा स्थापन केल्या होत्या. यांना प्रेरणा व सहाय्य सनदी अधिकाऱ्यांचे होते.

लोकहितवादी हे पुणे नेटिव्ह जनरल लायब्ररीचे प्रमुख संस्थापक होते (१८४८). 'शतपत्रा' मध्ये या ग्रंथालयाचा इतिहास दिलेला आहे. मुंबईच्या एशियाटिक सोसायटीचे (१८४०) पहिले भारतीय सभासद करसेटजी होते. मुंबई नेटिव्ह जनरल लायब्ररीचे संस्थापक एन.एम.वाडिया होते (१८४६).

अशा तऱ्हेने अशा प्रकारच्या ग्रंथालयात अर्थात इंग्रजी साहित्य मराठी साहित्याच्या मानाने जास्त होते. पण हे अपरिहार्यच होते. यामध्ये १८७० नंतर बदल होत गेले. मराठी साहित्य निर्मिती वाढू लागली. फुले, आगरकर, चिपळूणकर यांच्या वाङ्मयामुळे वैचारिक बदल होऊ लागले. इंडियन नॅशनल काँग्रेसमुळे राजकीय, सामाजिक जागृती होऊ लागली. स्वराज्याचा नारा गर्जू लागला. या सर्वांचे प्रतिबिंब ग्रंथालयावर पडलेले दिसते.

यातूनच महाराष्ट्र सारस्वतकार वि.ल.भावे यांच्या पुढाकाराने ठाणे येथील मराठी ग्रंथसंग्रहालय (१८९३) मुंबई मराठी ग्रंथसंग्रहालय (१८९८) पुणतांबेकरांच्या पुढाकाराने आणि पुणे मराठी ग्रंथालय (१९१०) पावगी यांच्या पुढाकाराने स्थापन झाले. भारत इतिहास संशोधक मंडळ (१९१०), धुळ्याची सत्कार्योत्तेजक सभा (१८९३), भांडारकर प्राच्यविद्या संशोधन संस्था (१८१७) असा मराठी बाणा दिसू लागला. महाराष्ट्र सारस्वतकार वि.ल.भावे यांनी ठाणे येथे मराठी ग्रंथसंग्रहालय स्थापन केले (१८९३) यामागे मराठी ग्रंथसंग्रह करण्याचा हेतु होता. याच वर्षी शंकर देव यांनी धुळे येथे सत्कार्येत्तेजक सभा स्थापन केली.

मुंबई मराठी ग्रंथसंग्रहालयाची स्थापना १८९८ मध्ये झाली. हे ग्रंथालयसुद्धा मराठी ग्रंथाचा एकत्र संग्रह करण्यासाठी निर्माण झाले. यामागे न्यायमूर्ती रानडे, लोकमान्य टिळक, पुणतांबेकर इ. व्यक्ती होत्या.

पुढे महाराष्ट्रात स्वातंत्र्य चळवळीने जोर धरला होता. विसावे शतक लोकमान्य टिळकांच्या नेतृत्वाने गाजत होते. सार्वजनिक ग्रंथालये ही राजकारणी लोकांची चर्चेची ठिकाणे बनली होती. मुंबई सरकार याबद्दल दक्ष झाले. सरकारने सार्वजनिक ग्रंथालयांची एक नियमावली तयार केली (१९०९). त्यात प्रत्येक सार्वजनिक ग्रंथालय सरकारकडे नोंदविले पाहिजे असे होते. सरकारने बंदी घातलेले साहित्य ग्रंथालयात असू नये. तसेच ग्रंथालय राजकीय कार्यासाठी वापरू नये असे नियम ठरविण्यात आले.

१९२० मध्ये टिळक युगाचा अस्त झाला. अनेक ग्रंथालयांचा महाराष्ट्रात उदय झाला. उदा. भारत इतिहास संशोधक मंडळ, पुणे (१९१०). विदर्भ साहित्य संघ, नागपूर (१९२३). कैवल्यधाम, लोणावळा (१९२४). प्राज्ञपाठशाळा मंडळ, वाई (१९२५). भोसला वेदशास्त्र महाविद्यालय, नागपूर (१९३०). राजवाडे संशोधन मंदिर, धुळे (१९३२). केसरी-मराठा ग्रंथशाला, पुणे (१९३२). भारतीय विद्या भवन, मुंबई (१९३९).

विसाव्या शतकाच्या पहिल्या दशकामध्ये बडोदा संस्थानात सार्वजनिक ग्रंथालयांचा पाया घातला गेला. राजा सयाजीराव गायकवाड यांनी बोर्डन यांना अमेरिकेहून बोलावले. १९१० मध्ये बडोदा संस्थानात सार्वजनिक ग्रंथालयांचे जाळे उभारले. बडोद्यामध्ये प्रमुख ग्रंथालय स्थापन केले. संस्थानातील प्रत्येक गावात, खेड्यात ग्रंथालये असतील अशी व्यवस्था केली. जनतेमध्ये ग्रंथालयाचे महत्त्व जास्त प्रमाणात पटू लागले.

ग्रंथालय क्षेत्रातील नाविन्यपूर्ण उपक्रमांची सुरुवात प्रथम त्याकाळी बडोदा संस्थानात झाली होती. उदा. ग्रंथालय शिक्षणाची सोय, स्त्रियांसाठी स्वतंत्र विभाग, मुलींचे ग्रंथालय इ. या सर्व ग्रंथालयांची व्यवस्था सहाय्यक ग्रंथालयाधिकारी पहात असे. जिल्हा बोर्ड, नगरपालिका यांच्यामार्फत ग्रंथालयांना अनुदान दिले जाई. खाजगी व्यक्तींना व संस्थांना ग्रंथालय सुरू करण्यात निम्मा खर्च संस्थानातर्फे दिली जाई. याशिवाय सुरुवातीच्या ग्रंथसंग्रहासाठी ७५ टक्के अनुदानही दिले जात असे. हे सर्व प्रयत्न ग्रंथालय स्थापनेस उत्तेजना देण्यासाठी केले जात. ग्रंथालय क्षेत्रातील नवीन नवीन उपक्रमांचा अग्रमान बडोदे संस्थानाकडे जातो. भारतातील ग्रंथालयशास्त्र शिक्षणाचा पायाही बडोदे संस्थानात घातला गेला.

भारतातील ग्रंथालय चळवळीची सुरुवात बडोदा संस्थानातील जिल्हावार, तालुकावार व खेडेगावातील ग्रंथालये यांच्या स्थापनेमुळे झाली. बडोदा संस्थानाप्रमाणे भोर, औंध, मिरज, जमखंडी, इचलकरंजी, फलटण इ. संस्थानातील संस्थानिकांनाही आपआपल्या संस्थानात ग्रंथालये स्थापन केली. स्वातंत्र्योत्तर काळात ही संस्थाने विलीन झाली. इतर मोठ्या ग्रंथालयात ही सर्व ग्रंथालये समावेशित झाली. लोकमान्य टिळक, डॉ.भांडारकर, डॉ.जयकर, डॉ.आंबेडकर, रॅ.परांजपे इ.ग्रंथप्रेमी व्यक्तींचे व्यक्तिगत ग्रंथसंग्रह महाराष्ट्रातील प्रसिद्ध ग्रंथालयात देणगी रूपाने विराजमान झाले. यामुळे ती ग्रंथालये समृद्ध झाली आहेत.

ग्रंथालय संघटनेची सुरुवात १९२१ मध्ये झाली. महाराष्ट्रात महाराष्ट्रीय मोफत वाचनालय परिषद भरली. या परिषेदेतूनच महाराष्ट्रीय वाचनालय संघाची निर्मिती झाली. पुढे पुणे ग्रंथालय संघ (१९३५) स्थापन झाले. ग्रंथालयशास्त्राचे मातृभाषेतून शिक्षण देण्याचे कार्य या संघाने केले. इतर ग्रंथालय संघामध्ये मुंबई ग्रंथालय संघ (१९४२), मराठी ग्रंथालय संघ (१९४४), कुलाबा जिल्हा वाचनालय संघ (१९४६) हे संघही कार्यरत होते.

१९३५-३६ सुमारास भारतात प्रांतिक विधीमंडळे स्थापन झाली. कॉंग्रेस सरकार सत्तेवर आले. शिक्षणप्रेमी बाळासाहेब खेर मुंबई प्रातांचे मुख्यमंत्री झाले. लोकशाहीसाठी तळागाळातील बहुजन समाज साक्षर व्हावा म्हणून त्यांनी प्रौढशिक्षण व साक्षरता मोहिम सुरू केली. यांच्या प्रेरणेने मुंबई सरकारने फैजी समिती नेमली (१९३९). ए.ए.ए. फैजी या समितीचे अध्यक्ष होते. या ''पुस्तकालय विकास समितीने मुंबई प्रातांत ग्रंथालयांचे संघटन'' विषयी एक निश्चित योजना तयार केली. हा अहवाल १९४0 मध्ये प्रसिद्ध झाला. त्यापूर्वी रा.ब.सी.के. बेले यांनी बॉम्बे पब्लिक लायब्ररीज बिल कायदे कौन्सिलमध्ये आणले होते (१९३६). पण ते नामंजूर झाले.

फैजी समितीच्या शिफारशीनुसार पुणे व मुंबई येथे मध्यवर्ती ग्रंथालये स्थापन झाली (१९४७). अहमदाबाद व धारवाड येथे प्रादेशिक ग्रंथालये स्थापन केली गेली. काही जिल्हा, तालुका ग्रंथालये नव्याने स्थापन झाली. जुन्या ग्रंथालयांना अनुदाने मिळू लागली. ग्रंथालयांची घडीव पायावर उभारणी व्हावी म्हणून प्रयत्न होऊ लागले. सरकारी मान्यताप्रमाणे ग्रंथालय संघाची संघटना करणे हे ग्रंथालय चळवळीचे महत्त्वाचे सूत्र होते. त्यानुसार १९४९ मध्ये महाराष्ट्र ग्रंथालय संघाची निर्मिती झाली. ''साहित्य सरकार'' हे मासिक, परिषद, ग्रंथपालन अभ्यासक्रम, शिबिरे यासारख्या योजनाही या संघांची वैशिष्ट्ये आहेत. मुंबई ग्रंथालय संघ (१९४२), विदर्भ ग्रंथालय संघ (१९४५), मराठवाडा ग्रंथालय संघ (१९५९) हे इतरही तीन ग्रंथालय संघ ग्रंथालय चळवळीचे कार्य करीत आहेत.

स्थानिक स्वराज्य संस्था म्हणजे शासनाचाच एक भाग. या संस्थांनीही ठिकठिकाणी मोफत वाचनालये स्थापन केलेली आढळतात. पुणे, मुंबई येथील महानगरपालिकांनी ग्रंथालय योजना सुरू केलेल्या आहेत.

याव्यतिरिक्त विविध संस्था, निरनिराळ्या शाळा, महाविद्यालये, तांत्रिक शिक्षण संस्था, संशोधन संस्था या ठिकाणी सरकारने ग्रंथालये स्थापन केली त्यांची वाढ केली. सरकारी खात्यामधूनही ग्रंथालये स्थापन होऊ लागली.

१९६0 मध्ये महाराष्ट्र राज्य स्थापन झाले. महाराष्ट्रातील सर्व ग्रंथालय संघ एकत्रित आले आणि महाराष्ट्राचे प्रतिनिधित्व करण्याच्या हेतूने महाराष्ट्र राज्य ग्रंथालय संघ स्थापन झाला. ग्रंथालय चळवळ लोकाभिमुख करण्याचे कार्य या संघाने चालविले आहे.

१९६७ मध्ये महाराष्ट्र राज्याचा ग्रंथालय कायदा मंजूर झाला. त्याची कार्यवाही १९६८ पासून झाली. या कायद्यामुळे स्वतंत्र ग्रंथालय संचालनालय निर्माण झाले. सार्वजनिक ग्रंथालयांचे नियोजन, व्यवस्थापन, संघटन व विकास यासंबंधित सर्व जबाबदारी या संचालनालयावर आहे. जुन्या दुर्मीळ ग्रंथांचा संग्रह, हस्तलिखितांचा संग्रह, ग्रंथालयशास्त्राच्या प्रशिक्षणाची व्यवस्था, राज्यातील प्रकाशनांची सूची या गोष्टी या संचालनाल्याकडून पार पाडल्या जातात.

ग्रंथालय परिषद या कायद्यानुसार नेमलेली आहे. यामध्ये शिक्षणमंत्री अध्यक्ष असतात. या समितीमध्ये ग्रंथालय संघ, महापालिका, जिल्हा परिषदा यांचे प्रतिनिधी असतात. याशिवाय शिक्षण संचालक, सचिव, ग्रंथालयतज्ज्ञ यांचीही या समितीमध्ये नेमणूक केलेली असते. ठाण्यात एक मध्यवर्ती ग्रंथालय (मुंबई), चार शासकीय विभागीय ग्रंथालये (पुणे, नागपूर, नाशिक, औरंगाबाद), २६ जिल्हा ग्रंथालये, १७६ तालुका ग्रंथालये इ.च्या कायद्यानुसार अनुदान प्राप्त ठरलेली आहेत.

सार्वजनिक ग्रंथालयांची गोष्टच वेगळी आहे. ग्रंथ वाचनाची आवड पण आर्थिक ऐपत नसल्यामुळे वाचनप्रिय लोकांनी एकत्र येऊन सार्वजनिक ग्रंथालये स्थापन केली. जनतेचा हा उत्स्फूर्त प्रयत्न होता. यामध्ये सर्व प्रकारचे वाचक समाविष्ट आहेत. जेव्हा १८०८ मध्ये मुंबई सरकारने सर्व ग्रंथालयांची नोंदणी करण्याचे फर्मान काढले, तेव्हाच सार्वजनिक ग्रंथालयाचा पाया घातला गेला होता. १९ व्या शतकाच्या मध्यामध्ये सध्याच्या मुंबई, कोलकाता व चेन्नई या शहरांमध्ये अनेक सार्वजनिक ग्रंथालये पाश्चिमात्यांच्या सक्रिय पाठिंब्याने स्थापन झाली. १९३७ मध्ये काँग्रेस सत्तेवर आली. अनेक प्रांतात ग्राम ग्रंथालये सरकारच्या मदतीने उदयाला आली. मुंबई प्रांतही त्यामध्ये समाविष्ट होता.

ग्रंथालयीन सेवेच्या दृष्टीने तीन महत्त्वाच्या गोष्टी १९४८-५१ मध्ये घडल्या. एक म्हणजे १९४८ चा चेन्नईचा सार्वजनिक ग्रंथालय कायदा. तसेच त्याच काळातील राष्ट्रीय ग्रंथालयाची स्थापना आणि युनेस्कोच्या मदतीने दिल्ली पब्लिक लायब्ररीची स्थापना (१९५१). आणि महत्त्वाची १९७२ ची घटना म्हणजे राजा राममोहन रॉय फौंडेशनची सरकारने केलेली स्थापना. ग्रंथालयीन सेवा सर्व भारतात प्रसारित होण्यासाठी हे फौंडेशन स्थापन झाले. यामध्ये राज्य सरकार, केंद्रशासित प्रशासन, स्वयंसेवी संस्था समाविष्ट आहेत. ग्रंथालय चळवळीला मिळालेला हा एक महत्त्वाचा पाठिंबा आहे.

या कालावधीत भारतात अनेक सार्वजनिक ग्रंथालय पद्धती विकसित झाल्या. पण अर्थपूर्ण ग्रंथालयीन सेवा देणारी सार्वजनिक ग्रंथालय पद्धती किंवा त्यांचे जाळे विकसित झालेले दिसत नाही.

ब्रिटिश सरकारने त्यांच्या देशातील सार्वजनिक ग्रंथालयातील सेवेप्रमाणे भारतात शहरामध्ये नगरपालिका, तर खेडेगावी जिल्हा बोर्डाकडे सोपविल्या. पण या स्थानिक स्वराज्य संस्थांना ग्रंथालयीन सेवांच्या निधीसाठी ग्रंथालय कर वसूल करता येत नसे.

१९५७ मध्ये भारत सरकारने सिन्हा समिती सार्वजनिक ग्रंथालयांच्या पद्धतीचे मूल्यमापन करण्यासाठी आणि त्यांच्या विकासाच्या विचारासाठी नेमली होती. नंतरची १९६३ सेन समितीनेही चेन्नई सार्वजनिक ग्रंथालयीन सेवा कायदा (१९४८) त्यातील श्रेणीय सत्ता यांची शिफारस केली. त्यामुळे भारतात २९ राज्यांपैकी व ६ केंद्रशासित प्रदेशांपैकी ११ राज्यांमध्ये सार्वजनिक ग्रंथालय कायदा अस्तित्वात आला. महाराष्ट्र सार्वजनिक ग्रंथालय कायदा १९६७ मध्ये अस्तित्वात आला.

महाराष्ट्रात ग्रंथालय कर अस्तित्वात नाही. पण येथे राज्यसरकार सार्वजनिक ग्रंथालय सेवा पुरविते. एक राज्याचे मुख्य ग्रंथालय, विभागीय ग्रंथालये, जिल्हा ग्रंथालये त्यानंतर शहरी विभागातील, खेडे गावातील ग्रंथालये अशी रचना आहे. या ग्रंथालयांना 'अ' 'ब' व 'क' या विभागामध्ये विभाजित केलेले आहे. महाराष्ट्रात स्वयंसेवी संस्थांची कमतरता नाही. राज्यांच्या आकार, लोकसंख्यासाक्षरता, स्थानिक भाषेतील ग्रंथ प्रकाशने, आर्थिक प्रगती या गोष्टी जशा वेगवेगळ्या आहेत, त्याचप्रमाणे राज्याराज्यातील सार्वजनिक ग्रंथालय पद्धती ही अंतर्गत रचना, सुविधा याबाबतीत वेगवेगळी आहेत.

राजा राममोहन फौंडशनने ६०,००० पैकी ३१,००० सार्वजनिक ग्रंथालयांना मदत केली आहे. निरक्षरता, इलेक्ट्रॉनिक माध्यमांचा परिणाम, वाचन सवयींची कमतरता, साधनांची उणीव, ग्रंथालयीन सेवेचा दर्जा, ग्रंथालयीन कर्मचाऱ्यांचा विकास, ग्रंथांच्या वाढीव किंमती, विकसित अर्थशास्त्रीय समस्या यामुळे सार्वजनिक ग्रंथालय सेवा देण्यात उणीव भासते.

खालील गोष्टी लक्षात घेणे आवश्यक वाटते. सार्वजनिक ग्रंथालयांचे जाळे निर्माण होणे, साधन

वाटणी, दुबार प्रती वगळणे, संगणकीय आधारभूत माहिती संचांची निर्मिती, हस्तलिखितांचे दुर्मीळ ग्रंथांचे पद्धतशीर जतन, ग्रंथालयांच्या सुलभ उपयोगासाठी आधुनिकीकरण, खेडेगावामध्ये ग्रंथालय चळवळीचा जोर, ग्रंथालयीन कर्मचारी व उपयोजक यांच्यामध्ये ग्रंथालयासंबंधी जाणीव, जागृती इ.

महाराष्ट्रात प्रथम सार्वजनिक ग्रंथालये स्थापन झाली. नंतर शिक्षणाच्या प्रसाराबरोबर शैक्षणिक ग्रंथालये स्थापन झाली. स्वातंत्र्योत्तर पुणे, औरंगाबाद व कोल्हापूर येथील विद्यापीठीय ग्रंथालयाची स्थापना महत्त्वपूर्ण आहे. सार्वजनिक ग्रंथालयाप्रमाणे शैक्षणिक ग्रंथालयामध्येही ग्रंथालयीन कामकाज, शैक्षणिक पात्रता याबाबत फारसा बदल झालेला दिसत नाही.

पुणे येथील इंजिनियरिंग महाविद्यालयात ग्रंथपाल नव्हता. पुणे महाविद्यालयाच्या अहवालात प्रथम कारकून व नंतर ग्रंथपालाचा उल्लेख आढळतो (१८५८-५९). एल्फिस्टन महाविद्यालय मुंबई येथे ग्रंथालयाची जबाबदारी अर्धवेळ कारकूनाकडे होती (१९१७-१८) असा उल्लेख मिळतो. डेक्कन कॉलेज हे पुणे येथील सर्वात जुने. १८७२-७३ मध्ये तेथे ग्रंथपाल होता. तर मुंबई विद्यापीठ ग्रंथालयात जे महत्त्वाचे व मोठे ग्रंथालय तेथेही पूर्णवेळ ग्रंथपाल नव्हता. १९२०-३० च्या दशकात मॅट्रिक झालेल्या व्यक्ती ग्रंथालयांचे कामकाज पहात होत्या. पण नंतरच्या काळात ही परिस्थिती बदलली. काही हुशार व्यक्तींनी ग्रंथपालन क्षेत्रात प्रवेश केलेला दिसतो. उदा. डॉ.पु.म.जोशी, त्र्यं.दि.वाकनीस, मुळे यादवराव इत्यादी काहींनी परदेशी जाऊन ग्रंथालयशास्त्राचे शिक्षण व अनुभव घेतला. पदवीधर व्यक्तीही या क्षेत्रात प्रवेश करू लागल्या. शैक्षणिक ग्रंथालयामध्ये पूर्णवेळ ग्रंथपाल नेमले जाऊ लागले.

ग्रंथपालन शिक्षणाची सोय भारतात नव्हती. बडोद्याला बोर्डन यांनी ग्रंथपालन अभ्यासक्रम सुरू केला होता (१९१०-११). पुणे येथील काका कोल्हटकर यांनी लाहोर येथील पत्रव्यवहार अभ्यासक्रम पूर्ण केला होता. म्हणून ते पहिले प्रशिक्षित ग्रंथपाल होते. रघुनाथ शतानंद पारखी यांनी कोलंबिया विद्यापीठाचा पत्रव्यवहार अभ्यासक्रम पूर्ण केला होता. चेन्नई विद्यापीठातील प्रमाणपत्र व पदविका अभ्यासक्रम काही लोकांनी पुरा केला होता. हे अभ्यासक्रम डॉ.रंगनाथन यांनी सुरू केले होते. ग्रंथालयांच्या विकासाबरोबर ग्रंथपालन शिक्षणाची आवश्यकता भासू लागली. हे शिक्षण महाराष्ट्रात मात्र उपलब्ध नव्हते.

मुंबई विद्यापीठाने ग्रंथपालनाचा पदविका अभ्यासक्रम १९४३ मध्ये सुरू केला. त्यामुळे या शिक्षणाची सोय मुंबईला झाली. अनेक ग्रंथपालांनी याचा फायदा करून घेतला. श्री.ना.दा.ठाकरसी विद्यापीठाने महिलांना ग्रंथपालनाचे शिक्षण दिले. यातूनच ग्रंथालयशास्त्राचा अध्यापक वर्ग तयार होऊ लागला.

स्वातंत्र्योत्तर काळात फैजी समितीच्या अहवालानुसार केंद्रीय, जिल्हा, तालुका वाचनालये स्थापन झाली. काँग्रेस सत्तारूढ झाली. शिक्षणाचा प्रसार होऊ लागला. त्यामुळे विद्यापीठे, महाविद्यालये, शाळा यांच्या संख्येत वाढ झाली. महाराष्ट्र राज्याच्या स्थापनेनंतर (१९६०) शैक्षणिक धोरणामुळे यात भरच पडत गेली. सध्या भारतात २०३ विद्यापीठे, १०४ अभिमत विद्यापीठे व १६,८८५ महाविद्यालये आहेत. याचे पर्यवसान वेगवेगळ्या प्रकारची ग्रंथालये स्थापना होण्यात व त्यांचा विकास होण्यात झाले. ग्रंथपालन व्यवसायासंबंधीच्या कल्पनाही बदलल्या. केवळ ग्रंथसंरक्षण मागे पडून ग्रंथोपयोग हे धोरण मान्य होऊ लागले. म्हणून उच्चशिक्षित, प्रशिक्षित ग्रंथपालाची जरूरी भासू लागली. म्हणून ग्रंथपालनाचे तंत्र, व्यवसायाचे आकर्षण यासंबंधी विचार होऊ लागले.

ग्रंथसंग्रहाची वाढ, ग्रंथालयीन कर्मचारी संख्येत वाढ, त्यासाठी लागणारी शैक्षणिक पात्रता, ग्रंथपालनाचा अभ्यासक्रम, या ग्रंथालयशास्त्राचे अध्यापन, ग्रंथालय विषयक लिखाण, संघांचे कार्य या गोष्टी प्रगतीला उपकारकच ठरल्या. ग्रंथालयांची स्थापना, त्यांचा प्रसार करण्यामध्ये ग्रंथलयीन कार्यकर्तेही मागे पडले नाहीत. या ग्रंथालयीन कार्यकर्त्यांमध्ये शासन, सार्वजनिक व चळवळ यामधील लोक समाविष्ट आहेत. ग्रंथालय क्षेत्राव्यतिरिक्तही इतर क्षेत्रातूनही ग्रंथालयांच्या विकासासाठी वाचन संस्कृतीसाठी कायकर्ते कार्यरत दिसतात. यामागे सामाजिक बांधिलकीचीही ओढ दिसून येते. असे अनामिक कायकर्तेही अगणित आहेत.

महाराष्ट्राला ग्रंथालयीन कार्यकर्त्यांची मोठी परंपरा लाभली आहे. हे कार्यकर्ते म्हणजे संस्थापक, चालक, पालक असत. या सर्व कार्यकर्त्यांनी ग्रंथालयामध्ये वसंत व्याख्यानमाला, शारदोत्सव, लोकनेत्यांची भाषणे, स्नेहसंमेलने, थोर व्यक्तींच्या जयंती, पुण्यतिथी, ग्रंथप्रदर्शन, फिरती ग्रंथालये इ.ग्रंथालयीन विस्तारित योजना आरेखित केल्या. त्याद्वारे ग्रंथालयाला समाजाभिमुख बनविले. लोकशिक्षण व मनोरंजन या दृष्टीने ही सांस्कृतिक केंद्रेही बनली. हे कार्यकर्ते हे काम हौस व छंद म्हणून करीत होते. यामध्ये वा.वि.भट, स.का.पाटील, औरंगाबादकर, चाफेकर अशी अगणित व्यक्तिमत्त्वे होती.

या ग्रंथालयीन कार्यकर्त्यांमध्ये ग्रंथ देणगीदार, निधी देणगीदार यांचाही समावेश होता. या कार्यकर्त्यांच्या प्रयत्नातून चळवळ, संघटना यांचा उदय झाला.

ग्रंथालये समाजाभिमुख झाली. तंत्रज्ञानाचे युग अवतरले. ती माहिती केंद्रे झाली. यांत्रिकीकरणामुळे ग्रंथपालन क्षेत्रातही क्रांती घडून आली. सध्याचे युग तर माहिती व तंत्रज्ञानाचेच म्हणून ओळखले जाते. संगणकाचा वापर, माहितीचे आधारभूत माहिती संच, माहितीची प्रतिप्राप्ती, यामुळे ग्रंथालयाचे स्वरूप बदलले गेले. नवीन नवीन ग्रंथालयीन सेवा उपलब्ध होत आहेत. ग्रंथालय ही तर वर्धिष्णु संस्था. त्यामुळे तिचा सर्व बाबतीत विकास होणारच.

या दृष्टीने पाहता विद्यापीठ ग्रंथालयांना विद्यापीठ अनुदान मंडळ अनुदान देत असते. महाविद्यालयासाठी कोहसिंग, कॅपसिप या योजना मदतीस येतात. सार्वजनिक ग्रंथालयासाठी राजा राममोहन फौंडेशन सरकारतर्फे मदत करते. पण प्रश्न उरतो तो शाळेतील ग्रंथालयांचा. यांचा विकास होणे आवश्यक आहे. वाचनाच्या सवयी, जबाबदार नागरिक या दृष्टीने या ग्रंथालयांना मदतीची गरज भासते. राज्यसरकारने या बाबतीत काही योजना आखणे महत्त्वाचे आहे.

ग्रंथपालन अभ्यासक्रमातही विकास होत गेला. शासनमान्य प्रमाणपत्र अभ्यासक्रम, पदविका, पदवी अभ्यासक्रम इतकेच नव्हे तर पीएच.डी.पर्यंत ही गोष्ट विकसित झाली. यामुळे अध्ययन, अध्यापन, मराठी माध्यम यांना महत्त्व आले आहे. हा तर ''मराठी बाणा'' आहे.

परिशिष्ट २

A

Alexandria Library – अलेक्झांड्रिया ग्रंथालय

हे ग्रंथालय पहिला टॉलेमी याने स्थापन केले. टॉलेमी याने इ.स. ख्रिस्तपूर्व २४८ पर्यंत राज्य केले. खरे तर हे ग्रंथालय म्हणण्यापेक्षा संशोधन केंद्र म्हणूनच स्थापन झाले. आथेन्समध्ये ॲरिस्टॉटलच्या ग्रंथालयात जगातील सर्व ज्ञान एकत्र करण्याचा प्रयत्न केला होता. त्याप्रमाणे या अलेक्झांड्रिया ग्रंथालयातही पदार्थविज्ञान, वाङ्मय, गणित, वैद्यक, ज्योतिष, जीवशास्त्र आणि अभियांत्रिकी या विषयांवरील प्रलेखन योग्य प्रकाराने केले होते. या ग्रंथालयात ७००,००० गुंडाळ्या (Rolls) होते. त्यामध्ये ग्रीक संस्कृतीप्रमाणे इतर संस्कृतींचाही समावेश होता. तसेच ५००,००० हस्तलिखिते पपायरसच्या गुंडाळ्याच्या स्वरूपात होती. यापैकी काही गुंडळ्या ग्रीक भाषेतून इतर भाषेतही अनुवादित केलेल्या होत्या. हा सर्व संग्रह कॅलिमॅचस (Calimachus) च्या 'पिनाकस्' (Pinakes) तालिकाबद्ध केलेला होता. या तालिकेमध्ये प्रत्येक गुंडाळीच्या लेखकाचे नाव व त्या गुंडाळीतील गोषवारा दिलेला होता. हे मुख्य ग्रंथालय म्युझियमचा भाग म्हणून कार्य करीत असे.

American National Standards Institute (ANSI) – अमेरिकन नॅशनल स्टँडर्डस् इन्स्टिट्यूट

ही एक खाजगी, नफ्याचा विचार न करणारी संस्था आहे. ही संस्था अमेरिकेतील प्रमाणकांचे प्रशासन व समन्वय करते. या संस्थेची स्थापना पाच अभियांत्रिकी संस्था, तीन शासकीय संस्था यांच्या मदतीने झाली (१९१८). या संस्थेला खाजगी क्षेत्रातील आणि सार्वजनिक क्षेत्रातील संस्थाचा पाठिंबा होता.

या संस्थेचे १००० कंपन्या, संस्था, शासकीय संस्था, संस्था सभासद व आंतरराष्ट्रीय सभासद इ. सभासद आहेत.

ही संस्था अमेरिकन नॅशनल स्टँडर्ड मूल्यांकन करून विकसित करते. ज्या संस्था प्रमाणके विकसित करण्याची प्रक्रिया करतात त्या प्रमाणकांचे मूल्यमापन करते. या संस्थेचे मुख्य ऑफिस वॉशिंग्टनमध्ये आहे. ही संस्था नेहमी एकूण प्रमाणकांची संख्या विचारू शकते. अमेरिकेत अनेक पारंपरिक, प्रमाणके विकसित करणाऱ्या संस्था आहेत. त्यामध्ये वीस मोठ्या संस्था ९० टक्के प्रमाणके निर्माण करतात. त्याशिवाय अनेक अपारंपरिक प्रमाणके विकसित करणाऱ्या संस्थाही आहेत. एकूण या बाबतीत अमेरिकेचा सहभाग खर्चिक आहे.

अमेरिकन नॅशनल स्टॅंडर्डस् सर्व आवड असणारी व परिणाम झालेल्या पक्षांना प्रमाणके विकसित करण्यामध्ये सहभागी होण्याची संधी देते. त्याचवेळी सहभागी झालेल्यांचे हक्क व आवड विश्लेषण करूनसुद्धा अबाधित ठेवले जातात. काही वेळा आंतरराष्ट्रीय प्रमाणके ही राष्ट्रीय प्रमाणके म्हणूनही संस्था त्या प्रमाणकांना मान्यता देते. याठिकाणी समाजाच्या गरजा लक्षात घेतल्या जातात.

ही संस्था अमेरिकेचे प्रतिनिधित्व करते. त्याचप्रमाणे इंटरनॅशनल ऑर्गनायझेशन फॉर स्टॅंडर्डायझेन आणि इंटरनॅशनल इलेक्ट्रो टेक्निकल कमिशन (IEC) या दोन मोठ्या संस्थांची संस्थापकही आहे. या दोन्ही संस्थांच्या तांत्रिक प्रकल्पातील ANSI ही संस्था सहभागी असते. काही वेळा अमेरिकेतील प्रमाणके ISO व IFC यांच्याकडे ANSI तर्फे सोपविली जातात. ही संस्था आंतरराष्ट्रीय प्रमाणके निर्माण करण्यात पुढाकार घेते. या प्रमाणकांचा वापर त्या वस्तूंचा जगात खप वाढावा म्हणून केला जातो.

एकंदरीत ही संस्था अमेरिकेच्या ध्येयांना, जागतिक प्रमाणकांना पाठिंबा देते. जगातील लोकांचे जीवनमान वाढविण्यास सहाय्य करते.

Asiatic Society Library, Kolkata – एशियाटिक सोसायटी लायब्ररी, कोलकता :-

एशियाटिक सोसायटी ही आशिया खंडातील पहिली पौवार्त्य संस्था आहे. याची स्थापना सर विल्यम जोन्स यांनी १७८४ मध्ये केली. सर जोन्स (Sir William Jones) हे न्यायाधीश व भाषातज्ज्ञ होते. आशिया खंडातील मानव व निसर्ग या विषयीचे ग्रंथ, इतिहास, कला, साहित्य आणि शास्त्रे या केंद्रात असण्याचे सर जोन्स यांनी खूप स्वप्न पाहिले. या संस्थेला जागा, तिचा पत्ता नव्हता तसाच निधीही नव्हता. पाश्चात्य व पौर्वात्य पंडितांनी एकत्र येऊन ही संस्था स्थापन केली होती.

या संस्थेचे ग्रंथालय हे त्या संस्थेचे भूषणच होते. सभासदांकडून मिळालेल्या ग्रंथांच्या देणगीतून हे ग्रंथालय स्थापन झाले. हेन्री रिचर्डसन यांनी विविध सात पर्शियन हस्तलिखितांपासून या ग्रंथसंग्रहाची सुरुवात झाली. त्यानंतर ग्रंथ हस्तलिखिते, चित्रे, नाणी व इतर ऐतिहासिक वस्तू या कार्यवाहाच्या ताब्यात होत्या. नंतर संस्थेची इमारत तयार झाली (१८०८). त्याच वर्षापासून ग्रंथालय सभासद व जनतेला खुले केले. अशा तऱ्हेने संस्थेने पहिल्या शैक्षणिक व सार्वजनिक ग्रंथालयाची सुरुवात केली. त्यानंतर राजे, संस्था, व्यक्ती यांनी ग्रंथसंग्रह प्रवाही ठेवला. रॉबर्ट होम (Robert Home) हे काही काळ कार्यवाह व नंतर पहिले ग्रंथालय पर्यवेक्षक होते त्यांनी आपल्या जवळचा कलाविषय संग्रह ग्रंथालयाला देणगी म्हणून दिला. टिपू सुलतानचा ग्रंथसंग्रह १८५४ मध्ये या ग्रंथालयात सामील झाला.

या ग्रंथसंग्रहात अनेक जुने व दुर्मीळ ग्रंथ आहेत. संस्कृत, अरबी, नेपाळी, इटालियन इ. भाषेतील दुर्मीळ ग्रंथ व हस्तलिखिते या संग्रहात आहेत. उदा. कुराणाचे हस्तलिखित व गुलिस्तानचे लिखाण, शहाजहान राजाची स्वाक्षरी असलेले "पडशानमह" (Padshanamah), मेकॅन्झी (Makenzie) चे हस्तलिखितांचा संग्रह व चित्रे. डॉ. राजेंद्र मित्र व्होरा व महामहोपाध्याय हरप्रसाद शास्त्री यांनी या ग्रंथालयाच्या उभारणीस महत्त्वाचा हातभार लावला.

Asiatic Society Library, Mumbai – एशियाटिक सोसायटी लायब्ररी, मुंबई

इ.स.१८०४ मध्ये "लिटररी सोसायटी ऑफ बॉम्बे" या संस्थेची स्थापना झाली. मुंबईचे गव्हर्नर जोनाथन डंकन (Jonathan Duncan) आणि इतर सतरा-पौवार्त्य विद्येची आवड असणारे-ब्रिटिश लोक

यांच्या सभेमध्ये या संस्थेच्या स्थापनेची घोषणा करण्यात आली. या संस्थेचे अध्यक्ष जेम्स मॅकिन्टॉश सरन्यायाधीश होते. भारतीय कला, विद्या व भाषा यांचे संशोधन व्हावे हा या संस्थेचा हेतू होता. संस्थेच्या बैठकीमध्ये यासंबंधात निबंध व चर्चा व्हावी असेही ठरले. या दृष्टीने अभ्यासाला उपयुक्त अशा ग्रंथालयाची गरज भासू लागली. एका बंद पडलेल्या संस्थेचा ग्रंथसंग्रहही विकत घेतला होता. पुढे या संस्थेचे ''रॉयल एशियाटिक सोसायटी ऑफ ग्रेट ब्रिटन अँड आयर्लंड, (मुंबई शाखा) असे नामकरण झाले (१८२७). पुढे ही संस्था व तिचे ग्रंथालय टाऊन हॉलच्या इमारतीत स्थलांतरित झाले (१८३१).

ग्रंथखरेदी व देणग्या यांच्यामुळे हे ग्रंथालय विकसित झाले आहे. यामध्ये विविध विषयांचे दुर्मीळ ग्रंथ , हस्तलिखिते, पुरातन नाणी यांचा अमूल्य संग्रहही आहे. या संग्रहामध्ये भारतीय विद्या, इतिहास व संस्कृती यावर भर देण्यात आलेला आहे.

फैझी समितीच्या शिफारशीप्रमाणे राज्याच्या मध्यवर्ती ग्रंथालय संस्थेशी हे ग्रंथालय संलग्न केलेले आहे. लेखाधिकार कायद्यान्वये या ग्रंथालयाला ग्रंथ प्राप्त होतात. तसेच १९५४ डिलिव्हरी ऑफ बुक्स या कायद्याप्रमाणे भारतात प्रकाशित होणारा प्रत्येक ग्रंथ व नियतकालिक यांच्या प्रती ग्रंथालयाकडे येतात. या दोन कायद्यांमुळे येणाऱ्या ग्रंथसंग्रहाच्या व्यवस्थेसाठी महाराष्ट्र शासन व भारत सरकारकडून अनुदान मिळते. या ग्रंथालयात मुक्त प्रवेश मिळतो.

या ग्रंथालयाच्या संग्रहात २.५ लाख ग्रंथ, १५० नियतकालिके व ८०,००० नियतकालिकांचे बांधीव ग्रंथ आहेत. ग्रंथसंग्रह अमूल्य आहे. यामध्ये सामाजिक शास्त्रे, कला, साहित्य, संस्कृती इ. विषय समाविष्ट आहेत. भारतातील प्रसिद्ध ग्रंथालयांपैकी हे एक ग्रंथालय आहे.

(B)

Bhandarkar Oriental Research Institute, Pune – भांडारकर प्राच्यविद्या संशोधन केंद्र,पुणे

या संस्थेची स्थापना १९१७ साली आर. जी. भांडारकर, पौर्वात्य शास्त्रज्ञ यांच्या नावे झाली. ही संस्था पौर्वात्य ज्ञानासंबंधी संशोधन करते. विशेषतः भारताविषयीचे संशोधन ही करते. ही पुण्यातील एक नामवंत संस्था आहे.

या संस्थेच्या ग्रंथालयात १,२५,००० दुर्मीळ ग्रंथ आणि हस्तलिखिते आहेत. हे ग्रंथालय नुकतेच डॉ.आर.एन.दांडेकर या नावाने विभूषित केलेले आहे. या ग्रंथसंग्रहातील २०,००० ग्रंथ जगामध्येही दुर्मीळ आहेत. भारतातील २५ भाषेतील व लिपीतील ग्रंथ आहेत. संस्कृत, प्राकृत, भारतातील क्षेत्रीय भाषा, अेशियन आणि पाश्चिमात्य भाषेतीलही ग्रंथ आहेत.

व्यक्तिगत २२०० ग्रंथसंग्रहाच्या बळावर हे ग्रंथालय सुरू झाले. प्रसिद्ध पी.के.गोडे, ए.डी.पुसाळकर, एस.व्ही.सोवनी, आर.एन.दांडेकर यांनी आपले वैयक्तिक संग्रह या ग्रंथालयाला दिले आहेत.

जगाच्या कोपऱ्यातून जवळ जवळ दोन हजारापेक्षा जास्त विद्यार्थी प्रत्येक वर्षी या संस्थेला संदर्भासाठी व पोस्ट डॉक्टरल प्रकल्पासाठी भेट देतात.

हस्तलिखितांच्या बाबतीत हा संग्रह ''त्याच्यासारखा तोच'' असा आहे. यापैकी १७,००० हस्तलिखितांचा विभाग ''द गव्हर्नमेंट मॅन्युस्क्रिप्ट लायब्ररी'' म्हणून ओळखला जातो. हस्तलिखितांची एकूण संख्या २९,५१० आहे आणि ती वाढती आहे.

१८६६ मध्ये बॉम्बे सरकारने ''इंडियन मॅन्युस्क्रिप्ट कलेक्शन प्रोजेक्ट'' सुरू केला. या प्रकल्पामध्ये पीटर पीटरसन, एफ. कइलहॉन (Kielhorn), जार्ज बुहलर (Buhler), आर.जी.भांडारकर, काथवटे, घाटे या ख्यातनाम अभ्यासकांनी १७,००० हस्तलिखिते गोळा केली.

हा संग्रह सुरुवातीला मुंबईच्या एल्फिस्टन कॉलेजमध्ये एकत्रित केला होता. नंतर हा संग्रह पुण्याच्या डेक्कन कॉलेमध्ये जतन करण्यासाठी रवाना केला. नंतर या संस्थेची स्थापना झाल्यानंतर आणखी चांगले जतन व संशोधन व्हावे म्हणून मुंबईचे गव्हर्नर लॉर्ड विलिंग्डन यांनी हा संग्रह भांडारकर संस्थेकडे बदली केला (१९१८). नंतर पी.के. गोडे यांच्या नेतृत्वाखाली ११,००० हस्तलिखितांची भर पडली.

या हस्तलिखितांपैकी ३५० पाम पानावरील आहेत तर १५० बर्च बार्क आहेत. १५०० जास्त हस्तलिखितांमध्ये छोटी चित्रे आहेत. ही संस्कृत, अरबी, मराठी, उर्दू, पार्शियन भाषेत आहेत. देवनागरी, ओरिया, बंगाली, तेलगू वगैरे लिपीमध्ये हे साहित्य आहे. यामध्ये वैदिक संहिता, आरण्यके, ब्राह्मणे, उपनिषदे, व्याकरण, धर्मशास्त्र, वेदांत, तंत्र, जैन साहित्य, मीमांसा, पुराणे, रामायण, महाभारत, सांख्य वगैरे विषय आहेत.

या ग्रंथालयात काही विशेष संग्रह आहेत. उदा. पर्शियन हस्तलिखिते, जैन हस्तलिखिते इ.

या संग्रहाचे व्यवस्थितपणे योग्य रीतीने प्रलेखन केलेले आहे. यात कार्य तालिका, वर्णनात्मक तालिका आहेत. १३,००० संग्रहाचे सूक्ष्मफिती (micro films) मध्ये रूपांतरीत केले आहे. निवडक हस्तलिखितांचा अंकीय स्वरूपात संग्रह केलेला आहे. भारत सरकारच्या सांस्कृतिक मंत्रालयाने ''मॅन्युस्क्रिप्ट रिसर्च सेंटर'' म्हणून या संस्थेची नवीन ओळख करून दिली आहे.

Bibliotheque Nationale de France – बिब्लिओथेक नॅशनल द फ्रान्स

पाचवा राजा चार्ल्स याने हे ग्रंथालय प्रथम संग्रहालय म्हणून १३६८ मध्ये सुरू केले. पण फ्रान्सच्या राष्ट्रीय ग्रंथालयाची स्थापना याच राजाने लुव्र (Louvre) येथे केली. याचा प्रसार लुईस १४ वा याच्या कारकीर्दीत झाला आणि हे ग्रंथालय सामान्य जनतेसाठी खुले केले (१७२०). राजांच्या बदलत्या कारकीर्दीमुळे हे ग्रंथालय ''इंपिरियल नॅशनल लायब्ररी'' या नावाने ओळखले गेले व त्याचे नवीन इमारतीमध्ये स्थलांतर झाले.

फ्रॉंसिस मिटरांड (Francis Mitterand) यांनी १९८८ मध्ये जगातील एका मोठे आधुनिक ग्रंथालय म्हणून जाहीर केले. यामध्ये ज्ञानाची सर्व क्षेत्रे अंतर्भूत असावीत. हे ग्रंथालय सर्वांना खुले असावे. येथे अत्याधुनिक माहिती परिवर्तनाचे तंत्रज्ञान अवगत असावे. दूर अंतरावरूनही या माहितीचा लाभ घेता यावा. इतर युरोपियन ग्रंथालयांशी या ग्रंथालयाचे सहकार्यही असावे अशी या ग्रंथालयाची रूपरेषा ठरली.

इ.स.१९९६ मध्ये हे राष्ट्रीय ग्रंथालय सामान्य जनतेसाठी खुले झाले. या ग्रंथालयात १० अब्ज ग्रंथ आहेत. नवीन इमारत विस्तृत व चार एक प्रकारचे मनोरे असलेली आहे. या मनोऱ्यांचे आकार एखाद्या उघड्या ग्रंथाप्रमाणे आहेत. हे ग्रंथालय संस्कृती मंत्रालयाच्या अधिपत्याखाली आहे. फ्रान्समध्ये प्रसिद्ध

झालेले सर्व साहित्य या ग्रंथालयात कायद्याने आले पाहिजे. ग्रंथातर्फे संशोधकांना संदर्भ तालिका पुरविल्या जातात.

Bodleian Library, Oxford – बॉडले लायब्ररी, ऑक्सफर्ड

ऑक्सफर्ड विद्यापीठातील हे ग्रंथालय युरोपातील जुने व मोठे ग्रंथालय आहे. या ग्रंथालयाची स्थापना १६०२ किंवा त्यापूर्वीही झाली असे म्हटले जाते. हे संशोधन ग्रंथालय आहे. या ग्रंथालयात ऑक्सफर्ड विद्यापीठातील तीस मध्यवर्ती व विभाग ग्रंथालये आहेत. हे ग्रंथालय थॉमस बॉडले (Thomas Bodley) यांनी दिलेल्या २००० ग्रंथसंग्रहामुळे १६०२ मध्ये स्थापन झाले. बॉडले यांनी १६१० मध्ये स्टेशनरी, कंपनी लंडन यांच्याशी एक करार केला. या करारान्वये त्यांच्याकडे नोंदलेल्या प्रत्येक ग्रंथांची एक प्रत या ग्रंथालयाकडे जमा करावी असे ठरले.

या ग्रंथालयातील ग्रंथसंग्रह पुढे विकसित होत गेला. या ग्रंथालयाच्या इमारतीचा विस्तार प्रथम १६१०-१६१२ या कालावधीत झाला. तर दुसरा १६३४-१६३७ या काळात करावा लागला. जॉन सेलडन (John Selden) यांनी आपला मोठा ग्रंथसंग्रह या ग्रंथालयाला दिला. या संग्रहात ग्रंथ आणि हस्तलिखिते होती.

या ग्रंथालयाची नवीन इमारत १९३० मध्ये बांधली. जुन्या व नव्या इमारतींच्या मध्ये मुख्य रस्त्याखाली बोगदा खणला गेला. त्यामध्ये पादचारी मार्ग, ग्रंथाच्या दळणवळणासाठी तांत्रिक सोयी आणि न्यूमॅटिक लॅमसन ट्यूब पद्धती आहे. सध्या ऑक्सफर्ड विद्यापीठातील इतर नऊ ग्रंथालये या ग्रंथालयात समाविष्ट झालेली आहेत.

British Library – ब्रिटिश ग्रंथालय

या ग्रंथालयाची स्थापना १७५३ मध्ये झाली. किंग जॉर्ज (II) चे डॉक्टर आणि रॉयल सोसायटीचे अध्यक्ष सर हन्स स्लान (Hans Sloane) यांच्या ग्रंथसंग्रहातून उभारलेले आहे. याशिवाय सर रॉबर्ट कॉटन, एडवर्ड व रॉबर्ट हर्ले (Harley) रॉयल लायब्ररी यांचाही ग्रंथसंग्रह किंग जॉर्ज (II) ने या ग्रंथालयाला देणगी म्हणून दिला (१७५७). आणखी कित्येक खाजगी ग्रंथसंग्रह, त्यामध्ये किंग जॉर्ज (III) यांचा ग्रंथसंग्रह यामुळे या ग्रंथालयाचा ग्रंथसंग्रह व्यापक झाला. ब्रिटिश म्युझियमचे ग्रंथालय ब्रिटिश म्युझियम पासून वेगळे केले. तेही ब्रिटिश लायब्ररी ॲक्ट (१९७२) प्रमाणे आणि ते ''ब्रिटिश लायब्ररी रेफरन्स डिव्हिजन'' म्हणून ओळखले जाऊ लागले.

हे इंग्लंडचे राष्ट्रीय ग्रंथालय. जगातील मोठ्या संशोधन ग्रंथालयांपैकी एक होय. यामध्ये १५० अब्ज ग्रंथसंग्रह असून दरवर्षी २-३ अब्जावधी ग्रंथांची भर पडते. यामध्ये ४१,५०० नियतकालिके व ११ अब्ज विनिबंध (monographs) आहेत.

इतर ग्रंथालयांशी तुलना करता हे ग्रंथालय हल्लीच्या काळातील आहे (१९७३). यापूर्वी ते ब्रिटिश म्युझियमचा एक भाग होते. कित्येक वर्षे या ग्रंथालयाचा ग्रंथसंग्रह विखुरलेला होता. हे ग्रंथालय आठवड्यातील सातही दिवशी उघडे असते. येथे ''ट्रेझर ऑफ ब्रिटिश लायब्ररी'' नावाचा एक कक्ष आहे. ग्रंथालयाच्या ग्रंथसंग्रहाशी संबंधित वेगवेगळी प्रदर्शने भरविली जातात. उदा. मुद्रण. हल्ली या ग्रंथालयाने वेबसाईटला जास्त महत्त्व दिलेले आहे. त्यामुळे जे अभ्यासक संशोधनात मग्न असतील अशा

व्यक्तींना रीडर्स पास (readers pass) दिला जातो. अर्थात काही आवश्यक बाबींची पूर्तता करून ब्रिटन आणि द रिपब्लिक ऑफ आयर्लंड (Ireland) मध्ये प्रकाशित झालेल्या कोणत्याही ग्रंथाची प्रत ब्रिटिश लायब्ररी व इतर पाच ब्रिटन व आयर्लंड मधील ग्रंथालयांना मोफत मिळाला पाहिजे. यासाठी पार्लमेंटच्या १९११ मधील कायद्याचा आधार आहे.

ब्रिटिश ग्रंथालये ह्या कायद्याने प्रत्येक प्रकाशित ग्रंथाची प्रत एक महिन्याच्या कालावधीत मिळते. हे या ग्रंथालयाचे वैशिष्ट्य आहे. इतर पाच ग्रंथालयांना मात्र वर्षभर वाट पाहावी लागते. प्रायव्हेट मेंबर्स बिल २००३ च्या कायद्यानुसार इलेक्ट्रॉनिक प्रलेखांचाही त्यात समावेश झालेला आहे. उदा. सी. डी. रॉम, निवडक वेबसाईटस्.

या ग्रंथालयाचा वर्तमानपत्राचा विभाग हा एक स्वतंत्र विभाग आहे. इ.स.१८४० पासून वर्तमानपत्रांचा संग्रह या ग्रंथालयात आहे. येथे ६,६०,००० बांधणी प्रती, ३,७०,००० मायक्रोफिल्मस् ज्यामध्ये दहा अब्ज वर्तमानपत्रे ५२,००० शीर्षकासह आहेत.

या ग्रंथालयात ओरिएन्टल आणि इंडिया ऑफिस कलेक्शन्स (OIOC) हा संग्रहही आहे. यामध्ये इंडिया ऑफिस लायब्ररीचा संग्रह, आशियातील सात भाषेतील नोंदी आणि साहित्य आहे.

ब्रिटिश ग्रंथालयाने Bibliotheca Universalis या प्रकल्पामध्ये सहभाग घेतला आहे. या प्रकल्पाचा मुख्य हेतू वेबवर सर्व मुख्य प्रकाशने प्रकाशित करणे हा आहे. या ग्रंथालयाचा संग्रह ऑनलाईन पाहता येतो. या ग्रंथालयाची तांत्रिक देवाण सेवा (Electronic Delivery Service) २००३ मध्ये सुरू झाली. यासाठी फी आकारली जाते. यामध्ये २८०,००० नियतकालिके, ५० अब्ज पेटंटस्, ५ अब्ज रिपोर्टस्, ४,७६,००० प्रबंध आणि ४,३३,००० परिषद अहवाल समाविष्ट आहेत. ह्याचा लाभ संशोधकांना घेता येतो. या ग्रंथालयाची वेब तालिकेमध्ये नऊ अब्ज शोध (Searches) आहेत.

C

Carnegie Library – कार्नेजी लायब्ररी

अमेरिकेतील ॲन्ड्रू कार्नेजी (Andrew Carnegie) (१८३५-१९१९) हे एक स्टील उद्योगातील महत्त्वाचे व्यक्तिमत्त्व तर होतेच, पण ते एक उदार मनाचे देणगीदारही होते. ग्रंथालयातील सर्व सुविधा त्यांनी दिलेल्या सर्व देणगीवर किंवा एखाद्या देणगीच्या भागावर आधारलेल्या होत्या. कार्नेजी यांनी पुढील आयुष्यात आपली संपत्ती ग्रंथालयांच्या विकासासाठी व जागतिक शांततेसाठी वापरली. इ.स. १८८१ ते १९१७ या काळात जवळ जवळ २५०० कार्नेजी ग्रंथालये जगामध्ये उभारली. त्यातील बहुतेक ग्रंथालये अमेरिका, इंग्लंड व कॅनडा यामध्ये होती. अमेरिकेतील लहान शहरातील ग्रंथालये अजूनही कार्नेजी निधीचा लाभ घेत आहेत.

Connemara Public Library, Chennai – कॉनमरा पब्लिक ग्रंथालय, चेन्नई

एकोणिसाव्या शतकात चेन्नईमध्ये एक महत्त्वाची गोष्ट घडली. मद्रासचा गव्हर्नर लॉर्ड कॉनमरा

यांनी सध्याच्या कॉनमरा पब्लिक ग्रंथालयाचा पाया घातला (१८९०). एखाद्या चांगल्या ग्रंथालयाची गरज भासली होती ती पूर्ण करण्यासाठी या ग्रंथालयाचा पाया घातला. इ.स. १८९६ मध्ये लॉर्ड कॉनेमरा यांच्यानंतर हे ग्रंथालय कॉनमरा ग्रंथालय म्हणून ओळखले जाऊ लागले. हे ग्रंथालय सर्वांसाठी खुले केले. जवळ जवळ शंभर वर्षापेक्षा जास्त वर्षे जुने असलेले हे ग्रंथालय आहे. लेखाधिकार कायद्यान्वये देशातील प्रत्येक भाषेतील प्रत्येक पुस्तकाची एक प्रत या ग्रंथालयात जमा करावी लागते.

(L)

Library of Congress – लायब्ररी ऑफ काँग्रेस

हे ग्रंथालय काँग्रेसद्वारा १८०० मध्ये स्थापन झाले. कायद्यासाठी संशोधन ग्रंथालय म्हणून त्याची स्थापना करण्यात आली होती. नंतर योगायोगाने ते युनायटेड स्टेट्सचे राष्ट्रीय ग्रंथालय म्हणून मान्यता पावले.

या ग्रंथालयामध्ये १२८ दशलक्ष संग्रह आहे. यामध्ये स्वामित्व हक्काने (Copy right) मिळणारे साहित्य आहे. हे ग्रंथालय म्हणजे तालिकीकरण, यंत्रवाचनीय तालिकीकरण (MARC), कॅटलॉगिंग इन पब्लिकेशन (CIP) या योजनांचा मूळ गाभा आहे.

अध्यक्ष थॉमस जेफरसन यांच्या संग्रहाने या ग्रंथालयाची सुरुवात झाली (१८००). लेखाधिकार हक्क कायद्याप्रमाणे लेखकाला त्याच्या ग्रंथांच्या दोन प्रती या ग्रंथालयाकडे द्याव्या लागतात. अजूनही ही गोष्ट प्रचलित आहे. गटेनबर्गच्या बायबलचा या ग्रंथालयात समावेश आहे. त्यामुळे विविध महत्त्वाचे ग्रंथ या ग्रंथालयात समाविष्ट झालेले आहेत.

या ग्रंथालयाने तीन इमारती १) थॉमस जेफरसन इमारत (१८९७), २) जॉन ॲडम्स इमारत (१९३८), ३) जेम्स मेडिसिन इमारत (१९८१) व्यापल्या आहेत. यामध्ये १३८ दशलक्ष साहित्य असून त्यातील ३२ दशलक्ष ग्रंथ जगातील ४७० भाषांतील इतर मुद्रित साहित्याचे आहेत. हस्तलिखितांची संख्या ६१ दशलक्ष होईल इतकी आहे. नॉर्थ अमेरिकेविषयी अतिशय दुर्मीळ पण मोठा संग्रह इथे संग्रहित आहे. त्याशिवाय कायदेविषयक साहित्य, फिल्म्स्, नकाशे, संगीत व साऊंड रेकॉर्डिंग्ज यांचाही मोठा साठा आहे.

या ग्रंथालयाने स्वतःची ग्रंथ वर्गीकरण पद्धती – ''लायब्ररी ऑफ काँग्रेस क्लासिफिकेशन'' – विकसित केलेली आहे. अनेक ग्रंथालये विशेषतः संशोधन व विद्यापीठीय ग्रंथालये या पद्धतीचा उपयोग करतात.

सामान्यपणे हे ग्रंथालय शैक्षणिक संशोधनासाठी सामान्यांना खुले आहे. पाहुण्यांसाठी अभ्यास दौरेही हे ग्रंथालय आयोजित करते. ओळखपत्रावर उपयोजकांना ग्रंथालयात प्रवेश मिळतो. या ग्रंथालयातील साहित्य जर अंकीय स्वरूपात रूपांतरित करण्याचे ठरविले तर, आणि निव्वळ मजकुरामध्ये साठा करावयाचा झाला तर माहितीचे १७ ते २० टेराबाईट्स होतील. काही निवडक मुद्रित साहित्याला अंकीय स्वरूप दिलेले आहे. या ग्रंथालयाच्या अमेरिकन मेमरी साईटवर लक्षावधी अंकीय गोष्टी आहेत. या

ग्रंथालयातर्फे ऑनलाईन यू.एस.काँग्रेसचे वृत्तान्त दिले जातात. तसेच अमेरिकेची घटना, कायदे यांची माहिती मिळते.

N

Nalanda University Library – नालंदा विद्यापीठ ग्रंथालय

प्राचीन काळी बौद्धमठ हे धार्मिक शिक्षणाचे पहिले स्रोत होते. सम्राट अशोकानंतर विद्यापीठांची स्थापना होऊ लागली. नालंदा विद्यापीठ हे इ.स.४०० सुमारास स्थापन झाले. कुमारगुप्ताच्या काळात हे बौद्ध संस्कृतीचे एक महत्त्वाचे केंद्र होते. या विद्यापीठात दहा हजार भिखू विद्यार्थी आणि अभ्यासक होते असे इतिहास सांगतो. या सर्वांना उपयोगी पडेल असा मोठा ग्रंथसंग्रह येथे होता. इ.स. चौथे शतक या काळात फाहियान या चिनी प्रवाशाने विद्यापीठाला भेट दिली होती. तर सातव्या शतकात यूआनच्यांग याने या विद्यापीठास भेट दिली होती. फाहियान, यूआनच्यांग, इत्सिंग आणि अशा सारख्या आणखी काही अभ्यासकांनी, पंडितांनी येथील बौद्ध ग्रंथाच्या नकला करून त्या चीनला नेल्या असे कळते.

गुप्त घराण्याच्या हिंदू राजांनी बौद्ध विद्यापीठांचा विकास चालू ठेवला. विद्यापीठाभोवती त्यांनी स्तूप व सभागृहे ही बांधकामे केली. नालंदा विद्यापीठाच्या ग्रंथालयाच्या विभागास ''धर्मगंज'' असे नाव होते. रत्नसागर, रत्नोदधी व रत्नरंजक अशी इमारतींची नावे होती. या तीन इमारतींमध्ये ग्रंथसंग्रह ठेवलेला होता. या इमारतींपैकी एक इमारत नऊ मजल्यांची होती व इतर दोन मजल्यांच्या होत्या. यावरून ग्रंथसंग्रहाची प्रचंडता समजू शकते. या ग्रंथसंग्रहातील ग्रंथ ताडपत्रावर लिहिलेले होते. संग्रहात बौद्ध धर्मग्रंथाचे प्रमाण जास्त होते.

प्राचीन काळात हे विद्यापीठ फार प्रसिद्ध होते. त्यामुळे इतर देशातूनही अभ्यासक या विद्यापीठाकडे आकर्षित होत असत.

नालंदाप्रमाणे तक्षशीला, मिथिला, ओदंतपुरी, विक्रमशीला ही प्राचीन विद्यापीठे ग्रंथसंग्रहासाठी प्रसिद्ध होती.

नालंदा हे जगातील त्या काळातील निवासी विद्यापीठ होते. यामध्ये १०,००० विद्यार्थी आणि २,००० शिक्षक यांची सोय होती. वास्तुशास्त्राच्या दृष्टीने नालंदा विद्यापीठ सर्वोत्तम होते. यामध्ये दहा मंदिरे होती. ध्यानधारणेसाठी मोठे सभागृह होते.

National Film Archive of India, Pune – भारताचे राष्ट्रीय फिल्म संग्रहालय, पुणे

या संस्थेची स्थापना १९६४ मध्ये झाली. हे आशियातील एक मोठे केंद्र आहे. डॉ.मुकुंद जयकर, पुणे विद्यापीठाचे पहिले कुलगुरु यांच्या बंगल्यामध्ये ही संस्था कार्यरत आहे.

आशियातील सर्वात मोठा फिल्म संग्रह या संस्थेत आहे. प्रत्येक वर्षी ही संस्था दुर्मीळ फिल्म्सचे उपार्जन, जतन व प्रदर्शन हे कार्य करीत असते.

या संस्थेच्या संग्रहात १०,३०४ फिल्म्स् जगताविषयी ग्रंथ आहेत. फिल्म्स् विषयाची नियतकालिके २१४, फिल्म्स् स्क्रिप्टस् १४,२६४, माहिती पुस्तिका ५,६५८, छायाचित्रे ५५,४०६, ५,१३१ भित्तीपत्रके, १,७५३ डिस्क रेकॉर्डस् आणि ३१ श्राव्यफिती असा संग्रह आहे.

नामवंत फिल्म निर्मात्यांविषयी अभ्यासपूर्ण लेखही या संस्थेने प्रसिद्ध केले आहेत. उदा. दामले, फत्तेलाल, ऋत्विक घटक इत्यादी. बी.व्ही.धारप यांनी फिचर फिल्मस्‌चा एक संदर्भ ग्रंथ संकलित केलेला आहे. तसेच या संस्थेने दादासाहेब फाळके, देवकी बोस, व्ही. शांताराम, गुरुदत्त, राज कपूर, सत्यजीत रे यासारख्या प्रख्यात व्यक्तिमत्त्वांवर काम केले आहे आणि हे काम संदर्भाच्या दृष्टीने सहज उपलब्ध होते.

भारतीय फिल्म्स् प्रमाणेच परदेशी फिल्म्स्‌ही येथे संग्रहित आहेत. उदा. डी.डब्ल्यू ग्रिफीथ, कार्ल ड्रायर, रोसेलिनी, व्हिक्टोरिओ डिसिका इ. यांच्या फिल्म्स्.

भारतीय फिल्मस् यांचा इतिहास क्रियाशीलता व सामाजिक जाणीव, या माध्यमाद्वारे करून देतो. अभिनय हा या क्षेत्रातील महत्त्वाचा भाग आहे. तसेच अभिनेते, अभिनेत्री हे प्रेक्षकांसाठी महत्त्वाचे आहेत.

हे संग्रहालय फक्त साठाच नाही तर हे एक सांस्कृतिक केंद्र आहे. आठ आठवड्यांचा फिल्म्स्‌चा मूल्यांकन अभ्यासक्रम आयोजित केला जातो. प्रत्यक्ष फिल्म्स् पाहून याबद्दल चर्चा केली जाते. विद्यापीठ अनुदान मंडळाने या अभ्यासक्रमाला मान्यता दिलेली आहे.

या संग्रहालयाने १९९३ मध्ये नवीन वातानुकूलीन इमारत बांधली आहे. त्यामध्ये ६०,००० फिल्म्स् जतन केल्या जातील अशी रचना आहे. यासाठी नवीन तंत्रज्ञानही वापरण्यात येते. या संस्थेतर्फे काही प्रकाशनेही प्रकाशित केली जातात. या संग्रहालयाचे अनेक सभासद आहेत. त्यामध्ये फिल्म सोसायटी, शैक्षणिक संस्था, सांस्कृतिक संस्था आहेत.

National Gandhi Museum, Delhi – राष्ट्रीय गांधी म्युझियम, दिल्ली

या ग्रंथालयात महात्मा गांधीच्या संदर्भात असलेला विशेष मोठा संग्रह आहे. त्याचप्रमाणे भारताच्या स्वातंत्र्य चळवळीचा मोठा इतिहास सांगणारा संग्रहही संग्रहित आहे (१७५७-१९४७). त्याशिवाय सामाजिक शास्त्रे, साहित्य, स्वाभाविक औषधोपचार पद्धती यावर विषयावरही ग्रंथसंपदा आहे.

या ग्रंथालयात जवळ जवळ ३०,००० ग्रंथसंग्रह आहे. त्याचप्रमाणे महात्मा गांधींनी इतरांना लिहिलेली २५,००० पत्रे, तारा (telegrams), टीपा तसेच इतर व्यक्तींनी महात्मा गांधींना लिहिलेले साहित्य यांच्या छायाचित्रप्रती आहेत. प्रत्येक भाषेच्या ग्रंथसंग्रहाला वेगळा विभाग केलेला आहे.उदा. इंग्रजी, मराठी, गुजराती, उर्दू, बंगाली इ. परकीय भाषेतील काही साहित्य इथे उपलब्ध आहे.

National Institute of Educational Planning and Administration (NIEPA) – नॅशनल इन्स्टिट्यूट ऑफ इज्युकेशनल प्लॅनिंग आणि ॲडमिस्ट्रेशन

या संस्थेची स्थापना १९६२ साली दिल्लीमध्ये झाली. या संस्थेचा मुख्य हेतू म्हणजे शैक्षणिक संशोधन, प्रशिक्षण आणि सल्ला देणे हे आहेत. मुख्य कार्य म्हणजे शैक्षणिक नियोजक व प्रशासक यांचे प्रशिक्षण देणे. संशोधन, सल्ला देणे, प्रकाशने, परिषदा, चर्चासत्रे यांचे आयोजन करणे, या सर्व गोष्टीतील मतासाठी व्यासपीठ देणे हे आहे.

या संस्थेचे ग्रंथालय वरील दृष्टीने योग्य संग्रहित आहे. तसेच प्रलेखन केंद्रही नियोजन आणि आंतरराष्ट्रीय विषयाच्या बाबतीत समृद्ध आहे. यामध्ये ग्रंथ, नियतकालिके, अहवाल, आंतरराष्ट्रीय शैक्षणिक अहवाल, युनोने आयोजित केलेली चर्चासत्रे, परिषदा यांचे अहवाल आहेत. त्याचप्रमाणे दृक्-श्राव्य अमुद्रित साहित्य, सूक्ष्मफिती या साहित्याबरोबर विषयाशी संबंधित वर्तमानपत्रातील कात्रणेही आहेत. हे ग्रंथालय महिन्याला नवीन ग्रंथांची यादी प्रसिद्ध करते. निवडक प्रसारण सेवा, ग्रंथसूचीय सेवाही या ग्रंथालयामार्फत दिल्या जातात.

हे ग्रंथालय डेलनेटचे सभासद आहे. त्यामुळे इ-मेल, ऑनलाईन शोध सुविधा उपलब्ध आहेत.

National Library of India – भारताचे राष्ट्रीय ग्रंथालय

इ.स.१८३५ मध्ये काही व्यक्तींनी एकत्र येऊन कोलकाता पब्लिक लायब्ररी या ग्रंथालयाची स्थापन केली. भारतातील हे पहिले सार्वजनिक ग्रंथालय होय. हे मालकी तत्त्वावर चालविण्यात येणारे पण अशासकीय संस्था होती. लोक तीनशे रू. वर्गणी भरून मालकी हक्क घेत. द्वारकानाथ टागोर हे या ग्रंथालयाचे पहिले मालकी हक्कदार होते. हे वर्गणी ग्रंथालय होते. कारण समाजातील सर्वांना तेथे मोफत प्रवेश नव्हता. तरी काही वेळेपुरते गरीब विद्यार्थ्यांना व इतरांना हे ग्रंथालय उघडे असे. लॉर्ड मेटकॅफ (Metcalf) गव्हर्नर जनरल यांनी ४,६७५ ग्रंथ कॉलेज ऑफ फोर्ट विल्यमच्या ग्रंथालयातून या ग्रंथालयात स्थलांतरित केले. इतर वैयक्तिक व शासकीय देणग्या या ग्रंथालयाला नियमित मिळत गेल्या. भारतीय त्याचप्रमाणे परदेशी विशेषतः ब्रिटिश ग्रंथ यांची खरेदी केली जात असे.

इ.स.१८४४ मध्ये मेटकॅफ हॉलमध्ये या ग्रंथालयाचे स्थलांतर झाले. पुढे १९०२ मध्ये या ग्रंथालयाचे रूपांतर इंपिरियल लायब्ररीमध्ये झाले आणि १९४८ मध्ये भारताच्या राष्ट्रीय ग्रंथालयात पुनर्रूपांतर झाले. प्यारेचंद मिश्र हे कोलकाता पब्लिक लायब्ररीचे पहिले ग्रंथपाल होते. इंपिरियल लायब्ररीचे ग्रंथपाल जॉन मॅकफर्लेन होते. हे ब्रिटिश म्युझियम ग्रंथालयाचे सहाय्यक ग्रंथपाल होते. हरिनाथ डे हे बंगाली भाषातज्ज्ञही या ग्रंथालयाचे ग्रंथपाल होते. के. एम. असादुल्ला, बी. केशवन, यादवराव मुळे यांनी या ग्रंथालयाच्या प्रगतीस हातभार लावला.

या ग्रंथालयात लक्षावधी ग्रंथ, दहा हजारापेक्षा जास्त नियतकालिके उपलब्ध आहेत. संस्कृत, अरेबिक, उर्दू व इराणी इ.भाषेतील हस्तलिखिते आहेत. लेखाधिकार कायद्याप्रमाणे देशातील प्रत्येक भाषेतील प्रत्येक पुस्तकाची एक प्रत या ग्रंथालयाला प्राप्त होते. भारताची राष्ट्रीय ग्रंथसूची तयार करण्याचे काम हे ग्रंथालय करते.

या ग्रंथालयात भारतीय भाषेच्या ग्रंथसंग्रहाला स्वतंत्र विभागात स्थान दिलेले आहे. असामी भाषेत १२,०००, बंगाली भाषेत ८५,०००, गुजरातीमध्ये ३७,०००, तर राष्ट्रभाषा हिंदीमध्ये ८०,००० कन्नडमध्ये ३२,०००, मल्याळी ३४,५००, मराठी ३७,००० संस्कृत २०,०००, तामिळ ५७,०००, उर्दू २०,००० अशी ग्रंथसंख्या आहे. यामध्ये काश्मिरी व पंजाबी भाषेतील ग्रंथसंख्या फारच कमी आहे. अर्थात या सर्व भाषेत दुर्मीळ ग्रंथांचे अस्तित्व आहे.

या ग्रंथालयातील संगणक विभाग १९८८ साली स्थापित झाला. सध्या कॅम्पस वाईड नेटवर्क विकसित केले आहे. १९०० पूर्वीची इंग्रजी भाषेतील ग्रंथ व इतर दस्तऐवज त्याचप्रमाणे १९२० पूर्वीची भारतीय प्रकाशनाचा अंकीय स्वरूपासाठी विचार केलेला आहे. इंग्रजी आणि भारतीय भाषेतील ६६००

निवडक ग्रंथ ५४८ कॉम्पॅक्ट तबकडीवर साठवले आहेत. उदा. ईस्ट इंडिया कंपनीचे दस्तऐवज, कलकत्ता मासिक, मुद्रित साहित्याचे पुढच्या पिढीसाठी जतन करणे हे या ग्रंथालयाचे मुख्य ध्येय आहे. यासाठी स्वाभाविक, रासायनिक, पुनर्मुद्रित आणि अंकीय असे विभाग आहेत.

हे ग्रंथालय भारतातील मोठे ग्रंथालय आहे. हे सांस्कृतिक व पर्यटन मंत्रालयाच्या अखत्यारित येते. भारतातील मुद्रित साहित्य एकत्रित करणे, त्याचे प्रसारण करणे व जतन करणे हा या राष्ट्रीय ग्रंथालयाचा हेतू आहे. कोलकातामध्ये ३० एकरामध्ये हे ग्रंथालय उभे आहे. ग्रंथोपार्जन, राष्ट्रासंबंधी मुद्रित साहित्य गोळा करणे– ते कोठेही प्रकाशित झालेले असले तरी, परदेशी साहित्य देशासाठी उपलब्ध करून देणे. ग्रंथसूचीय सेवा, प्रलेखन सेवा तसेच अचूक ज्ञानासाठी रेफरेल केंद्र (सखोल संदर्भसेवा केंद्र) या गोष्टी राष्ट्रीय ग्रंथालयाकडून केल्या जातात.

National Library of Russia – रशियाचे राष्ट्रीय ग्रंथालय

या ग्रंथालयाची स्थापना १७९५ मध्ये राजकन्या कॅथेरीनच्या इच्छेमुळे झाली. रशियाच्या इतिहासाने दोन शतकापेक्षा जास्त वर्षांमध्ये अनेक वेगवेगळे कालखंड पाहिले आहेत. उदा. कॅथेरीन, अलेक्झांडर (पहिला), निकोलस (पहिला), १८५० सालातील महत्त्वाचे बदल, १९१७ फेब्रुवारीची क्रांती, दुसरे महायुद्ध. या सर्व घटनांचा व बदलांचा परिणाम रशियातील जीवनावर होणे अपरिहार्यच होते. पण या सर्वांचा परिणाम ग्रंथालयांवरही झाला.

सेंट पीट्सबर्गमधील रशियाचे हे राष्ट्रीय ग्रंथालय म्हणजे रशियाच्या संस्कृती व इतिहासाचा वारसा आहे. ह्या ग्रंथालयामध्ये रशियातील साहित्याचा जवळ जवळ संपूर्ण संग्रह आहे. रशिया संबंधीचे परदेशी साहित्य मिळविणे हा ग्रंथालयाचा हेतू आहे. विज्ञान आणि तंत्रज्ञान यातील मुख्य शाखांच्या संबंधित अनेक भाषांमध्ये असलेले साहित्यही येथे उपलब्ध आहे.

सध्या या ग्रंथालयात ३५ दशलक्ष साहित्य आहे. त्यापैकी जवळ जवळ सात दशलक्ष साहित्य परदेशी भाषातील आहे. हस्तलिखितांमध्ये ग्रीक, जुनी रशियन भाषेतील, पौवार्त्य, पाश्चिमात्य, हस्तलिखित नकाशे इ. साहित्य आहे. १८ ते २० व्या शतकातील वर्तमानपत्रे, मुद्रित संगीत, चित्रे, भित्तीपत्रे आहेत. दुर्मीळ ग्रंथांच्या संग्रहामध्ये १५–१६ व्या शतकातील आवृत्त्या, १६ व्या शतकातील जुनी पाश्चिमात्य प्रकाशने, इनक्युनाबुला १८७१ पासूनचे फ्रेंच साहित्य, १५–१८ व्या शतकातील स्लॅहोनिक ग्रंथ आहेत. आशियाचा संग्रह, छोटे ग्रंथ (miniature books) पुष्कीन संग्रह, मुलांचे ग्रंथ इ. असे साहित्य संग्रहित आहे.

ऑनलाईन साधनांमध्ये युरोपियन भाषेतील ग्रंथांची तालिका, रशियन भाषेतील ग्रंथांची तालिका, युरोपियन भाषेतील तसेच रशियन, युक्रेनियन भाषेतील नियतकालिके व कालिके यांच्या तालिका प्रबंधांचे (१९८९ ते १९९७) या काळातील सारांश, जुने रशियन नकाशे, आभासी कळपट्टी (Virtual Keyboard) या गोष्टीसारख्या अनेक गोष्टी पहावयाला मिळतात.

हे रशियातील पहिले राष्ट्रीय साठा असलेले ग्रंथालय होय. या ग्रंथालयाचा विकास होण्यास जवळ जवळ २० वर्षे लागली. यासाठी पहिले संचालक अे.एन.ओ.लेनिन (A.N.O. Lenin) यांची नेमणूक १८११ मध्ये झाली. यांनी या ग्रंथालयाच्या विकासात महत्त्वाची कामगिरी केली. त्यांनी काही ग्रंथालयीन कार्याची निर्मिती केली. हे ग्रंथालय उपयोजकांसाठी १८१४ मध्ये खुले झाले.

पुढे १८२८-३४ या काळात या ग्रंथालयाची नवीन इमारत बांधली गेली. यामध्ये दोन मोठे वाचन कक्ष आहेत. संग्रहाची वाढती संख्या, उपयोजकांची वाढती संख्या आणि विस्कळीत ग्रंथसाठा यामुळे नवीन इमारतीची आवश्यकता निर्माण झाली.ही नवी इमारत १९९८ मध्ये उपयोजकांसाठी खुली करण्यात आली.

या ग्रंथालयाद्वारे विविध ग्रंथालयीन सेवा उदा. माहिती सेवा, सूची सेवी, तालिकीकरण सेवा, देवघेव सेवा, आंतरराष्ट्रीय ग्रंथांची अदलाबदल इ.दिल्या जातात. मुख्य ग्रंथालयातील साहित्य, तालिका आणि मध्यवर्ती संदर्भ ग्रंथालय यांचा उपयोजकांना मोफत उपयोग करता येतो. हस्तलिखितांचा संग्रह वगळून इतर संग्रहातील अंकीय प्रत उपलब्ध होते.

National Museum, New Delhi – नॅशनल म्युझियम, न्यू दिल्ली

यामध्ये सुरुवातीला १४,००० हस्तलिखिते होती. ही हस्तलिखिते वेगवेगळ्या भाषेत आणि लिपीत आहेत. या हस्तलिखितांचे अनेक विषय आहेत. उदा. इतिहास, साहित्य, छोटी चित्रे, तत्त्वज्ञान, विज्ञान, चरित्रे, भूगोल, पुरातत्त्वशास्त्र, वैद्यकीय, हस्ताक्षर, कला इ. हे साहित्य ऐतिहासिक दृष्टिकोनातून तर महत्त्वाचे आहेच. पण कलेच्या दृष्टीनेही हा एक अमोल ठेवा आहे. जवळ जवळ एक हजार वर्षांचा कालावधी या साहित्याने व्यापलेला आहे.

O

Oriental and Public Library, Patana – खुदाबक्ष ग्रंथालय, पाटणा

या ग्रंथालयाच्या स्थापनेची गोष्ट काही निराळीच आहे. एका पर्शियन पंडिताच्या पित्याने १५०० हस्तलिखितांचा संग्रह केला होता. त्या पर्शियन पंडिताने ही संख्या पाच हजारापर्यंत वाढविली कारण पित्याच्या मरणसमयी त्याला दिलेले ग्रंथसंग्रह समृद्ध करण्याचे वचन त्याने प्रत्यक्षात आणले. या ग्रंथालयाचे विश्वस्त संस्थेत रूपांतर (१८९१) करण्यात आले. ग्रंथालय सर्वांसाठी खुले केले. या ग्रंथालयाचे 'ओरिएन्टल अँड पब्लिक लायब्ररी' असे नामकरण केले.

खुदाबक्ष यांनी या ग्रंथालयातील हस्तलिखितांची सूची प्रसिद्ध केली. तसेच अन्य देणगीदारांना आपल्या खाजगी हस्तलिखितांचा संग्रह ग्रंथालयात द्यावा म्हणून प्रवृत्त केले. खुदाबक्ष यांचे ग्रंथालयविषयक कार्य फार मोठे आहे म्हणून हे ग्रंथालय ''खुदाबक्ष ग्रंथालय'' म्हणूनच ओळखले जाते. जदुनाथ सरकारनी खुदाबक्षाना भारताचे बॉडले असे म्हटले आहे.

S

Saraswati Mahal Library, Tanjawar – सरस्वती महाल ग्रंथालय, तंजावर

हे हल्लीच्या युगात अस्तित्वात असलेले प्राचीन ग्रंथालय आहे. याची स्थापना १७ व्या शतकात झाली. महत्त्वाच्या जागतिक ग्रंथालयात याचा अंतर्भाव केला जातो. भिन्न भिन्न वंशातील राजांनी या ग्रंथालयातील ग्रंथसंग्रहाचा विकास केलेला आहे. मूळ चोल राजांच्या ग्रंथसंग्रहात नायक राजांनी १५३२ ते १६७३ मध्ये ग्रंथांची भर घातली. त्यानंतर तंजावरला मराठ्यांची सत्ता आली. तेव्हाही या राजांनी पूर्वीच्या ग्रंथसंग्रहात ग्रंथांची भर घातली. १७९८ ते १८३२ हा राजे सरफोजी यांच्या कारकीर्दीचा काळ होता. त्यांना स्वतःला अनेक भाषा येत होत्या. मराठी व संस्कृत भाषेवर त्यांचे प्रभुत्व होते. ते सतत वाचन, लेखन व संशोधन यात मग्न असत. त्यांच्यामुळे या ग्रंथालयाला वैभवाचे दिवस लाभले. नायक राजांनी लिहिलेले अनेक ग्रंथ या ग्रंथालयात आजही पहावयाला मिळतात. राजे सरफोजी यांना या ग्रंथालयात संस्कृत, प्राकृत, मराठी, मोडी व तमिळ हस्तलिखिते व ग्रंथ यांचा संग्रह केलेला आहे. यांच्याच बरोबरीने इंग्रजी व फ्रेंच भाषेतील दुर्मीळ ग्रंथही त्यांनी संग्रहित केलेले आहेत. त्याचप्रमाणे अनेक ग्रंथाच्या पहिल्या आवृत्तीही येथे पहावयास मिळतात.

येथे केवळ ग्रंथसंग्रहच नाही तर चित्रे, नाणी, पोषाख, युद्ध सामग्री यांचाही अमूल्य संग्रह आहे. यासाठी राजांनी एक लाख रुपयांचे अनुदान दिले. राजांची स्वाक्षरीही कित्येक ग्रंथात दिसून येते. १९१८ पासून या ग्रंथालयाचा कारभार विश्वस्त करू लागले. सध्या हे ग्रंथालय तामिळनाडू सरकारच्या कक्षेत आहे. अनेक संशोधक, अभ्यासक याचा लाभ घेतात. ग्रंथालयाचे नावही ''सरस्वती महाल'' अतिशय समर्पक आहे. हस्तलिखितांच्या संग्रहासाठी हे ग्रंथालय तर प्रसिद्ध आहेच. यातील ८,००० पाम पत्रावरील आहेत.

येथे जवळ जवळ ४०,००० हस्तलिखितांचा संग्रह आहे, त्याशिवाय विविध शाखेतील २३,००० ग्रंथ भारतीय व युरोपियन भाषेतील आहेत.

Sarswati Bhavan Library, Banaras – सरस्वती भवन लायब्ररी, बनारस

हे ग्रंथालय संपूर्णानंद संस्कृत युनिव्हर्सिटीच्या प्रांगणात आहे. या ग्रंथालयाचा इतिहास १७९१ पर्यंत मागे जातो. नंतरच्या बऱ्याच कालावधीनंतर ५८५२ हस्तलिखितांची संख्या १,११,१३२ अशी विकसित झाली. अर्थात यामध्ये खरेदी, भेटीदाखल व देणगी यांच्या स्वरूपात हा संग्रह विस्तृत झाला.

इ.स.१७९१ मध्ये बनारस गव्हर्नमेंट संस्कृत कॉलेजची स्थापना झाली. त्याचवेळी या ग्रंथालयाचीही स्थापना झाली. हस्तलिखितांचे योग्य तऱ्हेने जतन करणे, त्यांचा वापर करणे या गोष्टी संस्थेच्या दृष्टीने आवश्यक होत्या. त्यावेळी संस्थेला वा ग्रंथालयाला स्वतंत्र इमारत नव्हती.

इ.स.१९६३ पासून या ग्रंथालयातील साहित्याचा संशोधक, अभ्यासक यांच्याकडून जास्त प्रमाणात वापर होऊ लागला. म्हणून या ग्रंथालयासाठी वाढीव इमारत विद्यापीठ अनुदान मंडळाच्या

मदतीने बांधली. या इमारतीमध्ये मुख्य इमारतीतील मुद्रित साहित्य स्थलांतरित केले. याशिवाय प्रशासन, मायक्रो फिल्मिंग, बांधणी विभाग हे नवीन इमारतीमध्ये स्थापित केले.

T

Takshashila – तक्षशीला

ख्रिस्तपूर्व जवळजवळ पाचव्या व सहाव्या शतकात तक्षशीला विद्येचे केंद्र होते. या केंद्राला विद्यापीठ मानावयाचे की नाही याबद्दल भिन्न मते आहेत. काहींच्या मते ते प्राचीन विद्यापीठ होते, उच्च शिक्षणाचे केंद्र होते. हल्लीच्या दृष्टीने ते विद्यापीठ नव्हते असेही काही म्हणतात. ख्रिस्तपूर्व पाचव्या शतकात श्रीलंकेमध्ये लिहिल्या गेलेल्या जातक कथात तक्षशीलेसंबंधी माहिती दिलेली आहे.

तक्षाशीला हे हिंदू व बौद्ध धर्मियांसाठी धार्मिक आणि ऐतिहासिकदृष्ट्या पवित्र स्थान होते. हे वैदिक शिक्षणाचे केंद्र होते. चाणक्य ज्यांनी चंद्रगुप्त मौर्याला मदत केली, ते या तक्षशिलेमध्ये शिक्षक होते. या संस्थेचा बौद्ध धर्मातील महीयान पंथावर विश्वास होता. त्यामुळे बौद्ध धर्माच्या परंपरेला इथे महत्त्व होते. किंबहुना तक्षशीलेमध्ये चाणक्यांनी प्रसिद्ध ''अर्थशास्त्र''ग्रंथ लिहिला. राजा चंद्रगुप्त मौर्य आणि आयुर्वेदाचा जनक चरक यांनी इथे अभ्यास केला होता.

या विद्येच्या केंद्रामध्ये विद्यार्थी सोळाव्या वर्षी प्रवेश घेत होते. वेद आणि अठरा कला इथे शिकविल्या जात. त्यामध्ये शिकार करणे, धनुर्विद्या, परंपरा इ. कला शिकविल्या जात.

तक्षशीला या शहराचा नाश होईपर्यंत जगातून अनेक विद्यार्थी या केंद्राकडे शिक्षणासाठी येत होते.

V

Vatican Library – व्हॅटिकन ग्रंथालय

हे ग्रंथालय व्हॅटिकन शहरात आहे. ऐतिहासिकदृष्ट्या हे एक महत्त्वाचे व जुने ग्रंथालय आहे. पोप निकोलस पाचवे यांनी हे ग्रंथालय १४४८ मध्ये स्थापन केले. यात सुरुवातीला ३५० ग्रीक, लॅटिन व हिब्रु (कोडिसेस) जुनी हस्तलिखिते होती. हे सर्व साहित्य त्यांच्या पूर्वजांपासून संग्रहित केलेले होते. कॉनस्टॅनटिनोपलच्या इंपेरियल ग्रंथालयातील हस्तलिखितांचा यात समावेश होता. या ग्रंथालयाचा पहिला ग्रंथपाल बारटोलोमिओ प्लॅटिना (Bartolomeo Platina) यांनी यातील संग्रहाची यादी तयार केली (१४८१). तेव्हा त्यामध्ये ३५०० ग्रंथ होते. त्यावेळी हे ग्रंथालय पाश्चात्य जगातील एक मोठे ग्रंथालय होते. पुढे पोप सिक्सटस पाचवे यांनी या ग्रंथालयासाठी नवीन इमारत बांधण्याची सूचना केली. ग्रंथ हे बाकाना साखळीने बांधून ठेवलेले होते.

हे ग्रंथालय अनेक शतकामध्ये भर पडल्यामुळे मोठे झाले. ड्युक ऑफ युरबिनो (Urbino) यांच्याकडून हस्तलिखिते मिळाली. स्वीडनच्या ख्रिस्तीनाने आपल्या राजप्रासादातील सर्व संग्रह या ग्रंथालयाला दिला. आज या ग्रंथालयात २० लाख धर्मग्रंथांची हस्तलिखिते आहेत. त्याशिवाय मुद्रित ग्रंथ १ दशलक्ष त्यामध्ये ८५०० इनक्युनाबुला आहेत. १७ व्या शतकात धर्मग्रंथाचे व्हॅटिकन आर्काइव्ह (पुरातत्त्वगार) मुख्य ग्रंथालयापासून वेगळे केले.

या ग्रंथालयाची मुख्य वैशिष्ट्ये म्हणजे बायबालच्या जुन्या हस्तलिखितांचे संग्रह.

हे ग्रंथालय संशोधन ग्रंथालय म्हणून महत्त्वाचे आहे. यामध्ये विधी, विज्ञान, भाषाशास्त्र, धर्म यांचा अभ्यास करणे शक्य आहे. हे ग्रंथालय सर्वांना यासंबंधात खुले आहे. १८०१ ते १९९० मधील ग्रंथातील पृष्ठांच्या झेरॉक्सप्रती पोस्टाने किंवा वैयक्तिकरित्या मिळू शकतात. ग्रंथालयशास्त्राचा अभ्यासक्रम या ग्रंथालयाशी संबंधित आहे.

❑❑❑

परिशिष्ट ३ – चरित्रे

१) **Anderson, Bernard** – अँडरसन, बर्नार्ड

यांचा जन्म २२ जानेवारी १९१५ मध्ये झाला. त्यांनी एम.ए.ची डिग्री संपादन केली आणि मुंबईचा लायब्ररी सायन्सचा डिप्लोमा केला. (डिप.लिब.) १९३६ ते ४५ इंडियन हिस्टॉरिकल रीसर्च इन्स्टिट्यूटचे ते ग्रंथपाल होते. त्यानंतर १९४५ ते ४७ सेंट झेवियर्स कॉलेजचे ग्रंथपाल म्हणून त्यांनी काम पाहिले. नंतर १९४७ ते ५८ साहाय्यक ग्रंथपाल, १९५८ ते ६५ डेप्युटी लायब्ररियन आणि १९६५ नंतर डेप्युटी लायब्ररियन आणि रीडर म्हणून मुंबई विद्यापीठ ग्रंथालयात काम केले.

मुंबई विद्यापीठ ग्रंथालयात अध्यापक, नंतर रीडर म्हणून काम केल्यानंतर १९६२ मध्ये मुंबई ग्रंथालय संघाचे उपाध्यक्ष म्हणून त्यांनी काम पाहिले. इयास्लिकच्या कार्यकारिणीचे ते सदस्य होते. अनेक ग्रंथालय परिसंवादात व परिषदांत भाग घेऊन त्यांनी निबंध वाचन केले. १९५६ मध्ये इंडिया व्हीट लोन कार्यक्रमानुसार त्यांनी अमेरिकन ग्रंथालयांची पाहणी केली.

२) **Ashur Banipal 668-627 B.C.** – असुर बनीपाल ६६८–६२७ ख्रि.पू.

हा प्राचीन असिरियाचा शेवटचा राजा, इसरहड्डोन (Esarhaddon) यांचा मुलगा. जे राजे स्वतः वाचत व लिहित असत त्यांच्यामध्ये याची गणना केली जाते. असिरियन स्थापत्य याच्या कारकीर्दीत विकास पावले. ग्रीक लोक त्याला सरदानपाल (Sardanpal) म्हणून ओळखत. लॅटिन आणि मध्ययुगीन लेखन त्याला सरदानपालुस म्हणून अर्पण केलेले आहे. त्याच्या कारकीर्दीत संस्कृती आणि कला यांचा विकास झाला. याने निनिवेह (Nineveh) येथे ग्रंथालय स्थापन केले होते. या ठिकाणी सर्व क्युनिफॉर्म (Cuniform) कोरीव साहित्याचा संग्रह होता. याने पहिले पद्धतशीर ग्रंथालय तयार केले. हे ग्रंथालय ऐतिहासिक गोष्टीपेक्षा वेगळे होते. पूर्वीचे दस्तऐवज प्रशासनाच्या दृष्टीने येथे एकत्रित केले होते. सुमेरियन, बॅबिलोनियन महाकाव्याच्या, शब्दकोशाच्या विटा जतन केल्या होत्या. तसेच खगोल व ज्योतिषशास्त्राविषयीही लेखन आढळते.

या राजाची कारकीर्द इतर आसिरियन राजाप्रमाणे लढायांमध्येच अंतर्भूत होती. दरबार व धर्मगुरु यांच्याशी त्याचे वितुष्ट होते. राजघराण्यातील नेतृत्त्वशील व्यक्ती व परदेशी राजे यांच्यामध्ये या राजाच्या संबंधात त्याला पाठिंबा देण्यासंबंधी करार झाला होता. यांच्या मृत्यूचा निश्चित काल माहिती नाही पण त्याने ४२ वर्षे राज्ये केले असा संदर्भ काही लिखाणात सापडतो.

३) Barve, Shankar Narayan – बर्वे, शंकर नारायण

यांचा जन्म २५ एप्रिल १९१० साली झाला. विद्यार्थी दशेत असतानाच अहमदनगर एज्युकेशन सोसायटी हायस्कूल ग्रंथालयाचे त्यांनी व्यवस्थापन केले. १९३२ ते ५७ या कालखंडात साहाय्यक ग्रंथपाल म्हणून केसरी मराठा ग्रंथशालेत त्यांनी काम केले व नंतर तेथेच क्युरेटर म्हणून काम केले.

महाराष्ट्र ग्रंथालय संघाच्या कार्यात स्थापनेपासून १९६५ पर्यंत विविध कार्य केले. १९५१ ते ५५ ग्रंथपालन वर्गाचे व्यवस्थापक म्हणून काम केले. शिवाय स्थायी समितीचे ते सदस्य व निमंत्रक होते. १९५७ ते ६१ मध्ये महाराष्ट्र ग्रंथालय संघाचे कार्यवाह म्हणून त्यांनी काम केले. १९५८ ते ६१ शालेय ग्रंथपालन समितीचे संस्थापक, संयोजक व संचालक म्हणून ते कार्यरत राहिले. ग्रंथपालन शिबिराचे प्रमुख आणि अध्यापक म्हणूनही त्यांनी काम पाहिले. साहित्य सहकारच्या संपादक मंडळातील ते एक सदस्य होते. १९६१ च्या पुणे येथील चर्चासत्राचे संयोजक होते. १९५९ च्या खालापूर येथील कुलाबा जिल्हा ग्रंथालय परिषदेचे सातवे अधिवेशन झाले त्याचे ते अध्यक्ष होते. महाराष्ट्र राज्य ग्रंथालय संघाच्या व्यवस्थापक मंडळाचे ते सदस्य होते तसेच उपाध्यक्षही होते. काही ग्रंथालय संघाच्या शिष्टमंडळाचा एक घटक म्हणूनही त्यांनी कार्य केले. श्री.शं.ग.दाते सूची मंडळामध्ये संपादक म्हणूनही त्यांनी काम केले. केळकर मंडळ व्याख्यानमालेचे संयोजक म्हणून त्यांनी काम केले. तर वसंत व्याख्यानमालेचे ते माजी चिटणीस होते.

ग्रंथालय जीवनावर 'संगीत शारदा मंदिर' या नावाचे नाटुकले लिहिले. साहित्य सहकारमध्ये लेखक परिचय लेख सूची, वृत्त संकलन व स्फुटलेखन केले. आकाशवाणीवर भाषणे दिली.

४) Bliss H.A. – ब्लिस एच.ए. (१८७०–१९५५)

हे इ.स.१८९१ ते १९४० या कालावधीत न्यूयॉर्कच्या सिटी कॉलेजमध्ये ग्रंथपाल होते. त्याच्या बिब्लिओग्राफिक वर्गीकरण पद्धताची रूपरेषा 'लायब्ररी वर्ल्ड' या ग्रंथपालन विषयक नियतकालिकामध्ये प्रकाशित झाली (१९१०). त्यांच्या ''द ऑर्गनायझेशन ऑफ कॉलेज अँड दि सिस्टिम ऑफ सायन्सेस'' या ग्रंथातील त्यांची वर्गीकरणाविषयक मते आधारभूत मानली जातात.

१९८० मध्ये त्यांनी ६०,००० ग्रंथांचे पुनर्वर्गीकरण केले. त्यांच्या वर्गीकरण पद्धतीची सामान्य रूपरेषा त्यांनी प्रकाशित केली (१९१०). पण त्यांच्या अपेक्षेपेक्षा ही योजना मोठी ठरली. या वर्गीकरण पद्धतीचे चार खंड १९४० मध्ये व शेवटचा खंड १९५३ मध्ये प्रकाशित झाला. पर्यायी स्थान, संक्षिप्त चिन्हांकन, ज्ञानाचे तज्ज्ञांकडून केलेले संघटन, विषयांचे परस्परसंबंध हे त्यांच्या वर्गीकरण पद्धतीचे विशेष होत.

त्यांची 'ए सिस्टिम ऑफ बिब्लिओग्राफिक क्लासिफिकेशन' ही वर्गीकरण पद्धती (१९३५) प्रथम संक्षिप्त रुपात प्रसिद्ध झाली. दुसऱ्या आवृत्तीमध्ये मुख्य वर्ग, उपविभाग, सहाय्यक तक्ते यांचा अंतर्भाव केलेला होता. सध्याची आवृत्ती चार खंडात उपलब्ध आहे. इंग्लंडमधील ग्रंथालयांनी या पद्धतीचा अवलंब केला होता.

५) Brown, James D. – ब्राऊन, जेम्स डफ.

जेम्स डफ. ब्राऊन यांनी ''विषय वर्गीकरण पद्धती'' (Subject Classification System) तयार

केली. त्यांच्या जॉन हेन्री क्वीन या सहकाऱ्याच्या मदतीने ही उपयुक्त पद्धती तयार केली (१८९४). या पद्धतीचे सुरुवातीचे नाव ''क्वीन ब्राऊन वर्गीकरण पद्धती'' असे होते. पण पुढे ही पद्धती अपुरी पडू लागली. म्हणून ब्राऊन यांनी 'अॅडजेस्टेबल वर्गीकरण पद्धती'ची रचना केली. याच सुमारास दशांश वर्गीकरण पद्धतीचा वापर केला जात होता. ही दशांश वर्गीकरण पद्धती अमेरिकन दृष्टिकोनातून तयार झालेली होती. हा एक विचार व इंग्लंडमधील ग्रंथालयांच्या गरजा लक्षात घेऊन ब्राऊन यांनी ''विषय वर्गीकरण पद्धती'' निर्माण केली. ''एक विषय-एक निश्चित स्थान'' हे तत्त्व या पद्धतीचे महत्त्वाचे होते.

६) Cutter C. A. – कटर सी.ए.

कटर हे त्यांच्या काळातील एक मोठे ग्रंथपाल होते. यांचा जन्म बोस्टन येथे १८३७ मध्ये झाला. इ.स. १८५६ मध्ये त्यांनी हारवर्ड डिव्हेनिटी स्कूल मध्ये प्रवेश घेतला. त्याच ठिकाणी त्यांची सहाय्यक ग्रंथपाल म्हणून नेमणूक झाली. या स्कूलमधील ग्रंथालयाची नवीन तालिका करण्याचे काम त्यांच्याकडे आले. नंतर हारवर्ड कॉलेजचे ते ग्रंथालय सहाय्यक झाले आणि त्यांनी ग्रंथालयाच्या विकसित तालिका यावर काम केले. कोशतालिका नियमावलीचा कर्ता म्हणून यांची ओळख आहे.

इ.स. १८६८ मध्ये ''बोस्टन अथेनियम'' मध्ये ग्रंथपाल म्हणून २४ वर्षे काम केले. तेथे ग्रंथपाल असताना त्यांनी तेथील अनुभवावर एक्सपानसिव्ह वर्गीकरण पद्धतीचा पाया घातला. मेलव्हिल ड्युई यांच्या दशांश वर्गीकरण पद्धतीमुळे त्यांना प्रोत्साहन मिळाले. प्रथमतः लहान ग्रंथालयांच्या गरजा गृहीत धरून त्यांनी या पद्धतीचा आराखडा तयार केला होता. प्रथम ज्ञानवर्गाचा त्यात समावेश होता. उपवर्गाचा नव्हता. पण पुढे या मुख्यवर्ग व उपवर्गात भर पडू लागली. म्हणून चिन्हांकनाबरोबर आकडे आले. त्यांच्याकडून या पद्धतीच्या सहा अवस्था तयार झाल्या. सातवी अवस्था पूर्ण होऊ शकली नाही. 'रूल्स फॉर डिक्शनरी कॅटलॉग'(१८७४) तयार झाला. या पद्धतीच्या पहिल्या व शेवटच्या अवस्थेत फार फरक आहे. शेवटची अवस्थाच एक स्वतंत्र पद्धती म्हणून मान्यता पावली. ही पद्धती फार कमी ग्रंथालयातून वापरली गेली.कटर यांच्या नंतर या वर्गीकरण पद्धतीच्या विकासासाठी अभ्यासपूर्व प्रयत्न झाले नाहीत. या पद्धतीतील काही गोष्टी लायब्ररी ऑफ काँग्रेसने आपल्या वर्गीकरण पद्धतीत सामावून घेतल्या आहेत.

७) Date, Shankar Ganesh – दाते, शंकर गणेश

यांचा जन्म १७-०८-१९०५ साली रत्नागिरी येथे झाला. बी.ए.पर्यंत शिक्षण झाले. मराठी ग्रंथसूचीकार. ग्रंथसूचीच्या निमित्ताने त्यांच्या ग्रंथालये आणि ग्रंथपालांशी संबंध आला. कायद्यानुसार सरकारकडे येणाऱ्या ग्रंथसंग्रहाची व्यवस्था रेकॉर्ड ऑफिसकडे असे. पण तेथील ग्रंथांची दुर्दशा पाहून हा ग्रंथसंग्रह लोकांना उपयोगी पडावा म्हणून त्यांनी मोलाचे प्रयत्न केले, आणि महाराष्ट्र प्रादेशिक ग्रंथालय स्थापन करण्यासाठी खटपट केली. १९४६ साली महाराष्ट्र प्रादेशिक ग्रंथालयाचे ग्रंथपाल म्हणून त्यांनी काम केले. त्याचवेळी मराठी ग्रंथसूचीतील सर्व ग्रंथांचे त्यांनी दशांश वर्गीकरण पद्धतीप्रमाणे वर्गीकरण केले. त्यात आवश्यक ते बदल केले आणि सुधारणाही केल्या. तसेच अनेक दुर्मीळ मराठी ग्रंथांचा संग्रह केला.

ग्रंथसूचीचे प्रचंड कार्य पुरे केल्याबद्दल न्यायमूर्ती गजेंद्रगडकर यांच्या अध्यक्षतेखाली महाराष्ट्र ग्रंथालय संघातर्फे १९६१ च्या जूनमधील २५ तारखेला त्यांचा सत्कार करण्यात आला.

श्री.रंगनाथन यांच्या द्विबिंदू वर्गीकरण पद्धतीमधील रोमन आणि अरबी वर्गांक चिन्हांच्या जागी बालबोध चिन्हांची योजना, वर्गदर्शक रोमन अक्षरांचे (स्मॉल व कॅपिटल) नागरीकरण; ग्रंथसूची शास्त्र (मराठी ग्रंथसूची प्रस्तावना खंडातील एक प्रकरण), मराठी ग्रंथालयांची सद्यःस्थिती व ती आदर्श करण्याचे मार्ग (पहिल्या मराठी ग्रंथालय परिषदेत वाचलेला लेख) ; मराठी ग्रंथ सूची (१८००-१९३७) दोन खंड, मराठी ग्रंथसूची (१९३८-१९५०) इ. पुस्तके त्यांच्या नावावर जमा आहेत.

काही अपूर्ण आणि अप्रसिद्ध असेही लेखन त्यांच्या नावावर जमा आहे. १९५० पर्यंतच्या मराठी मासिकांची सूची पहिला भाग. मराठी नियतकालिकांची वर्णानात्मक नोंद. तर दुसऱ्या भागात नियतकालिकातील लेखांची सूची देण्याचा अपूर्ण राहिलेला संकल्प आहे.

८) Datta, Nuton Mohan – दत्त, न्यूटन मोहन

यांचा जन्म ज्ञात नाही. शिक्षण मॅट्रिकपर्यंत झाले. १९१५ ते २१ बडोद्याचे स्टेट लायब्ररीयन म्हणून त्यांनी काम केले. त्यानंतर १९२१ ते ३३ क्यूरेटर ऑफ लायब्ररीज म्हणून काम. बडोदे सरकारच्या नोकरीपूर्वी एका ग्रंथप्रकाशकाकडे ग्रंथविक्रेते म्हणून काम. १९१४ मध्ये ॲक्टिंग क्युरेटर ऑफ लायब्ररीज म्हणून त्यांनी काम केले होते. बडोद्याच्या महाराजांचे 'रीडर' म्हणूनही ते काम करत होते. भारत सरकारने भारतातील ग्रंथालयांची लाहोर येथे १९१८ साली परिषद बोलावली होती. त्या परिषदेत बडोदा संस्थानचे प्रतिनिधी म्हणून त्यांनी भाग घेतला. १९३० साली काशी येथील अखिल आशिया खंडाच्या शिक्षण परिषदेतील ग्रंथालय विभागाचे ते अध्यक्ष होते. बंगालमध्ये १९३१ साली भरलेल्या ग्रंथालय संमेलनाचेही अध्यक्ष म्हणून त्यांनी काम केले. पहिल्या जागतिक युद्धाच्यावेळी आघाडीवरील जवानांना अनेक पुस्तके पाठवून त्यांनी युद्धकार्यात भाग घेतला. या त्यांच्या कामगिरीबद्दल त्यांचा गौरव म्हणून लंडनच्या लायब्ररी असोसिएशनने त्यांना ऑनररी फेलोशिप (एफ्.एल्.ए.) १९२८ मध्ये बहाल केली.

शिक्षण कमी असूनही ग्रंथालयातील कामाच्या आवडीमुळे त्यांनी हे प्रावीण्य संपादन केले. विशेषतः सूचीशास्त्र (बिब्लिओग्राफी) मध्ये त्यांचे प्रावीण्य वाखाणण्यासारखे होते. 'बेस्ट बुक्स' या सॉनेनशाईनच्या पंचखंडात्मक सूचीच्या आधारे त्यांनी बडोदा येथील मध्यवर्ती ग्रंथालयाची ग्रंथसंपदा समृद्ध केली. आपल्याला हव्या असणाऱ्या पुस्तकांसाठी ते विशिष्ट अशी खूण करीत. त्यासाठी लंडन टाइम्सच्या संपादकांची मदत ते घेत. आणि अशा समृद्ध ग्रंथसंग्रहातील ग्रंथांची माहिती आपल्या स्मरणशक्तीने अभ्यासकांना पुरवत. त्यामुळे अभ्यासकांना मोलाची मदत मिळे; ते दत्तांवर खूष असत.

दि बरोडा लायब्ररी सिस्टिम (अ पेपर ऑन दी बरोडा लायब्ररी डिपार्टमेंट) हे त्यांचे पुस्तक १९१७ साली प्रसिद्ध झाले आणि याच पुस्तकाच्या खालीलप्रमाणे आवृत्त्याही निघाल्या.

'अ हँडबुक ऑफ दि बरोडा लायब्ररी डिपार्टमेंट, आवृत्ती, २. १९२१.

'दि लायब्ररी सिस्टिम ऑफ दि बरोडा स्टेट,' आ. ३- १९२४

'बरोडा अँड इटस् लायब्ररीज : वुईथ श्री लेक्चर्स ऑन लायब्ररी लिटरेचर बाय हिज हायनेस महाराजा गायकवाड', रिव्हाईज अँड एनलार्जड एडिशन १९२८ इ. त्यांनी लेखन केले.

१) Dewey, Melvil – डॉ. ड्युई मेलव्हिल

ग्रंथालयशास्त्रातील दशांश वर्गीकरणाची देणगी ज्यांनी दिली त्या डॉ.मेलव्हिल ड्युई (डॉ.मेलव्हिल लुई कॉसन ड्युई) यांचा जन्म १० डिसें.१८५१ या दिवशी न्यूयॉर्क येथील अॅडॅम्स सेंटर याठिकाणी झाला. वडिलांकडून जोडे बनवायची कला आत्मसात करून त्यातून साठवलेल्या पैशातून त्यांनी वेब्स्टरचा शब्दकोश खरेदी केला. गणित विषयात त्यांना चांगली गती होती. शाळेत ते तोंडीच गणित करत.

वयाच्या सतराव्या वर्षी शिक्षणशास्त्राचे प्रमाणपत्र घेऊन त्यांनी शिक्षक म्हणून कामाला सुरुवात केली आणि ते विद्यार्थ्यांमध्ये लोकप्रिय झाले. त्यानंतर आल्फ्रेड विद्यापीठाच्या 'ओनियदा सेमिनरी' येथे त्यांनी उच्च शिक्षण घेतले आणि अॅमहर्स्ट कॉलेजमध्ये दाखल झाले. परिस्थितीमुळे काम करून त्यांना पैसे मिळवावे लागत. त्याचवेळी ते शार्टहँडही शिकले.

अॅमहर्स्ट कॉलेजमध्ये शिकत असताना त्यांना ग्रंथालयसहाय्यक म्हणून नोकरी मिळाली. पदवी मिळवण्यापूर्वीच १८७३ साली त्यांनी आपली दशांश वर्गीकरण पद्धती तयार केली. १८७४ साली त्यांनी पदवी मिळवली आणि ग्रंथालयात सहाय्यक ग्रंथपाल म्हणून त्यांची नेमणूकही झाली.

१८७६ साली ते बोस्टनला आले. त्याच साली अमेरिकन लायब्ररी असोसिएशन स्थापन झाली. डॉ.ड्युई हे तिचे कार्यवाह होते. याच वर्षी ग्रंथालयशास्त्रातील ''लायब्ररी जर्नल'' या नावाचे पहिले नियतकालिक सुरू झाले आणि डॉ.ड्युई त्यांचे संपादक होते आणि याच वर्षी डॉ. मेलविल ड्युई यांच्या जगप्रसिद्ध दशांश वर्गीकरणाची पहिली आवृत्ती प्रसिद्ध झाली. तसेच 'स्पेलिंग रिफॉर्म असोसिएशन' आणि 'अमेरिकन मेट्रिक ब्यूरो' या दोहोंची स्थापना झाली आणि दोन्हींचे कार्यवाह म्हणून डॉ.ड्युई यांनीच पदभार सांभाळला.

डॉ.ड्युईंना १८८३ साली कोलंबिया कॉलेजमध्ये कॉलेजचे ग्रंथपाल व प्रोफेसर ऑफ लायब्ररी इकॉनॉमी या पदांसाठी पाचारण करण्यात आले. १८८८ पर्यंत त्यांनी हे काम केले.१८८७ साली त्यांनी याच ठिकाणी 'लायब्ररी स्कूल' स्थापन केले आणि स्त्रियांना ग्रंथपालन शिक्षणक्रमासाठी डॉ.ड्युईंनी आग्रह धरला.

न्यूयॉर्क लायब्ररी क्लब १८८५ मध्ये स्थापन झाला. त्याचे कार्यवाह म्हणून ड्युईंनी काम केले. त्यांच्याच प्रेरणेने न्यूयॉर्क स्टेट लायब्ररी असोसिएशनची स्थापना झाली. १८८९ च्या जानेवारीमध्ये न्यूयॉर्क राज्यातील आल्बनी या शहरी ते राज्य ग्रंथपाल झाले आणि न्यूयॉर्क राज्य विद्यापीठाच्या बोर्ड ऑफ रीजंटस्‌चे कार्यवाहही झाले. आल्फ्रेड व सायराक्यूज या विद्यापीठांनी १९०२ साली डॉ.ड्युई यांना सन्माननीय पदव्या दिल्या.

अमेरिकन लायब्ररी असोसिएशनच्या सुवर्णमहोत्सवानिमित्त १९२६ साली भरलेल्या सभेत डॉ.ड्युई यांना प्रमुख पाहुणे म्हणून बोलवण्यात आले आणि ग्रंथालय क्षेत्रातील लोकांनी त्यांचा गौरव केला.

१९३१ च्या २६ डिसेंबर रोजी मेंदूतील रक्तस्त्रावाने त्यांचे निधन झाले.

आपल्या मिळकतीचा त्यांनी धर्मादाय ट्रस्ट केला. अनेकांना मदत करण्यास त्यांनी आपल्या संपत्तीचा विनियोग केला. डॉ.ड्युई हजरजबाबी, संभाषण चतुर व वादविवादपटू होते.

डॉ. मेलव्हिल ड्युई यांच्यासारखा अविरत कष्ट करणारा, स्वतःचा व्यवसायासाठी तन-मन-धन खर्च करणारा निःस्वार्थी ग्रंथपाल शतकात एखादाच होतो.

१०) Gaikwad, Sayajirao - गायकवाड, श्रीमंत सर सयाजीराव महाराज (१८६३-१९३९)

सेना खासखेल, समशेर बहादूर, जी.सी.एस.आयः जी.सी.आय. ई; एल.एल डी. बडोदे संस्थानचे अधिपती.

अमेरिकेतील ग्रंथालये पाहून आपल्या संस्थानातही अशी नमुनेदार ग्रंथालये स्थापन करण्याचा विचार महाराजांच्या मनात आला. म्हणून अमेरिकेतील ग्रंथालयतज्ज्ञ श्री.बोर्डन यांना बोलावून त्यांनी ग्रंथालयाचे स्वतंत्र खातेच निर्माण केले. त्यांच्या सल्लयानुसार सार्वजनिक मोफत वाचनालयांची स्थापना केली. शिवाय केंद्रीय आणि फिरत्या ग्रंथालयांचीही स्थापना केली. ग्रंथालयशास्त्राच्या अद्ययावत ज्ञानासाठी बऱ्याच जणांना परदेशात पाठवले. त्याशिवाय ग्रंथपालनाचे शिक्षणक्रमही महाराजांनी सुरू केले. आणि महत्त्वाचे म्हणजे ग्रंथालय विषयाचे 'लायब्ररी मिसलेनी' हे पहिले मासिक सुरू केले.

आपल्या जवळ असणारी निवडक २0 हजार पुस्तके देऊन १९११ मध्ये मध्यवर्ती ग्रंथालय स्थापन केले. बनारस हिंदू विश्व विद्यालयाला दोन लाख रू. देणगी देऊन एक प्रासादतुल्य इमारत ग्रंथालयासाठी बांधून दिली. म्हणून ते ग्रंथालय 'सर सयाजीराव गायकवाड ग्रंथालय' असे ओळखण्यात येते. महाराजांच्या ग्रंथालय प्रेमाचे आणि २५ वर्षाच्या ग्रंथालय विषयक कार्याचेच ते प्रतीक आहे.

अशा तऱ्हेने आदर्श ग्रंथालयांची स्थापना व त्यांचे संवर्धन कसे करावे याचे उत्तम उदाहरण म्हणून महाराजांचे नाव घ्यावे लागते.

११) Garde, Purushottam Krishna - गर्दे, पुरुषोत्तम कृष्ण

यांचा जन्म २४ ऑगस्ट १९१७ साली झाला. बी.ए.(ऑनर्स) पदवीबरोबर चेन्नईची डिप्लोमा इन लायब्ररी सायन्स ही पदवी त्यांनी १९४१ साली संपादन केली. १९४१-४२ या कालावधीत त्यांनी पुणे येथील नूतन मराठी विद्यालय येथे ग्रंथपाल म्हणून काम केले. नंतर मुंबईच्या आर.ए.पोतदार कॉलेज येथे १९४२ ते ४५ काम केले. दिल्ली विद्यापीठ ग्रंथालयात १९४५ ते ५0 साहाय्यक ग्रंथपाल म्हणून काम केले. १९४७ ते ५0 या कालखंडात ग्रंथपालन वर्गाचे अध्यापक म्हणूनही काम केले. नंतर युनायटेड नेशन्स इकॉनॉमिक कमिशन फॉर एशिया अँड द फार ईस्ट, बँकॉक थायलंड येथे १९५0 ते ५६ आणि १९५९ ते ६२ पर्यंत ग्रंथपाल म्हणून काम केले. १९५७ ते ५८ कलकत्त्याच्या युनेस्को रीसर्च सेंटर ऑन सोशल इम्प्लिकेशन्स ऑफ इंडस्ट्रिअलायझेशन येथे प्रमुख ग्रंथपाल व डॉक्युमेंटालिस्ट म्हणून काम केले. तर युनायटेड नेशन्स, न्यूयॉर्क येथील डाग हॅमरशील्ड लायब्ररीमध्ये १९६३ पासून जनरल रेफरन्स सेक्शनचे प्रमुख म्हणून काम केले.१९४८ ते ५0 त्यांनी भारतीय ग्रंथालय संघाचे सहकार्यवाह म्हणून आणि याच कालावधीत इंडियन स्टँडर्डस् इन्स्टिट्यूट कमिटी ऑन लायब्ररी अँड डॉक्युमेंटेशन मॅटर्सचे सदस्यही होते. अमेरिकन स्टँडर्डस् असोसिएशनच्या ट्रेड कॅटलॉग्जच्या उपसमितीचे ते १९६५ पासून सभासद होते. १९६६ च्या दुसऱ्या शारदा रंगनाथन एन्डाऊमेंट व्याख्यानमालेत त्यांनी व्याख्याने दिली.

डिरेक्टरी ऑफ रेफरन्स वर्क्स पब्लिश्ड इन एशिया (पॅरीस, युनेस्को १९५७) हे पुस्तक, शिवाय अनेक लेख त्यांनी लिहिले.

१२) Hingwe, Krishnaji Shankar - हिंगवे, कृष्णाजी शंकर

हिंगवे यांचा जन्म ९ नोव्हेंबर १९१५ साली झाला. एम.ए.ची पदवी त्यांनी संपादन केली.

१९४२ साली मद्रासचा लायब्ररी सायन्सचा डिप्लोमा त्यांनी केला. प्रथम १९३९ ते ४२ डेक्कन कॉलेज येथे ग्रंथालय साहाय्यक आणि १९४२ ते ४९ तेथेच त्यांनी ग्रंथपाल म्हणून काम केले. नंतर १९४९ पासून पुणे विद्यापीठाच्या जयकर ग्रंथालयात अध्यापक व ग्रंथालयशास्त्र प्रमुख म्हणून हिंगवेंनी काम केले. त्यानंतर पुणे विद्यापीठाचे ग्रंथपाल म्हणून त्यांनी निवृत्त होईपर्यंत (१९७६ पर्यंत) काम केले.

१९४७ ते ५० पर्यंत पुणे ग्रंथालय संघाचे ग्रंथपालन वर्गाचे अध्यापक म्हणून त्यांनी काम केले. त्यानंतर १९५१ ते ६० महाराष्ट्र ग्रंथालय संघाचे ते मुख्याध्यापक होते. पुणे ग्रंथालय संघाचे ते संस्थापक सदस्य व कार्यवाह राहिले. १९५४ ते ६० दरम्यान महाराष्ट्र ग्रंथालय संघाच्या कार्यात स्थापनेपासून त्यांचा संस्थापक सदस्य, कार्यवाह म्हणून भाग होता. साहित्य सहकारच्या संपादक मंडळात आणि कार्यकारी मंडळात त्यांनी काम केले. १९५४ ते ५८ या काळात ग्रंथपालन वर्गाच्या स्थायी समितीचे १९६५ ते ६७ या कालावधीत उपाध्यक्ष म्हणून त्यांनी कार्य केले. ग्रंथपालन अभ्यास मंडळ, पुणे याचे ते संस्थापक सदस्य होते. १९५६-५७ मध्ये इंडिया व्हीट लोन एज्युकेशनल एक्सचेंज योजनेखाली अमेरिकेतील ग्रंथालयीन कार्याचे अवलोकन करण्याची संधी त्यांना मिळाली. तर १९६१ मध्ये कोलंबो येथे युनेस्कोच्या वतीने भरवण्यात आलेल्या वाचन साहित्य चर्चासत्रात ग्रंथालय तज्ज्ञ म्हणून भारत सरकारतर्फे त्यांची नियुक्ती झाली. १९६२ च्या पुणे येथील इयास्लिक परिषदेचे ते कार्यवाह होते, तर १९६५-६७ मध्ये इयास्लिकचे उपाध्यक्ष होते. १९६५ मध्ये अलिबाग येथे झालेल्या कुलाबा जिल्हा ग्रंथालय परिषदेचे ते अध्यक्ष होते. विद्यापीठ अनुदान मंडळाचे ते सदस्य होते ; तसेच ग्रंथालय समितीचेही सदस्य होते. याशिवाय सल्लागार समितीचेही सदस्य होते. वेगवेगळ्या विद्यापीठांमध्ये ते व्याख्याते होते. बावीस वर्षे त्यांनी अखिल भारतीय तसेच प्रादेशिक ग्रंथालय परिषदांमध्ये, चर्चासत्रांमध्ये परिसंवादामध्ये त्यांनी भाग घेतला. संचालन केले. मार्गदर्शन केले आणि निबंध वाचनही केले.

इतिहासाचे वर्गीकरण, सुलभ तालिकीकरण इ. पुस्तके तसेच साहित्य सहकार, वृत्तपत्रे व मासिकांमध्ये सातत्याने मराठी व इंग्रजीमध्ये लेखन.

१३) Joshi, Purushottam Mahadev – डॉ. जोशी, पुरुषोत्तम महादेव

डॉ.जोशी यांचा जन्म २६ जून १९०६ साली झाला. त्यांनी १९२९ साली मुंबई विद्यापीठाची एम.ए.पदवी तर १९३५ साली लंडनची इतिहासातील डॉक्टरेट मिळवली. १९२७-२८ चे मुंबईमधील विल्सन कॉलेजचे दक्षिणा फेलो; १९२७-२९ स्कूल ऑफ इकॉनॉमिक्स अँड सोशिऑलॉजी, मुंबई विद्यापीठाचे रिसर्च स्कॉलर होते. १९२९ व १९३९ चे मुंबई विद्यापीठाचे माणिकजी लिमजी आणि भगवानलाल इंद्रजी सुवर्णपदक विजेते होते. १९३७ ते ४७ मुंबई विद्यापीठ ग्रंथालयाचे ग्रंथपाल म्हणून त्यांनी काम केले. नंतर १९४७ ते ६५ पर्यंत डायरेक्टर ऑफ अर्काइव्हज् मुंबई व नंतर महाराष्ट्र सरकार यांचे काम केले आणि १९६५ मध्ये डेक्कन कॉलेज, पुणे येथे मिडिव्हल इंडियन हिस्टरीचे प्रोफेसर म्हणून काम केले.

लायब्ररी डेव्हलपमेंट कमिटीचे सभासद म्हणून मुंबई येथे १९३९ ते ४० पर्यंत काम केले. अखिल भारतीय ग्रंथालय परिषद, मुंबई या परिषदेचे १९४२ मध्ये ते निमंत्रक होते. मुंबई ग्रंथालय संघाचे ते संस्थापक सदस्य असून काही वर्षे अध्यक्ष म्हणूनही त्यांनी काम केले. १९४३ साली डॉ.जोशी यांनी मुंबई विद्यापीठात ग्रंथपालन वर्गाची सुरुवात केली आणि १९४३-४७ दरम्यान वर्ग

संचालक म्हणूनही काम केले. १९४५ च्या मुंबई उपनगर व ठाणे जिल्हा वाचनालय परिषद दुसरी तिचे ते स्वागताध्यक्ष होते. तसेच महाराष्ट्र ग्रंथालय परिषद मासिकाचे १९५४ साली ते अध्यक्ष होते. याशिवाय इतिहास, अर्काइव्हज्, नाणकशास्त्र, संग्रहालये यांच्याशी संबंधित अशा संस्थांच्या कार्यात त्यांचा सहभाग होता. काही वेळा ते पदाधिकारीही होते. वेगवेगळ्या परिषदांमध्येही त्यांनी भाग घेऊन सन्मान मिळवला.

लायब्ररीज अँड लिव्हिंग, स्कूल लायब्ररीज्, म्युनिसिपल लायब्ररी सिस्टिम फॉर बॉम्बे, ग्रंथालयाची ऐतिहासिक पार्श्वभूमी इ. त्यांची पुस्तके प्रसिद्ध झाली. तर महाराष्ट्र शासनाची ऐतिहासिक प्रकाशन ग्रंथमाला- सिलेक्शन फ्रॉम पेशवा दप्तर न्यू सेरिज याचे ते संपादकही होते. भारताच्या इतिहासावर त्यांचे २० निबंध प्रसिद्ध झाले.

१४) Kolhatkar, Vasudev Purushottam – कोल्हटकर, वासुदेव पुरुषोत्तम

श्री.कोल्हटकर यांचा जन्म २१ जून १९११ रोजी झाला. त्यांनी बी.ए.,बी.टी.या पदव्यांबरोबर चेन्नई विद्यापीठाचा ग्रंथालयशास्त्राचा डिप्लोमा १९४२ साली संपादन केला. त्यांनी नू.म.वि.प्रशाला येथे १९४३-४६ ग्रंथपाल म्हणून काम केले. १९४७ ते १९४९ महाराष्ट्र ग्रंथालय येथे तंत्रज्ञ सहाय्यक म्हणून त्यांनी कामकाज केले. तर महाराष्ट्र ग्रंथालय येथे १९४९ मध्ये ग्रंथपाल म्हणून पदभार सांभाळला.

पुणे ग्रंथालय संघाचे ते संस्थापक असून त्याचे कार्यवाह म्हणून काम केले. तसेच पुणे ग्रंथालय संघाच्या ग्रंथपालन वर्गाचे ते संस्थापक असूनही अध्यापक म्हणूनदेखील त्यांनी काम केले. त्याच पुणे संघाचे ग्रंथपालन वर्गाचे मुख्याध्यापक म्हणूनही त्यांनी १९५६ मध्ये कार्य केले. १९४९ साली भरलेल्या पहिल्या महाराष्ट्र ग्रंथालय परिषदेचे कार्यवाह पदही त्यांनी सांभाळले.

महाराष्ट्र ग्रंथालय संघाच्या कार्यात कार्यकारी, मंडळ नियामक मंडळ, साहित्य सहकार संपादक मंडळ अशा अनेक विविध समित्यांमध्ये त्यांनी सुरुवातीपासून कार्य केले. नियामक मंडळाचे ते सदस्य होते; आणि महाराष्ट्र ग्रंथालय संघाचे कार्याध्यक्ष म्हणूनही त्यांनी कार्य केले.

ग्रंथालयांची व्यवस्था, सूचीलेखन, वर्गीकरण, शालेय व ग्रंथालयांकरिता वर्गीकरण, संदर्भ साह्य, मराठी ललित वाङ्मयाचे वर्गीकरण, पद्मश्री डॉ.रंगनाथन यांची वर्गीकरण पद्धती अशी त्यांची अनेक पुस्तके प्रकाशित झाली. साहित्य सहकार, ग्रंथपाल तसेच मराठी मासिके आणि वृत्तपत्रे यामध्येही त्यांनी विपुल लेखन केले; आणि आकाशवाणीवर भाषणेही दिली.

१५) Kulkarni, Vasant Vishnu – कुलकर्णी, वसंत विष्णु

यांचा जन्म ३ मे १९२९ रोजी झाला. १९५२ साली त्यांनी एम.ए.केले. तर १९५४ साली दिल्लीची एम.लिब.एस्सी पदवी मिळवली.

मुंबईच्या सेकंडरी ट्रेनिंग कॉलेजात १९५४-५७ मध्ये त्यांनी ग्रंथपाल म्हणून काम केले. १९५७-५८ मुंबई विद्यापीठ ग्रंथालयात तांत्रिक साहाय्यक झाले. त्यानंतर इंडियन कॅन्सर रीसर्च सेंटर मुंबई येथे १९५८-६१ मध्ये ग्रंथपाल म्हणून त्यांनी काम केले. १९६१-६४ नागपूर विद्यापीठ ग्रंथालयात ते साहाय्यक ग्रंथपाल झाले आणि १९६४ नंतर तेथेच ते ऑफिसिएटिंग लायब्ररीयन व ग्रंथालयशास्त्र विभाग प्रमुख झाले.

१९५५-६१ मुंबई ग्रंथालय संघाच्या ग्रंथपालन वर्गाचे ते अध्यापक होते. १९६१ पासून नागपूर विद्यापीठाच्या ग्रंथपालन वर्गाचेही अध्यापक होते.

'ग्रंथालयीन व्यवस्थेची रूपरेषा', 'युनियन कॅटलॉग ऑफ पिरिऑडिकल्स इन साऊथ ईस्ट एशिया' चे सहसंपादक अशी पुस्तके आणि काही इंग्रजी व मराठी लेख त्यांच्या खाती जमा आहेत.

१६) Mahajan, Shantaram Gajanan – महाजन, शांताराम गजानन

जन्म १९३२ साली जुलैच्या ३ तारखेस झाला. शिक्षण बी.ए.(स्पेशल) पुणे येथील लायब्ररी सायन्सचा, डिप्लोमा १९५९साली केला आणि ग्रंथालय साहाय्यक म्हणून काम पाहिले. १९४९ ते ५४ केसरी मराठा ग्रंथशालेत ग्रंथालय साहाय्यक म्हणून काम केले. नंतर १९५४ ते ५७ वरिष्ठ साहाय्यक म्हणून काम केले. १९५७ ते ६१ व नंतर प्रमुख तालिकाकार म्हणून पुणे विद्यापीठामधील जयकर ग्रंथालयात काम केले.

१९५९ साली ग्रंथपालन वर्गाचे व्यवस्थापक म्हणून काम केले. १९६१ मध्ये महाराष्ट्र ग्रंथालय संघाच्या ग्रंथपालन वर्गाचे अध्यापक आणि १९६३ साली मुख्याध्यापक म्हणून काम. यानंतर पुणे विद्यापीठाच्या ग्रंथपालन वर्गाचे अध्यापक म्हणून १९६३ ते ६५ पर्यंत काम केले. १९६१ ते ६३ महाराष्ट्र ग्रंथालय संघाचे कार्यवाह म्हणून काम पाहिले आणि १९६० मध्ये कार्यकारी मंडळाचे सभासद झाले. १९६४-६५ मध्ये 'साहित्य सहकार' च्या संपादक मंडळात काम केले, तर पुणे ग्रंथालय अभ्यास मंडळाचे निमंत्रक होते. पारखी निधी समितीचे ते कार्यवाह होते.

ग्रंथालय परिषदेतील कार्यक्रमात, चर्चा, परिसंवादाचे संचालन केले, भाग घेतला आणि निबंधांचे वाचनही केले.

महाराष्ट्रातील ग्रंथालयांची सूची; तालिकीकरण – प्रात्याक्षिक (नमुने); महाराष्ट्रातील ग्रंथपाल, ग्रंथालय सेवक व ग्रंथालयीन कार्यकर्ते यांची सूची असे ग्रंथ लिहिले. तर साहित्य सहकार ग्रंथपाल व नियतकालिकात त्यांचे ४० वर लेख प्रसिद्ध झाले.

१८) Mulay, Yadavrao Murlidhar – मुळे, यादव मुरलीधर तथा अण्णासाहेब

यांचा जन्म १४ जून १९०९ साली झाला. शिक्षण एम.ए. नागपूर येथून १९३२ साली. संस्कृत प्रथम श्रेणीत प्रथम आणि नारायण दाजीबा वाडेगांवकर सुवर्णपदक विजेते. १९३४ साली चेन्नईचे ग्रंथपालन प्रमाणपत्र त्यांनी मिळावले. तसेच १९३८ साली लंडन येथील लायब्ररी सायन्सचा डिप्लोमा संपादन केला. लंडन येथील युनिव्हर्सिटी कॉलेजच्या या अभ्यासक्रमासाठी मध्यप्रांत – वऱ्हाड

सरकारची किंग एडवर्ड मेमोरियल शिष्यवृत्ती त्यांना मिळाली. तसेच या साली त्यांनी लंडनची एफ.एल.ए.ही पदवी मिळवली. या शिवाय मराठी, संस्कृत, हिंदी व इंग्लिश भाषेत त्यांनी प्राविण्य मिळवले आणि जर्मन व बंगाली भाषेचे ही त्यांना ज्ञान होते. नागपूर विद्यापीठ ग्रंथालयात त्यांनी १९३२-४६ पर्यंत प्रमुख ग्रंथपाल म्हणून काम केले. १९४७-५० कोलकाताच्या इंपिरिअल लायब्ररीमध्ये विशेष अधिकारी म्हणून काम केले. तर १९५० ते ६२ मध्ये कोलकाता येथील राष्ट्रीय ग्रंथालयात उपप्रमुख म्हणूनही काम केले. १९६३ नंतर राष्ट्रीय ग्रंथालय, कोलकाता येथे प्रमुख म्हणून महत्त्वाची भूमिका बजावली.

१९४२-४४ साली ते भारतीय ग्रंथालय परिषदेचे उपाध्यक्ष होते. १९५५ च्या ऑक्टोबरमध्ये नागपूर येथे झालेल्या मध्यप्रदेश राज्य ग्रंथालय परिषदेचे ते अध्यक्ष होते. अहमदनगर येथे १९५९ साली झालेल्या मराठी ग्रंथालय परिषदेचे ते अध्यक्ष होते. नागपूर विद्यापीठाच्या बोर्ड ऑफ स्टडीज इन लायब्ररी सायन्सचे १९५६-६४ पर्यंत अध्यक्ष होते. शिक्षण-अवलोकनार्थ १९३६-३८ मध्ये केलेल्या इंग्लंड व युरोपमधील दौऱ्यात त्यांनी प्रतिनिधीत्व केले. १९६४ च्या फेब्रुवारीत मॅनिला (फिलिपाईन्स) येथील आशिया व प्रशांत महासागरीय देशातील राष्ट्रीय ग्रंथालयांच्या विकासासंबंधीच्या चर्चासत्रात ते सहभागी झाले होते. अमेरिकन सरकार, ब्रिटिश कौन्सिल व आशिया फौंडेशन यांच्या आमंत्रणावरून त्यांनी १९६६ च्या जून ते सप्टेंबर दरम्यान ग्रंथालयांचा निरीक्षण दौरा केला.

मध्यप्रांत व ग्रंथालय संघाचे कार्यवाह म्हणून त्यांनी काम केले. ग्रंथालयविषयक अनेकविध सरकारी व निमसरकारी समित्यांचे सदस्य म्हणून त्यांनी कार्य केले. विविध विद्यापीठांचे ग्रंथालय शिक्षण मार्गदर्शक आणि विविध ग्रंथालये व ग्रंथालय संघटनांचे मानद सल्लागार म्हणूनही काम केले. भारतीय ग्रंथालय परिषद, वंगीय ग्रंथालय परिषद, महाराष्ट्र व विदर्भ ग्रंथालय संघ याचे ते आजीव सदस्य होते.

१९४२ सालच्या इंडियन लायब्ररी डिरेक्टरीचे ते संपादक होते. १९६३ पासूनच्या राष्ट्रीय ग्रंथ सूचीचे संपादन त्यांनी केले. राष्ट्रीय ग्रंथालयाकडून संकलित व प्रकाशित होत असलेल्या विविध सूचीखंडांचे त्यांनी संपादन केले.

१९) Otlet, Paul – ऑटलेट, पॉल

सध्या ज्याला माहितीशास्त्र म्हणून संबोधले जाते त्या प्रलेखन विषयाचे मूळ ज्या संज्ञेत आहे तो विषय आणि संज्ञा यांचा संस्थापक-जनक म्हणून पॉल ऑटलेटच्या नावाचा आवर्जून उल्लेख करावा लागेल. २३ ऑगस्ट १८६८ साली बेल्जियममध्ये जन्मलेल्या ऑटलेटने ग्रंथालय आणि माहितीशास्त्रात बहुमोल योगदान दिलेले आहे. Faceted वर्गीकरणाचे Prominent उदाहरण म्हणून ज्या वर्गीकरण पद्धतीचा उल्लेख केला जातो ती युनिव्हर्सल डेसिमल वर्गीकरण पद्धती ऑटलेटनेच तयार केली. तालिकापत्राचे 3" x 5" हे स्टँडर्ड अमेरिकेत प्रस्थापित झाल्यावर त्या स्टँडर्डचा युरोपमध्ये मोठ्या प्रमाणावर वापर करण्याचे योगदान ऑटलेटचेच.

ऑटलेटने आपले संपूर्ण व्यावसायिक आयुष्य ज्ञानाचे संकलन, ज्ञानाच्या नोंदी, त्याची संरचना आणि शेवटी ज्ञानाचे प्रसारण यासाठीच वेचले. संगणक आणि माहितीची जाळी (networks) यांचा उदय होण्यापूर्वीच्या काळात ऑटलेटने कार्य केले, तरी माहितीच्या संदर्भात ज्या गोष्टींचा त्याने आयुष्यभर

पाठपुरावा केला त्याचीच परिणती शेवटी world wide web (www) मध्ये झाली.

ज्ञानाचे एक मोठे जाळे जगात असावे या त्याच्या दूरदृष्टीच्या केंद्रस्थानी विविध प्रलेखच होते आणि म्हणूनच ऑटलेटने अन्य संज्ञा वापरल्या असल्या तरीसुद्धा त्याच्या विचारात हायपरलिंक्स, सर्च इंजिन्स, रिमोट ॲक्सेस, सोशल नेटवर्क्स इत्यादी गोष्टी निश्चितच समाविष्ट होत्या.

जगातील सर्व ज्ञान, संकलित कसे करावे आणि त्या ज्ञानाची योग्य संरचना कशी करावी यावर ऑटलेटने मोठ्या प्रमाणावर लेख लिहिले. याच लेखांचे संकलन नंतर Traite de doucumentation (1934) आणि Monde : Essai d'universalisme (1935) या त्याच्या ग्रंथात झाले. त्या काळात माहिती तंत्रज्ञान ही गोष्ट नवीन होती.

आपला मित्र आणि सहकारी Henri La Fontaine यांच्या मदतीने ऑटलेटने १८८५ मध्ये Institute International de Bibliographie या संस्थेची स्थापना केली, ज्याचा उल्लेख नंतर इंग्रजीमध्ये इंटरनॅशनल फेडरेशन फॉर इन्फॉर्मेशन अँड डॉक्युमेन्टेशन असा करण्यात येऊ लागला. एका प्रचंड मोठ्या आंतरराष्ट्रीय परिषदेनंतर ऑटलेट आणि फाँटेन यांनी १९१० मध्ये Union of International Associations स्थापना केली जी आजही ब्रुसेलमध्ये कार्यरत आहे.

ऑटलेटच्या Parmanent Encyclopedia ची ग्रंथसूची अथवा Table of Contents यामध्ये १८९५ मध्ये ४००,००० नोंदी होत्या. त्यामध्ये वाढ होऊन त्या नोंदीची संख्या १९३४ मध्ये १ कोटी ५० लाखापेक्षाही अधिक झाली. यावरून ऑटलेटच्या कार्याची कल्पना येते.

दुसऱ्या महायुद्धाची सुरुवात झाल्यानंतरच्या काळात, व्हनेवर बुश, डग्लस इंज्वेलबर्ट, टेड नेल्सन इत्यादी अमेरिकन माहिती शास्त्रज्ञांच्या कामगिरीमुळे ऑटलेटचे माहितीशास्त्रातील योगदान झाकाळून गेले. तरीसुद्धा अलीकडच्या काळात, संप्रेषणाची जाळी (नेटवर्क्स) (Digitization, globalization) इत्यादी प्रवाहामुळे पुन्हा ऑटलेटच्या ज्ञानाची संरचना, globalization , नवीन माहिती तंत्रे इत्यादीकडे माहितीशास्त्रज्ञ आकर्षित झालेले आहेत.

माहितीशास्त्राबरोबरच ऑटलेटने ध्येयवादी आणि शांततेचा सक्रिय कार्यकर्ता म्हणून अविरत परिश्रम केले. लीग ऑफ नेशन्समध्ये समाविष्ट असलेल्या राजकीय कल्पनांचा प्रसार करण्यासाठीही ऑटलेटने त्याचा सहकारी मित्र हेन्री ला फाँटेन यांच्या मदतीने भरघोस योगदान दिले.

अशा या थोर माहितीशास्त्रज्ञाचे १० डिसेंबर १९४४ मध्ये निधन झाले.

ऑटलेटचे अजरामर साहित्य - Tarite de documentation - याचे १९८९ मध्ये पुनर्मुद्रण झाले तरी त्याचे इंग्रजीत भाषांतर झालेले नाही. १९९० प्रा.डब्ल्यू बाईड रेवार्ड (W Boyde Rayward) यांनी ऑटलेटचे काही उत्कृष्ट लिखाण इंग्रजीमध्ये प्रकाशित केले आहे. Rayward यांनी १९७५ मध्ये Otlet चे चरित्र प्रकाशित केले असून हा ग्रंथ रशियन आणि स्पॅनिश भाषेत प्रकाशित झालेला आहे.

२०) Panizzi, Anthony (1797-1879) – पानिझी, अँथनी – १७९७–१८७९

त्यांचा जन्म १७९७ मध्ये इटलीतील ब्रेसेलो (Brescello) येथे झाला. १८१८ मध्ये त्यांनी कायद्याची पदवी घेतली. इटलीला स्वतंत्र करण्याची इच्छा असणाऱ्या देशभक्त समाजाशी त्यांचा संबंध आला. १८२१ मध्ये ते शाळा तपासनीस झाले. त्यांच्या राजकारणी स्वभावामुळे त्यांना इटली सोडून स्वित्झर्लंडला जावे लागले. १८२३ मध्ये ते लंडनला गेले. तेथे त्यांना इंग्लंडच्या लॉर्ड चॅन्सेलरने लंडन

विद्यापीठात प्राध्यापक बनविले. नंतर ब्रिटिश म्युझियम लायब्ररीचे सहाय्यक ग्रंथपाल (१८३१-३७), मुद्रित साहित्याचे जतन करणारा (१८३७-५६) नंतर मुख्य ग्रंथपाल (१८५६-१८६६) अशी महत्त्वाची पदे त्यांनी सांभाळली. त्यांनी ग्रंथपाल म्हणून दिलेल्या सेवेबद्दल राणी व्हिक्टोरियाने त्यांना सरदारकी बहाल केली.

ब्रिटिश म्युझियम लायब्ररी म्हणजे इंग्लंडचे राष्ट्रीय ग्रंथालय. पानिझींच्या कारकीर्दीत, मुद्रित साहित्याचे जतन करणारा हे पद भूषवित असताना २,३५,००० या संग्रहाची वाढ होऊन ५,४०,००० इतकी झाली. त्याकाळी हे जगातील एक मोठे ग्रंथालय म्हणून याची ओळख पानिझींनी करून दिली. या ग्रंथालयाच्या वाचनकक्षाचे आरेखन यांनीच केले होते. हा वाचनकक्ष १८५७ मध्ये खुला झाला. १९७३ मधील ब्रिटिश लायब्ररीचा आकार ब्रिटिश म्युझियम लायब्ररीतून निर्माण झाला आणि १९९७ पर्यंत ''गोल वाचनकक्ष'' वापरला जात होता. १९९७ मध्ये हे ग्रंथालय हल्लीच्या जागेत स्थलांतरीत झाले.

पानिझींनी १८४१ मध्ये ''९१ कॅटॅलॉगिंग रूल्स'' अशी नवीन तालिका तयार केली. १९ आणि २० व्या शतकात हे तालिकीकरणाचे नियम पायाभूत मानले गेले होते. हे नियम ''इंटरनॅशनल स्टँडर्डस् बुक डिस्ट्रीब्युशन (ISBD) चे आजही मूळ समजले जातात. तसेच अंकीय तालिकीकरणाचा पायाही समजले जातात. उदा. डब्लिन कोअर (Dublin Core). पानिझीनीच लेखाधिकार कायदा कार्यान्वित होण्यासाठी चालना दिली.

ऑक्सफर्ड विद्यापीठाने त्यांनी ऑनररी पदवी दिली होती. फ्रान्सने Legion of Honneur म्हणून त्यांचा गौरव केला होता. इटलीतील सरकारनेही त्यांना विविध ऑनररी पदव्या दिल्या होत्या. तसेच सिनेटर म्हणून त्यांची नेमणूक केली होती. पण पानिंझीनी हे नाकारले होते.

या बहुपेडी व्यक्तिमत्त्वाचा अस्त १८७९ मध्ये लंडन येथे झाला. १९८५ पासून ब्रिटिश लायब्ररी दरवर्षी ''पानिझी लेक्चर्स'' म्हणून सूची या विषयात व्याख्यानमाला आयोजित करते. ''पानिझी रूम'' म्हणून एक कर्मचारी बैठक कक्ष पानिझींच्या गौरवार्थ ब्रिटिश लायब्ररीमध्ये आहे.

२१) Parakhi, Raghunath Shatanand – पारखी, रघुनाथ शतानंद

श्री.पारखी यांचा जन्म १७ मार्च १९०१ साली झाला. त्यांनी १९३२ मध्ये चेन्नईचे ग्रंथपालन प्रमाणपत्र मिळविले. तसेच कोलंबिया विद्यापीठाचा पत्रव्यवहार अभ्यासक्रम पूर्ण केला. बाई जेरबाई वाडिया ग्रंथालय शिवाय फर्ग्युसन महाविद्यालय, पुणे येथे ग्रंथपाल म्हणून १९२२ ते १९५१ पर्यंत काम केले. तसेच स्पेशल ऑफिसर म्हणून बॉम्बे ब्रॉंच रॉयल एशियाटिक सोसायटी ग्रंथालय, मुंबई येथे १९५१ ते १९५४ पर्यंत काम केले . त्यानंतर १९५४ ते ६१ पर्यंत गोखले इन्स्टिटयूट येथे ग्रंथपाल म्हणून कार्य केले. महाराष्ट्रातील ज्येष्ठ ग्रंथपाल आणि ग्रंथालयशास्त्राचे अभ्यासक आणि लेखक म्हणून ते प्रसिद्ध होते.

पुणे ग्रंथालय संघ, महाराष्ट्र ग्रंथालय संघ येथील ग्रंथपालन वर्गाचे अध्यापक म्हणून त्यांनी काम केले. तसेच पुणे विद्यापीठ येथे ग्रंथपालन वर्गामध्ये वर्गीकरण विषयाचे अध्यापक म्हणून काम केले ते १९५८ ते ६३ मध्ये. त्यानंतर १९४४ ते ५२ मध्ये मुंबई विद्यापीठात द्विबिंदू वर्गीकरणावर विशेष व्याख्याने दिली. डॉक्युमेंटेशन रिसर्च अँड ट्रेनिंग सेंटर, बंगलोर येथे १९६६ श्री.पारखी व्याख्याते होते. १९४८ मध्ये अखिल भारतीय ग्रंथालय संघाचे ते उपाध्यक्ष होते. शेतकी महाविद्यालय ग्रंथालय,

स्वस्तिक रबर प्रॉडक्टस् ग्रंथालय, जयपूर विद्यापीठ ग्रंथालय, महाराष्ट्र ग्रंथालय संघाचे ग्रंथालय इ. अनेक ग्रंथालये त्यांनी शास्त्रीय पद्धतीने लावून देण्यास साहाय्य केले आणि मार्गदर्शनही केले.

द्विबिंदू वर्गीकरण पद्धतीचा त्यांनी सखोल अभ्यास केला, तसाच डॉ.रंगनाथन यांच्या वाङ्मयाचाही सखोल अभ्यास केला. त्यावर सातत्याने इंग्रजी व मराठीमध्ये सातत्याने लेखन केले, व्याख्याने दिली. १९६२ मध्ये पद्मश्री डॉ.रंगनाथन सत्कार समितीचे ते अध्यक्ष होते.

१९६१ मध्ये महाराष्ट्र ग्रंथालय संघाच्या वतीने श्री. पारखी यांचा ६१ वा वाढदिवस साजरा करण्यात आला. त्याचवेळी पुणे विद्यापीठाच्या आजी-माजी विद्यार्थ्यांमार्फत त्यांना निधी अर्पण करण्यात आला. त्या निधीतूनच पुणे विद्यापीठाच्या ग्रंथपालन वर्गाच्या परीक्षेत 'वर्गीकरण' या विषयात पहिल्या येणाऱ्या विद्यार्थ्यास पारितोषिक देण्यात येते.

श्री.पारखी यांचा 'ग्रंथालय शास्त्राचा ओनामा' हा ग्रंथालय शास्त्रावरील मराठीतील पहिला ग्रंथ होय. याशिवाय द्विबिंदू वर्गीकरण भाग १ ; ग्रंथपालनाची तोंड ओळख ; द्विबिंदू वर्गीकरण-यथार्थ दर्शन खंड १ भाग अ मांडणी आणि तयार वर्गांक ; द्विबिंदू वर्गीकरण पद्धती – संक्षिप्त अनुवाद ; प्रिंसिपल्स ऑफ लायब्ररी क्लासिफिकेशनः रेफरन्स सर्व्हिस इन लायब्ररीज, डेसिमल क्लासिफिकेशन अँड कोलन क्लासिफिकेशन, इन परस्पेक्टिव्ह अशी बरेच ग्रंथ त्यांच्या नावावर जमा आहेत. याशिवाय ३५ वर्षे इंग्रजी व मराठीमध्ये त्यांनी सातत्याने बरेच स्फुट लेखनही केले.

२२) Pethe, Madhusudan Purshuram   – डॉ.पेठे, मधुसूदन परशुराम

यांचा जन्म १८ एप्रिल १९२३ रोजी झाला. त्यांनी एम.ए.केले आणि १९६६ साली पुणे विद्यापीठाची पीएच.डी. संपादन केली आणि मुंबईचा लायब्ररी सायन्सचा डिप्लोमाही केला. पुणे विद्यापीठाच्या जयकर ग्रंथालयाचे ते उपग्रंथपाल (१९७६ ते १९८३) होते आणि श्री.हिंगवे यांच्यानंतर प्रमुख ग्रंथपालही झाले.

महाराष्ट्र ग्रंथालय संघात त्यांनी विविध कार्य केले. १९५५ मध्ये कार्यकारी मंडळाचे सदस्य; १९५५-५६ साहित्य सहकारच्या संपादक मंडळाचे सदस्य; १९५४-५५ कोषाध्यक्ष १९५६ ग्रंथपालन वर्गाचे अध्यापक, १९६१ मध्ये त्या वर्गाचे मुख्याध्यापक होते. १९६५ ते ६७ प्रमुख कार्यवाह म्हणूनही त्यांनी काम पाहिले. शालेय ग्रंथालये शास्त्रीय पद्धतीने लावून देण्यात त्यांचा सहभाग होता.

महाराष्ट्र ग्रंथालय संघाचे ते १९६७ मध्ये उपाध्यक्ष होते. १९४९ मध्ये पुणे नगर वाचन मंदिरात हिशोबनीस म्हणूनही डॉ.पेठे यांनी कार्य केले. १९५४ मध्ये कार्यकारी मंडळाचे सदस्यही होते १९५७-५८ मध्ये सहकार्यवाह होते. उपाध्यक्ष म्हणून १९६३ मध्ये त्यांनी कार्य केले. घटना दुरुस्ती आणि ग्रंथालय पुनर्रचना हे कार्यही त्यांनी केले आणि मराठी विश्वकोशाचे ग्रंथालयशास्त्र विषयाचे ते संपादकही होते.

संदर्भ साहाय्य या ग्रंथाचे ते सहलेखक होते. साहित्य सहकार व इतर नियतकालिकात त्यांनी लेखनही केले. आकाशवाणीवर भाषणे दिली. ज्ञानदेव व ज्ञानेश्वरीविषयक अभ्यासाचे ऐतिहासिक समालोचन असा एक पीएच.डीचा प्रबंधही त्यांनी लिहिला. ज्ञानदेव वाङ्मय सूची व ग्रंथपालन परिभाषा हे त्यांचे लेख साहित्य सहकारमध्ये क्रमशः प्रसिद्ध झाले.

२३) Putnam, Herbert – पुतनाम हर्बर्ट

यांचा जन्म न्यूयॉर्क मध्ये १८६१ साली झाला. हारवर्ड विद्यापीठातून त्यांनी पदवी घेतली (१८८३). कोलंबिया विद्यापीठात कायद्याची पदवी घेऊन (१८८६) मध्ये बार मध्ये परवानगी मिळाली. त्यांनी ग्रंथपाल म्हणून मिनेपोलिस अथेनियम (१८८४–१८८७) पर्यंत काम केले. नंतर मिनेपोलिस पब्लिक लायब्ररीमध्ये ग्रंथपाल हे पद भूषविले (१८८७–१८९१). बोस्टन पब्लिक लायब्ररीचे ग्रंथपाल (१८९५–१८९९) म्हणून काम करीत असताना छायाचित्रांच्या संग्रहाचा विकास केला. इ.स.१८९८ मध्ये अमेरिकन लायब्ररी असोसिएशनचे अध्यक्ष म्हणून निवडून आले. पुढे लायब्ररी ऑफ काँग्रेसचे ग्रंथपाल म्हणून त्यांची नेमणूक झाली (१८९९).

हे ग्रंथपालाचे पद भूषविणारे ते पहिले अनुभवी ग्रंथपाल होते. हे पद त्यांनी १९३९ पर्यंत सांभाळले. सेवानिवृत्तीच्या वेळी एक विशेष (Emertius) ग्रंथपाल म्हणून सन्मानित झाले. त्यांच्या प्रशासनाच्या काळात त्यांनी वर्गीकरणाची नवीन पद्धती सुचविली. ही पद्धती अजूनही लायब्ररी ऑफ काँग्रेसमध्ये वापरली जाते.त्यांनी ग्रंथालयीन देवघेवमध्ये आंतर ग्रंथालयीन पद्धतीला स्थैर्य दिले. लायब्ररी ऑफ काँग्रेसची भूमिका व्यापक केली. या ग्रंथालयाचे संबंध इतर ग्रंथालयांशी मध्यवर्ती सेवेच्या माध्यमातून जोडले.

२४) Rangnathan, Siyali Ramamrut – रंगनाथन, शियाली रामामृत

डॉ. रंगनाथन यांचा जन्म चेन्नई प्रांतातील तंजावर जिल्ह्यातील शियाली या गावी १२ ऑगस्ट १८९२ साली झाला. तेथेच त्यांचे शालेय शिक्षण झाले. मद्रास येथील ख्रिश्चन कॉलेजातून त्यांनी इंग्रजी विषयाची बी.ए.पदवी संपादन केली. १९१६ मध्ये गणित घेऊन ते एम.ए. झाले आणि एल.टी.ही अध्यापनशास्त्राची पदवीही घेतली. पुढील सहा वर्षे त्यांनी गणिताचे प्राध्यापक म्हणून काम केले.

१९२४ च्या जानेवारीत चेन्नई विद्यापीठाचे पहिले ग्रंथपाल म्हणून त्यांची नेमणूक झाली व त्यांना ग्रंथालय शास्त्राच्या शिक्षणासाठी इंग्लंडला पाठवण्यात आले. तेथील लंडन विद्यापीठाच्या स्कूल ऑफ लायब्ररीयनशिपमध्ये त्यांनी वर्षाचा अभ्यासक्रम पूर्ण केला. चेन्नईला परत आल्यापासून १९२५ ते १९४५ पर्यंत त्यांनी चेन्नई विद्यापीठाचे ग्रंथपाल म्हणून काम केले. १९४५ साली बनारस हिंदू विद्यापीठामध्येही त्यावेळचे कुलगुरू डॉ.राधाकृष्णन यांच्या निमंत्रणावरून १९४६ पर्यंत काम पाहिले. त्यानंतर दिल्ली विद्यापीठाचे उपकुलगुरू सर मॉरिस ग्वायर यांनी डॉ.रंगनाथन यांची ग्रंथालयशास्त्राचे प्राध्यापक व सल्लागार म्हणून नेमणूक केली. जिथे डॉ.रंगनाथन यांनी ग्रंथालयशास्त्राच्या स्वतंत्र विभागाची स्थापना केली. उज्जैन येथेही १९५७ साली विक्रम विद्यापीठात ग्रंथालयशास्त्र विभाग सुरू केला. तर १९६२ साली बंगलोर येथे डॉक्युमेंटेशन रिसर्च आणि ट्रेनिंग सेंटरही चालू केले. शेवटपर्यंत या संस्थेत त्यांनी प्राध्यापक म्हणून कार्य केले.

१९५७ साली ग्रंथालय समितीची स्थापना झाली. तिचे अध्यक्ष म्हणून डॉ.रंगनाथन यांनी काम केले. १९२८ मध्ये त्यांनी मद्रास ग्रंथालय संघाची स्थापना केली. १९३३ साली त्यांच्याच प्रोत्साहनाने भारतीय ग्रंथालय संघही स्थापन झाला. त्याचे ते अध्यक्ष आणि आजीव सभासद होते.

१९४८ साली ब्रिटिश कौन्सिलचे पाहुणे म्हणून फ्रान्स, नॉर्वे, हॉलंड, स्वीडन इ. युरोपियन देशांना आणि १९५० साली रॉकफेलर फौंडेशनचे पाहुणे म्हणून अमेरिकेला त्यांनी भेट दिली.

१९३५ साली त्यांना 'रावसाहेब' ही पदवी देण्यात आली. भारत सरकारने १९५७ साली त्यांना 'पद्मश्री' बहाल केली. १९४८ साली दिल्ली विद्यापीठाने आणि १९६४ साली अमेरिकेतील पिट्सबर्ग विद्यापीठाने 'डी.लिट्' ही बहुमानाची पदवी त्यांना दिली. ग्रंथालय क्षेत्रातील त्यांच्या अद्वितीय कामाचा गौरव म्हणून भारत सरकारने त्यांची ''ग्रंथालयशास्त्राचे राष्ट्रीय प्राध्यापक'' म्हणून नेमणूक केली. शेवटपर्यंत या पदावर ते कार्यरत होते. ''मागरिट मान'' हे बहुमानाचे पदक त्यांना १९७० साली प्रदान करण्यात आले.

भारतीय ग्रंथालय संघाप्रमाणे डॉ.रंगनाथन ब्रिटिश ग्रंथालय संघाचे उपाध्यक्ष होते. इंटरनॅशनल फेडरेशन फॉर डॉक्युमेंटेशन या संस्थेचे सन्माननीय फेलो आणि याच संस्थेच्या क्लासिफिकेशन रिसर्च कमिटीचे अध्यक्ष, इंटरनॅशनल ॲडवायझरी कमिटी ऑफ लायब्ररी एक्सपर्टस् टू युनायटेड नेशन्स व ॲडवायझरी कमिटी ऑफ युनेस्कोचे सभासद व इंडियन मॅथॅमॅटिकल सोसायटीचे ते आजीव सभासदही होते. १९५७ मध्ये चेन्नई विद्यापीठात त्यांनी ''शारदा प्रोफेसर इन लायब्ररीयन्स'' ही जागा निर्माण केली. तर १९६३ मध्ये ''शारदा रंगनाथन एंडाऊमेंट फॉर लायब्ररी सायन्स'' ही विश्वस्त संस्था स्थापन केली. त्यासाठी चार लाख रुपयांचा निधीही उपलब्ध करून दिला.

१९३३ साली त्यांच्या प्रसिद्ध द्विबिंदू वर्गीकरण पद्धतीची पहिली आवृत्ती प्रसिद्ध झाली. १९३४ मध्ये क्लासिफाईड कॅटलोग कोड व १९४५ मध्ये डिक्शनरी कॅटलॉग कोड या तालिकीकरणाच्या नियमावली त्यांनी तयार केल्या. त्यांचे ग्रंथालयशास्त्रावरील ५० हून अधिक पुस्तके आणि अगणित लेख प्रसिद्ध झाले आहेत.

त्यांनी ग्रंथालयशास्त्रात केलेल्या भरीव कामगिरीचे फल आज आपल्याला सुसज्ज ग्रंथालये आणि स्वतंत्र ग्रंथालयशास्त्र विभागाच्या रूपाने पाहायला मिळते.

म्हणून त्यांना ''भारतीय ग्रंथालय चळवळीचे जनक'' असे संबोधण्यात येते.

२७ सप्टेंबर १९७२ रोजी बंगलोर येथे ते कालवश झाले.

२५) Rege, Shantaram Shankar – रेगे, शांताराम शंकर

यांचा जन्म १९१९ साली सप्टें. २३ ला झाला. बी.ए.ऑनर्सची पदवी आणि मुंबईचा लायब्ररी सायन्सचा डिप्लोमा (डिप्.लिब) १९४४ साली त्यांनी संपादन केला आणि सिद्धार्थ कॉलेज ऑफ आर्टस् अँड सायन्स मध्ये १९४६ पासून ग्रंथपाल म्हणून काम केले.

मुंबई ग्रंथालय संघाचे ते अनेक वर्षे कार्यवाह होते. १९६२ पासून अध्यक्ष आणि मुंबई ग्रंथालय संघाच्या ग्रंथपालन वर्गाचे अध्यापक आणि संचालकही होते. हे कार्य १९५०-६७ पर्यंत केले. १९६४ ते ६७ महाराष्ट्र लेबर वेल्फेअर बोर्डाच्या ग्रंथपालन वर्गाचे ते संचालक होते. साहित्य सहकारचे संपादक म्हणूनही त्यांनी काम केले. शिवाय महाराष्ट्र ग्रंथालयसंघाच्या कार्यकारी मंडळाचेही ते १९५०-६७ च्या दरम्यान सदस्य होते आणि याच ग्रंथालय संघाच्या व्यवस्थापक मंडळाचेही सदस्य होते, ते १९६२-६७ पर्यंत त्यानंतर महाराष्ट्र सरकारच्या ग्रंथनिवड समितीतही सदस्य म्हणून ते कार्यरत होते. १९६४-६५ मध्ये प्लॅनिंग कमिशन वर्किंग ग्रुप फॉर लायब्ररीजचेही सदस्य होते. १९६३-६५ मुंबई विद्यापीठाच्या ग्रंथपालन वर्गाचे अध्यापक व एस.एन.डी.टी. महिला विद्यापीठातही १९६५-६७ या कालावधीत त्यांनी काम केले. याशिवाय ग्रंथालय परिषदेत अभिरूप लोकसभा (मॉक पार्लमेंट) व अभिरूप

अभियोग (मॉक ट्रायल) यांचेही प्रयोग त्यांनी केले. साहित्य सहकार, अनेक वृत्तपत्रे व नियतकालिके यातून इंग्रजी व मराठीत विविध लेखन केले.

२६) Rider F. – एफ. रायडर

एफ. रायडर यांची इंटरनॅशनल वर्गीकरण पद्धती ही केवळ शालेय, महाविद्यालयीन व सार्वजनिक ग्रंथालयांनाच उपयोगी पडावी या हेतूने तयार केलेली आहे. ही पद्धत 'तर्कशुद्ध' किंवा शास्त्रशुद्ध आहे असे नाही. अर्थात ही गोष्ट श्री.रायडर यांनाही मान्य आहे. फक्त ''सोय व उपयुक्तता'' ही दोन व्यावहारिक तत्त्वे महत्त्वाची आहेत. ही पद्धती त्यावर आधारलेली आहे.

नवीन वर्गीकरण पद्धतीचा स्वीकार करताना ही पद्धती अवलंबली असे त्यांचे म्हणणे आहे. प्रस्तावना, मुख्यवर्ग, उपवर्ग, उप-उपवर्ग दर्शविणारे तक्ते आणि निर्देश असे याचे तीन भाग आहेत. शुद्ध चिन्हांकन व वर्गांकाची मर्यादा ही या पद्धतीची वैशिष्ट्ये आहेत.

२७) Saraf, Ramchandra Yashwant – सराफ, रामचंद्र यशवंत

यांचा जन्म १९२९ सालच्या एप्रिलच्या ३ तारखेला झाला. १९५५ साली त्यांनी एम.ए. तर १९६० मध्ये एल.एल.बी. आणि नंतर मुंबईचा लायब्ररी सायन्सचा डिप्लोमा मिळवला. मुंबईच्या सेठ जी.एम.मेडिकल कॉलेजमध्ये ग्रंथालय साहाय्यक म्हणून १९५१–५७ ग्रंथालय साहाय्यक म्हणून काम केले. नंतर पुराणवस्तू संशोधन खाते औरंगाबाद येथे ग्रंथपाल म्हणून १९५७ ते ६५ मध्ये, तर औरंगाबाद येथील मराठवाडा विभागात साहाय्यक ग्रंथालय अभिरक्षक म्हणून १९६५ नंतर कार्य केले.

मराठवाडा ग्रंथालय संघाचे संस्थापक सदस्य आणि त्या संघातील विविध कार्ये आणि कार्यवाह म्हणून १९५९–६२ मध्ये काम केले. तसेच कोषाध्यक्ष म्हणूनही काम केले ते १९६२–६३ मध्ये. शिवाय १९६०–६६ दरम्यान ग्रंथपालन वर्गाचे ते अध्यापकही होते. १९६०–६२ मध्ये प्राचार्य म्हणून त्यांनी काम केले. औरंगाबाद येथे १९६३ साली झालेल्या १४ व्या मराठी ग्रंथालय परिषदेचे ते निमंत्रक होते. मराठवाड्यातील ग्रंथालयांच्या मागण्या त्यांनी ग्रंथालय परिषदांत ठराव मांडून, चर्चेत भाग घेऊन, सरकारकडे गेलेल्या शिष्टमंडळात भाग घेऊन आणि लेख लिहून मांडल्या. १९६५ मध्ये महाराष्ट्र राज्य ग्रंथालय संघाचे ते कार्यवाह होते. शिवाय महाराष्ट्र राज्य ग्रंथालय सल्लागार समितीचे सभासद म्हणून त्यांनी काम केले.

ग्रंथालय वर्गीकरण हे पुस्तक आणि अनेक लेख त्यांनी लिहिले.

२८) Shera, J.H. – शेरा, जेसी हौक

८ डिसेंबर १९०३ रोजी ओहिओमधील ऑक्सफर्ड या ठिकाणी जन्म झालेल्या शेरा यांनी वयाच्या बाविसाव्या वर्षी (१९२५) मियामी विद्यापीठातून इंग्रजी साहित्यात बी.ए. आणि त्यानंतर दोन वर्षांनी (१९२७) येल विद्यापीठातून इंग्रजी या विषयात एम.ए. या पदव्या संपादन केल्या. शिक्षण पूर्ण झाल्यावर लगेच त्यांनी ग्रंथालय व्यवसायात पदार्पण केले. वयाच्या ४१ व्या वर्षी (१९४४) त्यांनी शिकागो विद्यापीठाच्या ग्रंथालयशास्त्र विभागातून पीएच.डी. पदवीही संपादन केली.

स्ट्रॅटेजिक सर्व्हिसेस कार्यालयाच्या केंद्रीय माहिती विभागात काही काळ काम केल्यावर १९४७

मध्ये डॉ.शेरा शिकागो विद्यापीठाच्या ग्रंथालयशास्त्र विभागात अध्यापक म्हणून रुजू झाले. १९५१ मध्ये ओहिओ येथील वेस्टर्न रिझर्व्ह विद्यापीठाच्या ग्रंथालयशास्त्र विभागात डॉ. शेरा यांची अधिष्ठाता म्हणून नियुक्ती झाली. या विद्यापीठात काम करीत असताना त्यांनी ग्रंथालयशास्त्राच्या अभ्यासक्रमामध्ये सुधारणा करून अभ्यासक्रमांचा विस्तारही केला. तसे करीत असताना त्यांनी ग्रंथालयशास्त्र विभाग आणि प्रलेखन आणि विशेष ग्रंथपालन (Special Librananship) या क्षेत्रात दुवा साधण्याच्या दृष्टीने त्याला योग्य आकार दिला.

अमेरिकन डॉक्युमेंटेशन इन्स्टिट्यूटने डॉ. शेरा यांना आपले सभासदत्व बहाल केले होते आणि म्हणूनच या संस्थेच्या अमेरिकन डॉक्युमेंटेशन या मासिकाच्या संपादकाची धुरा त्यांच्यावर सोपविण्यात आली आणि ही जबाबदारी डॉ. शेरा यांनी पुढील सात वर्षे समर्थपणे सांभाळली.

जेम्स पेरी आणि ॲलन केंट यांच्या मदतीने डॉ. शेरा यांनी १९५५ मध्ये सेंटर फॉर डॉक्युमेंटेशन ॲंड कम्युनिकेशन रिसर्च या संस्थेची स्थापना केली. माहितीचा पुनर्शोध (Information retrieval) या नव्याने विकसित होणाऱ्या क्षेत्रात ही संस्था अग्रेसर ठरली. शेरा, पेरी आणि केंट यांच्या अथक परिश्रमामुळे वेस्टर्न रिझर्व्ह युनिव्हर्सिटीच्या ग्रंथालयशास्त्र विभागाला संशोधनासाठी अनेक अनुदाने तर मिळालीच; पण त्याचबरोबर माहितीच्या यांत्रिक (mechanized) पुनर्शोधनासाठी पहिली प्रक्रिया पद्धती - GE 225 जनरल परपज संगणकही प्राप्त झाला. या आणि अन्य गोष्टी साध्य केल्यामुळेच आणि त्याचबरोबर डॉ. शेरा यांनी ग्रंथालयशास्त्र विषयात केलेल्या विपुल लिखाणामुळे डॉ. शेरा यांना आंतरराष्ट्रीय स्तरावर मान्यता प्राप्त झाली. प्रलेखनाच्या क्षेत्रात प्रचंड यश मिळविल्यानंतरही डॉ. शेरा यांनी माहितीशास्त्र हे ग्रंथपालनाला बौद्धिक आणि तात्त्विक पाया देऊ शकते या आपल्या निश्चयाचा पुनर्विचार करण्यास सुरुवात केली. ग्रंथालयसिद्धान्ताच्या मुळाशी असलेल्या गोष्टी शोधण्यासाठी ग्रंथपालांनी डेटा बँक्स अथवा ग्रंथालय जाळ्यासाठी असलेल्या यांत्रिक (Mechanized access) प्रवेशापलीकडे पाहणे गरजेचे आहे अशी डॉ. शेरा यांची श्रद्धा होती.

२९) Swami, Prabhakar S. – स्वामी प्रभाकर एस.

हिंदी विषयात एम.ए. ग्रंथालयशास्त्राचा डिप्लोमा, पुणे विद्यापीठाच्या जयकर ग्रंथालयात सहाय्यक ग्रंथपाल उपग्रंथपाल आणि ग्रंथालयशास्त्र विभाग प्रमुख अशी एकूण ३२ वर्षे सेवा करून ग्रंथालय पदावरून निवृत्त, भारती विद्यापीठात ग्रंथालयशास्त्र अध्यापकाचे कार्य.

३०) Ujalambkar, Krishna Mukund - उजळंबकर, कृष्ण मुकुंद

श्री. उजळंबकर यांचा जन्म १५ डिसेंबर १९२७ साली झाला. त्यांचे शिक्षण एम.ए.एल.एल.बी आणि दिल्ली येथील एम.लिब.एस्सी असे होते. हैद्राबाद येथील उस्मानिया विद्यापीठात त्यांनी सूचिकार म्हणून काम केले. तर १९५६ साली हैद्राबाद येथील केंद्रीय सचिवालयातील ग्रंथालयात ग्रंथपाल म्हणून काम केले.

मुंबई येथील सचिवालय केंद्रीय ग्रंथालय येथेही ग्रंथपाल म्हणून त्यांनी काम केले तर नागपूर व सहाय्यक ग्रंथालय अभिरक्षक, तेही विदर्भ विभागाचे म्हणून शासकीय केंद्रीय ग्रंथालय, नागपूर येथे काम केले. तसेच सहाय्यक ग्रंथालय अभिरक्षक महाराष्ट्र विभाग, पुणे येथेही १९६२ मध्ये काम केले.

आंध्र ग्रंथालय संघाचे ते अजीव सदस्य होते. तर हैद्राबाद ग्रंथालय संघाचे संस्थापक होते. तर १९५३ मधील अखिल भारतीय ग्रंथालय परिषदेच्या दहाव्या अधिवेशनाचे ते आयोजक होते. १९५५ साली त्यांनी अखिल भारतीय ग्रंथालय संघाचे उपाध्यक्ष म्हणून काम पाहिले. हैद्राबाद येथील गव्हर्नर लायब्ररी कौन्सिलचे ते शासकीय सदस्य आणि हैद्राबाद येथील गव्हर्नर लायब्ररी कौन्सिलचे ते शासकीय सदस्य आणि हैद्राबाद पब्लिक लायब्ररी बिल ड्रॉफ्ट कमिटीचे ते सदस्य होते. विदर्भ ग्रंथालय संघाचे ते उपाध्यक्ष होते. तर पद्मश्री डॉ.रंगनाथन सत्कार समितीचे कार्यवाह म्हणून त्यांनी काम पाहिले.

श्री.उजळंबकर यांची ग्रंथालयशास्त्रावरील बरीच पुस्तके प्रकाशित झाली आहेत. अनेक लेख त्यांनी लिहिले. ग्रंथालय वर्गीकरण, पंचसिद्धान्त, सूचीकरण, पद्मश्री डॉ.रंगनाथन : व्यक्ती व कार्य, महाविद्यालयीन ग्रंथालये, ग्रंथालय संघटन, शालेय ग्रंथालये इ.

तसेच हैद्राबाद ग्रंथालय याशिवाय अनेक कथासंग्रह, कादंबऱ्या आणि नाटकेही प्रसिद्ध झालेली आहेत. संघाच्या मुखपत्राचेही ते संपादक होते. अनेक कथासंग्रह, कादंबऱ्या व नाटके त्यांच्या खाती जमा आहेत.

३१) Waknis, Tryambak Dinkar – वाकनीस, त्र्यंबक दिनकर

यांचा जन्म १६ डिसेंबर १९०२ साली झाला. १९२३ साली मुंबईची बी.ए.(ऑनर्स), १९२३-२६ इंग्लंडमध्ये आय.सी.एस.व बी.ए.केंब्रिजचा अभ्यास त्यांनी केला. १९२६ ते ३३ बडोदा राज्यात महसूल अधिकारी म्हणून काम केले. १९३३ मध्ये बडोदा सरकारने त्यांना ग्रंथपालन शिक्षणासाठी इंग्लंडला पाठवले. तेथील लंडन स्कूल ऑफ लायब्ररी सायन्सचा अभ्यासक्रम पूर्ण करून त्यांनी लंडनच्या लायब्ररी असोसिशनची फेलोशिप (एम.एल.ए.) प्राप्त केली. त्यानंतर त्यांनी अमेरिकन ग्रंथालयांचे निरीक्षणही केले. नंतर १९३३ ते ४६ मध्ये बडोदा येथील सेंट्रल लायब्ररीत त्यांनी क्यूरेटर म्हणून काम केले. १९४९ ते ५८ मध्ये मुंबई प्रांताचे क्यूरेटर ऑफ लायब्ररीज म्हणून काम केले. १९६० ते ६१ साली मुंबईच्या मध्यवर्ती ग्रंथालयाच्या ग्रंथपाल या पदाचा कार्यभार त्यांनी सांभाळला.

१९४६ च्या बडोदा येथील अखिल भारतीय सातव्या ग्रंथालय परिषदेचे ते निमंत्रक होते. १९५१ साली इंदोर येथे भरलेल्या अखिल भारतीय ग्रंथालय परिषद नववी याचे ते अध्यक्ष होते. तसेच पुणे येथे १९४९ साली झालेल्या पहिल्या महाराष्ट्र ग्रंथालय परिषदेचे ते अध्यक्ष होते. १९५१ सालच्या पेण येथील कुलाबा जिल्हा ग्रंथालय परिषद चौथी चेही ते अध्यक्ष होते. भारत सरकारच्या १९५८-५९ च्या लायब्ररी ॲडव्हायझरी कमिटीचे ते सदस्य होते. तसेच महाराष्ट्र राज्याच्या ग्रंथनिवड समितीचेही सदस्य होते. काही विद्यापीठात मुंबई विद्यापीठाच्या ग्रंथपालन वर्गात त्यांनी अध्यापक व परीक्षक म्हणूनही काम केले.

ग्रंथसंस्कार, तालिकादर्श, ॲनाटॉमी ऑफ बुक्स, फॅशिन लायब्ररीज, बरोडा लायब्ररीन, बुक्सः ओल्ड अँड न्यू आयडियल्स ऑफ एज्युकेशन अशी पुस्तके प्रकाशित. तसेच इंग्रजी व मराठीत स्फुट लेखन.

◻◻◻

संदर्भ साधने

1)   Ali, A, Ed.
Anne's Encyclopaedic Dictionary of Library and Information Science
3 vols.
Ane Book India, New Delhi, 2006

2)   Anthony, L. J. Ed.
Lines of Thought : Selected Papers of Maurice B. Line.
Clive Bingley, London, 1988

3)   Atherton, Pauline A.
Handbook of Information Systems and Services,
Paris, UNESCO, 1977

4)   Best, J.W.
Research in Education, Ed. 5
Prentice-Hall India, New Delhi, 1986

5)   Borko, Harold and Bernier, Charles L.
Indexing Concepts and Methods
Academic Press, New York, 1978

6)   Brophy, Peter and Coulling, Kate
Quality Management for Information and Library Managers
Aslib Gower, Aldershot, 1996.

7)   Buchanan, Brain
Theory of Library Classification
Clive Bingley, London, 1979

8)   Busha, Charles H. and Harter, Stephen P.
Research Methods in Librarianship : Techniques and Interpretation.
Academic Press, New York, 1980

9)   Chopra, H. S.
Libraries and the Culture of Knowledge :
An Indian retrospective from ancient to modern times.
Kanishka Publishers, Distributors, New Delhi, 2001

10) Dawra, Manisha
   Modern Theories of Library Cataloguing
   Rajat Publications, New Delhi, 2004

11) Devarajan, G.
   Bibliometric Studies
   Ess Ess Publications, New Delhi, 1997

12) Evans, Edward G
   Management Techniques for Librarians
   Academic Press, New York, 1980

13) Evans, Edward G. and Zarnosky, Margaret R.
   Developing Library and Information Center Collections. Ed. 4
   Greenwood Unlimited, New York, 2004.

14) Faruqui, K.K, Ed.
   Development of Collections in the Libraries,
   Anmol Publications, New Delhi, 1997

15) Feather, John and Sturges, Paul, Eds.
   International Encyclopaedia of Information and Library Science. Ed. 2
   Routledge, London, 2003.

16) Gaur, Ramesh C.
   Re-engineering Library and Information Service
   Allied Publishers Pvt Ltd., Mumbai, 2003

17) Goode, W. J. and Hatt, P. K.
   Methods in Social Research,
   McGraw Hill, New York, 1997

18) Hingwe, K.S.
   Management of University Libraries in India.
   World Press, Kolkata, 1982

19) Isaac, K. A.
   Library Legislation in India :
   A Critical and Comparative Study of State Library Acts.
   Ess Ess Publications, New Delhi, 2004

20) Kaul, H. K.
Library Networks : An Indian experience
Virgo Publications, New Delhi, 1992.

21) Kent, Allen and Lancour, H., Eds.
Encyclopaedia of Library and Information Science,
Marcel Dekker, New York.

22) Khanna, J.K.
Handbook of Library Administration
Crest, Publishing House, New Delhi.

23) Khanna, J. K.
Library and Society
Research Publications, Haryana.

24) Krishna Kumar
Research Methods in Library and Information Science
Har-Anand Publishing Co., New Delhi, 1992

25) Kumar, P. S.G.
A Student's Manual of Library and Information Science. Ed.3
B.R. Publishing Company, Delhi, 2006.

26) Lancaster, F.W and Sanclore, B.
Technology and Management in Library and Information Sciences.
The Library Association, London, 1997.

27) Lancaster, F.W.
Towards Paperless Information Systems,
Academic Press, New York, 1978

28) Mahajan, S. G.
History of the Public Library Movement in Maharashtra (Erst While Bombay Presidencey)
Shubhada Saraswat Publications Pvt. Ltd. Pune, 1984

29) Massis, Bruce E.
Practical Library Manager
Haworth Press, New York, 2003

30) Mittal, R.L.
    Library Administration : Theory and Practice. Ed. 3
    Metropolitan Book Co., Delhi, 1973.

31) Narayana, G. J.
    Library and Information Management
    Prentice Hall India, Delhi, 1991

32) Paliwal, P. K.
    Compendium of Library Administration
    Ess Ess Publications, New Delhi

33) Raina, Roshan Lal et. al. Eds
    Library Management : Trends and Opportunities.
    Excel Books, New Delhi, 2005.

34) Ranganathan, S.R.
    Classified Catalogue Code, Ed. 5
    Asia Publishing House, Mumbai 1965.

35) Ranganathan, S. R.
    Five Laws of Library Science.
    Sarada Ranganathan Endowment for Library Science, Bangalore, 1988

36) Rangathan, S. R.
    Prolegomena to Library Classification Sarada Ranganathan Endowment for Library Science, Bangalore, 1967

37) Rao. I. K. Ravichandra.
    Quantitative Methods for Library and Information Science,
    Wiley Eastern Limited, New Delhi, 1983

38) Singh, Sewa
    Manual of Reference and Information Sources, 2 Vols.
    B. R. Publishing Corporation, New Delhi 2004

39) Taher, Mohamed and Davis, Donald G.
    Librarianship and Library Science in India.
    Concept Publishing Company, New Delhi, 1994.

४०) कुलकर्णी, व.वि.
ग्रंथालय प्रशासन, सुविचार प्रकाशन मंडळ,
नागपूर, १९७४

४१) जोशी, अनंत
ग्रंथालयातील संदर्भसेवा
कॉन्टिनेन्टल प्रकाशन, पुणे, २००२

४२) जोशी, लक्ष्मणशास्त्री
मराठी विश्वकोश खंड ५
महाराष्ट्र राज्य, मराठी विश्वकोश निर्मिती मंडळ, वाई

४३) थोरात, लक्ष्मण
ग्रंथालय माहितीशास्त्र : वस्तुनिष्ठ वर्णनात्मक अभ्यास
डायमंड पब्लिकेशन्स, पुणे –२००७

४४) नरगुंदे, रेवती
ग्रंथालये आणि सामाजिक विकास
युनिव्हर्सल प्रकाशन, पुणे, २००२

४५) नरगुंदे, रेवती
प्रलेखन आणि माहितीशास्त्र
युनिव्हर्सल प्रकाशन, पुणे, १९९६

४६) बेलसरे, व.भि.
पेशव्यांची पुस्तकशाला,
साहित्य सहकार, मार्च १९६०.

४७) भागवत, शशिकला
ग्रंथालय व्यवस्थापन
युनिव्हर्सल प्रकाशन, पुणे २००७

४८) भांडारकर पु.ल.
सामाजिक संशोधन पद्धती, आ. चौथी,
महाराष्ट्र विद्यापीठ ग्रंथ निर्मिती मंडळासाठी, विद्या बुक्स, औरंगाबाद, १९९९

४९) महाजन, शां.ग. संपा.

महाराष्ट्रातील ग्रंथपाल, ग्रंथालय सेवक व ग्रंथालयीन कायकर्ते यांची सूची

महाराष्ट्र राज्य ग्रंथालय संघ, मुंबई, १९६७.

५०) यशवंतराव चव्हाण महाराष्ट्र मुक्त विद्यापीठ

ज्ञानगंगोत्री ६ (३) डिसे. २००५ ते जाने-फेब्रु.२००६

५१) लेले, वसंत

आधुनिक ग्रंथालयातील तालिकीकरण

युनिव्हर्सल प्रकाशन, पुणे १९९७

५२) वैद्य सरोजिनी आणि इतर, संपा.

कोश व सूची वाङ्मय : स्वरूप आणि साध्य

राज्य मराठी विकास संस्था, मुंबई, १९९७

५३) शेवडे द. वा.

ग्रंथ वर्गीकरण तात्त्विक

महाराष्ट्र राज्य ग्रंथालय संघ, मुंबई १९७५

५४) साखरे, रा.र.

ग्रंथालय संदर्भ सेवा : तात्त्विक व प्रात्यक्षिक

युनिव्हर्सल प्रकाशन, पुणे २००३

५५) साठे केशव

जनसंपर्क माध्यम : सर्वव्यापी मंत्र

मेनका ऑगस्ट २००८

५६) हिंगवे, कृ.शं.

ग्रंथालयीन वर्गीकरण भाग १ (तात्त्विक)

सुविचार प्रकाशन मंडळ, नागपूर १९७३.

मराठी वर्णनुक्रम सूची

अ

आ

इ

उ

ए

ढ, ण

त

थ

द

ध

धावते ग्रंथनाम - Running Title- 291

न

नमुना निवड - Sample Selection- 292

नात्यानुसारी अनुक्रमसूत्रे - Canon For Filiatory Sequence- 47

नाम तालिका - Name Catalogue- 230

नियतकालिकांची नोंदणी पद्धत - Registration of Periodicals- 279

नियतकालिके - Periodicals- 246

निर्देश व निर्देशन नियतकालिके- Index and Indexing Journals- 142

निर्देशन - Indexing- 143

निर्देशन पद्धती - Indexing Systems- 145

निर्देशनाची भाषा - Indexing Language- 144

निर्देशिका - Directory-101

निवडक तालिकीकरण - Selective Cataloguing- 296

निश्चितपणाचे सूत्र - Canon of Ascertainability- 49

निसाट (नॅशनल इन्फर्मेशन सिस्टिम फॉर सायन्स अँड टेक्नॉलॉजी) - NISSAT (National Information System for Science of Technology) - 238

नेवार्क पद्धती - Newark System-236

नैसर्गिक व कृत्रिम वर्गीकरण - Natural & Artificial Classification -235

नॅशनल इन्फर्मेशन सेंटर नेट (निकनेट) - National Information Centre Net - (NICNET)- 238

नॅसडॉक (नॅशनल सोशल सायन्स डॉक्युमेन्टेशन सेंटर) - NASSDOC(National Social Science Documentation Centre) - 230

नोंद - Entry- 117

प

पंक्ती - Array- 16

पंक्तिअंतर्गत संबंध - Intra Array Relation- 172

पत्ररूप तालिका - Card Form of Catalogue- 57

पद्धती - System- 316

पद्धति विश्लेषण - Systems Analysis- 317

परिगणनात्मक वर्गीकरण - Enumerative Classification- 118

पर्ट / सीपीएम - PERT/CPM- 247

पर्यायी नाम नोंद- Alternative Name Entry- 9

पश्चात् समन्वय निर्देशन पद्धती - Post Co-ordinate Indexing System- 252

फ

ब

भ

म

व

ह

ज्ञ

❑❑❑